Nhật Thực

eclipse

D1482303

BIỂU GHI BIÊN MỤC TRƯỚC XUẤT BẢN ĐƯỢC THỰC HIỆN BỞI THƯ VIỆN KHTH TP.HCM

Meyer, Stephenie, 1973-
    Nhật thực / Stephenie Meyer; Tịnh Thủy d. - T.P. Hồ Chí Minh : Trẻ, 2009.
    944tr. ; 19cm.
    Nguyên bản : Eclipse.
    1. Văn học Mỹ -- Thế kỷ 21. I. Tịnh Thủy d.   II. Ts: Eclipse.

813 -- dc 22
M613

Nhật Thực

eclipse

STEPHENIE MEYER

TỊNH THỦY dịch

NHÀ XUẤT BẢN TRẺ

Dành tặng cho chồng tôi - anh Pancho -
vì tính nhẫn nại, tình yêu, tình bạn, tính hài hước
và những thiện ý anh luôn dành cho em.

Cũng dành tặng cho các con của tôi
- Gabe, Seth, và Eli - đã mở cho mẹ lối
vào địa đàng của thương yêu,
điều mà người người luôn sẵn sàng
đánh đổi tất cả để có được.

LỬA và BĂNG

Nhiều người vẫn hằng tin rằng thế gian này
rồi sẽ bị lụi tàn trong biển lửa,
Nhưng vẫn có những ai đó cho rằng thế giới này
sẽ bị đắm chìm trong băng.
Từ những dục vọng của nhân thế, tôi đã hay,
Tôi có cùng lòng tin với những ai nghĩ rằng sẽ là lửa.
Nhưng giả như vạn vật phải gánh chịu
cả hai phen tai họa,
Ôi hận thù của lòng người,
chẳng phải tôi đã biết rồi đấy ư,
Tôi cũng tin rằng biển băng ấy,
Rất dữ dội,
Sẽ chẳng thua gì biển lửa kia đâu.

Robert Frost

MỤC LỤC

MỞ ĐẦU

Tất cả mọi nỗ lực lẩn tránh của chúng tôi đã không còn tác dụng gì nữa.

Với trái tim đã đông cứng lại, tôi lặng lẽ nhìn anh sắp sửa đưa người ra bảo vệ cho mình. Dẫu rằng chỉ một mình trơ trọi, nhưng sức tập trung nơi anh vẫn không vì thế mà giảm sút. Vào thời khắc này, tôi biết rằng chúng tôi chẳng cậy nhờ được ai cả - bởi vì chính bản thân gia đình anh cũng đang phải chiến đấu vì mạng sống của họ, hệt như anh đang làm để bảo vệ mạng sống của hai chúng tôi đây.

Liệu tôi có biết được kết quả của trận chiến này hay không? Tôi có thể biết ai là kẻ chiến thắng và người nào buộc phải chấp nhận làm kẻ bại trận? Liệu tôi có còn sống được đến giây phút cuối cùng của cuộc chiến?

Tỷ lệ thắng – thua dường như không có sự chênh lệch quá lớn.

Đôi mắt đen cuồng nhiệt với khát vọng muốn kết liễu cuộc đời tôi, đang rình rập thời khắc thiên thần hộ mệnh của tôi mất tập trung. Đó là cái thời khắc tôi sẽ phải vĩnh biệt nhân thế một cách chắc chắn.

Ở đâu đó, xa xăm, xa thật xa, trong cánh rừng lạnh lẽo, có tiếng một con sói đang tru lên.

I. BỨC THƯ CUỐI CÙNG

Bella,

Em không hiểu tại sao chị lại nhờ chú Charlie đưa mấy bức thư tay cho bố em, hệt như chúng ta đang là học trò lớp hai vậy - nếu em muốn nói chuyện với chị, em sẽ trả lời

Chị cứ quyết định đi, chị nhé. Chị không thể sống mước đời như vậy được, chị không thể cứ

Chuyện về "những kẻ lữ thứ" xem ra làm khó cho chị

Chị, em vẫn biết mình là kẻ quê kệch, nhưng em không thể sống khác

Chúng ta không thể là bạn chừng nào mà chị vẫn còn ở bên cái bọn

Nếu em cứ mãi nghĩ về chị thì mọi thứ sẽ càng tệ hơn, vậy nên chị đừng viết nữa

Vânggg, em cũng rất nhớ chị. Nhớ nhiều lắm. Nhưng điều đó chẳng thay đổi được gì cả. Em xin lỗi.

Jacob

Tôi khẽ lướt tay lên mặt giấy, cảm nhận rõ mồn một những nét hằn, nơi người bạn nhỏ ấn mạnh cây bút muốn thủng cả giấy. Trước những dấu hiệu rành rành ấy, tôi có thể dễ dàng mường tượng ra được cảnh viết thư hồi âm của Jacob - cậu ta quệch quạc ngoáy bút viết những lời lẽ tràn đầy nỗi tức giận, rồi sau đó gạch lấy gạch để những dòng chữ không vừa ý, mà cũng có khi cây bút nhỏ bé ấy đã bị bẻ gãy vụn trong bàn tay to lớn của cậu ta rồi cũng nên; đó là lý do vì sao lại có những đốm mực, tôi cho là như vậy. Tôi cũng có thể hình dung được nỗi thất vọng đã kéo xệch đôi lông mày của cậu ấy vào với nhau, và vò nhăn vầng trán của cậu lại như thế nào. Nếu mà tôi có mặt ở đó, hẳn tôi đã phải phì cười rồi. *Đừng để mình bị xuất huyết não đấy, Jacob* - Chắc chắn tôi sẽ nói với cậu bạn nhỏ như thế - *Muốn nói gì thì cứ nói huych tẹc ra cho rồi.*

Ấy vậy mà vào đúng lúc này đây, khi nhẩm đọc lại những gì bản thân đã lưu vào bộ nhớ, tôi chẳng thể nào cười nổi. Câu trả lời của người bạn nhỏ cho bức thư thống thiết của tôi - được ngài cảnh sát trưởng chuyển qua tay ông Billy, để ông Billy đưa lại cho cậu, lòng vòng chẳng khác gì cách cư xử của học trò lớp hai, đúng như cậu bạn nhìn nhận - chẳng hề khiến tôi ngạc nhiên. Thậm chí tôi còn biết được cả nội dung bức thư trước khi mở nó ra đọc nữa.

Điều khiến tôi ngạc nhiên chính là mỗi hàng chữ bị gạch đi ấy đã làm cho tôi đau đớn thấu tận tâm can - cơ hồ như những lời lẽ ấy là những lưỡi dao khứa vào da thịt. Và đau lòng hơn nữa là đằng sau khởi nguồn uất hận đó của cậu bạn nhỏ chính là nỗi buồn tê tái; nỗi đau của Jacob đã khoét sâu vào tận hồn tôi, sâu hơn cả nỗi đau của chính bản thân tôi nữa.

Đang suy nghĩ mông lung, tôi chợt nhận ra một mùi khói không lẫn vào đâu được đang tỏa ra từ căn bếp. Giả như đây là khói ở nhà khác, ắt hẳn vị hàng xóm bất cẩn đó cũng chẳng thể khiến cho tôi phải khiếp đảm đến thế này.

Nhét vội tờ giấy nhăn nhúm vào túi quần sau, tôi ba chân bốn cẳng phóng như bay xuống lầu.

"Bộp" - ôi trời ơi, món sốt dùng cho spaghetti của ngài cảnh sát trưởng trong lò vi ba đã bắt đầu biểu tình bằng phát nổ đầu tiên... Nhanh như cắt, tôi giật phắt lấy cửa lò, lôi hộp sốt ra ngoài.

- Bố đã làm gì sai à? - Ngài cảnh sát trưởng hỏi.

- Bố cần phải mở nắp ra trước mới đúng. Đồ kim loại thì không được để vào trong lò vi ba - Vừa nói, tôi vừa mở nắp hộp, trút một nửa chỗ sốt vào cái chén, sau đó đặt chén vào trong lò vi ba, không quên cất chỗ sốt còn lại vào tủ lạnh; xong xuôi, tôi đặt thời gian, và nhấn nút khởi động.

Ngài cảnh sát trưởng mím chặt môi lại, lặng lặng quan sát tôi từ nãy đến giờ.

- Bố nấu mì như vầy có đúng không con?

Bố vừa dứt lời, tôi đưa mắt chiếu thẳng vào cái xoong đang đặt trên bếp lò - nơi khởi nguồn của thứ mùi đã đánh động mối hoảng loạn trong tôi.

- Bố cần phải đảo đều - Tôi trả lời một cách nhẹ nhàng rồi với tay lấy muỗng, cố gắng khuấy vắt mì đang sôi bám dính lấy đáy nồi lên.

Ngài cảnh sát trưởng thở dài.

- Tất cả chuyện này là sao vậy hả bố? - Tôi cất tiếng hỏi.

Ngài cảnh sát trưởng khoanh tay lại trước ngực, mắt chuyển hướng ra phía cửa sổ, đăm đăm ngó vào màn mưa.

- Bố chẳng hiểu con nói gì cả - Ngài cảnh sát trưởng làu bàu.

Tôi không tránh khỏi bối rối. Bố phải vào bếp ư? Như vậy là sao? Edward đâu có ở đây; thường thường, bố vẫn tỏ rõ "thái độ thù địch" của mình cho "bạn trai" của tôi hiểu, bố làm đủ mọi cách, từ nói năng cho đến hành động... Tất cả đều chỉ nhằm bộc lộ mỗi một quan điểm duy nhất là "mi không được đón tiếp ở nhà ta" đối với anh. Tất nhiên, mọi nỗ lực của bố là hoàn toàn không cần thiết - bởi lẽ chẳng cần có những "màn biểu diễn" đó, Edward vẫn có thể biết được chính xác bố đang nghĩ gì.

Tôi vẫn không ngừng khuấy mì, trong lòng chợt dậy lên những đợt sóng xôn xao quen thuộc khi nghĩ đến cái từ *bạn trai* kia. Đó không phải là một từ chính xác, chẳng chính xác một chút nào. Tôi cần một từ mang hàm ý vĩnh cửu hơn... Nhưng những từ như *vận mệnh* hay *số phận*, trong những cuộc chuyện trò thông thường, nghe thấy cường điệu quá.

Trong ý nghĩ của Edward thì lại có một từ khác, và chính cái từ đó là nguồn gốc của những đợt sóng lòng tôi đang cảm nhận đây. Hai hàm răng của tôi nghiến lại khi nghĩ đến từ đó.

Vị hôn thê. Ôi trời ơi. Tôi rùng mình.

- Con đã quên cái gì rồi chăng? Bố phải nấu bữa tối từ khi nào vậy ạ? - Tôi bày tỏ nỗi thắc mắc của mình trong lúc vẫn không ngừng tay. Những sợi mì cứ thế mấp mô trong nước sôi theo từng động tác khuấy của tôi - Hay là *cố gắng* nấu cho được bữa tối. Con nói như vậy thì chắc là đúng hơn.

Ngài cảnh sát trưởng nhún vai, đáp trả:

- Chẳng thấy điều luật nào nói rằng bố không được phép nấu ăn trong nhà mình cả.

- Rồi bố sẽ biết - Tôi đáp lời bố rồi toét miệng ra cười, mắt liếc nhìn chiếc huy hiệu gắn trên chiếc áo da bố đang mặc.

- Ha ha. Hay đấy - Vừa nói, ngài cảnh sát trưởng vừa cởi ngay chiếc áo ra, cơ hồ như tia nhìn của tôi đã khiến "ngài" nhớ lại rằng "ngài" vẫn còn đang mặc chiếc áo công vụ. Rất nhanh nhẹn, ngài cảnh sát trưởng treo áo lên móc, chiếc móc chuyên giữ các vật dụng của riêng "ngài". Cái thắt lưng giắt súng vẫn nằm yên lặng lẽ ở đấy - mấy tuần vừa rồi, ngài cảnh sát trưởng tự cảm thấy rằng không cần phải mang nó đến sở làm. Thị trấn Forks, thuộc tiểu bang Washington, đã không còn những vụ mất tích động trời; cũng như những con sói khổng lồ, bí hiểm trong những cánh rừng bạt ngàn, tứ thời rả rích, mịt mùng những mưa là mưa, tự nhiên cũng biến đi đằng nào mất không một vết tích...

Tôi lặng lặng đảo mì, đoán rằng ngài cảnh sát trưởng thể nào cũng sẽ đi loanh quanh và ta thán về những điều khiến "ngài" phiền muộn. Là đoán định vậy thôi chứ kì thực, ngài cảnh sát trưởng nhà tôi không phải thuộc týp đàn ông nhiều lời. Mỗi khi sắp xếp ngồi được vào bàn ăn tối với đứa con gái cưng quý của "ngài", phải cố gắng lắm "ngài" mới có thể mở lời trò chuyện, và lúc ấy, vốn liếng từ ngữ của "ngài" mới được dịp bộc lộ ra... Chúng chẳng được là bao!

Như thường lệ, tôi lại liếc nhìn chiếc đồng hồ - đây là điều mà cứ vào tầm này, vài phút, tôi lại thực hiện một lần. Không còn đầy ba mươi phút nữa...

Buổi chiều là khoảng thời gian "gian khổ" nhất của

tôi trong ngày. Kể từ ngày người bạn thân nhất của tôi (cũng là người sói) - Jacob Black - bán đứng tôi, bằng cách kể với bố tôi chuyện tôi lén lút tập đi xe máy - một sự phản bội hòng để cho tôi bị "cấm cung", để cho tôi không còn được ở bên "bạn trai" của tôi (và cũng là ma-cà-rồng), Edward Cullen. Edward chỉ được phép gặp tôi vào buổi tối, từ bảy giờ đến chín giờ ba mươi phút, còn địa điểm lúc nào cũng là... ở ngay trong nhà tôi, mà phải là dưới sự kiểm soát gắt gao của ngài cảnh sát trưởng... với đôi mắt lúc nào cũng mang hình viên đạn của "ngài".

Đây là sự trừng phạt thuộc vào loại "bên tám lạng, bên nửa cân" đối với tội lỗi mà tôi đã gây ra, ấy là dám bỏ nhà ra đi tới ba ngày liền không một lời giải thích, rồi cộng thêm cái vụ dám lao đầu ra khỏi vách đá nữa.

Lẽ tất nhiên là tôi vẫn thường xuyên gặp Edward ở trường, ngài cảnh sát trưởng chẳng thể nào nhúng tay vào ngăn chặn việc đó được. Và rồi hầu như tối nào anh cũng có mặt ở trong phòng riêng của tôi, lại cũng là lẽ tất nhiên, ngài cảnh sát trưởng không bao giờ biết được chuyện đó. Năng lực chạy, nhảy, trèo tường của anh qua cửa sổ tầng hai của phòng tôi cũng cừ khôi y hệt năng lực đọc suy nghĩ trong đầu ngài cảnh sát trưởng của anh vậy: êm ru, không một tiếng động.

Buổi chiều là khoảng thời gian duy nhất tôi phải xa Edward, đó cũng là khoảng thời gian tôi đứng ngồi không yên, và cũng là khoảng thời gian dài nhất, trôi chậm nhất trong ngày. Tuy nhiên, tôi vẫn cắn răng chịu đựng, không dám thở than lấy một lời - bởi lẽ - tôi biết chính tôi là nguyên nhân của hình phạt đó, và - bởi một lẽ khác - tôi không thể làm cho bố tôi phải bị tổn thương thêm một lần nữa, nếu như tôi dọn ra khỏi nhà, nhất là khi một cuộc chia ly vĩnh viễn với người thân, mà bố tôi không hề hay biết, đang bắt đầu lượn lờ xâm nhập vào thế giới của tôi.

Ngài cảnh sát trưởng làu bàu ngồi vào bàn, sẵn ngay đó có một tờ báo âm ẩm nước, "ngài" buồn tay giở ra xem; và chỉ vài giây sau, "ngài" bắt đầu lên tiếng chê bai.

- Con không hiểu tại sao bố lại xem tin tức. Nó chỉ khiến cho bố bực mình thêm mà thôi.

Ngài cảnh sát trưởng phớt lờ tôi, vẫn tiếp tục càu nhàu về nội dung của tờ báo đang nằm trong tay mình.

- Đây là lý do vì sao mọi người lại muốn sống ở thị trấn nhỏ đấy! Buồn cười thật.

- Mấy thành phố lớn lại có gì bất ổn hả bố?

- Seattle đang trên đường vươn tới "danh hiệu" *cứ điểm giết chóc* của đất nước mình đó. Trong hai tuần qua đã có tới năm vụ giết người mà chưa giải quyết được vụ nào. Con có hình dung nổi cuộc sống ở một thành phố như vậy không?

- Trong danh sách những vùng có tỷ lệ giết người cao thì Phoenix đứng cao hơn Seattle mà bố. Và con cũng *đã* sống ở nơi đó rồi - (Nhưng chưa bao giờ con suýt trở thành nạn nhân của vụ giết người nào cả... cho đến khi con chuyển đến cái thị trấn an toàn bé nhỏ của bố) Và hiện tại thì tên tôi đang hiện diện trong vài... danh sách những nhân vật sẽ bị sát hại... Chiếc thìa trong tay tôi bất chợt run rẩy, nước trong nồi bỗng nổi những làn sóng nhỏ.

- Hử hử, công lao của bố, chẳng ai có thể trả nổi - Ngài cảnh sát trưởng "kết luận".

Cứ thế, tôi hì hụi nấu bữa ăn tối và chuẩn bị mọi thứ để dọn ra bàn; tôi dùng dao có răng cưa để cắt đôi phần mì cho ngài cảnh sát trưởng và cho mình, còn "ngài" thì quan sát mọi động tĩnh của tôi với thái độ ngượng ngùng và lúng túng. Cuối cùng "ngài" cũng nghĩ được một cách phụ tôi, đó là rưới sốt lên mì rồi trộn đều. Làm bộ ngây ngô, nhưng không đến nỗi thái quá, tôi "bắt *chước*" làm y như "ngài". Sau đó, cả hai bố con im lặng ngồi ăn. Bố tôi tiếp tục để mắt lên tờ báo, còn tôi thì chộp ngay lấy bản sao quyển *Đỉnh gió hú* của mình. Tội nghiệp cho quyển sách, nó đã bị giở tới giở lui đến muốn hư cả bìa, rách cả trang; lúc sáng sớm, khi ngồi ăn ở bàn, tôi đã để nó ở đây, và bây giờ thì tôi muốn thả hồn mình về xứ sở sương mù Anh quốc hồi thế kỷ thứ mười chín... trong khi chờ đợi ngài cảnh sát trưởng mở lời.

Đúng lúc tôi đọc đến phần Heathcliff trở về thì "ngài" hắng giọng và ném xoạch tờ báo xuống sàn nhà.

- Được rồi - Bố tôi lên tiếng - Bố có lý do để làm việc này - Vừa nói bố vừa dùng nĩa khỏa khỏa lên phần mì đầy sốt - Bố muốn nói chuyện với con.

Bố vừa dứt lời, tôi đặt ngay quyển sách sang một bên; "phạch", quyển sách dày đóng lại khá ồn ã.

- Bố cứ tự nhiên đặt thẳng vấn đề đi ạ.

Ngài cảnh sát trưởng gật đầu, đôi lông mày nhíu sát vào nhau.

- Ừ. Lần sau bố sẽ nhớ. Thật ra, bố nghĩ rằng nếu không cho con nấu nướng thì con sẽ mềm lòng.

Không kìm được, tôi phá ra cười khúc khích.

- Vâng, bố đã thành công rồi - tài nghệ nấu nướng của bố đã khiến cho con mềm ra như kẹo dẻo rồi đây. Bố ơi, bố đang có chuyện gì phải không?

- Ừm, chuyện về thằng Jacob.

Tôi cảm nhận rất rõ rằng mặt của mình đang đanh lại.

- Cậu ta làm sao vậy hả bố? - Tôi hỏi, đôi môi cứng đờ.

- Bình tĩnh nào, Bells. Bố biết rằng con vẫn còn buồn về chuyện thằng bé mách bố về con, nhưng mà nó làm thế là đúng. Nó phải có trách nhiệm.

- Trách... h... h nhiệm... m... m - Tôi trố mắt, lặp lại lời bố một cách mỉa mai - Vâng. Thế thì cậu ta làm sao ạ?

Và câu hỏi thốt ra một cách tự nhiên ấy cứ lặp đi lặp lại trong đầu tôi, vậy là có chuyện rồi, lại là chuyện không nhỏ. *Jacob làm sao kia?* Tôi *sẽ* phải làm gì với cậu ta? Người bạn thân nhất của tôi giờ đã... ra sao nhỉ? Trở thành kẻ thù của tôi rồi sao? Bất giác tôi co rúm người lại.

Gương mặt của ngài cảnh sát trưởng tức thì trở nên cảnh giác:

- Đừng có giận bố, được không?

- Giận ư?

- Ừm, cũng là chuyện về Edward nữa.

Đôi mắt tôi tất nhiên là sa sầm xuống.

Giọng nói của ngài cảnh sát trưởng trở nên gay gắt hơn:

- Bố đã cho phép nó vào nhà ta, có phải vậy không?

- Vâng - Tôi xác nhận - Bố có cho phép anh ấy được vào nhà ta một lúc. Vâng, và thi thoảng bố cũng có cho con được ra ngoài một lúc nữa - Tôi tiếp tục nói... một cách ma mãnh; tất nhiên là tôi biết mình sẽ còn tiếp tục bị cấm cung dài dài cho đến hết năm học - Và con vẫn luôn tuân thủ đúng luật lệ thời gian mà.

- Ừm, thì bố đang nói đến chuyện đó... - Chưa nói

hết câu, gương mặt của ngài cảnh sát trưởng bỗng bành ra với một nụ cười tít cả mắt; trong giây phút ấy, bố tôi trông trẻ lại những hai mươi tuổi.

Hình như trong nụ cười đó có ẩn hiện một tia sáng le lói thì phải, song, tôi vẫn chậm rãi, rành rọt đáp lời:

- Con thấy khó hiểu quá, bố à. Chúng ta đang nói về Jacob, hay Edward, hay là chuyện con bị cấm không được ra khỏi cửa?

Nụ cười tươi rói của người đang ngồi đối diện với tôi lại được dịp lóe sáng:

- Cả ba chuyện đó.

- Làm sao mà chúng liên quan đến nhau được ạ? - Tôi không thể không hỏi lại, bắt đầu chú ý hơn.

- Thôi được rồi - Ngài cảnh sát trưởng thở dài, giơ cả hai tay lên như thể đang đầu hàng - Bố nghĩ rằng con xứng đáng được tha sớm vì đã tỏ ra rất ngoan. Ở lứa tuổi thanh thiếu niên như con mà bền bỉ chịu đựng được như thế kể ra cũng đáng nể lắm.

Hả? Giọng nói cũng như đôi lông mày của tôi tức thời nhướng cao lên.

- Thật vậy sao bố? Con được tự do rồi ư?

Nhưng vì sao lại như thế được nhỉ? Tôi vẫn đinh ninh rằng mình sẽ còn phải ru rú ở trong nhà dài dài, trừ khi là khăn gói ra khỏi nhà; vả lại, Edward cũng đâu có thu lượm được gì từ những suy nghĩ của bố...

Và kia, ngài cảnh sát trưởng giơ một ngón tay lên:

- Tất nhiên là có điều kiện.

Bố vừa dứt lời, bao háo hức trong tôi đột ngột biến đi đằng nào mất tăm.

- Thật không thể nào tưởng tượng ra được - Tôi rên rỉ.

- Bella, đây là lời đề nghị hơn là một lời yêu cầu, như thế được chưa? Con được tự do làm những gì con muốn. Nhưng bố hy vọng rằng con dùng quyền tự do đó... một cách sáng suốt.

- Bố nói như vậy là sao ạ?

Ngài cảnh sát trưởng lại thở dài, nói:

- Bố biết lúc nào con cũng chỉ muốn dành thời gian cho Edward...

- Con cũng dành thời gian cho cả Alice nữa mà bố - Tôi xen ngay vào. Em gái của Edward thì không bị ràng buộc giờ giấc đến thăm tôi. Cô bạn đến và đi lúc nào cũng được. Cô bạn rất có tài thuyết phục ngài cảnh sát trưởng.

- Đúng vậy - Bố tôi thừa nhận - Nhưng ngoài lũ trẻ nhà Cullen ra, con cũng còn có những bạn bè khác, Bella. Con đã từng... như thế còn gì.

Im lặng. Bố con tôi nhìn nhau, dễ có đến cả một lúc lâu.

- Lần cuối cùng con còn nói chuyện với Angela Weber

là khi nào? - Cuối cùng, bố lên tiếng hỏi tôi bằng một giọng hơi sẵng.

- Dạ, thứ sáu, trong giờ ăn trưa ạ - Tôi trả lời ngay mà không cần suy nghĩ.

Trước khi Edward trở về, các bạn học của tôi đã chính thức phân thành hai nhóm. Tôi đặt biệt danh cho hai nhóm này là nhóm *thiện* và nhóm *tà*. Tôi cũng thường gọi là nhóm *chúng tôi* và nhóm *bọn họ*. Nhóm *thiện* gồm có Angela, người bạn trai đứng đắn của cô – Ben Cheney - và Mike Newton; ba người bạn này đã rộng lượng bỏ qua những hành vi kì quái của tôi khi Edward bỏ đi. Phe *bọn họ* thì có Lauren Mallory là nòng cốt, và hầu hết những người còn lại, trong đó có cả cô bạn đầu tiên tôi quen khi mới chân ướt chân ráo đến Forks; Jessica Stanley có vẻ như vẫn còn muốn tiếp tục hành trình chống lại Bella.

Edward trở lại, sự chia rẽ ấy lại càng trở nên rõ nét hơn bao giờ hết.

Sự trở về của Edward đã làm sứt mẻ tình bạn nơi Mike, nhưng cô bạn Angela thì vẫn kiên định trong tình cảm, và Ben thì tất nhiên là cùng phe với cô ấy. Dù cho hầu hết học sinh trong trường đều ác cảm với nhà Cullen, nhưng hôm nào, trong giờ ăn trưa, Angela cũng nhiệt thành chọn ngồi bên cạnh Alice. Sau vài tuần, có vẻ như Angela đã rất thích cái chỗ ngồi ấy. Quả thật khó lòng mà cưỡng lại được sức hút của những người nhà Cullen - một khi đã để cho các thành viên của nhà ấy có cơ hội tiếp cận với mình.

- Thế khi ra khỏi trường thì sao? - Ngài cảnh sát trưởng hỏi tới, cắt đứt cơn mơ màng của tôi.

- Tan trường, con có được gặp ai đâu bố. Con bị cấm cung mà, bố nhớ không? Với lại, Angela cũng có bạn trai nữa. Lúc nào bạn ấy cũng đi với Ben. *Nếu mà* con được tự do thật... - Tôi nói thêm, giọng nói lẩn quất những nghi ngờ -... tụi con sẽ trở thành hai cặp.

- Ờ. Nhưng mà... - Ngài cảnh sát trưởng ngập ngừng - Con với Jake đã từng thân nhau như hình với bóng, vậy mà bây giờ...

Tôi cắt ngang lời bố:

- Bố ơi, bố có thể đi thẳng vào vấn đề chính được không ạ? Chính xác thì điều kiện của bố là gì?

- Bố nghĩ rằng con không nên chỉ chơi với bạn trai rồi bỏ rơi tất cả bạn bè của mình, Bella ạ - Ngài cảnh sát trưởng trả lời bằng một giọng nghiêm khắc - Như thế thật không hay chút nào; bố nhận thấy nếu cuộc sống của con có chỗ cho những người bạn khác thì sẽ hoàn thiện hơn. Chuyện xảy ra vào tháng Chín năm ngoái...

Tôi bị rúng động toàn thân.

- Ừm - Ngài cảnh sát trưởng nói tiếp một cách dè chừng - Giả như khi ấy con có thêm những mối quan hệ khác, không cứ gì cái thằng Edward Cullen ấy, thì có lẽ sự thể đã không diễn ra như vậy.

- Nó cũng sẽ diễn ra y hệt như vậy thôi, bố ạ - Tôi lầm bầm đáp lời bố.

- Có thể là như thế, mà cũng có thể không.

- Vấn đề chính ấy... bố? - Tôi nhẹ nhàng nhắc nhở ngài cảnh sát trưởng.

- Dùng tự do mới này để gặp gỡ các bạn khác. Phải sống hài hòa.

Tôi gật đầu một cách chậm rãi.

- Sống hài hòa là điều rất nên làm. Bố có chỉ định thời gian cụ thể nào cho con về việc gặp gỡ bạn bè không ạ?

Ngài cảnh sát trưởng nhăn nhó một lúc rồi lắc đầu, đáp:

- Bố không muốn chuyện này thành ra lằng nhằng rắc rối. Chỉ cần con đừng quên bạn quên bè là được...

Thật là khó xử đối với tôi vì phải đối diện với một tình huống dở khóc dở cười. Bạn bè của tôi... Vì sự an toàn của mọi người, sau ngày lễ tốt nghiệp, tôi sẽ không bao giờ có thể gặp lại các bạn nữa.

Vậy thì cách tốt nhất tôi nên làm là gì? Trong lúc mà tôi còn có cơ hội, tôi sẽ dành nhiều thật nhiều thời gian cho các bạn, phải không? Hay chăng tôi nên lơi dần các mối quan hệ để tránh cuộc chia tay một cách đường đột? Bất chợt, tôi co rúm người lại trước ý nghĩ về sự lựa chọn thứ hai.

-... Đặc biệt là Jacob - Ngài cảnh sát trưởng nói thêm, trước khi tôi kịp nghĩ thêm những điều khác.

Thế thì lại càng tiến thoái lưỡng nan. Mãi đến một lúc lâu sau, tôi mới có thể cất nổi lời:

- Jacob, có lẽ... là khó.

- Nhà Black thân với nhà mình chẳng khác nào những người trong gia đình, Bella ạ - Bố tôi vặc lại, vừa tỏ ý nghiêm khắc lại vừa tỏ ý bảo ban - Vả lại, Jacob cũng đã từng là một người bạn rất *rất* tốt của con.

- Con biết điều ấy, bố ạ.

- Con không thấy nhớ nó sao? - Bố hỏi tới, giọng nói đượm màu thất vọng.

Cổ họng tôi hốt nhiên có cảm giác như bị sưng phồng; phải sau những hai lần thanh lọc lại cuống họng, tôi mới dám lên tiếng trả lời:

- Con rất nhớ cậu ấy - Tôi thật thà thừa nhận, mắt vẫn không ngước lên - Con nhớ cậu ấy nhiều lắm.

- Thế thì sao lại là khó?

Đây không phải là điều có thể thẳng thắn bộc bạch được. Những người có thân phận bình thường - những người bình thường như bố và tôi - không thể hiểu được điều này, rằng trong lòng vũ trụ mà loài người đang sống đây vẫn âm thầm tồn tại một thế giới bí mật, một thế giới có đầy những truyền thuyết cùng các nhân vật huyền bí.

Tôi đã có cơ hội biết được về cái thế giới ấy - nên hiện thời đang bị vướng vào không ít các rắc rối, đó chính là cái giá mà tôi phải trả. Và tôi hoàn toàn không muốn bố cũng mắc mứu vào.

- Lòng Jacob... khác lắm, bố ạ - Tôi từ tốn giải thích - Con muốn nói rằng khác về tình bạn ấy. Với Jake, có vẻ như tình bạn là không bao giờ đủ - Tôi cố vòng vo những gì thuộc về sự thật và tất nhiên là không quan trọng, chẳng đáng kể gì so với cái sự thật rằng đội người sói của Jacob ghét cay ghét đắng gia đình ma-cà-rồng của Edward, nên vì thế mà ghét lây cả tôi, khi tôi có ý định trở thành một thành viên của nhà Cullen. Đây không phải là điều tôi có thể trình bày với Jacob qua thư tay, mà người bạn nhỏ cũng chẳng thèm nhận điện thoại của tôi nữa. Kế hoạch trò chuyện thẳng thắn với người sói của tôi rõ ràng là đã phản tác dụng, đem lại một dự cảm không tốt cho ma-cà-rồng.

- Edward không làm gì cản trở đến cuộc cạnh tranh lành mạnh này đấy chứ? - Giọng nói của ngài cảnh sát trưởng chuyển sang cung bậc mỉa mai.

Tôi đáp lại "ngài" bằng một cái nhìn hậm hực:

- Chẳng có cuộc cạnh tranh nào cả, bố à.

- Con tránh mặt Jake như thế là làm tổn thương đến

nó đấy. Nó thà chấp nhận làm bạn con còn hơn chẳng là gì cả.

Ôi trời ơi, bây giờ thì chuyển hóa thành tôi là người đang tránh mặt *cậu ta* cơ đấy!

- Con dám cam đoan với bố rằng Jake không hề muốn chúng con chỉ dừng lại ở mức độ bạn bè - Những lời nói tự nhiên thốt ra ào ạt khỏi đôi môi của tôi - Bố lấy nguồn tin đó ở đâu ra vậy ạ?

Lúc này, ngài cảnh sát trưởng lúng túng thấy rõ.

- Hôm nay, bố và ông Billy có điểm qua...

- Bố và ông Billy sao mà hay bàn ra tán vào giống các cụ bà quá - Tôi không kìm nén được lời phàn nàn, bực dọc xọc mạnh cái nĩa vào phần mì quánh sốt của mình.

- Ông Billy rất lo cho Jacob - Ngài cảnh sát trưởng giải thích - Hiện giờ nó đang khổ sở lắm... Nó như người bị mất hồn ấy.

Tôi nhăn mặt lại, nhưng vẫn chú ý lắng nghe cho bằng hết lời của bố:

- Vậy mà ngày trước, sau khi gặp Jake, con lúc nào cũng tươi vui - Ngài cảnh sát trưởng thở dài.

- *Bây giờ* con cũng đang tươi vui đây - Tôi tức tối làu bàu trong miệng.

Và hốt nhiên, chính cái điểm đối chọi giữa nội dung lời nói và âm điệu giọng nói kia của tôi đã bất ngờ xua tan được bầu không khí căng thẳng đang bao trùm trong gian nhà bếp. Ngài cảnh sát trưởng bỗng phá ra cười khanh khách, tôi cũng không kìm được, bật cười như nắc nẻ.

- Vâng, vâng - Tôi tán thành - Cần phải sống hài hòa.

- Nhưng phải có cả Jacob nữa cơ - Ngài cảnh sát trưởng vẫn một mực khăng khăng.

- Con sẽ cố gắng.

- Ngoan lắm. Cần phải hòa đồng, Bella ạ. Và, ồ, đúng rồi, con có thư - Bố thông báo, kết thúc vấn đề một cách tự nhiên - Ở chỗ cái bếp lò ấy.

Nghe rõ là mình có thư, nhưng tôi vẫn cứ ngồi lỳ ra đấy, đầu óc rối tinh rối mù với những suy tưởng xoay quanh cái tên Jacob. Có lẽ cái thư ấy chỉ là tài liệu, hay quảng cáo gì đó thôi. Hôm qua, tôi đã nhận được bưu kiện của mẹ rồi, nên hiện thời, tôi chẳng trông mong gì nữa cả.

Cuối cùng, ngài cảnh sát trưởng đẩy ghế ra khỏi bàn, nhổm người đứng dậy. "Ngài" bỏ đĩa vào bồn rửa chén, và trước khi vặn nước rửa đĩa, "ngài" sựng lại rồi đột ngột tung một cái phong bì dày cộp về phía cô con gái rượu. Phong thư trượt dài trên mặt bàn và đánh "kịch" vào khuỷu tay tôi.

- Ơ, à, con cảm ơn bố - Tôi lẩm bẩm, thầm ngạc nhiên trước thái độ sốt sắng của bố. Để xem nào, tôi liếc nhìn địa chỉ nơi gửi... Ôi trời ơi, là thư của Đại học

Đông Nam Alaska - Nhanh thật đấy. Con cứ tưởng mình cũng đã lỡ kì hạn nộp đơn vào trường đại học này rồi chứ.

Ngài cảnh sát trưởng bật cười khúc khích.

Tôi lật cái phong bì lại, và nhìn bố chằm chằm:

- Có người mở rồi?

- Tại bố tò mò quá.

- Thường dân rất bất ngờ đấy, ngài cảnh sát trưởng ạ. Đây là tội liên bang chứ chẳng phải nhỏ đâu, thưa ngài.

- Thôi nào, con đọc đi.

Tôi rút lá thư ra, trong đó có một bản chương trình về các lớp học đã được gấp lại.

- Chúc mừng con gái - Ngài cảnh sát trưởng reo vui trước khi tôi kịp đọc một chữ nào - Cánh cửa trường đại học đầu tiên đã mở.

- Con cảm ơn bố.

- Bố con mình bàn đến chuyện học phí nhé. Bố đã dành dụm được một ít t...

- Không, không, không đâu bố. Con sẽ không đụng đến tiền phòng thân của bố đâu. Con cũng đã để dành tiền học đại học rồi - Lương hàng tháng của ngài cảnh sát trưởng đã chẳng được bao nhiêu rồi... thế nên "quỹ phúc lợi" của "ngài" ắt hẳn cũng bé tí teo thôi...

Ngài cảnh sát trưởng tức thì chau mày lại:

- Cũng có vài nơi lấy học phí cao đấy, Bella. Bố muốn giúp con. Con không cần phải chọn học ở Alaska chỉ vì học phí rẻ đâu.

Rẻ ư, không, không hề rẻ một chút xíu nào. Nhưng được cái là nó ở *xa*, và thành phố Juneau thì trung bình một năm có tới ba trăm hai mươi mốt ngày u ám, mây giăng đầy trời. Trước hết, đây là điều kiện tiên quyết của tôi, kế đến là của Edward.

- Con xoay xở được mà. Với lại, ở đó cũng có nhiều chương trình giúp đỡ tài chính. Vay dễ lắm, bố - Tôi hy vọng bố không nhìn ra được cái trò xạo xự này của mình. Sự thật thì chuyện cho vay hay giúp đỡ tài chính gì gì đó, tôi vẫn chưa tìm hiểu kỹ lắm.

- Vậy... - Ngài cảnh sát trưởng lại lên tiếng, nhưng rồi ngay tức khắc, "ngài" bặm môi lại, quay mặt đi.

- Vậy, sao hả bố?

- Không có gì. Chỉ là bố... - Bố tôi cau mày - Bố thắc mắc... không biết Edward có dự định gì trong năm tới?

- Ồ.

- Sao?

Cộc! Cộc! Cộc! Không gian chợt vang lên ba tiếng gõ cửa. Thật đúng lúc, âm thanh ấy vừa kịp cứu tôi thoát khỏi một bàn thua trông thấy. Ngài cảnh sát trưởng trố mắt ra nhìn, còn tôi thì vùng đứng bật dậy.

- Em đến đây! - Tôi nói to cùng lúc với tiếng lầm bầm của bố, hình như là "Mi đi đi cho ta nhờ" thì phải. Phớt lờ ngài cảnh sát trưởng, tôi ra mở cửa cho Edward.

Tôi nôn nóng một cách ngốc nghếch, giật mạnh cánh cửa như muốn phá - và, anh đang hiện hữu trước mặt tôi. Anh - điều kì diệu của lòng tôi.

Thời gian không hề khiến tôi vợi bớt nỗi say đắm trước vẻ quyến rũ trên gương mặt toàn bích của anh, tuy nhiên, tôi sẽ chẳng bao giờ xem mọi điều về anh là chuyện đương nhiên cả. Đôi mắt tôi lướt nhìn lên gương mặt trắng phau một cách lạ lùng, lần theo từng đường nét hoàn mỹ: đôi quai làm góc cạnh; đôi môi cân đối, mềm mại - đang nở một nụ cười lúc nào cũng làm hút hồn người khác; sống mũi thẳng; hai gò má xương xương cùng vầng trán cao, phẳng lỳ - lòa xòa trước trán mái tóc rối bù màu đồng thiếc đang sẫm lại vì mưa...

Và đôi mắt là nơi cuối cùng tôi gửi hồn mình vào, bởi lẽ tôi biết chắc chắn rằng khi nhìn vào đó, toàn bộ lý trí của tôi sẽ không còn hiện hữu trong đầu tôi nữa. Đôi mắt anh mở rộng, long lanh, ấm áp với gam màu vàng mật ong, dưới hai hàng mi dày đen nhánh. Cứ mỗi lần nhìn sâu vào đôi mắt ấy, tôi lại cảm nhận được rất rõ rằng trong con người mình đang có sự đổi khác hẳn đi - cơ hồ như toàn bộ các đốt xương trong người tôi bỗng trở nên xốp như bọt biển... cùng một cảm giác hồi hộp khó tả. Cũng phải thôi, vì tôi đã quên mất động thái hô hấp là thế nào rồi. Và lúc này đây, tình trạng ấy đang diễn ra ở nơi tôi.

Đây là gương mặt mà bất cứ một nam người mẫu nào trên thế giới cũng phải ao ước được sở hữu, và sẵn lòng đánh đổi tất cả để có được. Tất nhiên, cái giá duy nhất phải trả, và chỉ có một mà thôi, đó là linh hồn.

Không. Tôi không tin như vậy. Tôi cảm thấy là tội lỗi cho dẫu chỉ mới nghĩ đến điều đó mà thôi; và tôi cảm thấy vui - như tôi vẫn thường hay có cảm xúc này - khi nhận thức được rằng suy nghĩ của mình mãi mãi là một ẩn số đối với Edward.

Tôi nắm ngay lấy tay anh, muốn nấc lên khi những ngón tay giá lạnh của anh đan vào tay mình. Sự đụng chạm của anh đã thổi vào hồn tôi một nỗi niềm thanh thản đến tận cùng - nó giống như tôi đang phải chịu đựng một cơn đau, thế rồi bất ngờ cơn đau ấy vụt tan biến đi vậy.

- Anh - Tôi cười ngượng nghịu trước tiếng chào cụt lủn của mình.

Anh đưa nắm tay của chúng tôi lên, quệt nhẹ mu bàn tay của anh lên má tôi.

- Buổi chiều của em thế nào?

- Buồn tẻ lắm.

- Buổi chiều của anh cũng vậy.

Chúng tôi vẫn đan tay nhau, Edward lại dịch chuyển nắm tay của chúng tôi về phía anh. Đôi mắt anh nhắm nghiền lại khi chiếc mũi mơn nhẹ lên vùng da ở cổ tay tôi, và rồi vẫn ở tư thế trầm mặc ấy, anh khẽ mỉm cười. Có lần anh đã giải nghĩa như thế là thưởng thức hương thơm của một loại rượu vang chỉ có một không hai trên đời.

Tôi cũng ý thức được rằng đó là mùi máu trong cơ thể mình - với anh, nó ngọt ngào hơn tất cả các mùi máu khác, giống như rượu vang hảo hạng mà đặt bên cạnh nước hay rượu nhạt mùi vậy - khiến anh phải khổ sở vì khát. Nhưng bây giờ thì dường như anh không còn phải tránh né nhiều như hồi đầu nữa. Tôi lờ mờ nhận ra được rằng đằng sau hành động tưởng chừng có vẻ rất dễ dàng ấy là một nỗ lực phi thường.

Và chính cái nghị lực ấy của anh không lúc nào khiến tôi thôi buồn. Nhưng giờ thì tôi đã có thể tự an ủi mình được rồi, rằng sớm muộn gì tôi cũng sẽ không còn khiến anh phải khổ sở như thế nữa.

"Thịch, thịch, thịch, thịch..." Tiếng nện chân của ngài cảnh sát trưởng vang vọng đến tai tôi, vẫn là thứ tiếng động quen thuộc biểu hiện sự khó chịu của "ngài" đối với vị khách của chúng tôi. Mở bừng mắt, Edward hạ nắm tay của chúng tôi xuống, nhưng vẫn giữ nguyên hiện trạng đan tay với tôi.

- Cháu chào ông, thưa ông Charlie - Lúc nào Edward

cũng giữ phép lịch sự theo đúng nghĩa, dù rằng ngài chẳng sát trưởng chẳng bao giờ thấy nên đối xử với anh ngược lại như vậy.

Ngài cảnh sát trưởng làu bàu rồi dừng chân ngay bên cạnh tôi, hai tay khoanh thật chặt trước ngực. "Ngài" vẫn tiếp tục làm tròn nghĩa vụ phụ huynh, ấy là phải "luôn để mắt đến con cái" tối đa như những ngày qua ngài vẫn thường xuyên thực hiện.

- Anh mang đến cho em mấy bộ đơn mới - Edward nói với tôi rồi giơ ra một xấp phong bì làm bằng sợi cây chuối. Không quên để lộ thêm cả một mớ tem đang quấn quanh ngón tay út của anh.

Tất nhiên là tôi không thể tránh khỏi phản ứng kêu than tự nhiên. Không biết có còn trường nào là anh chưa bắt tôi làm đơn không nữa? Và làm sao anh lại cứ tiếp tục cất công tìm kiếm mấy ngôi trường kéo dài hạn nộp đơn như thế nhỉ? Chẳng phải đã quá trễ rồi đấy ư.

Làm như *đã* đọc ra suy nghĩ trong đầu tôi, anh mỉm cười; hẳn những suy nghĩ này lộ rõ lắm trên nét mặt của tôi thì phải.

- Vẫn còn kịp hạn nộp đơn vào mấy trường. Với lại cũng có vài nơi sẵn sàng du di thêm thời hạn nộp đơn.

Tôi hoàn toàn có thể hình dung được động cơ phía sau những cái gọi là "du di" ấy. Thể nào mà chẳng có đôla dính vào.

Edward bật cười trước vẻ mặt khờ khệch có le lói một chút hiểu biết của tôi.

- Mình làm nha em? - Anh đề nghị, rồi dạn dĩ dẫn tôi bước thẳng đến chiếc bàn ăn.

Ngài cảnh sát trưởng hậm hực bước theo sau, dù rằng "ngài" chẳng phàn nàn gì về "lịch làm việc" tối nay của con gái "ngài". Chẳng là dạo này, hễ cứ thấy mặt tôi là "ngài" lại ra rả cái điệp khúc hối thúc chọn trường mau mau.

Tôi vội vã dọn bàn, trong lúc Edward sắp xếp xấp đơn có bề dày đáng sợ. Khi tôi cầm quyển *Đỉnh gió hú* đem sang kệ bếp, Edward nhướng một bên mày lên. Tôi biết anh đang suy nghĩ đến chuyện gì, nhưng trước khi anh kịp buông lời, ngài cảnh sát trưởng đã mau mắn lên tiếng trước.

- Mấy cái đơn đó, Edward - Ngài cảnh sát trưởng nói, âm điệu nghe rầu rầu; bấy lâu nay, "ngài" vẫn hằng cố tránh nói chuyện trực tiếp với anh, giờ đã phải mở lời, tất nhiên là "ngài" càng lấy thế làm khó chịu lắm - Bella và tôi nãy giờ đang bàn tính chuyện năm sau. Cậu đã quyết định học trường nào chưa?

Edward ngước nhìn ngài cảnh sát trưởng, nụ cười lại xuất hiện trên môi anh, và giọng nói của anh lại tràn ngập sự thân thiện:

- Thưa ông, cháu đang xem xét lại ạ. Cháu vừa nhận được mấy cái thư chấp thuận, nên buộc phải cân nhắc.

- Trường nào chấp thuận thế? - Ngài cảnh sát trưởng hỏi tới.

- Dạ thưa ông, Đại học Syracuse... Đại học Harvard... Đại học Dartmouth... Hôm nay thì cháu nhận được thêm lời chấp thuận của Đại học Đông nam Alaska ạ - Nói đến đây, anh hơi xoay mặt sang phía tôi và nháy mắt. Còn tôi thì cố kềm chế để không phải bật cười.

- Harvard hả? Dartmouth nữa? - Ngài cảnh sát trưởng lầm bầm, không che giấu được nỗi vị nể của mình - E hèm, cũng có hơi... à, thế cũng được. Ờ, cái trường Đại học Đông nam Alaska gì đấy... cậu thực sự chẳng cần phải cân nhắc đến nó đâu khi mà cậu đã được chấp thuận ở Ivy League[1]. Ý tôi muốn nói là thế nào bố cậu cũng muốn cậu học ở...

- Thưa ông, bố cháu luôn ủng hộ quyết định của cháu ạ - Edward nhẹ nhàng đáp lời ngài cảnh sát trưởng.

- E hèm.

- Anh đoán đi, Edward? - Tôi lên tiếng, giọng nói không giấu được vẻ tươi vui cùng một chút chòng ghẹo.

- Có chuyện gì vậy, Bella?

---

[1] Ivy League là Hiệp hội viện Đại học, hiện có tám thành viên là tám trường đại học tư thục nổi tiếng thế giới nằm ở miền Đông Bắc Hoa Kỳ: Đại học Brown, Đại học Columbia, Đại học Cornall, Đại họcDartmouth, Đại học Harvard, Đại học Pennsylvania, Đại học Princton và Đại học Yale.

Tôi chỉ tay vào chiếc phong bì dày cộp nằm trên kệ bếp.

- Em vừa mới nhận được lời chấp thuận của Đại học Alaska!

- Chúc mừng em! - Edward cười toe toét - Thật là trùng hợp.

Đôi mắt ngài cảnh sát trưởng lập tức sa sầm xuống, hết nhìn tôi rồi lại nhìn sang Edward.

- Được rồi - "Ngài" lên tiếng sau một phút để cho đôi mắt hoạt động - Bố đi xem mấy trận đấu đây, Bella. Chín giờ ba mươi phút.

... Lại là mệnh lệnh quen thuộc của ngài cảnh sát trưởng mỗi khi để chúng tôi ngồi lại với nhau.

- Ủa, bố? Hồi nãy bố có nói với con về tự do...?

Bố tôi thở dài:

- Ừưư. Biết rồi, *mười* giờ ba mươi. Buổi tối ở trường học cũng có quy định giờ giấc cụ thể mà.

- Bella không còn bị phạt nữa ư, thưa ông? - Edward hỏi lại. Dù rằng tôi biết tỏng anh thật sự chẳng ngạc nhiên đâu, song vẫn không thể tìm ra được một mảy may dấu hiệu nào cho thấy là anh không bị bất ngờ khi biết chuyện ấy.

- Có điều kiện - Ngài cảnh sát trưởng lầm bầm chỉnh lại - Chuyện ấy thì liên quan gì đến cậu?

Tôi nhăn nhó nhìn bố, nhưng bố không nhìn tôi.

- Dạ, chỉ là vì cháu rất vui khi biết điều này thôi ạ - Edward nhẹ nhàng giải thích - Alice cũng đang mong có bạn đi mua sắm cùng, và cháu cũng nghĩ là Bella đang rất muốn được trông thấy lại những ánh đèn đô thị - Nói đến đây, anh mỉm cười, nhìn tôi.

Nhưng ngài cảnh sát trưởng thì gầm gừ qua kẽ răng:

- Còn lâu! - Gương mặt "ngài" trong thời khắc đó bỗng chuyển hẳn sang màu tím.

- Bố! Bố làm sao vậy?

Cố gắng lắm, ngài cảnh sát trưởng mới mở được quai hàm ra:

- Bố không muốn con tới Seattle.

- Sao cơ?

- Bố đã nói với con về thông tin trên báo rồi mà... Bây giờ ở Seattle, tình trạng giết người xảy ra nhiều ghê lắm, bố muốn con tránh xa cái thành phố đó ra, có được không?

Mắt tôi càng lúc càng mở to theo từng lời nói của ngài cảnh sát trưởng.

- Bố à, con chỉ đi có một lúc thôi chứ đâu có lê la cả ngày ở Seattle đ...

- Không, ông nghĩ rất đúng, thưa ông Charlie - Edward vội lên tiếng, ngắt lời tôi - Quả tình cháu cũng không hề nghĩ đến Seattle. Thành phố mà cháu nghĩ đến là Portland kia ạ. Vả lại, cháu sẽ không để cho Bella đến Seattle đâu. Tất nhiên là không đâu ạ.

Ngỡ ngàng, tôi dán mắt vào anh, nhưng anh đã nhặt tờ báo của ngài cảnh sát trưởng lên và chú mục vào trang nhất của tờ báo.

Có lẽ anh muốn làm dịu cái lò lửa đang ngùn ngụt cháy ở trong lòng của bố tôi thôi, chứ cái ý nghĩ tôi sẽ bị một kẻ tâm thần nào đó rình rập rồi tính mạng gặp nguy hiểm, ngay trong lúc đang ở bên cạnh Alice hay Edward, mới thật khôi hài làm sao.

Và ngài cảnh sát trưởng đã hạ hỏa ngay thật. "Ngài" ngó sững vào Edward thêm đúng một tích tắc nữa rồi nhún vai:

- Thế thì được - Rồi "ngài" lừng lững bỏ ra ngoài phòng khách, lúc này, bước chân đã có phần hối hả hơn... có lẽ là "ngài" không muốn bỏ lỡ pha giao bóng đầu tiên.

Tôi đợi cho đến khi chiếc tivi đã được bật lên để bố không thể nghe thấy lời nói của mình, mới bắt đầu cất tiếng hỏi:

- Sao mà...

- Xem nào - Edwar đáp lời, trong khi mắt vẫn không rời khỏi tờ giấy. Cuối cùng, anh cũng đẩy tờ đơn sang cho tôi, nhưng đôi mắt vẫn không vơi bớt sự tập trung - Anh nghĩ em có thể viết lại mấy bài luận ra đây. Toàn những câu hỏi giống nhau không thôi.

Hẳn là ngài cảnh sát trưởng vẫn còn đang giỏng đôi tai lên hết cỡ đây. Thở dài, tôi bắt đầu điền các thông tin cũ mèm ra giấy: tên tuổi, địa chỉ, các mối quan hệ... Vài phút sau, tôi ngước mắt lên, Edward đang trầm tư nhìn ra ngoài cửa sổ. Tôi lại cúi mặt xuống bàn, và đó là lần đầu tiên tôi chú ý thấy tên trường.

Thở phì phì, tôi gạt tờ giấy sang một bên.

- Bella?

- Anh nghiêm túc đi, anh Edward. *Trường Dartmouth* kia à?

Một cách dịu dàng, anh cầm tờ giấy lên, đặt xuống trở lại trước mặt tôi.

- Anh nghĩ rằng em thích bang New Hampshire - Anh nhẹ nhàng giải thích - Ở đó có đầy đủ các khóa học buổi tối cho anh, những cánh rừng rất hợp với những người đam mê đi du khảo. Giới hữu sinh thì vô cùng phong phú - Nói đến đây, anh toét miệng nở một nụ cười ranh mãnh, vì biết chắc rằng tôi không thể nào kháng cự lại được.

Tôi hít vào một hơi thật sâu.

- Anh sẽ để em hoàn trả lại cho anh, nếu điều đó khiến em vui - Anh ra lời hứa hẹn - Nếu em cần, anh sẽ tính lãi luôn.

- Anh làm như em có thể vào được Dartmouth mà chẳng cần phải đút lót một khoản tiền kếch xù ấy. À, hay đó là khoản anh cho em nợ? Hay nhà Cullen sắp sửa mở rộng thêm thư viện cho trường? Ôi trời ơi. Sao chúng mình cứ phải bàn đến chuyện này vậy hả anh?

- Em có thể chỉ điền vào mấy tờ giấy thôi, được không, Bella? Đâu có mất mát hay phải chịu đau đớn gì đâu.

Miệng tôi tức thì trễ xuống.

- Anh thì biết gì? Em không tin mình có thể làm được.

Nói xong, tôi đưa tay lấy mấy tờ giấy, tính vò viên chúng lại thật chặt rồi ném vào thùng rác, nhưng không còn thấy giấy tờ nào đâu nữa. Tôi chằm chằm nhìn mặt bàn trống không lấy một lúc, rồi sau đó mới ngước nhìn Edward. Anh không hề có lấy một cử động nào, nhưng rất có khả năng xấp đơn từ kia đang nằm gọn ở trong túi áo khoác của anh lắm.

- Anh đang làm gì thế? - Tôi gặng.

- Anh ký tên em đẹp hơn là em ký. Mấy bài tiểu luận kia thì em đã làm rồi.

- Anh đang nhiệt tình thái quá đấy, anh có biết không - Tôi thì thào, trong cái hy vọng mong manh rằng ngài cảnh sát trưởng đang hoàn toàn để tai để mắt vào trận đấu - Em thật sự không cần phải xin xỏ vào trường nào nữa cả. Trường Alaska đã chấp nhận em rồi. Em cũng có thể tự trang trải được học phí cho học kì đầu tiên. Đây là lý do chính đáng nhất. Không cần phải ném tiền qua cửa sổ như thế, bất kể là tiền của ai.

Gương mặt của kẻ đối diện bất thần quận lại như thể đang phải chịu đựng một nỗi đau đớn.

- Bella, em...

- Anh đừng có Bella này, Bella nọ để mà năn nỉ em. Em thừa nhận rằng em cần phải làm theo nguyện vọng của bố, nhưng cả anh, cả em đều biết rằng mùa thu tới, em sẽ không nhập học. Em không nên ở gần bất kì một người nào.

Kiến thức của tôi về cuộc sống của ma-cà-rồng trong những năm đầu tiên "lột xác" không có được là bao. Nhưng Edward thì không bao giờ đi sâu vào chi tiết - đây không phải là đề tài ưa thích của anh - song, tôi vẫn biết nó chẳng dễ chịu gì. Hình như kiềm chế là một kỹ năng cần phải luyện tập lắm mới thành. Vậy nên bất cứ thứ gì mà khác với chương trình học của trường hàm thụ là điều tôi không muốn bàn đến.

- Nhưng thời gian lúc nào thì vẫn chưa được quyết định - Edward vẫn dịu dàng nhắc tôi - Em vẫn có thể học được một, hai học kì kia mà. Còn nhiều niềm vui khác của con người lắm mà em vẫn chưa trải qua.

- Sau này rồi em sẽ biết tất cả thôi.

- Đó không phải là những điều mà sau này em sẽ biết đâu. Em không có cơ hội thứ hai trở lại làm người, Bella ạ.

Tôi thở dài.

- Lúc nào mà anh chẳng tính toán thời gian hợp lý, Edward. Cứ loanh quanh mãi như thế này thì nguy hiểm quá.

- Chưa có nguy hiểm gì cả - Edward vặc lại.

Tôi hậm hực nhìn anh. Chưa có nguy hiểm gì ư? Thì đúng rồi. Tôi chỉ bị có mỗi một ma-cà-rồng cố chấp đang rình rập mình thôi, bởi lẽ, cô ta muốn trút bỏ tất cả mọi uất hận về cái chết của bạn tình xuống đầu tôi, bằng những đòn tra tấn chậm rãi và mang tính chất giày vò cho hả. Nhưng ai mà thèm lo lắng tới Victoria đâu. À, đúng rồi, còn nhà Volturi nữa chứ - cái gia đình ma-cà-rồng đầy quyền lực cùng với nhóm chiến binh quyền năng của họ - những kẻ luôn luôn muốn trái tim của tôi phải ngừng đập bằng cách này hay bằng cách khác, vì loài người không được phép biết đến sự tồn tại của họ. Đúng rồi. Chẳng có lý do gì để mà kinh hồn bạt vía cả!?!

Alice vẫn thường xuyên sử dụng năng lực đặc biệt của mình, và Edward luôn luôn tin tưởng vào khả năng nhìn thấy trước tương lai - đúng một cách kì lạ - của cô em gái, để mà tính xa tính gần. Thật là mất trí khi cứ ứng xử liều lĩnh theo cái kiểu như vậy.

Nhưng kể ra cũng chẳng sao, tôi đã thắng trong lần biểu quyết ở nhà anh rồi. Ngày tôi thay đổi kiếp sống chỉ sau ngày tôi tốt nghiệp trung học không còn bao xa, chỉ độ vài tuần tính trên đầu ngón tay nữa mà thôi.

Bất giác, tôi chợt nghe bụng mình nôn nao một cách khó chịu khi nhận ra rằng chẳng còn mấy thời gian nữa. Lẽ dĩ nhiên cuộc biến đổi này là hoàn toàn cần thiết - bởi đó là điều tôi hằng mong muốn hơn tất thảy mọi thứ trên thế gian này gộp lại - vả lại, tôi đã ý thức được một cách sâu sắc rằng cuộc sống của gia đình tôi sẽ chẳng vì thế mà có thay đổi gì: tối nào cũng như tối nào, bố tôi, Charlie cũng vẫn sẽ ngồi ngoài phòng khách theo dõi các trận đấu yêu thích của mình. Renée, mẹ tôi - hiện đang sinh sống ở bang Florida xa xôi ngập tràn ánh nắng - lúc nào cũng chỉ mong tôi hưởng trọn mùa hè trên bãi biển với mẹ cùng vị hôn phu mới của bà. Và Jacob, người không như bố mẹ của tôi, sẽ biết chính xác được điều đang diễn ra khi tôi quyết định đến học ở một ngôi trường xa xôi, hẻo lánh. Thậm chí ngay cả khi bố mẹ tôi sẽ chẳng có lấy một mảy may nghi ngờ về nỗi trong suốt một thời gian dài, tôi trì hoãn việc đến thăm hai người với lý do chi phí đi lại đắt đỏ, chương trình học quá nặng - không dám chểnh mảng, hay bị đau ốm; Jacob vẫn sẽ biết được sự thật.

Trong phút chốc, cái ý nghĩ về nỗi sợ hãi của Jacob kia bỗng lấn át tất cả mọi nỗi đau trong tôi.

- Bella - Edward thì thầm tên tôi, gương mặt anh thắt lại khi cảm nhận được nỗi khổ sở đang hiện hữu ở nơi tôi - Em không cần phải vội vã. Anh sẽ không để cho ai làm hại được em. Em hãy cứ sống hồn nhiên, vô ưu vô lo cho đến bao lâu mà em muốn.

- Em muốn nhanh - Tôi thì thào đáp lời anh, mỉm cười một cách yếu ớt, và cố gắng thêm vào một chút hài hước - Em rất nôn nóng muốn trở thành một nhân vật huyền bí.

Đôi quai hàm của Edward lập tức siết chặt lại; rồi một cách bực bội, anh nói qua kẽ răng:

- Em không ý thức được mình đang nói cái gì đâu.

Vừa dứt lời, Edward thẩy mạnh tờ báo ẩm ướt lên bàn, vào ngay chính giữa khoảng cách của hai chúng tôi. Ngón tay anh ấn mạnh lên dòng chữ đầu tiên của trang nhất:

SỐ NGƯỜI CHẾT MỖI LÚC MỘT TĂNG
CẢNH SÁT LO NGẠI TRƯỚC HOẠT ĐỘNG
CỦA CÁC BĂNG ĐẢNG TỘI PHẠM

- Chuyện đó thì liên quan gì đến cái này?

- Nhân vật huyền bí chẳng phải là trò đùa đâu, Bella.

Tôi nhìn chằm chặp vào đầu đề bài báo thêm lần nữa, rồi ngước mắt lên, đối diện với ánh mắt se sắt của anh.

- Ma... ma-cà-rồng đã gây nên chuyện này ư? - Tôi thều thào hỏi.

Anh mỉm cười một cách chua chát, giọng nói nhỏ lại và hoàn toàn lạnh băng:

- Em sẽ phải ngạc nhiên đấy, Bella, khi biết những kẻ như bọn anh thường xuyên là nguyên nhân đứng sau những vụ kinh hoàng được đăng nhan nhản trên các báo, khi em biết cần phải lần theo những gì. Thật quá dễ dàng để nhận ra. Thông tin ở đây cho thấy một ma-cà-rồng mới lột xác đang sống buông thả ở Seattle. Khát máu, cuồng bạo, mất kiểm soát. Tất cả những kẻ như anh là thế đấy.

Tôi để mắt mình rơi thỏng xuống tờ báo, tránh ánh nhìn đau đáu của anh.

- Bọn anh đã theo dõi tình hình này vài tuần nay rồi. Tất cả các dấu hiệu đều chỉ rõ... những vụ mất tích quái lạ luôn luôn xảy ra vào buổi tối, các thi thể được tìm thấy đều ở trong tình trạng thảm khốc, và không hề có dấu vết để lại... Em nói đúng, một ma-cà-rồng mới toanh. Và không ai chịu trách nhiệm cho một kẻ mới chập chững bước vào cuộc đời mới - Edward hít vào một hơi thật sâu - Chặc, nhưng đây không phải là chuyện mà bọn anh có thể can dự vào. Bọn anh thậm chí sẽ chẳng để mắt đến chuyện đó nếu như nó không xảy ra ở gần nơi mình sống. Như anh đã nói, điều này xảy ra thường xuyên. Sự tồn tại của quái vật chỉ đem lại điều ác mà thôi.

Tôi cố gắng không nhìn vào những cái tên in trên

báo, nhưng không hiểu sao chúng lại nổi rõ mồn một, cơ hồ như được in đậm vậy. Năm người đã phải ra đi mãi mãi, gia đình của họ hiện rất đau buồn. Đọc những cái tên, tất nhiên là hoàn toàn khác với việc nghiền ngẫm một vụ án mạng trên bình diện lý thuyết thuần túy. Maureen Gardiner, Geoffrey Campbell, Grace Razi, Michelle O'Connell, Ronald Albrook. Những người cũng có bố, có mẹ, có con cái, bạn bè, thú cưng, công việc, hy vọng, dự định, kí ức và tương lai...

- Em sẽ không như vậy - Tôi thì thào, một nửa là nói với chính mình - Anh sẽ không để cho em như vậy. Chúng mình sẽ sống ở Nam Cực.

Edward phá ra cười thích thú, bao vẻ căng thẳng lập tức biến mất tăm.

- Đúng rồi, ở đó có chim cánh cụt. Chúng mới đáng yêu làm sao.

Tôi cũng cười, nhưng chỉ là những tiếng cười hòa hoãn; và rồi, một cách hậm hực, tôi hất tờ báo ra khỏi mặt bàn để không còn phải nhìn thấy những cái tên đầy ám ảnh ấy.

"Thịch", tờ báo rơi thẳng xuống tấm vải sơn lót sàn nhà.

Tất nhiên là Edward sẽ cân nhắc xem những động vật nào có thể săn được. Anh cùng gia đình "kiêng khem" của mình - tất cả đã hứa sẽ không đụng đến con người - vẫn thích vị máu của loài dã thú to lớn để thỏa mãn phần nào nhu cầu kiêng cữ của mình.

- Vậy thì Alaska nha anh, như hồi đầu hai chúng mình đã trù tính. Ở nơi nào xa thật xa, khỏi Juneau ấy... nơi có nhiều gấu xám, nha anh.

- Tốt hơn rồi đấy - Anh gật đầu tán thành - Có cả gấu trắng nữa. Chúng dữ lắm nhé. Còn những con chó sói thì bự khỏi chê luôn.

Miệng tôi há hốc, hơi thở nối nhau vào ra ào ạt.

- Em làm sao vậy? - Edward thảng thốt. Và trước khi tôi kịp trở lại bình thường, sự bối rối nơi anh chợt tan biến, cả thân người anh bỗng chốc căng cứng lại - Ồ. Xin em đừng nghĩ đến sói nữa, khi mà suy nghĩ đó làm cho em khó chịu - Giọng nói của Edward không còn được tự nhiên, mà mang đầy vẻ kiểu cách, đôi vai của anh vẫn còn gồng lên.

- Cậu ấy đã từng là người bạn thân nhất của em, anh Edward - Tôi thều thào, nghe lòng nhói đau khi phải dùng đến cái thì quá khứ - Lẽ dĩ nhiên là điều đó khiến em khó chịu.

- Xin em hãy tha thứ cho hành động khinh xuất nơi anh - Edward lên tiếng, vẫn rất kiểu cách - Anh không nên nói ra những lời đó.

- Anh đừng lo lắng nữa - Tôi nhìn trân trối xuống mặt bàn, nơi hai bàn tay của tôi đang đan vào nhau rất chặt.

Và không gian chung quanh hai chúng tôi mau chóng lắng đọng trong im lặng, dễ có đến cả một lúc lâu. Cuối cùng, Edward luồn ngón tay lạnh giá xuống dưới cằm tôi, khẽ nâng lên. Gương mặt của anh lúc này thật dịu dàng.

- Anh xin lỗi. Thật lòng xin lỗi em.

- Em biết. Em biết sự thể sẽ không như vậy. Em lẽ ra không nên phản ứng như thế. Chỉ vì... ưm, trước khi anh đến, em có nghĩ đến Jacob - Tôi ngập ngừng. Kia, đôi mắt màu vàng nâu đang chú mục vào tôi dường như thẫm lại, giống y như mỗi khi tôi nhắc đến cái tên Jacob. Giọng nói của tôi tức thì chuyển sang bào chữa - Bố em nói rằng Jake đang rất đau khổ. Cậu ấy đang bị tổn thương, và... lỗi là do em.

- Em không có làm gì sai cả, Bella ạ.

Tôi hít vào một hơi thật sâu.

- Em cần phải cải thiện tình hình, anh Edward. Em nợ cậu ấy điều đó. Và dẫu sao thì đó cũng là một trong những điều kiện của bố em...

Gương mặt của Edward thay đổi theo từng lời nói thoát ra trên môi tôi; nó trở nên lặng lẽ, hệt như một pho tượng.

- Bella, em cũng biết rằng cái việc em quanh quẩn bên người sói đơn phương như thế là không thể được; rằng nếu bất cứ ai trong bọn anh mà đặt chân lên lãnh địa của họ là giao ước sẽ không còn hiệu lực nữa. Em có muốn giữa bọn anh và họ xảy ra xung đột không?

- Tất nhiên là không rồi!

- Vậy thì chúng mình không cần phải bàn đến vấn đề này nữa - Anh buông tay, đảo mắt sang hướng khác, cố gắng tìm đề tài khác để khỏa lấp. Và bất chợt mắt anh dừng lại ở một vật nào đó phía sau lưng tôi, anh khẽ mỉm cười, dù rằng đôi mắt vẫn đăm đăm đầy cảnh giác.

- Anh rất mừng vì bố em đã quyết định cho em ra ngoài... Em đang buồn chán, cần phải làm một vòng vào hiệu sách thôi. Anh không thể tin nổi là em đang đọc lại *Đỉnh gió hú* đấy. Em vẫn chưa thuộc nó ư?

- Không phải tất cả mọi người đều có một trí nhớ tuyệt hảo - Tôi đáp sẵng.

- Trí nhớ tuyệt hảo hay không gì chứ, anh không hiểu tại sao em lại thích tác phẩm này. Những nhân vật ở trong ấy chẳng giống ai, lúc nào cũng chỉ chăm chăm hủy hoại cuộc đời của nhau. Anh không hiểu làm thế nào mà cuối cùng, Heathcliff và Cathy lại được xếp cùng loại với những đôi tình nhân khác như Romeo và Juliet hay Elizabeth Benner và Darcy[1]. Đó không phải là một câu chuyện tình, mà là chuyện thù hận.

---

[1] Elizabeth Benner và Darcy: hai nhân vật trong tiểu thuyết *Kiêu hãnh và Định kiến* của nữ văn sĩ Jane Austen.

- Anh hay thành kiến với các tác phẩm kinh điển quá đấy - Tôi trả lời một cách cáu kỉnh.

- Có lẽ là vì anh không quá ngưỡng mộ những gì thuộc về cổ xưa - Edward mỉm cười, rõ ràng là hài lòng khi đã làm xao lãng được tâm trí của tôi - Nhưng mà, tại sao em *cứ* đọc đi đọc lại tác phẩm này thế? - Giờ thì đôi mắt của anh lại hừng hực ngọn lửa nhiệt thành của sự quan tâm, anh đang tiếp tục cố gắng tháo gỡ bằng hết mớ suy nghĩ bòng bong trong đầu tôi. Anh với tay qua bàn, áp lòng bàn tay lên má tôi - Nó có gì mà lại lôi cuốn được em thế?

Và lòng hiếu kì thật tâm nơi anh đã đánh bại được tôi.

- Em không biết nữa - Tôi trả lời, cố gắng sắp xếp lại đầu óc, khi mà ánh nhìn của anh đang vô tình làm rối tung mọi ý nghĩ nơi tôi - Em nghĩ nó tựa như một điều gì đó vĩnh hằng. Làm sao mà không một thứ gì có thể chia cắt được họ... tính ích kỷ của cô gái, thói tàn bạo của chàng trai... không, thậm chí cả cái chết cũng vậy...

Gương mặt anh tỏ ra đăm chiêu, cơ hồ như đang suy xét từng lời lẽ của tôi. Cuối cùng thì anh mỉm cười, một nụ cười trêu chọc:

- Anh vẫn cho rằng giá như một trong trong hai người họ còn giữ lại một phẩm chất tốt đẹp thì câu chuyện sẽ đỡ u ám hơn.

- Đó chỉ là một nhận định - Tôi nhẹ nhàng phản đối lại lời anh - Tình yêu của họ *chính là* phẩm chất tốt đẹp duy nhất mà họ có.

- Anh hy vọng em sẽ giữ lại cho mình những phẩm chất tốt đẹp hơn thế... để mà yêu thương một kẻ... vô phương cứu rỗi.

- Đã quá trễ để em phải lo lắng xem mình yêu thương ai rồi - Tôi nhẹ nhàng chỉ ra - Cũng chẳng cần anh phải nhắc nhở đâu, em hoàn toàn có thể xoay xở tốt được mà.

Edward vừa cười khúc khích vừa nói:

- Anh rất vui vì *em* nghĩ như vậy.

- Ừm, em cũng hy vọng rằng anh đủ sáng suốt để rời xa "ai đó" quá ích kỷ. Catherine mới thật sự là nguồn gốc của mọi rắc rối, không phải Heathcliff đâu.

- Anh sẽ luôn cảnh giác đề phòng - Anh buông lời một cách chắc nịch.

Tôi không nén được một tiếng thở dài. Anh rất có tài trong việc làm cho người khác xao lãng.

Tôi đặt tay mình lên tay Edward, cố giữ cho bàn tay của anh ở nguyên tư thế đang áp vào má mình.

- Em cần gặp Jacob.

Đôi mắt của anh khép lại ngay tắp lự.

- Không.

- Kì thực, không nguy hiểm một chút nào đâu - Tôi

chống chế, và bắt đầu giở giọng nài nỉ - Em vẫn thường ở cả ngày dưới La Push cùng họ, vậy mà chẳng có chuyện gì xảy ra cả.

Nhưng tôi đã phạm phải sai lầm; giọng nói của tôi về cuối chợt ấp a ấp úng, bởi lẽ tôi nhận ra rằng những gì mình đang thao thao bất tuyệt kia thực chất chỉ là nói dối. Quả thật không phải là *không có gì* xảy ra. Một thoáng kí ức bất chợt vụt hiện lên trong tôi - con sói xám khom mình chực xổ tới, nhe hàm nanh sắc lẻm như dao găm về phía tôi - lòng bàn tay tôi chợt túa mồ hôi, dư âm của nỗi sợ hãi vẫn còn mạnh mẽ quá.

Edward lắng nghe nhịp đập hối hả nơi lồng ngực của kẻ đối diện, khẽ gật đầu cơ hồ như tôi đã thừa nhận rằng mình nói dối.

- Người sói khó tự chủ lắm. Thi thoảng, những người ở gần họ có thể chỉ bị thương. Nhưng đôi lúc, cũng có người bị giết chết nữa.

Tôi muốn lên tiếng phản bác lại, nhưng rồi một hình ảnh khác lại hiện về khuấy đảo lòng tôi, ngăn cản không cho tôi mở miệng. Tôi lờ mờ nhận ra gương mặt đã từng rất đẹp của Emily, giờ thì gương mặt đó đã in dấu vĩnh viễn ba vết sẹo đỏ bầm kéo dài từ đuôi mắt phải xuống đến quai hàm, cùng một bên khóe miệng bị rách, suốt đời, nó tạo cho cô một nụ cười khinh khi đáng sợ.

Chờ đợi tôi lấy lại giọng nói của mình, anh tỏ ra hoan hỉ, không hề có ý che giấu vẻ đắc thắng.

- Anh không biết họ đâu - Cuối cùng, tôi cũng trả lời, nhưng giọng nói chẳng hơn gì một lời thều thào cả.

- Anh biết họ nhiều hơn em nghĩ đấy, Bella. Lần cuối cùng họ biến thành sói, anh cũng đã có mặt ở đấy.

- Lần cuối cùng ư?

- Vào khoảng bảy mươi năm về trước, bọn anh đã từng chạm trán với những con sói... Khi ấy, bọn anh chỉ vừa mới ổn định cuộc sống ở gần Hoquiam thôi. Alice và Jasper thì vẫn còn ở tận đâu đâu, chưa trở thành thành viên của gia đình. Bọn anh đông hơn họ, nhưng giả như không có Carlisle, thì không có cách gì ngăn được một cuộc chiến tranh thực sự. Chính bố anh đã thuyết phục ông Ephraim Black tin rằng bọn anh và họ có thể cùng tồn tại bên nhau, và thế là bản giao ước kia ra đời.

Cái tên của ông cố Jacob bất giác khiến tôi giật mình.

- Bọn anh cứ nghĩ rằng cái ranh giới ấy đã theo ông Ephraim xuống mồ rồi - Edward lầm bầm, nghe như đang tự nhủ với chính mình - Rằng cái đặc điểm di truyền cho phép họ biến đổi kia đã mất từ lâu rồi chứ... - Edward ngừng lời, nhìn tôi với vẻ cáo buộc - Có vẻ như càng ngày, vận rủi của em càng phát huy rõ năng lực. Em có hiểu không, chính cái lòng tham vô độ của em đã làm sống lại cả một bầy sói huyền thoại. Trời ơi, nếu anh và em có thể tóm được cái phận số của em, thì trong tay chúng mình sẽ là một vũ khí có sức hủy diệt tàn khốc lắm đấy.

Tôi phớt lờ tất cả những lời chế giễu ấy, mọi chú ý của tôi chỉ hướng cả vào vẻ ngạo nghễ của anh - liệu anh có đang nghiêm túc không?

- Nhưng *em* không hề làm họ sống lại. Anh không biết sao?

- Biết cái gì chứ?

- Biết rằng số phận xui xẻo của em chẳng hề dính dáng gì tới cái chuyện đó cả. Sở dĩ người sói sống lại là bởi vì ma-cà-rồng xuất hiện.

Edward nhìn tôi không chớp mắt, cả thân mình của anh đông cứng lại vì sững sờ.

- Jacob nói với em rằng gia đình anh ở đây đã khiến cho mọi thứ xáo trộn cả lên. Em cứ ngỡ rằng anh đã biết...

Và đôi mắt của người đang ngồi đối diện với tôi sa sầm xuống.

- Họ nghĩ như vậy ư?

- Edward, anh hãy đối diện với sự thật đi. Bảy mươi năm trước, gia đình anh đến đây, và người sói xuất hiện. Giờ thì gia đình anh trở về, người sói lại xuất hiện thêm lần nữa. Anh cho rằng đó chỉ là sự trùng hợp thôi sao?

Edward cuối cùng cũng dịu xuống, đôi mắt của anh bắt đầu biết chớp trở lại.

- Bố anh có lẽ sẽ rất quan tâm đến lý thuyết này.

- Lý thuyết - Tôi nhại lại lời anh với một thái độ hoàn toàn mỉa mai.

Im lặng. Thời gian cứ thế trôi đi, anh phóng tầm mắt ra ngoài cửa sổ, đắm đuối nhìn vào màn mưa. Có lẽ anh đang rộn óc trước sự thật rằng chính sự hiện hữu của gia đình anh đã khiến cho những người dân địa phương đang hiền lành bỗng hóa thành những con sói khổng lồ.

- Hay đấy, nhưng chẳng thay đổi được gì - Anh lầm bầm sau một hồi tư lự - Hiện trạng vẫn như thế mà thôi.

Tôi có thể đoán được cái ẩn ý đằng sau câu nói đó, cũng chẳng có gì khó khăn để nhận ra: Không có bạn bè sói nào cả.

Và tôi hiểu mình cần phải kiên nhẫn đối với Edward. Cũng không phải là anh không có lý, chỉ bởi anh không *hiểu* mà thôi. Anh không hiểu tôi nợ Jacob Black nhiều đến dường nào - Cuộc sống, và có thể là cả ý thức của tôi nữa, đã rất nhiều lần từ cõi chết trở về, tất cả là nhờ ở người bạn nhỏ ấy.

Tôi không thích thổ lộ với bất cứ ai về quãng thời gian mình sống vật vờ, đặc biệt là với Edward. Ngày ấy, anh chỉ tâm tâm niệm niệm một điều rằng sự ra đi của anh sẽ giải thoát cho tôi, sẽ "cứu chữa" được linh hồn tôi. Tôi không muốn anh nhận hết trách nhiệm về mình cho tất cả những trò ngốc nghếch mà tôi đã từng bày ra trong những ngày xa anh, hay cho nỗi khổ đau mà tôi phải gánh chịu.

Nhưng anh thì vẫn luôn dằn vặt mình về điều đó.

Vậy nên tôi sẽ phải lựa lời mà giải thích với anh.

Tôi đứng dậy, bước vòng qua chiếc bàn. Anh mở rộng vòng tay đón tôi, và tôi sà vào lòng anh, nép mình vào vòng tay cứng như đá của anh, nhìn vào đôi tay lạnh giá ấy mà lên tiếng:

- Xin anh hãy lắng nghe em, chỉ độ một phút thôi. Những điều ấy nào có là gì đâu so với những thứ khác còn quan trọng hơn nhiều. Anh, Jacob đang bị *tổn thương* - Giọng nói của tôi mỗi lúc mỗi run rẩy - Em không thể *không* cố gắng giúp cậu ấy... Bây giờ, em không thể bỏ rơi cậu ấy, đang trong lúc cậu ấy cần em. Chỉ bởi vì cậu ấy không phải lúc nào cũng ở trong hình hài của một con người đúng nghĩa... Ưmmm, cậu ấy đã luôn ở bên em khi mà em... em không còn là mình nữa. Anh không hiểu điều đó như thế nào đâu... - Tôi ngập ngừng. Vòng tay của Edward ôm quanh người tôi chợt cứng lại; đôi bàn tay của anh siết lại thành nắm đấm, những đường gân nổi rõ mồn một - Nếu như

Jacob không cứu em... Em đã không thể biết được rằng anh sẽ trở về. Em nợ cậu ấy nhiều, nhiều, nhiều hơn thế nữa, Edward.

Một cách thận trọng, tôi khẽ ngước mắt lên quan sát sắc mặt anh. Hai mắt anh nhắm nghiền, đôi quai hàm đang trong tình trạng căng hết cỡ.

- Anh sẽ không bao giờ tha thứ cho mình vì đã rời xa em - Anh thì thào - cho dẫu anh có sống được đến một trăm ngàn năm đi chăng nữa.

Dịu dàng, tôi áp tay lên mặt anh, chờ đợi cho đến lúc anh thở dài và mở mắt trở lại.

- Anh chỉ cố gắng làm những gì anh cho là đúng thôi. Và em tin điều đó sẽ phù hợp với những ai ít nhạy cảm hơn em. Nhưng bây giờ thì anh đã ở đây rồi. Đó mới là điều quan trọng.

- Nếu như anh không bỏ đi, em sẽ chẳng bao giờ mạo hiểm mạng sống của mình để tìm nguồn an ủi nơi một con *sói*.

Tôi đờ người ra như phỗng. Tôi đã quen nghe Jacob dùng lối nói miệt thị của cậu như: *chấy, rận, đỉa, quân ký sinh*... Nhưng không hiểu sao, với giọng nói êm dịu như nhung của Edward, tôi cảm thấy lòng mình nhoi nhói một cách khó chịu.

- Anh không biết phải biểu đạt thế nào cho đúng - Edward tiếp lời, giọng nói nghe thật xa vắng - Anh thừa nhận rằng mình đối xử với cậu ấy như thế quả có độc ác. Nhưng anh đã suýt bị mất em rồi. Anh biết cảm giác đó là như thế nào. Anh sẽ *không* chấp nhận bất cứ một thứ nguy hiểm nào nữa.

- Anh cần phải tin em trong chuyện này. Em sẽ không sao đâu.

Gương mặt của Edward lại trở nên se sắt.

- Anh xin em đấy, Bella - Anh thì thào.

Tôi nhìn sâu vào đôi mắt vàng óng của Edward, đôi mắt bất ngờ rực sáng.

- Xin em chuyện gì cơ?

- Xin em hãy vì anh. Xin em hãy tỉnh trí lại mà giữ mình được an toàn. Anh sẽ làm hết sức mình vì điều đó, nhưng anh cũng sẽ rất cảm kích trước một chút giúp đỡ từ phía em.

- Em sẽ luôn giữ mình mà - Tôi lẩm bẩm.

- Em có thực sự hiểu rằng em có ý nghĩa đối với anh như thế nào, quan trọng đối với anh như thế nào không? Có thực sự biết là anh yêu em nhiều đến thế nào không? - Vừa nói, anh vừa ghì chặt tôi vào vồng ngực cứng như thép của anh, và tỳ cằm lên đầu tôi.

Còn tôi thì khẽ ấn đôi môi vào chiếc cổ trắng ngần và lạnh như tuyết đang ở rất sát ngay bên mình.

- Em biết anh yêu *em* nhiều đến thế nào mà - Tôi thẽ thọt trả lời.

- Em chỉ mới thấy được một cái cây trong cả một cánh rừng bạt ngàn thôi.

Tôi đảo mắt, nhưng anh không nhìn thấy.

- Nhiều đến thế ư.

Anh đặt môi lên đỉnh đầu tôi, khẽ thở dài.

- Không có người sói nào hết.

- Em sẽ không tiếp tục như thế này đâu. Em sẽ gặp Jacob.

- Vậy thì anh sẽ ngăn em lại.

Giọng nói của anh vô cùng tự tin, ra chiều đối với anh, đây chẳng phải là chuyện gì khó.

Và tôi biết anh đã nghĩ đúng.

- Để rồi xem - Tôi giả vờ thách thức - Cậu ấy vẫn cứ là bạn của em.

Và hốt nhiên tôi cảm nhận được bức thư của Jacob đang nằm trong túi quần của mình, cơ hồ như nó đã nặng lên đến vài kilôgram. Những lời lẽ trong thư cũng chợt vang vọng bên tai tôi, như thể người bạn nhỏ cũng đang tán đồng với Edward vậy - một điều sẽ chẳng bao giờ xảy ra trong hiện thực.

Nhưng điều đó chẳng thay đổi được gì cả. Em xin lỗi.

2. LẨN TRÁNH

Tôi cảm thấy háo hức một cách lạ kì khi bước chân ra khỏi lớp học tiếng Tây Ban Nha và hướng thẳng đến quán ăn, chẳng phải vì tôi đang tay trong tay với một chàng trai hoàn mỹ nhất hành tinh này, dù nói cho chính xác thì cũng có cả cái lý do ấy.

Thật ra đó là do tôi ý thức được rằng bản án cấm cung dành cho mình đã kết thúc, và hiện thời, tôi đang là một người tự do.

Nhưng hình như đó cũng chưa phải là nguyên nhân chính. À, hay là bởi bầu không khí nhẹ nhõm, thoải mái, tự do đang bao trùm khắp sân trường chăng? Trường học đang duỗi mình, thư giãn, đặc biệt là ở khối học sinh cuối cấp - cả một thiên đàng của cảm xúc.

Tự do gần quá, gần đến mức bất cứ một học sinh nào cũng có cảm giác vươn tay ra là có thể chạm được vào nó, cảm nhận được nó. Dấu vết của nó xuất hiện ở khắp mọi nơi. Trên tường của quán ăn treo đầy những ápphích, các thùng rác chứa đầy những tờ rơi đủ sắc màu: mời chào lũ học sinh chúng tôi mua sách niên giám, nhẫn học trò... và những thông báo ghi chú kì hạn cuối cùng đặt áo thụng, mũ bình thiên cùng quả tua; rồi những lời rao hàng có cánh - của đám học sinh lớp dưới "đi chiến dịch" cho trường nữa; và làm sao thiếu được những bảng quảng cáo mời đặt hoa có kèm lời chúc cho buổi khiêu vũ năm nay. Buổi đại vũ hội sẽ được tổ chức vào cuối tuần này, nhưng tôi đã nhận được một lời hứa chắc như đinh đóng cột của Edward rằng tôi sẽ không bị "áp giải" đến đó nữa. Bởi sau hết mọi chuyện, tôi đã có được kinh nghiệm rất *con người* này rồi.

Mà không, ắt hẳn tự do của cá nhân tôi mới chính là nguyên nhân đích thực của cái cảm giác lâng lâng muốn bay bổng này; chứ thời điểm kết thúc năm học làm sao có thể khiến tôi vui như những học sinh khác được. Tôi luôn cảm thấy căng thẳng đến muốn nôn ọe mỗi khi nghĩ đến nó. Và tôi đang buộc mình *không* được mơ màng nghĩ đến nó nữa.

Nhưng mà trốn tránh cái chủ đề tốt nghiệp đang xuất hiện nhan nhản ở khắp mọi nơi này, thú thật, cũng chẳng hề dễ dàng một chút nào.

- Bồ đã gửi hết thư thông báo chưa? - Angela cất tiếng hỏi khi Edward và tôi vừa ngồi vào bàn. Mái tóc màu nâu nhạt vốn để xõa của cô bạn giờ đã được cột túm lại theo kiểu đuôi ngựa, và đôi mắt của cô... dường như chúng có ẩn chứa vẻ lo âu.

Alice và Ben cũng có mặt ở đó, cả hai ngồi cạnh Jessica. Ben thì đang ngấu nghiến quyển truyện tranh, đôi tròng kính trễ xuống tận cánh mũi thanh mảnh.

Còn Alice thì chú mục vào bộ đồ áo-thun-quần-jean muôn thuở của tôi, bằng một kiểu nhìn chăm chú, kỹ lưỡng chưa từng thấy, khiến tôi không khỏi ngượng ngùng. Có lẽ là cô bạn lại nổi máu muốn làm cố vấn thời trang đây. Tôi thở dài. Thái độ thờ ơ với trang phục của tôi bao giờ cũng là cái gai trước mắt cô em gái của Edward. Nếu tôi mà đồng ý thì chắc chắn một trăm phần trăm rằng ngày nào cô bạn cũng sẽ tròng đủ mọi thứ đồ lên người tôi - có khi là mấy bận một ngày không chừng - hệt như tôi là một con búp bê giấy ngoại cỡ có đủ ba chiều vậy.

- Không, mình không gửi - Tôi trả lời Angela - Kì thực thì có gửi cũng như không. Mẹ mình biết ngày mình tốt nghiệp mà. Còn ai khác nữa đâu.

- Còn bồ thì sao, Alice?

Alice mỉm cười, đáp:

- Mình gửi xong hết rồi.

- Mấy bồ may thật - Angela thở dài - Mẹ mình có tới một ngàn anh chị em bà con, mà mẹ thì muốn mình viết tay từng địa chỉ để gửi cho họ. Thể nào mình cũng sẽ bị nghẽn rãnh cổ tay cho mà xem. Mình không thể lần lữa lâu hơn được nữa, ôi cứ nghĩ đến là thấy sợ.

- Mình sẽ giúp bồ - Tôi hồ hởi xung phong -... Nếu bồ không ngại nét chữ gà bới của mình.

Ngài cảnh sát trưởng hẳn sẽ hài lòng lắm đây. Trong

tầm mắt của mình, tôi nhác thấy Edward đang mỉm cười. Vậy là anh cũng đang rất vui - tôi có thể làm tròn lời hứa với ngài cảnh sát trưởng mà chẳng phải dính dáng gì đến người sói.

Trông cô bạn Angela của tôi nhẹ nhõm hẳn như người vừa trút được một gánh nặng.

- Bồ thật là tốt. Bồ chọn thời gian nghen, bất cứ lúc nào cũng được, mình sẽ qua nhà bồ.

- Nếu được thì mình muốn qua nhà bồ hơn. Ở nhà mình mệt lắm. À, tối hôm qua, bố mình tuyên bố "tha bổng" cho mình rồi - Tôi nhoẻn miệng cười toe toét khi đưa ra cái tin động trời.

- Thật hả? - Angela hỏi lại, đôi mắt hiền lành lộ vẻ tươi vui - Mình nhớ là bồ nói rằng bồ bị "cấm cung" đến suốt đời cơ mà.

- Mình còn ngạc nhiên hơn cả bồ ấy chứ. Mình cứ đinh ninh rằng ít nhất là cho đến khi mình tốt nghiệp xong trung học, bố mới chịu tha cho mình.

- Ôi chao, tuyệt thật đấy, Bella! Tụi mình sẽ phải ăn mừng chuyện này mới được.

- Bồ không hình dung nổi là câu nói vừa rồi của bồ tuyệt vời đến mức nào đâu.

- Tụi mình nên ăn mừng như thế nào đây nhỉ? - Alice đăm chiêu, trầm ngâm; chốc chốc, trên gương mặt của cô bạn lại ánh lên vẻ phấn khích - có lẽ là Alice đã nghĩ ra được mấy ý hay hay. Nhưng mà thường thường thì những cái ý hay hay ấy lại khá màu mè đối với tôi, và hiện thời thì tôi đang hoàn toàn có thể cảm nhận được điều đó trong đôi mắt của cô bạn - một đôi mắt đang nung nấu ý định muốn đẩy mọi thứ đi xa khỏi giới hạn.

- Tất cả những gì mà bạn nghĩ ra được ấy, Alice, mình sợ là mình không theo nổi được quá.

- Tự do là tự do mà, phải không? - Cô bạn khăng khăng.

- Nhưng mà mình vẫn còn phải nằm trong giới hạn - chẳng hạn như Mỹ quốc nè, ngay tại xứ sở tự do của chúng ta, tứ phương cũng đều có ranh giới đó thôi.

Angela và Ben phá ra cười như nắc nẻ, trong khi Alice thì nhăn nhó một cách thất vọng.

- Thế thì tối nay tụi mình làm gì? - Alice chưa chịu bỏ cuộc.

- Tụi mình không làm gì hết. Ừm, tụi mình cứ để vài ngày đã, để chắc chắn là bố mình không đùa. Vậy nên buổi tối, mình vẫn phải tuân thủ quy định thời gian giống như giờ giấc của trường học.

- Vậy, bọn mình sẽ tổ chức ăn mừng vào cuối tuần này nhé - Đúng là lòng nhiệt thành của cô bạn thật khó mà dập tắt nổi.

- Ừ, tất nhiên rồi - Tôi trả lời, hy vọng có thể làm cho

Alice dịu xuống. Kì thực ở tận đáy lòng, tôi vẫn biết mình cũng sẽ không làm gì quá đà; đối với ngài cảnh sát trưởng mà nói, tốt hơn hết là làm việc gì cũng nên từ tốn, nóng vội là điều cần tránh. Trước khi được phép của "ngài" nhiều hơn, cần phải cố gắng chứng tỏ cho "ngài" thấy rằng tôi là một đứa đáng tin cậy và trưởng thành như thế nào.

Angela và Alice bắt đầu bàn tán rôm rả về kế hoạch ăn mừng; Ben cũng bỏ dở quyển truyện mà hùa vào góp ý với hai cô bạn. Cứ thế, mọi chú ý của tôi mau chóng lơi dần, lơi dần. Bỗng bất chợt tôi sửng sốt nhận ra rằng chuyện tôi được tự do đã không còn khiến tôi phấn khởi như vừa cảm thấy trước đó nữa. Trong lúc cả ba người bạn đang say sưa thảo luận những việc sẽ làm, ở Port Angeles hay là ở Hoquiam, thì tôi bắt đầu cảm thấy nao lòng.

Cũng chẳng cần phải mất nhiều thời gian lắm để xác định xem nỗi bất an này của tôi là xuất phát từ đâu.

Kể từ ngày tôi nói lời từ biệt Jacob Black trong khu rừng gần nhà, kỷ niệm đau lòng ấy cứ từng ngày, từng ngày đeo bám tôi, gặm nhấm tâm can tôi, khiến tôi không lúc nào là không khỏi thắc thỏm, lo âu. Kiểu xuất hiện của nó cũng y hệt như chiếc đồng hồ báo thức đa sự, cứ ba mươi phút một, lại réo ầm vang cả nhà lên vậy - cứ thế, đều đặn, trong một khoảng thời gian nhất định, nó lại len lỏi vào trong tâm trí tôi, lấp đầy đầu óc tôi bằng hình ảnh gương mặt của Jacob đang quặn thắt những đau khổ. Đây là hình ảnh cuối cùng mà tôi còn lưu giữ được về cậu.

Và đúng vào lúc này đây, khi hình ảnh ấy lại đang hiện về khuấy đảo lòng tôi, tôi chợt nhận thức được chính xác lý do mình vẫn chưa hoàn toàn hài lòng với quyền tự do mới nhận được này. Đó là bởi vì nó còn khiếm khuyết.

Chắc chắn là như vậy rồi, tôi có thể tự do đi lại bất cứ nơi đâu mà tôi muốn - nhưng ngoại trừ La Push; tôi có thể tự do được làm bất cứ điều gì mình thích - nhưng ngoại trừ việc gặp lại Jacob. Tôi dán chặt mắt vào chiếc bàn ăn, cau mày. Thế này thì là bán cấm cung rồi chứ còn gì.

- Alice? Alice!

Tiếng gọi của Angela vang lên bất chợt đã kéo tôi thoát khỏi cơn mơ mơ màng màng để quay về thực tại. Cô bạn đang huơ lấy huơ để bàn tay trước gương mặt thất thần và đôi mắt vô hồn của Alice. Tôi nhận ra ngay lập tức vẻ mặt không còn một chút thần thái nào đó - một vẻ mặt đem lại nỗi sững sờ xen lẫn với sợ hãi trong tôi. Cái nhìn trống rỗng ấy tất nhiên là không nhằm vào bất cứ sự việc, sự vật nào đang hiện hữu trong quán ăn, xung quanh chúng tôi, nhưng lại rất có ý nghĩa theo cách riêng của nó. Đó là những sự việc đang đến gần, những sự việc sắp sửa xảy ra. Tôi hoàn toàn có thể cảm nhận được máu nóng đang rút xuống khỏi mặt mình.

Đột nhiên, Edward bật cười rất to, một tiếng cười rất hồn nhiên, nghe chừng như anh đang vô cùng thoải mái. Ngay tức khắc, Angela và Ben đều đổ dồn mắt về phía anh, nhưng tôi thì không thể nào rời mắt khỏi Alice. Đột nhiên, Alice giật nảy mình, cơ hồ như có ai đó vừa đưa chân đá vào cô ở bên dưới gầm bàn.

- Em ngủ đấy à, Alice? - Edward buông lời chọc ghẹo.

Lúc này, Alice đã tỉnh táo trở lại.

- Mình xin lỗi tất cả các bạn, hình như mình không được tập trung, mình vừa mới thả hồn đi đâu đó thì phải.

- Mơ màng lúc này xem ra còn thú vị hơn là ngồi mà ngán ngẩm về hai giờ học tới - Ben buông lời nhận định.

Và sau cơn thất thần đó, Alice trở nên hoạt bát, nói cười nhiều hơn - vui vẻ một cách khác lạ. Song, tôi vừa kịp nhìn thấy cô bạn trao đổi ánh mắt với Edward, hành động đó diễn ra rất nhanh, và cô đã lại kịp quay sang Angela trước khi Angela và Ben cũng phát hiện ra điều đó. Edward chợt trở nên trầm tư, đưa tay khẽ nghịch ngợm một lọn tóc của tôi.

Tôi sốt ruột chờ đợi cơ hội được nói chuyện riêng với Edward, để hỏi anh về chuyện Alice đã tiên thị thấy điều gì, nhưng rồi buổi trưa cứ thế lặng lờ trôi qua, chúng tôi không có lấy một phút riêng tư nào.

Và tôi nhanh chóng nhận ra mình bị biến thành người thừa, gần như mọi người đang cố tình quên mất sự hiện diện của tôi. Sau bữa ăn trưa, Edward thong thả dạo bước bên Ben, trao đổi một số vấn đề về bài tập được chỉ định, mà tôi thừa biết là anh đã hoàn tất đâu vào đó rồi. Trong lúc chuyển lớp, khoảng thời gian ít ỏi của riêng hai đứa tôi, vậy mà cũng lại có người xen vào giữa. Cuối cùng, tiếng chuông tan trường cũng réo vang, giữa bao nhiêu học sinh đang ùa ra khỏi lớp, Edward nhanh nhẹn bắt chuyện ngay với Mike, cùng sóng bước với Mike ra bãi gửi xe của trường. Tôi lủi thủi theo sau, cứ để cho Edward tự nhiên đi trước, dẫn đường.

Và tôi chú tâm lắng nghe, lấy làm lạ, Mike đang trả lời những câu hỏi thân thiện một cách khác thường của Edward. Hình như chiếc xe của Mike đang bị trục trặc.

-... nhưng mà tôi vừa mới thay pin xong - Mike nói. Đôi mắt anh bạn hiệp sĩ cứ nhằm thẳng hướng trước mặt, thi thoảng lại thận trọng nhìn sang Edward. Bối rối. Cũng giống như tôi lúc này thôi.

- Có lẽ là do dây cáp - Edward đoán già đoán non.

- Có lẽ thế. Thật tình thì tôi mù tịt về xe hơi - Mike thật thà thừa nhận - Cần phải có người xem qua, nhưng mà tôi lại không đủ khả năng đem xe tới tiệm Dowling.

Hốt nhiên tôi mở miệng, toan đề nghị Mike đem xe đến chỗ người bạn thợ máy chuyên nghiệp của tôi, nhưng tôi đã ngậm được ngay lại. Dạo này, người bạn ấy bận ghê lắm - bận phiêu bạt trong lốt của một con sói khổng lồ.

- Tôi có biết một số thứ... nếu cậu muốn, tôi sẽ xem qua - Edward đề nghị - Để tôi đưa Alice và Bella về nhà đã.

Khỏi nói cũng biết, hiển nhiên là Mike và tôi đã cùng nhất loạt há hốc miệng ra mà nhìn anh.

- Ơ... cảm ơn cậu - Mike lầm bầm sau khi đã... hoàn hồn - Nhưng hôm nay tôi phải làm việc rồi. Có lẽ để lúc khác.

- Hẳn là vậy rồi.

- Gặp lại các cậu sau nhé - Mike nói xong, leo vào xe hơi, khẽ lắc đầu vì ngỡ ngàng.

Chiếc xe Volvo của Edward, với cô bạn Alice của tôi đang ngồi chờ sẵn bên trong, chỉ nằm cách đó hai chiếc xe.

- Vậy là sao, anh? - Tôi thì thầm hỏi khi Edward giữ cửa xe bên cạnh ghế tài xế cho tôi.

- Anh muốn giúp đỡ bạn bè mà - Edward lẳng lặng trả lời.

Sau đó đến lượt Alice, cô bạn đang ngồi ở ghế sau cũng lên tiếng, giọng liến thoắng:

- Anh chẳng giỏi giang *gì* về máy móc đâu, anh Edward. Có lẽ tối nay, anh nên nhờ chị Rosalie lén đến xem cái xe đi, để khi mà Mike đề nghị anh giúp đỡ, anh còn trông ra dáng một chút, anh có hiểu không. Chứ để đến khi chị Rosalie phải ra mặt giúp đỡ thật thì... tất nhiên phản ứng của Mike không phải là không đáng tức cười. Nhưng cả cái thị trấn này, ai cũng đinh ninh rằng Rosalie đang đi học xa nhà, nên em dám chắc chuyện sẽ chẳng hay ho gì. Tệ hại nữa là đằng khác. Dù rằng em hiểu anh sẽ nỗ lực giúp Mike trước khi phải cậy nhờ đến bàn tay của Rosalie. Nhưng chỉ mỗi chuyện chỉnh máy một chiếc xe hơi thể thao của Ý thôi là đã quá sức của anh rồi. À, sẵn nhắc đến chuyện nước Ý và xe hơi thể thao em mới nhớ, lần em giở trò đạo chích, anh có hứa sẽ tặng em một chiếc Porsche màu vàng. Em không biết mình có còn đủ kiên nhẫn để chờ đến Giáng sinh không...

Sau khi đã cố gắng tập trung lắng nghe trong khoảng một phút, tôi quyết định buông xuôi, cứ để mặc cho lối nói nhanh như gió của cô bạn trở thành một thứ tiếng rì rầm, lào xào khó hiểu nào đó, rồi tôi lại quyết tâm tiếp tục làm một kẻ kiên nhẫn đến cùng.

Có vẻ như Edward đang tìm cách trốn tránh các câu hỏi của tôi. Được thôi. Muốn gì thì muốn, rồi cuối cùng thể nào cũng sẽ chỉ còn có anh và tôi. Vấn đề chỉ là thời gian.

Hình như Edward cũng đang nhận ra điều đó. Vẫn như thường lệ, anh để Alice xuống ngay đầu đường dẫn vào nhà. Quả tình trong thâm tâm, tôi cũng có hơi ngỡ ngàng khi anh quyết định không đưa cô bạn về đến nơi đến chốn.

Bước xuống xe, Alice cũng kịp trao cho anh trai mình một tia nhìn sắc lẻm. Nhưng xem chừng Edward chẳng có lấy một chút bối rối nào, vẫn giữ vẻ mặt thản nhiên như không.

- Gặp lại em sau - Edward nói lời tạm biệt em gái, kèm theo một cái gật đầu hết sức nhẹ nhàng.

Alice quay gót và mau chóng mất dạng trong lùm cây.

Edward lẳng lặng đánh xe vòng lại, thẳng tiến về hướng thị trấn Forks. Tôi chờ đợi, lòng tự hỏi liệu anh có mở lời hay không? Không. Anh đã không hề mở lời, và điều đó khiến tôi căng thẳng. Trưa nay, Alice *đã* trông thấy điều gì? Đó là điều anh không hề muốn chia sẻ với tôi, và tôi đang cố nghĩ xem lý do vì sao anh lại muốn giữ bí mật đó. Có lẽ tốt hơn hết là trước khi hỏi, tôi nên chuẩn bị kỹ tinh thần. Tôi không muốn bị bất ngờ rồi mất tự chủ, để anh nghĩ rằng tôi yếu thần kinh, hay là gì gì khác...

Vậy nên suốt dọc đường về đến nhà bố tôi, cả tôi, cả anh, không ai nói với ai một lời nào.

- Tối nay phải làm một mớ bài tập - Cuối cùng, Edward đã lên tiếng với tôi nhưng một cách bâng quơ.

- Ừmmm - Tôi nhẹ nhàng tán thành.

- Em có nghĩ rằng hôm nay anh lại được tiếp tục đặt chân vào nhà em không?

- Khi anh đến đưa em đi học, bố em có nổi cơn tam bành lên đâu nào.

Nhưng tôi tin chắc chắn một điều rằng ngài cảnh sát trưởng sẽ hờn mát ngay, khi ngài vừa về đến nhà mà lại trông thấy Edward. Vậy thì tôi nên chuẩn bị bữa tối đặc biệt hơn thường ngày một chút mới được.

Vào nhà, tôi bước vội lên lầu, Edward bước theo sau. Rồi cứ thế, anh điềm nhiên ngồi xuống giường, ánh mắt trông ra ngoài cửa sổ, có vẻ như chẳng quan tâm, đoái hoài gì tới nỗi bực dọc của tôi.

Cất xong cái túi xách, tôi bật máy vi tính lên. Tôi có một bức thư điện tử của mẹ cần phải trả lời, hẳn mẹ tôi đang lo lắm đây vì thư gửi đã lâu rồi mà chưa nhận được hồi âm. Tôi gõ gõ tay lên bàn tạo nên những âm thanh lọc cọc trong lúc chờ đợi chiếc máy vi tính cổ lỗ sĩ trở mình tỉnh giấc - nhịp tay gõ nghe sốt ruột và thật khô khốc.

Đột ngột, những ngón tay lạnh giá của anh đặt lên tay tôi, giữ lại.

- Hôm nay, cả anh, cả em đều cùng nóng ruột hết, phải không nào? - Edward thầm thì.

Tôi ngẩng mặt lên, toan đáp lại anh bằng một ánh mắt chế nhạo, nhưng gương mặt của anh đang ở gần tôi quá. Đôi mắt vàng óng hừng hực ngọn lửa yêu thương chỉ cách mặt tôi không đến một gang tay, và hơi thở... hơi thở lành lạnh của anh đang phả không ngừng vào đôi môi khẽ hé mở của tôi. Lưỡi tôi có thể cảm nhận được rất rõ ràng cái hương vị thơm ngát ấy.

Và đầu óc của tôi không còn nghĩ ra được một câu trả lời dí dỏm nào như tôi đã dự định, ngay cả đến tên mình, tôi cũng còn chẳng nhớ nổi.

Mà anh thì không hề cho tôi được có một chút thời gian tỉnh trí lại.

Nếu được làm theo ý mình, tôi sẽ dành nhiều thật nhiều thời gian của mình để hôn Edward. Trên đời này, tôi chưa từng trải qua một điều gì lạ lẫm và hạnh phúc cho bằng được cảm nhận đôi môi mát rượi của anh; đôi môi cứng như đá cẩm thạch nhưng lại rất mềm mại và dịu dàng đến lạ thường trên môi tôi, khi cùng tôi giao quyện.

Nhưng không phải lúc nào tôi cũng được làm theo ý mình.

Vậy nên tôi lấy làm ngạc nhiên khi những ngón tay trắng muốt kia trở nên khẩn khoản, luồn sâu vào tóc tôi, kéo gương mặt tôi về phía anh. Đôi tay tôi cũng đã vòng qua cổ anh tự lúc nào, và tôi ước sao cho mình có thể mạnh hơn - mạnh hơn để có thể giữ yên anh trong vòng tay của mình, mãi mãi. Một tay của Edward bỗng lướt xuống lưng tôi, ép tôi vào vồng ngực cứng như đá của anh. Dù rằng làn da lạnh buốt kia đã được tấm áo len che phủ, nhưng hơi lạnh vẫn khiến tôi phải rùng mình - cơn rùng mình của sự dễ chịu, của niềm hạnh phúc hân hoan, nhưng đôi tay anh đang bắt đầu lơi dần, lơi dần.

Và tôi hiểu chỉ còn khoảng ba tíc tắc ngắn ngủi nữa thôi, anh sẽ thở dài rồi buông tôi ra một cách khéo léo, nói bâng quơ về nỗi hai chúng tôi đang coi thường mạng sống của tôi ra sao, và rằng bấy nhiêu đó đã là quá đủ cho một buổi chiều. Không, những giây cuối cùng này phải là của tôi, nghĩ là làm, tôi nép người mình thêm sát vào anh. Đầu lưỡi của tôi khẽ mơn theo viền môi dưới của anh; mềm mượt quá, dường như nó được chăm sóc rất kỹ, và *hương vị*...

Anh kéo phắt tôi ra, thoát khỏi vòng tay của tôi một cách dễ dàng - và có lẽ anh đã không hề nhận ra rằng tôi đã dùng hết sức bình sinh có được để mà giữ anh.

Edward bật cười, chỉ vỏn vẹn có một tiếng, tiếng cười ấy nghe thật nhỏ, phát ra từ tận sâu thẳm trong cổ họng. Nhưng rồi đôi mắt của anh bỗng thoắt rực sáng với ẩn ý rằng anh đang rất nghiêm túc.

- Ôi chao, Bella - Anh thở ra, kêu lên.

- Em sẽ nói rằng em rất tiếc, em xin lỗi, nhưng mà kì thực, trong lòng em chẳng hề có cái cảm giác đó.

- Và anh lẽ ra cũng nên tiếc cho việc em chẳng hề có cảm giác đó, nhưng sao lòng anh cũng chẳng thấy tiếc nuối gì. Ôi, có lẽ anh nên ngồi xuống giường thì hơn.

Tôi cảm thấy váng vất.

- Nếu anh thấy cần...

Anh mỉm cười gượng gạo, lúng túng với chính mình.

Còn tôi thì gục gặc cái đầu vài cái, cố gắng làm cho nó minh mẫn trở lại, rồi quay lại với chiếc máy vi tính của mình. Chiếc máy đã hoàn tất việc khởi động, kêu vang rền. Ừm, nhưng không phải là kiểu rên rỉ sắp tới cõi đâu.

- Cho anh gửi lời chào mẹ nhé.

- Vâng, chắc chắn rồi.

Tôi lướt mắt đọc lại bức thư điện tử của mẹ một lần nữa, thi thoảng không tránh khỏi cái lắc đầu trước một số chuyện gàn dở mà mẹ đã làm. Lúc đầu đọc bức thư này, tôi đã rơi vào trạng thái ngỡ ngàng xen lẫn hoảng hốt. Đại khái là "quý bà" Renée không ngờ rằng mình lại sợ độ cao đến như vậy, cho đến ngày "quý bà" làm bạn với chiếc dù nhảy và ngài huấn luyện viên môn nhảy dù nào đó. Tôi cũng có hơi buồn về dượng Phil, hôn phu mới của mẹ tôi đã được gần hai năm nay, vì dượng đã đồng ý để cho mẹ tập môn thể thao ấy. Lẽ ra dượng nên chú ý đến mẹ nhiều hơn. Tôi hiểu rõ mẹ quá mà.

Không, mình phải để cho mẹ và dượng tự do làm theo cách của hai người, tôi tự nhắc nhở chính mình. Mình phải để cho mẹ và dượng được sống một cuộc sống riêng.

Từ nhỏ đến lớn, hầu như lúc nào tôi cũng để mắt đến mẹ, nhẫn nại hướng mẹ ra xa khỏi những kế hoạch đáng sợ nhất, và cắn răng chịu đựng những điều tôi không thể khiến mẹ từ bỏ. Bao giờ tôi cũng nghe theo mẹ - mà lắm bận cũng phải phì cười - cho dù đó là điều nhỏ nhặt nhất. Nhớ lại cả tảng những lỗi lầm của mẹ, bất giác tôi bật cười. Ôi người mẹ có tính khí thất thường và đãng trí của tôi!

Còn tôi, tôi khác mẹ một trời một vực. Trầm tính và cẩn thận. Trưởng thành và biết chịu trách nhiệm về mình. Ấy là tôi đang nhìn lại chính mình - một kẻ mà tôi biết rất tường tận.

Nụ hôn của Edward, cho tới giờ, vẫn còn khiến cho máu tuần hoàn dữ dội trong đầu tôi, tôi không thể làm gì khác ngoài việc nghĩ đến mẹ, đến cái lỗi lầm đã làm thay đổi cả cuộc đời mẹ. Ngờ nghệch và lãng mạn, ngay khi vừa rời khỏi ghế nhà trường trung học, mẹ kết hôn với một người mà mẹ chỉ vừa mới quen biết, thế là một năm sau, tôi ra đời. Mẹ vẫn hằng bảo tôi rằng mẹ không hề hối hận, rằng tôi là món quà quý giá nhất mà cuộc sống đã ban cho mẹ. Tuy nhiên, hết lần này đến lần khác, mẹ chỉ ca mãi một điệp khúc cho tôi nghe - rằng người khôn là người xem hôn nhân là chuyện nghiêm túc. Người trưởng thành là người chăm chỉ mài đũng quần trên ghế giảng đường đại học và có nghề nghiệp hẳn hoi, trước khi dấn thân vào một mối quan hệ. Mẹ cũng biết tôi sẽ chẳng bao giờ nhẹ dạ, ngu ngốc rồi "*tình lẻ*" như mẹ đã từng...

Nghiến răng lại, tôi cố gắng tập trung đầu óc vào việc trả lời thư cho mẹ.

Và ánh mắt của tôi đụng phải một dòng chữ, dòng chữ không khỏi làm cho tôi bùi ngùi trong dạ, buộc tôi phải nhớ lại cái lý do vì sao tôi đã không chịu viết thư trả lời mẹ sớm hơn.

Lâu rồi, chẳng thấy con nhắc gì tới Jacob - Mẹ tôi viết - *Dạo này thằng bé thế nào rồi?*

Vậy là ngài cảnh sát trưởng đã báo cáo hết tình hình của tôi với mẹ, tôi dám đoan chắc như thế.

Thở dài, tôi để tay xuống bàn phím, gõ lách tách mấy hàng, chèn câu trả lời của mình vào giữa hai đoạn chẳng có gì quan trọng:

```
Thưa mẹ, con nghĩ rằng Jacob vẫn khỏe.
Con không thường gặp cậu ấy; dạo này,
hầu như lúc nào cậu ấy cũng cặp kè
với nhóm bạn của mình ở dưới La Push.
```

Nhăn nhăn nhở nhở với chính mình một lúc, tôi gõ

thêm vào thư lời hỏi thăm của Edward rồi nhấn vào nút "Gửi thư".

Xong xuôi, tôi tắt máy vi tính, khẽ đẩy ghế ra khỏi bàn, hấp tấp đứng dậy... và chỉ đến khi đó tôi mới nhận ra rằng Edward đang đứng ở đằng sau lưng mình, lặng im, không rõ là từ lúc nào. Tôi toan mở miệng trách anh đã đọc trộm thư, nhưng rồi phát hiện ra rằng anh chẳng hề chú ý gì đến tôi cả. Anh đang nhìn xăm soi vào một chiếc hộp đen vuông vức, với hàng mớ dây nhợ bị xé rách tươm quấn về một bên, dù đó có là thứ gì đi chăng nữa thì trông nó cũng chẳng có lấy một chút thẩm mỹ nào, nếu không muốn nói là rất thảm hại. Và sau đúng một tích tắc, tôi mới hiểu ra cớ sự, đúng rồi, đó chính là chiếc máy hát âm thanh nổi mà Emmett, Rosalie và Jasper đã tặng tôi hồi sinh nhật. Tôi đã không một mảy may nào còn nhớ đến những món quà sinh nhật nằm xếp xó trong tủ, bị nhét bên dưới một đống đồ bỏ đi cả.

- Em đã làm gì với nó vậy? - Anh hỏi trong nỗi kinh hoàng không hề che giấu.

- Ai bảo nó cứng đầu, cứ dính chặt vào cái bảng đồng hồ làm chi.

- Thế là em ghét, hành hạ nó cho há?

- Anh dư biết trình độ sử dụng kềm, kéo của em như thế nào mà. Có ai cố tình để cho nó tanh bành như thế này đâu.

Edward lắc đầu, gương mặt buồn vời vợi:

- Em phá hỏng nó mất rồi.

Tôi nhún vai:

- Ờm, ừm.

- Nếu mọi người mà nhìn thấy cái máy trong tình trạng như thế này ắt hẳn sẽ đau lòng lắm - Edward tư lự - Anh thấy tốt nhất bây giờ là em tiếp tục phải bị... quản thúc tại gia. Còn anh sẽ phải tìm một cái khác thay vào trước khi các anh chị ấy biết được.

- Cảm ơn anh, nhưng em không cần một cái máy hát màu mè đâu.

- Anh mua cái khác chẳng phải vì em đâu.

Tôi thở dài.

- Năm ngoái, em đã không được vui vì các món quà sinh nhật mà - Anh "kể tội" tôi với vẻ bất bình. Rồi đột ngột anh thộp lấy một cái phong bao hình chữ nhật bằng giấy cứng, mở ra xem.

Tôi không dám trả lời, bởi sợ rằng giọng nói của mình sẽ không còn giữ được bình tĩnh nữa, mà nó sẽ trở nên run rẩy. Ngày sinh nhật lần thứ mười tám bất hạnh của tôi - với tất cả những hậu quả bi thảm không ngờ - là điều tôi không bao giờ muốn nhớ tới, vậy mà anh lại khui nó ra, khiến tôi không khỏi ngạc nhiên. Anh thậm chí còn nhạy cảm về nó hơn cả tôi kia mà.

- Em có biết là nó sắp hết hạn rồi không? - Edward

lại hỏi, chìa phong giấy cho tôi. Đây là một món quà khác, một tấm phiếu trả tiền trước, dùng để đổi lấy hai cái vé máy bay (món quà của bà Esme và bác sĩ Carlisle dành tặng tôi, để tôi có thể bay đến Florida thăm mẹ).

Tôi hít vào một hơi thật sâu rồi trả lời bằng một giọng ngang phè:

- Ồ không. Thật sự là em chẳng còn nhớ gì đến chúng cả.

Edward bỗng tỏ ra thận trọng và quả quyết; và khi tiếp tục lên tiếng, trên gương mặt của anh chẳng còn một chút dấu vết nào của nỗi xúc động:

- Ừm, chúng mình vẫn còn một chút thời gian. Em lại được... phóng thích... mà cuối tuần này thì chúng mình chẳng có dự định nào, vì em từ chối không đi khiêu vũ cùng anh - Nói đến đây, anh nhoẻn miệng cười rất tươi - Sao chúng mình không mừng tự do của em theo cách này nhỉ?

Tôi há hốc miệng ra vì ngạc nhiên:

- Bằng cách đi Florida?

- Em đã nói rằng em nằm trong giới hạn... Mỹ quốc mà.

Tôi trân trối nhìn anh, ngờ vực, cố gắng tìm xem anh moi cái điều tôi nói kia ở đâu ra.

- Thế nào? - Anh hỏi gặng - Chúng mình sẽ cùng đi thăm mẹ em, hay là không nào?

- Bố em sẽ không cho phép đâu.

- Bố em không thể cấm em đi thăm mẹ em được. Mẹ em vẫn là người có quyền nuôi em mà.

- Không ai còn nghĩa vụ nuôi em cả. Em đã trưởng thành rồi.

Nụ cười của anh trở nên rạng rỡ hơn bao giờ hết:

- Đúng rồi.

Tôi tư lự, nghiền ngẫm trong khoảng một phút ngắn ngủi, không, không nên tranh cãi với bố về chuyện đó. Bố tôi sẽ giận lắm - chẳng phải vì tôi sẽ đi thăm mẹ, mà vì Edward sẽ đi cùng với tôi. Rồi bố sẽ không thèm nói chuyện với tôi hàng tháng trời, và có khả năng tôi sẽ bị "cấm cung" thêm lần nữa. Rõ ràng là nếu khôn ngoan thì chớ nên đề cập đến chuyện này với ngài cảnh sát trưởng. Có lẽ là vài tuần nữa, khi đã có "cái khiên" là ngày tốt nghiệp hay là cái gì khác đại loại như vậy thì mới được.

Nhưng mà cái cơ hội được nhìn thấy mẹ *ngay*, không phải là hàng tuần nữa, thật khó có thể cưỡng lại được. Cũng đã lâu rồi, tôi không được trông thấy mẹ. Mà có khi còn phải mất một khoảng thời gian rất lâu sau, trong hoàn cảnh phù hợp, tôi mới có thể được gặp lại mẹ. Lần cuối cùng tôi còn được bên mẹ ở Phoenix là lúc tôi đang nằm dưỡng bệnh trong bệnh viện. Còn lần gần đây nhất, khi mẹ đến cái thị trấn nhỏ bé này, là khi tôi đang, không ít thì nhiều, bị chứng rối loạn tâm lý. Những gì còn đọng lại trong mẹ về tôi rõ ràng không phải là những kí ức đẹp.

Mà biết đâu, khi mẹ trông thấy tôi hạnh phúc như thế nào bên Edward, mẹ sẽ mở lời nói bố tôi bỏ qua cho.

Trong lúc tôi đang chìm đắm trong suy tưởng, Edward vẫn lẳng lặng quan sát từng sắc mặt của tôi.

Cuối cùng thì tôi đành thở dài:

- Tuần này không được đâu anh.

- Tại sao lại không?

- Em không muốn tranh cãi với bố. Nhất là khi bố còn chưa hoàn toàn tha thứ cho em.

Đôi lông mày của anh ngay lập tức nhíu sát lại với nhau:

- Anh thì lại cho rằng tuần này là thích hợp nhất đấy.

Tôi vẫn lắc đầu:

- Lần khác đi anh.

- Em không phải là người duy nhất bị cấm cung trong căn nhà này, em có hiểu không - Edward cau có nhìn tôi.

Nỗi ngờ vực trong tôi lại hiện hình. Phản ứng này thật không giống như anh ngày thường chút nào. Anh vẫn luôn là người hết lòng vì người khác đến khó có thể tin được kia mà; tôi hiểu thái độ đó của anh sẽ khiến thành trì trong tôi sụp đổ.

- Anh có thể đi đến bất cứ nơi đâu mà anh muốn kia mà - Tôi chỉ ra.

- Không có em, thế giới ngoài kia chẳng có gì vui cả.

Tôi đảo mắt trước lối nói cường điệu ấy.

- Anh nói thật mà - Edward khẳng định.

- Chúng mình bước chân ra thế giới bên ngoài chầm chậm thôi, được không anh? Chúng mình khởi đầu bằng cách đi xem một bộ phim ở Port Angeles chẳng hạn...

Anh lập tức chuyển sang rên rỉ:

- Thôi được rồi. Chúng mình sẽ đề cập đến vấn đề này sau vậy.

- Chẳng còn gì để đề cập nữa, anh à.

Edward chỉ nhún vai.

- Được rồi, thế thì chúng mình nói đến chuyện khác nhé - Tôi lại mở lời. Nãy giờ, tôi gần như đã quên bay quên biến mọi nỗi lo lắng hồi chiều... Hay là, phải chăng đây là mục đích của anh? - Vào giờ ăn lúc trưa nay, Alice đã trông thấy chuyện gì vậy hả anh?

Tôi chú mục vào anh trong lúc hỏi, ngõ hầu có thể bắt được mọi phản ứng, dù là nhỏ nhất.

Song, Edward vẫn điềm tĩnh, cứ như không hề có

chuyện gì xảy ra; đôi mắt màu hoàng ngọc có hơi se lại đôi chút.

- À, Alice trông thấy Jasper ở một nơi rất lạ, ở đâu đó về phía tây nam, cô ấy nghĩ là Jasper ở gần... gia đình trước đây của anh ấy. Nhưng anh ấy thì lại không có ý định quay trở về - Edward chợt thở dài - Điều đó khiến Alice lo lắng.

- Ồ - Vậy ra sự thể chẳng hề như tôi tưởng tượng. Lẽ tất nhiên, Alice nhìn thấy trước được tương lai của Jasper cũng chẳng phải là chuyện đáng ngạc nhiên. Anh ta là người yêu của cô ấy, một người yêu đích thực, dù rằng mối quan hệ của cả hai người chẳng "rầm rộ" như Rosalie và Emmett - Sao anh không kể với em sớm hơn?

- Anh đâu biết là em chú ý tới chuyện đó - Edward nhẹ nhàng giải thích - Dù cho sự việc có xảy ra như thế nào, có lẽ cũng chẳng có gì quan trọng đâu.

Điều tưởng tượng của tôi vậy là đã tan thành mây khói. Chiều nay, thì ra cũng như mọi buổi chiều bình thường khác, chẳng qua chỉ vì tôi quá "đa sự" nên cuối cùng cứ đinh ninh rằng anh đang tìm cách tránh né tôi. Ôi, tôi cần phải bỏ cái tính đa nghi này mới được.

Edward và tôi bước xuống nhà dưới để chuẩn bị bài vở, ấy là để đề phòng ngài cảnh sát trưởng ngẫu hứng về nhà sớm mà thôi. Và chỉ trong vài phút ngắn ngủi, Edward đã làm xong loáng hết tất cả các bài tập, còn tôi vẫn đang cặm cụi tính toán mấy con số cho đến khi nhận ra rằng đã đến giờ lo bữa tối. Edward xắn tay áo lên giúp tôi, thi thoảng anh lại nhăn mặt nhăn mũi trước những đồ ăn sống - thức ăn của con người từ hồi nào đến giờ vẫn khiến anh khó chịu. Hôm nay, tôi quyết định thực hiện món thịt bê nấu với nước xốt kem chua, món ruột của bà nội tôi; chẳng phải tôi đang muốn lấy điểm trước bố đó sao? Tôi không thích hành động đó một chút nào, nhưng miễn bố tôi vui lòng là được rồi.

Cuối cùng thì ngài cảnh sát cũng đã về đến nhà, có vẻ như tâm trạng của ngài hôm nay rất vui. Ngài thậm chí chẳng bắt ne bắt nẹt, hay giữ thái độ khó chịu đối với Edward nữa. Như thường lệ, Edward cáo lỗi không thể ăn tối cùng hai bố con tôi. Tiếng nói của người phát thanh viên về bản tin tức buổi tối vang lên đều đều ở gian phòng ngoài đằng trước, nhưng tôi không tin rằng Edward đang thực sự thả hồn vào chiếc tivi...

Ở trong này, sau khi ăn trọn ba phần thịt bê, ngài cảnh sát trưởng ung dung gác cả hai chân lên chiếc ghế trống, hài lòng đặt tay lên chiếc bụng căng to.

- Ngon quá, Bells.

- Con rất vui vì bố thích món này. Công việc của bố hôm nay thế nào ạ? - Trong lúc ăn, bố tôi chẳng chú ý gì đến xung quanh cả, nên tôi không dám bắt chuyện.

- Cũng thường. Ừm, tẻ nhạt lắm ấy chứ. Chú Mark

và bố chơi bài để vơi bớt phần nào buổi chiều nhàm chán - Ngài cảnh sát trưởng thật thà thú nhận với một nụ cười tươi rói - Bố thắng, mười chín ván, thua bảy. Thế rồi bố điện thoại cho ông Billy, nói chuyện một lúc.

Tôi cố gắng giữ nguyên cảm xúc, không biểu lộ bất kì một phản ứng nào.

- Ông ấy có khỏe không bố?

- Khỏe, khỏe. Nhưng cũng hơi khổ sở vì đau khớp.

- Ồ. Thế thì tệ quá.

- Ừ. Ông ấy mời bố con ta cuối tuần này xuống chỗ ông ấy chơi. Ông ấy bảo là đã mời cả nhà Clearwater rồi, cả Uley nữa. Vừa ăn vừa xem trận chung kết ấy mà...

- Ồ - Tôi chỉ biết trả lời có bấy nhiêu. Chứ tôi còn biết nói như thế nào nữa đây? Tôi biết rằng mình không được phép tiếp xúc với người sói, thậm chí là có sự giám sát của phụ huynh đi chăng nữa cũng vậy. Nhưng Edward, liệu có vì chuyện bố tôi có ý định xuống La Push chơi mà lại đứng ra "cản địa" rồi anh và bố lại tiếp tục xích mích với nhau hay không? Hay anh nghĩ rằng, vì bố chỉ chủ yếu gặp ông Billy, con người đúng nghĩa ở dưới đó, nên bố sẽ không gặp phải nguy hiểm?

Tôi lật đật đứng lên, thu gom các đĩa lại với nhau mà không dám nhìn ngài cảnh sát trưởng. Xong xuôi,

tôi cho tất cả vào bồn rửa, bắt đầu đưa tay vặn nước...
Đúng lúc ấy, rất đỗi nhẹ nhàng, đến mức không hề có
một tiếng động cho dù là nhỏ đến đâu, Edward lừng
lững xuất hiện, anh chộp lấy chiếc khăn lau đĩa.

Ngài cảnh sát trưởng thở dài, cả người hơi ngây ra
một chút... Có lẽ anh sẽ lại tiếp tục cái đề tài còn dang
dở khi chúng tôi lại được ở riêng bên nhau. Còn ngài
cảnh sát trưởng, vẫn như mọi buổi tối khác, uể oải đứng
dậy và tìm đến cái tivi.

- Thưa ông Charlie - Edward lên tiếng một cách vui
vẻ.

Ngài cảnh sát trưởng dừng bước ngay chính giữa căn
bếp nhỏ xíu của ngài.

- Sao?

- Bella đã kể với ông về chuyện hôm sinh nhật của
cô ấy, bố mẹ cháu có tặng cho cô ấy mấy cái vé máy
bay, để cô ấy có thể đến thăm bà Renée chưa ạ?

"Cộp", chiếc đĩa tôi đang ngoáy xàbông va phải bệ
bếp rồi rơi thẳng xuống sàn nhà, "lách cách, lách cách,
lách cách". Chiếc đĩa không bể, nhưng khắp căn phòng,
và cả ba người chúng tôi nữa, dính không nhiều thì ít
nước xàbông. Nhưng ngài cảnh sát trưởng có vẻ như
không chú ý đến chuyện đó.

- Bella? - Ngài cảnh sát trưởng lên tiếng với một
giọng sững sờ.

Tôi cúi xuống nhặt chiếc đĩa, mắt chăm chăm nhìn như dán chặt vào nó.

- Dạ có chuyện đó ạ.

Ngài cảnh sát trưởng nuốt đánh "ực"... cục tức vào trong bụng... một cách rõ to, rồi quay sang Edward, ánh mắt sa sầm xuống:

- Không, nó không hề kể với tôi.

- Ưmmm - Edward lầm bầm.

- Có chuyện gì mà cậu lại đề cập đến chuyện đó vậy? - Ngài cảnh sát trưởng thể hiện sự "quan tâm" bằng một giọng nói vô cùng khe khắt.

Edward nhún vai, nói:

- Chúng sắp hết hạn rồi, thưa ông. Vả lại, nếu Bella không sử dụng món quà ấy, hẳn mẹ cháu sẽ đau lòng lắm. Dù rằng mẹ cháu sẽ chẳng nói gì đâu.

Tôi ngó sững vào Edward, không dám tin vào đôi tai của mình.

Ngài cảnh sát trưởng suy nghĩ trong chốc lát.

- Con đi thăm mẹ cũng là điều nên làm đấy, Bella. Mẹ con sẽ vui lắm. Nhưng dù sao thì bố cũng lấy làm lạ là tại sao con lại chẳng nói gì hết với bố về chuyện này.

- Dạ tại con quên - Tôi thú nhận.

Ngài cảnh sát trưởng lập tức chau mày:

- Con có thể quên được chuyện có người tặng vé máy bay cho mình kia à?

- Ưm - Tôi lầm bầm trong miệng một cách vô ý thức rồi quay trở lại phía bồn rửa chén.

- Tôi nghe cậu nói rằng *chúng* sắp hết hạn, phải không Edward - Ngài cảnh sát trưởng tiếp tục "chất vấn" - Bố mẹ cậu tặng con bé mấy cái vé vậy?

- Dạ, cô ấy một cái... cháu một cái ạ.

"Cộp", chiếc đĩa trên tay tôi lại rơi... nhưng lần này là rơi đúng ngay vào bồn rửa chén, do đó, chẳng gây nên tiếng động gì ầm ĩ lắm. Tôi hoàn toàn có thể nghe rõ mồn một những tiếng thở "hử, hử" đầy khí thế của ngài cảnh sát trưởng. Trong cơ thể tôi, máu nóng ngay tức khắc rút hết khỏi mặt, sự hồi hộp cùng nỗi lo sợ đã khiến cho cái thứ chất lỏng ấy chảy tứ tán không theo bất kì một trật tự nào. Tại sao Edward lại làm như vậy? Tôi chú mục vào đám bọt xàbông trong bồn rửa chén, các dây thần kinh căng hết cỡ.

- Còn lâu mới có chuyện đó! - Ngài cảnh sát trưởng nổi cơn tam bành, gằn rõ từng tiếng một.

- Vì sao lại thế, thưa ông? - Edward hỏi lại ngay, giọng nói của anh chỉ ẩn chứa duy nhất một nỗi kinh ngạc - Ông vừa nói rằng cô ấy đi thăm mẹ là điều nên làm mà.

Ngài cảnh sát trưởng không thèm đoái hoài gì đến anh:

- "Cô" không được đi đâu với hắn cả, thưa cô! - "Ngài" gầm lên.

Thảng thốt, tôi quay lại, bố đang dứ dứ ngón tay về phía tôi.

Tại thời khắc đó, lửa giận bỗng bùng cháy trong tôi - "ngọn lửa" phát sinh do cách nói của bố.

- Con không còn là trẻ con nữa, bố à. Và con cũng không còn bị phạt phải ru rú ở trong nhà nữa, bố không nhớ ư?

- Ồ, có chứ, con tiếp tục bị phạt. Bắt đầu từ bây giờ.

- Vì sao?!

- Vì ta muốn thế.

- Thưa bố, con có cần phải nhắc lại cho bố nhớ rằng con đã là một người lớn thực thụ rồi không?

- Đây là nhà ta - con phải làm theo quy tắc của ta!

Ánh mắt đang ngùn ngụt lửa của tôi bỗng tắt ngóm và trở nên lạnh lẽo.

- Nếu như bố đã muốn như thế! Bố có cần con dọn ra khỏi nhà ngay tối ngày hôm nay không? Hay con được có vài hôm để thu dọn đồ đạc?

Gương mặt của bố tôi bất thình lình đỏ ửng. Tôi cũng vừa cảm thấy ái ngại vì đã phải xòe ra con át chủ bài này của mình.

Hít một hơi thật sâu, tôi tiếp tục lên tiếng, nhưng cố điều chỉnh cho giọng nói của mình mềm mại hơn:

- Bố ạ, khi con làm sai, con sẽ chịu phạt và không

phàn nàn bất cứ một điều gì, nhưng con không thể chịu đựng được những định kiến của bố.

Bố tôi làu bàu, nhưng không có một từ nào của ông thốt ra nghe được cho rõ ràng.

- Hiện giờ, con nhận thức được rằng *bố* biết là con có quyền đi thăm mẹ vào cuối tuần này. Với lại thành thật mà nói, bố sẽ không bao giờ nói với con rằng bố sẽ phản đối kế hoạch thăm mẹ của con nếu như con đi với Alice hay là Angela.

- Con gái thì được - Bố lẩm bẩm kèm theo một cái gật đầu.

- Vậy bố có bực không nếu như con đi cùng Jacob?

Tôi hốt nhiên mà thốt ra cái tên này, bởi lẽ tôi biết bố thích Jacob hơn, nhưng rồi khi câu nói đã thoát ra khỏi cửa miệng, tôi thầm tự mong rằng mình không hề giống bố; bên cạnh tôi, tiếng răng nghiến vào nhau của Edward hoàn toàn có thể nghe rõ được.

Và bố tôi trả lời, sau khi đã cố trấn tĩnh lại:

- Có - Bố trả lời bằng một giọng nói yếu ớt, không có sức thuyết phục - Bố rất bực.

- Bố đang phản bội lại lòng mình kìa.

- Bella...

- Nào có phải con xuống Vegas để làm một kẻ phô diễn nhan sắc hay là gì đâu. Con đi thăm *Mẹ* kia mà -

Tôi nhắc lại để bố nhớ - Mẹ cũng có trách nhiệm với con như bố vậy.

Bố ném cho tôi một cái nhìn khinh thị.

- Bố đang đánh giá khả năng làm mẹ của mẹ con phải không?

Và bố, tất nhiên là lúng túng trước câu hỏi mang màu sắc dọa dẫm của tôi.

- Tốt hơn hết là bố nên hy vọng con sẽ không kể lại với mẹ chuyện này.

- Tốt hơn hết là con đừng có làm tài lanh mới đúng - Ngài cảnh sát trưởng răn đe - Nói cho con biết, bố không hề thích cái chuyện này đâu, Bella.

- Con thấy chẳng có lý do gì khiến bố phải bực cả.

Ngài cảnh sát trưởng trố mắt nhìn tôi, song, tôi có thể khẳng định rằng cơn bão đã tan rồi.

Tôi trở lại với công việc của mình, tháo nút chặn nước ra khỏi bồn rửa chén.

- Bài tập về nhà, con đã hoàn tất; bữa tối, con đã nấu xong; chén đĩa cũng đã được rửa sạch, và con không còn bị phạt nữa. Con sẽ đi ra ngoài. Trước mười giờ rưỡi, con sẽ về.

Bố tôi làu bàu một điều gì đó, nhưng không có vẻ là đã tán thành, rồi lầm lũi bước ngoài đằng trước. Và như một lẽ tất nhiên, ngay khi đã tranh luận thắng bố, tôi bất ngờ cảm thấy day dứt.

- Chúng mình sẽ ra ngoài ư, em? - Edward lên tiếng, giọng nói rất nhỏ nhưng tràn đầy hăng hái.

Tôi quay sang anh, hậm hực:

- Vâng. Em muốn nói chuyện *riêng* với anh.

Cơ sự đã như thế mà anh cũng chẳng có vẻ gì gọi là sợ hãi như tôi tưởng cả.

Im lặng. Mãi cho đến khi anh và tôi đã ngồi ngay ngắn đâu vào đấy trong xe hơi, tôi mới bắt đầu lên tiếng.

- Anh hành xử như *vậy* là sao? - Tôi hỏi gặng.

- Anh biết em rất muốn gặp mẹ, Bella... Em cứ mãi nhắc đến mẹ, cả trong lúc ngủ. Em lo lắng cho mẹ nhiều lắm kia mà.

- Em như thế sao?

Anh gật đầu xác nhận.

- Nhưng phải nói rằng em rất nhát, không dám nói rõ lòng mình với bố, bởi vậy nên anh mới ra mặt xin phép bố thay em.

- Xin phép ư? Anh ném em vào giữa bầy cá mập thì có!

Đôi mắt của Edward đảo ngay một vòng.

- Anh không nghĩ rằng em gặp nguy hiểm đâu.

- Em đã nói với anh rằng em không muốn tranh cãi với bố.

- Thì có ai bảo em làm thế đâu.

Tôi tức tối nhìn anh:

- Khi bố ra uy với em, em không thể làm gì được hết... cái tính "nhi đồng" thiên bẩm trong em trấn áp em hoàn toàn.

Edward phá ra cười ngặt nghẽo.

- Chà, thế thì đây không phải là lỗi tại anh đâu nhé.

Tôi trân trối nhìn anh, tư lự. Nhưng dường như anh không biết. Trên mặt anh vẫn chỉ có duy nhất một trạng thái thanh thản trong lúc anh đang nhìn chằm chằm ra ngoài ô cửa kính chắn gió. Có một điều gì đó đang âm thầm diễn ra, nhưng tôi không thể nào nắm bắt được. Không, có lẽ là do trí tưởng tượng của tôi lại đang hoạt động, cứ suy diễn lung tung kiểu như hồi chiều nay đấy thôi.

- Đi Floria gấp gáp như thế này, liệu có liên quan gì đến buổi họp mặt ở nhà ông Billy không anh?

Quai hàm của anh ngay lập tức đanh lại.

- Không liên quan gì cả. Nhưng em ở đây hay ở nơi khác thì không sao, chứ ở chỗ đó thì không được đâu.

Thật đúng là tránh vỏ dưa lại gặp vỏ dừa - tôi giống hệt như một đứa trẻ hư đang bị trừng phạt. Tôi nghiến chặt răng lại để khỏi phải bật ra tiếng hét. Kì thực trong lòng, tôi không hề muốn tranh cãi với Edward.

Edward thở dài, tiếp tục lên tiếng, giọng nói của anh vẫn ấm áp và du dương.

- Vậy tối nay, em muốn làm gì? - Anh hỏi.

- Chúng mình tới nhà anh, có gì trở ngại không anh? Lâu lắm rồi, em không được gặp mẹ anh.

Anh mỉm cười một cách mãn nguyện:

- Mẹ sẽ vui lắm đây. Nhất là khi biết rằng chúng mình sẽ làm gì vào cuối tuần này.

... Và bên cạnh anh, có một kẻ đang làu bàu, rên rỉ vì bị lép vế...

Lẽ tất nhiên, chúng tôi không dám đi lâu, đúng như tôi đã hứa. Khi chiếc xe lăn bánh vào khuôn viên nhà, tôi không hề lấy làm ngạc nhiên khi đèn trong nhà vẫn còn sáng - Chứ sao nữa, ngài cảnh sát trưởng đang trông cửa chờ tôi về để "sạc" cho một trận ra trò...

- Tốt hơn hết là anh đừng vào - Tôi thỏ thẻ - Điều đó chỉ làm cho mọi thứ tồi tệ hơn mà thôi.

- Suy nghĩ của bố em lúc này... hiền lắm đấy - Edward buông lời chòng ghẹo. Thái độ của anh bất giác khiến tôi chột dạ, liệu có phải anh đang đùa không. Hai bên khóe miệng của anh giần giật, cố gắng kềm chế một nụ cười.

- Hẹn gặp lại anh sau - Tôi lầm bầm một cách cực kì thiếu sức sống.

Edward bật cười và hôn lên đỉnh đầu tôi.

- Bố em ngủ là anh xuất hiện liền.

Khi tôi đặt chân bước vào trong nhà, tiếng tivi mở khá to. Cơ hội quá tốt, có lẽ tôi nên khẽ tiếng, đừng để cho ngài cảnh sát trưởng biết thì hơn.

- Con bước vào đây được không, Bella? - Tiếng yêu cầu của ngài cảnh sát trưởng cất lên rất to.

Cái ý nghĩ lén lút kia chỉ vừa kịp chớm nở trong đầu tôi đã vội lụi tàn ngay tức khắc.

Tôi bước như lê chân vào trong phòng và chỉ dám đi đúng năm bước.

- Có chuyện gì vậy bố?

- Con đi chơi có vui không? - Ngài cảnh sát trưởng hỏi. Có vẻ như "ngài" đang bối rối.

Có ẩn ý gì hay không đây nhỉ? Tôi đắn đo suy nghĩ đôi chút trước khi lên tiếng trả lời.

- Dạ vui - Lời đáp của tôi có hơi nhát gừng.

- Thế con đã làm gì?

Tôi nhún vai:

- Con trò chuyện với Alice và Jasper. Edward chơi cờ thắng Alice, rồi thì con chơi cờ với Jasper. Anh ấy thắng con.

Nói xong, tôi mỉm cười. Gì chứ chuyện Edward và Alice chơi cờ đúng là một trong những trò khôi hài nhất mà tôi từng được chứng kiến. Cả hai cùng ngồi im phăng phắc và chú mục vào bàn cờ, hầu như chẳng hề có lấy một cái nhúc nhích, cử động nào. Alice thì tiên thị xem anh trai mình sẽ đi những nước nào, còn anh thì đọc suy nghĩ của cô em gái để chặn trước các nước cờ mà cô sẽ đi. Cả hai anh em họ cứ đấu trí qua lại với nhau như vậy; mỗi người chỉ cầm con tốt lên và đi đúng một nước cờ, rồi đột nhiên, Alice búng đổ con vua, tuyên bố thua cuộc. Cả ván cờ chỉ diễn ra vỏn vẹn đúng ba phút.

Ngài cảnh sát trưởng cầm chiếc điều khiển tivi lên, bấm vào nút tắt âm - một hành động không bình thường chút nào.

- Ừm, bố có chuyện cần nói với con - Ngài cảnh sát trưởng chau mày, dáng vẻ cho thấy trong lòng "ngài" đang khó chịu lắm.

Tôi đứng yên, chờ đợi. Ngài cảnh sát trưởng chỉ tiếp nhận cái nhìn của tôi đúng một giây ngắn ngủi rồi chuyển hướng ánh mắt xuống... nền nhà. "Ngài" không nói gì thêm.

- Có chuyện gì vậy bố?

Bố tôi bất chợt thở dài, đáp:

- Bố không rành về chuyện này lắm. Bố không biết phải bắt đầu như thế nào nữa...

Tôi lại ngây mặt ra, chờ đợi.

- Được rồi, Bella. Bố nói đây - Ngài cảnh sát trưởng nhổm dậy khỏi chiếc ghế tràng kỷ và bắt đầu đi đi lại lại, ánh mắt vẫn găm thẳng xuống nền nhà - Con và Edward đã thân nhau lắm rồi đấy, có một số điều con cần phải cẩn trọng. Bố biết bây giờ con đã là người lớn rồi, nhưng con hãy còn non trẻ lắm, Bella ạ, cuộc sống có rất nhiều thứ quan trọng con cần phải biết đến, khi mà con... à, ừm, khi mà con gần gũi với...

- Ôi con xin bố, *xin bố* đừng đề cập đến chuyện đó! - Tôi giật thót, vội cắt ngang lời của ngài cảnh sát trưởng - Xin bố hãy nói với con rằng bố đang không có ý định nói về chuyện con trai con gái với con.

Ngài cảnh sát trưởng vẫn không ngẩng mặt lên.

- Bố là bố của con. Bố phải có trách nhiệm. Con cũng biết mà, bố cũng bối rối như con thôi.

- Con không nghĩ rằng mình có thể lắng nghe được những chuyện như vậy. Dù sao đi nữa thì hồi mười năm về trước, mẹ cũng đã nói với con về chuyện này rồi. Vậy nên bố không cần phải chịu khốn chịu khổ nữa.

- Nhưng mười năm trước đây, con đâu đã có bạn trai - Ngài cảnh sát trưởng làu bàu một cách miễn cưỡng. Tôi dám chắc rằng "ngài" đang cố dằn nỗi mong muốn được kết thúc cái đề tài không dễ gì mà nói ra ấy. Cả hai bố con tôi đều đứng như phỗng, mặt cúi gầm xuống đất, chẳng ai dám nhìn ai.

- Nhưng mà những gì chung quy nhất vẫn không thay đổi mà bố - Tôi lầm bầm, hẳn là lúc này gương mặt tôi đỏ cũng chẳng kém gì gương mặt của ngài cảnh sát trưởng. Thế này thì thật tệ còn hơn cả phải rơi xuống tầng thứ bảy của âm ty địa ngục; và tệ hơn nữa là Edward đã biết trước chuyện này. Thảo nào mà lúc ở trong xe hơi, trông anh mới tự mãn đến thế.

- Chỉ cần báo cho bố biết rằng cả hai đứa đang chịu trách nhiệm về nhau là được rồi - Ngài cảnh sát trưởng dịu giọng, hẳn là "ngài" đang mong muốn sao cho cái nền nhà tách được ra thành một cái hố để "ngài" có thể chui xuống đó.

- Bố đừng nên lo lắng về chuyện ấy nữa, bố à, sự thể không như bố nghĩ đâu.

- Không phải là bố không tin con, Bella, nhưng bố biết con không muốn hé mở với bố, dẫu chỉ là chút ít về chuyện này, và con biết bố cũng không muốn nghe một chút xíu nào về chuyện ấy. Bố sẽ cố gắng giữ cho đầu óc của mình được phóng khoáng. Bố cũng biết là thời gian sẽ làm thay đổi mọi thứ.

Tôi bật cười khúc khặc, ngượng ngùng.

- Có lẽ thời gian sẽ làm thay đổi mọi thứ, nhưng Edward mãi mãi là mẫu người theo lề thói cũ, bố ạ. Bố chẳng cần phải lo lắng về chuyện gì hết.

Ngài cảnh sát trưởng lại buông ra tiếng thở dài.

- Tất nhiên thằng đó, nó là vậy mà - "Ngài" lầm bầm.

- Ơ, ừm! - Tôi rền rĩ - Con thật sự mong rằng bố không tính bắt con phải nói thẳng ra, bố à. *Nhưng thật đấy.* Con... vẫn là... là một đứa con gái trong sáng, và hiện thời, con không hề có ý định muốn thay đổi điều này.

Cả bố, cả tôi đều co rúm người lại, nhưng gương mặt của ngài cảnh sát trưởng đã dãn ra thấy rõ. Có vẻ như ngài đã tin tôi.

- Bây giờ thì con có thể về phòng được chưa, thưa bố? *Con xin bố* đấy.

- Còn một chút nữa thôi.

- Ôi trời ơi, con xin bố! Xin bố hãy tha cho con mấy cái chuyện đó.

- Cái phần khó nói ấy đã kết thúc, bố đảm bảo với con - Giọng nói của ngài cảnh sát trưởng cứng lại.

Tôi liếc trộm "ngài", ôi ơn trời, trông "ngài" đã thoải mái hơn, gương mặt đã bình lặng trở lại. Ngài cảnh sát trưởng nhẹ nhàng ngồi xuống chiếc ghế tràng kỷ, thở phào nhẹ nhõm vì không còn phải bàn đến những chuyện tình cảm trai gái này nọ nữa.

- Vậy bây giờ là chuyện gì thế bố?

- Bố chỉ muốn biết cái vụ sống hài hòa kia, con thực hiện tới đâu rồi?

- Ồ. Tốt lắm, bố ạ. Hôm nay, con lên kế hoạch với

Angela rồi. Con sẽ giúp cô bạn ấy viết thông báo tốt nghiệp. Chuyện con gái ấy mà bố.

- Tốt lắm. Thế Jake thì sao?

Tôi không kềm được tiếng thở dài.

- Con vẫn chưa biết tính sao, bố à.

- Cố gắng lên, Bella. Bố biết con sẽ biết cách cư xử. Con là người tốt mà.

Hay nhỉ. Thế hóa ra nếu tôi không tìm được cách huề lại với Jacob thì hẳn tôi là đứa *xấu* à? Thật là một cú đánh hiểm hóc, ngài cảnh sát trưởng đã... ăn gian.

- Vâng, vâng - Tôi đáp liền. Câu trả lời ngay tức thì này suýt chút nữa đã khiến cho tôi phì cười – đây là hành động tôi đã "cóp nhặt" được từ Jacob. Tôi thậm chí còn bưng nguyên xi cái kiểu cách hồ hởi của người bạn nhỏ khi cậu trả lời như thế với ông Billy.

Khỏi nhìn cũng biết ngài cảnh sát trưởng đang nhoẻn miệng cười toe toét với niềm vui sướng đang tràn ngập. "Ngài" bật nút âm thanh trở lại. Và một cách thoải mái, ngài cảnh sát trưởng xoài người ra chiếc nệm, hài lòng thưởng thức niềm vui duy nhất của mình vào buổi tối. Tôi dám đánh cược rằng thể nào "ngài" cũng sẽ thức để xem cho đến hết trận đấu mới thôi.

- Chúc con ngủ ngon, Bells.

- Hẹn gặp bố vào sáng mai! - Tôi vừa đáp vừa chạy có cờ ra cầu thang.

Edward sẽ vắng bóng lâu đây, anh sẽ không trở lại chừng nào mà bố tôi còn chưa say ngủ - có lẽ anh đang đi săn hay làm một điều gì đó khác để giết thời gian - vậy nên tôi không cần phải vội vã thay áo ngủ. Chỉ còn một mình, tâm trạng của tôi không được tốt, nhưng chắc chắn là tôi sẽ không mò xuống lầu trở lại mà trò chuyện với ngài cảnh sát trưởng đâu; lỡ như ngài lại nghĩ đến một cái đề tài giáo dục giới tính nào đấy khác nữa thì khốn; nghĩ tới đó mà tôi rùng mình.

Cuộc trò chuyện với bố vừa rồi làm cho tôi bồn chồn, lo lắng. Tôi đã làm bài tập về nhà xong đâu vào đấy rồi, nhưng cũng chẳng thấy an dạ để mà thanh thản đọc sách hay nghe một bản nhạc nào đó. Có lẽ tôi nên gọi cho mẹ thì hơn, kể với mẹ về chuyến viếng thăm sắp tới của mình. Không được, giờ này hẳn mẹ tôi đã ngủ rồi; bang Florida trễ hơn thị trấn Forks những ba tiếng đồng hồ kia mà.

Đúng rồi, tôi có thể gọi điện thoại cho Angela.

Không, Angela không phải là người tôi cần nói chuyện trong lúc này. Cô bạn ấy không thể là người tôi muốn nói chuyện vào giữa lúc như thế này đây.

Tôi cứ đăm đăm chú mục vào ô cửa sổ tối mù, trống không, bặm môi lại. Tôi không rõ mình đã đứng lặng như thế bao lâu để mà cân nhắc những ý thuận và những ý chống - cư xử đúng đắn với Jacob, gặp lại người bạn thân nhất của tôi, trở thành một người tốt, chống lại ý muốn của Edward và anh sẽ giận tôi. Có lẽ là mười phút thì phải - quãng thời gian cũng đủ lâu để quyết định rằng thuận theo trái tim mình là đúng đắn, trong lúc cái ý nghĩ phản bác trong tôi chưa kịp lên tiếng xen vào. Rốt cuộc thì Edward chỉ lo lắng cho sự an nguy của tôi mà thôi, mà tôi thì biết rằng thực sự chẳng có gì đáng gọi là nguy hiểm cả.

Điện thoại cho người bạn nhỏ ư? Cũng vô ích; từ khi Edward trở về, Jacob đã từ chối trả lời tất cả các cuộc gọi đến của tôi rồi. Trong thâm tâm của tôi lúc này, tôi chỉ muốn *gặp lại* cậu - muốn thấy cậu cười trở lại nụ cười hồn nhiên thuở ấy. Tôi cần phải thay thế kí ức buồn đau về gương mặt khổ sở, quặn thắt những bi thương của cậu bạn nhỏ... để tâm hồn tôi nhờ thế mới khả dĩ còn có chỗ cho sự bình yên được.

Có lẽ chỉ cần một tiếng đồng hồ mà thôi. Tôi sẽ phóng xe xuống La Push, thật nhanh, rồi trở lại trước khi Edward phát hiện ra rằng tôi đã trốn ra khỏi nhà. Nhưng mà... thời khắc này đã quá "giờ giới nghiêm" của tôi rồi, liệu ngài cảnh sát trưởng có phát hiện ra điều đó, và liệu rồi Edward có bị dính líu hay không? Đúng rồi, chỉ có một cách thôi...

Tôi chộp vội lấy cái áo lạnh, vừa mặc vừa hối hả chạy xuống lầu.

Ngài cảnh sát trưởng rời mắt khỏi màn hình tivi, ban cho tôi một cái nhìn ngờ vực.

- Bố cho con đi thăm Jacob nha? - Tôi hỏi liền mà không kịp thở - Con không ở chơi lâu đâu.

Ngay khi tôi vừa nói ra cái tên của Jake, gương mặt của ngài cảnh sát trưởng dịu lại tức thì, kèm theo một nụ cười đắc thắng. Hình như ngài không ngạc nhiên chút nào khi "bài lên lớp" vừa nãy của mình đã có tác dụng nhanh đến như vậy.

- Ừ, được chứ con. Có sao đâu. Cứ ở chơi cho thoải mái đi, đừng lo lắng về thời gian.

Giống như một cuộc bỏ trốn thực thụ, trong lúc bước như chạy ra chiếc xe tải, tôi không thể ngăn mình không ngoái đầu lại vài lần, cảnh giác; nhưng đêm nay quả thực tối quá, chẳng còn có thể trông rõ hình thù một vật gì cả. Tôi cứ đi, cứ đi, đưa tay lướt dọc theo thân chiếc xe tải và tìm đến tay nắm cửa của nó. Tôi chỉ có thể dùng linh tính để cảm nhận con đường dưới chân mình mà thôi.

Cuối cùng, khi tôi tra chìa khóa vào hốc máy, đôi mắt tôi mới bắt đầu có sự điều chỉnh, quen với bóng tối. Một cách hối hả, tôi vặn chìa khóa về bên trái... Nhưng... thay cho cái tiếng gầm rú đáng sợ lúc khởi động, động cơ xe chỉ vang lên khe khẽ một âm thanh duy nhất: "kịch". Hoảng hốt, tôi lặp đi lặp lại động tác vặn chìa khóa, nhưng kết quả cũng chỉ như nhau.

Song, hình như... Tôi giật nảy mình, một sự động đậy nào đó chợt lọt vào nhỡn giới của tôi.

- Ối trời! - Tôi há hốc miệng ra vì kinh hãi, trong cabin không chỉ có một mình tôi.

Bên cạnh tôi, một pho tượng lờ mờ sáng trong bóng đêm muôn trùng, Edward ngồi im lìm, chỉ có mỗi đôi tay của anh là đang xoay xoay vặn vặn một vật gì đó đen tuyền. Vừa chú mục vào vật đó, anh vừa lên tiếng giải thích.

- Alice gọi đấy - Anh thì thào.

Alice! Quỷ tha ma bắt thật. Tính tới tính lui vậy mà tôi cũng bỏ sót mất nhân vật luôn nấp sau cánh gà này. Hẳn Edward đã chỉ đạo cho cô bạn canh chừng tôi.

- Năm phút trước, cô ấy đã phát hoảng khi hình ảnh về em trong tương lai đột nhiên biến mất.

Đôi mắt tôi, đang trố ra vì ngạc nhiên, giờ lại căng tròn hết cỡ.

- Bởi lẽ Alice không thể trông thấy người sói, em biết mà - Edward giải thích, vẫn bằng một giọng nói khiêm tốn về âm lượng - Em quên mất rồi chăng? Khi em quyết định đem tính mạng của mình ra mà đùa với họ là em cũng mất tăm mất tích. Anh hiểu em không hề biết điều đó. Nhưng em có hiểu vì sao anh... bất an không? Alice đã thấy em biến mất, cô ấy không thể biết em có còn ở nhà hay không nữa. Em không có tương lai, giống như họ vậy.

"Bọn anh không biết cớ sao lại như thế. Do tố chất đối kháng bẩm sinh vốn dĩ có sẵn trong máu của họ ư? - Edward nói với tôi, nhưng dường như là đang độc thoại, tay anh vẫn mải miết nghịch cái chi tiết máy của chiếc xe tải, đôi mắt vẫn nhìn chăm chăm vào nó - Nó hoàn toàn không đơn giản như việc anh đọc suy nghĩ của họ. Ít ra là với Black. Bố anh đặt giả thiết rằng cuộc sống của họ đã bị sự hóa thân kia chi phối quá nhiều. Đó là một phản ứng tự nhiên trong cơ thể, hoàn toàn nằm ngoài ý muốn của họ. Sự biến đổi ấy là không thể đoán trước được nhưng có thể làm thay đổi tất cả mọi thứ liên quan đến họ. Trong khoảnh khắc ấy, khi họ biến đổi từ một cơ thể này sang một cơ thể khác, họ thực sự không còn tồn tại nữa. Tương lai không thể nắm được họ, hay nói một cách khác, họ không có tương lai..."

Tôi lặng người lắng nghe giọng nói trầm buồn, mang đầy vẻ tư lự của anh.

- Anh sẽ đem xe trở lại để em đến trường, nếu em muốn tự mình lái xe - Anh thông báo sau một phút ngừng lời.

Môi vẫn bặm vào nhau thật chặt, tôi hậm hực rút chìa khóa ra, tức tối leo xuống xe.

- Hãy đóng cả cửa sổ nữa, nếu như tối nay em không muốn gặp anh. Anh sẽ hiểu - Edward thì thào trước khi tôi kịp đóng như muốn phá cái cửa xe.

Tôi dậm từng bước chân huỵch huỵch vào nhà, rồi đóng sầm cánh cửa ra vào lại.

- Có chuyện gì thế? - Ngài cảnh sát trưởng đang nằm trên chiếc ghế tràng kỷ, hỏi gặng.

- Xe con không khởi động - Tôi càu nhàu đáp.

- Có muốn bố xem qua cho không?

- Dạ thôi. Để sáng mai, con sẽ thử lại.

- Hay dùng xe của bố nhé?

Có nằm mơ tôi cũng không thể tưởng tượng ra được có ngày mình lại cầm lái chiếc xe tuần tra của bố. Hẳn là bố muốn tôi xuống La Push lắm. Nỗi mong mỏi của bố cũng suýt soát như của tôi vậy.

- Dạ thôi, con mệt rồi - Tôi làu bàu - Chúc bố ngủ ngon.

Vẫn giữ cái lối đi vùng vằng đó, tôi nện chân thình thịch xuống các bậc thang và đi thẳng ra cửa sổ. Một cách thô bạo, tôi kéo mạnh cánh cửa. "Rầm", cửa sổ đóng lại, tấm kính cũng phải run rẩy.

Rồi cứ thế, tôi đứng ì ra đấy, mắt lừ lừ nhìn vào tấm kính đen đang bần bật rung, đến cả một lúc lâu sau; cuối cùng, tấm kính đã đứng yên trở lại. Thở dài, tôi lại mở cửa sổ ra, thật rộng.

3. LÝ DO

Quả cầu lửa khuất dạng sau đám mây mù, thật khó có thể xác định được là nó đã lặn hay chưa. Sau chặng bay dài - cứ mãi đuổi theo mặt trời về hướng tây nên người ta có cảm giác như mặt trời chẳng hề di chuyển - chẳng còn rõ phương hướng đâu cả; giống như có thể điều khiển được thời gian vậy. Rồi dần dần, những tòa cao ốc đầu tiên xuất hiện, thay thế cho những cánh rừng bạt ngàn xanh um; lòng tôi bỗng trỗi dậy một cảm giác nao nao khó tả, vậy là chúng tôi sắp về đến nhà rồi.

- Em ít nói quá đấy - Edward lên tiếng nhận xét - Chuyến bay làm cho em bị mệt hả?

- Dạ không, em không sao cả.

- Em buồn vì phải về sao?

- Em thấy thanh thản hơn là buồn, anh à.

Edward nhướng một bên mày lên, quay sang nhìn tôi. Vậy là tôi hiểu chẳng có cách nào - tôi ghét phải thừa nhận điều này - cũng như vô ích khi đề nghị anh tập trung chú ý đến đường sá.

- Ở một số mặt, mẹ em... *nhạy cảm* hơn bố em nhiều. Vậy nên lúc nào em cũng phải dè chừng.

Edward bật cười.

- Suy nghĩ của mẹ em thú vị thật. Giống trẻ con, nhưng lại rất sâu sắc. Mẹ em cảm nhận về cuộc sống khác với mọi người.

Sâu sắc. Một nhận xét rất chính xác về mẹ tôi - nhất là khi mẹ "trổ tài" quan sát. Trong cuộc sống thường ngày của mình, mẹ tỏ rõ là một người yếu đuối, rụt rè đến độ mẹ chẳng dám để tâm gì nhiều đến mọi thứ xung quanh. Ấy vậy mà cuối tuần rồi, tôi có cảm tưởng như chưa lần nào mẹ rời mắt khỏi tôi cả.

Dượng Phil đang trong mùa bận rộn - đội bóng chày của trường trung học, mà dượng đang nhận lãnh vai trò làm huấn luyện viên, đang thi đấu những trận quyết định, vì thế "quý bà" Renée chỉ ở bên Edward và tôi - một dịp để đôi mắt của "bà" thỏa sức thể hiện bản lĩnh. Tiếp theo sau những cái ôm, những tiếng kêu thét đầy vui mừng, là những ánh nhìn của "bà" Renée. Ban đầu, đôi mắt xanh trong veo của "bà" mở rộng, bối rối, nhưng sau đó là đầy ắp sự quan tâm.

Sáng hôm nay, hai mẹ con tôi đi dạo trên biển. Mẹ muốn chỉ cho tôi xem tất cả những cảnh đẹp xung quanh ngôi nhà mới của mẹ và dượng; mẹ vẫn hy vọng (tôi chắc mẩm như thế), rằng vầng dương rực rỡ trên cao sẽ hấp dẫn được tôi, sẽ dẫn đường đưa lối cho tôi rời xa thị trấn Forks. Vả lại, mẹ cũng muốn nói chuyện riêng với cô con gái, gì chứ điều này thì chẳng có gì khó khăn. Edward đã bịa ra một lý do khá hợp lý là phải viết gấp một bài luận, vì lẽ đó, anh sẽ phải giam mình ở trong nhà.

Bất giác, tôi nhớ lại cuộc nói chuyện ấy...

Mẹ và tôi thong thả dạo bước trên vỉa hè, cố gắng đi trong những bóng cọ lác đác đây đó. Mặc dù hãy còn sớm nhưng tiết trời đã khá oi nồng. Không khí mang đầy hơi ẩm, nên chỉ mỗi việc hít vào, thở ra cũng đủ khiến cho hai lá phổi của tôi phải làm việc cật lực rồi.

- Bella này? - Mẹ tôi lên tiếng, ánh mắt dõi ra xa, qua bên kia bờ cát trắng, nơi những con sóng đang miên man vỗ vào bờ.

- Dạ?

Mẹ thở dài, không đón nhận cái nhìn của tôi.

- Mẹ lo lắm...

- Có chuyện gì vậy mẹ? - Tôi hỏi, nỗi lo lắng ngay tức khắc dâng lên - Con có thể làm gì cho mẹ không?

- Không phải chuyện của mẹ - Mẹ tôi lắc đầu, nói tiếp - Mẹ lo cho con... và Edward.

Cuối cùng, khi nói đến tên anh, mẹ mới đưa mắt sang nhìn tôi, gương mặt đong đầy những khắc khoải.

- Ồ - Tôi lầm bầm, mắt chuyển hướng sang hai du khách vừa chạy bộ ngang qua chỗ chúng tôi, người họ đầm đìa mồ hôi.

- Hai đứa thân hơn mẹ tưởng - Mẹ tôi tiếp tục nói.

Tôi cau mày, cố gắng tái hiện lại trong đầu những gì đã diễn ra trong hai ngày qua. Đúng rồi, Edward và tôi đã có những cử chỉ rất thân mật với nhau - và mẹ bắt gặp. Không biết "quý bà" Renée có sắp sửa "lên lớp" tôi về chuyện trách nhiệm này nọ không đây. Nếu có, chắc chắn sẽ không bao giờ nhẹ nhàng như ngài cảnh sát trưởng rồi. "Bà" Renée chẳng đỏ mặt, lúng túng, hay bối rối gì đâu. Chẳng phải ròng rã suốt mười năm trời, chính tôi đã từng là khán giả trung thành với những bài thuyết giảng của "bà" đó sao.

- Cái cách hai đứa ở bên nhau ấy, mẹ thấy... lạ lắm - Mẹ thầm thì, vầng trán nhíu lại, còn đôi mắt thì đau đáu những âu lo - Cái cách nó nhìn con... lúc nào cũng tỏ ra canh chừng. Cơ hồ như nó sẵn sàng lao ra phía trước để đỡ đạn hay đỡ gì đấy cho con vậy.

Tôi phá ra cười khanh khách, dù rằng vẫn chưa có can đảm nhìn đáp lại mẹ.

- Điều đó không tốt hả mẹ?

- Không phải - "Quý bà" Renée đăm chiêu suy nghĩ, cố gắng tìm kiếm những từ ngữ thích hợp để diễn đạt - Chỉ là *không giống* ai cả. Với con, nó vừa nồng nhiệt cảm xúc... nhưng cũng lại vừa cẩn trọng. Mẹ có cảm giác như mẹ chẳng hiểu gì về mối quan hệ của hai đứa. Hình như có một bí mật nào đó mà mẹ không biết...

- Chắc tại mẹ hay suy nghĩ nhiều quá đó thôi, mẹ à - Tôi vội đáp, cố gắng giữ cho giọng nói của mình thật tự nhiên. Nhưng bụng thì rõ ràng là đang sôi lên. Không rõ "quý bà" Renée đã *trông thấy* những gì rồi. Năng lực quan sát của "bà" từ xưa tới nay, theo tôi biết, vẫn luôn luôn có thể đâm xuyên qua được những hành động vờ vịt nhằm che đậy sự thực, vẫn chọc thủng được các vỏ bọc "tối tân" để nhận biết được thực, hư. Trước đây, điều này chẳng phải là chuyện gì to tát. Chưa hề có bí mật nào mà tôi không thể kể với mẹ, cho đến bây giờ.

- Mà không chỉ có nó đâu - Mẹ phát âm rành rọt từng tiếng một - Ước gì con có thể thấy được hình ảnh của mình lúc ở bên nó.

- Mẹ nói vậy là sao?

- Cái cách con vận động ấy, nhất nhất cứ hướng theo nó mà chẳng để ý đến gì khác. Khi nó cử động, dù chỉ một chút thôi, là y như rằng con đổi ngay tư thế theo đúng như vậy. Hệt như là nam châm... hay là lực hấp dẫn. Con chẳng khác gì một cái... vệ tinh, hay là gì đấy đại loại. Mẹ chưa từng thấy điều gì giống như thế.

Nói đến đây, "quý bà" Renée bặm môi lại và cúi nhìn xuống đất.

- Mẹ đừng nói với con rằng - Tôi nói giọng trêu chọc và cố nở một nụ cười - dạo này mẹ đang đọc truyện trinh thám, mẹ nhé? Hay là truyện khoa học giả tưởng nhỉ?

Gương mặt của "quý bà" thoáng ửng hồng.

- Cái đó thì có liên quan gì đến chuyện này.

- Có quyển nào hay không mẹ?

- Ờ, có một quyển hay lắm... nhưng mà chẳng dính dáng gì tới điều chúng ta đang đề cập đây cả. Chúng ta đang nói về con mà.

- Mẹ chuyển qua tiểu thuyết lãng mạn đi, mẹ. Mẹ biết mẹ dễ bị ảnh hưởng đến thế nào mà.

Thế là ngay tắp lự, hai bên khóe môi của "quý bà" chợt nhếch lên:

- Mẹ hay bị "lậm" lắm à?

Trong tíc tắc ấy, tôi không dám lên tiếng trả lời mẹ. Mẹ dễ xuôi theo ý kiến của người khác quá. Đôi khi đây là chuyện tốt, vì không phải lúc nào ý kiến của mẹ cũng đúng, cũng hay. Nhưng lần này, lòng tôi không khỏi day dứt bởi lẽ đã qua mặt mẹ, nói dối mẹ, trong khi sự thật là mẹ đã nhìn nhận đúng.

Mẹ ngước mắt lên, và tôi vội vã kiềm chế cảm xúc của mình.

- Không phải "lậm" đâu mẹ - chỉ vì mẹ là mẹ thôi.

Mẹ tôi vui vẻ phá ra cười khanh khách, và dẫn tôi đi một mạch đến bãi cát trắng phau, phẳng lỳ, trải dài đến tận mặt nước xanh lơ.

- Tất cả những điều này không đủ để kéo con quay lại với người mẹ ngốc nghếch, dễ bị ảnh hưởng này của con hay sao?

Tôi đưa tay lên quệt trán rồi vờ xởi xởi lại mái tóc.

113

- Con đã quen với cái nóng, cái ẩm rồi - Mẹ "kết tội" tôi.

- Mẹ cũng đã từng gắn bó với những cơn mưa đấy thôi - Tôi tìm cách tránh né.

Mẹ cười, huých khuỷu tay vào tôi, rồi dịu dàng khoác tay tôi, cả hai mẹ con cùng trở lại chỗ chiếc xe của mẹ.

Ngoài những nỗi lo lắng dành cho tôi ra, trông mẹ rất hạnh phúc và mãn nguyện. Mẹ vẫn thường nhìn dượng Phil bằng ánh mắt chứa chan tình cảm, thiết tha, và như vậy thì tôi cũng khuây khỏa được phần nào. Vậy là cuộc sống của mẹ luôn đủ đầy, ấm êm. Có lẽ hiện giờ, mẹ cũng chẳng nhớ tôi nhiều lắm...

Ngón tay lạnh giá của Edward khẽ phết nhẹ lên má tôi. Giật mình, tôi ngẩng mặt lên, chớp chớp mắt, trở về với thực tại. Anh cúi xuống, đặt nụ hôn lên trán tôi.

- Chúng mình về đến nhà rồi, Công chúa ngủ... gật ạ. Dậy thôi "nàng" ơi.

Chúng tôi đang dừng trước nhà của ngài cảnh sát trưởng. Đèn hàng hiên đã bật, chiếc xe tuần tra của cảnh sát đã đậu từ đời nào ở lối đi dẫn vào nhà. Tôi ngó nghiêng, chiếc màn ở cửa sổ phòng khách được vén quá nửa, đèn trong nhà rọi hắt ra, để lại trên bãi cỏ âm u một vệt sáng màu vàng.

Tôi thở dài. Không còn nghi ngờ gì nữa, ngài cảnh sát trưởng đang chờ đợi giây phút được "vồ" lấy tôi đây.

Hẳn Edward cũng có cùng suy nghĩ như thế, bởi lẽ anh nghiêm người lại, đôi mắt trở nên xa xăm khi bước ra ngoài mở cửa xe cho tôi.

- Sao hả anh? - Tôi cất tiếng hỏi Edward.

- Bố em sẽ không làm khó đâu - Anh đoan chắc với tôi, giọng nói không có lấy một chút nào dấu vết của sự bông đùa - Bố đang nhớ em.

Ngay lập tức, đôi mắt tôi sa sầm xuống, trĩu nặng những nghi ngờ. Nếu vậy, thì cớ sao Edward lại phải căng thẳng như đang sắp sẵn khiên, giáp để chuẩn bị ra trận như thế kia?

Hành lý của tôi rất nhỏ, nhưng anh vẫn giành mang vào trong nhà. Ngài cảnh sát trưởng giữ cửa mở cho chúng tôi.

- Mừng con gái của bố trở về! - Ngài cảnh sát trưởng reo vui ầm ĩ, có vẻ rất thật tâm - Jacksonville thế nào hả con?

- Dạ, ẩm lắm bố. Lại còn đầy ruồi nữa.

- Thế mẹ không có ý định gửi con vào Đại học Florida à?

- Dạ có, mẹ ép con dữ lắm. Nhưng mà con đã một mực từ chối.

Một cách miễn cưỡng, ngài cảnh sát trưởng đưa mắt sang Edward.

- Cậu đi chơi có vui không?

- Dạ cháu rất vui, thưa ông - Edward trả lời một cách hòa nhã - Bà Renée thật hiếu khách.

- Thế thì... ừm, tốt. Cậu vui, tôi cũng mừng - Ngài cảnh sát trưởng rời mắt khỏi Edward rồi bất ngờ ôm chầm lấy tôi.

- Con rất xúc động - Tôi thì thào vào tai "ngài".

Ngài cảnh sát trưởng bật cười khùng khục.

- Bố nhớ con lắm, Bells. Khi con đi, bố toàn ăn ở bên ngoài thôi.

- Con về rồi, để con chuẩn bị bữa tối cho bố - Tôi nói sau khi vừa được bố buông ra.

- Con gọi cho Jacob trước được không? Từ hồi sáu giờ sáng tới giờ, cứ năm phút đồng hồ là nó lại gọi điện cho bố hỏi thăm con. Bố có hứa với nó là bố sẽ bảo con gọi cho nó ngay khi con về đến nhà.

Không dám nhìn Edward, nhưng tôi hoàn toàn có thể cảm nhận được sự im lìm, xa vắng nơi anh. Thì ra đây chính là điều đã khiến cho anh căng thẳng.

- Jacob muốn nói chuyện với con ư?

- Bố dám nói là rất rất muốn. Nó không kể với bố là chuyện gì... chỉ bảo rằng rất quan trọng, thế thôi.

Bố tôi vừa nói dứt lời, chuông điện thoại chợt réo vang, âm thanh buốt óc, nghe hối thúc một cách kì lạ.

- Lại là nó đấy. Bố dám cược cả tháng lương sắp tới luôn đấy - Ngài cảnh sát trưởng lầm bầm.

- Để con nghe - Nói xong, tôi hối hả chạy vào bếp.

Edward cũng nhanh chóng bước theo tôi, còn bố thì thong thả bước vào phòng khách.

Chuông vẫn reo, tôi nhấc máy, khẽ xoay người để đối diện với bức tường.

- Alô?

- Chị về rồi.

Ở đầu dây bên kia là giọng nói khàn khàn quen thuộc, bao nhiêu nhức nhối trong lòng tôi bấy lâu nay chợt vỡ òa. Đầu óc tôi tức thì trở nên váng vất, quay cuồng với hàng ngàn kí ức rời rạc, nhưng mau chóng chắp nối, lồng ghép vào nhau - một bờ đá ngổn ngang những củi rễ, những xác cây gãy đổ; một gara được dựng từ những tấm bạt, giữa um tùm cây; mấy lon xôđa ấm áp đựng trong túi giấy; một căn phòng bé tẹo có kê một chiếc ghế xôpha nhỏ nhắn, hai chỗ ngồi, đã bạc màu theo tháng năm. Một đôi mắt đen sâu thẳm biết cười, một cánh tay nóng hổi như đang bị sốt ôm gọn lấy tôi, những chiếc răng trắng sáng tương phản với làn da sậm màu, và một gương mặt với nụ cười rộng mở chẳng khác nào một chiếc chìa khóa dùng để mở cánh cửa bí mật của trái tim, nơi chỉ có họ hàng thân thuộc mới được phép bước vào.

Cõi lòng tôi bồng bềnh như người lữ khách tha hương chợt nhớ về quê cũ, tâm hồn tôi chợt thổn thức một khát khao được tìm về chốn xưa, bên người đã cho mình mượn tạm bờ vai để nương náu giữa đêm trường bơ vơ, lạc lõng nhất của cuộc đời.

Cuối cùng thì tôi cũng lên tiếng, cố gắng xua đuổi nỗi nghẹn ngào bất ngờ dâng lên trong cổ họng:

- Ừ.

- Tại sao chị không gọi cho em? - Jacob gặng hỏi.

Cơn giận dữ lẩn quất trong câu hỏi kia ngay tắp lự làm cho tôi giật nảy mình, người tôi cứng lại.

- Bởi vì chị chỉ mới vừa về tới nhà được đúng bốn giây, và bố chị đang cho chị hay rằng em gọi thì em gọi đến.

- Ồ. Xin lỗi.

- Được rồi. Tại sao em cứ gọi điện liên tục cho bố chị vậy?

- Em muốn nói chuyện với chị.

- Ừưư, chị cũng nhận ra được điều đó. Em nói đi.

Im lặng một lúc.

- Ngày mai, chị có đi học không?

Tôi không khỏi cau mày, không thể hiểu được vì sao người bạn nhỏ lại hỏi một câu "trên trời dưới đất" như thế.

- Tất nhiên là có rồi. Tại sao chị lại nghỉ học nhỉ?

- Ai mà biết. Chỉ tò mò thôi.

Lại im lặng.

- Thế thì em muốn nói gì, hả Jake?

Tiếng nói ở đầu dây bên kia ngập ngừng trong giây lát:

- Thật ra thì cũng chẳng có gì cả. Chỉ vì em... em muốn nghe lại giọng nói của chị, vậy thôi.

- Ừưư, chị biết rồi. Chị *rất* vui vì em đã gọi điện thoại cho chị, Jake ạ. Chị... chị... - Và tôi không biết phải nói sao nữa cả. Thực lòng, tôi muốn thét lên rằng tôi đang chuẩn bị xuống La Push. Nhưng tôi không thể thốt ra được.

- Em đi đây - Jacob đột ngột lên tiếng.

- Hả?

- Em sẽ sớm nói chuyện lại với chị, được chứ?

- Nhưng mà Jake à...

Song, cậu ta đã cúp máy. Bên tai tôi chỉ còn lại một tiếng "títtt" dài, cùng một nỗi ngỡ ngàng.

- Thật ngắn ngủi - Tôi lầm bầm.

- Mọi chuyện ổn chứ em? - Edward lên tiếng hỏi, giọng nói thật nhỏ nhẹ và đầy những cảnh giác.

Một cách chậm rãi, tôi quay lại để đối diện với anh. Gương mặt anh thật bình lặng - rất khó dò được tâm tư.

- Em không biết. Không hiểu có chuyện gì.

Chắc chắn chẳng bao giờ Jacob lại đi quấy rầy ngài cảnh sát trưởng chỉ để hỏi xem tôi có đến trường hay không. Nếu cậu ta muốn nghe giọng nói của tôi, thì tại sao lại vội vội vàng vàng gác máy như vậy?

- Phán đoán của em có lẽ là tốt hơn anh - Edward trả lời, khóe môi hơi gượng nở một nụ cười.

- Ưmmm - Tôi ậm ừ. Anh nói đúng. Tôi hiểu tường tận về Jake. Với ai chứ với tôi thì không thể nói rằng cái lý do lý trấu ấy của cậu ta đã hoàn thành tốt vai trò là chiếc khiên che chắn kỹ đến độ tôi không thể nào nhận ra được nội tình sự vụ.

Tôi tha hồ để cho tâm trí của mình trôi xa, trôi xa - lang thang xuống tận một vùng đất nằm cách thị trấn nhỏ tôi đang ở khoảng mười lăm dặm, nơi có những người da đỏ sinh sống, vùng đất La Push - Trong khi đó, tay tôi bắt đầu lục lọi các ngăn trong tủ lạnh, thu gom vài thứ thực phẩm để sửa soạn bữa tối cho bố. Edward đang đứng tựa người bên thành kệ bếp. Tôi lờ mờ cảm nhận được là anh đang quan sát mọi động thái diễn ra trên gương mặt tôi, nhưng tôi chẳng còn hơi sức đâu mà lo ngại về nỗi anh đã trông thấy gì nữa, lòng tôi hiện đang rối như tơ vò.

Chuyện đi học hình như là mắt xích quan trọng nhất. Chẳng phải Jake đã hỏi tôi chuyện đi học đi hành đó sao. Hẳn người bạn nhỏ quan tâm đến một câu trả lời khác, chứ không thì chẳng lý gì cậu ta lại ráo riết gọi điện thoại cho ngài cảnh sát trưởng đến như thế được.

Vì sao chuyện tôi đi học lại trở nên quan trọng đối với Jacob?

Tôi cần phải tìm ra nguyên nhân khả dĩ hợp lý nhất. Giả như ngày mai tôi *không* đến trường, thế thì sao, có gì hệ trọng không? Tôi bắt đầu thử đặt mình vào cương vị của Jacob. Ngài cảnh sát trưởng cứ tiếc rẻ chuyện tôi mất trắng một ngày học, nhất là đang trong giai đoạn chuẩn bị bế giảng năm học như thế này, nhưng sau một hồi "uốn ba tấc lưỡi" giải thích này nọ, tôi đã thuyết phục được "ngài" tin rằng chỉ có mỗi một ngày thứ Sáu không đến trường thôi thì chuyện học hành của tôi chẳng bị ảnh hưởng gì hết. Hẳn Jake cũng lo lắng cho tôi như thế.

Không. Não bộ của tôi ngay lập tức lên tiếng, phản đối cái giả thuyết quá hời hợt, giản đơn đó. Có lẽ tôi đã bỏ sót một vài dữ kiện quan trọng nào đấy.

Ba ngày... vì cớ gì mà đột nhiên ba ngày tôi vắng mặt ở Forks lại khiến một người vẫn luôn từ chối trả lời điện thoại, cũng như mọi dấu hiện liên lạc từ phía tôi, thay đổi, tại sao cậu ta lại trở nên quan tâm đến tôi thái quá như vậy? Ba ngày có thể thay đổi được gì nơi người ta?

Tôi đứng chết trân ngay giữa bếp. Gói thịt băm viên đông đá từ từ thoát ra khỏi những ngón tay đang tê cứng của tôi. Một tích tắc nghe dài như trăm năm trôi qua, vậy mà tôi vẫn chưa nghe thấy một tiếng "thịch" - tiếng gói thịt rơi xuống sàn nhà.

Thì ra là Edward đã thộp được nó và đặt nó lên kệ bếp. Tôi chỉ vừa kịp nhận thức được điều đó thì đôi tay của anh đã dịu dàng siết quanh người tôi, cùng lúc với đôi môi mềm mại phả một làn hơi dịu mát bên tai tôi.

- Có chuyện gì vậy em?

Tôi lắc đầu, cơ thể vẫn còn bàng hoàng đôi chút.

Ba ngày... khoảng thời gian vừa đủ để làm thay đổi mọi thứ.

Chẳng phải tôi đã tính đến chuyện không học đại học rồi đó sao? Làm sao tôi có thể an tâm ở gần con người sau ba ngày biến đổi đau đớn, hòng thoát khỏi quy luật sinh – tử vốn tự nhiên của vạn vật, cho một mục đích duy nhất là sống đời bên Edward đây? Sự biến đổi đó sẽ khiến tôi trở thành một kẻ suốt đời mang cái gông khát máu của chính mình, vĩnh viễn không có ngày mãn hạn...

Bố tôi đã kể với ông Billy rằng tôi đi du lịch ba ngày chăng? Ông Billy đã nghi ngờ? Và Jacob muốn biết tôi có còn là một con người theo đúng nghĩa hay không? Cậu ta chỉ muốn kiểm định rằng bản giao ước của người sói vẫn chưa bị phá vỡ - rằng người nhà Cullen vẫn không dám cắn một ai... *Cắn*, chứ không phải *giết*...?

Nhưng liệu cậu ta có thực sự nghĩ rằng tôi sẽ dám cả gan quay về nhà ngay cả khi đã không còn là chính mình nữa không?

Edward khẽ lay tôi.

- Bella? - Anh lại lên tiếng, lần này là hoàn toàn lo lắng.

- Em nghĩ... em nghĩ rằng cậu ấy đang kiểm tra - Tôi lầm bầm - Kiểm tra cho chắc. Rằng... em có còn là một con người đúng nghĩa hay không đấy.

Cả thân người Edward đột nhiên đông cứng lại, tôi nhận ra một tiếng rít nho nhỏ vang lên bên tai mình.

- Chúng mình sẽ phải đi thôi anh - Tôi thì thào - Đó là chuyện trước mắt. Để không phải vi phạm giao ước. Chúng mình sẽ không quay về nữa.

Vòng tay anh quanh người tôi khẽ siết vào thêm.

- Anh biết.

- A hèm! - Ngài cảnh sát trưởng hắng giọng thật lớn sau lưng chúng tôi.

Giật nảy mình, tôi lúng túng cởi tay Edward, gương mặt hốt nhiên nóng bừng. Edward lại tựa lưng vào kệ bếp, đôi mắt anh trở nên se sắt. Tôi nhận ra trong đó những lo lắng, kể cả những bực bội chất chứa trong lòng.

- Nếu con không muốn nấu ăn, bố kêu người ta đem pizza tới cũng được - Ngài cảnh sát trưởng nói bóng gió.

- Đừng bố, thật ra, con đang chuẩn bị nấu đây mà.

- Được rồi - Ngài cảnh sát trưởng trả lời, tay không quên khoanh lại trước ngực... và lần này có thêm động tác tựa hẳn người vào khung cửa.

Tôi thở dài, bắt tay vào việc, cố gắng phớt lờ ngài cảnh sát trưởng... à không, bây giờ đã chuyển thành ngài thanh tra rồi.

- Nếu anh nhờ em một chuyện, em có làm giúp anh không? - Edward chợt hỏi tôi, giọng nói du dương có phần gượng gạo.

Chúng tôi đã sắp tới trường. Mới vừa rồi, Edward còn vô cùng thoải mái và nói cười hồn nhiên, tự dưng bây giờ đôi tay anh lại ghì chặt lấy cái vôlăng, các khớp ngón tay đang cố gắng duỗi thẳng ra để không phải phá hỏng vật đang được nắm giữ.

Tôi chú mục vào cái dáng vẻ bất an của anh - đôi mắt của Edward trở nên diệu vợi, cơ hồ như anh đang lắng nghe một tiếng nói nào đó ở xa xăm lắm vậy.

Các mạch đập trong cơ thể tôi cũng tăng nhịp tuần hoàn theo nỗi căng thẳng toát ra từ anh, song tôi vẫn trả lời một cách cẩn trọng:

- Cái đó cũng còn phải tùy nữa.

Chúng tôi bon xe vào bãi đậu của trường.

- Anh cũng sợ rằng em sẽ nói như thế.

- Vậy chứ anh muốn em phải làm gì, Edward?

- Anh muốn em ở yên trong xe - Vừa nói, anh vừa cho xe tấp vào chỗ đậu quen thuộc và tắt máy - Anh muốn em đợi ở đây cho đến khi anh quay trở lại.

- Nhưng... tại sao?

Ngay thời khắc tôi vừa thốt ra xong câu hỏi đó, tôi đã "nhìn thấy" được nguyên nhân. Đúng, tôi đã nhìn thấy con người ấy. Dáng vẻ của cậu ta thật khó có thể lọt ra khỏi nhỡn giới của tất thảy mọi người xung quanh - một kẻ cao ngất ngưởng so với đám học sinh cùng trang lứa - cho dẫu là cậu ta chẳng cần phải đứng dựa vào chiếc xe máy màu đen bóng, hay là đậu xe trái phép trên vỉa hè.

- Ôi trời.

Gương mặt của Jacob thật điềm tĩnh, có phần lạnh giá. Cậu ta vẫn hay dùng gương mặt này để che giấu cảm xúc, và cũng để kiềm chế bản thân mình. Đặc điểm này khiến cậu ta trông rất giống Sam, người lớn tuổi nhất trong nhóm bạn của cậu, con sói đầu đàn của đội sói Quileute. Nhưng Jacob chưa bao giờ có được phong thái điềm đạm như của Sam cả.

Tôi đã quên mất gương mặt này từng làm cho mình khó chịu đến thế nào. Dù rằng tôi đã biết khá rõ về Sam từ trước khi gia đình Cullen quay trở về - đủ để có thể có được cảm xúc quý mến anh ta - nhưng tôi vẫn chẳng thể nào rũ bỏ được nỗi ác cảm khi Jacob cứ hay sao chép thái độ của anh ta như thế. Đó là một gương mặt của người xa lạ. Khi Jacob đeo gương mặt này, cậu ta không còn là Jacob của tôi nữa.

- Phán đoán của em tối hôm qua là sai rồi - Edward lầm bầm - Cậu ta hỏi em có đi học không là vì biết rằng anh luôn ở bên em. Cậu ta muốn tìm chỗ an toàn để nói chuyện với anh. Một nơi có nhiều người qua lại.

Vậy ra hôm qua, tôi đã hiểu sai ý định của Jacob. Tôi đã bỏ sót dữ kiện, đúng là như vậy, chính là dữ kiện tại sao Jacob lại muốn nói chuyện với Edward.

- Em không đợi anh trong xe hơi đâu.

Trong giọng nói của Edward có thoáng đôi chút rền rĩ:

- Biết ngay mà. Thôi được, chúng mình ra khỏi xe nào.

Gương mặt của Jacob đanh lại khi trông thấy chúng tôi, tay trong tay, đi về phía cậu.

Tôi cũng nhận ra những gương mặt khác nữa - những gương mặt... trong lớp tôi. Ai nấy đều tròn xoe mắt khi trông thấy một cậu chàng cao hai mét mốt, hình thể thì lực lưỡng, gọn gàng; khó thể tin được rằng đó là cơ thể của một kẻ mới chỉ mười sáu tuổi rưỡi. Tôi thấy rõ những đôi mắt ấy dán dính vào chiếc áo thun đen ngắn tay ôm vừa khít lấy thân hình người mặc -

dù rằng lúc này chẳng phải là mùa mát mẻ gì - thêm vào đó là chiếc quần jean rách rưới, dính đầy những vệt dầu mỡ và chiếc xe máy màu đen, bóng loáng mà chủ nhân của nó đang đứng tựa vào. Mặc dù vậy, nhưng những đôi mắt hiếu kì ấy cũng không dám nấn ná lâu trên gương mặt của kẻ lạ - thái độ của kẻ ấy có ẩn chứa một "thông điệp" gì đó thì phải, bởi lẽ người nào người nấy chỉ mới thoáng nhìn thôi, ngay sau đó, đã phải vội vã quay đi. Và thêm một điều khác thường nữa, đó là ai ai cũng giữ khoảng cách khá xa với Jacob, cậu ta nghiễm nhiên trở thành tâm của một vòng tròn lớn mà tuyệt không có ai dám xâm phạm vào.

Trong giây phút ấy, tôi ngỡ ngàng phát hiện ra rằng Jacob trông rất *dữ tợn* - một kẻ đáng gờm trong đôi mắt của các học trò tỉnh lẻ. Điều này quả là lạ kì.

Edward bất chợt dừng chân, cách Jacob độ vài mét, vẻ mặt thấy rõ là đang phải chịu đựng vì đã buộc lòng để cho tôi đứng gần một người sói như thế này. Một cách khéo léo, anh hơi đưa tay ra phía sau, nhẹ nhàng đẩy tôi đứng nép vào sau lưng anh.

- Cậu chỉ cần gọi điện thoại cho chúng tôi là được rồi - Edward lên tiếng bằng một giọng nói rất đanh và lạnh lùng.

- Xin lỗi - Jacob trả lời, gương mặt ẩn hiện thái độ khinh thị - Điện thoại của tôi không lưu số điện thoại của bất kì con đỉa nào.

- Cậu cũng có thể chờ tôi ở nhà của Bella mà.

Quai hàm của Jacob giãn ra một chút, nhưng đôi lông mày của cậu ta vẫn nhíu sát vào nhau. Cậu nhỏ không trả lời.

- Chỗ này không tiện, Jacob ạ. Cậu và tôi nói chuyện sau được không?

- Được, được. Sau giờ học, tôi sẽ tìm gặp anh - Jacob khụt khịt mũi - Tại sao bây giờ lại không được?

Edward nhìn quanh, dừng mắt một thoáng trước những người ở gần nhất. Vài người ngập ngừng nơi vỉa hè, đôi mắt lộ rõ vẻ thích thú, trông chờ. Cơ hồ như họ đang mong đợi một trận "so găng" nảy lửa, biết đâu như vậy sẽ khiến cho ngày thứ Hai đầu tuần bớt uể oải hơn. Tôi trông thấy Tyler Crowley thúc tay vào Austin Marks, rồi cả hai cùng dừng lại, đôi chân ngay tức khắc "tung hê" luôn việc phải sải bước đến lớp.

- Tôi biết cậu đến đây để nói gì - Edward nhắc khéo Jacob bằng một giọng nhỏ đến nỗi phải căng tai ra lắm, tôi mới có thể nghe thấy được - Cậu đã nhắn xong. Coi như chúng tôi đã được cảnh báo.

Vừa nói, Edward vừa đưa mắt nhìn xuống tôi, rất nhanh, nhưng cũng đủ để tôi kịp nhận ra nỗi lo lắng hằn chứa trong đôi mắt ấy.

- Cảnh báo ư? - Tôi hỏi một cách thẳng thừng - Hai người đang nói đến chuyện gì vậy?

- Anh chưa cho cô ấy biết ư? - Jacob bật hỏi, đôi mắt mở rộng ngỡ ngàng - Coi nào, anh sợ cô ấy sẽ qua chỗ chúng tôi sao?

- Cậu làm ơn thôi đi, Jacob - Edward vẫn lấy giọng điềm tĩnh đáp lại.

- Tại sao? - Jacob hỏi lại.

Tôi chau mày, hoang mang.

- Có chuyện gì mà em lại không biết vậy? Edward?

Nhưng Edward chỉ hằm hè nhìn Jacob, làm như không nghe thấy tiếng tôi hỏi.

- Jake?

Jacob nhướng mày lên, nhìn tôi.

- Hắn không kể với chị rằng hồi đêm thứ Bảy, ông... *anh* của hắn đã dám vượt qua ranh giới à? - Cậu ta hỏi ngược lại tôi, lối nói đã nghiêng hẳn sang phần chế nhạo. Sau đó, Jacob lại đưa mắt sang Edward - Paul hoàn toàn đúng khi...

- Chỗ đó không có người kia mà! - Edward rít lên.

- Sai rồi!

Jacob đã nộ khí xung thiên thực sự. Đôi tay cậu ta run run. Nhưng rồi cậu ta khẽ lắc đầu, cố gắng hít vào và thở ra thật sâu, hai lần.

- Emmett và Paul ư? - Tôi thều thào. Trong nhóm bạn của kẻ đang đứng đối diện với chúng tôi, Paul là người dễ bị kích động nhất. Chính cậu ta là người đã mất tự chủ vào ngày hôm ấy, ở trong rừng... Hình ảnh con sói xám nhe nanh, giương vuốt bất giác hiện về thật sống động trong tâm trí tôi - Có chuyện gì vậy? Tại sao họ lại đánh nhau? - Giọng nói của tôi càng về sau càng cất cao vì hoảng loạn - Tại sao? Paul có làm sao không?

- Không có ai đánh ai cả - Edward trả lời với chỉ một mình tôi, giọng nói thật nhỏ nhưng cũng thật bình tĩnh - Không ai bị thương. Em đừng lo.

Jacob nãy giờ vẫn găm mắt vào chúng tôi, đôi mắt lấp loáng những ngờ vực.

- Anh không hề kể cho cô ấy nghe một tý gì, có đúng như vậy không? Đó là lý do anh đưa cô ấy đi? Để cô ấy không biết rằng...?

- Cậu đi đi - Edward nạt ngang, gương mặt hốt nhiên ngùn ngụt những lửa hận... rất hận. Trong giây phút ấy, anh thật sự trở về nguyên dạng... là một *ma-cà-rồng* chính hiệu. Đôi mắt rực lửa của anh xoáy thẳng vào Jacob, chĩa vào cậu những tia nhìn hằn học, khinh ghét.

Jacob nhướng mày lên, nhưng gương mặt vẫn không hề thay đổi thái độ.

- Vì sao anh lại không kể với cô ấy?

Im lặng. Cả hai cứ tiếp tục đứng đối mặt với nhau như thế, mặc cho thời gian lặng lẽ trôi qua. Càng lúc, đám học sinh trong trường càng tụ tập đông hơn, đứng tập trung về phía sau Tyler và Austin. Tôi trông thấy Mike đứng bên cạnh Ben - Mike gác tay lên vai Ben, có vẻ như đang bắt ép người bạn này phải cùng đứng xem với mình.

Trong bầu không khí im lặng đến đông cứng, biết bao điều chợt xuất hiện đánh động tiềm thức nơi tôi.

Edward đang không muốn cho tôi biết một điều gì đó.

Đó lại là điều mà Jacob không hề muốn giấu tôi.

Ấy là điều đã khiến cho nhà Cullen và người sói từng phải chạm mặt nhau ở trong rừng, ở một khoảng cách rất gần, rất nguy hiểm.

Đó là điều mà Edward cứ khăng khăng bắt tôi phải bay dọc hết chiều dài đất nước.

Và đó cũng chính là điều mà Alice đã tiên thị vào tuần trước - điều mà Edward đã nói dối tôi.

Đó là điều tôi vẫn đang chờ đợi - một điều mà tôi biết sẽ lại xảy ra, một điều mà tôi vẫn âm thầm cầu nguyện cho nó đừng bao giờ đến. Và điều đó sẽ không bao giờ kết thúc, phải chăng?

Hộc, hộc, hộc, hộc... những tiếng thở dốc, gấp gáp chợt vang lên đều đều bên tai tôi, tuôn ra, rót vào ào ạt qua hai bờ môi tôi; biết, nhưng tôi không làm sao ngăn lại được. Dường như cả ngôi trường đang nghiêng ngả, dường như đang có động đất... Không, không phải, chính tôi mới là kẻ đang bị rúng động.

- Cô ta quay lại tìm em - Cuối cùng tôi cũng lắp bắp được vài tiếng.

Victoria sẽ chẳng bao giờ từ bỏ ý định săn lùng tôi, cho tới khi tôi chết. Cô ta vẫn sử dụng lại kế cũ của mình - vừa nhử vừa chạy, vừa nhử vừa chạy - cho đến lúc tìm ra được lỗ hổng ở hàng rào, hay nói cách khác, những người bảo vệ tôi.

Nhưng có lẽ tôi sẽ gặp may. Có lẽ nhà Volturi sẽ "viếng thăm" tôi trước - ít ra thì họ cũng sẽ xuống tay nhanh hơn, tôi không phải ngắc ngoải gì.

Edward giữ chặt lấy tôi, đứng hơi chếch người để vẫn chắn giữa tôi và Jacob. Anh xoa lấy xoa để gương mặt tôi, ân cần và lo lắng.

- Không sao đâu em - Anh thì thào với tôi - Không sao đâu. Anh sẽ không bao giờ để cho con người đó đến gần được em. Không sao đâu em.

Và rồi anh lừ mắt nhìn Jacob.

- Cậu hiểu vì sao tôi không kể với cô ấy rồi chứ, người sói?

- Anh không nghĩ rằng Bella có quyền được biết hay sao? - Jacob vặn lại - Đây là cuộc sống của cô ấy mà.

Edward vẫn giữ cho giọng nói của mình thật nhỏ, nhỏ đến mức Tyler đang mon men nhích lên trước một chút, cũng không sao thu được vào tai một từ nào.

- Tại sao cô ấy lại phải sợ, khi mà cô ấy chẳng bao giờ gặp nguy hiểm chứ?

- Thà để cô ấy sợ còn hơn là nói dối cô ấy.

Tôi rất muốn lấy lại can đảm, nhưng không hiểu sao đôi mắt của tôi lại mọng đầy những nước. Đằng sau mi mắt mình - tôi có thể trông thấy rõ gương mặt của Victoria, thấy rõ đôi môi của cô ta đang bành sang hai bên để lộ ra những chiếc răng sáng lóe, thấy rõ cả đôi mắt đỏ thẫm bập bùng một mối thù máu đối với tôi; con người đó muốn Edward phải chịu trách nhiệm cho cái chết của James, người yêu của cô ta. Và cô ta sẽ không dừng lại cho tới khi nào người yêu của anh cũng phải rời bỏ anh, mãi mãi.

Edward mơn nhẹ mấy đầu ngón tay lên má tôi, cố lau khô những giọt nước mắt.

- Cậu cho rằng làm tổn thương cô ấy thì tốt hơn là bảo vệ cô ấy sao? - Anh lầm bầm.

- Cô ấy gan lì hơn anh tưởng nhiều - Jacob chỉnh lại - Cô ấy đã từng phải chịu đựng nỗi đau khổ còn gấp bội thế nữa kìa.

Vừa nói dứt câu, thái độ của Jacob bỗng thay đổi, cậu ta nhìn chằm chặp vào Edward bằng một đôi mắt dò xét, trêu ngươi. Đôi mắt của Jacob se lại như đang cố động não, tìm hướng giải cho một bài toán cực khó.

Và tôi cảm nhận được một cách rất rõ ràng rằng

Edward đang co rúm người lại. Ngay tức khắc, tôi ngước mắt nhìn anh, gương mặt anh đang quặn lại một cách đau khổ, tựa hồ như đang phải chịu đựng một sự tra tấn nào đó. Trong giây phút đáng sợ ấy, tôi bỗng nhớ lại buổi chiều ở Ý, trong một cái phòng khủng khiếp của cái tháp nhà Volturi, nơi Jane đã tra tấn Edward bằng năng lực đặc biệt của mình, thiêu đốt anh chỉ bằng chính ý nghĩ của cô ta...

Kí ức kinh hoàng đó bất chợt bứt tôi thoát khỏi nỗi kích động, đẩy mọi thứ trở về đúng vị trí ban đầu của nó. Bởi một lẽ là tôi thà để cho Victoria hành hạ mình chết đi sống lại hàng trăm lần còn hơn phải chịu đựng cái cảnh Edward bị dày vò theo phương cách ấy.

- Vui thật đấy - Jacob buông lời châm chọc, òa ra cười khi trông thấy vẻ mặt khổ sở của Edward.

Edward nhăn nhó, nhưng vẫn nỗ lực điều tiết cảm xúc của mình. Tuy nhiên, dù có cố gắng đến đâu, anh vẫn không sao giấu được những khổ đau đang đong đầy trong ánh mắt.

Tôi đưa mắt sang người bạn thân nhất của mình, thảng thốt... Sự khổ sở của Edward... nụ cười khinh bỉ của Jacob.

- Em đang làm gì anh ấy vậy? - Tôi hỏi gặng.

- Không có gì đâu, Bella - Edward nói với tôi bằng một giọng điềm tĩnh - Jacob có trí nhớ tốt lắm, chỉ có vậy thôi.

Jacob lại toét miệng ra cười, Edward lại tiếp tục bị dày vò.

- Em hãy thôi đi! Thôi cái trò đó đi.

- Được thôi, nếu chị muốn vậy - Jacob nhún vai - Nếu hắn ta không thích những gì em nhớ lại, thì đó là tại hắn thôi.

Tôi nghiêm mặt với Jacob, còn cậu ta thì chỉ đáp lại bằng một nụ cười tinh quái - hệt như một đứa trẻ bị người lớn bắt quả tang làm một việc mà nó biết rằng không nên làm, nhưng nó cũng biết là người lớn kia sẽ không phạt nó.

- Thầy hiệu trưởng đang trên đường đến đây đấy, giờ này, ai còn la cà ngoài sân trường thì chết với thầy - Edward thì thào với tôi - Mình đi đến lớp Quốc văn đi em, Bella, không thì em sẽ gặp rắc rối mất.

- Lo cho nhau quá nhỉ? - Jacob lên tiếng, nhưng chỉ là để nói với mỗi một mình tôi thôi - Cuộc sống mà, không có chút xíu rắc rối thì sao vui được. Để em đoán xem, chị không được phép có niềm vui, đúng không nào?

Edward quắc mắt, đôi môi của anh giần giật, những chiếc răng cũng lấp ló xuất hiện.

- Im đi, Jake - Tôi cứng giọng.

Nhưng Jacob vẫn phá ra cười sằng sặc.

- Thế thì đúng là *không được phép* rồi. Này, nếu chị

135

thích có cuộc sống trở lại, cứ đến tìm em nhé. Em vẫn để chiếc xe máy của chị trong gara nhà em.

Thông tin mới này đã thu hút được sự quan tâm nơi tôi.

- Không phải em đã bán nó rồi sao. Em hứa với bố chị là em sẽ bán nó mà - Nếu tôi đã không năn nỉ Jake ra mặt nói giúp - rằng cậu đã bỏ biết bao mồ hôi công sức trong mấy tuần liền vào cả hai chiếc xe máy đó, nên cậu xứng đáng được đền đáp - thì chắc chắn ngài cảnh sát trưởng đã ném chiếc xe vào thùng đựng đồ phế thải rồi. Và rất có khả năng "ngài" sẽ cho cái thùng ấy một mồi lửa lắm.

- Đúng rồi. Ai cũng nghĩ như vậy. Nhưng nó là của chị, không phải của em. Dù sao đi nữa, em vẫn cứ sẽ giữ nó ở đó cho tới khi nào chị muốn lấy lại.

Tiếp theo lời nói đó là một nụ cười bóng gió, còn chưa thành hình rõ rệt, của người bạn nhỏ.

- Jake...

Jacob đưa người ra trước, gương mặt trở nên thiết tha, những thái độ mỉa mai, chế nhạo từ nãy đến giờ từ từ tan biến.

- Trước đây em đã xử sự sai, chị biết mà, em đã từ chối không muốn làm bạn với chị. Nhưng có lẽ chị và em sẽ xoay xở được, trên lãnh địa của em. Đến gặp em nhé.

Edward vẫn đang ở bên cạnh tôi, đôi tay che chở của anh vẫn còn ôm lấy tôi, nhưng anh thật im lìm, bất động, giống hệt như một pho tượng đá. Tôi trộm nhìn tảng đá ấy - thật bình lặng, đầy kiên nhẫn.

- Chị, ơ, không biết điều đó, Jake à.

Jacob đã hoàn toàn đánh rơi vẻ ngoài khó gần. Có lẽ cậu ta đã quên mất sự hiện diện của Edward, hay ít ra là đã quyết định để mình buông trôi theo cảm xúc.

- Ngày nào em cũng nhớ đến chị, Bella. Không có chị, mọi thứ không còn như cũ nữa.

- Chị biết, chị xin lỗi, Jake, chị chỉ...

Người bạn nhỏ của tôi lắc đầu rồi thở dài.

- Em biết mà. Điều đó không quan trọng, phải không? Em cũng nghĩ là mình sẽ tồn tại được, hay sao đó. Giờ thì ai mà cần có bạn đâu? - Cậu ta hơi nhăn mặt lại, cố tạo cho mình một vẻ mặt phớt đời và làm ra vẻ hiên ngang, hòng che giấu nỗi buồn đau thật sự.

Những khổ sở của Jacob bấy lâu nay vẫn luôn đánh động bản tính che chở nơi tôi. Dù rằng về mặt lý mà nói thì điều này cũng chưa hẳn là đúng lắm - Jacob không cần bất cứ một sự chở che thân mình nào từ phía tôi cả. Nhưng tay tôi, đang bị kẹp chặt dưới cánh tay của Edward, cứ những muốn vươn về phía cậu, để ôm lấy cái thắt lưng to, ấm áp của người bạn nhỏ, với một lời chấp nhận trong câm lặng và một sự an ủi, vỗ về.

Đôi tay che chắn của Edward nghiễm nhiên đã trở thành một hàng rào thép.

- Được rồi, về lớp hết đi - Một giọng nói nghiêm khắc bất ngờ vang lên ở phía sau lưng chúng tôi - Trò Crowley, sao trò còn chưa đi.

- Về trường đi, Jake - Tôi thầm thì, hốt hoảng khi nhận ra giọng nói của thầy hiệu trưởng. Jacob học ở trường Quileute, nhưng cậu ta vẫn có thể bị dính vào rắc rối nếu gây mất trật tự ở trường khác hoặc những gì đại loại như vậy.

Edward buông phắt tôi ra, chỉ còn giữ lại có mỗi bàn tay, vội vã kéo tôi đi theo anh.

Thầy Greene cuối cùng cũng len vào được giữa vòng tròn đầy "khán giả", đôi mày của thầy trĩu xuống hai con mắt ti hí, trông chúng giống như những đám mây... báo bão.

- Tôi nói cho các trò biết - Giọng nói của thầy cất lên sang sảng, nhuốm màu đe dọa - Chút nữa, khi tôi quay trở lại, trò nào vẫn còn đứng đây là sau giờ tan học sẽ bị phạt phải ở lại trường đấy, thế nhá!

Nhưng đám học sinh đã giãn ra trước khi thầy hiệu trưởng kịp hoàn tất câu nói của mình.

- A, trò Cullen. Bộ ở đây có chuyện gì sao?

- Dạ không có chuyện cả, thưa thầy Greene. Chúng em đang trên đường đến lớp ạ.

- Tốt lắm. Nhưng hình như tôi không biết người bạn này của trò - Thầy Greene chuyển cặp mắt hình viên đạn sang Jacob - Cậu là học sinh mới ư?

Đôi mắt của thầy bắt đầu quan sát Jacob, âm thầm đánh giá cậu nhóc cao kều, và tôi dám chắc thầy đã có cùng nhận định với tất cả mọi người khác: tên này không đụng vào được đâu. Một kẻ đầu sừng đầu bướu đấy.

- Không - Jacob trả lời, trên đôi môi thoáng nở một nụ cười tự mãn.

- Thế thì tôi mời cậu hãy ra khỏi trường ngay lập tức, chàng trai trẻ ạ, trước khi tôi gọi cảnh sát.

Ngay sau câu nói đó, Jacob toét miệng ra cười làm ra dáng ta đây, rất trẻ con. Không còn nghi ngờ gì nữa, cậu ta đang mường tượng ra cái cảnh ngài cảnh sát trưởng sẽ thân chinh đến bắt mình đây mà. Nhưng trong nụ cười tươi thật tươi ấy... sao vẫn ẩn hiện những đắng cay, những nhạo báng; làm sao tôi có thể yên tâm cho được. Đây không phải là nụ cười mà tôi hằng trông đợi được nhìn thấy từ bao lâu nay.

- Vâng, thưa ngài - Jacob trả lời theo kiểu nhà binh, rồi leo lên xe, đạp máy. Tiếng máy nổ giòn, bánh xe rít lên, chà mạnh xuống mặt đường khi cậu quặt gấp xe lại. Và chỉ trong vài giây ngắn ngủi, cậu ta biến mất dạng.

Thầy Greene nghiến răng lại khi chứng kiến pha hành động ấy.

- Trò Cullen, tôi mong trò hãy nói với lại người bạn của trò là đừng có đặt chân đến cái trường này nữa.

- Thưa thầy, cậu ấy không phải là bạn của em, nhưng em sẽ truyền đạt lại lời thầy cho cậu ấy ạ.

Thầy hiệu trưởng bặm môi lại. Bảng đánh giá hạnh kiểm cũng như thành tích học tập quá xuất sắc của Edward rõ ràng là bằng chứng khá tin cậy để thầy Greene thẩm định chuyện này.

- Tôi biết rồi. Nếu trò có chuyện gì lo lắng, tôi sẽ rất vui lòng được...

- Em không lo lắng chuyện gì cả, thưa thầy Greene. Sẽ không có chuyện gì xảy ra đâu ạ.

- Tôi cũng mong mọi sự diễn ra theo đúng như lời trò nói. Chà, thôi vậy. Về lớp đi. Cả trò nữa, trò Swan.

Edward gật đầu, sau đó, nhanh chóng kéo tôi đi thẳng tới tòa nhà Quốc văn.

- Em còn tinh thần nào để vào lớp không? - Anh thì thào với tôi khi cả hai đứa đã đi xa khỏi thầy hiệu trưởng.

- Còn - Tôi cũng thì thào đáp lại, nhưng không biết đó có phải là một lời nói dối hay không nữa.

Dù cho tôi có ổn hay là không thì cũng chẳng phải là điều đáng quan tâm bậc nhất vào lúc này. Tôi muốn nói chuyện với Edward ngay lập tức, và lớp Quốc văn không phải là nơi lý tưởng cho cuộc chuyện trò.

Nhưng thầy Greene đang ở ngay sau lưng chúng tôi, làm gì còn có sự lựa chọn nào khác.

Chúng tôi hối hả bước vào lớp, nhanh chân tìm đến chỗ ngồi của mình, giờ học đã bắt đầu được ít phút rồi. Thầy Berty đang ngâm một bài thơ của thi sĩ Frost. Thầy phớt lờ sự xuất hiện của chúng tôi, nhịp ngâm vẫn trầm bổng, liên tục.

Tôi xé đại một tờ giấy trắng trong vở, bắt đầu cắm cúi viết; chữ viết của tôi vốn đã chẳng đẹp đẽ gì, giờ lại thêm bị kích động, nên các nét chữ càng được thể quệch quạc hơn.

Có chuyện gì vậy anh? Kể cho em biết tất cả đi. Đừng tìm cách bảo vệ em theo kiểu đó nữa, em xin anh đấy!

Tôi đẩy tờ giấy sang cho Edward. Anh thở dài, nhưng cũng bắt đầu viết hồi âm cho tôi. Anh viết nhanh hơn tôi, dù rằng viết dài đến cả đoạn, với nét chữ không thể chê vào đâu được; xong, anh chuyển tờ giấy lại cho tôi.

Alice đã trông thấy Victoria quay trở lại. Anh đưa em ra khỏi thị trấn đơn thuần chỉ là để đề phòng mà thôi - con người đó không được có bất kì một cơ hội nào ở gần em. Emmett và Jasper suýt chút nữa là đã bắt được cô ta rồi, nhưng dường như biệt tài của Victoria là đào thoát thì phải. Cô ta lỉnh ngay xuống ranh giới của người Quileute, như thể đã thuộc nằm lòng địa hình này.

141

Khả năng tiên thị của Alice trong phút chốc trở nên hoàn toàn vô hiệu trước những gì liên quan đến người Quileute. Công bằng mà nói, người Quileute có lẽ cũng bắt được cô ta rồi, nếu như bọn anh không đường đột xuất hiện trên đường truy đuổi của họ. Sói xám cho rằng Emmett xâm phạm lãnh địa của họ, nên đã tự vệ. Lẽ dĩ nhiên Rosalie cũng phản ứng theo cách đó, tất thảy mọi người đều ngừng cuộc săn đuổi để bảo vệ người thân của mình. Bố anh và Jasper đã phải làm dịu tình hình trước khi mọi thứ bị đẩy lên đến đỉnh điểm không còn có thể cứu vãn được nữa. Nhưng đến khi ấy thì Victoria đã cao chạy xa bay. Chuyện là như vậy.

Tôi chau mày khi đọc những dòng thông tin ấy. Vậy là ai cũng dính líu vào chuyện này - Emmett, Jasper, Alice, Rosalie và bác sĩ Carlisle. Có lẽ là có cả bà Esme nữa, dù rằng Edward không đề cập đến bà. Như thế thì Paul và những thanh thiếu niên Quileute còn lại, những người cùng hội cùng thuyền với cậu ta... Ngòi nổ của một cuộc chiến chỉ suýt một chút nữa thôi là bén lửa, một bên là gia đình tương lai của tôi, một bên là những người bạn của tôi, họ đã thoát khỏi cơn lốc xoáy của sự tàn sát đẫm máu chỉ trong gang tấc. Bất cứ ai cũng đều có khả năng bị thương. Bất giác tôi nghĩ đến những người sói còn non trẻ, họ dễ bị gặp nguy hiểm nhất, nhưng còn người bạn nhỏ bé của tôi – Alice phải *chống chọi* với một trong những con sói khổng lồ...

Tôi rùng mình.

Một cách cẩn trọng, tôi tẩy hết toàn bộ câu trả lời của anh, sau đó, viết lên hàng kẻ trên cùng:

Bố em thì sao? Cô ta có thể bám theo bố em.

Nhưng trước khi tôi kịp viết xong thì bên cạnh tôi, Edward đang lắc đầu, điều đó có nghĩa là anh và cả gia đình của anh sẽ làm hết sức mình để ngài cảnh sát trưởng nhà tôi không phải gặp bất cứ một nguy hiểm nào. Edward đưa tay ra đón tờ giấy, nhưng tôi lờ đi, cứ cắm cúi viết tiếp:

Anh đâu thể nào biết được là người phụ nữ ấy không nghĩ tới điều đó, bởi vì lúc đó anh đâu có ở đây. Đi Florida rõ ràng là một cách giải quyết hời hợt.

Edward giằng lấy tờ giấy bên dưới tay tôi.

Anh không muốn để em đi một mình. Với mệnh số của em thì dám đến cái hộp đen trên máy bay cũng chẳng còn lắm.

Đây không phải là điều tôi muốn đề cập đến; tôi không hề nghĩ tới chuyện đi đứng mà không có anh. Tôi chỉ muốn chúng tôi cùng ở đây, bên nhau. Nhưng anh thì hiểu sai ý tôi, và câu trả lời của anh đã khiến cho tôi tự ái đôi chút. Làm như hễ cứ tôi có mặt trên máy bay nào là máy bay đó sẽ bị rơi vậy. Buồn cười thật.

Vậy giả như em xui xẻo và máy bay bị rơi đi. <u>Anh</u> sẽ làm gì trong trường hợp đó?

Tại sao máy bay lại rơi?

Giờ thì Edward đang cố nhịn cười.

Vì phi công nào phi công nấy đều say như hũ chìm.

Có gì khó đâu. Anh sẽ lái máy bay.

Tất nhiên là thế rồi. Tôi bặm môi lại và viết tiếp.

Máy móc hư luôn, chiếc máy bay cứ thế lao đầu xuống đất.

Anh sẽ chờ cho đến khi máy bay rơi gần tới đất sẽ ôm chặt lấy em, đạp vách, phóng vút ra ngoài. Rồi anh sẽ đưa em quay lại nơi xảy ra vụ tai nạn, chúng mình sẽ bước từng bước loạng choạng, giống như là hai hành khách may mắn sống sót - may mắn nhất trong lịch sử các vụ rớt máy bay.

Tôi mở tròn mắt nhìn anh, không còn biết phải nói sao nữa.

- Sao? - Anh thì thào.

Tôi lắc đầu vì hãi hùng.

- Không có gì - Tôi nhăn nhó, nói.

Rồi tôi lại lấy gôm xóa sạch mẩu đối thoại lạc đường đó, tiếp tục viết:

Anh <u>sẽ</u> nói với em sau.

Đúng vậy, rồi sẽ có lần sau. Đề tài này sẽ còn tiếp tục cho đến khi hoặc tôi, hoặc anh, vẫy cờ trắng mới thôi.

Edward nhìn chăm chú vào mắt tôi, dễ có đến cả một lúc lâu. Tôi không rõ gương mặt mình lúc này đang biểu lộ trạng thái nào - có lẽ là lạnh băng, bởi lẽ tôi chẳng cảm nhận được một chút máu nào đã chảy lại về má. Mi mắt của tôi hãy còn ươn ướt.

Anh thở dài và gật đầu một cách cương quyết.

Cảm ơn anh.

Tôi chỉ vừa kịp viết tới đó, tờ giấy bỗng mất dạng dưới tay tôi. Ngạc nhiên, tôi ngước mắt lên và lại được dịp sững sờ thêm một lần nữa; thầy Berty đang bước đến bên bàn của tôi.

- Em có thể cho tôi xem cái đó được không, em Cullen?

Edward ngẩng mặt lên - một vẻ mặt vô cùng ngây thơ - tay anh đưa ra một xấp tài liệu, trên cùng có một tờ giấy.

- Thầy muốn xem ghi chép của em phải không ạ? - Anh hỏi lại một cách lễ độ, trong giọng nói có lẫn quất ít nhiều bối rối.

Thầy Berty lướt mắt trên tờ giấy - tất nhiên đây chính là một bản ghi chép, không sót lấy một lời giảng nào của thầy - rồi bỏ đi, đôi lông mày nhíu vào nhau, rất sát.

Đến giờ học sau, giờ "Tích phân - Vi phân" - giờ học duy nhất tôi không cùng học với Edward - tôi phát giác ra rằng các bạn học của mình đang xầm xì bàn tán nhau về một chuyện gì đó.

- Tôi dám cá cho thằng nhóc da đỏ cao kều đấy - Một người nào đó nói.

Giật thót mình, tôi liếc trộm về phía vừa phát ra câu nói ấy. Tyler, Mike, Austin và Ben đang chụm đầu vào nhau, cuộc tranh luận đang đi đến hồi rôm rả.

- Ừ - Mike thì thào - Các cậu có thấy *tướng tá* của thằng nhóc Jacob đó không? Tôi nghĩ là nó có thể cho Cullen đo đất - Trong giọng nói của Mike có ẩn chứa vẻ hài lòng.

- Tôi không nghĩ thế - Ben phản bác - Edward không đơn giản đâu. Cậu ấy lúc nào cũng... phong độ. Tôi tin là cậu ấy hoàn toàn có thể lo liệu được cho bản thân.

- Tôi cũng có cùng suy nghĩ với Ben - Tyler gật gù tán thành - Với lại, nếu một khi cậu nhóc kia có đụng đến Edward, thì các cậu đều biết mà, mấy ông anh của Edward đâu có chịu khoanh tay đứng nhìn.

- Gần đây, các cậu đã xuống La Push chưa? - Mike tiếp tục lên tiếng - Mới cách đây có hai tuần thôi, Lauren và tôi có ra biển, các cậu tin tôi đi, đám bạn của Jacob cũng to cỡ nó đó.

- Hở - Tới lượt Tyler nói tiếp - Tiếc quá hen, hồi nãy, chẳng có một pha quyền cước nào hết. Chắc tụi mình chẳng bao giờ biết được kết quả đâu.

- Tôi thì không cho rằng mọi chuyện chỉ dừng lại ở đó - Austin nhận định - Có lẽ tụi mình sẽ lại sớm được chứng kiến cảnh đối đầu của hai người hùng thôi.

Mike toét miệng ra cười thật tươi:

- Có ai muốn cược không?

- Tôi cược mười đôla cho Jacob - Austin trả lời liền tắp lự.

- Tôi, mười đôla cho Cullen - Tyler đáp trả.

- Tôi cược mười đôla cho Edward - Ben vào hùa cùng Tyler.

- Còn tôi, Jacob - Mike cũng đề xuất quyết định về sự chọn lựa.

- Mà này, các cậu có hiểu chuyện gì không? - Austin thắc mắc - Tại sao mà hai người đó lại kình nhau dữ vậy?

- Tôi có thể biết được nguyên nhân đó - Mike trả lời rồi chiếu ánh mắt ngay sang tôi, cùng một lượt với Ben và Tyler.

Căn cứ vào những gì diễn ra từ nãy đến giờ, tôi có thể khẳng định rằng không một ai trong số bốn người họ nhận ra rằng tôi đã nghe, đã biết được hết nội dung cuộc trò chuyện của họ, dù rằng khoảng cách giữa tôi và bốn anh bạn ấy không phải là ngắn. Và rồi nhanh như cắt, cả bộ tứ ấy lại đồng loạt quay mặt đi, họ chúi mắt vào những giấy tờ, tập vở đang để ở trên bàn.

- Tôi vẫn cược cho Jacob đấy - Tôi nghe thấy Mike lầm bầm.

4. TỰ NHIÊN

Cả một tuần trời ơi đất hỡi.

Tôi biết, về cơ bản, chẳng có điều gì thay đổi hết. Ừm, vậy là Victoria vẫn không đầu hàng, ừ, nhưng mà trong thâm tâm, có lúc nào đó tôi đã từng nghĩ rằng người phụ nữ đó sẽ đầu hàng không? Sự xuất hiện trở lại của cô ta thực chất chỉ là củng cố thêm cho cái điều tôi đã biết từ trước mà thôi. Bởi vậy, chẳng có việc gì phải sợ cả.

Nhưng xét cho cùng, đó chẳng qua chỉ là về lý thuyết thôi. Từ xưa tới nay, nói thì bao giờ mà chẳng dễ hơn làm.

Ngày tốt nghiệp chỉ còn có vài tuần nữa. Tôi tự hỏi liệu có phải là khôn ngoan hay không khi mà lúc nào cũng phải tỏ ra là một đứa dễ bảo, ngoan, hiền; chỉ biết quanh đi quẩn lại hết ở trường, đến cửa hàng, rồi về nhà; không tham gia bất kì một hoạt động nào khác; và cứ cam chịu như thế mà chờ đợi tai họa giáng xuống? Làm người sao thật khốn đốn - lúc nào cũng phải có rắc rối mới chịu. Một kẻ như tôi không nên *làm người* mới phải. Làm người mà có số phận như tôi đây, rất cần được cất bớt cái gánh nặng những rắc rối vượt quá sức chịu đựng này.

Nhưng nào có ai chịu nghe ý kiến tôi.

Bác sĩ Carlisle thì bảo:

- Chúng tôi có tới bảy người, Bella ạ. Với lại, có Alice ở bên cạnh, tôi không nghĩ rằng Victoria sẽ có hành động nào khiến chúng ta bị bất ngờ. Vì lợi ích của Charlie, tôi nghĩ chúng ta nên kiên trì thực hiện kế hoạch cũ.

Bà Esme cũng lên tiếng:

- Chúng tôi sẽ không bao giờ để cho cháu bị xảy ra chuyện gì, cháu gái yêu quý. Cháu đã biết điều đó rồi. Vì vậy, tôi khuyên cháu đừng nên lo lắng - Nói xong, bà hôn lên trán tôi.

Emmett cũng góp lời:

- Tôi rất vui vì Edward đã không xuống tay với cô. Có cô ở đây, mọi thứ trở nên thú vị hơn rất nhiều.

Sau câu nói đó, anh ta được lãnh ngay một cái nhìn muốn nổ cả đom đóm mắt từ phía Rosalie chiếu sang.

Còn Alice thì trố mắt ra nhìn tôi, rồi lên tiếng:

- Mình buồn rồi đó. Bạn thật sự không *lo lắng* về điều ấy chứ, phải không nào?

- Nếu không có gì nghiêm trọng, vậy tại sao anh Edward lại lôi mình đến Florida? - Tôi hỏi gặng.

- Trời ơi, bạn vẫn chưa nhận ra sao, Bella? Edward vốn hay trầm trọng hóa những chuyện bé như cái móng tay mà lại.

Trong lúc đó, Jasper chỉ lẳng lặng "phát huy" cái năng lực lạ kì của mình - anh ta có khả năng quyết định bầu không khí của cảm xúc - để đánh tan lớp mây mù căng thẳng, hoảng sợ đang chờn vờn trong tôi. Thế là tôi bỗng chốc trở nên yên dạ, cứ mặc nhiên để cho mọi người thay phiên nhau an ủi, vỗ về; và cứ thế, cứ thế... những lời năn nỉ đến tuyệt vọng của tôi dần dà bốc hơi thành mây khói.

Nhưng lẽ tất nhiên, ngay khi tôi và Edward vừa bước chân ra khỏi căn phòng ấy là sự bình tĩnh cũng theo gió bay đi mất.

Ôi, thế là tan tành hy vọng. Cả tập thể đã cùng xúm lại hành động một cách sôi nổi, ai cũng mong cho tôi quên đi chuyện một ma-cà-rồng bấn loạn về tinh thần đang truy bắt tôi, mong mỏi được là kẻ đưa tôi về thế giới bên kia. Vậy thì tôi phải tự lo liệu lấy chuyện của mình mới được.

Tôi phải cố gắng thôi. Đúng rồi, tôi sẽ không chú ý đến hiện tình của mình nữa; nghĩ vậy, nhưng đang sẵn cái đà sầu muộn, tôi không thể không điểm lại danh sách những điều đang là mầm mống hiểm họa của đời mình, và tôi lại lên cơn yếu bóng vía...

Chính cái câu trả lời của Edward mới là vấn đề nan giải nhất trong mọi vấn đề.

- Đó là chuyện giữa em và bố anh - Anh đã nói như vậy - Tất nhiên, em cũng hiểu rằng anh rất sẵn lòng được thực hiện điều đó bất cứ khi nào em muốn. Em đã biết rõ điều kiện của anh rồi đấy - Và tiếp theo câu nói ấy là một nụ cười "chết người" của Edward.

Ôi trời. Tôi thuộc nằm lòng cái điều kiện ấy lắm chứ. Edward đã hứa rằng tự anh sẽ biến đổi tôi vào bất kì lúc nào tôi muốn... miễn là tôi chấp nhận *kết hôn* trước với anh.

Thảng hoặc, trong lòng tôi lại dậy lên một nghi vấn rằng có khi nào anh giả vờ là không thể đọc được suy nghĩ của tôi không. Chứ vì cớ gì mà khi không, anh lại nảy ra được cái kiểu kiện mà một khi tôi đã chấp nhận rồi, thể nào tôi cũng sẽ mắc mưu ngay vào cả một mớ những rắc rối? Điều kiện duy nhất ấy đã khiến cho tôi phải chùn chân.

Nói tóm lại là một tuần tệ hại. Và hôm nay là cái ngày tệ hại nhất.

Tệ hại là vì Edward phải đi xa. Alice đã tiên thị từ trước rồi, cuối tuần này, sẽ chẳng có chuyện gì xảy ra cả, thế là tôi cứ một hai buộc anh phải đi săn cùng với các anh em của mình. Tôi rất hiểu cái "gu" của anh, tôi rất hiểu rằng anh phải chán ngán ra sao nếu như phải săn những con thú hiền, ở không xa thị trấn là mấy.

- Anh đi săn vui vẻ nhé - Tôi đã chúc anh như vậy

- Nhớ đem về vài con sư tử núi cho em.

Tôi sẽ không bao giờ thừa nhận với Edward rằng tôi phải khổ sở ra sao khi vắng anh - rằng những cơn ác mộng về sự ruồng rẫy, bỏ rơi đã tìm đến tôi như thế nào. Một khi anh biết được điều đó, anh sẽ đau khổ xiết bao, anh sẽ sợ phải xa tôi, cho dẫu là vì những lý do vô cùng thiết yếu. Sự thể cũng giống hệt như những ngày đầu tiên, khi anh từ Ý trở về. Đôi mắt màu hoàng ngọc của anh đã chuyển sang màu đen, vậy mà anh vẫn cắn răng chịu đựng cơn khát, chịu đựng một cách quá mức cần thiết. Cho nên, cứ mỗi khi Emmett và Jasper muốn đi săn là tôi lại cố làm mặt thản nhiên và gần như là đẩy anh ra khỏi cửa.

Nhưng hình như anh cũng nhìn ra được màn kịch ấy. Không nhiều lắm đâu. Sáng nay, tôi nhận được một mẩu giấy ở dưới gối:

Anh sẽ sớm trở về, để em không kịp có thời gian mà nhớ anh. Chăm sóc quả tim của anh nhé - anh đã để nó lại ở bên em rồi đấy.

Vì vậy, lúc này đây, tôi đang phải chịu cảnh vật vờ với một ngày thứ Bảy dài lê thê và tẻ nhạt, may mà buổi sáng còn có ca trực bán hàng ở Cửa hàng Olympic - nhà Newton - nên tôi cũng vơi được phần nào nỗi buồn chán. À, còn phải kể đến cả lời an ủi của Alice nữa chứ:

- Mình sẽ đi săn ở gần nhà. Mình chỉ đi khoảng mười lăm phút thôi, để phòng khi bạn cần đến mình. Mình sẽ để mắt canh chừng mọi thứ.

Diễn giải thêm: đừng có làm điều gì ngớ ngẩn trong lúc Edward không có mặt ở đây đấy nhé.

Chắc chắn Alice có thừa khả năng "phá" chiếc xe tải của tôi giống như Edward hôm nào.

Thôi, tôi nên nhìn đến mặt sáng sủa hơn của sự việc mới được. Xem nào, sau khi làm việc xong, tôi sẽ giúp Angela viết thư thông báo, để đỡ phải lo nghĩ vẩn vơ. Ở nhà, ngài cảnh sát trưởng đang vô cùng yêu đời, vì Edward tạm thời không lui tới tìm cô con gái rượu của "ngài" nữa; vậy nên tôi cứ an tâm tận hưởng bầu không khí thoải mái lâu lắm mới có được này. Rồi nếu như lỡ mà tôi có lên cơn yếu bóng vía, thì Alice cũng sẽ sẵn sàng ở bên tôi suốt đêm, chỉ cần tôi ngỏ lời với cô ấy là được ngay. Ngày mai, Edward đã trở về rồi. Tôi sẽ lại tiếp tục được sống.

Không cần phải đi làm sớm làm gì, lố bịch lắm, nghĩ vậy nên tôi cứ nhẩn nha nhâm nhi bữa sáng, chậm rãi xúc từng muỗng, từng muỗng bánh Cheerio trộn với sữa đưa lên miệng. Xong bữa, sau khi rửa đĩa, xếp dọn đâu vào đấy, tôi chỉnh lại mấy miếng nam châm trên tủ lạnh cho ngay hàng thẳng lối. Hình như tôi đang bị ám ảnh về sự lộn xộn, mất trật tự thì phải.

Hai miếng nam châm cuối cùng - hai miếng màu đen, tròn trĩnh, mà tôi thích nhất - lại không tuân theo sự sắp đặt của tôi; lúc bình thường, chúng có thể giữ được một lúc những mười tờ giấy trên bề mặt của cái tủ lạnh mà chẳng hề tỏ ra chật vật hay khó khăn gì. Thế mà lúc này đây, các cực của chúng cứ đẩy nhau hoài; mỗi khi tôi để miếng này vào hàng là miếng kia lại xộc xệch ngay lập tức.

Vì một lý do nào đó chăng - có thể là vì sức khỏe tinh thần của tôi đang ở trong tình trạng sụt sùi? Điều này làm cho tôi phát cáu thực sự. Tại sao chúng không thể sống hòa hợp với nhau được nhỉ? Ngốc nghếch kèm theo một chút bướng bỉnh, tôi cứ dứ miếng nam châm này vào miếng nam châm kia, cương quyết bắt chúng phải phục tùng. Thật ra thì tôi hoàn toàn có thể đặt miếng này chồng lên miếng kia, nhưng như thế thì có khác nào là bị mất đi một miếng đâu. Cuối cùng, bực bội với chính bản thân mình nhiều hơn là bực bội với mấy miếng nam châm, tôi tháo cả hai miếng xuống khỏi tủ lạnh, mỗi tay cầm một miếng, ra sức ép chúng vào với nhau. Cũng phải dụng đến một ít sức - từ tính của hai miếng nam châm này khá mạnh nên đẩy nhau khá dữ - tôi đã ép được chúng dính vào nhau.

- Đấy - Tôi nói lớn... với hai vật vô tri vô giác, nhưng rất cứng đầu - Có gì là ghê gớm đâu, phải không?

Tôi đứng nghệt ra đó trong một tíc tắc, thấy mình chẳng khác nào một kẻ ngớ ngẩn; đúng, không thể nào không thừa nhận rằng tôi đang cố sức chống lại các nguyên lý khoa học. Thở dài, tôi đặt hai miếng nam châm trở lại tủ lạnh, miếng này cách miếng kia cỡ chừng ba mươi xăngtimét.

- Không cần phải cứng đầu cứng cổ như vậy đâu - Tôi lầm bầm.

Trời hãy còn sớm quá, nhưng tôi quyết định sẽ ra khỏi nhà, kẻo lại thêm phát rồ phát dại vì mấy cái thứ không hiểu biết, không có cảm xúc đó.

Khi tôi đến nhà Newton, Mike đang quét dọn các lối đi, còn mẹ của anh chàng thì đang hí hoáy sắp xếp lại mấy vật dụng ở chỗ quầy thu tiền. Cả hai mẹ con đang trò chuyện rôm rả, chẳng ai hay biết gì đến sự xuất hiện của tôi.

- Nhưng Tyler chỉ đi được có lúc đó thôi - Mike phàn nàn - Mẹ đã nói là sau khi tốt nghiệp...

- Con phải đợi thêm một thời gian nữa - Bà Newton nạt ngang - Con và Tyler có thể nghĩ ra được thứ khác để làm mà. Cả hai đứa không được tới Seattle chừng nào mà cảnh sát còn chưa kết thúc những cuộc điều tra gì gì ấy ở đó. Mẹ biết bà Beth Crowley cũng đã nói với Tyler những điều như vậy rồi, vì vậy, con đừng có cư xử giống mấy đứa hư hỏng đấy... Ồ, chào cháu Bella - Bà Newton niềm nở khi trông thấy tôi, giọng nói đang bực bội trong một thoáng bỗng trở nên hòa nhã hẳn - Cháu đến sớm quá.

Trước đây, tôi chưa bao giờ nghĩ là có ngày mình lại hỏi xin bà Karen Newton một chân phụ việc trong cửa hàng chuyên bán những vật dụng phục vụ cho các môn thể thao ngoài trời của gia đình bà. Mái tóc của bà màu vàng nhạt, uốn gợn sóng, lúc nào cũng để xõa sau gáy, trông thật tao nhã, các móng tay được chăm sóc láng bóng, các móng chân cũng được tỉa tót vô cùng cẩn thận - phô ra bên dưới mấy chiếc quai da của đôi giày cao gót, trông chẳng hợp tông chút nào với cả một hàng dài những chiếc giày bốt dùng để đi du khảo, được bày bán trong cửa hàng nhà Newton.

- Hôm nay đường vắng quá, bác - Tôi nói trong lúc đưa tay xuống dưới quầy tính tiền, chộp lấy chiếc áo khoác ngoài màu da cam phản quang, rất lòe loẹt. Tôi lấy làm lạ là bà Newton cũng để tâm đến những chuyện ở Seattle giống ngài cảnh sát trưởng nhà tôi. Tôi cứ đinh ninh rằng chỉ có "ngài" là chú ý đến mấy cái chuyện đó thôi. Ai dè...

- Ờ, ưm... - Bà Newton ngập ngừng một lát, tay lần vần xấp tờ rơi đang thu gom dở ở máy tính tiền.

Đang xỏ dở dang một tay vào chiếc áo khoác, tôi dừng ngay lại. Tôi hiểu hơn ai hết cái nhìn của bà Newton.

Khi tôi thông báo với nhà Newton rằng hè này, tôi sẽ không làm việc ở đây nữa - như vậy có nghĩa là tôi dứt áo ra đi vào cái thời điểm họ bận rộn nhất - nhà Newton đã bắt đầu thu nhận Katie Marshell để thay thế tôi. Họ thật sự không đủ khả năng trả tiền công cho cả hai chúng tôi cùng một lúc, nhất là khi hôm nay lại có vẻ như là một ngày ế ẩm...

- Bác đang tính gọi cho cháu - Bà Newton phân trần - Chắc hôm nay không có nhiều việc, cháu à. Mike và bác có thể tự thu xếp được. Bác xin lỗi vì cháu phải dậy sớm và cất công đến đây...

Nếu là ngày thường, có lẽ tôi đã mừng rơn đến thế nào rồi. Thế mà hôm nay... tôi lại không cảm thấy thích thú lắm.

- Vâng - Tôi thở dài, đôi vai xụi xuống. Tôi biết phải làm gì bây giờ?

- Như vậy thật không công bằng chút nào, mẹ à - Anh bạn hiệp sĩ của tôi lên tiếng - Nếu Bella muốn làm việc...

- Dạ không sao đâu, bác Newton. Mình không sao đâu, thật đấy, Mike à. Mình cũng đang học thi, với lại có cả mớ thứ còn phải lo nữa... - Kì thực, tôi không muốn trở thành nguyên nhân xung đột trong gia đình Newton, nhất là khi cả hai mẹ con họ đang không vừa lòng về nhau như thế này.

- Cảm ơn cháu, Bella. Mike, con chưa quét hàng số bốn kìa. Ờ Bella, cháu giúp bác vứt mớ giấy này vào thùng rác trên đường đi ra nhé? Bác bảo với cô gái mang chúng đến đây là bác sẽ để ở quầy tính tiền, nhưng mà bác thật sự không có chỗ.

- Dạ. Không có gì đâu ạ - Tôi cởi chiếc áo khoác, rồi cắp lấy mớ tờ rơi, bước chân ra ngoài màn mưa mịt mù.

Thùng rác nằm ở bên hông nhà Newton, chỗ chúng tôi - những người phụ việc - hay đậu xe khi đến làm. Tôi lê bước, bâng quơ sủi chân vào mấy viên sỏi. Tới nơi, một cách tự nhiên, tôi cung tay, chuẩn bị ném xấp giấy màu vàng nhạt vào thùng thì... Trời hỡi, tôi dừng ngay tay lại, một hàng tiêu đề khổ chữ phóng to, in đậm, vừa đập vào mắt tôi. Trong đó có một từ rất đặc biệt.

Giữ chặt xấp giấy bằng cả hai tay, tôi nhìn không chớp mắt vào tấm hình nằm bên dưới dòng chữ lớn, cổ họng chợt thắt lại:

HÃY CỨU LẤY LOÀI SÓI Ở OLYMPIC

Bên dưới cái tít ấy là bức hình một con sói đang ngước đầu sủa trăng, phía sau nó là một cây linh sam đại thụ. Bức họa quá chi tiết, quá sống động, gieo vào lòng người xem một cảm xúc rưng rưng; sự cô độc của con sói... sao xót xa, bi thương... Có vẻ như nó đang tru lên những tiếng kêu thống khổ.

Vẫn giữ rịt xấp tờ rơi trong tay, tôi vụt chạy về phía chiếc xe tải.

Mười lăm phút - tôi chỉ có chừng ấy thời gian thôi. Nhưng như vậy có lẽ cũng đủ rồi. Từ đây đến La Push chỉ mất có mười lăm phút, qua được cái ranh giới oan nghiệt kia, chắc chắn cũng chỉ mất thêm có vài phút nữa, và thế là vào đến thị trấn.

Chiếc xe tải của tôi lại được dịp gầm vang.

Alice không thể thấy tôi làm chuyện này được, bởi lẽ tôi đã không hề suy tính từ trước. Một quyết định bộc phát - đúng rồi, đây chính là chìa khóa! Miễn là tôi đủ nhanh, tôi hoàn toàn có khả năng tận dụng được sơ hở này.

Một cách nôn nóng, tôi quăng bừa mớ tờ rơi xuống ghế ngồi phía bên cạnh, xấp giấy bị xáo tung - một trăm lời kêu cứu, một trăm con sói xám nổi rõ mồn một trên nền giấy vàng.

Tôi lao xe hết tốc lực ra con đường quốc lộ loang loáng nước, điều chỉnh tốc độ của cần gạt nước lên mức cao và phớt tỉnh Ănglê trước tiếng kêu gào phản đối của cái động cơ cổ lỗ sĩ. Tuy nhiên, tôi chỉ có thể chạy tối đa ở tốc độ năm mươi lăm dặm một giờ mà thôi; ôi, cầu trời cho tôi đến kịp.

Thú thật là tôi chẳng biết chính xác cái ranh giới ấy nằm ở vị trí nào, nhưng khi cho xe chạy ngang qua những ngôi nhà đầu tiên ở La Push, tôi đã vững dạ hơn. Ắt hẳn tôi đã vào được vùng cấm địa của gia đình Cullen rồi, Alice không bao giờ được phép đặt chân đến đây.

Chắc chắn vào chiều nay, khi đến nhà Angela, tôi sẽ gọi điện thoại cho cô bạn nhỏ bé ấy, tôi sẽ "khai báo" hết thảy mọi chuyện với cô, để cô bạn biết rằng tôi vẫn vô sự. Rằng không có lý do gì để cô bạn phải lo lắng cả và rằng cô bạn không cần phải giận tôi - bởi khi Edward quay trở về, lửa hận trong anh cũng đủ để thiêu cháy cả hai người rồi.

Chiếc xe tải cứ thế lao đi ầm ầm trên đường, đồng nghĩa với việc chiếc xe la ó, kêu khóc um sùm khắp làng trên xóm dưới để phản đối tôi, nhưng cuối cùng thì nó cũng dừng lại ở một căn nhà có nước sơn màu đỏ đã xỉn. Nhìn lại cái nơi nhỏ bé đã từng là chốn bình an của mình, cổ họng tôi không khỏi nghèn nghẹn. Đã lâu lắm rồi, tôi không còn đặt chân đến đây.

Nhưng trước khi tôi kịp tắt máy, ở ngưỡng cửa đã xuất hiện một người - gương mặt của người ấy se lại vì sửng sốt.

Chiếc xe tải đột ngột thôi gào khóc, cả không gian hốt nhiên im lặng đến não nề, tôi nghe thấy tiếng thở hổn hển của kẻ đang đứng như phỗng nơi đầu nhà.

- Chị Bella?

- Ồ, Jake!

- Chị Bella! - Jacob cũng hét lên đáp lại, nụ cười tôi hằng mong đợi lại trở về y nguyên trên gương mặt người bạn nhỏ của tôi, tươi roi rói, chẳng khác nào mặt trời đã xua tan được đám mây mù ảm đạm. Và cũng chẳng khác gì với ngày xưa, những chiếc răng trắng bóng vẫn tương phản rõ rệt với nước da màu nâu đỏ

- Em thật không thể tin được!

Vừa dứt lời, cậu chạy ù té ra chiếc xe tải và gần như là lôi bật tôi ra khỏi ghế ngồi, thế rồi hai đứa - một cao, một thấp - nhảy tâng tâng như những đứa trẻ nhỏ.

- Làm sao mà chị đến đây được?

- Chị lén đi!

- *Ghê* nha!

- A, Bella! - Ông Billy đã lăn xe ra tới ngưỡng cửa, để xem xem vì cớ gì mà khi không nhà ông lại bị chấn động như có động đất thế này.

- Bác Bil...

Hự. Hơi thở của tôi chợt thắt lại lưng chừng - Jacob ôm chặt lấy tôi, nhấc tôi lên khỏi mặt đất và cứ thế quay tròn, tôi không làm sao mà thở được nữa.

- Oa, được gặp lại chị ở đây thích quá!

- Không... thở... nổi - Tôi hổn hển.

Cậu bật cười và hạ tôi xuống.

- Mừng chị trở về, Bella - Jacob cười toe toét. Giọng nói của cậu về cuối hơi trầm, nghe hơi trại ra thành *mừng chị về nhà.*

Chúng tôi cùng sóng bước bên nhau, lòng hân hoan đến mức không thể ngồi yên mà nói chuyện trong nhà. Jacob bước những bước thênh thênh, có phần nhún nhảy chân sáo, nên đôi lần, tôi phải nhắc nhở cho cậu bạn nhớ rằng chân tôi không dài như chân cậu.

Đi bên Jacob, tôi có cảm giác như mình đã trở thành một con người khác, một bản thể đã từng thành hình trong tôi khi ở bên cạnh Jacob. Tâm hồn của tôi có phần trẻ thơ hơn, còn lý trí thì có vẻ như đã trở nên thờ ơ với trách nhiệm. Tôi thoắt trở về nguyên dạng là một kẻ, thi thoảng, chẳng vì lý do nào tốt đẹp, vẫn liều mình làm trò rồ dại.

Chúng tôi cười nói luôn miệng, vồ vập hỏi han nhau: dạo này sống ra sao, "quậy phá" được những gì; rằng đã bao lâu rồi tôi không đến thăm cậu, và rằng điều gì đã dẫn đường cho tôi đến đây. Đến khi nghe tôi ngượng ngùng thú nhận về xấp tờ rơi có hình con sói, tiếng cười khằng khặc của cậu bạn vang vọng muốn rung chuyển cả ngàn cây.

Nhưng rồi lúc dạo bước qua lối cửa sau của cửa hàng tạp hóa, dạt đám cây um tùm để bước ra một khu vực khác, cách xa bãi biển thứ nhất, những chuyện khó nói hơn cuối cùng cũng được đề cập đến. Quả tình, tôi không muốn nói đến những nguyên nhân đứng sau cuộc chia cắt dài ngày, giữa tôi và người bạn nhỏ, ngay khi mới gặp lại nhau như thế này; chưa chi, gương mặt của cậu bạn ấy đã trở nên se sắt, trở lại là một Jacob bi thương như dạo nào.

- Chuyện là thế nào vậy chị? - Jacob hỏi tôi, trong lúc như tiện chân, cậu đá luôn vào một khúc cây mục nằm chắn giữa đường, hình như là có hơi dụng... quá sức thì phải. Nạn nhân của cú đá ấy bay qua nền cát, rồi lăn lóc cóc trên bờ đá - Em muốn nói rằng, lần cuối cùng, chúng mình còn gặp nhau ấy... ừm, ngày trước, chị cũng biết... - Người bạn nhỏ lắp bắp. Cậu hít vào một hơi thật sâu, thở ra, rồi lại hít vào - Điều em muốn hỏi là... phải chăng mọi thứ đã trở lại như xưa, như hồi trước, như cái hồi *hắn* bỏ rơi chị ấy? Chị đã tha thứ tất cả cho hắn rồi hả?

Tới lượt tôi hít vào một hơi thật sâu, đáp:

- Không có điều gì phải tha thứ cả, em à.

Tôi không muốn nhắc lại vấn đề này: những bội phản, những định kiến, quy kết; nhưng tôi hiểu, nếu tôi không nói cho ra lẽ, tôi sẽ chẳng thể nào nói sang được chuyện khác.

Jacob nhăn mặt lại như thể vừa nếm phải chanh.

- Em ước gì đêm ấy, anh Sam đã chụp được một tấm hình về chị; mới tháng Chín năm ngoái thôi chứ có lâu la gì. Tấm hình đó sẽ là bằng chứng rõ nét nhất.

- Không có ai đáng trách cả.

- Có mà.

- Nếu em biết được lý do vì sao anh ấy bỏ rơi chị, em sẽ không ghét anh ấy đâu.

Người bạn nhỏ hậm hực nhìn tôi trong mấy giây đồng hồ.

- Được rồi - Cậu xẵng giọng nói một cách ngoa ngoắt - Chị nói đi.

Tôi hứng trọn thái độ thù địch nơi Jacob - vết thương lòng lại bị khơi đau; tôi đã từng đau vì sự căm phẫn như thế này của cậu. Nỗi đau ấy khiến tôi nhớ lại một buổi chiều ảm đảm, đã trở thành một quá khứ xa xăm rồi, khi người bạn nhỏ xát muối vào lòng tôi bằng những lời lẽ phũ phàng, rằng chúng tôi không thể làm bạn được - dưới sự chỉ đạo của Sam. Trong một tích tắc ngắn ngủi, tôi cố gắng lấy lại bình tĩnh.

- Mùa thu năm ngoái, anh Edward rời xa chị là vì anh ấy nghĩ rằng chị không nên đi lại với ma-cà-rồng. Anh ấy cho rằng nếu anh ấy bỏ đi thì chị sẽ được sống tốt hơn.

Jacob cố tình tỏ ra ngạc nhiên khi tiếp nhận thông tin đó. Cậu ta suy ngẫm cả phút đồng hồ; nhưng cho dẫu có điều gì sắp được cậu nói ra, thì điều đó cũng sẽ không còn chua cay nữa. Tôi cảm thấy vui vì người bạn nhỏ không biết được nguyên nhân đứng sau quyết định ra đi của Edward. Tôi hoàn toàn có thể phán đoán được người bạn nhỏ sẽ nghĩ gì một khi biết rằng Jasper đã ra sức tấn công tôi.

- Nhưng hắn đã quay lại mà, chẳng phải như thế sao? - Jacob lẩm bẩm - Hắn không thể trung thành với quyết định đó, quỷ quái thật.

- Em không nhớ rồi, chính *chị* đã đưa *anh ấy* trở về.

Jacob nhìn xoáy vào tôi trong một lúc, nhưng cả thân người của cậu bạn đã dịu xuống. Gương mặt của cậu ta giãn ra, giọng nói trở nên bình tĩnh, điềm đạm hơn:

- Ừ nhỉ. Em không lưu tâm đến chuyện đó. Vì sao vậy?

Tôi bặm môi lại, ngập ngừng.

- Bí mật à? - Lần này, giọng nói của người bạn nhỏ lại đượm chua cay - Hắn không cho phép chị kể với em sao?

- Không phải thế - Tôi nạt ngang - Mà là vì chuyện rất dài.

Jacob mỉm cười, một nụ cười khinh khỉnh, và chuyển hướng đi về phía biển, hy vọng tôi cũng sẽ bước theo.

Không, bầu không khí xung quanh người bạn nhỏ sẽ không còn ấm áp, tươi vui nữa, một khi cậu cứ giữ lối hành xử cộc cằn như vậy. Như một phản ứng tự nhiên, tôi bỗng bước tụt lại, không biết mình có nên quay bước và bỏ về hay không. Về nhà ư, về đến nhà thì sẽ phải giáp mặt với Alice... Không, tôi không muốn mau mau chóng chóng về lại Forks vì lẽ đó.

Jacob bước đến bên một khúc cây to có hình dáng rất quen thuộc với hình ảnh một cây gỗ vốn có trong tiềm thức của tôi - một xác cây nguyên vẹn, từ rễ đến ngọn, bị thứ nước muối mặn chát ăn vào tận bên trong, làm trơ ra phần lõi trắng muốt, bị lún sâu vào trong cát; về một mặt nào đó thì đây chính là cái thân cây kỷ niệm của *chúng tôi*.

Jacob ngồi xuống "chiếc ghế dài" của thiên nhiên, không quên vỗ tay nhè nhẹ xuống chỗ trống bên cạnh.

- Truyện dài đến mấy, em cũng không ngại. Có cảnh hành động nào không?

Tôi trố mắt ra nhìn, nhưng vẫn nhẹ nhàng ngồi xuống bên cạnh người bạn nhỏ.

- Cũng có - Tôi thật thà nhìn nhận.

- Nếu không có mấy màn đánh đấm thì chẳng có gì đáng sợ đâu.

- Đáng sợ lắm! - Tôi trả lời một cách cáu kỉnh - Em có thể chỉ ngồi yên lắng nghe không, hay muốn ngắt lời chị, phỉ báng các bạn chị?

Jacob xoay xoay tay ở phía trước bờ môi - làm vờ động tác như đang khóa miệng mình lại rồi ném tung cái chìa khóa vô hình đó ra sau lưng. Tôi cố gắng nín cười, nhưng... không được.

- Chị sẽ bắt đầu từ chỗ em đến nhà chị nhé - Tôi bắt đầu cất lời, đồng thời cũng tập trung sắp xếp lại những kí ức của mình.

Jacob giơ tay lên - ra hiệu... xin được phát biểu ý kiến.

- Em nói đi.

- Đồng ý, chị kể từ khúc đó đi - Người bạn nhỏ trả lời - Lúc đó em chẳng hiểu mô tê gì hết.

- Ừ, chậc, cũng rắc rối lắm, em chú ý nhé. Em biết Alice có khả năng *tiên thị* mà, phải không?

Trả lời cho câu hỏi đó của tôi là cái nhìn cau có của cậu bạn - người sói không thích huyền thoại về những năng lực siêu nhiên của ma-cà-rồng là có thật - liền theo đó là gương mặt bí xị của cậu ta khi nghe "bản báo cáo" của tôi về chuyến chạy đua bão táp đến Ý để giải cứu Edward.

Song, muốn gì thì gì, tôi vẫn cứ trung thành với định hướng là kể ít chừng nào tốt chừng nấy - phải lược bỏ đi những chi tiết không cần thiết. Trong lúc "tường trình", tôi cố gắng ghi nhận phản ứng của Jacob, nhưng trên gương mặt của cậu ta, tôi chỉ đọc được mỗi một vẻ khó hiểu khi nghe tôi giải thích rằng Alice đã trông thấy Edward lên kế hoạch tự tử ra sao khi biết tin tôi chết. Đôi lúc, cậu ta lại tỏ ra trầm ngâm, suy tư đến độ tôi cũng không rõ là cậu ta có đang lắng nghe hay không nữa. Chỉ có đúng một lần duy nhất Jacob ngắt lời tôi:

- Cái con đỉa tiên tri kia không thể thấy được bọn em à? - Người bạn nhỏ hỏi lại, gương mặt vừa cực độ những khinh ghét, lại vừa nồng nhiệt những hân hoan - Thật không? *Tuyệt vời!*

Hai hàm răng của tôi nghiến chặt vào nhau... Chúng

tôi ngồi yên trong im lặng; Jacob chốc chốc lại liếc nhìn tôi, tỏ vẻ háo hức, chờ đợi tôi tiếp lời. Chỉ đến khi tôi lườm cậu ta một cái, cậu mới nhận ra lỗi của mình.

- Chết rồi! - Cậu giật mình - Em xin lỗi - Rồi bặm môi lại thật chặt.

Thái độ của cậu bộc lộ rõ hơn khi tôi đề cập đến nhà Volturi. Quai hàm của cậu cứng lại, hai cánh mũi phập phồng, còn đôi tay thì bắt đầu nổi da gà. Tôi không dám đi sâu vào chi tiết. Tôi chỉ kể với Jacob rằng Edward đã nói chúng tôi không còn gặp nguy hiểm nữa, chứ tuyệt nhiên không đả động gì đến lời hứa của chúng tôi hay như chuyến viếng thăm không thể định rõ ngày của họ. Jacob không đáng phải chịu đựng những cơn ác mộng của tôi.

- Vậy là em đã biết hết chuyện rồi đó - Tôi kết luận - Tới phiên em. Cuối tuần rồi, khi chị đi thăm mẹ, có chuyện gì xảy ra vậy? - Chắc chắn Jacob sẽ tiết lộ cho tôi nhiều thông tin hơn Edward. Cậu không lo tôi sẽ bị hoảng sợ.

Jacob đổ người về phía trước, trở nên sôi nổi hẳn:

- Tối hôm thứ Bảy, như thường lệ, Embry, Quil và em đi tuần, đến khi nhận ra chẳng có gì khác lạ cả, thì... ĐÙNG! - Người bạn nhỏ vung tay ra, minh họa một vụ nổ - Một dấu vết... còn mới nguyên, chưa tới mười lăm phút. Anh Sam muốn tụi em chờ chỉ thị của ảnh, nhưng em không biết là chị đã rời khỏi thị trấn rồi, em cũng không biết là bọn đỉa, bạn chị, có còn để mắt canh chừng cho chị hay không. Vậy nên bọn em phóng hết tốc lực, đuổi theo ả, nhưng trước khi bọn em bắt được kẻ mưu mô đó, thì ả đã băng qua bên kia ranh giới. Chẳng còn cách nào khác, bọn em cứ lao dọc theo đường biên, mong ả băng qua bên này trở lại. Lúc đó, tức lắm chị ạ - Cậu lắc đầu, mái tóc trên đầu rối bù - mái tóc bắt đầu được cắt ngắn khi Jacob chính thức gia nhập vào đội người sói ngày nào giờ đây đã dài ra, che hết cả mắt - Tụi em lao vun vút trong gió, vậy mà vẫn bị ả bỏ xa. Nhà Cullen khi ấy cũng đuổi bắt ả, chèn ép ả dọc theo ranh giới, nhưng ở trước tụi em vài dặm. Nếu bọn em mà nghĩ ra, biết đứng canh ở đâu đó thì hẳn đã làm thành một cuộc mai phục hoàn hảo rồi.

Jacob lại lắc đầu, nhăn nhó.

- Đó là lúc xảy ra nguy hiểm. Thì ra nhóm của Sam đã chạy đua với ả trước cả bọn em, thế rồi thoắt một cái, ả chọn chạy ngay trên đường biên; ở lãnh địa bên kia, bọn đỉa cũng đuổi theo sát nút. Tên to con, gã tên gì nhỉ...

- Emmett.

- Ừ, hắn đó. Hắn thình lình nhào tới tấn công ả đầu đỏ, nhưng ả quá nhanh! Ả thoát hiểm ngay trong đường tơ kẽ tóc, gã to con đã bắt hụt ả, và suýt một chút nữa là đã tông thẳng vào Paul rồi. Còn Paul... ừm, chị biết Paul rồi đấy.

- Ưưư.

- Cậu ta mất tập trung. Không thể trách Paul được. Con đỉa to xác đó chắn ngay trên đường chạy của Paul. Hắn đã phóng qua... Này, đừng có nhìn em như thế. Thằng ma-cà-rồng quái quỷ đó đã xâm phạm vào lãnh địa của bọn em mà.

Tôi cố sức không thể hiện bất kì một thái độ nào trên gương mặt, để Jacob kể nốt câu chuyện. Dẫu biết rằng kết quả của vụ xung đột đó đã được dàn xếp một cách ổn thỏa, nhưng sao tôi vẫn không khỏi mất hết cả hồn vía, hai tay nắm vào nhau thật chặt, những cái móng tay bấu thành vết trong lòng bàn tay tôi.

- Dù sao thì Paul cũng đã ra tay hụt. Cái tên to xác ấy đã lao ngay về phần đất phía bên gã gần như ngay tức khắc. Nhưng mà sau đó, cái kẻ, ơ, à, ừm, tóc vàng... - Người bạn nhỏ chợt ấp úng, vừa ngỡ ngàng vì mê mẩn, nhưng cũng lại vừa tỏ ý khinh ghét khi tìm ngôn từ để nói về người chị của Edward; trông cậu ta lúc này mới thật tổ làm sao.

- Rosalie.

- Gì cũng được. Cô ta quả thật là thứ dữ, vậy nên anh Sam và em phải bỏ dở cuộc truy đuổi để yểm trợ Paul. Thế rồi thủ lãnh của bọn chúng và một gã tóc vàng khác...

- Bác sĩ Carlisle và Jasper.

Jacob lập tức quay sang ném cho tôi một cái nhìn bực tức:

- Chị biết em chẳng thèm quan tâm đến cái bọn người đó mà. Nhưng thôi được rồi, tên *Carlisle* ấy nói chuyện với Sam, cố gắng làm dịu tình hình. Thế mà thật là kì cục chưa từng thấy, khi khổng khi không, tự dưng, ai nấy đều bỗng trở nên bình tĩnh hết trơn. Thì ra là vì cái gã tóc vàng kia mà có lần chị kể với em, chính hắn đã làm cho đầu óc của tụi em đảo lộn tùng phèo. Nhưng cho dẫu có biết rằng chính hắn đã ra tay, tụi em cũng không thể *không* bình tĩnh trở lại.

- Ừ, chị hiểu cái cảm giác đó.

- Thật là tức chưa từng thấy. Chỉ có điều là về sau mới cảm nhận được cái cục tức đó thôi - Cậu lắc đầu một cách hậm hực - Cuối cùng, anh Sam và tên thủ lĩnh ấy đều nhất trí rằng vấn đề về ả Victoria là quan trọng hơn, nên tất thảy mọi người lại tiếp tục cuộc truy đuổi. Tên Carlisle nhanh chóng rút qua bên kia ranh giới, để tụi em không bị loạn mùi, thế nhưng ả đầu đỏ đã kịp lao vút lên mấy vách đá ở mạn Bắc, thuộc về lãnh địa của người Makah rồi, đến đây thì ranh giới trở nên song song với bờ biển. Kẻ thủ đoạn ấy đã phóng ngay xuống biển để thoát thân. Gã to con và tên "điềm tĩnh" xin phép được vượt qua ranh giới để bám theo ả, nhưng lẽ tất nhiên là tụi em không cho phép.

- Hay lắm. Nói cho đúng ra, chị thấy cách hành xử bên phía em không được sáng suốt, nhưng chị thấy vui. Emmett rất bộp chộp. Thể nào anh ấy cũng sẽ bị thương mất thôi.

Jacob khụt khịt mũi.

- Vậy là tên ma-cà-rồng theo đuổi chị kể rằng tụi em vô cớ tấn công và toàn bộ cái gia đình đức hạnh của hắn đã...

- Không - Tôi ngắt lời người bạn của mình - Edward cũng kể với chị giống như em vậy, chỉ có điều là anh ấy không kể chi tiết mà thôi.

- Hừm - Tôi nghe Jacob lầm bầm, rồi cậu ta cúi xuống, chọn lấy một hòn đá giữa muôn vàn những viên cuội dưới chân chúng tôi. Và bằng một động tác chẳng hề tỏ ra gắng sức, cậu ta ném tung hòn đá ra ngoài khơi xa; viên cuội văng ra khỏi bờ dễ có đến cả trăm mét - Ừ, em đoán thể nào ả ta cũng sẽ quay trở lại cho mà xem. Bọn em quyết sẽ lại truy đuổi ả.

Tôi rùng mình. Victoria sẽ quay trở lại, tôi không hề có một chút mảy may nghi ngờ về điều này. Nhưng liệu Edward có báo cho tôi hay không? Tôi không biết. Vì thế, cách tốt nhất là tôi luôn để mắt đến Alice, tìm kiếm xem có dấu hiệu nào khả dĩ cho thấy "trò chơi ú tim" lại sắp sửa khai mào...

Nhưng có vẻ như Jacob không nhận ra thái độ nơi

tôi, cậu ta cứ chú mục vào những con sóng biển, gương mặt trĩu nặng ưu tư, đôi môi đầy đặn mím lại.

- Em đang nghĩ gì vậy? - Một lúc lâu sau, tôi mới lên tiếng hỏi kẻ đang ngồi bên cạnh mình.

- Em đang nghĩ đến chuyện chị vừa kể. Rằng kẻ tiên tri trông thấy chị lao đầu ra khỏi vách đá, đã đinh ninh rằng chị tìm đến cái chết, và mọi chuyện từ đó bị đẩy đi quá xa... Chị đã nghĩ đến điều này chưa, giả như khi ấy chị đợi em như chị em mình đã giao kèo, thì cái con đ... à, *Alice* sẽ không trông thấy chị làm trò dại dột đó. Mọi chuyện sẽ không có gì đổi thay. Giờ này, chúng mình lại ở trong gara của em, giống như mọi ngày thứ Bảy khác. Thị trấn Forks sẽ không còn ma-cà-rồng nữa, chỉ có chúng ta... - Jacob ngừng lời, tư lự.

Cách nói của Jacob làm cho người khác phải chưng hửng, như thế thật có khác nào bảo rằng thị trấn Forks mà không có ma-cà-rồng thì mới là diễm phúc. Trái tim tôi chợt đập loạn nhịp trước bức tranh vô hồn mà kẻ ngồi kế cận mình vừa mới phác họa nên.

- Edward cũng vẫn sẽ quay về bên chị.

- Chị có chắc không? - Jacob hỏi vặn, bắt đầu lại lối nói khó chịu khi nghe thấy tôi nhắc đến cái tên Edward.

- Cho dẫu có xa xôi, có muôn trùng cách trở... anh ấy và chị cũng không bao giờ cách lòng.

Jacob hậm hực thấy rõ, cậu ta mở miệng, toan nói

ra một điều gì đó - một điều phản ánh rất thực nỗi căm hận đang chất chứa trong lòng - nhưng rồi Jacob đã kìm lại được. Cậu hít vào một hơi thật sâu, sau đó lên tiếng, giọng nói có phần mềm mỏng hơn:

- Chị có biết là anh Sam tức chị lắm không?

- Anh ta tức chị ư? - Tôi ngỡ ngàng trong đúng một tíc tắc - À. Chị hiểu rồi. Nếu chị không hiện hữu ở trong cái thị trấn này thì gia đình nhà Cullen cũng sẽ không sống ở đây.

- Không. Không phải như thế.

- Thế thì là vì cớ gì?

Jacob cúi xuống lượm một viên đá khác. Cậu ta hí hoáy sắp lật, sấp lật nó giữa các ngón tay; đôi mắt như bị hút hồn vào trò chơi đó, khe khẽ trả lời:

- Khi anh Sam tìm thấy... chị, chị đang ở trong tình trạng như thế nào, anh ấy và mọi người đã nghe bố em kể lại rằng chú Charlie đã lo lắng cho chị ra sao, khi mà chị chẳng hề có lấy một chút tiến triển, và rồi chị lao đầu ra khỏi vách đá...

Phải lắng nghe những lời ấy, tôi không khỏi nhăn mặt lại. Vậy ra chẳng ai chịu để cho tôi quên đi...

Jacob nhướng mắt lên, đón tìm ánh mắt của tôi.

- Anh ấy nghĩ chị là người, hơn ai hết, có đủ lý do để căm ghét nhà Cullen, giống như anh ấy. Anh Sam có cảm giác như bị... phản bội khi chị lại kết thân với

175

họ như chưa từng có chuyện họ đã làm cho chị bị tổn thương.

Trong một thoáng, tôi không dám tin rằng Sam lại là người như vậy. Hốt nhiên, tôi trở nên bực bội với cả hai người họ.

- Em nói anh Sam cứ việc...

- Chị nhìn kìa - Jacob chợt ngắt lời tôi, theo hướng tay chỉ của người bạn nhỏ, tôi chợt nhận ra trên tầng cao, một con đại bàng đang lao thẳng xuống những ngọn sóng. Ở phút cuối cùng sắp sửa chạm mặt biển, vua của các loài chim có hơi chùn lại, như để phán đoán, rồi nhanh như cắt, các móng vuốt của nó cắm thẳng xuống nước. Cũng vẫn với cái động tác nhanh nhẹn đó, con đại bàng đập cánh bay đi, trong một nỗ lực khá lớn, vì phải "chở" thêm cả một con cá to mà nó vừa quắp được.

- Chị sẽ thấy điều đó ở khắp mọi nơi - Jacob tiếp tục nói, giọng nói nghe mơ hồ, xa xăm - Đó mới chính là tự nhiên - kẻ đi săn và con mồi, vòng tuần hoàn bất tận giữa sự sống và cái chết.

Tôi không hiểu vì sao người thiếu niên đang ngồi bên cạnh mình lại chuyển hướng sang chuyện tự nhiên; có lẽ cậu ta muốn đổi đề tài chăng. Đúng lúc tôi nghĩ đến đó thì Jacob quay sang nhìn tôi, tận sâu trong đôi mắt của cậu có thấp thoáng một chút hóm hỉnh cay độc.

- Tuy nhiên, chị sẽ không bao giờ trông thấy một con cá cố gắng trao nụ hôn cho con đại bàng. Không, chị sẽ không bao giờ trông thấy điều ấy - Đôi môi của cậu hé nở một nụ cười nhạo báng.

Tôi cũng toét miệng ra cười đáp lại, song giọng nói vẫn còn đầy những men chua.

- Có lẽ con cá vẫn đang tìm cách. Làm sao mà biết được con cá đang nghĩ gì. Đại bàng là loài chim đẹp. Em cũng biết như thế mà.

- Đó là cội nguồn của mọi rắc rối ư? - Giọng nói của người bạn nhỏ bỗng thoắt trở nên gay gắt - Tất cả là vì cái đẹp à?

- Em đừng có ngớ ngẩn như thế, Jacob.

- Hay là vì tiền? - Cậu ta vẫn khăng khăng.

- Được rồi - Tôi lầm bầm và đứng bật dậy - Chị rất lấy làm "hãnh diện" vì đã được em chiếu cố, nghĩ nhiều đến chị như thế - Nói rồi, tôi quay gót, bước đi thẳng một mạch.

- Này, đừng có giận dỗi thế - Jacob bắt kịp tôi ngay tức khắc, cậu ta túm lấy cổ tay tôi, xoay người tôi lại - Em nói thật đấy! Em muốn hiểu chuyện này, nhưng rốt cuộc, trong đầu em chỉ toàn những điều mông lung.

Đôi lông mày của kẻ đối diện với tôi nhíu lại, mối căm tức hiển hiện rõ nét trên gương mặt, và đôi mắt đen của cậu, đôi mắt đen lay láy, nặng trĩu những u sầu.

- Chị yêu *anh ấy.* Không phải vì anh ấy quá điển trai hay bởi anh ấy có *nhiều tiền*! - Tôi gằn từng tiếng một với Jacob - Trong thâm tâm, chị cũng đã từng mong muốn anh ấy không có cả hai thứ đó. Tuy nhiên, chính Edward đã làm cho khoảng cách giữa anh ấy và chị rút ngắn lại, bằng chính lòng nhân ái, tâm hồn cao đẹp, sự giỏi giang và tính cách đứng đắn của anh ấy, trong đời chị chưa từng gặp một ai có hội đủ những yếu tố như thế cả. Chị yêu anh ấy. Điều đó khó hiểu ở chỗ nào kia chứ?

- Đúng là không thể hiểu nổi.

- Thế thì mở mắt cho chị đi, Jacob - Tôi cứ để mặc cho giọng điệu chế nhạo ấy tuôn trào khỏi đôi môi, không hề có ý muốn ghìm nén lại - Đâu là lý do xác đáng để một người yêu một người? Vậy hóa ra tình yêu của chị là không giống ai cả?

- Vùng đất tốt nhất để ươm mầm cho tình yêu là vùng đất ta đã hoàn toàn thông thuộc, vùng đất sống chỉ của những người như ta. Hạt giống được trồng ở nơi ấy nhất định sẽ cho ra trái ngọt.

- Ồ, ra là thế! - Tôi trả lời một cách mát mẻ - Thế thì chị cần phải gắn bó với Mike Newton rồi.

Jacob nao núng thấy rõ, cậu ta bặm ngay môi lại. Và tôi hiểu rằng những lời lẽ của mình đã làm tổn thương đến cậu, nhưng lửa nộ trong tôi đang bốc lên cao quá, ngọn lửa đã thiêu cháy toàn bộ lòng trắc ẩn vốn có trong tôi. Jacob lập tức buông ngay tay tôi ra, khoanh hai cánh tay lại trước ngực, ánh nhìn của người thiếu niên cũng tức khắc rời khỏi tôi, từ từ chuyển hướng ra biển.

- Em là một con người - Cậu ta lầm bầm; phải khó khăn lắm tôi mới có thể nghe được những lời ấy.

- Em không được "người" như Mike - Tôi vẫn tiếp tục buông ra những lời tàn nhẫn - Thế nào, em có còn nghĩ đó là lý do quan trọng nhất không?

- Chị nói như vậy là không đúng - Jacob vẫn không rời mắt khỏi những con sóng xám xịt - Em không hề chọn cuộc đời này cho mình.

Tôi cất lên một tiếng cười khan.

- Thế em nghĩ Edward đã chọn kiếp sống đó ư? Anh ấy cũng không biết chuyện gì đang xảy ra với anh ấy, chẳng hơn gì em đâu. Anh ấy còn không hề cầu xin được như vậy nữa kìa.

Jacob thoáng tư lự, cậu ta gật gật đầu, nhưng tất cả những động thái ấy chỉ diễn ra trong chớp nhoáng.

- Em có biết không, Jacob, em là người cực kì bảo thủ và ngoan cố - sao em không nghĩ đến chuyện mình là người sói đi.

- Chị nói như vậy là không đúng mà - Jacob lặp lại, hầm hè nhìn tôi.

- Chị chẳng thấy chỗ nào là không đúng cả. Em chỉ

mới biết được rất ít về gia đình nhà Cullen, em chỉ chú trọng đến lớp vỏ bề ngoài mà thôi. Kì thực, em không thể hình dung nổi là họ tốt đến mức nào đâu - đó là phẩm hạnh của họ đấy, Jacob ạ.

Jacob nhíu hẳn đôi lông mày lại.

- Bọn chúng không nên có mặt trên cõi đời này. Sự tồn tại của bọn chúng là trái với lẽ tự nhiên.

Tôi nhìn Jacob trân trối, một bên mày khẽ nhướng lên vì ngỡ ngàng. Một lúc sau, kẻ đối diện với tôi mới nhận ra điều ấy:

- Sao?

- Em nói đến chuyện trái tự nhiên đi... - Tôi đáp lời một cách nhẹ nhàng.

- Bella - Jacob lại lên tiếng, giọng nói thật nhỏ và ở một "tông" giọng khác - đó là giọng nói của một người lớn. Tôi chợt nhận ra rằng cậu thiếu niên đang ở trước mặt tôi đây có phong thái của một người lớn tuổi hơn tôi rất nhiều, cậu giống như một người cha hay là một thầy giáo - Em được sinh ra làm sao, lớn lên, em là như vậy. Chính dòng máu đã, đang và sẽ chảy trong người em đây quyết định việc em là ai, gia đình em là những người như thế nào, và là đặc trưng giống nòi của bộ tộc em - Đó là lý do vì sao tụi em vẫn bám trụ ở mảnh đất này.

- Ngoài vấn đề đó ra - Cậu chú mục vào tôi, đôi mắt

đen lay láy khó thấy được đáy sâu - Em *vẫn là* một con người thực thụ.

Nhẹ nhàng cầm lấy tay tôi, cậu ta điều khiển nó áp vào lồng ngực ẩm ấm nóng của mình. Dù rằng đã bị cách qua lớp áo vải thun, song, tôi vẫn cảm nhận được thật rõ ràng trong lòng lòng bàn tay mình là một quả tim đang đập - những nhịp đập rất mạnh và rất khỏe.

- Người bình thường không thể có những cú phóng xe máy trời thần như vậy.

Nghe tôi nhận định, người thiếu niên mỉm cười, một nụ cười gượng gạo, yếu ớt.

- Người bình thường luôn tránh xa bọn quái vật, Bella ạ. Em cũng không nói mình bình thường. Chỉ là một con người mà thôi.

Giận Jacob quả là một điều rất khó thực hiện. Tôi bắt đầu mỉm cười và rụt tay về.

- Ngay lúc này đây, so với chị, em quả thật quá "người" rồi - Tôi nhìn nhận.

- Em luôn cảm nhận được mình là một con người đúng nghĩa - Cậu bắt đầu bước ngang qua tôi, gương mặt trở nên xa vắng. Hốt nhiên tôi ngước nhìn lên, vành môi trên của Jacob đang run run, phải cố gắng lắm cậu ta mới bặm nó lại được.

- Ôi Jake - Tôi thì thào, nắm vội lấy tay Jacob.

Đây, đây chính là cái lý do vì sao tôi lại có mặt ở

chốn này. Lý do vì sao tôi sẵn sàng chấp nhận tất cả những gì đang chờ đợi mình khi quay về. Bởi lẽ, đằng sau tất cả những oán hận, những lời châm chọc, mỉa mai đầy ác ý của Jacob là cả một tâm hồn đang bị tổn thương sâu sắc. Ánh mắt của người thiếu niên lúc này đã nói lên được tất cả những điều đó. Đầu óc tôi rối bời, tôi chưa tìm ra được cách nào khả dĩ giúp đỡ được người bạn của mình, nhưng tôi biết rằng mình sẽ phải hết sức cố gắng. Không chỉ bởi vì cậu là ân nhân của tôi, mà trên hết, chỉ nỗi đau của cậu thôi cũng đã đủ khiến cho tôi xót xa, tê tái cả cõi lòng. Jacob đã là một phần cơ thể của tôi rồi, giờ đây, không một thứ gì trên đời này có thể thay đổi được điều ấy.

5. DẤU VẾT

- Em có sao không, Jake? Bố chị nói rằng em đang ở trong giai đoạn khó khăn... Chẳng lẽ em không có lấy một chút thời gian nào gọi là vui ư?

Cánh tay nóng ấm của người bạn nhỏ ngoắc vào cánh tay của tôi.

- Không đến nỗi tệ lắm - Jacob trả lời, mắt vẫn không đáp lại ánh nhìn của tôi.

Một cách chậm rãi, người thiếu niên bước trở lại chỗ cái xác cây – kéo cả tôi theo - đôi mắt của cậu ta dán chặt vào những hòn đá ánh ngũ sắc cầu vồng. Rất tự nhiên, tôi ngồi xuống chiếc ghế bất đắc dĩ ấy, nhưng cậu bạn của tôi thì lại chọn ngồi xuống mặt đá ẩm ướt, không phải bên cạnh tôi. Phải chăng cách ngồi ấy có thể giúp được cậu giấu đi gương mặt của mình trước tôi? Cánh tay của cậu vẫn còn ngoắc vào cánh tay của tôi, chưa rời.

Im lặng. Và tôi là người đầu tiên phá tan tan cái bầu không khí nặng nề đó:

- Lâu rồi, chị không đến đây. Chắc là mù tịt thông tin về mọi thứ rồi. Sam và Emily sao rồi em? Embry nữa? Quil đã...?

Tôi không dám nói hết câu, chợt nhớ ra rằng chuyện của Quil, người bạn thân của Jacob là một đề tài khá nhạy cảm.

- À, Quil - Tôi nghe thấy một tiếng thở dài não nuột của Jacob.

Vậy là điều không thể né tránh được ấy cuối cùng cũng xảy ra - Quil hẳn đã gia nhập vào đội người sói.

- Chị rất tiếc - Tôi lầm bầm.

Nhưng Jacob bỗng khịt khịt mũi, trước sự ngỡ ngàng của tôi:

- Đừng nói điều đó trước mặt *cậu ấy*.

- Em nói vậy là sao?

- Quil không muốn nghe thấy những lời thương cảm đại loại như vậy đâu. Cậu ta là một trường hợp... kì cục - cậu ta thích điều đó. Hoàn toàn lấy làm hạnh phúc.

Tất nhiên là tôi ngớ người ra trong giây lát. Chẳng phải chính tôi đã từng cảm nhận được nỗi xót xa không thể cất thành lời của những người sói, khi biết rằng người bạn của mình rồi cùng sẽ phải chịu chung số kiếp bất hạnh như mình đó sao. Thế mà nào ngờ...

- Hả?

Jacob ngoái đầu ra sau, đón lấy ánh nhìn nơi tôi. Cậu ta mỉm cười, và sau đó là đảo mắt.

- Quil cho rằng đấy là món quà tuyệt vời nhất mà

cậu ấy được tặng trong đời. Cuối cùng, cậu ta cũng hiểu được ngọn ngành sự vụ. Cậu ta rất vui vì bạn bè đã quay trở lại, hay nói một cách khác, trở thành thành viên của đội "chiến binh" - Jacob lại khịt khịt mũi - Đúng là *Quil* có khác.

- Cậu ấy *thích* điều đó ư?

- Nói đúng ra thì... hầu hết tụi nó đều thích thế - Jacob thừa nhận một cách chậm rãi - Nếu nói về lợi thế thì cũng có nhiều lắm: tốc độ này, làm gì cũng được này, được hưởng một sức mạnh trời ban nữa... thêm vào đó là một không khí... *gia đình*... Chỉ có anh Sam và em là hai kẻ duy nhất cảm thấy chua xót mà thôi. Nhưng anh Sam, dẫu sao, cũng đã vượt qua được chuyện đó lâu rồi. Chỉ có em là đứa còn rền rĩ, ta thán - Nói đến đây, Jacob bật cười với chính mình.

Tuy vậy, tôi vẫn còn nhiều điều cần muốn biết lắm.

- Tại sao em và Sam lại không vui tới mức đó? Sam đã gặp phải chuyện gì? Anh ấy có nỗi khổ riêng gì vậy? - Những câu hỏi cứ thế tuôn ra một tràng, Jacob không biết đường nào mà lần nữa, cậu lại được dịp cười như nắc nẻ.

- Chuyện dài lắm.

- Chị cũng đã kể một thôi một hồi chuyện của mình cho em rồi đấy thôi. Với lại, chị cũng không vội về nhà - Tôi trả lời, bất giác nhăn nhó khi nghĩ đến cảnh một mớ rắc rối đang chờ đợi mình.

Người bạn nhỏ ngẩng mặt lên nhìn tôi gần như ngay tức khắc, cậu ta đã nhận ra ý tứ trong câu nói ấy.

- Hắn sẽ giận chị sao?

- Ừ - tôi thật thà thú nhận - Anh ấy rất dị ứng với những chuyện chị làm mà anh ấy cho là... mạo hiểm.

- Chẳng hạn như giao du với người sói chứ gì.

- Ừưư.

Jacob nhún vai.

- Thế thì chị đừng về. Em sẽ ngủ trên ghế tràng kỷ.

- Hay lắm - Tôi làu bàu - Nhưng rồi sau đó anh ấy sẽ đến tìm chị cho mà xem.

Jacob sựng người lại rồi cất tiếng cười nhạt.

- Thật thế sao?

- Bởi vì anh ấy lo rằng chị có thể sẽ bị thương hay gặp phải một chuyện nào đó chẳng lành... Có lẽ vậy.

- Sáng kiến của em lúc nào cũng hay hết ta ơi.

- Chị xin em đấy, Jake. Chị thật sự ghét điều đó lắm.

- Chị ghét cái gì?

- Ghét chuyện em và anh ấy rồi sẽ giết hại lẫn nhau! - Tôi phàn nàn - Chị phát điên lên vì điều đó. Tại sao cả hai người không thể cư xử với nhau một cách lịch sự, đàng hoàng được nhỉ?

- Hắn sẽ giết em thật à? - Jacob hỏi tôi, "tặng" thêm một nụ cười hung tợn đầy sát khí, không thèm bận tâm đến biển lửa hận đang ngùn ngụt bùng cháy trong tôi.

- Anh ấy không có giống như em đâu! - Tôi chợt nhận ra là mình đã hét váng lên - Ít ra, về mặt này, *anh ấy* trưởng thành hơn em nhiều. Anh ấy biết rằng em mà có mệnh hệ nào thì chị sẽ đau lòng lắm - vậy nên anh ấy chẳng bao giờ làm cái chuyện đó.

- Ờơơ, đúng rồi - Jacob lầm bầm - Chắc chắn hắn là người theo chủ nghĩa hòa bình.

- Thấy ghét! - Tôi rút tay mình ra khỏi tay người bạn nhỏ, khẽ ấy vào đầu cậu ta. Rồi tôi rút cả hai đầu gối lên, vòng tay ôm lấy chúng khư khư.

Cứ ngồi trong tư thế ấy, tôi hậm hực dõi mắt về phía cuối chân trời.

Jacob ngồi yên chừng vài phút. Sau cùng, cậu ta cũng đứng dậy, tiến lại, ngồi xuống kế bên và, quàng tay lên vai tôi. Nhưng tôi đã rũ vai để đánh rơi cánh tay ấm nóng ấy xuống.

- Em xin lỗi - Người thiếu niên nhỏ nhẹ lên tiếng - Em sẽ cố gắng cư xử cho phải phép.

Im lặng.

- Chị có còn muốn nghe chuyện về anh Sam không? - Cậu ta hỏi ướm.

Tôi nhún vai.

- Như em đã nói rồi, chuyện dài lắm. Và rất... không giống ai. Cuộc đời mới này đem lại cho những kẻ như em bao nhiêu điều lạ lùng. Hồi trước, em không có thời gian để đề cập với chị. Còn chuyện của anh Sam - chậc, em không biết mình có đủ khả năng giải thích cho đúng không nữa.

Những ngôn từ của cậu bạn đã kích thích nỗi hiếu kì trong tôi, lấn át cả cơn cáu bẳn.

- Chị đang lắng nghe đây - Tôi cứng giọng.

Và trong nhỡn giới của mình, tôi nhận ra một bên gò má của "kẻ đáng ghét" hơi đưa lên... vì nụ cười khá rộng.

- Anh Sam bước chân vào cuộc đời mới gian khổ hơn bọn em nhiều. Bởi lẽ, anh ấy là người đầu tiên, và anh ấy chỉ có một thân một mình, không có ai giải thích cho anh ấy biết chuyện gì đang xảy ra cả. Ông nội của Sam đã mất từ trước khi anh ấy ra đời. Bố của anh ấy thì rày đây mai đó. Không một ai phát hiện ra những dấu vết rất đặc thù đó hết. Lần đầu tiên của anh ấy - lần đầu tiên anh ấy biến hình - anh ấy cứ đinh ninh rằng mình đã mất trí hoàn toàn. Phải mất những hai tuần sau, khi anh ấy lấy lại được bình tĩnh, anh ấy mới biến được thành người trở lại.

"Chuyện đó xảy ra từ trước khi chị đến Forks, do đó, chị không biết gì về việc này. Mẹ của Sam và chị Leah Clearwater đã phải nhờ đến đội bảo vệ rừng bủa đi tìm anh ấy, cả cảnh sát nữa. Ai cũng cho rằng anh ấy gặp phải tai nạn, hoặc là một sự cố nào đó..."

- Chị Leah ư? - Tôi không thể không hỏi lại, sửng sốt. Leah là con gái của ông Harry. Bất chợt được nghe lại cái tên của cô gái, trong lòng tôi bỗng ngập tràn một nỗi tiếc thương. Ông Harry Clearwater là bạn vong niên của bố tôi, mùa xuân vừa rồi, ông ấy đã mất vì chứng đau tim.

Giọng nói của người thiếu niên cũng thay đổi, trở nên trĩu nặng những u buồn:

- Vââânggg. Chị Leah và anh Sam vốn yêu nhau từ thuở còn ngồi trên ghế nhà trường. Họ bắt cặp với nhau từ khi chị ấy mới bước chân vào cánh cửa trường trung học. Khi anh ấy mất tích, chị ấy chẳng khác gì như người bị mất trí vậy.

- Nhưng Sam và Emily...

- Em sẽ nói đến chuyện đó... nó cũng là một phần của câu chuyện mà - Người bạn nhỏ trả lời. Cậu ta hít vào thật chậm rãi, rồi sau đó, thở hắt ra.

Thật ngớ ngẩn thay cho tôi khi bao lâu nay vẫn lầm tưởng rằng Sam chưa từng yêu ai khác ngoài Emily. Đúng là trong cuộc đời của mỗi người, hầu như ai cũng đã yêu và đã chia tay nhiều lần. Nhưng khi tôi nhìn thấy Sam và Emily bên nhau, tôi không thể tưởng tượng ra được cảnh anh ta ở bên người khác. Cái cách anh ta nhìn cô gái... ừm, khiến tôi nhớ lại một ánh nhìn chứa chan cảm xúc thi thoảng tôi vẫn nhận thấy trong đôi mắt của Edward - khi anh nhìn tôi.

- Sam trở về - Jacob tiếp tục câu chuyện - Nhưng anh ấy không hề hé môi với ai về nơi anh ấy đã đến. Tin đồn cứ thế rộn lên - nội dung tin đồn chủ yếu cho rằng anh ấy đã dính líu vào những vụ việc xấu xa. Thế rồi một buổi chiều nọ, anh Sam tình cờ gặp ông nội của Quil, khi già Quil Ateara đến thăm bà Uley. Anh Sam bắt tay già. Già suýt chút nữa đã bị đột quy - Nói đến đây, Jacob phá ra cười ngặt nghẽo.

- Sao thế?

Jacob đưa tay lên má tôi, xoay cho gương mặt tôi nhìn trực diện vào gương mặt cậu - rồi cậu ta khẽ đưa người tới trước, gương mặt của chúng tôi chỉ cách nhau có vài xăngtimét ngắn ngủi. Lòng bàn tay của người bạn nhỏ như muốn nung cháy làn da mặt của tôi, cơ hồ như cậu đang phải chịu đựng sự hành hạ của cơn sốt.

- Ờ ha, đúng rồi - Tôi thốt lên. Đồng thời cảm thấy cực kì khó chịu khi gương mặt của mình lại ở gần gương mặt của người thiếu niên đến mức này, và cả bàn tay ấm nóng của cậu ta đang áp lên da mình nữa - Sam nóng lên.

Jacob lại bật cười, tiếp lời:

- Bàn tay của Sam lúc đó cứ như đang để ở trên bếp lò ấy, nó nóng rực.

Gương mặt của Jacob ở gần tôi quá, tôi hoàn toàn có thể cảm nhận được hơi thở mang đầy nhiệt lượng của cậu. Làm ra vẻ tự nhiên, tôi chỉnh lại tư thế - ngồi thẳng người lên, thoát khỏi bàn tay của cậu bạn, hay nói một cách khác - giải thoát cho gương mặt đang bị kìm kẹp; tuy nhiên, ngõ hầu để cho Jacob không bị tổn thương, tôi cẩn thận đan tay mình vào tay cậu. Và đáp lại hành động ấy của tôi, người thiếu niên thoáng mỉm cười, cậu ta ngả người ra sau, rõ ràng là đã phát giác ra ẩn ý của kẻ đang ngồi bên cạnh cậu.

- Thế là ông Ateara đi liền một mạch tới chỗ những vị lão làng khác - Jacob tiếp tục kể - Họ là những người còn ghi nhớ di huấn của tổ tiên, họ biết chuyện. Ông Ateara, bố em và ông Harry đã từng trông thấy ông nội của họ biến đổi ra sao. Khi già Quil kể chuyện cho họ nghe, họ bí mật gặp Sam và giải thích cho anh ấy hiểu.

"Mọi chuyện trở nên dễ dàng hơn khi anh ấy hiểu ra, khi anh ấy không còn đơn độc nữa. Mọi người cũng biết anh ấy không phải là người duy nhất bị "dị ứng" với sự xuất hiện trở lại của bọn Cullen - Jacob phát âm cái tên bằng một giọng điệu ngoa ngoắt không có chủ ý - Song, chưa ai đến cái tuổi đó cả. Vậy nên anh Sam mới phải chờ đợi mấy đứa em đến ngày sẽ có thể chung vai sát cánh cùng anh ấy...

- Nhà Cullen không hề có ý niệm này - Tôi nói gần như hụt hơi - Họ không biết rằng người sói vẫn còn tồn tại ở đây. Họ không biết rằng sự xuất hiện của họ sẽ khiến em và các bạn của em phải chịu một kiếp sống khác.

- Nhưng sự thật thì vẫn cứ là sự thật.

- Đừng có nói với chị là em đang kéo chị về hùa với định kiến của em đấy nhé.

- Chị nghĩ em nên học cách tha thứ như chị sao? Chúng ta, đâu phải ai cũng là thánh hay những kẻ tử vì đạo đâu.

- Người lớn một chút đi, Jake.

- Em cũng mong được như vậy lắm - Cậu bạn của tôi thễ thọt trả lời.

Đôi mắt tôi như dán dính vào Jacob, cố gắng hiểu điều cậu vừa thốt ra thành lời.

- Sao cơ?

Jacob bật cười khúc khích.

- Một trong những điều lạ lùng, hồi nãy em có nói rồi đó.

- Em... không... thể... lớn lên sao? - Tôi hỏi một cách thẳng thừng - Em sao nào? Không... bị... *già* đi à? Em đùa ư?

- Không - Cậu bạn của tôi bật môi ở chữ *Không* thật dứt khoát.

Tôi cảm nhận rõ mồn một bầu máu nóng đang dâng tràn như lũ túa lên mặt mình. Đôi mắt tôi mau chóng mọng đầy những nước - nước mắt của bộn bề cảm xúc.

Tôi nghiến răng lại, thật chặt, đến độ nghe thấy cả tiếng.

- Chị Bella? Em đã nói gì không phải sao?

Tôi chợt nhận ra rằng mình lại đứng bật dậy, hai bàn tay nắm lại rất chặt, cả thân người run lên bần bật.

- Em. Sẽ. Không. Bị. Già. Đi - Tôi lầm bầm qua kẽ răng.

Một cách dịu dàng, Jacob nắm lấy khuỷu tay tôi, cố gắng kéo tôi ngồi xuống.

- Vâng, không một ai trong tụi em sẽ phải chịu cảnh đó. Chị làm sao vậy?

- Vậy là chỉ có một mình chị là sẽ phải *lớn lên*? Mỗi một ngày trôi qua là chị lại phải xa rời tuổi trẻ, thật kinh khủng! - Tôi gần như là rít lên, vung hai tay vào không trung. Hành động đó có khác nào xỉa một nhát dao đến bố tôi đâu, một phần người nhỏ bé trong tôi nhận thức được điều đó, nhưng nỗi bất mãn bấy lâu nay đã làm mờ mắt, che hết lý trí của tôi rồi - Quỷ tha ma bắt! Thế giới đáng ghét này là thế nào vậy? *Sự công bằng* ở đâu?

- Bình tĩnh lại đi, chị Bella.

- Im đi, Jacob. Im đi! Thật *quá* bất công!

- Chị giậm chân "bạch bạch" luôn chưa? Em thấy trên tivi, con gái hay làm như thế đó.

Vẫn còn lầm bầm tức tối, song, tôi đã... nhỏ giọng hơn.

- Cũng không đến nỗi tệ như chị nghĩ đâu, chị à. Chị ngồi xuống đi, em sẽ giải thích cho mà nghe.

- Chị sẽ đứng.

Người bạn nhỏ trố mắt.

- Vâng. Sao cũng được. Nhưng chị nghe này, một ngày nào đó, em *cũng sẽ*... phải già đi thôi.

- Em giải thích đi.

Jacob không vội trả lời ngay, cậu ta vỗ nhè nhẹ vào thân cây. Tôi cáu kỉnh thêm đúng một tích tắc nữa rồi mới chịu... ngồi xuống; cơn lửa hận tự dưng tắt ngóm, thật nhanh, hệt như lúc nó xuất hiện. Và bây giờ thì tôi đã có đủ bình tĩnh để mà nhận ra rằng mình vừa hành xử chẳng khác gì một con ngốc cả.

- Khi bọn em đã có đủ khả năng tự kiềm chế được bản thân, có thể thoát khỏi... - Jacob nói - nếu như trong suốt một thời gian dài, tụi em không lần nào quay lại kiếp sói. Chẳng dễ đâu chị - Người bạn nhỏ của tôi lắc đầu, bất giác trở nên hoài nghi - Chắc phải mất cả một thời gian dài mới học được cách kiềm chế. Ngay cả đến anh Sam cũng còn chưa thành công. Nhưng làm sao có thể tránh được đây, khi chắn giữa đường đời của chúng em là cả một đám ma-cà-rồng. Tụi em không thể nghĩ đến chuyện sống an phận, khi mà bộ tộc đang cần có người bảo vệ. Nhưng dẫu sao, chị cũng đừng lấy đó làm điều băn khoăn, trăn trở, bởi lẽ em đang lớn tuổi hơn chị đây, ít ra cũng là về mặt thể chất.

- Em đang nói gì vậy?

- Chị nhìn em đi, Bells. Trông em có giống kẻ mười sáu tuổi không?

Làm theo lời của người thiếu niên, tôi ngắm nghía hình dáng đồ sộ của cậu, cố gắng đưa ra một nhận định công bình.

- Hình như không được giống lắm.

- Không giống tí nào ấy chứ. Bởi lẽ một khi gien sói đã kích hoạt thì các nội tố trong cơ thể của tụi em sẽ phát triển một cách toàn diện chỉ trong vòng vài tháng. Sinh trưởng bộc phát, đúng thật là địa ngục - Jacob nhăn nhó - Về mặt thể chất, chắc em cũng phải hai mươi lăm tuổi hay là cỡ đó đó chị. Bởi vậy, ít ra trong khoảng bảy năm tới, chị không cần phải buồn lên buồn xuống vì nỗi lớn tuổi hơn em nhiều đâu.

Hai mươi lăm tuổi hay là cỡ đó. Câu nói ấy khiến đầu óc tôi rối tung. Nhưng đúng rồi, sự phát triển thần tốc - tận mắt tôi đã chứng kiến người bạn nhỏ của mình "nhổ giò" và lớn lên như thế nào. Tôi nhớ Jacob của ngày hôm nay khác với ngày hôm qua ra sao... Tôi lắc đầu, choáng váng.

- Vậy nên chị có muốn nghe em kể tiếp về anh Sam không, hay là chị muốn gào thét về những điều em không thể kiểm soát được?

Tôi hít vào một hơi thật sâu.

- Chị xin lỗi. Tuổi tác hiện đang là đề tài nhạy cảm của chị. Chị dễ bị kích động về nó.

Đôi mắt của Jacob sắt lại, trông như đang tìm từ ngữ để diễn đạt.

Nhưng tôi không muốn đụng đến những chuyện dễ khiến tôi động lòng nữa - các dự tính của tôi trong tương lai, các giao ước này nọ sẽ bị phá vỡ nếu chẳng may tôi có lỡ miệng hé lộ về kế hoạch của mình; thôi, tốt nhất là tôi nên gợi ý cho cậu bạn của mình vậy:

- Vậy là khi đã được bố em, ông Harry và ông Ateara giải thích, động viên, Sam đã hiểu ra cớ sự, em đã nói là mọi chuyện không còn khó khăn nữa. Và, cũng như em nói, có những điều rất tuyệt vời... - Tôi ngập ngừng trong giây lát - Thế thì tại sao Sam lại ghét họ đến như vậy? Tại sao Sam lại muốn chị ghét họ?

Jacob thở dài, đáp:

- Cái này thuộc về lãnh vực số mệnh rồi, chị.

- Chị là một kẻ chạy trời cũng không thoát khỏi số nè.

- Vâââânggg, em biết mà - Người thiếu niên toét miệng cười, nói tiếp - Ừm, chị nói đúng. Anh Sam biết chuyện

196

gì đang diễn ra, và mọi thứ gần như đã trở nên bình thường. Về nhiều mặt, có thể nói cuộc đời của anh ấy đã trở lại như xưa, ừm, tuy không còn được bình thường nữa. Nhưng chắc chắn là tốt hơn - Gương mặt của Jacob se lại, trông như đang phải chịu đựng một nỗi đau vừa đột ngột ùa đến - Anh Sam không thể kể với chị Leah. Bọn em không được phép kể với bất kì ai không liên quan. Vả lại, anh Sam ở bên cạnh chị ấy cũng không được an toàn - và anh ấy đã chọn cách nói dối, xa lánh chị ấy, giống như em đã từng hành xử với chị. Chị Leah rất giận, anh ấy không chịu tiết lộ với bạn gái những gì đang xảy ra - rằng anh ấy đã ở đâu; đêm đến, anh ấy hay đi đâu; cớ sao lúc nào cũng thấy anh ấy mệt lả - nhưng mà trên hết, cả hai vẫn tìm cách vượt qua những khó khăn. Họ vẫn luôn cố gắng. Họ thực sự yêu nhau.

- Rồi cuối cùng chị ấy cũng biết được sự thực, phải không? Có phải chuyện xảy ra như vậy không?

Người thiếu niên lắc đầu phủ nhận:

- Không, không phải như vậy. Mà thật ra thì vào một ngày cuối tuần, người em họ của chị Leah, chị Emily Young, mới từ lãnh địa của người Makah xuống thăm chị ấy.

Miệng tôi há hốc.

- Emily là em họ của Leah sao?

- Chị em con chú con bác, chị à. Nhưng mà hai người thân lắm. Hồi còn nhỏ, hai chị ấy giống hệt như hai chị em ruột vậy.

- Thật... quá đáng. Làm sao mà Sam có thể...? - Tôi lắc đầu, không thể nói trọn vẹn câu.

- Chị đừng vội xét đoán anh ấy. Đã có ai nói với chị rằng... Có bao giờ chị nghe nói đến *duyên ngầm* chưa?

- Duyên ngầm? - Tôi lặp lại cái từ xa lạ - Chưa. Nghĩa là sao?

- Là một trong những chuyện kì lạ mà chúng mình đang thảo luận đây. Không phải điều đó xảy ra với tất thảy mọi người. Thật ra thì nó là chuyện hi hữu, chứ không phải là lẽ thường tình. Anh Sam đã từng nghe qua mấy chuyện này rồi, những chuyện mà tất thảy tụi em đều chỉ nghĩ là truyền thuyết. Anh Sam đã nghe nói đến duyên ngầm, nhưng anh ấy chưa bao giờ nghĩ rằng...

- Nghĩ gì? - Tôi thúc giục.

Jacob để cho hồn mình chìm đắm trong đại dương mênh mông suy tư:

- Anh Sam đã có một mối tình nồng thắm dành cho chị Leah. Nhưng khi anh ấy gặp chị Emily, mối tình ấy đã tan biến ngay. Nhiều khi... chúng ta không thể hiểu được lý do tại sao... chúng ta lại tìm thấy người yêu đích thực của mình theo cách đó - Đôi mắt của người bạn nhỏ đưa sang tôi, gương mặt của cậu đỏ bừng - Em muốn nói là... người yêu tri kỷ ấy.

- Cách nào? Kiểu tiếng sét ái tình ấy hả? - Tôi cười khúc khích.

Nhưng Jacob vẫn giữ nguyên nét mặt nghiêm nghị. Đôi mắt đen láy của cậu ta có hơi nheo lại vì bực bội trước phản ứng của tôi.

- Nó mạnh hơn cái đó. Có uy lực hơn rất nhiều,

- Chị xin lỗi - Tôi lí nhí - Em đang nói chuyện nghiêm túc mà, phải không?

- Dạ.

- Tiếng sét ái tình? Nhưng lại có uy lực lớn hơn ư? - Giọng nói của tôi vẫn còn lẩn quất những hoài nghi, và người bạn nhỏ của tôi không khó khăn gì để nhận ra điều đó.

- Không dễ gì giải thích đâu chị. Dù sao thì nó cũng không phải là chuyện gì quá quan trọng - Người thiếu niên nhún vai một cách hờ hững - Chị muốn biết điều gì đã khiến cho Sam ghét ma-cà-rồng mà. Chính vì chúng mà anh ấy bị biến đổi, vì chúng mà anh ấy căm ghét chính bản thân mình. Chính vì điều ấy đấy. Vì anh ấy đã làm tan nát trái tim của chị Leah. Anh ấy đi ngược lại những điều mà anh ấy đã hứa với chị ấy. Hàng ngày, anh ấy phải hứng chịu nỗi oán trách không lời toát ra từ đôi mắt biết nói của chị Leah, anh Sam cũng hiểu là chị ấy không hề trách sai.

Jacob đột ngột ngừng lời, có vẻ như cậu đã lỡ miệng nói ra một điều mà cậu không có ý muốn đề cập đến.

- Chị Emily thu xếp chuyện này như thế nào? Khi mà chị ấy đã thân thiết với chị Leah như thế...? - Sam và Emily đúng là một cặp trời sinh, là hai miếng ghép hình vừa khớp, và là hai nửa hoàn hảo của nhau. Tuy nhiên... làm sao Emily có thể nhắm mắt trước cái sự thật rằng anh ta đã từng thuộc về người khác? Mà người đó lại chẳng khác nào là chị gái ruột của mình...

- Ban đầu chị ấy cũng khổ tâm lắm. Nhưng thật khó có thể kháng cự được những hẹn thề và những đam mê - Jacob thở dài - Rồi sau đó, anh Sam kể hết mọi chuyện với chị ấy. Khi ta tìm ra được một nửa của mình, không một điều luật nào lại có thể trói buộc được ta cả. Chị cũng biết rằng chị ấy đã bị thương như thế nào mà, phải không?

- Ừưư - Thị trấn Forks chỉ biết được có mỗi một chuyện, đó là cô gái xấu số ấy đã bị gấu vồ, nhưng tôi thì nắm được nội tình sự vụ.

Người sói rất khó tự chủ, Edward đã từng nói như vậy. *Những người ở gần họ rất dễ bị thương.*

- Dạ, họ giải quyết mọi chuyện theo hướng như vậy đấy, thật khó khăn, khó khăn đến mức kì lạ. Anh Sam đã rất sợ, anh ấy hoảng loạn tinh thần, và giận bản thân mình vô cùng... Anh ấy còn tính lao đầu vào gầm xe buýt nếu điều đó có thể khiến cho chị Emily khỏe lại nữa. Dù sao thì anh ấy cũng suýt một chút nữa là hành động như vậy thật, để chấm dứt mọi tai họa do mình gây ra. Anh ấy bị khủng hoảng... Thế rồi, không hiểu sao, chính *chị ấy* là người an ủi anh Sam, và sau đó...

Jacob ngừng lại, không nói ra hết suy nghĩ của mình, nhưng tôi cũng có cảm giác rằng chuyện sau đó rất riêng tư, không còn có thể chia sẻ được.

- Tội nghiệp Emily - Tôi thầm thì - Tội nghiệp Sam. Tội nghiệp Leah...

- Vâng, chị Leah là người khổ nhất - Người thiếu niên nhìn nhận - Chị ấy cố làm mặt bình thản. Chị ấy sẽ trở thành phù dâu.

Tôi quay mặt đi, hướng mắt về phía cuối vịnh, nơi có những bãi đá lởm chởm nhô cao khỏi mặt nước - trông chẳng khác gì những ngón tay bị mất đốt - mà cố gắng nắm bắt cho hết mọi chuyện. Tôi cảm nhận được bên cạnh mình, Jacob đang chú mục vào gương mặt tôi, chờ đợi tôi lên tiếng.

- Chuyện này cũng xảy ra với em phải không? - Cuối cùng, tôi cất tiếng hỏi, nhưng mắt vẫn trông ra xa - Tiếng sét ái tình ấy.

- Ồ, không - Người bạn nhỏ trả lời rất... hùng hồn - Chỉ có Sam và Jared là "bị" thôi.

- Ừmmm - Tôi chỉ biết "lên tiếng" có thế, cố ra vẻ quan tâm một cách chừng mực, xã giao. Và trong tôi, một cảm giác nhẹ nhõm lan tỏa ra khắp cõi lòng, cớ sao lại như vậy nhỉ, tôi cố gắng tìm lời giải thích cho mình. Có lẽ tôi vui vì Jacob không nói huych tẹc ra rằng giữa hai chúng tôi đang có một mối liên hệ thần bí, giống như những người sói với nhau; rằng mối quan hệ của chúng tôi hiện cũng khó biết nên xếp nó vào kiểu nào. Tôi không còn muốn biết những gì thuộc về lãnh vực tự nhiên nữa, bấy nhiêu thôi đã là đủ lắm rồi.

Jacob cũng thôi trò chuyện, và một cách nhanh chóng, bầu không khí xung quanh hai chúng tôi bỗng trở nên tĩnh mịch một cách đáng ngại. Trực giác trong tôi bắt đầu lên tiếng mách bảo: tôi không muốn nghe, không muốn biết những suy nghĩ của cậu bạn.

- Chuyện của Jared là sao vậy em? - Tôi hỏi để phá tan sự im lặng não nề.

- Không có gì nghẹt thở đâu chị. Suốt một năm trời, ngày nào cô gái ấy cũng ngồi bên cạnh cậu ta, thế mà cậu ta có đoái hoài gì đâu, chẳng thèm nhìn người ta lấy lần thứ hai nữa chứ. Vậy rồi sau khi biến đổi, ai xui ai khiến thế nào, cậu chàng lại quyết định quay sang nhòm cô ấy một cái, và thế là không sao rời mắt khỏi được. Kim cũng lãng mạn lắm. Cô nàng say cậu chàng như điếu đổ, còn viết tên họ của cậu ta bên cạnh tên mình trong cuốn sổ nhật ký nữa - Jacob phá ra cười một cách chế nhạo.

Tôi chau mày.

- Jared kể với em như thế à? Lẽ ra cậu ta không nên làm như vậy.

Jacob lập tức bặm môi.

- Đúng ra, em không nên cười mới phải. Nhưng dù sao thì cũng thấy ngồ ngộ.

- Người yêu tri kỷ mà.

Người bạn nhỏ thở dài.

- Kì thực, Jared cũng không cố tình kể với tụi em đâu. Em đã nói với chị về vụ này rồi, chị còn nhớ không?

- Ừ há. Em và các bạn có thể nghe được suy nghĩ của nhau, nhưng chỉ là khi mọi người biến thành sói, đúng không?

- Đúng. Cũng giống như con đỉa của chị vậy đó - Jacob lử mắt.

- Edward - Tôi chỉnh lại.

- Ở, ờ. Cũng vì lẽ đó mà em mới hiểu được tâm trạng của anh Sam. Nếu anh ấy được quyền chọn lựa, chắc chắn anh ấy chẳng đời nào để lộ cuộc sống riêng tư của mình cho tụi em biết đâu. Bởi vậy, đó là điều mà tụi em, đứa nào cũng ghét - Giọng nói của Jacob chợt khản đặc, chất chứa bao nỗi chua xót, nghẹn ngào - Thật đáng sợ. Không hề có riêng tư, không hề có bí mật. Tất cả mọi điều mà chị lấy làm e thẹn, xấu hổ đều bị phơi bày rành rành ra hết trước mắt mọi người - Cậu bạn rùng mình.

- Nghe thấy ớn quá nhỉ - Tôi thầm thì.

- Nó *chỉ* có ích chừng nào tụi em cần đến sự phối hợp của nhau thôi - Người thiếu niên giải thích một cách miễn cưỡng - Khi mà họa hoằn lắm mới có một con đỉa láng cháng lọt vào lãnh địa của bọn em. Gã Laurent đó vui thật. Và nếu mà hồi thứ Bảy vừa rồi, bọn Cullen không xớ rớ trên đường truy đuổi của bọn em thì... chà chà! - Jacob rên rĩ - Tụi em đã bắt được ả rồi! - Jacob siết chặt hai bàn tay lại thành hai nắm đấm.

Tôi cảm thấy nao núng. Tôi lo lắng cho Jasper và Emmett có thể bị thương trước Victoria bao nhiêu thì tôi lại phát run cầm cập khi nghĩ đến chuyện Jacob sẽ đối đầu với Victoria bấy nhiêu. Emmett và Jasper thì gần như là bất khả xâm phạm rồi. Nhưng còn Jacob, cậu ấy vẫn còn có một phần người, dòng máu đang chảy trong người cậu ấy vẫn ấm áp. Đúng, con người. Tôi bỗng mường tượng ra hình ảnh Jacob đang nghênh diện trước Victoria, mái tóc rực rỡ của cô ta bay phần phật quanh gương mặt nham hiểm một cách hiếm có.

Jacob ngước mắt lên nhìn tôi, tò mò.

- Mà chẳng phải chị cũng "bị" giống như em sao? *Hắn* vẫn hay đọc trộm các suy nghĩ của chị mà?

- Ồ, không đâu. Edward không thể xâm nhập vào trong não bộ của chị. Mà anh ấy cũng mong như vậy lắm.

Sắc mặt của Jacob se lại, hẳn đầy vẻ khó hiểu.

- Anh ấy không thể nghe được suy nghĩ của chị - Tôi giải thích, giọng nói có pha chút tự mãn... theo thói quen - Chị là trường hợp ngoại lệ duy nhất của anh ấy. Bọn chị cũng không hiểu vì sao anh ấy lại chịu thua trước chị nữa.

- Lạ nhỉ - Jacob nhìn nhận.

- Ừưư - Vẻ tự mãn trong tôi bắt đầu tan biến - Chắc não bộ của chị có cái gì đó trục trặc - Tôi tư lự.

- Cái đó thì em biết rồi, em biết là não bộ của chị có cái gì đó trục trặc mà - Jacob lẩm bẩm.

- Cảmmm ơnnn.

Ngay khi tôi vừa thốt ra câu nói đó, cả không gian bỗng rực rỡ, sáng lòa; mặt trời vừa đánh tan được đám mây mù, mặt nước bất thần trở nên chói chang; tôi phải nhíu ngay mắt lại. Tất thảy mọi vật xung quanh chúng tôi đều có sự thay đổi lớn - mặt biển đang xám xịt, ảm đạm, trong nháy mắt, đã ngời lên sắc xanh da trời trong trẻo; cây cối đang tiu nghỉu cái màu ôliu thẫm hại, chợt hóa ra sống động, mượt mà màu ngọc bích; và những hòn đá đang khoác lên mình màu cầu vồng ngũ sắc kia cũng bắt đầu lấp lánh vẻ kiêu sa.

Phải mất một lúc khá lâu, chúng tôi nheo nheo mắt cho đến khi nhãn cầu có sự điều chỉnh trở lại. Khắp nơi, không có lấy một âm thanh nào khác ngoài tiếng ì ầm của sóng vỗ, vang vọng đến mọi ngóc ngách của bến cảng bình yên, tiếng lọc cọc của đá xô vào đá mỗi chu kì sóng dậy, và những tiếng quang quác gọi nhau của mấy con chim mòng biển đang chao liệng giữa không trung lồng lộng. Thật là một khung cảnh thanh bình đến lạ.

Jacob ngồi sát thêm nữa vào tôi, rồi tựa hẳn người vào cánh tay của tôi. Cảm giác ấm áp. Ngồi yên chừng một phút như vậy, tôi bắt đầu cởi chiếc áo đi mưa. Tiếng ậm ừ của kẻ đang ngồi cạnh tôi cũng vang lên khe khẽ, tỏ ý hài lòng, cậu ta áp má lên đầu tôi. Và một cách rõ rệt, tôi cảm nhận được ánh mặt trời đang mơn man trên da thịt mình - dù rằng không tỏa ra được nhiệt lượng như Jacob nhưng tôi không khỏi vu vơ thầm nghĩ: không biết chừng bao lâu nữa thì mình sẽ bùng cháy lên đây.

Lơ đãng, tôi dang tay ra, nhìn ngắm vết sẹo mà James đã để lại đang phát sáng lấp lánh.

- Chị đang nghĩ gì thế? - Người bạn nhỏ khe khẽ hỏi.

- Mặt trời.

- Ừmmm. Cũng hay.

- Thế còn em đang nghĩ gì vậy? - Tôi hỏi ngược lại.

Người thiếu niên bật cười khúc khích, tuy vẫn giữ thái độ lặng lẽ.

- Em đang nhớ lại cái bộ phim ngốc nghếch mà chị dẫn em đi xem hồi đó. Tay Mike Newton ấy đã phải nôn thốc nôn tháo.

Tôi cũng bật cười, ngạc nhiên là thời gian đã làm thay đổi mọi kí ức. Kỷ niệm đó đã từng là một trong những điều khiến tôi phiền muộn, lúc nào cũng canh cánh bên lòng. Đêm hôm ấy đã có rất nhiều biến cố xảy ra... Vậy mà giờ đây, khi nghĩ về nó, tôi đã có thể bật cười. Đó là buổi tối cuối cùng Jacob và tôi được ở bên nhau, trước khi người bạn nhỏ hay biết được sự thật về dòng máu mình đang mang trong người - kí ức cuối cùng của một con người thực thụ. Hiện thời điều ấy đã trở thành một kỷ niệm nhẹ nhàng rồi, kì khôi thay.

- Em nhớ ngày đó lắm - Jacob khẽ khàng - Ngày đó thật vui vẻ... hồn nhiên biết bao. May cho em là đã được sở hữu một trí nhớ tốt - Cậu bạn thở dài.

Lời nói của Jacob khiến toàn thân tôi cứng đờ, tôi bất thình lình nhớ lại một chuyện, và tất nhiên là cậu bạn của tôi nắm bắt được ngay cái phản ứng đó.

- Có chuyện gì vậy chị?

- Về trí nhớ tốt của em... - Vừa nói, tôi vừa nhích người ra xa khỏi Jacob, hòng có thể nhìn thấy rõ được gương mặt cậu. Trong thời khắc này, gương mặt ấy chỉ hiện hữu độc nhất một vẻ ngơ ngác - Hôm sáng thứ Hai, em đã làm gì vậy? Em đã nghĩ đến điều gì khiến cho Edward buồn - Cái từ *buồn* này, thật ra, không diễn tả được hoàn toàn chính xác biểu hiện của Edward hôm ấy, nhưng vì tôi muốn có câu trả lời, nên có lẽ tốt nhất là tôi không nên khai mào bằng một câu hỏi mang tính chất chỉ trích.

Jacob tươi tỉnh lên thấy rõ, cậu ta phá ra cười ngặt nghẽo.

- Em chỉ nghĩ về chị thôi. Điều đó làm hắn không vui, có phải không?

- *Nghĩ về chị* ư? Em đã nghĩ gì về chị vậy?

Jacob lại cười, nhưng lần này, tiếng cười nghe có vẻ não nuột hơn.

- Em chỉ nhớ lại hình ảnh của chị trong cái đêm anh Sam tìm ra chị - Em đã nhìn thấy cảnh ấy qua kí ức của anh Sam, giống như em cũng có mặt ở đó vậy; và điều đó lúc nào cũng làm anh Sam rộn lòng, chị có biết không. Rồi em nhớ lại hình ảnh về chị khi chị lần đầu tiên đặt chân đến nhà em. Em dám cược rằng ngay cả chị cũng không biết lúc đó trông chị khổ sở đến như thế nào đâu, Bella. Rồi em nhớ lại cảnh tượng chị hay vòng tay tự ôm lấy mình, cố gắng để cơ thể của mình không bị sụp đổ ra sao... - Jacob cau mày, lắc đầu - Nhớ lại cái hình ảnh chị đã buồn vời vợi như thế nào, thú thật, em cũng khổ tâm lắm, nhưng đó không phải là lỗi tại *em*. Vậy nên, em chắc rằng hắn còn khổ sở hơn nữa. Nhưng hắn phải biết được những gì hắn đã gây ra chứ.

"Bộp", tôi đập một cái thật mạnh vào vai của kẻ đang ngồi sát bên cạnh mình. Đau cả tay.

- Jacob Black, em không được làm như thế nữa! Em hứa đi, hứa với chị là em sẽ không làm như vậy nữa.

- Còn lâu. Mấy tháng trời nay, em đã chẳng hề có gì làm vui cả.

- Làm ơn giúp chị đi, Jake...

- Ôi trời, chị tỉnh lại đi, Bella. Chừng nào mà em mới gặp lại hắn chứ? Chị đừng có lo.

Tôi đứng bật dậy, bước vội, nhưng gần như ngay tức khắc, cậu bạn đã chộp được ngay lấy tay tôi. Tôi ra sức giật tay mình lại.

- Chị sẽ rời khỏi đây, Jacob ạ.

- Đừng, đừng đi vội thế - Cậu phản đối, nắm tay của cậu lại siết chặt thêm - Em xin lỗi. Thôi... được rồi. Em không làm như vậy nữa. Em hứa đấy.

Tôi thở dài.

- Cảm ơn Jake.

- Nào, chúng mình về nhà em đi - Jacob nói một cách hào hứng.

- Thật ra thì cũng đã đến lúc chị phải đi rồi. Angela Weber đang trông chị, Alice cũng đang nơm nớp lo lắng cho chị nữa. Chị không muốn để cô bạn ấy phiền lòng về mình quá.

- Nhưng chị chỉ vừa mới đến đây thôi mà!

- Chị biết chứ - Tôi thừa nhận, và ngước mắt lên cao, ôi, mặt trời đã ở giữa đỉnh đầu tôi rồi. Sao thời gian trôi qua nhanh quá không biết.

Đôi lông mày của Jacob nhíu lại gần nhau, đè nặng lên hai con mắt.

- Không biết đến khi nào em mới lại được gặp chị nữa - Giọng nói của cậu bạn nghe thật bi thiết.

- Khi nào anh ấy đi xa, chị sẽ trở lại đây - Tôi hứa hẹn ngay mà chẳng hề suy nghĩ.

- *Đi xa* á? - Jacob trố mắt - Đúng là một mỹ từ so với những gì là sự thật. Một lũ kí sinh đáng ghét.

- Nếu em cứ giữ cái lối ăn nói khó chịu như thế, chị sẽ không bao giờ đặt chân trở lại nơi này nữa! - Tôi không ngần ngại đưa ra "yêu sách", vẫn cố gắng giằng tay ra khỏi tay người thiếu niên. Nhưng cậu ta nhất quyết không buông tay tôi ra.

- Trời, đừng có giận em như thế chứ - Cậu ta kêu lên trong khi miệng thì cười toe toét - Chưa chi đã giãy nảy lên như thế rồi.

- Nếu chị làm hết sức để có thể đến chơi với em, thì em phải suy nghĩ công bình hơn, đồng ý không?

Jacob ngây mặt ra, chờ đợi.

- Em nghe này - Tôi bắt đầu giải thích - Chị không bận tâm xem ai là ma-cà-rồng, ai là người sói. Chuyện đó chẳng có nghĩa lý gì hết đối với chị. Em là Jacob, anh ấy là Edward, còn chị là Bella. Chỉ là như vậy thôi, không có gì khác cả.

Đôi mắt của Jacob hơi tối lại.

- Nhưng em *là* người sói - Jacob lên tiếng phản bác một cách miễn cưỡng - Và hắn *là* ma-cà-rồng - Cậu ta nói thêm, kèm theo một vẻ mặt kinh hãi.

- Còn chị có mệnh Xử nữ, chuyên dính líu tới những chuyện quỷ quái đây! - Tôi hét váng lên, tức tối.

Jacob nhướng mày lên, cậu ta quan sát sắc mặt của tôi bằng một cặp mắt hiếu kì rồi sau đó nhún vai.

- Nếu thật sự chị nhìn mọi chuyện theo hướng đó...

- Ừ, chị nhìn như thế đấy. Chị vẫn sẽ tiếp tục nhìn như thế.

- Được rồi. Chỉ là Bella và Jacob thôi. Không có Xử nữ xử niếc gì ở đây hết - Jacob mỉm cười, một nụ cười ấm áp, thân thuộc mà bao lâu nay tôi vẫn hằng nhung nhớ. Và, tôi vừa bất chợt nhận ra rằng mình cũng chẳng khác gì cậu bạn: cái miệng đang cười căng hết cỡ.

- Chị nhớ em nhiều lắm, Jake ạ - Tôi thật thà thú nhận.

- Em cũng vậy - Nụ cười của Jacob sau câu trả lời đó lại rộng thêm ra nữa. Trong đôi mắt của cậu bạn ngập tràn những ánh nhìn hạnh phúc, ngây thơ; bao dấu vết của đắng cay, căm giận đã không còn nữa - Nhiều hơn những gì chị có thể nhận thức được. Chị sẽ sớm quay lại với em chứ?

- Chị sẽ cố gắng hết sức - Tôi đáp một cách quả quyết.

6. THỤY SĨ

Trên đường lái xe về nhà, tôi không mảy may chú ý đến việc đường sá sũng nước đang nhờ nhờ phản chiếu ánh mặt trời. Đầu óc tôi quẩn tới quẩn lui chỉ toàn nghĩ đến mớ thông tin mà Jacob vừa tiết lộ, cố gắng chọn lọc ra để mà nghiền ngẫm. Hiện thời, trong lòng tôi đang cực kì thanh thản, cho dẫu trên vai mình là cả một gánh nặng trần ai. Hôm nay, tôi đã được trông thấy Jacob tươi cười, các bí mật cũng đã được bật mí... Tuy chẳng giải quyết được gì, nhưng chí ít thì biết cũng còn hơn là không. Càng ngẫm nghĩ, tôi lại càng nhận thấy việc mình trốn đi như thế này là đúng. Jacob đang cần tôi. Trong trạng thái tư lự, tôi ngó dáo dác xung quanh, không thấy có dấu hiệu nào bất thường.

Đúng, chẳng có điểm gì lạ. Tôi đưa mắt về phía kính chiếu hậu, không có gì ngoài con đường quốc lộ sáng sủa. Nhưng chỉ vừa kịp nghĩ đến đó, chiếc kính chiếu hậu của xe tôi bỗng lóe sáng, một chiếc xe Volvo màu bạc lấp lánh ánh sáng mặt trời đang bám theo xe tôi.

- Ôi trời ơi - Tôi buột miệng một tiếng rên rỉ.

Tôi không biết có nên tấp xe vào lề đường hay không. Không, con người nhát gan trong tôi lên tiếng phản đối, tôi không dám đối diện với tay tài xế kia vào lúc này.

Kì thực thì tôi cũng đã tính đến bước này rồi... có gì, tôi sẽ biến ngài cảnh sát trưởng thành tấm bia đỡ đạn cho mình. Ít ra nhờ thế, anh sẽ hạ giọng xuống.

Chiếc xe Volvo bám sát nút với xe tôi. Cố làm mặt lạnh lùng, tôi cứ thản nhiên chăm chúi vào con đường trước mặt.

Như vậy đấy: nhát vẫn hoàn nhát, tôi lái xe thẳng một mạch đến nhà Angela, không một lần nào có được chút can đảm, dù chỉ là tí xíu thôi, để đón nhận cái nhìn của tay tài xế, cái nhìn ấy chắc là sắc lắm, soi muốn lủng cả kính xe chứ chẳng chơi đâu.

Chiếc Volvo cứ "ngoan ngoãn" chạy theo tôi cho đến lúc tôi dừng lại trước nhà gia đình Weber. Nhưng tay tài xế kia vẫn không dừng lại, mà tôi cũng chẳng dám nhìn theo khi chiếc xe sang trọng, sáng bóng ấy phóng lướt qua. Tôi không muốn biết cảm xúc trên gương mặt anh. Và ngay khi anh vừa khuất dạng, tôi chạy liền một lèo đến cửa nhà Angela.

"Kịch", Ben mở cổng - trước khi tôi kịp đưa tay lên gõ cửa - làm như anh chàng ta đã phục sẵn ở phía sau cửa từ hồi nào rồi ấy vậy.

- Chào Bella! - Anh bạn của tôi lên tiếng, ngạc nhiên.

- Chào Ben. Ơ, Angela có nhà không? - Tôi không biết Angela có quên kế hoạch của chúng tôi không nữa, nghĩ đến đó, tôi co rúm người lại, hoảng hốt trước cái ý nghĩ phải lủi thủi quay trở về nhà sớm.

- Có chứ - Ben trả lời, cùng lúc với tiếng gọi rất to của Angela:

- Bella! - Cô bạn xuất hiện ngay trên đầu cầu thang.

"Brừmmm", ngoài đường chợt vang lên tiếng xe, nhanh như cắt, Ben ngó nghiêng qua người tôi; tiếng xe này thì tôi không sợ - động cơ của nó kêu bình bịch vài tiếng, kèm theo một tiếng nổ trong khá to rồi dừng hẳn. Không hề có tiếng "rì rì" nào giống với tiếng động cơ của chiếc Volvo cả. Hẳn đây là người mà Ben đang chờ đợi.

- Austin đến rồi - Ben lên tiếng khi Angela đến đứng bên cạnh mình.

"Tin tin...", một tràng còi cất lên làm rộn vang cả con đường.

- Hẹn gặp lại em - Ben chào tạm biệt Angela - Anh sẽ nhớ em nhiều lắm.

Nói xong, cậu chàng ôm chầm lấy cổ cô bạn gái, kéo xuống cho vừa tầm với chiều cao khiêm tốn của mình và hôn Angela thật sâu. "Tin tin...", ngoài đường, một hồi còi khác lại cất lên giục giã.

- Tạm biệt Ang! Anh yêu em! - Ben gào to khi quáng quàng lao ngang qua mặt tôi.

Angela run rẩy vì xúc động, gương mặt ửng hồng, nhưng rồi cô cũng lấy lại được bình tĩnh, vẫy vẫy tay cho đến lúc Ben và Austin khuất dạng. Sau đó, cô bạn quay sang tôi, nở một nụ cười thật rộng, thấp thoáng chút ủ dột.

- Từ tận đáy lòng mình - Angela lên tiếng - mình cảm ơn bồ nhiều lắm, Bella ạ. Không chỉ vì bồ đến cứu mình khỏi bị... rụng tay, mà còn đã cứu mình thoát khỏi hai tiếng đồng hồ dài đằng đẵng phải chịu đựng một bộ phim nghệ thuật gì gì đấy về chiến tranh được giới điện ảnh đánh giá cao - Cô bạn thở phào nhẹ nhõm.

- Mình rất vui được giúp bồ - Bất giác tôi cảm thấy vợi bớt được ít nhiều nỗi âu lo, hơi thở đã có thể vào, ra cơ thể một cách đều đặn, dễ dàng hơn. Angela đã cho tôi có lại được cảm giác mọi thứ đều yên ổn. Vẻ mặt, điệu bộ rất con người của Angela khiến tôi thoải mái. Thật tuyệt vời biết bao khi biết rằng ở *đâu đó* dưới vòm trời này, cuộc sống vẫn diễn ra một cách bình thường.

Tôi theo chân Angela lên lầu, bước vào phòng của cô bạn. Vừa đi, cô bạn vừa lấy chân dạt mấy cái đồ chơi để lấy lối. Cả căn nhà im ắng một cách khác thường.

- Người nhà của bồ đâu?

- Bố mẹ mình đưa hai đứa em sinh đôi đến dự một bữa tiệc sinh nhật rồi. Mình thật không dám tin là bồ sẽ đến giúp mình. Ngay đến Ben còn giả bộ là bị sưng tay nữa mà - Nói đến đây, cô bạn nhăn mặt, lè lưỡi.

- Mình không ngại đâu - Tôi trả lời và bước vào phòng Angela. Đó cũng là lúc tôi choáng ngợp, trời ơi, cả hàng núi, hàng núi bì thư đang chờ tôi...

- Ôi... ôi! - Tôi há hốc miệng ra. Angela quay sang tôi, vẻ cảm thông, buồn bã hiển hiện rõ trong ánh mắt. Giờ thì tôi đã hiểu vì sao cô bạn lại lảng tránh chuyện này, và cớ sao Ben lại tìm cách thoái thác.

- Vậy mà mình đã nghĩ rằng bồ thổi phồng sự việc lên quá mức - Tôi thú nhận.

- Mình cũng hy vọng là như vậy. Bồ có thực sự muốn làm chuyện này không?

- Cứ để mình làm. Mình có cả ngày hôm nay mà.

Thế là chúng tôi ngồi vào bàn. Angela lấy ra một nửa số thư và đặt quyển sổ ghi địa chỉ vào giữa hai đứa. Không gian kể từ lúc ấy lại chìm vào im lặng, khi Angela và tôi đã toàn tâm toàn ý ghi ghi, viết viết, âm thanh còn sót lại chỉ là thứ tiếng sột soạt của ngòi bút di chuyển trên mặt giấy mà thôi.

- Tối nay, Edward sẽ làm gì vậy, bồ? - Một lúc lâu sau, Angela cất tiếng hỏi.

Đang viết ngon trớn, tôi dừng lại, ngòi bút đứng yên trên giấy.

- Cuối tuần, Emmett sẽ về nhà. Hình như mọi người lại quặc balô lên vai.

- Bồ nói giống như là không biết chắc lắm.

Tôi nhún vai.

- Bồ may là Edward còn có mấy ông anh để mà cùng đi dã ngoại, cắm trại này nọ đó. Chứ Ben mà không chơi với Austin thì mình cũng chẳng biết phải làm gì luôn.

- Ừưư, gì chứ mấy hoạt động vui chơi ngoài trời là mình chịu thôi. Không có cách nào hợp được với loại này.

Angela phá ra cười khanh khách:

- Mình chỉ thích ở trong nhà thôi.

Dứt lời, cô bạn của tôi lại tập trung vào công việc. Tôi viết được thêm bốn địa chỉ mới. Ở bên cạnh Angela, chẳng bao giờ tôi phải dè dặt, phải cố tìm cách gợi chuyện theo lối xã giao thông thường cả. Cũng giống như ngài cảnh sát trưởng ở nhà tôi, cô bạn Angela rất ưa sự cô tịch.

Nhưng mà, cũng giống như ngài cảnh sát trưởng, đôi khi cô bạn lại tỏ ra rất tinh ý.

- Bồ có chuyện gì phải không? - Bây giờ thì giọng nói của Angela chẳng hơn gì một lời thì thầm - Trông bồ có vẻ... lo lắng.

Tôi mỉm cười bẽn lẽn:

- Thấy rõ như vậy lắm hả bồ?

- Hơi hơi thôi, không rõ lắm.

Có lẽ cô bạn nói dối để tôi được thoải mái, tự nhiên hơn.

- Nếu bồ ngại thì không cần kể cho mình nghe cũng được - Angela nói tiếp - Mình sẽ lắng nghe nếu như bồ thấy nói ra sẽ nhẹ lòng hơn.

Tôi những tính trả lời là *cảm ơn bồ, mình không sao đâu*. Bởi dẫu sao thì tôi cũng có quá nhiều bí mật cần phải giữ. Tôi không thể hé lộ những khó khăn của mình cho bất kì ai là con người thực thụ được. Đó là điều tối kị.

Tuy nhiên, không rõ vì sao trong lòng tôi lại trỗi dậy cái mong muốn ấy, một mong muốn vô cùng mãnh liệt. Tôi muốn được trang trải nỗi lòng riêng với một cô bạn là một con người đúng nghĩa. Tôi muốn được than vãn đôi chút giống như mọi cô thiếu nữ khác. Tôi muốn những khó khăn của mình trở nên đơn giản. Thật tốt biết bao nếu có một người nào đó không thuộc về phe ma-ca-rồng hay phe người sói để mình có thể tâm sự mọi điều; một người nào đó không có thành kiến.

- Mình sẽ chú tâm vào công việc hơn - Angela lại lên tiếng rồi khẽ mỉm cười, mắt nhìn xuống một địa chỉ còn ghi dở.

-. Không - Tôi bắt đầu mở lời - Bồ nói đúng. Mình đang rất lo. Vì... vì Edward.

- Có chuyện không ổn ư?

Trò chuyện với Angela thật dễ chịu. Khi cô bạn hỏi một câu đại loại như thế này, tôi dám chắc cô bạn không thuộc týp người tò mò hay hóng chuyện, giống như Jessica. Angela chỉ quan tâm vì thấy tôi buồn, thế thôi.

- Ôi, anh ấy đang giận mình ghê lắm.

- Ồ, mình không ngờ... - Cô bạn góp lời - Anh ấy giận bồ chuyện gì?

Tôi buông ra một tiếng thở dài:

- Bồ có nhớ Jacob Black không?

- À - Angela sực tỉnh.

- Ừưư, là thế đó.

- Anh ấy ghen?

- Không, không *ghen*... - Lẽ ra tới đó rồi thì tôi nên ngừng mới phải. Chuyện này chẳng có cách nào giải thích đúng được. Nhưng mà tôi vẫn muốn nói tới. Bấy lâu nay, tôi không nhận ra rằng mình thèm được tâm sự với một người bạn là con người bình thường biết bao - Hình như Edward cho rằng Jacob... không tốt, cứ như cậu ấy là... một mối hiểm nguy vậy. Bồ cũng biết là mấy tháng trước, mình đã bị bất ổn đến thế nào mà... Chuyện này tức cười thật.

Nhưng thật ngạc nhiên làm sao khi Angela lại chậm rãi lắc đầu.

- Sao thế? - Tôi hỏi.

- Bella, mình đã từng trông thấy Jacob Black nhìn bồ ra sao. Mình dám cược rằng nguyên nhân chủ yếu là do ghen đấy.

- Jacob ư, không có đâu.

- Có lẽ bồ thì không có gì. Nhưng mà Jacob thì...

Tôi cau mày.

- Jacob biết rõ tình cảm của mình. Mình đã nói hết với cậu ấy rồi mà.

- Edward cũng chỉ là một con người thôi, Bella. Anh ấy cũng sẽ có phản ứng như những tên con trai khác.

Giờ thì tới lượt tôi nhăn nhó. Tôi còn biết trả lời ra làm sao đây?

Cô bạn vỗ nhẹ vào tay tôi:

- Anh chàng của bồ sẽ vượt qua được thôi.

- Mình cũng mong là như vậy. Jake hiện thời đang ở trong giai đoạn khó khăn. Cậu ấy cần mình.

- Bồ và Jacob thân nhau lắm, phải không?

- Giống như gia đình vậy, bồ à - Tôi thừa nhận.

- Nhưng mà Edward không thích cậu ấy... Vậy là khó khăn rồi. Không rõ nếu là Ben thì anh ấy sẽ ra sao nhỉ? - Cô bạn mơ màng.

Tôi nhoẻn miệng cười.

- Chắc cũng như mấy tên con trai khác.

Angela toét miệng cười thật tươi.

- Ừ, chắc vậy.

Thế rồi Angela đổi đề tài. Bởi đơn giản một điều là cô bạn của tôi không có "máu" tò mò, và có vẻ như cô cũng dự cảm được rằng tôi sẽ không - không thể - tiếp tục kể nốt "câu chuyện ba người" này nữa.

- Hôm qua, mình đã đến nhận chỗ ngủ rồi. Tòa nhà ở cách xa khu học tập nhất.

- Thế Ben đã biết chỗ ở của anh ấy chưa?

- Tòa nhà ở gần khu học tập nhất. Anh ấy thật may mắn. Còn bồ? Bồ đã quyết định sẽ gửi gắm cái sự học vào đâu chưa?

Tôi cúi gằm mặt xuống, chú mục vào nét chữ cua bò của mình. Trong một tích tắc, tôi bị cái ý niệm rằng Angela và Ben sẽ vào Đại học Washington làm cho lơ đãng. Chỉ còn vài tháng nữa thôi, hai người bạn ấy sẽ khăn gói lên đường đi Seattle. Nơi đó liệu có an toàn không? Kẻ mới bước vào cuộc đời khát máu kia liệu có di dời đến nơi khác? Liệu sẽ có một thành phố khác, một nơi chốn mới sẽ bị xáo trộn, băn khoăn trước những cái tít ghê gớm chẳng khác gì tựa đề của phim kinh dị?

Và trong những cái tít ấy, có cái tít nào đăng tải *tội lỗi* của tôi không?

Tôi ra sức tống khứ cái viễn cảnh đáng sợ ấy ra khỏi đầu và trả lời câu hỏi của cô bạn:

222

- Chắc là Alaska. Trường đại học ấy nằm ở thành phố Juneau.

Và tôi hoàn toàn nhận ra vẻ ngỡ ngàng pha lẫn trong giọng nói của Angela:

- Alaska? Ồ. Thật hả bồ? À, ý mình là... tuyệt vời. Mình cứ tưởng là bồ sẽ chọn một nơi nào đó... ấm áp hơn.

Tôi cười khì, mắt vẫn đăm đăm nhìn vào cái bì thư.

- Ừừ. Forks đã làm mình thay đổi nhận thức.

- Còn Edward thì sao hả bồ?

Nghe đến tên anh, bụng tôi bỗng sôi lên từng chập. Tôi ngẩng mặt lên, cười với cô bạn.

- Alaska cũng không đến nỗi quá lạnh đối với Edward.

Cô bạn cũng cười đáp lại tôi:

- Tất nhiên là thế rồi - Nhưng cũng liền ngay sau đó, Angela lại buông ra một tiếng thở dài thườn thượt - Nơi đó xa lắm. Bồ sẽ không thể về thăm nhà thường xuyên được. Mình sẽ nhớ bồ lắm. Bồ viết thư điện tử cho mình nhé?

Một nỗi buồn sâu thẳm chợt ùa vào xâm chiếm lấy hồn tôi; có lẽ tôi đã sai lầm vì càng lúc càng thân thiết hơn với Angela. Nhưng chẳng phải là sẽ buồn hơn sao nếu như tôi đánh mất cả những cơ hội cuối cùng được gần gũi bạn bè như thế này?

- Nếu là sau ngày hôm nay, tay mình còn có thể hoạt động được - Tôi hất cằm về phía chồng phong bì mà mình đã viết xong địa chỉ.

Chúng tôi cùng phá ra cười; thế là từ lúc ấy cho đến khi viết hoàn tất cái bì thư cuối cùng, cả hai đứa đều trò chuyện rất xởi lởi, vui vẻ về lớp học, về các bài tập, chuyên đề - tất cả những gì tôi phải làm chỉ là không suy nghĩ đến chuyện chia xa. Dù sao thì hôm nay, tôi cũng có quá nhiều chuyện trước mắt cần phải lo rồi.

Xong đâu vào đấy rồi, tôi còn tình nguyện ở lại giúp Angela dán tem.

- Tay của bồ sao rồi? - Angela hỏi.

Tôi làm một số động tác co vào, giãn ra các ngón tay.

- Rồi mình sẽ cử động lại được bình thường thôi... một ngày nào đó.

"Rầm" - Dưới nhà chợt có tiếng cửa đóng vào khá mạnh, tôi và cô bạn cùng ngẩng đầu lên một lượt.

- Ang ơi? - Đó là tiếng gọi của Ben.

Tôi cố nặn ra một nụ cười, nhưng đôi môi thì cứ run rẩy mãi không thôi.

- Chắc đã đến lúc mình phải khăn áo ra đi rồi.

- Bồ không phải về ngay đâu. Dám anh ấy sẽ kể... từng li từng tí về bộ phim ấy cho mình nghe lắm.

- Nhưng chắc giờ này, bố mình cũng đang thắc mắc không biết là mình đang la cà ở cái xó xỉnh nào.

- Cảm ơn bồ đã đến giúp mình nhiều lắm nghen.

- Mình cũng vui lắm. Tụi mình nên có những hoạt động như thế này. Chỉ có mấy đứa con gái với nhau thôi cũng hay ra trò chứ bộ.

- Nhất trí với bồ.

"Cọc cọc" - Cô bạn tôi vừa nói dứt câu, nơi cánh cửa phòng đã có tiếng gõ nhè nhẹ.

- Anh vào đi, Ben - Angela trả lời.

Tôi đứng bật dậy, làm động tác duỗi người.

- Ạ, chào Bella! Cậu vẫn còn... thở được - Ben lên tiếng chào tôi một cách mau mắn, rồi hối hả tiến đến ngồi vào chỗ của tôi, bên cạnh Angela. Anh chàng liếc nhìn "kì công" của chúng tôi - Giỏi ghê. Tiếc là không còn gì để mình phụ một tay nữa, mình tính... - Ben ngập ngừng, để ý nghĩ tan biến vào hư vô, rồi bất chợt anh chàng reo lên đầy phấn khích - Ang, anh không thể tin được là em lại bỏ lỡ phim này! Kinh khủng lắm. Cảnh chiến đấu cuối cùng trong phim, nghệ thuật dựng cảnh phải nói là trên cả tuyệt vời luôn! Anh chàng đó... trời ơi, em cần phải đi coi mới biết được là anh đang nói về cái gì...

Angela trố mắt, nhìn sang tôi.

- Hẹn gặp lại bồ ở trường nhé - Tôi lên tiếng, kèm theo một nụ cười e dè.

Cô bạn của tôi thở dài, đáp:

- Hẹn gặp lại bồ.

Trên đường bước ra chỗ chiếc xe tải, lòng dạ tôi cứ nhấp nhổm không yên, đường sá hoàn toàn vắng tanh vắng ngắt. Trong lúc lái xe về nhà, tôi cứ liên tục để ý đến tất cả các kính chiếu hậu, nhưng không thấy bóng dáng của một chiếc xe màu bạc nào cả.

Chiếc xe hơi của anh cũng không có ở trước nhà, vậy là có chuyện rồi.

- Bella hả con? - Ngài cảnh sát trưởng cất giọng khi tôi mở cửa trước.

- Thưa bố con mới về.

Bố tôi đang ngồi ngay ngắn trong phòng khách, trước cái tivi.

- Hôm nay thế nào, con?

- Dạ vui lắm, bố ạ - Tôi trả lời. Có lẽ tôi nên kể hết với bố - vì thể nào rồi bố cũng sẽ biết từ phía ông Billy. Nếu được nghe chính miệng tôi kể ra, chắc bố sẽ vui lắm - Hôm nay, nhà Newton không cần con làm việc, nên con xuống La Push.

Không như dự đoán của tôi, đáp lại cái tin "động trời" đó, gương mặt của ngài cảnh sát trưởng vẫn bình thản như không. Vậy là ông Billy đã nhanh chân hơn tôi rồi.

226

- Jacob sao rồi? - "Ngài" hỏi tiếp, cố gắng giữ giọng nói của mình thật tự nhiên.

- Dạ vui - Tôi đáp ngay mà không chờ suy nghĩ.

- Rồi con đến nhà Weber?

- Vâng. Hai đứa con viết hết địa chỉ luôn ạ.

- Tốt lắm - Ngài cảnh sát trưởng nở một nụ cười thật rộng. Cách chú tâm của "ngài" vào câu chuyện của hai bố con hình như không được bình thường, có lẽ là vì đang có trận đấu - Bố rất vui vì hôm nay con đã đi gặp gỡ các bạn.

- Con cũng vậy nữa, bố!

Nói xong, tôi bỏ vào bếp, mong tìm được một việc gì đó để làm. Nhưng không may cho tôi, ngài cảnh sát trưởng đã dọn dẹp chu tất đâu vào đấy bữa trưa của mình. Tôi đứng bần thần mất vài phút, chú mục vào một đốm nắng nằm đơn côi dưới thềm. Không, tôi không thể cứ trốn tránh mãi được.

- Con đi học bài - Tôi thông báo một cách rầu rĩ khi bước đến chân cầu thang.

- Gặp lại con sau nhé - Ngài cảnh sát trưởng đáp lời.

Không sao đâu, mình vẫn còn sống sờ sờ ra đây mà - Tôi tự trấn tĩnh.

Một cách cẩn trọng, tôi đóng cánh cửa phòng riêng lại, trước khi đủ dũng khí nhìn thẳng vào phòng.

Lẽ dĩ nhiên là anh đang hiện diện ở chốn này. Anh

đang đứng áp lưng vào tường, trong bóng râm, bên cạnh ô cửa sổ để mở, và... đối diện với tôi; gương mặt đanh, tư thế cứng nhắc. Anh lầm lầm nhìn tôi, không thốt ra một lời nào.

Như bị khiến xui, tôi thu rúm người lại, đón chờ một tràng quát tháo; nhưng, không, điều ấy đã không hề xảy ra. Anh vẫn lẳng lặng chiếu mắt vào tôi, có lẽ là giận quá không nói nổi nữa.

- Anh - Cuối cùng tôi cũng đánh bạo, lên tiếng.

Gương mặt đang đối diện với tôi kia ắt hẳn là được chạm từ đá ra. Tôi đã nhẩm đếm trong đầu đến một trăm, thế mà cái vẻ cau có ấy vẫn không hề suy suyển.

- Ơ... anh, em vẫn còn sống - Tôi lại bạo dạn cất giọng thêm lần nữa.

Một tiếng gầm ghè nho nhỏ đột ngột thoát ra từ lồng ngực của Edward, nhưng cái thái độ của anh dành cho tôi thì vẫn y nguyên như cũ.

- Không có gì nguy hiểm cả - Tôi nói kèm theo một cái nhún vai.

Lần này, tôi vừa dứt lời, ở anh đã có cử động. Anh nhắm mắt lại, tay phải đưa lên bóp hờ lấy sống mũi.

- Bella - Anh thì thào - Hôm nay, có một lúc nào đó em nghĩ rằng chỉ thiếu một chút nữa thôi là anh đã vượt qua ranh giới, phá bỏ giao ước để đi tìm em không? Em có biết điều đó có nghĩa là gì không?

Tôi thở hổn hển, đôi mắt của kẻ đang đối diện với tôi cũng vừa mở bừng ra. Chúng lạnh lẽo và sắc lẹm như bóng đêm.

- Anh không được làm như thế! - Tôi lớn tiếng, trong lòng những muốn hét lên cho hả, nhưng tôi đã cố gắng chỉnh giọng để không một lời nào lọt được vào tai ngài cảnh sát trưởng ở dưới nhà - Edward, họ sẽ lấy cớ đó để mà ra tay đấy. Họ sẽ hứng thú với điều đó lắm đấy. Anh không được phá vỡ những quy định!

- Có lẽ không chỉ có họ mới thích chơi trò nắn gân đâu.

- Anh đừng có khơi mào - Tôi đáp một cách cẩm cảu - Anh tạo ra bản giao ước kia mà... Anh phải thực hiện chứ.

- Nếu hắn làm tổn thương đến em...

- Đủ rồi! - Tôi ngắt ngang lời anh - Không cần phải lo ngại chuyện đó. Jacob không hề nguy hiểm.

- Anh biết mình không phải lo lắng về Jacob. Và cả em nữa.

Edward nghiến chặt hai hàm răng vào nhau, đôi bàn tay siết lại thành nắm, lưng vẫn áp vào tường. Tôi ghét cái khoảng cách giữa chúng tôi xiết bao.

Hít vào một hơi thật đầy, tôi băng băng tiến lại phía cửa sổ. Và cho đến lúc tôi vòng tay ôm lấy anh, anh vẫn không hề có một cử động. Cạnh làn hơi ấm sắp tàn của ánh mặt trời về chiều lọt vào cửa sổ, làn da của Edward trở nên lạnh lẽo một cách bất thường. Anh là đá, lạnh băng, hệt như thái độ hiện có nơi anh.

- Em xin lỗi đã khiến anh phải bất an - Tôi nói lí nhí.

Anh thở dài, thân người dịu xuống đôi chút. Vòng tay anh nhẹ nhàng siết lại ở nơi thắt lưng của tôi.

- *Bất an* chỉ là một cách nói tránh - Anh thầm thì - Ngày hôm nay quá dài.

- Anh làm sao có thể cảm nhận được - Tôi thắc mắc - Em nhớ là anh phải đi săn lâu hơn thế kia mà.

Tôi ngẩng mặt nhìn anh, nhìn vào đôi mắt hãy còn đong đầy nỗi e dè. Thảng thốt, tôi đã không nhận ra nỗi căng thẳng trong anh; đôi mắt anh tối đen, quầng thâm dưới mắt nổi lên sáng rõ. Tôi cau mày phản đối.

- Khi Alice không còn trông thấy em nữa là anh bỏ về ngay - Anh giải thích.

- Anh không nên làm như vậy. Bây giờ, anh lại phải ra đi nữa rồi - Đôi lông mày của tôi lại nhíu vào nhau sát hơn.

- Anh chịu được.

- Thật là kì khôi. Em biết cô ấy không thể trông thấy em và Jacob, nhưng anh cần phải biết rằng...

- Không, anh không biết - Anh nói xen vào lời tôi - Và em đừng mong rằng anh sẽ để em...

- Ồ không, em vẫn mong - Tôi ngắt ngang lời anh - Em luôn mong...

- Chuyện này sẽ không bao giờ xảy ra nữa.

- Đúng! Bởi vì lần tới, anh sẽ không phản ứng thái quá như vậy.

- Bởi vì sẽ không có lần tới.

- Em hiểu khi anh phải ra đi, cho dù em không hề thích thú gì chuyện đó...

- Anh không thấy giống như lời em nói. Mà ít ra, anh đâu có thử liều cái mạng của mình.

- Em cũng không.

- Người sói chính là hơi thở của rủi ro.

- Em không đồng ý.

- Anh sẽ không tranh cãi về chuyện này nữa, Bella ạ.

- Em cũng không.

Đôi bàn tay của anh lại siết lại thành nắm. Tôi hoàn toàn có thể cảm nhận được sự gồ ghề của chúng ngay đằng sau tấm lưng của mình.

Những ngôn từ thoát ra sau đó không hề có lấy một chút suy nghĩ.

- Có thực chỉ là vì sự an toàn của em không?

- Em hỏi vậy là sao? - Anh hỏi sẵng.

- Anh không... - Suy nghĩ của Angela lúc này có vẻ

như khờ khạo và đơn giản quá. Nói nốt ý nghĩ của mình hốt nhiên lại trở nên khó khăn đối với tôi - Em muốn hỏi là, anh hiểu lòng em hơn là ghen tuông này nọ, có phải không anh?

Anh nhướng một bên mày lên:

- Anh ư?

- Xin anh hãy trả lời em nghiêm túc.

- Có gì đâu, chẳng có cái gì đáng cười ở đây cả.

Tôi chau mày, ngờ vực.

- Hay là... vì một điều khác? Ma-ca-rồng – và - người - sói - lúc - nào - cũng - phải - thù - hằn - nhau - mới - được? Hay là do tính hiếu thắng có sẵn trong máu của phái mạnh...

Đôi mắt của kẻ đối diện với tôi rực sáng.

- *Chỉ* vì em thôi. Tất cả những gì anh quan tâm chỉ là em được an toàn.

Ngọn hắc hỏa phừng phực cháy trong đôi mắt kia đã thiêu đốt hết toàn bộ nỗi hoài nghi trong lòng người.

- Vâng - Tôi thở dài - Em tin. Nhưng em mong anh biết cho một điều - khi có chuyện dẫn đến xung đột, đối đầu, *thù địch* vô lối là em đứng ngoài. Em sẽ là "quốc gia" trung lập. Em là Thụy Sĩ. Em sẽ không dính dáng gì đến các cuộc tranh cãi về lãnh địa giữa các nhân vật huyền thoại. Jacob là gia đình. Còn anh... không chính xác là tình yêu của cuộc đời em, bởi lẽ em ao ước được yêu anh lâu dài hơn như thế. Tình yêu của sự tồn tại nơi em. Em không bận tâm ai là người sói và ai là ma-ca-rồng. Giả như Angela có biến thành phù thủy đi chăng nữa, em cũng vẫn chơi với cô bạn ấy mà không hề có sự phân biệt đối xử nào.

Edward lặng lẽ ngắm nhìn tôi, đôi mắt sa sầm.

- Thụy Sĩ - Tôi lặp lại để nhấn mạnh ý chính.

Anh cau mày nhìn tôi, thở dài.

- Bella... - Anh ngập ngừng lên tiếng, nhưng rồi dừng ngay lại, sống mũi nhăn nhăn tỏ ý khó chịu.

- Anh nói đi.

- Ừm... em đừng giận nhé, nhưng cơ thể em thoang thoảng có mùi... nước hoa hiệu con sói đấy.

Nói dứt câu, Edward mỉm cười một cách ranh mãnh, vậy là sóng gió đã lặn. Chí ít thì cũng là lúc này.

Edward lại phải chuẩn bị lên đường vì đã để lỡ mất một buổi đi săn; điều đó có nghĩa là anh sẽ ra đi vào tối thứ Sáu - đồng hành cùng Jasper, Emmett và bác sĩ Carlisle - rong ruổi xuống tận miền Bắc California để lùng sư tử núi, giải quyết vụ dự trữ "thực phẩm".

Cả hai chúng tôi đã đi đến thỏa thuận là không đả động gì đến chuyện người sói nữa, nhưng tôi không hề có cảm giác tội lỗi khi điện thoại cho Jake - tranh thủ cơ hội trong lúc Edward lái chiếc Volvo về nhà, rồi sẽ trèo lại vào phòng tôi qua ngả cửa sổ - để cậu bạn nhỏ biết rằng thứ Bảy, tôi sẽ lại xuống thăm cậu. Lần này thì tôi không ra đi trong tâm thế chạy trốn, lén lút nữa. Edward đã biết cảm xúc của tôi rồi. Giả như anh có lại phá xe tôi, thì tôi sẽ nhờ Jacob đến đón. Thị trấn Forks từ nay đã trở thành vùng trung lập, giống như Thụy Sĩ - giống như tôi.

Thứ Năm - ngày tôi phải đi làm; chẳng phải Edward, mà chính là Alice, đang chờ tôi trong chiếc xe Volvo - Lúc đầu, tôi chẳng biết được là ai cả. Cửa xe bên ghế ngồi cạnh người lái đã mở sẵn chờ tôi, một bài hát (mà tôi chẳng biết là bài gì) đang chơi ở cung trầm làm cánh cửa hơi rung lên.

- Chào Alice - Tôi hét to, cố át tiếng nhạc rền rĩ, và ngồi vào xe hơi - Anh bạn đâu rồi?

Cô bạn của tôi đang mải mê ca theo bài hát, tông giọng của cô cao hơn giai điệu khoảng quãng tám, cứ len lỏi, đan xen vào bài hát, tạo nên một sự phối âm vừa hài hòa, mà cũng thật lắt léo. Cô bạn gật đầu về phía tôi, miệng vẫn không ngừng hoạt động, câu hỏi của tôi bị bỏ lửng.

Tôi đóng sầm cửa lại rồi bịt chặt hai tai lại. Alice mỉm cười, với tay vặn nhỏ nút âm thanh cho đến lúc nó chẳng hơn gì là khúc nhạc nền. Xong, cô bạn mở khóa, lên ga gần như cùng một lúc.

- Có chuyện gì vậy? - Tôi hỏi, trong dạ bắt đầu bồn chồn không yên - Edward đâu rồi?

Cô bạn của tôi nhún vai:

- Mọi người đã khởi hành sớm.

- Ồ - Tôi cố sức làm dịu nỗi chán chường ngốc nghếch. Nếu anh ấy đi sớm, thì có nghĩa là anh ấy sẽ quay về sớm thôi, tôi tự nhủ với chính mình.

- Khi đám con trai đi rồi, chúng mình sẽ ngủ chung một nhà! - Cô bạn thông báo bằng một giọng nói ngân nga, trầm bổng.

- Ngủ chung một nhà? - Tôi hỏi lại, nỗi nghi hoặc dần dần thành hình.

- Bạn không vui? - Cô bạn líu lo hỏi.

Và tôi nhận ra, suốt một giây dài lắng đọng cảm xúc, trong đôi mắt trong trẻo của kẻ đồng hành với mình có một ánh nhìn tràn đầy sinh khí.

- Bạn đang "bắt cóc" mình, phải không?

Alice phá ra cười ngặt cười nghẽo, cái đầu gật lia gật lịa:

- Cho tới thứ Bảy. Mẹ mình đã "điều đình" trước với chú Charlie rồi; bạn sẽ ở với mình hai tối. Ngày mai, mình sẽ đưa, đón bạn ở trường.

Quay mặt ra phía cửa sổ, tôi nghiến răng lại rất chặt.

- Mình xin lỗi - Alice thỏ thẻ, nhưng nghe chất giọng

chẳng thấy có một chút gì gọi là hối tiếc cả - Anh ấy "hối lộ" mình.

- Hối lộ thế nào? - Tiếng tôi rít lên the thé.

- Một chiếc Porsche. Y chang chiếc mà mình đã "xoáy" ở Italy luôn - Cô bạn thở phào một cách hạnh phúc - Nhưng mình không được lái nó quanh Forks, song, nếu bạn muốn, tụi mình có thể xem thử nó chạy từ đây đến Los Angeles mất hết bao lâu... Mình cược là mình sẽ đưa được bạn về tới nhà trước lúc nửa đêm đấy.

Tôi hít vào một hơi thật đầy.

- Có lẽ là mình sẽ chịu đựng được - Tôi thở dài, cố "đàn áp" cơn rùng mình đang có nguy cơ bùng phát ra ngoài.

Chúng tôi chạy như xé gió, lúc nào cũng thật nhanh, thật hối hả vào con đường dẫn đến nhà Cullen. Alice đánh một vòng cua khá rộng vào gara, tôi nhanh nhẹn lia một vòng mắt. Chiếc xe jeep to đùng của Emmett này, chiếc xe ô tô đỏ chót có thể hạ mui của Rosalie này, và ở giữa hai chiếc xe ấy là một chiếc Porsche vàng cạch mới cáu cạnh.

Alice nhẹ nhàng bước ra khỏi xe, vẻ yêu kiều tỏa ra lộng lẫy; cô bạn tiến lại chỗ "cái thứ đút lót" ấy, dịu dàng lướt tay lên nó.

- Đẹp quá, phải không?

- Quá đẹp - Tôi càu nhàu, đôi chút hồ nghi - Anh ấy mua tặng bạn *thứ đó* chỉ để bắt giữ con tin Bella hai ngày thôi sao?

Alice nhăn mặt, le lưỡi.

Trong một tích tắc ngắn ngủi, tôi bỗng chợt hiểu ra cớ sự, và không thể không há hốc miệng ra vì quá đỗi kinh hoàng.

- Vậy là trong những lúc anh ấy đi vắng chứ gì?

Cô bạn lẳng lặng gật đầu.

Còn tôi thì nặng tay đóng cánh cửa xe, hậm hực tiến đến cái cửa ra vào. "Kẻ bán đứng bạn bè" lanh lẹn bước theo, đi bên cạnh, vẫn không tỏ ra một chút gì gọi là ăn năn, sám hối hay hối tiếc.

- Alice, bạn không thấy đây chỉ là một vấn đề về tính khí bất thường sao? Có khi còn là rối loạn tinh thần nữa ấy chứ?

- Anh ấy không hẳn như vậy đâu - Cô bạn chun mũi lại - Có vẻ như bạn không hiểu một người sói trẻ thì có thể gây ra tai họa như thế nào. Nhất là mình lại không thể trông thấy họ. Vậy nên anh Edward không có cách gì biết được là bạn có an toàn hay không. Mong bạn đừng coi thường.

Giọng nói của tôi như được rưới chanh, tức thì trở nên ngoa ngoắt:

- Vâng, chỉ có ngủ chung một nhà với ma-ca-rồng thì mới là đỉnh cao của sự an toàn.

Alice bật cười.

- Mình sẽ trang trí móng cho bạn và làm mấy thứ linh tinh khác - Cô bạn hứa hẹn.

Kì thực thì mọi chuyện chẳng có gì đáng gọi là tệ hại cả, ngoại trừ cái sự thật rằng tôi đang bị buộc phải làm trái với điều mong muốn của mình. Bà Esme xách về cho tôi mấy món ăn Ý - ngon tuyệt cú mèo, tất cả đều mua từ Port Angeles - còn Alice thì đã chuẩn bị sẵn từ trước mấy bộ phim thuộc "gu" của tôi. Ngay cả Rosalie cũng có mặt ở đó, nhưng tĩnh lặng; sự hiện diện của chị ấy hoàn toàn theo kiểu góp mặt cho xôm. Alice khăng khăng đòi làm đẹp cho tôi bằng được, điều đó làm cho tôi chột dạ, tự hỏi phải chăng cô bạn đang làm theo một bản danh sách - liệt kê một lô một lốc những việc vụn vặt mà cô ấy cóp nhặt được trong mấy vở hài kịch có những tình huống rẻ tiền.

- Bạn thích thức khuya tới chừng nào? - Alice cất tiếng hỏi sau khi các móng chân của tôi đã chói lọi một màu đỏ như máu. Lòng nhiệt thành của cô bạn vẫn còn y nguyên, chẳng chịu sứt mẻ đi lấy một miếng, mặc cho vẻ mặt của tôi có khó coi đến mức nào.

- Mình không muốn thức khuya. Sáng mai, tụi mình còn phải đi học mà bạn.

Cô bạn trề môi, tiu nghỉu.

- Mình sẽ ngủ ở đâu? - Tôi nhắm chừng chiếc ghế tràng kỷ. Hơi ngắn một chút - Bạn không thể canh chừng mình ở nhà mình được ư?

- Thế thì ngủ chung một nhà là sao? - Cô bạn lắc đầu, tỏ rõ là đang rất bực - Bạn sẽ ngủ trong phòng của Edward.

Tôi buông ra một tiếng thở dài. Không tìm được cớ rời khỏi nơi đây rồi. Chiếc ghế xôpha bọc da đen tuyền của anh dài hơn chiếc ghế này. Còn tấm thảm vàng ươm trong phòng anh thì dày đến nỗi không thể nào cảm nhận được nổi cái độ cứng của nền nhà.

- Ít ra thì cũng phải cho mình về nhà lấy vài món chứ?

Dường như cô bạn chỉ chờ có câu nói đó để được toét cái miệng ra cười thật rạng rỡ.

- Mọi thứ đã được thu vén đâu vào đó xong xuôi.

- Bạn cho mình mượn điện thoại nha?

- Chú Charlie biết bạn ở đây rồi mà.

- Mình không định gọi cho bố - Tôi cau mày - Chắc là mình phải "tiễn biệt" một số dự định rồi.

- Ồ - Cô bạn ngây mặt, suy nghĩ một thoáng - Mình chẳng biết gì đâu.

- Alice! - Tôi giở màn cù cưa, rền rĩ sầu thảm - Mình năn nỉ bạn đấy!

- Thôi được rồi, được rồi - Cô bạn đầu hàng gần như

liền tức khắc, lướt nhanh ra khỏi phòng. Nhưng chưa đầy nửa giây sau, cô ấy đã xuất hiện trở lại, chiếc điện thoại di động lăm lăm trong tay - Anh ấy đâu có nói *cụ thể* khoản nào là cấm... - Cô bạn lầm bầm một mình, chìa chiếc điện thoại ra cho tôi.

Tôi bấm ngay số điện thoại nhà Jacob, lòng thầm cầu mong cho cậu bạn chưa đi tuần tối cùng những người bạn của mình. Và may mắn đã mỉm cười với tôi - Jacob nhấc máy.

- Alô?

- Chào Jake, chị đây - Alice dõi mắt nhìn tôi, một đôi mắt không biểu lộ thái độ, chỉ trong đúng một tích tắc, rồi thôi; cô bạn quay đi, tiến đến chỗ chiếc ghế xôpha, ngồi vào giữa Rosalie và bà Esme.

- A, chào chị Bella - Jacob reo vui, nhưng đột nhiên tỏ ra dè dặt - Ủa, có chuyện gì vậy chị?

- Không có gì vui hết. Thứ Bảy này, chị không đến chỗ em được.

Chiếc điện thoại im lìm trong cả phút đồng hồ.

- Tên ký sinh đáng ghét - Cuối cùng, người thiếu niên cũng lầm bầm được vài tiếng - Em tưởng là hắn đi rồi chứ. Hắn đi mà chị cũng không được sống sao? Hay hắn nhốt chị vào trong quan tài rồi?

Tôi phá ra cười như nắc nẻ.

- Chẳng thấy có chỗ nào đáng cười cả.

- Chị chỉ cười vì em suy diễn quá thôi - Tôi trả lời - Nhưng thứ Bảy là anh ấy về đến đây rồi, vậy nên chị đành phải hủy hẹn với em.

- Thế hắn có đang toan tính tổ chức chè chén ở Forks không đấy? - Jacob hỏi một cách cay độc.

- Không - Tôi cố kìm không để giọng mình trở nên cáu kỉnh. Tôi làm sao có thể bực bội bằng cậu ta cho được - Anh ấy đi sớm rồi.

- Ồ. Ra vậy. À, hay là chị xuống chỗ em bây giờ đi. Không thì em sẽ đánh xe lên nhà chú Charlie cũng được.

- Chị cũng mong như vậy lắm. Nhưng hiện thời chị không ở nhà - Tôi tỏ thái độ gắt gỏng - Bây giờ, chị không đi đâu được.

Đầu dây bên kia im bặt như đang thấm dần cơ sự, rồi sau đó là những tiếng làu bàu.

- Để *tụi* em tới đưa chị đi - Người thiếu niên lên tiếng một cách thẳng thừng, tự dưng chuyển đại từ sang dạng số nhiều.

Một cơn ớn lạnh chợt xuất hiện, trượt dọc theo sống lưng của tôi, song, tôi vẫn giả bộ trả lời như không có chuyện gì và cố làm ra vẻ chòng ghẹo:

- Ừ, đến cứu chị đi. Chị *bị* tra tấn rồi. Alice vừa mới sơn móng chân cho chị xong.

- Em nói thật đó.

- Thôi đi ông tướng. Mọi người chỉ cố gắng bảo vệ cho chị được an toàn thôi.

Người bạn nhỏ của tôi lại lầm bầm trong họng.

- Chị biết là hơi đa sự một chút, nhưng vì trong trái tim của họ chỉ có hình ảnh của chị mà thôi.

- Cũng có *tim* kia đấy! - Jacob buông lời nhạo báng.

- Xin lỗi em về vụ ngày thứ Bảy - Tôi ngậm ngùi - Bây giờ chị phải lên giường - lên ghế tràng kỷ, tôi tự chỉnh lại trong đầu - Nhưng chị sẽ sớm gọi lại cho em.

- Chị có chắc là người ta sẽ để cho chị gọi không? - Giọng nói của cậu bạn run rẩy, tràn đầy những tổn thương.

- Chị không chắc - Tôi thở dài - Chúc em ngủ ngon, Jake.

- Hẹn gặp lại.

Alice đột ngột xuất hiện bên cạnh tôi, cô bạn chìa tay chờ đợi chiếc điện thoại, nhưng tôi đang bấm số. Và cô bạn của tôi đã đọc được chúng.

- Chắc giờ này anh ấy không mang theo điện thoại đâu - Alice nhắc nhở.

- Mình sẽ để lại lời nhắn.

Điện thoại đổ chuông bốn lần, sau đó là một tiếng "bíp". Không có lời thoại chào đón nào cả.

- Anh gặp rắc rối rồi - Tôi bắt đầu nhả từng tiếng - Rắc rối nghiêm trọng đó. Ngay cả mấy con gấu xám

Bắc Mỹ hung hăng cũng còn phải sợ cái điều đang chờ đợi anh ở nhà.

Xong, tôi đóng đánh cách chiếc điện thoại, đặt nó vào bàn tay vẫn còn đang đưa ra của Alice.

- Xong rồi.

Alice cười toét miệng.

- Con tin này vui thật.

- Bây giờ mình đi ngủ - Tôi thông báo và hướng chân về phía cầu thang. Alice cũng xoải bước đi theo.

- Alice à - Tôi thở dài - Mình không trốn đi đâu. Mình mà có ý định đó là bạn biết liền, mình chỉ cần rục rịch một chút thôi là bạn sẽ bắt được mình lại ngay, dễ như bơn ấy mà.

- Mình đi theo cốt để chỉ cho bạn biết các vật dụng của bạn để ở đâu thôi - Cô bạn giải thích một cách tự nhiên.

Phòng riêng của Edward nằm trên lầu hai, ở cuối lối đi, và thật khó lòng mà nhận nhầm phòng, dẫu là ngôi nhà quá to và không thân thuộc lắm đối với tôi. Ấy vậy mà khi đưa đưa tay bật công tắc đèn, tôi đã phải khựng lại, bối rối. Tôi có vào sai phòng không đấy?

Bên cạnh tôi, Alice bật cười khúc khích.

Không, vẫn là một phòng, tôi nhận định một cách nhanh chóng; duy chỉ có đồ đạc trong phòng là được sắp xếp lại mà thôi. Chiếc ghế tràng kỷ được kéo về phần tường phía bắc, còn dàn âm thanh thì được kê sát với dãy kệ đựng kín mít những đĩa CD - để nhường chỗ cho một cái giường đồ sộ, đang nằm chình ình ngay giữa phòng.

Tấm kính phía nam thay cho tường phản chiếu lại hình ảnh của gian phòng, đóng vai trò của một tấm gương, càng khiến cho cái giường trở nên kềnh càng, lạnh lẽo.

Tất cả đều hợp rơ với nhau. Tấm khăn phủ giường cũng có màu vàng, nhạt hơn màu của mấy bức tường; khung giường sơn đen, làm bằng kim loại, được tạo dáng một cách cầu kì. Những bông hoa hồng trạm trổ tinh xảo quấn lấy những thân cột, vươn cao, vươn cao, tạo thành một tấm mái rợp những hoa, những lá. Cuối giường là bộ pijama của tôi đã được sắp xếp ngay ngắn cẩn thận, còn túi đựng vật dụng cá nhân của tôi thì nằm ngay bên cạnh.

- Thế này là thế nào? - Tôi lắp ba lắp bắp hỏi.

- Bạn thật sự không nghĩ rằng anh ấy chịu để cho bạn ngủ trên chiếc ghế tràng kỷ đấy chứ?

Tôi lầm bầm thêm vài từ vô nghĩa nữa rồi xăm xăm bước vào phòng, chộp lấy mớ đồ đạc.

- Mình sẽ để bạn một mình - Alice bật cười - Hẹn sáng mai gặp lại bạn nhé.

Thế là tôi lật đật đi đánh răng, thay quần áo; xong xuôi, một tay tôi cắp lấy chiếc gối da căng phồng, một tay kéo lê chiếc mền màu vàng ở trên giường ra chiếc ghế tràng kỷ. Tôi biết mình đang làm trò ngốc, nhưng cứ thây kệ. Chiếc Porsche đút lót này, cái giường cỡ voi mamút nằm này chềm chệ trong một căn nhà chẳng có ai biết ngủ - thật dễ khiến cho người ta tức không biết để đâu cho hết. Sau cái với tay tắt đèn, tôi ngồi thu mình trên chiếc ghế dài, tự hỏi lòng rằng đang bực bội đến thế này thì liệu có chợp mắt được nổi hay không?

Trong bóng tối muôn trùng, tấm kính cuối phòng không còn là một tấm gương đen đúa, một căn phòng ảo thứ hai nữa. Bên ngoài cửa sổ, ánh trăng bàng bạc khắp cõi trời, những áng mây cũng nhờ đó mà ngời sáng. Và khi mắt đã quen thuộc với bóng tối, tôi có thể nhận ra những ngọn cây, một dải sông nhỏ loang loáng ánh vàng. Cứ ngồi như vậy, tôi dõi mắt xa trông, chờ đợi lúc hai mi mắt nặng trĩu.

"Cộc cộc cộc"... nơi cửa phòng chợt có tiếng gõ nhè nhẹ.

- Chuyện gì vậy, Alice? - Tôi hỏi như rít lên, trong đầu tưởng tượng ra vẻ mặt thích thú "á à" của cô bạn khi phát hiện ra cái giường bất đắc dĩ của tôi.

- Là chị đây - Giọng nói êm dịu của Rosalie vang lên khe khẽ, cánh cửa mở hé chỉ vừa đủ để ánh trăng lướt hờ lên gương mặt kiều diễm của kẻ mới đến - Chị vào được không?

7. MỘT KẾT THÚC BUỒN

Rosalie ngập ngừng nơi ngưỡng cửa, gương mặt lộng lẫy toát lên vẻ do dự.

- Dạ được, chị - Giọng nói của tôi vút cao vì ngạc nhiên - Chị vào đi.

Tôi nhổm dậy, dịch chuyển đến cuối ghế để nhường chỗ. Bụng tôi tự dưng thắt lại với cảm giác rờn rợn khi một thành viên trong nhà Cullen vốn đã từng không có thiện cảm với tôi, giờ lại chủ động đến tìm tôi, ngồi vào cái chỗ vừa để ngỏ. Não bộ của tôi hoạt động ngay tắp lự, nỗ lực đoán xem vì lý do gì mà cô gái này lại muốn tìm gặp tôi; nhưng vô ích, tôi chẳng mò ra được một giả thuyết nào cả.

- Em có thể dành vài phút nói chuyện với chị được không? - Rosalie hỏi - Chị đã không đánh thức em dậy, phải không nào? - Đôi mắt của kẻ mới đến chiếu thẳng vào chiếc giường trống, sau đó chuyển sang tôi.

- Dạ không, em vẫn chưa ngủ. Tất nhiên là chúng ta sẽ nói chuyện rồi, chị - Không rõ Rosalie có nghe thấy âm thanh hốt hoảng đang tràn ngập trong giọng nói của tôi hay không.

Chỉ nghe thấy cô gái bật cười, tiếng cười thánh thót, nghe như một dàn chuông cùng hợp xướng.

- Hiếm có khi nào cậu ấy bỏ em lại một mình - Rosalie nhìn nhận - Chị nghĩ đây là cơ hội tốt nhất.

Liệu có nỗi niềm gì mà Rosalie lại ngại ngần không muốn giãi bày trước mặt Edward? Hai bàn tay của tôi đang giữ mép tấm mền hết nắm vào lại thả ra.

- Xin em đừng nghĩ rằng chị là kẻ chuyên phá đám - Giọng nói của Rosalie rất hiền, nghe gần như là nài xin. "Người khách" của tôi bắt chéo hai tay, đặt lên đùi, và đôi mắt cứ chú mục vào chúng trong lúc nói chuyện - Chị biết rằng trong quá khứ, chị đã từng có những hành động, lời nói khiến cho em bị tổn thương, và chị không muốn lặp lại chuyện ấy.

- Chị đừng bận tâm đến chuyện đó nữa, chị Rosalie. Em không sao cả. Chị nói đi, có chuyện gì thế?

"Người khách" của tôi lại phá ra cười, dường như để che giấu sự bối rối.

- Chị đang cố nén lòng để kể với em vì sao chị lại ủng hộ chuyện em là một con người đúng nghĩa... tại sao nếu chị là em, chị lại muốn sống kiếp sống của một con người.

- Ồ.

Rosalie mỉm cười trước lạc âm ngỡ ngàng của kẻ đang ngồi bên cạnh mình, sau đó, buông ra một tiếng thở dài.

- Edward có kể với em điều gì đã khiến chị như vậy

không? - Rosalie hỏi, tay chỉ vào cơ thể bất tử đẹp rạng rỡ của mình.

Tôi chậm rãi gật đầu, bất thần trở nên ủ ê.

- Anh ấy nói với em rằng chị cũng lâm vào hoàn cảnh tương tự như em hồi em đến Port Angeles, chỉ có điều... không một ai cứu chị cả - Tôi run rẩy trước cái kí ức ấy.

- Cậu ta chỉ kể với em như vậy thôi sao?

- Vâng - Tôi đáp gọn lỏn, giọng nói chất chứa nỗi hoang mang - Bộ còn có điều gì nữa hả chị?

Kẻ mới đến ngẩng mặt lên nhìn tôi, cười mỉm; đó là một gương mặt vừa tàn nhẫn, vừa bi thương, nhưng vẫn tràn đầy nét kiêu sa.

- Ừ - Chị trả lời - Vẫn còn.

Tôi kiên nhẫn chờ đợi, trong lúc Rosalie nhìn không chớp mắt ra ngoài ô cửa sổ. Có vẻ như "người khách" của tôi đang cố lấy lại bình tĩnh.

- Em có muốn nghe chuyện của chị không, Bella? Đó là một câu chuyện có đoạn kết không có hậu - nhưng nhìn lại những kẻ như chị, thì liệu có được bao nhiêu người nào? Nếu như mọi người đều có một kết cuộc hạnh phúc, hẳn tất cả giờ này đều đang an nghỉ dưới tấm bia khắc tên mình rồi.

Tôi gật đầu, dù âm sắc trong chất giọng của kẻ đang nói làm cho tôi muốn toát mồ hôi lạnh.

- Chị sống trong một thế giới khác với em, Bella ạ. Thế giới thuở làm người của chị là một thế giới đơn giản hơn của em gấp ngàn lần. Đó là vào năm 1933. Chị vừa tròn mười tám tuổi, chị rất đẹp. Cuộc sống của chị giống như trong mơ vậy.

Kẻ đang nói chú mục vào đụn mây bạc sau lớp kính, nét mặt trở nên xa xăm.

- Bố mẹ chị thuộc tầng lớp trung lưu. Bố chị có một công việc ổn định, vững chắc, trong một ngân hàng. Đó là một công việc mà cho tới giờ, chị mới nhận ra rằng ông luôn luôn lấy làm tự mãn về nó. Lúc nào bố chị cũng coi sự giàu sang là phần thưởng cho tài năng và sự chăm chỉ trong công việc, hơn là nhìn nhận rằng đó là do may mắn. Chị cũng đã cầm bằng như vậy rồi. Và tất cả mọi người trong gia đình chị, ai cũng coi cuộc đại suy thoái kinh tế chỉ là tin đồn bá vơ bá vất. Lẽ dĩ nhiên, tận mắt chị cũng đã trông thấy những người nghèo, những người không được may mắn. Nhưng bố chị đã để lại một ấn tượng trong chị rằng chính những người nghèo ấy tự gây ra rủi ro cho bản thân họ chứ chẳng phải ai khác.

"Mẹ chị lo việc tề gia trông nom, dạy dỗ chị cùng hai đứa em trai nhỏ không hề có lấy một sai sót. Chẳng khó khăn gì mà không thể nhận ra rõ ràng rằng chị chính là đứa con được mẹ yêu thương và chiều chuộng nhất trong nhà. Thời ấy, chị mù mờ trước thời thế, nhưng chị lại ngỡ ngợ nhận ra rằng bố mẹ chị không hài lòng trước những gì đã đạt được, ngay cả khi gia đình chị còn giàu đến mức nứt đố đổ vách. Ông bà muốn có nhiều hơn nữa kia. Cả hai đều có những ước vọng xã hội, muốn bước chân vào thế giới thượng lưu. Và nhan sắc của chị được coi như một món quà mà Thượng đế đã ban tặng cho hai người. Bố mẹ chị nhìn thấy rõ tiềm năng về nó còn hơn cả chị nữa".

"Dù bố mẹ chưa thật sự thỏa lòng, nhưng với chị thì như thế đã là quá đủ. Chị phát ngây vì được là mình, là Rosalie Hale. Từ cái năm chị bước vào tuổi mười hai, chị đã lấy làm hãnh diện khi mọi cặp mắt của cánh đàn ông đều dõi theo từng bước chân của mình, ở khắp mọi chốn. Chị cảm thấy thích thú trước những tiếng thở dài ghen tị của bọn bạn gái khi chúng chạm vào tóc của chị. Và chị đã hạnh phúc biết bao khi trở thành niềm tự hào của mẹ và được bố thường xuyên sắm cho những chiếc áo đầm sang trọng, quý phái".

"Chị biết mình muốn gì ở cuộc sống ngoài kia, và hình như đó cũng chính là những gì mà chị hằng khao khát. Chị muốn được yêu chiều, được tôn sùng. Chị muốn có một đám cưới linh đình, đầy hoa, và cái cảnh chị được bố trịnh trọng khoác tay dẫn vào giáo đường phải được diễn ra trước sự chứng kiến của tất thảy mọi người trong thị trấn; và không ai có thể phủ nhận rằng chị chính là người con gái đẹp nhất mà họ từng được trông thấy. Đối với chị, sự ngưỡng mộ cũng giống như bầu không khí để hít thở vậy, Bella ạ. Chị ngốc nghếch và hời hợt quá phải không, nhưng chị thích thế" - "Người khách" của tôi mỉm cười, tỏ ra thích thú trước sự nhìn nhận ấy.

"Thế lực cùng ảnh hưởng của bố mẹ đã khiến cho chị vô cùng yêu quý thế giới vật chất. Chị mong muốn có được một ngôi nhà đồ sộ, một căn bếp thật hiện đại với đủ các thứ đồ đắt tiền, có kèm theo hai gia nhân một chuyên lau đồ đạc và một chuyên nấu nướng. Như chị đã nói rồi đấy, chị mới hời hợt làm sao; non nớt và quá hời hợt. Khi ấy, chị không thấy có lý do gì bảo rằng chị sẽ không đạt được những ước vọng đó".

"Tuy nhiên, chị cũng có một vài ước mơ mang đôi chút ý nghĩa. Đặc biệt nhất là một điều. Chị có một cô bạn gái thân thật thân, tên là Vera. Cô bạn ấy lấy chồng rất sớm, chỉ mới vào năm mười bảy tuổi thôi. Vera lấy một thanh niên thuộc týp người mà bố mẹ chị chẳng hề bao giờ có một mảy may suy nghĩ là sẽ cưới cho chị: một anh thợ mộc! Một năm sau, cô bạn ấy sinh con, một cậu bé kháu khỉnh có đôi má lúm đồng tiền và mái tóc đen dợn sóng. Lần đầu tiên trong đời, chị được nếm trải cái cảm giác thế nào là tị hiềm với người khác."

Rosalie nhìn tôi bằng một cặp mắt sâu thăm thẳm, khó dò.

- Hồi ấy là như vậy đó. Bằng tuổi em, nhưng chị đã chuẩn bị tất cả mọi sự. Chị khao khát có một đứa con của riêng mình. Chị muốn có một ngôi nhà riêng và một người chồng sẽ hôn mình mỗi khi đi làm về giống như Vera vậy... Duy chỉ có điều, căn nhà trong trí tưởng tượng của chị thì hoàn toàn khác...

Tôi khó có thể hình dung được cuộc sống của Rosalie ngày trước. Câu chuyện của chị giống như chuyện cổ tích hơn là cuộc đời của một con người. Trong một thoáng ngỡ ngàng, tôi chợt nhận ra rằng thế giới ấy cũng giống như thế giới của Edward, lúc anh còn là một con người, khi anh trải qua quãng đời niên thiếu. Và tôi tự hỏi - trong lúc Rosalie lặng người đi trong chốc lát - liệu thế giới của tôi có xa lạ với anh như tôi đang cảm thấy xa lạ với thế giới của Rosalie đây không?

"Người khách" của tôi thở dài, và rồi khi lên tiếng trở lại, giọng nói của chị khác hẳn, vẻ khát khao trở nên nhạt nhòa.

- Ngày ấy, thật là mỉa mai làm sao, ở Rochester[1] có một gia đình danh giá - gia đình nhà King. Ông Royce King là chủ cái ngân hàng mà bố chị đang làm việc, ông ta thâu tóm gần hết các hoạt động làm ăn có lời trong thị trấn. Đó là lý do vì sao con trai của ông ta, Royce King con - miệng của Rosalie méo xệch khi nhắc

---

[1] Rochester: một thành phố thuộc New York.

đến cái tên ấy, "người khách" của tôi chỉ rít qua kẽ răng - trông thấy chị. Con người đó sẽ tiếp quản cái ngân hàng, do vậy, hắn phải chú ý, học hỏi các tất cả các công việc. Hai ngày sau sự xuất hiện của hắn ở cái ngân hàng ấy, không rõ vô tình hay hữu ý mà mẹ chị lại quên không gửi đồ ăn trưa cho bố chị. Chị còn nhớ rất rõ mình đã bối rối ra sao khi mẹ cứ khăng khăng buộc chị phải mặc bằng được chiếc áo lụa nilông trắng toát và bới tóc cao, chỉ để chạy đến ngân hàng đưa cơm trưa - Rosalie bật cười, nhưng chẳng có vẻ gì là thích thú cả.

"Chị đã không nhận ra là Royce chú ý đến chị một cách đặc biệt. Mọi người, ai mà không say ngắm chị kia chứ. Thế rồi buổi tối hôm ấy, chị bắt đầu nhận được những bông hoa hồng đầu tiên. Mỗi lần hẹn hò nhau vào buổi tối, hắn đều tặng cho chị một bó hoa hồng. Phòng riêng của chị tràn ngập những hoa là hoa. Kết quả là mỗi khi bước chân ra khỏi nhà, người chị lại sực nức mùi hoa hồng."

"Royce cũng rất điển trai. Tóc hắn chỉ hoe hoe vàng, nhạt màu hơn tóc chị, đôi mắt thì thăm thẳm màu của đại dương bao la. Hắn bảo màu mắt của chị hanh hanh tím, và sau câu nói đó, hắn chìa ra cho chị một đóa hoa hồng.

"Chuyện tình cảm giữa chị và hắn được bố mẹ chị hưởng ứng một cách nhiệt thành - điều đó đã làm cho mối quan hệ của bọn chị ngày một thêm khăng khít. Chẳng phải bố mẹ chị vẫn hằng mơ ước đến điều đó hay sao. Và mẫu người như Royce cũng chính là tất cả những gì mà chị hằng mơ mộng - một chàng hoàng tử trong truyện cổ tích sẽ biến chị thành một nàng công chúa. Mọi thứ chị cần, tất nhiên chẳng còn gì hơn thế. Vậy là chưa đầy hai tháng quen nhau, chị và hắn làm lễ đính hôn."

"Thực ra, bọn chị không ở bên nhau nhiều lắm. Royce nói với chị rằng hắn có rất nhiều việc cần phải lo, và khi bọn chị ở bên nhau, hắn luôn tỏ ra đắc ý trước cái nhìn chiêm ngưỡng của mọi người khi họ trông thấy chị ở trong vòng tay của hắn. Bản thân chị cũng cảm thấy thích thú về điều đó nữa. Chị trải qua nhiều bữa tiệc linh đình, khiêu vũ trong những bộ váy đầm đẹp lộng lẫy. Khi em có địa vị trong xã hội, mọi cánh cửa sẽ rộng mở chào đón em, mọi tấm thảm đỏ trải ra chỉ để chờ đợi bước chân của em."

"Buổi lễ hứa hôn ấy không diễn ra lâu. Mọi thứ, kì thực là đều dành để chuẩn bị cho một đám cưới linh đình, trọng thể. Tất cả những gì chị cần là như vậy. Chị vô cùng hạnh phúc. Thế rồi khi chị gọi điện thoại cho Vera, chị hoàn toàn không còn cảm giác cà nanh cà tị nữa. Chị tưởng tượng ra cảnh những đứa trẻ tóc vàng con mình đang chơi đùa trên bãi cỏ nhà King, và rồi chị nghĩ đến cô bạn gái thân nhất, trong lòng không khỏi dâng lên một cảm giác xót xa, ngậm ngùi."

Rosalie đột nhiên ngừng bặt, hai hàm răng nghiến chặt vào nhau. Trong tích tắc ấy, tôi như bị lôi ra khỏi câu chuyện của người đang kể, bừng tỉnh, và lờ mờ nhận ra rằng phần đáng sợ nhất của cuộc đời chị không còn ở xa nữa. Một kết thúc buồn, chị chẳng đã thông báo với tôi từ trước rồi đấy thôi. Phải chăng đây chính là nguyên nhân vì sao tính cách của chị lại gay gắt, khó gần hơn tất thảy mọi người trong gia đình - khi mọi ước mơ của chị đang hoàn toàn nằm gọn trong tầm tay với thì trang sách cuộc đời lại đột ngột bị lật sang trang một cách tàn nhẫn.

- Buổi tối hôm đó, chị ở nhà Vera - Rosalie thì thào. Gương mặt lạnh băng như một phiến đá cẩm thạch, và cũng cứng hệt như thế - Đứa con của cô bạn ấy thật đáng yêu, nó đang tập bò, cứ cười suốt, đôi má lúng liếng hai cái lúm đồng tiền. Khi chị ra về, Vera theo tiễn chị ra đến cửa, đứa bé được ẳm trong tay, còn người chồng của cô ấy thì đứng ngay bên cạnh, đang quàng tay ôm ngang thắt lưng vợ. Rồi có lẽ nghĩ rằng chị không trông thấy nên anh ta âu yếm hôn lên má vợ mình. Điều đó đã khiến cho chị không vui. Khi Royce hôn chị, nụ hôn đó không giống như thế nó, không dịu dàng và say đắm như vậy... Bực bội, chị cố gạt bỏ cái suy nghĩ ấy ra khỏi đầu óc. Royce là chàng hoàng tử của chị. Rồi một ngày nào đó, chị sẽ là hoàng hậu...

Trong ánh trăng nhập nhoạng thế này, thật khó có thể diễn tả được chính xác một điều gì, nhưng tôi loáng thoáng nhận ra gương mặt trắng như xương của "người khách" ngồi bên cạnh mình đang trắng bệch hơn vốn dĩ.

- Ngoài đường đã tối lắm rồi, phố sá đã lên đèn từ lâu. Chị không biết chính xác là đang ở vào thời khắc nào nữa - Rosalie tiếp tục thầm thì, gần như là không thể nghe thấy - Trời cũng rất lạnh, cái lạnh của những ngày cuối tháng Tư. Chỉ còn có một tuần nữa là đám cưới rồi, mà thời tiết thì... Chị cảm thấy bồn chồn, guồng chân vẫn hối hả trên đường về nhà. Chị còn nhớ rõ lắm, rõ ràng đến từng chi tiết trong cái đêm hôm ấy. Trong những ngày đầu của cuộc đời mới..., chị nhớ đến ám cả vào hồn. Chị không làm sao nghĩ được điều gì khác cả. Và bây giờ thì chị đang ngồi đây, ôn lại những điều này, khi tất cả những kí ức tươi đẹp đều đã chìm vào dĩ vãng...

Rosalie thở dài, rồi lại lên tiếng ngay, vẫn là giọng nói nhỏ nhẹ, rất nhẹ đến khó nắm bắt:

- Ừ, chị đã lo lắng về thời tiết... Chị không muốn phải tổ chức đám cưới trong nhà...

"Cứ thế, cứ thế, chị bước đi trong đêm, đúng lúc chỉ còn cách nhà vài đoạn đường nữa thì chị nghe thấy tiếng chúng. Một nhóm đàn ông đang tụm năm tụm ba dưới một bóng đèn đường đã bể, cười nói om sòm.

Họ say khướt. Phải chi lúc nãy chị gọi bố đến đưa chị về nhà; song, từ chỗ Vera về nhà chị nào có xa xôi gì, gọi bố đến như vậy có kì quá không. Thế rồi chị nghe thấy có tiếng gọi tên mình."

"Rose! - Một kẻ thét lên, những tên khác òa ra cười một cách ngớ ngẩn."

"Chị đã không chú ý thấy rằng tất cả những tên bợm rượu ấy đều ăn mặc rất sang trọng và kiểu cách. Chính là Royce cùng đám bạn của hắn, con trai của những nhà tài phiệt."

"Rose của tao đó! - Royce thét váng lên, hắn cười cợt với đám bạn, trông chẳng ra làm sao cả - Em về trễ quá chừng. Bọn anh tê cóng cả người rồi đây này, em bắt tụi anh chờ lâu quá."

"Chị chưa từng thấy con người đó uống rượu bao giờ. Thi thoảng, hắn chỉ uống rượu mừng khi đi tiệc. Hắn đã nói với chị rằng hắn không thích sâmbanh. Và chị đã không hề biết rằng hắn thích một thứ khác, rất ghê gớm."

"Hắn có một tên bạn mới - là bạn của một người bạn, đến từ Atlanta."

"Tao đã bảo mày cái gì, hả John - Royce nói như reo, hắn tóm vội lấy tay chị và kéo chị lại gần - Chẳng phải nó đẹp hơn tất cả các con đào tơ của mày ở Georgia sao?"

"Gã đàn ông tên John có mái tóc đen và một làn da rám nắng. Gã nhìn xăm xoi chị như xăm xoi một con ngựa vừa mới mua được."

"Cái này khó nói à nha - John lè nhè từng tiếng một - Nó xùng xình lắm áo quá."

"Bọn chúng phá ra cười ngả ngớn, và Royce cũng chẳng khác gì chúng."

"Thế rồi bất thình lình, Royce chộp lấy vai chị, bằng một động tác bất ngờ, hắn xé toạc chiếc áo khoác là món quà hắn đã mua tặng chị. Tiếng những chiếc cúc đồng đứt chỉ vang lên thành tràng, rồi rơi lả tả, tung tóe xuống mặt đường."

"Cho nó thấy em đẹp như thế nào đi, Rose! - Sau tràng cười hềnh hệch của hắn, chiếc mũ của chị cũng bị hắn giật tung. Những chiếc kẹp vặn xoắn vào chân tóc, chị thét lên đau đớn. Và... có vẻ như tất thảy bọn chúng đều thích thú trước điều đó, thích thú khi nghe thấy nỗi đau của chị được bộc phát ra thành âm thanh..."

Hốt nhiên, Rosalie quay sang nhìn tôi, cơ hồ như kẻ kể chuyện đã quên khuấy sự hiện diện của tôi rồi. Tôi đoan chắc rằng gương mặt của mình cũng đang trắng bệch chẳng thua kém gì chị, nếu không thì cũng là một màu xanh lè xanh lét.

- Chị không bắt em phải nghe nốt phần còn lại đâu - Giọng nói của Rosalie trở nên xa vắng - Chúng bỏ chị lại trên đường, vừa cười ngặt nghẽo vừa loạng choạng bỏ đi. Ai cũng nghĩ rằng chị đã chết. Bọn chúng chọc ghẹo Royce rằng hắn sẽ phải tìm một cô dâu mới. Hắn cười, đáp rằng trước tiên, hắn sẽ phải học cách kiên nhẫn."

"Chị cứ nằm một cách bất lực trên đường, đón chờ cái chết. Trời rất lạnh, cơ thể chị nát như vì đau đớn, nhưng chị thấy ngạc nhiên là mình vẫn còn cảm nhận được cái lạnh. Tuyết bắt đầu rơi, chị tự hỏi rằng vì sao chị vẫn chưa chết. Chị sốt ruột đợi Thần Chết, để kết thúc mọi nỗi đau khổ, dày vò. Chị đã chờ rất lâu, rất lâu..."

"Và rồi bác sĩ Carlisle nhìn thấy chị. Ông ngửi mùi máu rồi xem xét các vết thương. Chị nhớ mình dã tức giận ra sao khi ông chăm sóc chị, cố gắng đưa chị trở về từ ngưỡng cửa của cái chết. Chị không ưa bác sĩ Carlisle hay vợ ông cùng em trai của bà, lúc ấy, trông Edward có vẻ là như vậy. Chị phát bực vì tất thảy bọn họ đều đẹp hơn chị, đặc biệt là hai người đàn ông đó. Nhưng chị thấy lạ là hai người này không hề thân nhau. Chị chỉ thấy họ đứng chung với nhau có một, hai lần."

"Chị cứ nghĩ là mình đã chết khi được bác sĩ Carlisle nâng dậy và bế trên hai tay mà chạy. Với tốc độ di chuyển của vị bác sĩ, chị có cảm giác như mình đang bay. Nhưng chị vẫn chưa hết sợ vì cơn đau không hề thuyên giảm..."

"Thế rồi chị thấy mình đang ở trong một căn phòng sáng trưng và rất ấm áp. Chị mê man, nhưng cảm thấy mừng vì cơn đau đang lịm dần, lịm dần. Bỗng, bất thình lình, có một vật gì đó sắc lẻm khứa vào người chị, ở cổ, ở hai cổ tay và cả ở hai mắt cá chân nữa. Chị bật hét lên vì kinh hoảng, có lẽ ông ta đem chị đến đây là để hành hạ cho chị phải chịu đau đớn hơn nữa kia mới thỏa. Lửa bắt đầu bùng cháy trong khắp cơ thể của chị, chị không thể chú tâm đến điều gì khác được nữa. Chị đã cầu xin vị bác sĩ hãy giết chị đi. Cả khi Esme và Edward về đến nhà, chị cũng đã van xin họ hãy giúp cho chị được chết. Bác sĩ Carlisle lẳng lặng ngồi xuống bên cạnh, nắm lấy tay chị và nói lời xin lỗi, hứa hẹn rằng tất cả rồi sẽ sớm chấm dứt. Sau đó, ông đã kể với chị về mọi điều, còn chị thì lắng nghe giữa những cơn đau. Rồi vị bác sĩ tự giới thiệu về mình, đồng thời báo cho chị biết rằng chị sẽ trở thành người như thế nào; nhưng chị không tin. Cứ mỗi lần chị thét ré lên là ông lại xin lỗi."

"Edward không vui. Chị vẫn còn nhớ rõ những gì họ bàn tán về chị. Thi thoảng chị cũng có ngừng kêu thét. Kêu thét nhiều như vậy cũng không giải quyết được gì."

"Quý ngài đang nghĩ gì vậy? - Edward đã cất tiếng hỏi như thế - Rosalie Hale à?" - "Người khách" của tôi nhại lại giọng nói của Edward khi anh tức tối một cách tài tình - "Chị không thích cái kiểu cậu ta gọi tên chị như vậy, làm như chị có gì không phải vậy."

"Ta không thể để cho cô bé chết được - Bác sĩ Carlisle trả lời trong xa vắng - Có quá nhiều thứ, đau khổ và lãng phí."

"Hiểu rồi - Edward trả lời, và chị thì nghĩ rằng gã thiếu niên ấy chỉ trả lời một cách tùy tiện mà thôi. Điều đó làm cho chị tức tối. Lúc đó, chị không hề biết rằng 'hắn' đã biết được chính xác bác sĩ Carlisle đang nghĩ gì."

"Quá lãng phí. Ta không thể bỏ mặc cô bé - Bác sĩ Carlisle vẫn thì thào."

"Anh thì làm sao có thể bỏ mặc được ai - Esme góp lời."

"-Người ta vẫn chết hà rầm đấy thôi, lúc nào mà chẳng có người chết - Edward nhắc nhở; vẫn cái lối nói khe khắt ấy - Ngài không nghĩ rằng nhận thức của cô gái hãy còn quá non nớt sao? Nhà King rồi sẽ mở một cuộc truy tìm quy mô; mà thói đời, mấy ai biết đến mặt trái của tấm mề đay cơ chứ - Cậu ta gằn từng tiếng."

"Bất giác chị cảm thấy lòng nhẹ nhõm, bởi có vẻ như bọn họ cũng biết tên Royce ấy có tội."

"Sau đó, chị quên mất rằng mọi thứ đang đến hồi kết thúc, rằng chị đã khỏe lên, và rằng vì sao chị còn sức mà tập trung vào được những gì họ đang trao đổi. Cơn đau ở các đầu ngón tay chị đang nhạt dần, nhòa dần."

"- Chúng ta sẽ làm gì với cô gái? - Edward hỏi bằng một giọng điệu khinh khỉnh; hay chí ít thì cũng là nhắm vào chị."

"Chị nghe thấy bác sĩ Carlisle thở dài."

"- Điều đó còn tùy thuộc vào cô ấy. Có lẽ cô ấy muốn tự định đoạt số phận của chính mình."

"Đến lúc đó thì chị tin vào những gì mà vị bác sĩ khả kính kia đã nói với mình, những điều khiến cho chị khiếp sợ. Chị hiểu cuộc đời của mình đã kết thúc, và chẳng còn gì có thể quay lại với chị được nữa. Chị không thể chịu đựng nổi cái ý nghĩ phải sống một mình..."

"Cơn đau cuối cùng cũng tắt lịm. Họ lại giải thích với chị thêm một lần nữa rằng chị là ai. Và lần này thì chị hoàn toàn bị thuyết phục. Chị cảm thấy khát, thấy da mình cứng lại; chị cũng tự thấy rằng mắt mình đang đỏ rực nữa..."

"Vốn là một đứa nông cạn về tâm hồn, ban đầu, khi nhìn thấy mình ở trong gương, chị thích thú, mãn nguyện lắm. Ngoại trừ đôi mắt ra, chị chưa từng thấy ai đẹp như mình cả" - Rosalie phá ra cười một lúc - "Phải mất một thời gian sau, chị mới bắt đầu cảm thấy căm ghét cái sắc đẹp đặc trưng của giống loài này, cái sắc đẹp đã bị nguyền rủa, để mà ao ước mình... Chậc... không đến nỗi quá 'nghèo nàn' về mặt nhan sắc, chỉ bình thường thôi; giống như Vera vậy, đủ để được kết hôn với một người thật lòng *yêu thương* mình, và có những đứa con xinh xắn. Đó là niềm mong mỏi day dứt bao lâu nay của chị; mà dường như đó cũng không phải là một đòi hỏi quá đáng."

"Người khách" của tôi bất chợt trở nên trầm mặc, không rõ có phải chị lại quên mất sự hiện diện của tôi rồi hay không. Đúng lúc tôi nghĩ đến đó thì Rosalie xoay mặt sang phía tôi, mỉm cười, gương mặt tràn ngập nỗi hân hoan.

- Em biết không, cuộc đời chị cũng trong sạch gần giống như Carlisle - Rosalie lại lên tiếng - Trong sạch hơn Esme, trong sạch hơn Edward gấp một ngàn lần. Chị chưa bao giờ nếm máu người cả - Người kể chuyện thông báo một cách tự hào.

Rồi nhận ra vẻ mặt thắc mắc của tôi với câu hỏi lửng vì sao cuộc đời chị lại trong sạch *gần giống* bác sĩ Carlisle, Rosalie tiếp lời:

- Chị đã xuống tay với năm người - Rosalie thông báo bằng một giọng thỏa mãn - Nếu em còn có thể gọi chúng là *người* được. Nhưng chị đã cẩn thận không để bị dây bẩn bởi máu của chúng - chị cũng biết mình sẽ không thể cưỡng lại được cái bản ngã xấu xa ấy, nhưng chị không muốn bất kì một cái gì thuộc về chúng tồn tại *trong* người mình, em hiểu không?"

"Chị để Royce lại sau cùng. Chị mong rằng hắn sẽ nghe thấy cái chết của những gã bạn và hiểu ra cơ sự, biết được điều gì đang chờ đợi hắn. Chị hy vọng rằng nỗi sợ hãi sẽ khiến cho con đường hắn về thế giới bên kia càng đáng sợ hơn. Và có lẽ đúng như vậy thật. Khi chị đến... gặp hắn lần cuối, hắn đang náu mình trong một căn phòng kín như bưng, không có cửa sổ, cửa ra vào duy nhất thì dày cộp và nặng trịch như cửa ngân hàng, các tay bảo vệ đứng gác cửa thì được trang bị vũ khí vô cùng tối tân, hiện đại. À không, đời chị xuống tay với bảy người cả thảy - "Người khách" của tôi tự chỉnh lại - Chị quên mất mấy tay bảo vệ. Chị chỉ phải mất có một giây thôi là giải quyết được gọn ghẽ."

"Lúc ấy, chị cũng màu mè, điệu bộ... Quả là rất trẻ con, em ạ! Chị mặc một chiếc áo đầm cưới, là hàng chị ăn cắp đấy. Khi trông thấy chị, hắn thét lên om sòm. Đêm hôm đó, hắn thét nhiều lắm. Để hắn lại sau cùng quả thực là một ý tưởng hay, một cơ hội tốt để chị học cách tự chủ, làm từng bước, từng bước một... kéo dài thời gian, không hề vội vàng..."

Rosalie đột ngột im bặt, quay sang nhìn tôi; sau đó lại tiếp, giọng nói rầu rầu:

- Chị xin lỗi. Chị đã làm em sợ lắm, phải không?

- Em không sao, chị ạ - Tôi nói dối.

- Chị đã đẩy cảm xúc đi quá xa.

- Chị đừng bận tâm về chuyện ấy.

- Chị ngạc nhiên là Edward đã không kể với em chuyện đó.

- Anh ấy không thích kể lại chuyện của người khác, chị à. Làm như vậy, anh ấy sẽ có cảm giác là phản bội lại niềm tin của người ta, bởi vì anh ấy có thể nghe nhiều hơn những gì mà mọi người muốn cho anh ấy biết.

"Người khách" của tôi mỉm cười, lắc lắc đầu.

- Chắc chị cần phải đặt lòng tin vào cậu ấy nhiều hơn. Cậu ta thật sự là một người đàng hoàng, đứng đắn, có phải không em?

- Em thật lòng nghĩ như thế đấy.

- Chị nói với em điều này - Rosalie thở dài - Chị đã không công bằng với em, Bella. Cậu ấy có kể với em vì sao không? Hay chuyện này cũng thuộc phạm trù bí mật, không thể tiết lộ?

- Anh ấy chỉ giải thích với em rằng bởi vì em là một con người thực thụ. Anh ấy cũng nói rằng chị phải chịu đựng nhiều hơn bất cứ ai khác trong nhà khi phải chấp nhận cái suy nghĩ là có một người ngoài đã biết tất tần tật bí mật về đời tư của chị.

Tiếng cười trong vắt của kẻ đang ngồi bên cạnh vang lên cắt ngang lời tôi.

- Bây giờ thì chị bắt đầu cảm thấy mặc cảm tội lỗi rồi đó. Cậu ấy thì ra rất-rất-rất tử tế với chị, hơn tất cả những gì chị xứng đáng được nhận nữa - Khi Rosalie cười, trông chị thân thiện và đáng mến hơn bao giờ hết, có vẻ như mọi rào chắn lúc nào cũng giăng lên hòng ngăn chặn những bước chân xâm phạm của kẻ lạ là tôi, đã được hạ xuống hết - Đúng là một kẻ lừa bịp siêu hạng - "Người khách" của tôi lại bật cười.

- Anh ấy nói dối ư, chị? - Tôi hỏi lại, bất giác trở nên dè chừng.

- Ừm, có lẽ đó chỉ là một góc nhìn đẹp. Cậu ta chỉ không kể hết với em mà thôi. Điều cậu ta kể với em là thật, thậm chí còn thật hơn cả bản thân cái sự thật ấy nữa. Tuy vậy, vào lúc đó... - Rosalie ngừng lời, cười khúc khích, nhưng tâm trạng rõ ràng là đang bối rối - Chị xấu hổ quá. Em biết không, lúc đầu, chị ghen tị vì cậu ta cần em chứ không phải là cần chị.

Lời lẽ của kẻ đang nói tạo thành từng đợt sóng sợ hãi ùa vào hồn tôi. Ngồi dưới ánh trăng, Rosalie đẹp hơn tất thảy mọi thứ tôi có thể hình dung ra được. Tôi không thể nào bì được với Rosalie.

- Nhưng chị yêu Emmett... - Tôi lầm bầm.

Rosalie gật gù, vẻ mặt vô cùng tươi tỉnh.

- Chị không cần Edward theo lẽ đó, Bella à. Chị chưa bao giờ... chị chỉ yêu thương cậu ấy như một đứa em trai mà thôi, nhưng ban đầu, nghe thấy tiếng nói của cậu ấy, chị chỉ thấy bực. Em phải hiểu cho chị... chị đã quá quen với việc được mọi người ngưỡng mộ rồi. Thế mà Edward thì chẳng thèm có lấy một chút bận tâm. Điều đó khiến cho chị tự ái, chị đã cảm thấy bị tổn thương. Nhưng rốt cuộc cũng chẳng thấy cậu ấy quyến luyến ai cả, vậy nên chị chẳng buồn lâu. Đến khi tụi chị lần đầu tiên gặp nhà Tanya ở Denali toàn là phụ nữ, con gái không! Thế mà Edward cũng không có lấy một chút xíu xìu xiu rung động nào. Chỉ có đến khi cậu ta gặp em - Kẻ đang nói nhìn tôi bằng đôi mắt sượng sùng. Nhưng tôi nào có chú ý. Trong đầu tôi lúc này chỉ rặt những hình ảnh về Edward, về bà Tanya và *toàn là phụ nữ, con gái*, mà đôi môi không khỏi bặm lại đến thành có hằn.

"Không phải là em không xinh gái, Bella ạ - Rosalie tiếp tục nói, hiểu lầm phản ứng của tôi - Nhưng cái chính là cậu ta nhận ra em hấp dẫn hơn chị. Chị là một đứa hời hợt nên cứ luôn để tâm vào chuyện đó."

- Nhưng chị nói rằng "ban đầu". Như vậy, chị không còn phiền lòng gì đến chuyện đó nữa, phải không chị? Thật ra, anh ấy và em đều có chung một ý niệm, rằng chị là người đẹp nhất hành tinh này, không một ai qua mặt được chị cả.

Tôi cười ngất khi phải nói ra những lời này - những điều vô cùng hiển nhiên. Vậy mà thật lạ là Rosalie lại rất cần đến mấy lời chứng nhận kiểu đó.

Rosalie cũng cười.

- Cảm ơn Bella. Đúng là *không*, chị không còn phiền lòng về chuyện đó nữa. Edward hay khiến người khác phải ngạc nhiên mà - Nói đến đây, "người khách" của tôi lại rộ lên cười tiếp.

- Nhưng mà chị vẫn không có cảm tình với em - Tôi thì thào.

Nụ cười của Rosalie tắt ngóm.

- Chị xin lỗi.

Rồi chúng tôi ngồi trong yên lặng, Rosalie cũng chẳng tỏ vẻ gì cho thấy là sẽ tiếp tục câu chuyện lại nữa.

- Chị có thể cho em biết nguyên nhân tại sao không? Em đã làm điều gì...?

Phải chăng Rosalie giận vì tôi đã đặt gia đình chị, đặt Emmett vào vòng nguy hiểm hết lần này tới lần khác? Ban đầu là James, và giờ là Victoria...

- Không, em không làm gì cả - Rosalie thì thầm - Chưa làm gì cả.

Tôi nhìn "người khách" của mình đăm đăm, lấy làm khó hiểu.

- Em không nhận ra sao, Bella? - Giọng nói của kẻ đang ngồi bên cạnh đột nhiên trở nên sôi nổi hơn bao giờ hết, thậm chí còn hơn cả lúc chị kể cho tôi nghe câu chuyện bi đát của đời mình - Em đã có trong tay *mọi thứ*. Em có cả một cuộc đời ở phía trước, có mọi thứ mà chị cần. Thế mà em lại muốn *vứt bỏ* chúng đi. Em không nhận ra rằng chị sẵn lòng đánh đổi tất thảy mọi thứ để được là em sao? Em có được quyền lựa chọn, còn chị thì không, và em đang chọn *sai!*

Vẻ sôi nổi có phần nóng nảy của Rosalie khiến tôi chùn lòng. Tôi chợt nhận ra rằng cái quai hàm dưới của mình đã trễ xuống tự lúc nào, bèn vội vàng khép ngay miệng lại.

Người chị gái của Edward nhìn tôi chăm chú, dễ có đến cả một lúc lâu, rồi sau đó, một cách chậm rãi, biển lửa sôi sục trong đôi mắt chị nguôi dần, nguôi dần. Và đột nhiên, con người kiêu hãnh ấy bỗng tỏ ra lúng túng.

- Vậy mà chị đã đoan chắc rằng mình sẽ vô cùng điềm tĩnh cơ đấy - Rosalie lắc đầu, xem chừng rất ngỡ ngàng trước vô số những cảm xúc trong lòng - Hiện giờ, có lẽ vẫn còn khó khăn, nhưng rồi mai đây sẽ khác, khi chị không còn tính kiêu căng tự phụ nữa.

"Người khách" của tôi ngước mắt ngắm nhìn vầng trăng, tâm tư như đang lắng vào một nơi chốn xa xăm, lặng lẽ. Thời gian cứ thế trôi qua, khi ước định lòng dũng cảm đã đủ lớn, tôi mới dám lên tiếng phá tan cơn mơ màng của người đang bỏ dở câu chuyện:

- Nếu em quyết định sống chết với kiếp người, thì hẳn chị sẽ có thiện cảm hơn với em, đúng không?

Trở về với thực tại, Rosalie quay mặt sang tôi, đôi môi động đậy thoáng nở một nụ cười:

- Có lẽ là như vậy.

- Nhưng dù sao thì chị cũng đã có được một đoạn kết có hậu - Tôi thẽ thọt - Chị đã có Emmett.

- Chỉ là một chút tươi vui thôi, em ạ - Chị gái của Edward mỉm cười - Em đã biết rằng chị từng cứu Emmett thoát khỏi tay một con gấu đang quyết tâm vồ anh ấy bằng được, rồi đem anh ấy về nhà cho Carlisle. Nhưng em có biết vì sao chị lại quyết định bảo vệ anh ấy không?

Tôi chỉ biết lắc đầu.

- Những lọn tóc đen loăn xoăn... Ngay cả trong lúc đau đớn tột cùng, trên đôi má của anh ấy vẫn hiện rõ ra hai lúm đồng tiền... Nét ngây ngô trẻ thơ không ngờ vẫn còn đọng lại rất đậm trên gương mặt của một thiếu niên đang trong giai đoạn trổ mã... Anh ấy làm cho chị nhớ đến bé Henry, con trai Vera. Chị không muốn anh ấy chết, rất - rất không muốn, thậm chí là ngay cả khi chị căm ghét đến tận xương tủy cuộc sống này; chị ích kỷ quá, ích kỷ đến mức đã cầu xin bác sĩ Carlisle biến đổi anh ấy.

"Chị gặp may, chị may mắn hơn là xứng đáng được hưởng, Bella ạ. Giả như ngày ấy, chị có đủ sáng suốt để nhận ra điều mình cần là gì, ắt hẳn chị sẽ biết được tất cả những gì chị trông đợi chỉ là Emmett. Anh ấy đích xác là týp người mà mẫu người như chị cần; và mừng quá, anh ấy cũng cần chị nữa. Sự thể diễn tiến theo chiều hướng tốt đẹp đến bất ngờ. Tiếc thay, tụi chị suốt kiếp này chỉ là hai kẻ đơn độc. Sẽ chẳng bao giờ có chuyện chị ngồi ở hàng hiên, với mái đầu hoa râm của anh ấy kề cận ở bên cạnh, còn lũ cháu nội, cháu ngoại thì chạy nhảy, quây quần xung quanh."

Nụ cười của chị gái Edward thật hiền.

- Em thấy kì khôi quá phải không. Ở nhiều phương diện, em trưởng thành hơn cái tuổi mười tám của chị lắm. Nhưng ở nhiều mặt khác... có lẽ suy nghĩ của em vẫn còn ngây thơ. Em còn quá nhỏ để có thể nắm được những gì mình cần trong mười năm, mười lăm năm tới; còn quá nhỏ để dễ dàng từ bỏ mọi thứ mà chưa trải qua suy nghĩ thấu đáo. Em không cần phải hấp tấp cho những thứ có tính chất vĩnh cửu, Bella ạ - Vừa nói, Rosalie vừa vỗ nhẹ vào đầu tôi, song, cử chỉ ấy không có lấy một chút biểu hiện nào của sự cảm thông, chiếu cố.

Tôi thở dài.

- Chỉ cần suy nghĩ một chút thôi, Bella. Một khi đã bước chân vào con đường đó thì vĩnh viễn không bao giờ có lối quay đầu. Esme lúc nào cũng nỗ lực chu toàn vai trò làm mẹ để tụi chị vui vẻ, hài lòng... Alice không còn nhớ một chút nào về kí ức con người nên không có cảm giác nhung nhớ... Nhưng em thì sẽ có đấy. Chẳng lẽ em lại nỡ đành đoạn từ bỏ biết bao nhiêu điều tuyệt vời hay sao?

Nhưng làm người thì sẽ còn bị mất nhiều thứ hơn, tôi không dám nói ra thành lời điều đó.

- Cảm ơn chị, Rosalie. Em rất vui vì đã hiểu được... vì đã biết được thêm về chị.

- Chị xin lỗi vì đã cư xử không nên không phải với em - Nụ cười của chị gái Edward rất rộng - Từ giờ trở đi, chị sẽ cố gắng điều chỉnh lại mình.

Tôi cũng toét miệng ra cười đáp lại.

Có thể chúng tôi vẫn chưa phải là bạn, nhưng tôi tin rằng chị sẽ không còn khinh ghét tôi nữa.

- Giờ thì chị phải để em ngủ thôi - Rosalie liếc nhìn sang chiếc giường, đôi môi run run - Chị biết em bực vì cậu ấy bắt nhốt em theo cách này, nhưng khi cậu ấy trở về, em đừng 'trả đũa' nặng tay quá nhé. Edward yêu em nhiều hơn tất cả những gì em có thể hình dung ra được đấy. Khi phải xa em, anh chàng này sợ lắm - "Người khách" của tôi nhẹ nhàng rời khỏi ghế và lướt rất nhanh ra cửa - Ngủ ngon nhé Bella - Chị thì thào rồi đóng cửa phòng lại.

- Chào chị Rosalie - Tôi đáp lời, nhưng chậm mất một tíc tắc.

Thời gian cứ thế trôi đi, phải mãi đến một lúc lâu sau, tôi mới chợp mắt được.

Và ác mộng đã tìm đến với tôi. Tôi đang lê tấm thân tàn trên mặt đường lạnh lẽo, xa lạ, để lại một vệt máu dài phía sau; tuyết bắt đầu rơi và trời thì tối đen như mực. Một thiên sứ xuất hiện nhập nhoạng trong chiếc áo đầm trắng muốt đang dõi mắt theo từng cử động của tôi, ánh nhìn chứa đầy vẻ phẫn nộ...

Sáng hôm sau, trên đường được Alice "hộ tống" đến trường, tôi ngồi yên, đôi mắt hình viên đạn găm thẳng vào ô cửa kính chắn gió. Cái cảm giác thiếu ngủ đang thổi lửa vào cái bùi nhùi bất mãn, khiến ngọn lửa nộ nơi "kẻ tù binh" được tiếp sức, bốc cháy dữ dội hơn.

- Tối nay tụi mình sẽ đi chơi, Olympia hay nơi nào đó khác - Cô bạn lên tiếng hứa hẹn - Sẽ vui lắm đó, phải không nào?

- Bạn đừng có dỗ ngon dỗ ngọt mình nữa - Tôi hậm hực nói - Sao không nhốt mình dưới hầm cho rồi?

Alice cau mày.

- Thể nào anh ấy cũng sẽ lấy lại chiếc Porsche cho mà xem. Mình đã không làm tốt phần việc của mình mà. Anh ấy muốn bạn lúc nào cũng vui vẻ.

- Bạn chẳng có lỗi gì hết - Tôi lầm bầm. Không tin là mình đang bị lương tâm cắn rứt - Gặp lại bạn vào bữa trưa nhé.

Tôi bước từng bước âm thầm lặng lẽ đến lớp Quốc văn. Không có Edward, ngày buồn thê thảm. Trong lớp học đầu tiên, tôi ngồi ủ rũ như đưa đám, dẫu trong lòng thừa biết rằng thái độ đó chẳng làm được tích sự gì.

Chuông reo, tôi uể oải đứng dậy. Mike đang đứng ở lối ra vào, mở cửa sẵn chờ tôi.

- Edward lại đi du khảo cuối tuần hả? - Anh bạn vui vẻ hỏi han khi cả hai đứa tôi cùng dấn mình vào làn mưa bụi.

- Ừ.

- Tối nay, cậu có thích làm gì không?

Làm sao mà Mike vẫn còn có thể hy vọng đến như vậy?

- Không được rồi. Mình đang ở chơi nhà bạn - Tôi làu bàu. Nhận ra tính khí nóng nảy nơi tôi, kẻ đồng hành trao cho tôi một ánh nhìn khác lạ chưa từng thấy.

- Cậu ở với...

Câu hỏi của Mike chìm nghỉm trong cái âm thanh ầm ầm của chiếc xe máy đầy ấn tượng, xuất phát từ bãi đậu xe của trường, sau lưng chúng tôi. Tốp học sinh đang đi trên vỉa hè nhất loạt ngoái đầu lại, cả bọn nhìn như dán mắt vào điều không thể tưởng tượng nổi: một chiếc xe máy đen kịt vừa thắng két bên vệ đường, động cơ xe vẫn đang không ngừng gào rú.

Jacob vẫy tay lia lịa.

- Nhanh lên, Bella! - Người thiếu niên ráng sức kêu, cố át cái âm thanh đinh tai nhức óc; nơi cần cổ của cậu ta, nổi hết tất cả các đường gân.

Tôi khựng lại đúng một giây trước khi hiểu ra sự vụ.

Và rất nhanh, tôi đưa mắt sang Mike, hiểu rằng mình chỉ có được vài giây ngắn ngủi mà thôi.

- Mình thấy không được khỏe, mình về nhà nghen? - Tôi bày tỏ ý định, nhưng giọng nói lại hứng khởi một cách bất ngờ.

- Ờ, không sao - Mike lầm bầm.

Tôi đặt vội nụ hôn lên má anh bạn "hiệp sĩ", một nụ hôn nhẹ như mây.

- Cảm ơn Mike. Mình nợ cậu một lời mời - Tôi nói to, đôi chân bắt đầu hoạt động hết tần suất.

Jacob rồ ga, gương mặt rạng rỡ cùng nụ cười kéo rộng lên đến mang tai. Tôi leo phóc lên yên sau, vòng tay ôm chặt lấy thắt lưng cậu bạn.

Tôi vẫn kịp thời nhận ra Alice đang đứng như trời trồng bên quán ăn, đôi mắt rừng rực những phẫn uất, còn đôi môi thì cong lại để lộ những chiếc răng sáng trắng.

Tôi gửi lại lời van xin đến cô bạn... bằng ánh mắt.

Thế rồi chúng tôi phóng đi như bay, nhanh đến nỗi bụng tôi sôi lên, muốn rơi cả cái bao tử ra ngoài.

- Chị giữ chặt nhé - Jacob hét váng lên.

Sau tiếng hét đó, chiếc xe đột ngột tăng tốc, lao ra đường quốc lộ; tôi chỉ còn biết chúi mặt vào tấm lưng của Jacob. Chừng nào chúng tôi vào đến lãnh địa người Quileute thì chiếc xe mới chịu giảm tốc độ. Còn từ giờ cho tới lúc đó thì tôi cứ phải giữ nguyên tư thế này. Bụng tôi không ngừng cầu nguyện, mong cho Alice đừng đuổi theo, và ngài cảnh sát trưởng cũng không bất chợt chứng kiến thấy cảnh này...

Cuối cùng rồi chúng tôi cũng vào đến lãnh địa bình an. Chiếc xe máy giảm dần tốc độ, Jacob sửa lại tư thế, ngồi thẳng người lên và phá ra cười đắc ý. Tôi mở bừng mắt ra ngay tấp lự.

- Chúng mình làm được rồi - Người thiếu niên rú to - Vụ cướp tù binh này không đến nỗi tệ, phải không?

- Em thông minh lắm, Jake.

- Em nhớ chị có nói rằng con đỉa tiên tri kia không thể biết được em sẽ làm gì. Em mừng là chị đã không nghĩ đến chuyện đó, nếu không, ắt hẳn cô ta sẽ chẳng cho chị đến trường đâu.

- Đó là lý do khiến chị cố gắng không lưu tâm đến đấy.

Người bạn nhỏ hả hê cười.

- Hôm nay chị muốn làm gì nào?

- Gì cũng được! - Và tôi cũng bật cười, lòng nhẹ thênh thênh vì đã được giải thoát.

8. KÍCH ĐỘNG

Hai chúng tôi lại dắt nhau ra biển, không chú ý gì đến cảnh trí xung quanh, cứ mặc cho đôi chân muốn dẫn mình đến đâu thì đến.

- Chị có nghĩ là họ sẽ đi kiếm chị không? - Người bạn nhỏ cất tiếng hỏi với tràn trề hy vọng.

- Không - Tôi đáp một cách chắc nịch - Nhưng tối nay thì "sấm chớp" sẽ giật đùng đùng.

Jacob cúi xuống nhặt một hòn đá, phóng véo ra biển.

- Thế thì đừng về - Cậu bạn lại ca cái điệp khúc cũ kĩ.

- Ờ, bố chị ủng hộ cái điều đó lắm - Tôi đáp một cách mỉa mai, cay đắng.

- Em dám cá là chú Charlie sẽ không phản đối đâu.

Tôi không trả lời. Jacob nói đúng, điều đó khiến hai hàm răng tôi tự nhiên nghiến chặt lại. Cái lối thiên vị "nhắm mắt cũng thấy" nơi ngài cảnh sát trưởng dành cho những người bạn Quileute của tôi cứ làm cho lòng tôi thắt lại. Không hiểu rằng nếu một khi phải phân định tình cảm giữa ma-ca-rồng và người sói thì liệu "ngài" có còn giữ vững lập trường cảm xúc như bấy lâu nay hay không?

- Dạo này có vụ gì ghê gớm không em? - Tôi hỏi một cách lơ đãng

Nhưng Jacob đột ngột dừng lại. Cậu bạn nhìn xoáy vào tôi bằng đôi mắt không còn thần thái.

- Sao thế? Chị chỉ đùa thôi mà.

- Ồ - Jacob bừng tỉnh, quay mặt đi.

Tôi cứ đứng nguyên như thế, chờ người thiếu niên tiếp tục sánh bước, nhưng cậu ta có vẻ như đang đắm chìm trong cõi mơ hồ xa xăm.

- Vậy là có chuyện gì à? - Tôi hỏi gặng.

Jacob cười khan một tiếng duy nhất.

- Em đã quên mất điều ấy là thế nào rồi, không bị người khác lần ra tâm sự. Trong đầu còn có được một chốn riêng tư.

Chúng tôi lại tiếp tục sóng bước bên nhau trên bãi biển đầy những đá là đá.

- Chuyện gì vậy em? - Cuối cùng, tôi phải lên tiếng hỏi cho kì được - Chuyện gì mà nhóm bạn của em, ai cũng rành rẽ hết vậy?

Ngần ngừ một lúc khá lâu - có vẻ như đang quyết định xem nên hé lộ với tôi bao nhiêu thì vừa - cậu thở dài, lầm bầm:

- Quil bị ám "duyên ngầm" rồi. Cho tới giờ, đã có tất cả là ba người bị "dính". Mấy đứa còn lại đang phát hoảng. Mà có lẽ chuyện này cũng bình thường thôi, đâu có như mấy cái tin đồn là... - Jacob chau mày, chợt hướng mắt sang tôi với cái nhìn chằm chằm, im lặng. Đôi chân mày của cậu bạn gần như giao nhau vì sự tập trung cao độ.

- Em nhìn gì thế? - Tôi ngượng ngùng thắc mắc.

- Không có gì.

Người thiếu niên thở dài, đáp, rồi dợm bước đi. Làm như không phải đang nghĩ ngợi về điều đó, Jacob lặng lẽ nắm lấy tay tôi. Cả hai đứa cùng bước trên đá trong im lặng.

Tôi chợt nghĩ đến việc chúng tôi ở bên nhau, tay trong tay trên bãi biển, không biết trông như thế nào - chắc chắn là giống một cặp tình nhân rồi - nhưng liệu tôi có khó chịu với điều ấy không? Lúc nào ở bên cạnh Jacob, chúng tôi cũng luôn thân thiết với nhau như vậy... Thế thì hà cớ gì lúc này lại làm rộn tâm mình vì chuyện đó?

- Quil bị "sét đánh" thế nào mà ghê gớm vậy em? - Tôi gợi chuyện khi thấy Jacob có vẻ không muốn tiếp tục trải lòng ra với tôi nữa - Phải chăng vì cậu ấy là người sói trẻ nhất?

- Chuyện đó chẳng ăn nhập gì đâu.

- Thế thì vì lẽ gì?

- Vì một truyền thuyết khác, chị ạ. Không biết chừng nào tụi em mới thôi ngạc nhiên về tính hiện thực của nó? - Người thiếu niên lầm bầm như nói chuyện một mình.

- Em có tâm sự với chị không? Hay là chị lại phải đoán?

- Chị chẳng bao giờ đoán trúng nổi đâu. Nè, thật ra, Quil đâu có đi với tụi em, chị biết không, chỉ có dạo gần đây cậu ta mới thế thôi. Vậy nên Quil không hay lui tới nhà chị Emily.

- Vậy là Quil cũng "cảm" chị Emily? - Tôi há hốc miệng ra vì ngạc nhiên.

- Không phải! Em đã nói là chị đừng có đoán mà. Chị Emily có hai đứa cháu gái, có lần xuống thăm... và Quil đã gặp Claire.

Người bạn nhỏ kết thúc câu chuyện trong dang dở. Tôi chìm đắm trong tự lự mất một lúc lâu.

- Emily không muốn cháu mình cặp kè với người sói? Đúng là không công bằng.

Thật ra, tôi hiểu vì lẽ gì mà cô gái, hay có thể là tất cả mọi người nếu ở vào hoàn cảnh của cô, cũng đều sẽ hành xử như thế. Một lần nữa, tôi nhớ đến những vết sẹo dài hủy hoại gương mặt Emily, chúng sượt dài xuống đến tận cánh tay phải. Chỉ một lần duy nhất Sam bị mất tự chủ, và người bạn gái thì lại đứng quá gần. Chỉ một lần thôi là phải trả giá suốt đời... Tôi từng trông thấy nỗi đau trong mắt Sam khi anh ta nhìn lại những gì đã gây ra cho người yêu. Tôi hiểu vì sao Emily muốn bảo vệ cháu gái của mình đến cùng.

- Chị đừng đoán già đoán non nữa có được không? Chị đoán trật lất rồi. Chị Emily không khó chịu gì về chuyện này cả, chỉ vì, chậc, sớm quá mà thôi.

- Em nói *sớm*, là sao?

Người bạn nhỏ nheo nheo mắt nhìn tôi, thầm đánh giá.

- Không chỉ trích người khác nữa, được chứ?

Tôi gật đầu một cách thận trọng.

- Claire mới có hai tuổi thôi - Jacob thẽ thọt trả lời.

Mưa bắt đầu rơi. Tôi chớp mắt như điên dại để giữ những giọt nước đang thi nhau rơi xuống mặt, chúng rơi cả vào mắt tôi.

Jacob im lặng. Vẫn như thường lệ, cậu không mặc áo khoác; những giọt mưa thấm vào chiếc áo thun đen, tạo nên những vết sẫm màu; nước mưa chảy thành dòng vòng vèo trên mái tóc rối, rồi nhỏ giọt rơi xuống. Người bạn nhỏ nhìn tôi, gương mặt không một thoáng cảm xúc.

- Quil... đang "cảm"... một cô bé *hai tuổi* ư? - Cuối cùng tôi cũng đã thốt ra được câu hỏi.

- Đúng, chuyện xảy ra như vậy đấy - Jacob nhún vai, đoạn cúi xuống nhặt lấy một hòn đá khác, ném vèo ra vịnh - Hay nói một cách khác, truyền thuyết đã "phán" như vậy.

- Nhưng đó chỉ là một đứa trẻ thôi mà - Tôi phản kháng.

Kẻ đồng hành ngó tôi với vẻ bỡn cợt cay đắng.

- Quil cũng đâu có lớn lên nữa - Cậu ta đằng hắng, có một chút ngoa ngoắt lẩn quất trong giọng nói của cậu - Cậu ta chỉ kiên nhẫn chờ thêm vài thập kỷ nữa thôi.

- Chị... không biết phải nói gì nữa.

Tôi cố gắng kềm chế mình không tuôn ra những lời chỉ trích, dù thực ra, trong lòng tôi đang nhoi nhói một cảm giác khó chịu, bực bội. Kể từ ngày tôi phát hiện ra rằng người sói không phải là những kẻ giết người như tôi đã lầm tưởng, đến nay, không một điều gì về họ lại có thể khiến cho tôi có ác cảm được cả.

- Chị đang xét đoán người ta - Người bạn nhỏ "buộc tội" tôi - Em thấy rành rành điều đó trên nét mặt chị.

- Chị xin lỗi - Tôi lầm bầm - Tại vì chuyện đáng sợ quá.

- Không phải như vậy đâu; chị nghĩ sai bét rồi - Jacob cố bảo vệ bạn, đột nhiên trở nên hung bạo một cách khác thường - Em hiểu được cảm xúc ấy khi nhìn vào mắt Quil. Chẳng có chuyện *yêu đương* nào ở đây cả, Quil không như vậy đâu, không phải thời điểm này

282

- Người thiếu niên hít vào một hơi thật sâu, giọng nói chợt trầm buồn - Mà cũng khó diễn tả lắm. Nhưng thật sự không giống như tiếng sét ái tình. Cảm xúc đó giống... những tương tác hấp dẫn hơn. Tựa hồ như khi mình gặp *cô bé* đó, trái đất bỗng dưng không còn tác động lực hút đến mình nữa, mà chính là cô bé đó. Và rồi trên đời không còn thứ gì quan trọng cho bằng cô bé ấy nữa. Mình sẽ làm tất cả cho cô bé, trở thành mọi điều vì cô bé... Cô bé muốn mình trở thành gì là mình thành điều đó ngay, chẳng hạn là một người bảo vệ, một người yêu, một người bạn, hay một người anh...

"Quil sẽ là một 'thằng' anh cả đáng yêu nhất, tử tế nhất trên đời này. Sẽ chẳng có đứa bé mới chập chững biết đi nào lại được chăm nom kỹ cho bằng đứa bé ấy đâu. Rồi khi bé lớn lên, Quil sẽ là một người bạn biết thông cảm, một người bạn đáng tin cậy và tuyệt vời nhất của bé. Và khi bé trưởng thành, cả hai sẽ hạnh phúc như chị Emily và anh Sam vậy." - Giọng nói về cuối của người bạn nhỏ chợt đanh lại, một chút cay đắng len lỏi vào chất giọng khi cậu ta nhắc đến tên Sam.

- Vậy Claire không được quyền chọn lựa sao?

- Có chứ. Nhưng không lẽ cuối cùng cô bé lại không chọn cậu ta? Quil sẽ là một nửa hoàn hảo nhất của Claire kia mà. Tựa như cậu ta được tạo ra là để dành cho một mình cô bé ấy vậy.

Chúng tôi lại sánh bước bên nhau trong im lặng, mãi cho đến lúc tôi vung tay ném một hòn đá ra biển, nhưng rủi thế nào mà nó chỉ bay xa được có vài mét rồi đáp ngay xuống... bờ. Jacob cười phá ra như nắc nẻ.

- Đâu phải ai cũng mạnh như em đâu - Tôi lầm bầm.

Kẻ đang đồng hành với tôi thở dài.

- Em nghĩ chừng nào chuyện này sẽ xảy đến với em? - Tôi hỏi, giọng nói nghe như vọng về từ một nơi xa vắng.

Câu trả lời của cậu bạn ngay tức thì vang lên, nghe ngang phè:

- Không bao giờ có chuyện ấy.

- Em đâu có kiểm soát chuyện đó được, phải không?

Jacob im lặng trong một lúc. Chúng tôi cứ thế để mặc cho đôi chân dẫn đi, chầm chậm từng bước, lòng nặng trĩu.

- Em đảm bảo đó - Người thiếu niên nói với thái độ khăng khăng - Nhưng mà chị cũng đã *biết* người đó rồi - cô ấy hiểu chị lắm.

- Nhưng em nói là em vẫn chưa gặp một nửa của mình kia mà, vậy thì cô gái đó đâu có ở đây? - Tôi hỏi lại một cách ngờ vực - Jacob à, em không hiểu rõ thế giới này đâu, thậm chí em còn mơ hồ hơn cả chị nữa.

- Vâng, em chưa gặp - Cậu bạn của tôi thừa nhận bằng một giọng yếu ớt. Bỗng nhiên, cậu ta nhìn chằm chằm vào mặt tôi, trong ánh mắt có lửa - Nhưng em sẽ không bao giờ gặp ai khác, chị Bella ạ. Em chỉ gặp có mỗi một mình chị thôi. Thậm chí cả khi em đã nhắm lại và cố nghĩ đến điều khác. Không tin, chị hỏi Quil hay Embry đi. Tụi nó nổi khùng vì chuyện đó đấy.

Ánh mắt của tôi rơi một cách thảm hại xuống bờ đá.

Chúng tôi đã thôi bước đi. Không gian chỉ còn văng vẳng tiếng sóng vỗ vào bờ. Không còn nhận ra tiếng mưa đâu nữa.

- Có lẽ chị nên về nhà, như thế tốt hơn - Tôi thì thầm ngỏ ý.

- Không! - Jacob ngay lập tức phản đối, thảng thốt vì một "dấu chấm hết" lãng xẹt.

Tôi ngẩng mặt lên nhìn người thiếu niên, đôi mắt cậu ta long lanh những khắc khoải.

- Hôm nay chị đâu phải đi làm, đúng không? Con đỉa kia cũng chưa về nhà mà.

Tôi lừ mắt nhìn cậu bạn.

- Em không có ý chỉ trích - Jacob nói vội.

- Ừ, chị rảnh. Nhưng Jake à...

Người bạn nhỏ đưa cả hai tay lên ngắt lời tôi.

- Em xin lỗi - Giọng nói của Jacob trở nên liến thoắng - Em sẽ không như vậy nữa. Em sẽ chỉ là Jacob thôi.

Tôi thở dài.

- Nhưng nếu em *nghĩ* vậy...

- Chị đừng ngại - Người bạn nhỏ khăng khăng, nụ cười nở rộng, tươi rói... một cách có chủ ý – Em nhận thức được hành động của mình mà. Chị chỉ cần báo cho em biết rằng em làm chị buồn thôi.

- Chị không biết...

- Thôi nào, Bella. Chúng mình cùng về nhà lấy xe đi. Chị cần phải lái thường xuyên để động cơ luôn ổn định.

- Chị không được phép cưỡi xe máy.

- Ai không cho? Chú Charlie hay con quỷ... à, hay hắn ta?

- Cả hai.

Người thiếu niên toét miệng cười - nụ cười ưa thích của tôi - Đột nhiên cậu trở về là một Jacob rạng rỡ, ấm áp thuở nào.

Và tôi không sao ngăn được một nụ cười hưởng ứng, đáp lại.

Trên cao, mưa vợi dần, chỉ còn là một cơn mưa bụi êm ả.

- Em sẽ không kể với ai đâu - Jacob trả lời một cách chắc nịch.

- Trừ mấy người bạn của em thôi chứ gì.

Lắc đầu một cách nghiêm nghị, Jacob giơ một tay lên, nói như tuyên thệ:

- Em xin hứa sẽ không nghĩ đến điều đó.

Tôi bật cười ngặt nghẽo.

- Nếu chị bị thương là do đi đứng không nhìn nên bị té nhé.

- Vâng, sao cũng được.

Thế là cả hai đứa tôi vi vu trên hai chiếc xe máy vòng quanh La Push đến tận lúc mưa biến đường sá thành ra mềm nhũn, trơn trợt và Jacob một mực khẳng định rằng nếu không phải về ăn sớm thì cậu còn lướt gió thêm một hồi nữa. Khi hai đứa về đến nhà, ông Billy đón chào tôi một cách xuề xòa, lạt lẽo, cơ hồ như sự xuất hiện trở lại một cách đường đột của tôi đã tạo cho ông cái cảm giác rằng trên đời này, chẳng có chuyện gì phức tạp cho bằng việc cả ngày tôi cứ bám riết lấy người con trai của ông. Sau khi ngấu nghiến xong món bánh mì sandwich do tự tay Jacob chuẩn bị, chúng tôi rúc ngay vào gara, tôi phụ cậu bạn chùi rửa hai chiếc xe máy. Đã lâu rồi không đặt chân đến đây - kể từ khi Edward quay về - nhưng tôi hoàn toàn không có cảm giác xa cách. Hôm nay cũng chỉ như mọi buổi chiều khác tôi có mặt ở gara này.

- Hay thật đấy - Tôi không khỏi buột miệng kêu lên khi Jacob lôi ra khỏi túi giấy lon nước ngọt - Chị nhớ nơi này lắm.

Cậu bạn mỉm cười, quét mắt bao quát khắp trần nhà - chỉ là những tấm nhựa đan ghép vào nhau.

- Vâng, em hiểu mà. Ngôi đền Taj Mahal lộng lẫy, huy hoàng thế này, lại không phải tốn kém tiền bạc rong ruổi đến tận đất nước Ấn Độ xa xôi.

- Chúc mừng ngôi đền Taj Mahal thu nhỏ ở Washington của chúng ta - Tôi hồ hởi nâng lon nước ngọt lên.

Jacob cụng lon với tôi.

- Chị còn nhớ hôm lễ Tình nhân không? Em cứ tưởng đó là lần cuối cùng chị đặt chân đến đây đấy - lần cuối cùng mọi sự vẫn còn... bình ổn.

Tôi cười nghiêng ngả.

- Dĩ nhiên là chị vẫn nhớ chứ. Hồi đó, khi nhận hộp kẹo trái tim, chị đã bỏ lại thân phận nô lệ của cuộc sống này. Làm sao chị quên kỉ niệm ấy được.

Cậu bạn cũng hùa vào cười với tôi.

- Đúng rồi. Ừmmm, nô lệ à. Em sẽ nghĩ đến điều khác tốt đẹp hơn - Nói đến đây, bất chợt Jacob thở dài - Có cảm giác như hàng bao năm đã trôi qua rồi vậy. Bây giờ là kỷ nguyên mới, một thời đại mới thật vui vẻ và hạnh phúc.

Tôi không thể tán đồng ý kiến với cậu bạn của mình. Hiện tại, tôi đang rất hạnh phúc. Và tôi bỗng cảm thấy thảng thốt khi nhận ra rằng mình đã bỏ lỡ biết bao nhiêu điều tốt đẹp trong thời kì lạc vào đêm trường cay đắng. Tôi chú mục vào khoảng rừng thưa ảm đạm. Mưa lại thêm dày hạt, nhưng trong cái gara nho nhỏ này lại vô cùng ấm áp. Ấy là nhờ tôi đang có Jacob ở bên cạnh. Cậu bạn nhỏ không khác gì một cái lò sưởi cả.

Những ngón tay ấm nóng mơn nhẹ lên tay tôi.

- Mọi thứ thay đổi nhiều lắm rồi.

- Ừ - Tôi đáp gọn lỏn, đưa tay vỗ vỗ vào bánh xe sau - Bố đã tin tưởng chị trở lại rồi. Chị hy vọng bác Billy sẽ không hé lộ gì về chuyện hôm nay... - Tôi bặm chặt môi lại.

- Bố em sẽ không làm thế đâu. Bố không có chiều hướng nổi sùng giống chú Charlie. À, em vẫn chưa chính thức xin lỗi chị về vụ chiếc xe máy, phải nói cái trò đó thật chẳng ra làm sao cả. Em thật lòng xin lỗi vì đã để chị phải nghe những lời mắng nhiếc thậm tệ. Giờ em hối hận quá, giá mà em đừng làm thế.

Tôi mở to mắt.

- Chị cũng vậy.

- Em xin lỗi, rất xin lỗi chị.

Cậu bạn trao trọn cho tôi ánh mắt đầy ắp hy vọng; mái tóc đen rối mù, sũng nước, chĩa ngọn ra khắp xung quanh; vẻ mặt như van lơn, nài nỉ.

- Thôi được rồi! Chị không còn buồn em nữa.

- Cảm ơn chị, Bells!

Chúng tôi cùng cười toe, nhưng nụ cười chỉ diễn ra trong đúng một tíc tắc, gương mặt của cậu bạn lại nhuốm nỗi sầu muộn.

- Chị biết không, ngày đó... khi em đem chiếc xe đến... Em đã đợi để hỏi chị một lẽ - Người bạn của tôi phát âm chậm rãi từng tiếng một - Nhưng mà thật ra cũng... không có ý muốn hỏi.

Tôi lặng đi - phản ứng tự nhiên của sự căng thẳng. Đây là thói quen tôi đã "kế thừa" từ Edward.

- Hồi đó, chị cứng đầu như vậy là do giận em, hay vì chị nói thật lòng mình vậy? - Giọng nói của Jacob không khác gì một lời thì thầm.

- Chuyện gì thế? - Tôi cũng đáp lại bằng tiếng thì thào, dù trong lòng đã nắm rõ mười mươi ý cậu ta đang muốn đề cập đến chuyện gì.

Jacob trân trối ngó sững tôi.

- Chị thừa biết mà. Khi chị bảo... nếu... nếu hắn có cắn chị, đó cũng không phải là việc của em - Cậu bạn thốt ra những lời lẽ cuối cùng trong tư thế rúm người lại.

- Jake à... - Câu nói của tôi nghẹn lại lưng chừng trong cổ họng. Tôi không thể thốt lên trọn lời.

Người thiếu niên khép hờ mắt lại, hít vào một hơi thật sâu.

- Chị nói thật lòng chứ?

Giọng nói của cậu ta run run, đôi mắt nhắm chặt.

- Ừ - Tôi khe khẽ đáp.

Jacob lại hít vào, rất chậm và sâu.

- Em cũng nghĩ như vậy.

Tôi nhìn cậu bạn chăm chăm, chờ đợi đôi mắt kia mở ra.

- Chị hiểu điều đó có nghĩa là gì không? - Giọng nói của Jacob đột nhiên cứng lại. Chị hiểu mà, phải không? Nếu họ vi phạm giao ước thì chuyện gì sẽ xảy ra?

- Trước tiên, bọn chị sẽ đi xa - Giọng nói của tôi giờ đây không còn một chút sức lực nào.

Đôi mắt của người bạn nhỏ chợt mở bừng, hai cái mống mắt màu đen chất đầy những lửa giận cùng nỗi đau đớn.

- Giao ước chẳng giới hạn về địa lý đâu, Bella. Bộ tộc em đồng ý chung sống trong hòa bình bởi lẽ nhà Cullen đã khẳng định rằng họ không như những ma-cà-rồng khác, rằng con người ở bên cạnh họ sẽ không gặp bất kì một hiểm nguy nào. Họ hứa rằng họ sẽ không giết hại hay kéo bất kì ai vào kiếp sống như họ nữa. Một khi họ rút lại lời nói thì giao ước coi như vô nghĩa, họ sẽ cũng như mọi ma-ca-rồng khác mà thôi. Trong trường hợp đó, tụi em sẽ lại lùng bắt họ...

- Nhưng Jake, chẳng phải em đã vi phạm giao ước trước đấy sao? - Tôi ngắt lời cậu bạn, cố níu lấy "cọng" rơm giữa dòng" - Chẳng phải giao ước cũng nói rằng không một ai trong bộ tộc em được phép hé lộ thân phận của họ cho người khác biết? Nhưng em đã kể với chị. Vậy hóa ra giao ước cũng là thứ có thể tùy tiện đem ra thảo luận được?

Jacob không thích lời nhắc nhở này; vẻ đau thương trong mắt cậu đã chuyển sang thành thù oán.

- Vâng, em đã vi phạm giao ước - vì em không ngờ rằng nó có thật. Và em cũng biết thừa rằng họ đã hay chuyện đó - Ánh mắt của cậu bạn xoáy thẳng vào trán tôi, tức tối - Nhưng đây không phải là điềm may cho họ, cũng không phải là một món quà từ trên trời rớt xuống hay bất cứ thứ gì khác được. Không đời nào có chuyện em sai rồi họ được quyền làm sai lại. Nếu bọn đó lợi dụng sơ hở này của em, họ sẽ chỉ có một lựa chọn duy nhất mà thôi. Với tụi em, đó cũng là lựa chọn bắt buộc, trong tình huống bọn họ phá bỏ giao ước: tấn công. Chiến tranh sẽ phải bùng nổ.

Jacob cứng giọng khẳng định. Tôi không khỏi bủn rủn cả người.

- Jake à, chẳng cần phải làm như thế đâu.

Đôi quai hàm của người bạn nhỏ siết chặt lại.

- *Chỉ* có cách đó mà thôi.

Sau lời tuyên bố âm vang cả đất trời đó là sự im lặng hãi hùng.

- Em sẽ không bao giờ tha thứ cho chị, phải không Jacob? - Tôi thều thào. Ngay khi vừa kết thúc câu hỏi, tôi đã ước rằng mình vẫn chưa nói ra. Tôi không muốn biết câu trả lời của người đang ngồi bên cạnh mình.

- Chị sẽ không còn là Bella nữa - Người thiếu niên trả lời - Cô bạn của em sẽ không còn tồn tại trên cõi đời này. Bởi vậy, sẽ chẳng có ai được tha thứ cả.

- Thế thì câu trả lời là *không* rồi - Tôi nói chẳng nên hơi.

Sau đó, chúng tôi ngồi dán mắt vào nhau, thời gian trôi qua như thế nào, chẳng ai còn có ý niệm nữa.

- Vậy là giờ, mình chia tay nhau, hả Jake?

Cậu bạn hấp háy đôi mắt, bao lửa nộ, trong chốc lát, thoắt tan chảy thành nỗi ngạc nhiên.

- Ủa, sao vậy chị? Chúng mình vẫn còn vài năm nữa mà. Không lẽ từ giờ cho đến "ngày tận thế", chúng mình không thể là bạn sao?

- Vài năm ư? Không, Jake à, không có năm nào cả - Tôi lắc đầu nguầy nguậy và cười đúng một tiếng duy nhất, tiếng cười không mảy may có một chút vui vẻ nào - Chỉ còn tính theo *tuần* nữa thôi.

Và tôi đã không lường trước được phản ứng của người thiếu niên.

Cậu bạn của tôi vùng bật dậy, một tiếng *bốp* khô khốc vang vọng khắp không gian, lon nước ngọt đã trở nên dúm đó trong tay Jacob. Nước xôđa tung bắn khắp nơi, chẳng khác nào đang phun tóe ra từ vòi cả; khắp người tôi cũng sũng nước.

- Jake này! - Tôi định mở miệng phàn nàn chợt phải khựng lại, thân hình Jacob đang run rẩy vì oán hận. Cậu ta hầm hè nhìn tôi, một cái nhìn cực kì man dại, trong ngực cậu bắt đầu phát ra những âm thanh gầm gừ.

Toàn bộ thân mình tôi trong giây phút đó đông cứng lại, nỗi sửng sốt đã che lấp hết mọi tri giác, tôi không còn nhớ phải làm sao để có thể cử động được.

Sự chấn động nơi Jacob trở nên hối hả hơn, nhịp điệu tăng nhanh, cả thân mình của cậu ta rung chuyển dữ dội. Hình dáng người thiếu niên mờ dần, mờ dần...

Trong một nỗ lực đáng kinh ngạc, Jacob nghiến chặt đôi quai hàm, tiếng gầm ghè theo đó ngưng bặt. Đôi mắt của người thiếu niên cũng khép lại ở mức tập trung tinh thần cao độ; cơn chấn động chậm dần, chậm dần đến cuối cùng, chỉ có đôi tay cậu là còn run run.

- Chỉ còn tính theo tuần - Giọng nói của Jacob nghe đều đều, không có cảm xúc.

Tôi vẫn chưa thể cất tiếng đáp lại; máu trong người tôi vẫn chưa lưu chuyển được bình thường.

Đôi mắt của kẻ đối diện rốt cuộc cũng rọi thẳng vào tôi, nhưng chúng không còn mang theo vẻ hung bạo, căm hận nữa.

- Vậy là chỉ còn vài *tuần* nữa, hắn sẽ biến chị thành một con quỷ hút máu không tanh! - Jacob rít qua kẽ răng.

Gương mặt nâu đỏ của người nói chuyển sang xanh mét.

- Thôi nào, Jake - Tôi thều thào sau một phút dài im lặng - Anh ấy mãi mãi sống ở tuổi *mười bảy*, Jacob ạ. Còn chị thì càng ngày càng bước gần sang tuổi mười chín. Vả lại, chị cứ kéo dài thời gian là vì lẽ gì? Tất cả những gì chị cần chỉ là anh ấy mà thôi. Chị có cần gì khác nữa đâu?

Hiển nhiên đây là một câu hỏi tu từ.

Nhưng những lời lẽ đáp lại liền sau đó vút cao, hệt như tiếng roi xé gió.

- Gì cũng được. Thứ gì cũng được. Chết, sướng hơn chị à. Em thích chị sống theo lẽ tự nhiên hơn.

Tôi co rúm người lại như vừa bị lãnh trọn một quyền từ cậu bạn. Nỗi đau này còn tệ hại hơn cả cái hình ảnh vừa được đem ra so sánh trước đó.

Và khi nỗi đau đã thấm sâu vào người, cơn kích động trong tôi bị đẩy lên đến đỉnh điểm.

- Có lẽ em sẽ được thỏa ước nguyện đấy - Tôi nói một cách lạnh lùng, cả thân người bắt đầu chao đảo, lắc lư - Có thể trên đường về nhà, chị sẽ đâm đầu vào xe tải.

Vừa dứt lời, tôi chộp ngay lấy chiếc xe máy của mình, lừng khừng dắt ra ngoài mưa. Khi tôi đi lướt qua mặt người thiếu niên, cậu ta vẫn không hề có bất kì một động thái nào. Ra tới con đường mòn nhỏ hẹp, lầy nhầy, tôi leo phắt lên xe, đạp máy. Chiếc bánh xe sau quay mạnh, hất tung một mớ bùn về phía gara - hy vọng là trúng vào cái tên "đáng ghét" ấy!

Và cứ thế, tôi lao xe trong mưa, trên con đường quốc lộ sũng nước dẫn đến nhà Cullen; trên người tuyệt nhiên không còn một chỗ nào khô ráo cả. Gió bạt từng cơn, nước lạnh trên da tôi dường như đông lại; chưa được nửa đường mà hai hàm răng của tôi đã đánh vào nhau liên hồi.

Rõ ràng ở cái xứ Washington này, không nên dùng xe máy. Có cơ hội là tôi sẽ bán chiếc xe ngớ ngẩn này ngay.

Thế rồi tôi lầm lũi dắt xe tiến vào cái gara vĩ đại của nhà Cullen, không hề ngỡ ngàng khi nhận ra Alice đang chờ mình, cô bạn đang ngồi "chán đời" trên mui chiếc Porsche, tay vuốt ve nước sơn vàng óng bóng mượt.

- Mình không có cơ hội cầm lái chiếc này - Cô bạn tôi thở dài.

- Mình xin lỗi - Tôi đáp qua hai hàm răng vẫn chưa ngừng biểu tình.

- Chắc bạn nên tắm nước nóng thôi - Sau câu nói

ấy, Alice nhảy thẳng xuống đất, nhẹ nhàng như làn gió thoảng.

- Ừ.

Cô bạn bặm môi, quan sát vẻ mặt tôi một lúc trước khi hỏi:

- Bạn có muốn tâm sự điều gì không?

- Không.

Cô bạn gật đầu tán thành, nhưng đôi mắt vẫn chưa dập tắt được ngọn lửa hiếu kì đang bập bùng cháy.

- Tối nay, chúng mình đi Olympia chơi nhé?

- Thôi bạn. Mình vẫn chưa được về nhà, phải không?

Alice lập tức nhăn nhó.

- Không sao đâu, Alice - Tôi xoa dịu cô bạn - Nếu điều này tốt cho bạn thì mình sẽ ở lại.

- Cảm ơn bạn rất nhiều - Alice thở phào nhẹ nhõm.

Tối hôm đó, tôi đi nằm sớm, vẫn co quắp trên chiếc xôpha trong phòng Edward.

Khi tôi tỉnh giấc, trời vẫn tối sầm tối sì. Đầu óc lơ ngơ, nhưng tôi có thể nhận thức được còn phải một lúc lâu nữa trời mới chuyển sang tờ mờ sáng. Khép mắt lại, tôi làm động tác duỗi người, trở mình... Ngỡ ngàng trong tích tắc! Lẽ ra, sau hành động đó, tôi đã phải lăn đánh phịch xuống sàn rồi, đằng này, tôi lại cảm thấy vô cùng dễ chịu.

Tôi chùn người, trố mắt ra cố nhìn cho tỏ tường. Đêm nay tối hơn đêm qua - mây dày đã thâu tóm hết ánh trăng.

- Anh xin lỗi - Một tiếng thì thầm thoang thoảng bên tai tôi, dịu dàng như một phần của đêm tối - Anh không có ý định đánh thức em dậy.

Căng thẳng, tôi chờ đợi cơn thịnh nộ kéo đến - của cả anh, và cả tôi - nhưng những gì sau đó chỉ là bóng đêm tĩnh lặng êm đềm. Tôi cảm nhận được vị ngọt của hai làn hơi thở quyện vào nhau - mùi hương thơm ngát từ hơi thở đặc biệt của anh và dư vị cay đắng do nỗi trống vắng lúc chia xa để lại nơi tôi; tôi đã không nhận ra mùi vị khó nuốt ấy cho tới thời điểm trùng phùng này, khi khổ đau đã nhường chỗ cho niềm vui hạnh phúc.

Không gian bao bọc hai chúng tôi chợt lắng đọng, thời gian cũng ngừng trôi. Sự tĩnh lặng này thật yên bình - không giống như trời yên trước cơn giông tố, mà hệt như một cảnh đêm phẳng lặng, quang quẻ; dẫu là một cơn mộng về bão bùng mưa gió cũng không có.

Không còn màng đến chuyện phải trút cơn tam bành lên anh, không còn bận tâm đến việc phải xả nỗi tức tối lên mọi người, tôi hối hả tìm tay anh trong bóng đêm, còn thân mình thì nhoài về phía anh. Đôi tay anh cũng nhanh nhẹn ôm gọn lấy thân hình tôi, ép chặt tôi vào lồng ngực. Môi tôi đưa tới, lần theo chiếc cổ, đến cằm, và cuối cùng cũng tìm được đến môi anh.

Edward hôn tôi một cách dịu dàng, được một lúc thì phá ra cười khanh khách.

- Anh đã chuẩn bị sẵn tinh thần chờ đợi cơn thịnh nộ đến gấu xám cũng phải né, giáng xuống đầu, vậy ra là điều này hả? Mai mốt, anh phải chọc em tức nhiều hơn nữa mới được.

- Chờ em một chút, để em thu thập hết "sấm chớp" đã - Tôi cũng không vừa, đáp lại và tiếp tục hôn anh.

- Anh sẽ chờ, chờ tới chừng nào cũng được - Edward thì thào trên môi tôi. Những ngón tay của anh luồn sâu vào tóc tôi.

Hơi thở nơi tôi trở nên khẩn khoản.

- Có lẽ đến sáng mai.

- Sao cũng được.

- Mừng anh đã trở về - Tôi thì thào khi quai hàm của mình được anh đặt đôi môi lên đó - Anh quay lại, em vui lắm.

- Tốt quá.

- Ummm - Tôi ậm ừ tán thành, vòng tay quanh cổ anh siết chặt thêm nữa.

Rất dịu dàng, tay anh nắm lấy khuỷu tay tôi, rồi nhẹ nhàng lướt xuống, qua be sườn, thắt lưng, theo hông lần xuống chân, và để tay lên gối. Dừng lại ở đấy, anh ôm lấy bắp chân tôi. Sau đó, bằng một động tác bất ngờ, Edward nâng chân tôi lên, quàng ra sau, quặc vào hông anh.

Hơi thở của tôi hốt nhiên phiêu tán. Đây không phải là điều anh vẫn cho phép mình làm. Bất kể đôi tay đang quấn lấy mình lạnh giá, tôi chợt nghe một cảm giác ấm áp lạ thường. Đôi môi anh đã tìm đến hõm cổ tôi.

- Đừng mang bão tố đến sớm quá, nha em - Edward thì thào - Mà có thể cho anh biết suy nghĩ của em về cái giường "đáng ghét" này không?

Trước khi tôi có thể lên tiếng trả lời, thậm chí trước khi tôi có khả năng tập trung đầu óc để hiểu được những gì anh nói, anh đã trở mình, nâng tôi nằm trên người anh. Hai tay anh đỡ lấy khuôn mặt tôi, hơi nâng lên để hôn vào cổ. Váng vất, tôi thở mạnh, không còn đủ tâm trí để mà ngượng ngùng nữa.

- Cái giường thế nào hả em? - Anh hỏi lại - Anh thấy nó được đấy chứ.

- Em thấy không cần thiết - Cuối cùng, tôi cũng xoay xở nói ra được suy nghĩ của mình.

Anh bất thần kéo gương mặt tôi gần lại, môi tôi tự động quấn lấy môi anh. Lần này, thật chậm rãi, anh trở mình nằm bên trên tôi, rất cẩn trọng, không để cho tôi chịu nặng, nhưng ít nhiều tôi cũng cảm nhận được thân thể lạnh lẽo của khối đá cẩm thạch đang áp lên người mình. Tim tôi rộn rã đến mức gần như át cả tiếng cười khe khẽ của anh.

- Không dám đâu - Anh thẳng thừng phản đối - Như vầy dễ hơn trên ghế xôpha chứ.

Lạnh như đá, lưỡi anh mơn nhẹ theo viền môi của tôi.

Đầu óc quay cuồng, tôi không còn nghĩ được điều gì cho nên hồn nữa, hơi thở cứ vào ra liên hồi từng quãng ngắn.

- Anh đã nghĩ lại rồi à? - Tôi hỏi không ra hơi. Có lẽ anh đã cân nhắc lại những nguyên tắc an toàn của chính mình. Hoặc cũng có thể tôi đã không đoán ra được ý nghĩa của chiếc giường. Tim tôi đập từng hồi nhoi nhói trong lúc chờ đợi câu trả lời từ anh.

Edward buông ra một hơi thở dài, rồi xoay trở để chúng tôi nằm cạnh bên nhau.

- Đừng ngốc thế, Bella - Anh trả lời, giọng nói đầy âm điệu chê trách - rõ ràng anh hiểu tôi muốn ám chỉ điều gì - Anh chỉ muốn cho em hiểu lợi ích của chiếc giường mà em ghét đó thôi. Đừng có suy diễn lung tung.

- Nhưng em lỡ suy diễn rồi - Tôi lầm bầm - Thật lòng thì em cũng thích cái giường lắm - Tôi nói thêm.

- Tốt quá - Trong giọng nói của Edward có ẩn chứa cả nụ cười khi anh hôn lên trán tôi - Anh cũng thích nữa.

- Nhưng em vẫn cho rằng không cần thiết - Tôi lại

tiếp tục - Nếu không theo hướng "suy diễn" của em thì mình cần giường để làm gì?

Lại thêm một tiếng thở dài thườn thượt của Edward.

- Đây là lần giải thích thứ một trăm đấy nhé, Bella: vì quá nguy hiểm.

- Em thích nguy hiểm - Tôi cãi cố.

- Biết ngay mà - Có một chút gắt gỏng hòa lẫn trong giọng nói ngọt ngào nơi anh, có lẽ anh đã trông thấy chiếc xe gắn máy trong gara rồi cũng nên.

- Để em nói cho anh biết nguy hiểm là gì - Tôi đáp liền tắp lự... để anh không kịp thời gian chuyển sang chuyện khác - Mấy ngày này, em nóng lắm, thể nào cũng bị cháy thui cháy trụi cho mà xem, lúc đó anh khỏi còn ai để mà càm ràm nữa.

Tôi vừa nói dứt câu, anh đã đẩy tôi ra.

- Anh làm gì thế? - Tôi làu bàu phản đối, cố níu giữ anh lại cho bằng được.

- Bảo vệ em khỏi bị cháy. Nếu điều này vượt quá sức chịu đựng của em...

- Em chịu được mà - Tôi khăng khăng.

Edward để yên cho tôi luồn mình vào vòng tay của anh trở lại.

- Anh xin lỗi vì đã đẩy em trượt dài theo cảm xúc - Anh trả lời, giọng ngậm ngùi - Anh không muốn làm em buồn. Nhưng điều đó không tốt đâu, Bella.

- Kì thực tốt lắm, rất - rất tốt, anh à.

Anh hít vào một hơi thật đầy.

- Em mệt không? Lẽ ra, anh nên để cho em ngủ.

- Không, em không mệt chút nào. Nếu anh cứ để em sống thật với cảm xúc của mình thì có hề gì đâu.

- Không nên như vậy, Bella. Em không phải là người duy nhất bị cảm xúc cuốn đi.

- Không, chỉ có mỗi mình em thôi - Tôi làu bàu.

Edward bật cười khíc khích.

- Em không hình dung nổi đâu. Mà em cũng đừng mong hủy hoại được khả năng kiềm chế nơi anh.

- Em không xin lỗi vì chuyện đó đâu.

- Vậy cho anh *xin lỗi* nhé?

- Anh xin lỗi chuyện gì?

- Em giận anh mà, em nhớ không?

- À, cái đó...

- Anh xin lỗi. Anh sai rồi. Để bảo vệ em an toàn *ở đây*, anh dễ dàng tìm thấy được nhiều lý do chính đáng lắm - Vòng tay đang ôm tôi siết chặt thêm - Khi phải nén lòng xa em, anh cũng có bực bội đôi chút. Anh không ngờ rằng mình lại phải đi xa. Thật không đáng.

Tôi mỉm cười.

- Anh không tìm thấy con sư tử núi nào sao?

- Có, anh có tìm thấy. Nhưng chẳng có nghĩa lí gì so

với nỗi khắc khoải, lo lắng trong anh. Anh xin lỗi vì đã nhờ Alice "bắt giữ" em. Anh thừa nhận trò đó thật chẳng ra làm sao cả.

- Đúng thế đấy - Tôi tán đồng.

- Anh sẽ không làm như vậy nữa.

- Vâng - Tôi đáp một cách nhẹ nhõm. Trong lòng đã tan biến nỗi buồn bực về anh - Những buổi ở chơi rồi ngủ lại nhà Edward đã phát huy được tác dụng... - Tôi cuộn mình thêm sát vào anh, rồi đặt môi lên hõm cổ lạnh lẽo, chỗ xương đòn của anh - Anh bắt giữ em lúc nào cũng được.

- Ưmmm - Anh thở dài - Anh rất vui lòng được chấp nhận yêu cầu đó.

- Bây giờ đến phiên em nhé?

- Đến phiên em làm gì? - Giọng nói của anh đầy vẻ ngạc nhiên.

- Đến phiên em xin lỗi anh.

- Em phải xin lỗi về điều gì nhỉ?

- Anh không giận em ư? - Tôi hỏi thẳng thừng.

- Không, em có chuyện gì khiến anh phải giận đâu.

Lời khẳng định của anh chắc như đinh đóng cột. Vậy là Edward nói thật lòng.

Tôi cũng tự cảm nhận được đôi lông mày của mình đang thành hình dấu ngã.

- Khi về nhà, anh không gặp Alice à?

- Có, anh có gặp... nhưng sao?

- Anh không lấy lại chiếc Porsche?

- Tất nhiên là không. Đó là quà tặng mà.

Ước gì lúc này tôi có thể nhìn thấy tỏ tường được thái độ nơi anh. Giọng nói của anh làm cho tôi có cảm giác như mình vừa xúc phạm đến anh nặng nề lắm vậy.

- Anh thật sự không muốn biết em đã làm gì chứ? - Tôi thắc mắc, bắt đầu tò mò về cái vẻ thản nhiên pha lẫn chút bất cần rất lạ lùng kia.

Sau đó, tôi cũng cảm nhận được là anh vừa nhún vai, nhẹ hẫng.

- Anh lúc nào cũng quan tâm đến mọi việc em làm, Bella... nhưng mà nếu em không muốn cho anh biết thì em cũng chẳng cần phải kể đâu.

- Em đã xuống La Push.

- Anh biết rồi.

- Nhưng mà em trốn học.

- Anh cũng vậy thôi, có hơn gì em đâu.

Tôi chú mục vào nơi vừa thốt ra câu nói ấy và mò mẫm, lần tay theo từng đường nét trên gương mặt Edward, cố hiểu cho được cái cảm xúc hiện thời rất khác thường ấy của anh.

- Cuối cùng thì ngọn gió nào đã thổi lòng khoan dung về phía anh vậy? - Tôi không thể không cất tiếng hỏi.

Anh thở dài.

- Anh quyết định rồi, Bella ạ, em đúng. Vấn đề của anh, đa phần là vì... thành kiến với người sói. Từ giờ trở đi, anh sẽ sống công bình hơn, sẽ hoàn toàn tin tưởng vào quyết định của em. Nếu em bảo như vậy là an toàn, thì điều đó an toàn, anh tin em.

- Ôi trời.

- Với lại... điều này quan trọng nhất... anh không muốn chuyện này trở thành vật cản ngăn cách chúng ta.

Lòng tràn đầy mãn nguyện, tôi áp đầu vào ngực anh, khẽ khép mắt lại.

- Vậy nên - Anh tiếp tục lên tiếng, giọng nói vẫn rất tự nhiên - Em đã định ngày xuống La Push lại chưa?

Tôi không trả lời. Câu hỏi của anh khiến tôi nhớ lại từng lời nói của Jacob, cổ họng hốt nhiên nghèn nghẹn.

Và anh đã hiểu sai ý nghĩa của sự im lặng cùng nỗi căng thẳng nơi tôi.

- Anh hỏi vậy chỉ là để sắp xếp lại kế hoạch của anh thôi - Edward vội vàng giải thích - Anh không muốn gây cho em áp lực phải trở về gấp rút vì lo anh đợi.

- Không - Tôi đáp ngay tức thì, âm điệu thẳng thừng ấy đã khiến cho chính tôi cũng phải ngạc nhiên - Em không muốn xuống đó nữa.

- Trời. Em không cần phải làm thế vì anh đâu.

- Người ta không còn chào đón em nữa - Tôi thì thào bộc bạch.

- Bộ em cán phải con mèo của ai hả? - Anh hỏi một cách hờ hững. Trong thâm tâm, tôi hiểu anh không muốn bắt ép tôi phải kể rõ ngọn ngành, nhưng tôi có thể nhận ra ngọn lửa hiếu kì đang âm ỉ cháy ở phía sau lớp vỏ lãnh đạm kia.

- Ồ không - Tôi hít vào một hơi thật sâu rồi lầm bầm giải thích - Có lẽ Jacob đã nhận ra... và hình như cậu ấy không tỏ ra bất ngờ.

Tôi ngập ngừng, Edward vẫn kiên nhẫn chờ đợi.

- Jacob không muốn... chuyện đó diễn ra quá sớm.

- À - Edward chỉ buột miệng thốt ra đúng một từ duy nhất.

- Cậu ấy bảo rằng thà trông thấy em chết còn dễ chịu hơn - Giọng nói của tôi vỡ òa ở những âm tiết cuối.

Edward sững người mất một lúc, cố kiềm nén những cảm xúc không muốn để lộ ra cho tôi biết.

Một cách dịu dàng, anh khẽ ghì lấy tôi, ôm sát tôi hơn nữa vào lồng ngực của mình.

- Anh xin lỗi.

- Em cứ nghĩ là anh sẽ vui kia đấy - Tôi thầm thì.

- Vui vì em bị tổn thương ư? - Anh lầm bầm trên tóc tôi - Không đâu, Bella.

Thở ra một cách mãn nguyện, tôi áp mình chặt thêm vào anh. Nhưng một lần nữa, anh lại căng cứng toàn thân.

- Anh sao thế?

- Anh không sao.

- Cho em biết đi.

Edward ngần ngừ trong một phút đồng hồ.

- Em sẽ giận mất.

- Em vẫn muốn biết.

Anh thở dài.

- Thật sự là anh có thể giết chết cái tên nhóc đó vì đã dám nói với em những lời như thế. Và hiện giờ thì anh đang *muốn* thật đây.

Tôi bật cười một cách miễn cưỡng.

- Đúng là anh biết tự chủ như vậy, thật tốt vô cùng.

- Nhưng anh hoàn toàn có khả năng mắc phải lỗi lầm - Giọng nói của anh bất chợt trầm lắng, suy tư.

- Nếu anh mắc sai lầm về chuyện kiềm chế, hay để em tìm nơi thích hợp cho anh - Nói rồi tôi ôm lấy mặt anh, cố rướn người lên để hôn vào đôi môi lạnh giá đang ở rất gần tôi. Vòng tay của anh chợt tăng thêm lực níu giữ tôi lại, cố tìm cách ngăn cản cử chỉ âu yếm ấy.

Rồi anh thở dài.

- Anh cần phải luôn luôn tự chủ, đúng không?

Tôi cười rất tươi trong bóng đêm.

- Không. Để em giữ cái tự chủ ấy cho, chừng vài phút... hay vài giờ...

- Chúc em ngủ ngon, Bella.

- Khoan đã... em có chuyện muốn hỏi anh.

- Chuyện gì thế?

- Đêm vừa rồi, em có nói chuyện với chị Rosalie...

Edward lại căng thẳng, toàn thân cứng đờ.

- Ừ. Khi anh vào nhà, chị ấy cũng nhớ lại chuyện đó. Chị ấy đã làm cho em phải suy nghĩ nhiều, đúng không?

Câu hỏi vừa được thốt ra có lẩn quất những khắc khoải, lo âu; ắt hẳn anh nghĩ là tôi muốn đề cập đến những lý do đã khiến Rosalie cho rằng tôi nên trung thành với kiếp sống của một con người. Nhưng thực ra, tôi đang để tâm đến một chuyện khác quan trọng hơn.

- Chị ấy có đả động một chút đến khoảng thời gian... gia đình anh sống ở Denali.

Im lặng một thoáng, lời mở đầu này khiến anh ngạc nhiên.

- Ừ?

- Chị ấy kể về một nhóm ma-ca-rồng, toàn là phụ nữ, con gái... và anh.

Edward không trả lời, dù rằng tôi đã đợi rất lâu.

- Anh đừng lo - Tôi tiếp tục lên tiếng, sau cái thời khắc tĩnh lặng gây cảm giác khó thở, bức bối - Chị ấy nói rằng anh không hề... tỏ ra rung động trước bất kì một ai cả. Nhưng điều em muốn biết, anh hiểu không, vậy thì ai đã có cảm xúc ấy? Ai đã rung động trước anh?

Thêm một lần nữa, câu trả lời dành cho tôi là một sự im lặng đến não nề.

- Ai vậy anh? - Tôi lại hỏi, cố giữ cho giọng nói thật tự nhiên, nhưng cũng không để lộ ra rằng mình đang kiềm chế - Hay là không chỉ có một người?

Không có câu trả lời. Phải chi tôi có thể nhìn thấy rõ được gương mặt anh, để mà có để đoán biết được phần nào ý nghĩa của sự im lặng này.

- Được rồi, Alice sẽ cho em biết - Tôi tuyên bố thẳng thừng - Bây giờ, em phải đi gặp bạn ấy đây.

Vòng tay đang ôm tôi lại siết chặt thêm; tôi không còn có thể nhúc nhích hay cựa quậy được nữa, dù chỉ là một chút.

- Khuya quá rồi, em à - Mãi đến lúc này, anh mới chịu lên tiếng. Chất giọng đã thay đổi, bồn chồn xen lẫn với một chút bối rối - Với lại, chắc Alice đã ra ngoài rồi...

- Vậy là rất tệ - Tôi đoán định - Tệ lắm phải không

anh? - Tôi bắt đầu hoang mang, tim đập liên hồi khi hình dung ra một "đối thủ" bất tử có vẻ đẹp kiêu sa mà mình... chưa bao giờ nhận thấy rằng mình có.

- Bình tĩnh nào, Bella - Edward cố trấn an, hôn lên chóp mũi tôi - Trông em vô lý chưa kìa.

- Em vô lý ư? Thế sao anh không chịu kể?

- Bởi vì chẳng có gì để kể hết. Chỉ tại em thổi phồng mọi chuyện lên quá đáng thôi.

- Người nào vậy? - Tôi vẫn khăng khăng.

Anh thở dài.

- Bà Tanya có biểu lộ một chút quan tâm. Nhưng anh đã làm được cho bà ấy hiểu, bằng một thái độ lịch sự và nhã nhặn, rằng anh không thể đáp lại. Hết.

Tôi cố giữ giọng bình thản.

- Nói cho em nghe... bà Tanya trông như thế nào?

- Cũng giống bọn anh thôi... da trắng, mắt vàng - Edward nói nhanh.

- Và dĩ nhiên là rất đẹp nữa.

Tôi cảm nhận được cái nhún vai rất phớt đời từ anh.

- Ừm, đó là trong mắt người thường thôi - Anh đáp lời, vẫn tỏ ra thờ ơ - Em biết tại sao không?

- Tại sao? - Tôi hỏi một cách hờn dỗi.

Bên tai tôi chợt nghe giá lạnh, nhồn nhột; Edward vừa kề môi sát vào đó.

- Anh chỉ thích tóc nâu thôi.

- Vậy là bà Tanya tóc vàng.

- Tóc hung đỏ - hoàn toàn không thuộc "gu" của anh.

Tôi tư lự trong một thoáng, ra sức tập trung giữa lúc đôi môi lạnh lẽo của anh đang chầm chậm lướt xuống má, xuống cổ tôi, rồi lại từ từ đưa ngược trở lên. Sau ba lần đón nhận cử chỉ âu yếm như vậy, tôi mới thốt được nên lời.

- Thôi được rồi, em không hỏi nữa - Tôi quyết định.

- Ừmmm - Edward thì thầm trên da tôi - Khi ghen, trông em đáng yêu lắm. Thú vị không thể tả được.

Tôi cau có trong bóng đêm.

- Thôi, khuya quá rồi, em - Anh trở lại cái điệp khúc vừa nãy, vẫn là lời thì thầm, nhưng lần này chất giọng của anh vô cùng du dương, êm ả, mượt mà hơn tơ trời - Ngủ đi nào, Bella của anh. Em hãy ngủ cho ngoan và mơ thật nhiều mộng lành. Trái tim anh chỉ biết lay động trước mỗi mình em mà thôi. Trái tim này thuộc về em mãi mãi. Ngủ đi nào, tình yêu duy nhất của anh.

Anh bắt đầu ngân nga bài hát ru em của riêng tôi, và tôi hiểu đến lúc này thì mình không còn có khả năng chống chọi được nữa, dần dà, tôi sẽ chìm vào cõi mộng. Nghĩ vậy, tôi khép mắt lại, rúc mình vào sát ngực anh.

9. MỤC TIÊU

Sáng hôm sau, Alice đưa tôi về, để cho giống với việc tôi tham dự một buổi tiệc chỉ toàn con gái với nhau rồi ngủ lại qua đêm; và để cho giống với việc cuộc vui lẽ ra vẫn còn tiếp diễn nếu như không bất ngờ Edward "lù lù" trở về, kết thúc chuyến du khảo. Tất cả những gì tôi phải "thể hiện" là như vậy. Đây cũng là một sinh hoạt rất "con người" mà tôi không được phép bỏ lỡ.

Ngài cảnh sát trưởng hé mắt nhìn trộm qua cửa sổ khi nghe tiếng cửa xe đóng lại. "Ngài" vẫy tay chào Alice rồi ra mở cửa cho tôi.

- Vui không con? - "Ngài" cất tiếng hỏi.

- Dạ vui lắm bố. Rất... con gái.

Tôi xách đồ đạc vào nhà, để bừa hết ở chân cầu thang, rồi lò dò vào bếp lục tìm đồ ăn.

- Con có lời nhắn đấy - Ngài cảnh sát trưởng gọi với theo.

Trên kệ bếp, tập viết tin nhắn điện thoại được dựng dựa vào cái chảo, rất dễ đập vào mắt.

Jacob gọi điện thoại cho con - Bố tôi viết - *Nó bảo rằng nó không muốn nói như vậy; nó xin lỗi. Thằng bé muốn con gọi điện thoại lại. Con tốt bụng hãy bỏ qua cho nó đi. Nghe giọng nó buồn lắm.*

Tôi nhăn mặt lại. Thường thường, ngài cảnh sát trưởng đâu có viết "xã luận" vào lời nhắn cho tôi.

Jacob ư, Jacob chỉ có thể chịu đựng mà buồn thôi. Tôi không muốn nói chuyện với cậu ta. Điều tôi được biết, đó là người ta không thể rộng lượng đến mức tiếp nhận điện thoại của đối phương. Nếu Jacob mong tôi chọn cái chết, cậu ta chỉ việc giữ im lặng là được.

Bất giác tôi chẳng còn cái cảm giác buồn miệng nữa. Tôi xoay người lại toan bước tới chỗ mớ hành lý.

- Con không gọi điện thoại cho Jacob à? - Ngài cảnh sát trưởng bắt đầu thắc mắc. Thì ra nãy giờ "ngài" đang lấp ló chỗ phòng khách, để xem xem tôi có nhấc ống nghe lên không.

- Không ạ.

Đáp xong, tôi cất bước lên lầu.

- Cư xử chẳng đẹp chút nào cả, Bella - Bố tôi đệm theo - Ôi cao quý làm sao hai tiếng tha thứ... Tha thứ là một nghĩa cử cao đẹp.

- Bố không cần lúc nào cũng phải lo cho con đâu - Tôi lầm bầm rất khẽ, không để bố nghe thấy.

Đống đồ chưa giặt chắc chắn nhiều lắm đây, sau khi đã trả ống kem đánh răng về chỗ cũ và thấy số đồ dơ vào cái rổ mây, tôi tới chỗ chiếc giường của bố, lột tấm trải giường, áo gối. Xong xuôi, tôi bỏ tất cả đồ xuống đầu cầu thang, vào đến phòng mình.

Dừng lại bên giường, tôi ngó nghiêng.

Cái gối của tôi đâu mất rồi? Tôi đảo mắt một lượt khắp phòng. Không thấy gối. Phòng tôi trông gọn gàng, sạch sẽ một cách kì lạ. Chẳng phải chiếc áo lạnh màu xám vẫn được quặc vào chỗ cột giường đó sao? Tôi cũng dám thề rằng đôi tất dơ của tôi nằm sau cái ghế bập bênh, chiếc áo cánh màu đỏ tôi ướm thử hai hôm trước - nhưng rồi nhận ra là quá lòe loẹt nên đã không dám mặc đến trường - được vắt bừa lên tay ghế... Tôi ngó bao quát thêm một lần nữa. Cái rổ mây của tôi vẫn có đồ, nhưng không đầy như tôi vẫn hình dung.

Hay là bố tôi đã giặt đồ? Nếu quả thật là như thế thì chẳng giống bố một chút nào.

- Bố ơi, bố giặt đồ hả bố? - Tôi thét vọng ra ngoài cửa.

- Ơ, đâu có - Tiếng ngài cảnh sát trưởng thét ngược trở lại, nghe rầu rầu - Con muốn bố giặt hả?

- Dạ không, để con giặt. Bố đã tìm kiếm gì trong phòng con ư?

- Không. Tại sao bố lại phải làm như vậy chứ?

- Con không tìm thấy... chiếc áo...

- Bố có vào đấy đâu.

À đúng rồi, Alice có vào đây lấy cho tôi bộ pijama.

Nhưng mà tôi đâu có thấy cô bạn xách thêm cái gối - chắc tại tôi né cái giường nên không nhận ra chăng? Có vẻ như đã quá bộ đến đây rồi cô bạn "ra tay nghĩa hiệp" dọn phòng luôn cho tôi thì phải. Nghĩ đến đó, tôi đỏ bừng mặt, dạo này tôi nhếch nhác quá đi.

Ấy, chiếc áo đỏ của tôi đâu có dơ, cần phải ra rổ mây lấy lại mới được.

Tôi những tưởng sẽ lục thấy nó nằm đâu đó ở trên cùng, nhưng rốt cuộc chẳng thấy chiếc áo đâu cả. Tôi xóc tung mở quần áo, cũng chẳng thấy tăm hơi nó đâu. Hay tôi bị bệnh hoang tưởng? Không thể như thế được. Rõ ràng là tôi bị mất đồ, mà bị mất không chỉ một thứ. Tôi thậm chí còn không thu gom đủ một nửa số đồ cần phải giặt nữa kìa.

Thần thái ngơ ngơ ngác ngác, tôi tháo tấm trải giường, xăm xăm đi xuống chỗ máy giặt, trên đường đi, tôi nhặt theo mớ đồ của bố. Chiếc máy giặt trống trơn. Quái lạ. Tôi bắt đầu nhìn đến máy sấy, thoáng chút hy vọng sẽ tìm thấy mớ đồ giặt rồi đang chờ mình lấy ra; cô bạn Alice này dễ thương thật. Nhưng... không có một món đồ nào cả. Tôi cau mày, hoang mang.

- Con tìm thấy đồ chưa? - Tiếng ngài cảnh sát trưởng bất chợt vang lên oang oang.

- Dạ chưa ạ.

Tôi trở ngược lên phòng, cúi xuống gầm giường. Bụi.

Ngoài ra, không có gì khác. Tôi bắt đầu lục đến cái tủ. Có lẽ tôi đã cất chiếc áo đỏ rồi mà quên.

Đính đoong. Chuông cửa chợt reo vang, tôi ngừng tay. Có lẽ là Edward.

- Ngoài cửa kìa - Ngài cảnh sát trưởng đang ngồi chễm chệ trên ghế tràng kỷ "bỏ nhỏ" thêm một câu khi tôi đi ngang qua mặt "ngài".

- Bố đừng căng thẳng quá, bố ạ.

Tôi nói như nài nỉ rồi đưa tay mở cửa, kèm theo một nụ cười thật tươi.

Đôi mắt vàng của Edward mở rộng, cánh mũi hơi phình ra, đôi môi nhếch lên để lộ những chiếc răng trắng lóe.

- Anh Edward? - Chất giọng của tôi chuyển sang the thé vì sửng sờ, thái độ của anh... - Tại sao?

Anh đặt vội ngón tay lên môi tôi.

- Chờ anh hai giây - Anh thì thầm - Em ở yên đây nhé.

Sau câu nói đó, anh... mất dạng, chỉ còn lại tôi đứng chôn chân ở ngưỡng cửa. Anh di chuyển nhanh đến độ ngài cảnh sát trưởng cũng chẳng cảm nhận được là anh vừa lướt qua mặt mình.

Và trước khi tôi lấy lại được bình tĩnh để đếm đến hai, Edward đã quay trở lại rồi. Anh quàng tay qua ngang thắt lưng của tôi, nhanh nhẹn dìu tôi vào đến bếp. Dùng đôi mắt linh lợi quét một lượt khắp căn phòng rồi anh kéo tôi áp sát vào cơ thể mình, tựa hồ như muốn che chắn cho tôi khỏi điều gì đó. Tôi dõi cặp mắt về phía ngài cảnh sát trưởng; chẳng có dấu hiệu nào cho thấy là ngài đang đoái hoài tới chúng tôi cả.

- Có người đã đến đây - Anh thì thầm vào tai tôi sau khi hai chúng tôi đã vào hẳn trong gian bếp. Giọng nói của anh ăm ắp những khắc khoải, lo âu; rất khó nắm bắt giữa âm thanh tiếng máy giặt đang vận hành ầm ì như thế này.

- Em thề với anh là không có người sói nào... - Tôi lập bập lên tiếng.

- Không phải họ - Anh khẽ lắc đầu, cắt ngang lời tôi ngay lập tức - Mà chính xác là một kẻ nào đó giống như anh.

Lời khẳng định này nghe rất rành rọt, âm vực rõ ràng... Anh hoàn toàn không hề ám chỉ đến một thành viên nào đó trong gia đình anh.

Tôi cảm thấy mặt mình không còn một hột máu.

- Victoria? - Cổ họng tôi nghẹn đắng khi để cho cái tên này thoát ra khỏi cửa miệng.

- Anh không nhận ra mùi này.

- Vậy là nhà Volturi - Tôi phỏng đoán.

- Có lẽ.

- Lúc nào?

- Đó là lý do vì sao anh nghĩ đến họ đấy... Chưa lâu lắm, vào sớm tinh mơ, khi bố em vẫn còn ngủ. Bất cứ kẻ nào không đụng đến bố cũng đều vì có mục đích riêng.

- Tìm em?

Lần này, Edward không trả lời. Toàn thân anh căng cứng, trở lại là một bức tượng sống như hồi nào.

- Hai đứa đang xì xầm cái gì thế? - Ngài cảnh sát trưởng chợt cất tiếng hỏi, vẻ mặt ẩn hiện những nghi ngờ; ngài đang đứng ở một góc phòng, tay cầm tô bắp rang đã hết nhẵn.

Mặt tôi khỏi cần nhìn cũng biết là đang xanh như tàu lá chuối. Một tên ma-cà-rồng đã đột nhập vào nhà kiếm tìm tôi trong lúc bố tôi đang ngủ say. Nỗi sợ hãi mau chóng tràn ngập khắp cơ thể tôi, thít chặt lấy cổ họng khiến tôi không sao trả lời được, chỉ biết đứng chết trân mà nhìn bố với đôi mắt hiện rõ vẻ kinh hoàng.

Thái độ của bố tôi đột nhiên thay đổi. Bố bỗng toét miệng ra cười, một nụ cười tươi chưa từng thấy.

- Nếu hai đứa đang cãi nhau... ờ, đừng để ý gì đến bố nhé.

Rồi vẫn giữ nụ cười ấy, bố để tô vào bồn rửa, xong, quay gót thong thả rời khỏi phòng.

- Chúng mình đi thôi em - Edward gượng gạo thì thầm.

- Nhưng còn bố em? - Nỗi sợ hãi đang thít chặt lấy ngực tôi, mọi hô hấp trở nên hết sức khó khăn.

Anh khựng người lại trong đúng một tích tắc ngắn ngủi, và gần như ngay lập tức, chiếc điện thoại di động vụt xuất hiện trong tay anh.

- Anh Emmett - Tôi nghe anh thì thầm tên người nhận cuộc gọi. Rồi ngay sau đó, anh nói nhanh đến mức tôi không thể nghe được lấy một lời nào. Cuộc nói chuyện bằng điện thoại diễn ra chừng nửa phút. Xong, Edward đưa tôi ra cửa.

- Emmett và Jasper đang trên đường đến đây - Anh thông báo khi nhận ra một chút phản kháng yếu ớt ở nơi tôi - Cả hai sẽ đánh một vòng kiểm tra các cánh rừng - Bố em sẽ không làm sao đâu.

Sau lời cam đoan chắc như đinh đóng cột ấy, tôi để mặc cho anh dắt đi, nỗi khiếp hãi đã bao trùm khắp tâm trí, tôi không sao nghĩ ra được một điều gì cho nên hồn. Bố đón chào đôi mắt không còn thần sắc của tôi bằng nụ cười đang dương dương đắc ý bỗng thoắt chuyển sang bối rối. Edward đưa tôi ra cửa trước khi bố kịp có thái độ khác.

- Mình đi đâu vậy anh? - Tôi không ngừng thều thào hỏi, thậm chí cả khi đã cùng anh ngồi vào trong chiếc xe hơi bóng loáng.

- Đi gặp Alice - Anh trả lời tôi, âm lượng giọng nói

đã trở nên bình thường nhưng chất giọng vẫn còn ảm đạm lắm.

- Anh nghĩ bạn ấy sẽ nhìn thấy gì ư?

Đôi mắt se sắt vàng óng của anh chỉ tập trung chú ý mỗi con đường.

- Ừ, biết đâu...

Sau cuộc gọi cấp báo của Edward, tất thảy mọi người đang mong đợi chúng tôi. Chẳng khác gì như đang ở trong một viện bảo tàng, ai nấy đều lặng lẽ như những pho tượng, mỗi người biểu lộ một vẻ kinh hãi khác nhau.

- Có chuyện gì vậy? - Edward gặng hỏi ngay khi hai chúng tôi vừa bước chân ra khỏi cửa xe. Tôi không giấu được nỗi hoảng hốt còn Edward thì trân trân nhìn Alice, hai nắm tay siết lại đầy căm hận.

Alice đang đứng lặng người, hai tay khoanh chặt trước ngực, đôi môi mấp máy.

- Em không biết nói sao nữa. Em không nhìn thấy gì cả.

- *Không thể* là sao, hả? - Anh rít lên.

- Edward - Tôi nhắc nhở. Tôi không thích anh sẵng giọng với Alice như vậy.

Bác sĩ Carlise buộc lòng phải lên tiếng, vẫn lối nói điềm tĩnh quen thuộc của một người làm chủ tình thế.

- Đây đâu phải là khoa học chính xác, Edward.

- Hắn đã *vào phòng* cô ấy, Alice. Hắn sẽ còn tiếp tục đến đó, chờ cô ấy; em hiểu không?

- Nếu vậy thì em phải thấy rồi.

Edward dằn mạnh tay, tức tối:

- Thật không? Em dám chắc không?

Alice đáp lại bằng một giọng lạnh băng:

- Anh bảo em chú ý mọi động tĩnh của nhà Volturi, canh chừng Victoria quay lại, để tâm đến từng hoạt động của Bella. Bây giờ, anh muốn thêm vào nữa ư? Em có cần phải theo dõi cả chú Charlie, căn phòng của Bella, rồi căn nhà, mọi ngả đường luôn không? Anh Edward, nếu em phải để ý đến quá nhiều thứ, mọi hình ảnh sẽ không còn rõ ràng được nữa.

- Bây giờ chẳng phải là như thế sao - Edward nạt nộ.

- Bạn ấy không hề bị bất cứ hiểm nguy nào. Vậy nên em mới không thấy.

- Nếu em luôn quan sát bên Ý, thì cớ làm sao lại không thấy bọn chúng cử...

- Không phải họ đâu - Alice vẫn một mực khăng khăng - Nếu là bọn người đó thì em đã thấy rồi.

- Vậy, còn có kẻ nào chịu bỏ qua cho ông Charlie, hả?

Tôi bắt đầu run rẩy.

- Em không biết - Alice thú nhận.

- Giỏi thật.

- Anh đừng như thế nữa, Edward - Tôi thều thào, nói không ra hơi.

Anh quay sang tôi, gương mặt vẫn còn ngùn ngụt lửa căm giận, hai hàm răng nghiến chặt vào nhau. Trân trối nhìn tôi chừng nửa giây, anh đột nhiên dịu xuống, đôi mắt mở to, ngỡ ngàng, quai hàm cũng giãn ra.

- Em nói đúng, Bella - Nói xong, anh quay sang em gái - Anh xin lỗi, Alice. Lẽ ra, anh không nên trút tất cả uất giận vào em. Hành động đó thật không thể tha thứ được.

- Em hiểu lòng anh mà, Edward - Alice trấn an anh trai - Em cũng rất buồn về chuyện của Bella.

Edward hít vào một hơi thật đầy.

- Ừ, bây giờ tụi mình cùng phân tích vấn đề một cách hợp lý nhé. Liệu có những khả năng nào nhỉ?

Ngay sau câu hỏi ấy, ai nấy đều trở nên thư thái. Cô bạn tôi thả lỏng người, ngả lưng vào chiếc ghế tràng kỷ. Bác sĩ Carlise chậm rãi đưa từng bước chân đến chỗ Alice, ánh nhìn xa xăm. Bà Esme ngồi trên ghế xôpha, đưa cả hai chân lên ghế. Chỉ còn mỗi Rosalie vẫn bất động, đứng xoay lưng về phía chúng tôi, mắt hướng ra ngoài bức tường kính.

Edward đưa tôi ra ghế xôpha. Thẫn thờ, tôi ngồi

xuống bên cạnh mẹ anh, bà Esme choàng tay lên vai tôi. Hai tay Edward nắm chặt lấy tay tôi, chia sẻ.

- Victoria? - Bác sĩ Carlisle chợt hỏi.

Edward lắc đầu.

- Không ạ. Con không biết mùi hương này. Có khả năng hắn do nhà Volturi cử tới, con chưa gặp người này bao giờ...

Alice lắc đầu nguầy nguậy.

- Ông Aro chưa hề cử ai đi tìm bạn ấy cả. Nếu có, em sẽ biết ngay. Lúc nào em cũng để ý đến điều đó mà.

Edward lắc đầu, nói:

- Em chỉ chú tâm tới những trường hợp ra lệnh thông thường thôi.

- Anh cho rằng kẻ đó tự hành sự ư? Vì sao cơ chứ?

- Theo lệnh của Caius - Edward phỏng đoán, gương mặt se sắt.

- Hoặc là người của Jane... - Alice ngập ngừng - Hai người này đều có khả năng cử tới những kẻ mà chúng ta chưa hề biết mặt...

Edward vẫn cau có.

- Và còn vì động cơ nào nữa.

- Mẹ thấy không hợp lý chút nào - Bà Esme bất ngờ lên tiếng - Giả như kẻ đó có ý đợi Bella thì Alice đã phải trông thấy rồi. Điều này chứng tỏ hắn không định làm hại Bella hay Charlie.

Nghe nhắc đến tên bố mình, tôi bỗng bủn rủn cả người.

- Không sao đâu, Bella - Bà Esme thì thầm, dịu dàng vuốt tóc tôi.

- Vậy thì mục đích của chuyến viếng thăm đó là gì? - Bác sĩ Carlisle trầm ngâm, tư lự.

- Để kiểm tra xem cháu có còn là người không - Tôi tham gia phỏng đoán.

- Có lẽ như vậy thật - Bác sĩ Carlisle tán đồng.

Tiếng thở dài của Rosalie chợt vang lên. Chị đã trở lại bình thường, quay mặt về phía căn bếp, ngời ngời hy vọng. Edward thì nản lòng thấy rõ.

Emmett đột ngột xuất hiện nơi cửa bếp, theo sau anh ta là Jasper.

- Đi xa rồi, đâu được chừng vài giờ ấy - Emmett thông báo với vẻ mặt buồn rười rượi - Anh lần theo dấu vết về phía Đông, sau đó xuống phía Nam, đến đầu đường thì mất dấu. Một chiếc xe hơi đã đậu ở đó.

- Xui rồi - Edward lầm bầm - Giá mà hắn chạy sang phía Tây... chậc, thì tiêu đời với bầy sói.

Tôi nhăn mặt lại, bà Esme xoa xoa vai tôi.

Jasper ngoảnh mặt nhìn sang bác sĩ Carlisle.

- Anh em con không nhận dạng được hắn. Nhưng có cái này - Nói xong, anh ta đưa ra một vật xanh lục đã dập nát. Bác sĩ Carlisle đón lấy, giơ lên trước mặt, đôi mắt tập trung cao độ vào vật đang cầm. Tôi nhìn theo, và dần dà nhận ra đó là một mảnh lá dương xỉ - Có lẽ bố biết mùi hương này.

- Không - Bác sĩ Carlisle trả lời - Lạ lắm. Bố chưa từng gặp hắn.

- Có lẽ chúng ta nhìn nhận sai sự việc rồi. Có thể chỉ là tình cờ - Bà Esme lập luận, nhưng bỗng ngừng lời khi nhận thấy mọi cặp mắt đều đang đổ dồn về phía mình, hoài nghi. Song, ngay sau đó, bà lại tiếp - Thật ra thì chuyện một kẻ lạ mặt tùy tiện đột nhập vào nhà Bella cũng khó được coi là tình cờ. Mẹ muốn nói là biết đâu có kẻ tò mò. Mùi hương của chúng ta cứ quấn quanh cô bé, nên hắn chỉ thắc mắc muốn biết điều gì đã dẫn dụ chúng ta đến nhà Charlie.

- Sao hắn không ghé thăm nhà mình luôn một thể? Nếu thực kẻ đó tò mò? - Emmett hỏi vặn.

- Tất nhiên - Bà Esme trả lời và bất chợt mỉm cười, một nụ cười vô cùng trìu mến - Nhưng những kẻ như chúng ta không phải ai cũng có thể thân thiện. Gia đình chúng ta lại lớn, nên có lẽ hắn sợ. Dù sao thì Charlie cũng không bị hại. Do đó, không cần phải coi hắn là kẻ thù.

Chỉ tò mò thôi ư? Chẳng phải lúc đầu, James và

Victoria cũng tò mò đấy sao? Ý nghĩ về Victoria chợt khiến tôi run rẩy, dù rằng mọi người đã khẳng định đó không phải là người phụ nữ đáng sợ này. Không, chỉ là không phải lần này thôi. Cô ta sẽ muôn đời ghi nhớ đến ám ảnh mối thù cũ. Còn hiện thời là người khác, một người lạ.

Thì ra ma-ca-rồng trong thế giới này nhiều lắm, nhiều hơn tôi vẫn nghĩ. Đã bao nhiêu lần người bình thường đi ngang qua họ mà không mảy may có lấy một dự cảm chẳng lành? Đã bao nhiêu xác chết được quy là tội ác của con người hay chỉ đơn thuần là tai nạn, thực chất là nạn nhân của một cơn khát nơi họ? Cuối cùng, khi tôi chính thức gia nhập vào cái thế giới ấy, thì thành viên của nó sẽ lên tới con số bao nhiêu?

Tương lai ảm đạm khiến tôi lạnh hết cả sống lưng.

Sau lời nhận định của bà Esme, mỗi người nhà Cullen có một trạng thái cảm xúc riêng. Edward tỏ ra không chấp nhận lối giải thích này. Bác sĩ Carlisle xem chừng cũng đang cố gắng tự thuyết phục bản thân tin vào điều đó.

Alice mím môi lại rồi nói:

- Con không nghĩ vậy. Thời gian cho cuộc viếng thăm này làm như đã được canh kĩ càng hay sao ấy, nên quá hoàn hảo... Vị khách không mời mà đến ấy cẩn thận đến mức không để lại một vết tích nào. Cơ hồ người đó biết con sẽ nhìn thấy...

- Người ta có lý do để cẩn thận chứ con - Bà Esme nhắc nhở con gái.

- Người đó là ai, liệu có quan trọng không? - Tôi đột ngột lên tiếng - Chỉ biết rằng người ta *tìm* cháu... lý do ấy lẽ nào còn chưa đủ? Chúng ta không thể chờ đến ngày tốt nghiệp được.

- Không, không, Bella - Edward lên tiếng ngay tắp lự - Sự thể không tệ như em nghĩ đâu. Nếu em gặp nguy hiểm, tụi anh sẽ biết liền.

- Cháu hãy nghĩ đến bố - Bác sĩ Carlisle nhắc nhở tôi - Nếu cháu bỏ nhà ra đi, bố cháu sẽ đau khổ biết dường nào.

- Cháu *luôn* nghĩ đến bố! Lúc nào cũng lo lắng cho bố! Nhưng giả dụ như đêm qua, vị khách kia bỗng nổi cơn khát thì sao? Rõ ràng cháu còn quẩn quanh bên bố ngày nào thì ngày ấy, bố cháu còn phải mang chung thân phận đích ngắm đáng nguyền rủa. Nếu ông có mệnh hệ gì, tất cả chỉ là lỗi tại cháu mà thôi!

- Làm gì có chuyện đó, Bella - Bà Esme kêu lên, tiếp tục vuốt tóc tôi - Charlie sẽ bình yên thôi. Chúng ta chỉ cần cẩn thận hơn nữa là được.

- Cẩn thận *hơn* nữa ư? - Tôi không thể bưng được miệng, ngỡ ngàng buột ra tiếng hỏi.

- Mọi chuyện rồi sẽ ổn thôi, Bella - Alice nói chắc như đinh đóng cột; Edward siết tay tôi.

Và cuối cùng, tôi cũng hiểu ra; từng gương mặt lộng lẫy đang ở trước mặt tôi đây đều như muốn bảo rằng dẫu tôi có nói gì đi chăng nữa thì cũng không thể thay đổi được suy nghĩ nơi họ.

Cuốc xe về nhà diễn ra trong yên lặng. Tôi thất vọng ê chề. Mọi hy vọng tiêu tan, tôi vẫn tiếp tục làm một con người bé nhỏ.

- Từ giờ trở đi, em sẽ không phải chỉ có một mình nữa - Edward cam đoan trong lúc lái xe - Lúc nào cũng sẽ có người ở bên cạnh em. Emmett, Alice, Jasper...

Tôi thở dài.

- Vậy kì lắm. Rồi mọi người sẽ chán thôi, chán tới mức sẽ ra tay với em cho khuây khỏa.

Edward tặng ngay cho tôi một cái nhìn sắc chưa từng thấy.

- Em mới kì đấy, Bella ạ.

Chúng tôi về đến nhà, ngài cảnh sát trưởng vẫn giữ nguyên bộ mặt tươi tỉnh. Trông thấy vẻ căng thẳng giữa tôi và Eward, "ngài" đã hiểu sai. "Ngài" nhìn tôi uể oải nấu ăn với một nụ cười tự mãn. Edward xin phép vắng mặt trong giây lát - chắc chắn là đi thám thính tình hình - và cho đến khi anh đã quay trở lại, lúc bấy giờ "ngài cảnh sát trưởng" mới chịu thông báo.

- Jacob lại gọi điện thoại cho con nữa đấy - Bố tôi lên tiếng ngay khi Edward vừa ló mặt vào trong phòng. Tôi đặt đĩa đồ ăn xuống trước mặt bố, vẻ mặt vẫn thản nhiên như không.

- Thật thế hả bố?

Ngài cảnh sát trưởng chau ngay đôi mày lại.

- Đừng nhỏ nhặt như thế, Bella. Thằng bé coi bộ rất buồn.

- Không biết là Jacob nhờ bố quảng cáo dùm, hay do bố tình nguyện nữa.

"Ngài" cầu nhàu một lúc, rồi sau đó chỉ tập trung vào món ăn, chẳng còn thiết gì đến xung quanh nữa.

Bố tôi vô tư vậy đấy, nhưng ít ra bố cũng đã tìm được mục đích sống của đời mình, dẫu rằng bố không hề có ý niệm về chuyện ấy.

Còn cuộc đời tôi bây giờ chẳng khác gì một canh bạc, một trò tung xúc xắc với tạo hóa - liệu lần tới, tôi có đổ ra hai mặt nhất không? Ngộ lỡ tôi *gặp* phải điều không may thì sao? Như thế thì tôi quả thật là quá tệ, Jacob sẽ có cả một quãng đời còn lại để hối tiếc về những gì đã nói...

Nhưng tôi không muốn nói chuyện với người bạn ấy trong lúc ngài cảnh sát trưởng cứ quanh ra quẩn vào, tôi sẽ phải cẩn thận từng lời ăn tiếng nói, nếu không muốn mọi chuyện vỡ lở. Nghĩ đến điều này, bất giác tôi thấy ghen tị với hai bố con ông Billy – Jacob. Thật dễ chịu xiết bao khi ta không phải giấu diếm điều gì với gia đình.

Vậy nên tôi sẽ kiên nhẫn chờ đến sáng. Rốt cuộc thì đêm nay chưa phải là đêm cuối cùng của tôi trên cõi đời này, vả lại, chịu bị cắn rứt thêm mười hai tiếng đồng hồ nữa, đối với Jacob mà nói thì cũng chẳng phải là điều quá khổ đau. Có khi như vậy lại là tốt cho cậu ta cũng nên.

Đến lúc, như thường lệ, Edward đứng dậy ra về, lòng tôi cũng vừa dậy lên một thắc mắc: ngoài kia, dưới cơn mưa tầm tã, ai vẫn đang lẳng lặng canh chừng cho hai bố con tôi? Tôi thật sự ấm lòng, nhưng cũng không khỏi bứt rứt khi nghĩ đến Alice hay bất cứ người nào khác đang phải làm cái việc canh phòng ấy. Tôi thừa nhận rằng mình rất an tâm khi biết mình không hề cô độc. Và rồi đến hẹn, Edward lại trèo lên cửa sổ phòng tôi.

Anh vẫn hát ru, canh giấc cho tôi ngủ, và - trong cõi mơ hồ xa xăm nhất, tôi vẫn có thể cảm nhận được anh - không một ác mộng nào đến làm phiền tôi cả.

Sáng sớm hôm sau, trước khi tôi tỉnh dậy, ngài cảnh sát trưởng đã đi câu cá cùng người đồng sự - Mark. Không còn bị giám sát nữa, tôi quyết định thực hiện cái "nghĩa cử cao đẹp" vừa nghĩ ra vào tối qua.

- Em sẽ cứu Jacob thoát khỏi hai hàm răng sắc nhọn của lương tâm - Tôi thông báo với Edward sau khi đã ăn xong bữa sáng.

- Anh biết em không còn giận cậu ấy nữa - Anh đáp, kèm theo một nụ cười thật hiền - Thù dai không nằm trong khoản năng khiếu của em.

Tôi trố mắt trước lời nói ấy, nhưng cảm thấy dễ chịu. Xem ra, Edward không còn mối ác cảm với người sói nữa.

Trong niềm phấn khích, tôi nhấc máy lên bấm số liền tù tì mà quên không nhìn đồng hồ. Lúc này vẫn còn hơi sớm, chẳng biết tôi có đánh thức ông Billy và Jacob dậy hay không nữa. Đúng lúc tôi nghĩ đến đó, đồng thời hồi chuông thứ hai cũng chưa kịp đổ, ở đầu dây bên kia đã có ngay tiếng trả lời, vậy là người đó không ở xa chiếc điện thoại lắm.

- Alô? - Một giọng nói thật trầm cất lên.

- Jacob?

- Chị Bella! - Người bạn nhỏ của tôi thét lên ỏm tỏi - Trời ơi, chị Bella, em thật sự xin lỗi! - Cậu lúng búng từng từ vội vã - Em xin thề với chị là lòng em không muốn thế. Em ngốc quá chừng. Lúc ấy em rất giận, nhưng mà không biết là giận cái gì nữa. Đó là điều ngốc nghếch nhất mà em đã từng nói trong đời, em xin lỗi chị. Chị đừng giận em, nha chị? Em xin chị đấy. Chị sống sao cũng được hết, em chỉ mong chị tha thứ cho em thôi.

- Chị không giận em nữa đâu. Chị đã quên chuyện đó rồi.

- Em cảm ơn chị - Cậu bạn thở lấy thở để - Giờ, nghĩ lại, em cũng không tin là mình lại kì cục đến thế.

- Em đừng bận lòng nữa, chị đã quá quen với vụ này rồi.

Người thiếu niên ở đầu dây bên kia bật cười khanh khách, hoàn toàn thư thái.

- Xuống chơi với em đi - Cậu ta nài nỉ - Em muốn dàn hòa với chị.

Tôi chau mày.

- Dàn hòa thế nào?

- Thế nào cũng được hết. Lao đầu ra khỏi vách đá nhé - Jacob đề nghị rồi lại phá ra cười thích thú.

- Ồ, chị *có* chuyện này đặc biệt lắm.

- Em sẽ bảo vệ chị an toàn - Jacob nói chắc nịch - Dù chị có muốn làm gì đi chăng nữa.

Tôi liếc nhìn Edward. Gương mặt anh vẫn điềm tĩnh như không, nhưng tôi hiểu không phải là lúc này.

- Bây giờ không được đâu.

- *Hắn* sẽ không bực em đâu, phải không chị? - Lần đầu tiên trong đời, giọng nói của Jacob có vẻ bên lên hơn là cay cú.

- Không có chuyện đó đâu em. Thật ra... ừm, tụi chị đang phải đương đầu với một chuyện khá hóc búa, hơn là ngồi đó mà hờn dỗi với một cậu thiếu niên người sói nói năng thiếu cẩn trọng - Tôi cố nói giọng bông đùa, cốt không để cho Jacob phải buồn.

- Có chuyện gì vậy chị? - Cậu ta hỏi gặng.

- Ờ ừm - Không biết tôi có nên tâm sự với cậu ấy không?

Edward chợt đưa tay đón cái ống nghe. Tôi quan sát vẻ mặt anh một cách cẩn trọng. Anh điềm tĩnh quá, như vậy có nghĩa là *được* rồi.

- Sao hả chị Bella? - Jacob hối hả.

Edward thở dài ra chiều sốt ruột, tay vươn tới gần hơn.

- Em nói chuyện với Edward nha? - Tôi đề nghị một cách lo lắng - Anh ấy muốn nói chuyện với em.

Im lặng, thời gian cứ lặng lẽ chuyển mình.

- Được thôi - Jacob cuối cùng cũng đồng ý - Chắc sẽ thú vị lắm đây.

Tôi trao chiếc ống nghe cho anh, hy vọng anh có thể đọc ra lời cảnh báo trong mắt mình.

- Chào Jacob - Edward lên tiếng, giọng nói vô cùng kiểu cách.

Anh ngừng lời. Tôi mím chặt môi lại, cố đoán xem Jacob trả lời thế nào.

- Có kẻ đã đột nhập vào vùng đất này. Tôi không nhận dạng được thứ mùi của hắn - Edward giải thích - Đội của cậu có thông tin gì mới không?

Lại im lặng, chỉ thấy Edward gật đầu với chính mình, vẻ mặt không hề biểu lộ một chút ngạc nhiên nào.

- Nan giải quá, Jacob ạ. Tôi không thể để Bella lọt khỏi tầm mắt của mình cho tới khi nào giải quyết được gọn ghẽ chuyện ấy. Đây hoàn toàn không phải là hiềm khích cá nh...

Jacob ngắt lời anh, tôi nghe được cả tiếng cậu ta lào xào qua điện thoại. Cho dẫu có nói gì đi chăng nữa, rõ ràng là cậu bạn đã không còn giữ được bình tĩnh. Tôi gắng sức một cách một tuyệt vọng nhưng không sao nghe được một lời nào từ đầu dây bên kia.

- Có lẽ cậu đúng, nhưng - Edward lại lên tiếng, Jacob cũng bắt đầu chen ngang. Ít ra thì cũng không có ai nổi cơn thịnh nộ cả.

- Lời đề nghị rất hay. Chúng tôi rất sẵn lòng được thương lượng lại, nếu Sam đồng ý.

Lúc này, giọng nói của Jacob đã hạ âm lượng vừa đủ... dành cho Edward. Tôi cắn móng tay, chuyển hướng chú ý sang người đang cầm ống nghe, cố đọc biểu hiện trên nét mặt anh.

- Cảm ơn cậu - Edward đáp.

Rồi Jacob có nói thêm điều gì đó, trên gương mặt anh chợt hiện rõ vẻ cực kì quan tâm.

- Tôi sẽ đi một mình - Anh buộc lòng phải trả lời một câu hỏi không mong đợi - Sẽ nhờ gia đình chăm nom cô ấy.

Giọng nói của người bạn nhỏ lại vang lên, tựa hồ như đang thuyết phục.

- Tôi sẽ cân nhắc chuyện đó một cách khách quan - Edward lại nói - Khách quan trong khả năng của mình.

Im lặng một quãng ngắn.

- Ý kiến đó không tệ chút nào đâu. Cậu tính chừng nào?... À không, tốt thôi. Dù sao thì tôi cũng muốn tự mình lần theo dấu vết. Mười phút... Được rồi - Edward trả lời. Xong, anh trả ống nghe lại cho tôi - Bella?

Một thoáng ngỡ ngàng, tôi chẳng hiểu mô tê gì cả.

- Chuyện gì vậy em? - Tôi hỏi Jacob, giọng nói đang ở cung bậc cáu kỉnh. Dẫu sao tôi cũng là người trong cuộc, vậy mà tôi có cảm giác như mình đang bị tống ra rìa.

- Một thỏa ước đình chiến. Mà chị ơi, chị cho em một đặc ân đi - Jacob đề nghị - Chị ráng thuyết phục tên rận kia của chị rằng nơi an toàn nhất của chị - đặc biệt trong lúc hắn vắng nhà - chính là lãnh địa của tụi em, chị nhé. Tụi em có thể thu xếp mọi thứ.

- Có phải là em đã cố thuyết phục anh ấy như vậy không?

- Vâng. Như vậy cũng đúng chứ chị. Chú Charlie ở

đây cũng sẽ yên tâm hơn. Có mặt nhiều chừng nào tốt chừng nấy.

- Em nhờ bác Billy rủ bố chị xuống nhé - Tôi tán đồng kế hoạch của cậu bạn. Tôi không muốn đặt bố vào tầm ngắm trong khi vị trí đó lúc nào cũng là của mình - Còn gì nữa?

- Đó là việc sắp xếp lại biên giới. Tụi em sẽ tóm kẻ nào lảng vảng đến gần Forks quá. Không biết anh Sam có chịu không, nhưng từ giờ tới lúc đó, em có thể để mắt đến mọi thứ.

- Để mắt đến mọi thứ là sao vậy em?

- Tức là nếu chị có thấy con sói nào chạy tới chạy lui quanh nhà chị, thì chị chớ có lôi súng ra bắn.

- Tất nhiên là không rồi. Nhưng dù sao, em cũng không nên... mạo hiểm.

Người bạn nhỏ khụt khịt mũi.

- Chị đừng ngốc thế. Em biết tự lo cho mình chứ bộ.

Tôi thở dài.

- Ban nãy, em cũng cố thuyết phục hắn cho chị xuống chỗ em. Hắn thành kiến dữ lắm, nên chị đừng nghe theo sự sắp đặt của hắn nghen. Thật ra, lòng hắn cũng như lòng em, cả hai đều thừa biết rằng chỗ tụi em mới là nơi an toàn nhất của chị.

- Được rồi, chị sẽ nhớ.

- Hẹn sớm gặp lại chị - Jacob reo vui.

- Em sẽ đến chỗ chị ư?

- Đúng. Em cần phải ghi nhớ mùi của cái kẻ không mời mà tới chứ, để nếu hắn có trở lại thì còn biết mà tóm gọn.

- Jake à, chị không thích cái kế hoạch lùng bắt...

- Ôi thôi nào, chị Bella - Người thiếu niên ngắt lời tôi. Và cậu ta bật cười khanh khanh rồi gác máy.

10. MÙI HƯƠNG

Thật đúng là trẻ con. Tại sao Edward lại phải lánh mặt cho Jacob đến? Chẳng phải chúng tôi đã qua cái thời thơ dại rồi sao?

- Không phải là anh hiềm khích cá nhân với cậu ta, Bella, chỉ vì như vậy thì sẽ tốt hơn cho cả Jacob lẫn cho anh - Edward giải thích với tôi khi bước chân ra đến cửa - Anh sẽ không đi xa đâu. Em sẽ không làm sao hết.

- Em không sợ *chuyện đó*.

Edward mỉm cười, một thoáng tinh nghịch hiện rõ trong ánh mắt đang nhìn tôi. Rồi anh kéo tôi lại gần, dụi mặt vào trong tóc tôi, thở một hơi thật dài. Tôi cảm nhận rõ mồn một món tóc mình đẫm hơi lạnh giá; cổ tôi nổi gai ốc.

- Anh sẽ trở lại ngay - Anh hẹn và bật cười khúc khích, làm như vừa mới được tôi kể cho nghe một câu chuyện cười.

- Gì mà anh vui quá vậy?

Tôi hỏi nhưng Edward không trả lời, anh chỉ toét miệng ra cười một cách hí hửng, rồi tung mình vào giữa những lùm cây.

Còn kẻ ở lại là tôi khẽ càu nhàu những câu bất bình, và vào bếp dọn dẹp, rửa ráy các thứ. Ấy vậy mà nước trong bồn chưa kịp đầy, ngoài cửa đã có tiếng chuông. Ôi trời ơi, thật khó quen làm sao cái ý nghĩ Jacob *chẳng cần* đến xe cũng nhanh thoăn thoắt. Sao mà mọi người, ai cũng nhanh hơn tôi thế không biết...

- Jake ơi vào đi! - Tôi cất giọng.

Lại tiếp tục tập trung vào mớ đĩa đầy xà bông, tôi đã không còn nhớ rằng Jacob dạo này cũng thoắt ẩn thoắt hiện, bước chân nhẹ như lướt mây vậy. Vì thế, khi tiếng nói của cậu bạn đột ngột vang lên ở sau lưng, tôi đã giật nảy mình.

- Chị vẫn thường hay để cửa hờ, không khóa như vậy hả? Ồ, em xin lỗi.

Cậu bạn dứt lời vừa lúc người ngợm tôi dính đầy nước xà bông.

- Chị chẳng lo cửa khóa có thể làm nhụt chí "ai kia" - Vừa trả lời, tôi vừa lấy khăn lau phần áo ướt.

- Đúng thế - Người thiếu niên tán đồng.

Lúc đó tôi mới để mắt đến cậu bạn của mình, và buông lời trách cứ.

- Bộ em không thể xỏ được cái áo vào hay sao, Jacob? - Một lần nữa, Jacob để ngực trần, không mặc gì khác ngoài chiếc quần jean ống lửng. Phải chăng cậu bạn tôi hãnh diện về khoản lực lưỡng của mình đến độ muốn phô bày? Tôi không thể phủ nhận rằng hình thể của người bạn nhỏ rất ấn tượng - song, tôi chưa từng nghĩ cậu lại hời hợt đến thế - Thật ra, chị cũng biết em không còn cảm giác lạnh nữa, nhưng vẫn phải mặc áo vào chứ.

Jacob vuốt ngược mái tóc ướt đang chấm vào mắt.

- Để như vậy dễ hơn, chị ạ - Cậu ta giải thích.

- Dễ? Mà dễ cái gì mới được cơ chứ?

Jacob mỉm cười bên lẽn.

- Đau lắm nên chỉ cầm được có mỗi cái quần thôi, cả bộ thì em kham không nổi. Chị trông em thế nào, giống mấy tên khoe mẽ mà chẳng được tích sự gì lắm à?

Tôi chau mày:

- Em nói gì vậy, Jacob?

Cậu bạn nghiêm mặt, ra vẻ như trách cứ tôi đã bỏ sót một điều gì quan trọng lắm.

- Khi em biến đổi, chuyện không đơn giản chỉ là lột quần áo ra, mặc quần áo vào đâu - trong lúc chạy, em còn phải mang chúng theo nữa. Em xin lỗi vì chỉ mang có một nửa... gánh nặng.

Mặt tôi biến sắc.

- Chị đã không nghĩ đến điều đó - Tôi nói lí nhí trong cổ.

Jacob bật cười, chỉ tay vào một sợi dây da đen, mảnh như sợi chỉ được buộc ba vòng quanh cổ chân trái của cậu, hệt như một chiếc vòng. Tôi đã không hề nhận ra rằng người bạn nhỏ của tôi đi chân không.

- Cái này không phải thời trang thời triếc gì đâu nghen chị. Chẳng qua là vừa chạy vừa ngậm quần thì kì cục lắm.

Tôi không biết phải đáp lại như thế nào.

Người thiếu niên cười tít cả mắt.

- Chị khó chịu với cái kiểu ăn mặc "tênh hênh" thế này của em hả?

- Đâu có.

Jacob phá ra cười thành tiếng. Tôi xoay người lại, tiếp tục rửa chén đĩa; hy vọng cậu bạn hiểu nguồn gốc của sự đỏ mặt là do tôi xấu hổ về sự ngốc nghếch của chính mình, chứ chẳng liên quan gì đến câu hỏi của cậu ta cả.

- Ừm, giờ em cũng bắt tay vào việc đây - Cậu bạn thở dài - Em không muốn hắn được cớ bảo rằng em kém năng lực.

- Jacob, đây không phải là chuyện em phải lo...

Cậu bạn đưa tay lên ngăn tôi lại.

- Em tình nguyện hẳn hoi mà. Mùi của kẻ không mời mà đến kia tập trung ở đâu nhiều nhất vậy chị?

- Chắc là trong phòng ngủ của chị.

Đôi mắt của Jacob sa sầm xuống. Cũng như Edward, cậu không thích điều đó một chút nào.

- Chỉ độ một phút là xong ngay.

Tôi kì cọ chiếc đĩa trong nước rửa chén một cách kĩ càng. Không gian vang lên khe khẽ tiếng kin kít của miếng mút xát lên đồ sứ. Bỗng mơ hồ có một tiếng động nào đó rất nhẹ. Đôi tai của tôi lập tức dỏng ngay lên, lắng nghe - Tiếng ván sàn kẽo kẹt, tiếng cửa mở khe khẽ - Nhưng không có động tĩnh gì. Lúc bấy giờ tôi mới nhận ra rằng mình đã rửa một cái đĩa lâu quá mức cần thiết, tôi cần phải chú tâm vào công việc của mình hơn.

- Chà chà! - Jacob bất ngờ lên tiếng, cách tôi có một khoảng nhỏ, khiến tôi giật thót mình thêm một lần nữa.

- Trời đất ơi, Jake, em thôi cái trò đó đi!

- Em xin lỗi. Để em... - Vừa nói, cậu ta vừa chộp lấy cái khăn bông, vội vàng lau phần nước mới bắn thêm vào người tôi - Em sẽ "đền bù thiệt hại" cho chị. Chị rửa đi, em tráng và lau khô.

- Thế thì tốt quá - Tôi đưa cái đĩa cho cậu bạn.

- Ừm, cái thứ mùi kia cũng dễ nhớ. À, mà sao trong phòng chị lại có mùi nồng nặc khó chịu quá.

- Chị sẽ mua một chai xịt phòng.

Người thiếu niên bật cười thành tiếng.

Và tôi cứ thế rửa chén đĩa, còn cậu bạn thì lau khô.

Hai chúng tôi làm việc rửa và lau trong bầu không khí im ắng nhưng rất dễ chịu.

- Em hỏi chị một chuyện được không?

Tôi đưa cho Jacob một chiếc đĩa khác.

- Để coi đó là chuyện gì đã chứ.

- Em không phải là kẻ ngớ ngẩn hay gì gì khác đâu - Điều này, em thật sự thắc mắc đó - Jacob trấn an.

- Được rồi, em hỏi đi.

Cậu ta khựng lại đúng một tích tắc ngắn ngủi:

- Chị thấy thế nào - có người yêu là ma-ca-rồng ấy?

Tôi mở to mắt, đáp:

- Tuyệt vời.

- Em hỏi thật đấy. Chị không khó chịu à. Chị không sợ sao?

- Không bao giờ chị có cảm giác đó.

Người thiếu niên lặng lẽ với lấy cái tô trong tay tôi, không nói một lời nào nữa. Tôi hé mắt nhìn trộm - cậu ta đang chau mày, bờ môi dưới hơi đưa ra.

- Còn gì nữa không? - Tôi đánh bạo lên tiếng.

Jacob chun mũi lại, nói:

- Ừm... em thắc mắc không biết... chị có... chị có *hôn* hắn không?

Tôi phá ra cười ngặt nghẽo:

- Có chứ.

Kẻ đứng bên cạnh tôi rùng mình:

- Trời.

- Mỗi người một ý kiến khác nhau - Tôi lầm bầm.

- Chị không sợ mấy cái răng nanh hả?

Tôi đánh vào tay người thiếu niên, làm nước bắn tóe lên cậu ta.

- Thôi đi, Jacob! Em thừa biết rằng anh ấy không có răng nanh mà!

- Thân nhau quá nhỉ - "Kẻ đáng ghét" lầm bầm.

Tôi nghiến răng nghiến lợi chà con dao tách xương.

- Em hỏi câu khác được không? - Jacob thẽ thọt khi tôi chuyền con dao qua cho cậu - Em muốn biết lắm.

- Hỏi nốt luôn đi - Tôi gắt gỏng.

Jacob lật qua lật lại mặt dao dưới vòi nước. Khi lên tiếng trở lại, lời nói của cậu ta nhẹ tựa như cơn gió.

- Chị nói là vài tuần nữa... Vậy thì chính xác là...? - Cậu bạn bỏ lửng câu hỏi.

- Ngày tốt nghiệp - Tôi thì thầm đáp, thận trọng quan sát vẻ mặt của kẻ đang trò chuyện. Liệu cậu ta có sắp sửa nổi xung thiên không?

- Sao gấp vậy - Jacob chỉ thốt ra thành lời có bấy nhiêu, mắt khép lại. Không, không giống câu hỏi một chút nào. Nghe như một lời ai oán. Các cơ bắp trên tay người thiếu niên cứng lại, đôi bờ vai gồng lên.

- Ahhh! - Jacob đột nhiên thét lớn; bầu không khí đang tĩnh lặng đến nghẹt thở chợt nổ bùng. tôi giật thót mình.

Tôi không nhận ra bàn tay phải của người bạn nhỏ đã siết lại thành nắm tự lúc nào, siết vào cả lưỡi dao rất sắc. Cậu ta buông tay, con dao rơi đánh "keng" xuống bệ bếp... để lại một vết thương dài sâu hoắm nơi bàn tay của cậu. Máu túa xối xả theo kẽ ngón tay rỏ tong tong xuống đất.

- Trời ơi! Ui cha cha! - Jacob rên rỉ.

Đầu óc tôi điên đảo, bụng dạ lộn tùng phèo. Loạng choạng, tôi phải vịn vào thành bếp để đứng cho vững, nỗ lực hớp lấy một hơi không khí thật đầy ngõ hầu có thể bình tĩnh trở lại mà giúp cậu bạn.

- Ôi không, Jacob! Ôi trời ơi! Đây, em quấn cái này vào đi! - Một tay tôi chộp lấy cái khăn lau đĩa, tay kia toan nắm lấy tay người bạn nhỏ, nhưng cậu ta đã rụt người lại né tránh.

- Không có gì đâu, chị Bella, đừng lo.

Các góc nhà bắt đầu chao đảo.

Tôi hít vào thêm một hơi thật sâu nữa.

- Đừng lo ư?! Em xòe tay ra xem nào!

Jacob không buồn đoái hoài gì tới cái khăn tôi đang dứ về phía cậu, mà cứ mặc nhiên đưa tay về phía vòi nước để rửa vết thương. Máu nhuộm đỏ ối cả màu nước. Đầu óc tôi quay cuồng.

- Chị Bella - Jacob tỏ ra lo lắng.

Tôi thôi chú ý đến vết thương, chuyển hướng sang gương mặt của cậu bạn. Cậu ta vẫn đang chau mày, nhưng xem chừng đã bình tĩnh trở lại.

- Ừ?

- Trông chị muốn xỉu rồi kìa. Môi cũng... sắp đứt rời ra luôn đó. Thôi nào. Chị bình tĩnh lại đi. Hãy thở thật đều, Bella. Em có làm sao đâu.

Tôi cố nuốt vào một hơi, và "buông tha" cho cái môi dưới.

- Em đừng làm ra vẻ anh hùng.

Jacob tròn xoe mắt.

- Đi. Chị sẽ đưa em đến bệnh viện - Có lẽ tôi vẫn còn một chút thần trí để lái xe. Ít ra thì tôi cũng cảm nhận được rằng các bức tường xung quanh tôi đã thôi... run rẩy.

- Không cần đâu, chị - Jacob tắt vòi nước, chìa tay đón lấy cái khăn trên tay tôi và quấn hờ vào chỗ bị thương.

- Khoan khoan - Tôi ngăn lại - Để chị xem đã - Miệng tôi vẻ "ta đây", trong khi tay thì vẫn cứ giữ rịt lấy cái kệ bếp hòng giữ cho được tư thế đứng thẳng, kẻo lại bị cái vết cắt kia đốn ngã.

- Chị có thấy ai nóng cỡ như em chưa?

347

- Chỉ cần chị nổi cơn tam bành lên là em phải vào bệnh viện cái một.

Jacob nhăn nhó làm ra bộ kinh hãi:

- Eo ôi, xin chị đừng "bạo lực" như thế!

- Nếu em cứ nhất quyết không cho chị xem tay thì chị buộc lòng phải dùng đến biện pháp mạnh.

Người thiếu niên hít vào một hơi khó khăn, rồi bất thình lình thở phào ra một cái rõ mạnh:

- Được rồi.

Jacob tháo chiếc khăn, và khi tôi đưa tay ra đón lấy miếng băng bất đắc dĩ đó, cậu ta đột ngột đặt tay mình lên tay tôi.

Tôi ngây người ra trong vài tích tắc. Rồi một cách bần thần, tôi úp bàn tay ấy xuống, trong lòng vẫn đinh ninh rằng vị trí của vết cắt là nằm ở lòng bàn tay Jacob. Rồi tôi lật bàn tay cậu bạn lại, mắt tôi bắt gặp một vạch ngoằn ngoèo màu hồng đậm. Tất cả chỉ có vậy.

- Nhưng... em chảy máu... ghê lắm mà.

Người thiếu niên rụt tay về, tôi đọc được trong đôi mắt điềm tĩnh của kẻ đối diện có ẩn hiện những nét rầu rầu.

- Em lành da nhanh lắm.

- Ừ, chị cũng tính nói như vậy - Tôi lắp bắp.

Thật kì lạ, tôi thấy rõ rành rành một vết cắt rất dài

và sâu, tận mắt chứng kiến không sót một mảy may cảnh máu chảy xối xuống bồn rửa chén. Cái thứ mùi tanh tanh - mằn mặn ấy đã tràn vào mũi tôi, gần như đốn tôi ngã gục. Và hơn ai hết, tôi biết rõ vết thương ấy cần phải được khâu lại. Rồi vài ngày sau, nó sẽ đóng vảy, và vài tuần sau nữa, nó mới nhạt màu, trở thành một vết sẹo hồng giống như hiện thời đây.

Người thiếu niên thoáng nhếch môi, tạo thành một nụ cười nửa miệng và tự đấm thụp vào ngực mình.

- Em là người sói mà, chị không nhớ sao?

Đôi mắt cậu dán dính vào mắt tôi, khoảnh khắc hóa mênh mông, vời vợi...

- Ừ nhỉ - Tôi bày tỏ sự đồng tình.

Cậu bạn bật cười ngặt nghẽo trước thái độ "hồn đang ở đâu đâu" của tôi.

- Em đã kể với chị rồi. Chị đã trông thấy vết sẹo của Paul rồi đó.

Tôi lắc đầu quầy quậy, cố tống sạch mọi cái mù mờ, khó hiểu ra khỏi đầu óc.

- Khác chứ. Chị chứng kiến chuyện này từ đầu đến cuối cơ mà.

Nói xong, tôi quỳ sụp xuống đất, mở cửa tủ dưới gầm bồn rửa ra, chộp lấy chai thuốc tẩy. Trong tình trạng vẫn chưa hoàn toàn định thần, tôi rót dung dịch tẩy lên tấm giẻ lau, bắt đầu lau sàn nhà. Cái mùi thuốc sát trùng nồng nồng ấy đã đánh bật được cơn ngầy ngật ra khỏi đầu tôi.

- Để em lau cho - Jacob vội vã lên tiếng.

- Thôi, để chị. Em bỏ chiếc khăn vào thùng giặt nhé?

Khi đã chắc chắn là sàn nhà chỉ còn duy nhất mùi chất tẩy, tôi đứng dậy lau đến bồn rửa chén. Xong xuôi cái việc lau chùi, tôi đến chỗ máy giặt - nằm ngay bên cạnh tủ đựng chén dĩa - rót vào đó một tách đầy thuốc tẩy rồi nhấn nút khởi động. Nãy giờ Jacob vẫn quan sát tôi với một thái độ phản đối không giấu giếm.

- Chị bị mắc chứng ám ảnh hay sao mà làm thấy ghê thế? - Cậu ta làu bàu.

Hả? Có lẽ đúng như thế thật. Nhưng lần này tôi có lý do chính đáng.

- Nhà chị không nên có mùi máu. Có lẽ em hiểu?

- À - Jacob tiếp tục chun mũi lại.

- Nếu tránh được, sao mình không tránh cho anh ấy, phải không em? Những gì anh ấy đang thể hiện đã là quá sức lắm rồi.

- Ừ. Ừ. Sao mình lại không tránh nhỉ?

Tôi tháo nút chặn nước, nước bẩn tuôn òng ọc ra khỏi bồn.

- Em hỏi chị một câu nha, chị Bella?

Tôi thở dài.

- Vậy... có bạn thân là người sói, chị thấy thế nào?

Ngạc nhiên quá đỗi, tôi bật cười khanh khách.

- Bộ nghe tức cười lắm hả chị? - Cậu bạn hỏi.

- Không phải. Khi người sói biết tự chủ - Tôi nghiêm giọng đánh giá - thì điều ấy rất tuyệt vời đấy.

Người bạn nhỏ cười thật tươi, hàm răng trắng lại được dịp khoe mình sáng lóe.

- Cảm ơn chị Bella - Jacob khẽ khàng, rồi đột ngột chộp lấy tay tôi, kéo phắt tôi về phía cậu... Một cái ôm muốn nghẹt thở...

Trước khi tôi kịp định thần, Jacob đã bất ngờ buông tay, hốt hoảng lùi lại.

- Ôi trời ơi - Cậu ta nhăn nhó - Tóc chị ướp mùi còn ghê hơn cả căn phòng trên lầu nữa.

- Xin lỗi em - Tôi lầm bầm. Chợt hiểu ra cái tiếng cười đầy ma mãnh của Edward, sau khi đã thở một hơi dài lên tóc tôi.

- Thấy chưa, đó là một trong hằng hà sa số những rủi ro khi chơi với ma-ca-rồng đấy - Jacob nhún vai, càu nhàu - Chị sẽ mang một thứ mùi đáng sợ. Ừmmm, nhưng so với những thứ khác, điều ấy chỉ bé như cái mắt muỗi mà thôi.

Tôi lừ mắt nhìn cậu bạn.

- Mùi ấy chỉ khó chịu với em mà thôi, Jake.

Cậu ta toe miệng ra cười.

- Hẹn gặp lại chị, Bells.

- Em về à?

- Hắn đang chờ em đi đó. Em nghe thấy tiếng hắn ở ngoài.

- Ồ.

- Em sẽ đi lối cửa sau - Jacob ra chiều nghĩ ngợi một chút - Mà khoan... À này. Tối nay, chị xuống La Push được không? Hôm nay, tụi em đốt lửa. Emily cũng có mặt, cả Kim nữa... Và em dám chắc rằng Quil cũng muốn gặp chị. Cậu chàng vẫn còn bực vì đã phát hiện ra bí mật sau chị đó.

Tôi cười tít cả mắt. Tôi có thể hình dung được chuyện ấy đã khiến Quil hậm hực đến thế nào - không dè cô bạn nhỏ bé của Jacob phát hiện ra chuyện người sói, còn cậu bạn đồng cam cộng khổ của Jacob là Quil thì vẫn chẳng hiểu ất giáp gì. Tôi thở dài.

- Ừ, Jake, chị cũng không biết nữa. Hiện thời đang căng...

- Thôi nào, chị cho rằng có kẻ mạnh hơn... ờ... hơn sáu đứa tụi em ư?

Câu hỏi ngắt giọng lưng chừng, về cuối hơi lắp bắp, có vẻ như cậu bạn của tôi không nói lớn ra được từ *người sói*, cũng giống như tôi khó lòng mà thốt nên từ *ma-ca-rồng*.

Đôi mắt người bạn nhỏ khắc khoải, đầy ắp những lời nài xin.

- Để chị hỏi anh ấy - Tôi trả lời nhát gừng.

Cổ họng Jacob chợt thoát ra những tiếng gầm gừ.

- Bây giờ hắn còn là cai ngục của chị nữa kia hả? Chị biết không, tuần trước em đọc báo, thấy người ta phê phán chuyện yêu đương của lớp trẻ ngày nay đó, toàn là ép buộc, cấm đoán nhau không hà, lại còn...

- Thôi thôi - Tôi cắt ngang lời cậu bạn, đẩy vào tay cậu ta - Đã đến lúc người sói phải về nhà rồi!

Jacob mỉm cười.

- Tạm biệt chị Bells. Chị nhớ *xin phép* nhé.

Dứt lời, cậu bạn lao mình qua khung cửa sau, trước khi tôi kịp tìm thấy được vật gì có thể ném vào người cậu. Cuối cùng, căn phòng trống trơn chỉ còn mình tôi đứng lầm bầm tiếng được tiếng mất.

Một lúc sau, Edward chậm rãi bước vào bếp, những hạt mưa đính trên mái tóc màu đồng của anh lấp lánh như những viên kim cương, còn mắt anh thì đầy ắp sự dè chừng.

- Hai người vừa xảy ra "chiến tranh" hả? - Anh lên tiếng hỏi.

- Anh Edward! - Tôi gần như thét lên, lao mình về phía anh.

- Em - Anh bật cười, ôm chầm lấy tôi - Em tính đánh trống lảng hay sao? Vậy là thành công rồi đó.

- Không. Em đâu có động tay động chân gì với Jacob. Thật mà. Sao anh lại hỏi thế?

- Anh đang thắc mắc không hiểu vì sao em lại đâm Jacob. Không phải là anh bênh gì cậu ta đâu - Anh hất cằm về phía con dao đang nằm trên kệ bếp.

- Trời đất ơi! Em tưởng là mình đã dọn sạch hết rồi chứ.

Sau phút ngỡ ngàng đó, tôi bật ra khỏi người anh, ném vội con dao xuống bồn rửa chén, hớt hơ hớt hải rưới thuốc tẩy lên mặt dao.

- Em không hề đâm cậu ấy - Tôi vừa làm vừa giải thích - Cậu ấy quên mất là mình đang cầm con dao trong tay.

Edward phá ra cười khanh khách.

- Ồ, không vui như anh hình dung nhỉ.

- Anh nghiêm túc lại đi.

Edward rút trong túi áo ra một phong thư, đặt lên kệ bếp.

- Anh nhận thư cho em nè.

- Có tin nào vui không anh?

- *Hình như* có đấy.

Kiểu cách của anh khiến tôi phải hạ tầm mắt xuống vì nghi hoặc. Và một cách vội vàng, tôi với lấy cái thư.

Cái phong bì bị gập lại làm hai. Tôi mở ra, ngỡ ngàng

vì trọng lượng của loại giấy đắt tiền. Lướt mắt lên địa chỉ người gửi, tôi không khỏi ngạc nhiên:

- Dartmouth? Trời ơi, em có nằm mơ không?

- Anh dám cược đó là thư chấp thuận. Trông nó giống hệt thư của anh.

- Ối trời ơi, anh Edward - anh *làm* sao hay vậy?

- Anh chỉ gửi đơn giúp em thôi.

- Làm sao em có thể xứng đáng vào Dartmouth được, em chưa đến nỗi ảo tưởng tới mức ấy.

- Nhưng Dartmouth lại nghĩ là em xứng đáng.

Tôi hít vào một hơi thật sâu, chậm rãi đếm từ một đến mười.

- Họ rộng lượng thật - Cuối cùng, tôi cũng thốt lên được thành lời - Tuy nhiên, dù có được chấp thuận hay không, vấn đề vẫn cứ là học phí. Nói thật lòng là em không kham nổi, nhưng em cũng không cho phép anh tiêu phạm vào số tiền mua một chiếc xe hơi thể thao, để em có thể giả vờ đến Dartmouth đâu.

- Anh đâu cần xe hơi nào nữa. Mà em cũng đâu cần phải giả vờ giả vịt làm chi - Anh lầm bầm - Một năm đại học chẳng phải là khổ hình gì, Bella ạ. Có khi em còn thích nữa ấy chứ. Thử hình dung xem bố mẹ em sẽ vui như thế nào...

Tố chất êm mượt như nhung trong giọng nói của anh đã vẽ lên một bức tranh tuyệt mỹ trong đầu tôi. Chắc

chắn là ngài cảnh sát trưởng nhà tôi sẽ vô cùng tự hào
- để rồi không ai trong thị trấn Forks này có khả năng
thoát khỏi tầm ảnh hưởng của niềm phấn khích tột độ
ấy. Phu nhân Renée cũng sẽ tột đỉnh vui mừng trước
thành tích trên cả tuyệt vời của con gái - dù rằng "bà"
sẽ thề rằng "bà" chẳng ngạc nhiên chút nào...

Nhưng...

Tôi cố gắng giữ sạch hình ảnh ấy ra khỏi tâm trí.

- Anh Edward, hiện thời em đang thắc thỏm sống cho
đến ngày tốt nghiệp; mình hãy khoan nói gì đến hè hay
đến thu nha anh.

Vòng tay anh lập tức lại quấn quanh người tôi một
lần nữa.

- Em sẽ không làm sao đâu. Em sẽ luôn bình yên,
Bella ạ.

Tôi trút ra một tiếng thở dài.

- Ngày mai, em sẽ gửi bản kê khai chi tiết tài khoản
ngân hàng của mình cho Alaska. Đó là tất cả "đạo cụ"
em cần cho vở diễn. Nơi đó xa xôi lắm, hy vọng bố sẽ
không hối em về thăm nhà, tối thiểu cho đến Giáng sinh
này. Sau đó, em sẽ tìm cớ khác. Anh biết mà - Tôi miễn
cưỡng pha trò - Mấy cái vụ lường gạt qua mặt người
lớn này cũng làm lòng em tan nát lắm.

Mặt Edward đanh lại.

- Có gì đâu. Vài thập kỷ sau, những người em quen

biết đều sang thế giới bên kia hết. Em chẳng có gì phải đau khổ cả - Anh giễu cợt.

Những lời lẽ ấy làm tôi rúng động.

- Anh xin lỗi, những lời này quả thật là khó nghe.

Tôi cúi xuống nhìn chiếc phong bì to tướng màu trắng, nhưng hoàn toàn không để mắt vào nó.

- Nhưng đấy là sự thật.

- Anh đã quyết định chuyện này rồi, vậy nên dù chúng mình đã giao kèo với nhau điều gì, em cũng *sẵn lòng* đợi chứ?

- Không!

- Lúc nào cũng cứng đầu.

- Đúng!

Chiếc máy giặt cà giựt cà giựt một hồi rồi dừng hẳn.

- Đúng là cổ lỗ sĩ - Tôi lầm bầm, thoát người ra khỏi vòng tay của anh, cầm lấy chiếc khăn nhỏ nhẹ như bấc, không đủ trọng lượng tối thiểu để cho vào máy giặt, bỏ chung vào với đống quần áo rồi nhấn nút khởi động.

- À, em chợt nhớ một chuyện - Tôi nói tiếp - Anh hỏi Alice giúp em là cô ấy dọn phòng cho em rồi để đồ của em ở đâu nhé? Em không sao tìm ra được.

Edward nhìn tôi trân trối:

- Alice dọn phòng em?

- Vâng, chắc là vậy. Khi đến lấy bộ đồ ngủ, gối, và

mấy thứ lặt vặt khác để "giam giữ" em - Nói tới đây, tôi lừ mắt nhìn anh - Bạn ấy lấy cả mấy thứ nằm vơ vất quanh phòng nữa, như là áo, đôi vớ... Em chẳng biết bạn ấy đã cất ở đâu.

Edward vẫn giữ nguyên ánh mắt hồ nghi thêm một lúc nữa, rồi hốt nhiên, mắt anh se lại.

- Em phát hiện ra mình mất đồ vào lúc nào?

- Khi Alice đưa em về nhà. Sao anh lại hỏi vậy?

- Alice không lấy đồ của em đâu. Quần áo, tất vớ... những thứ bị mất ấy, toàn là vật em mặc vào người... hoặc chạm tay đến... và ngủ trên đó, có đúng không nào?

- Đúng. Nhưng như vậy là sao, Edward?

Anh trở nên căng thẳng thấy rõ.

- Những thứ giữ mùi của em lâu nhất.

- Ôi trời ơi!

Chúng tôi nhìn sừng vào mắt nhau một lúc thật lâu, sửng sốt.

- Kẻ không mời mà đến.

- Hắn thu thập dấu vết... dấu hiệu, để tìm em.

- Vì lẽ gì? - Tôi thều thào.

- Anh không rõ. Nhưng Bella, anh thề với em rằng anh sẽ tìm ra chân tướng sự việc. Anh hứa đấy.

- Em tin anh - Tôi đáp rồi ngả đầu vào vồng ngực

lạnh giá của Edward, và cảm nhận được điện thoại trong túi anh đang rung lên.

Nhanh như cắt, Edward rút điện thoại, liếc vội vào màn hình.

- Người anh đang muốn nói chuyện đấy - Anh giải thích và mở máy - Bố ơi, con... - Anh chợt ngừng lời, gương mặt sắt lại thể hiện mối tập trung cao độ. Vài phút trôi qua... - Con sẽ kiểm tra ngay. Mà bố à...

Anh thông tin thêm về những vật dụng thất lạc của tôi, nhưng từ những gì nghe được, tôi có cảm giác như bác sĩ Carlisle vẫn chưa tìm ra được nguyên nhân khả dĩ nào.

- Có lẽ con sẽ đi... - Edward tiếp tục nói, ánh mắt lần lần chuyển hướng sang tôi, rồi dừng lại - Mà thôi. Bố đừng để Emmett hành động một mình, bố biết tính anh ấy mà. Ít ra cũng cần nhờ Alice để mắt đến mọi thứ. Chúng ta sẽ sớm tìm ra thủ phạm thôi.

Và anh tắt điện thoại.

- Tờ báo đâu rồi em? - Anh hỏi tôi.

- Ơơ, em không biết nữa. Sao vậy anh?

- Anh muốn kiểm tra lại. Liệu bố em đã vứt đi chưa?

- Có lẽ...

Trong chớp mắt, Edward mất dạng.

Chưa đầy một tích tắc sau, anh đã trở lại, mái tóc lại lấp lánh những "hạt kim cương" mới, và đang nằm gọn trong tay anh là một tờ báo ướt mềm. Một cách cẩn thận, anh trải tờ báo ra bàn, mắt lướt chớp nhoáng lên các đề mục. Rồi bỗng anh chúi người xuống, hai mắt căng ra chú mục vào một cột báo, ngón tay lướt theo từng dòng chữ đang hút chặt lấy mối quan tâm nơi anh.

- Carlisle đoán đúng... phải... sơ hở. Còn non nên cuồng loạn? Hay muốn chết? - Anh tự lẩm bẩm với chính mình.

Tôi lẳng lặng tiến đến bên cạnh, nhìn qua vai anh.

Tiêu đề của tờ *Thời báo Seattle* ghi thế này: "Các vụ giết người tiếp tục gia tăng - Cảnh sát vẫn chưa tìm ra được manh mối."

Sao giống chủ đề mà ngài cảnh sát trưởng đã ta thán hồi mấy tuần trước thế không biết - tình hình bạo lực ở thành phố lớn đã đưa Seattle vào danh sách "nóng", trở thành một trong những vùng có tỷ lệ người bị giết cao nhất quốc gia. Tuy nhiên, đây không phải là đề tài cũ. Số người chết ở đây thật đáng lo ngại.

Đứng bên cạnh tôi, anh đang cau mày.

- Loạn hết rồi. Đây không đơn thuần chỉ là tác phẩm của một ma-ca-rồng mới toanh nữa. Chuyện gì thế này? Họ chưa nghe danh nhà Volturi hay sao. Không thể như thế được. Không ai giải thích điều luật cho họ... Cuối cùng thì kẻ nào đã đứng đằng sau giật dây, tạo ra họ đây?

- Nhà Volturi? - Tôi nhắc lại cái tên ấy mà không khỏi rùng mình.

- Nhà Volturi thường hay ra tay giải quyết những trường hợp như thế này - những kẻ bất tử đang có khuynh hướng làm lộ thế giới bí mật của bọn anh. Vài năm trước ở Atlanta, họ đã thực hiện một vụ thanh trừng rồi, mà vụ đó đâu có nặng nề như thế này. Nếu chúng ta không can thiệp, họ sẽ sớm nhảy vào cuộc thôi, rất sớm cơ đấy. Anh chỉ mong rằng hiện thời nhà Volturi chưa đặt chân đến Seattle. Một khi họ quan tâm đến vụ việc này... thể nào họ cũng sẽ tiện thể kiểm tra em luôn.

Tôi rùng mình thêm lần nữa.

- Chúng mình phải làm sao đây anh?

- Phải tìm hiểu kĩ trước khi quyết định, Bella ạ. Có lẽ khi bọn anh nói chuyện với những thành viên mới, giải thích rõ luật định cho họ, vấn đề sẽ được giải quyết một cách êm thấm - Nói đến đây, Edward cau mày, cơ hồ như anh không tin mọi chuyện lại dễ dàng đến thế - Mình sẽ đợi Alice thông báo tình hình... Chừng nào thật sự cần thiết, bọn anh mới hành động. Suy cho cùng, đây cũng không phải là trách nhiệm của bọn anh. Nhưng may mà ta có Jasper - Anh nói thêm, gần như là chỉ nói với chính mình - Khi phải thương thuyết với những thành viên mới, sự có mặt của anh ấy là không thể thiếu được.

- Jasper ư? Vì sao vậy hả anh?

Edward cười buồn.

- Trong chừng mực nào đó, Jasper là một chuyên gia về ma-ca-rồng mới sinh đấy.

- Anh nói vậy là sao, chuyên gia ư?

- Em hãy hỏi anh ấy - chuyện phức tạp lắm.

- Mọi thứ sao mà rối ren - Tôi lầm bầm trong miệng.

- Em đang cảm nhận như vậy, phải không? Dạo gần đây, bao khó khăn cứ đổ dồn về một lượt - Anh thở dài - Có bao giờ em nghĩ rằng nếu không yêu anh, cuộc sống của em sẽ đơn giản hơn?

- Có lẽ vậy. Vì cuộc sống có còn ý nghĩa gì đâu.

- Đối với anh thôi - Edward nhẹ nhàng chỉnh lại - Mà hiện giờ - Anh tiếp tục nói với một nụ cười gượng gạo - chắc em có điều muốn nói với anh?

Tôi ngây ra, hỏi lại:

- Em ấy hả?

- Có lẽ là không - Anh cười rộng miệng - Anh có cảm tưởng rằng em đã hứa sẽ hỏi ý kiến anh về việc tham dự buổi họp mặt của người sói diễn ra tối nay.

- Anh lại nghe trộm rồi.

Edward mỉm cười thật tươi, thú nhận:

- Chút xíu thôi, anh chỉ nghe có khúc cuối.

- Ừm, dù sao em cũng không hỏi anh đâu. Đã có quá nhiều chuyện khiến anh căng thẳng rồi.

Anh khẽ nâng cằm tôi lên, nhìn thật sâu vào mắt, và giữ nguyên tư thế ấy trong một lúc khá lâu.

- Em có muốn đi không?

- Chuyện này không quan trọng. Anh đừng bận tâm.

- Em không cần phải hỏi anh, Bella ạ. Anh không phải là bố em - cảm ơn trời vì *điều đó*. Tuy nhiên, em cũng nên xin phép bố.

- Nhưng anh cũng biết bố em sẽ đồng ý mà.

- Ừ, anh có thể đoán biết được câu trả lời của bố em tốt hơn những người khác.

Tôi đăm đắm nhìn anh, cố gắng hiểu điều anh đang cần, và ra sức loại ra khỏi đầu niềm ao ước được xuống La Push để tâm trí được tỉnh táo. Thật ngớ ngẩn thay cho cái mong muốn được đi chơi cùng đám con trai người sói to lớn, giữa bao nhiêu nguy hiểm đang rình rập mình và có quá nhiều những ẩn số chưa được giải đáp. Lẽ tất nhiên là tôi muốn đi. Tôi muốn lánh càng xa càng tốt những hiểm họa chết người, dẫu chỉ trong vài tiếng đồng hồ... để trở về làm một Bella hồn nhiên, không phải lo toan, để có thể thoải mái cười đùa vui vẻ bên cậu bạn Jacob; tất cả chỉ đơn giản như vậy thôi. Nhưng liệu điều đó có thực sự quan trọng không?

- Bella - Edward lại lên tiếng - Anh đã nói với em rằng anh sẽ sống công bằng hơn, sẽ tin tưởng hoàn toàn vào quyết định của em. Đó là anh nói thật đấy.

Nếu em thật lòng tin người sói, anh sẽ không nghi ngờ họ nữa.

- Ôi trời - Tôi buột miệng thốt lên, cũng hệt như đêm hôm trước.

- Jacob nói đúng - dù sao cũng ở một điểm - một đội người sói dư sức bảo vệ em trong một tối.

- Thật sao, anh?

- Thật. Tuy vậy...

Các sợi dây thần kinh của tôi bắt đầu bị kéo căng.

- Anh mong em không phải khó chịu trước một vài điều, được không em? Cho phép anh được chở em tới chỗ ranh giới. Và hãy giữ điện thoại di động, để anh biết chừng nào có thể đón em về?

- Rất... rất... công bằng đấy!

- Tuyệt.

Anh mỉm cười với tôi, trong đôi mắt ngọc tuyệt nhiên không hề có một dấu hiệu nào của sự căng thẳng.

Đúng như dự đoán, ngài cảnh sát trưởng nhà tôi chẳng phản đối gì chuyện tôi xuống La Push đốt lửa sinh hoạt. Khi nghe tôi báo tin, Jacob mừng húm, háo hức đến mức chẳng màng nghĩ ngợi, đã đồng ý ngay cái rụp trước những biện pháp phòng xa của Edward. Cậu bạn hứa sẽ chờ chúng tôi ở ranh giới, lúc sáu giờ.

Tôi cũng đã quyết định rồi, sau một phen giằng xé nội tâm dữ dội, ấy là tôi sẽ không bán chiếc xe máy. Khi không cần đến chiếc xe này nữa, tôi sẽ đưa nó trở lại La Push, nơi nó thuộc về... chặc, tôi sẽ một mực khẳng định với cậu bạn rằng dẫu sao cậu cũng phải nhận được một điều gì đó bù đắp cho bao công sức đã đổ ra. Jacob cứ tự nhiên bán nó, hoặc trao tặng nó cho một người bạn nào đấy. Tôi sẽ không có ý kiến.

Có vẻ như tối nay là cơ hội tốt để tôi đưa chiếc xe về gara của Jacob. Ừm, nghe sao mà thảm đạm quá, y hệt như cái cách tôi cảm nhận cuộc sống mấy ngày nay, mỗi ngày trôi qua đối với tôi như một cơ hội cuối cùng còn được có mặt trên cõi đời này. Tôi không có thời gian để trì hoãn những việc còn dang dở, dù là nhỏ đến đâu.

Edward chỉ gật đầu khi nghe tôi giải thích điều mình muốn, nhưng dường như trong mắt anh có lóe lên vẻ kinh hoàng. Tôi thừa biết, cũng giống như ngài cảnh sát trưởng, anh chẳng thích thú gì chuyện tôi ngồi chễm chệ trên chiếc xe máy.

Tôi theo Edward về lại nhà anh, vào lại gara nơi tôi đã gửi chiếc xe máy. Không phải là cho đến khi tấp chiếc xe tải già nua vào chỗ đậu và bước xuống khỏi xe, tôi mới nhận thức được rằng vẻ hốt hoảng, sợ hãi ban nãy của Edward chẳng phải hoàn toàn vì sự an nguy của bản thân tôi.

Có một vật đang nằm chềnh ềnh ngay bên cạnh chiếc xe máy của tôi, chính cái vật đó đã làm cho chiếc xe của tôi trở thành "đồ lô" một cách thảm hại đến mức không ngờ. Khỏi nói cũng biết... Đó là một chiếc xe... Xe gì nhỉ? Nếu gọi là xe máy thì "coi thường" nó quá, vì xem ra, nó chẳng có ruột rà gì với chiếc xe bỗng dưng sắp hết thời của tôi.

Một chiếc xe to, bóng lưỡng, màu bạc - cho dẫu đang im lìm - cũng toát lên vẻ "lướt cùng tia chớp".

- Cái gì vậy anh?

- Chẳng có gì cả - Edward đáp nho nhỏ.

- Khó mà *chẳng có gì cả* thật.

Nét mặt của Edward vẫn thản nhiên như không, trông như là anh đã quyết định sẽ thổ lộ hết mọi chuyện.

- Ừm, anh không biết em có tha thứ cho bạn em không; hay cậu ta, em và cả anh nữa, đang tự hỏi liệu em có cần phải đi xe máy? Nhưng hình như em thích hoạt động này. Nếu em muốn, anh sẽ đi cùng với em - Anh nhún vai.

Tôi dán mắt vào cỗ máy tuyệt đẹp. Ở bên cạnh nó, chiếc xe máy của tôi chẳng khác nào... cái xe đạp ba bánh bị long mất một bánh. Một đợt sóng thổn thức chợt dâng trào trong tôi, hình ảnh tương phản kia chẳng phải cũng giống như chúng tôi, khi tôi ở bên anh đó sao?

- Không bao giờ em có thể bì với anh được - Tôi thì thầm.

Edward đặt tay lên cằm tôi, khẽ xoay lại để mắt chúng tôi có thể nhìn thẳng vào nhau. Ngón tay của anh khẽ đẩy một bên khóe môi của tôi lên, cố tạo dáng một nụ cười.

- Anh sẽ theo em đến cùng, Bella ạ.

- Anh sẽ không vui đâu.

- Có chứ, chỉ cần chúng mình ở bên nhau là anh hạnh phúc rồi.

Tôi bặm môi lại, tư lự trong chốc lát.

- Anh Edward, nếu em chạy xe quá nhanh, không còn làm chủ được tốc độ hay bị sự cố gì đó, anh sẽ làm thế nào?

Anh ngập ngừng, rõ ràng đang tìm từ ngữ để diễn đạt cho đúng. Tôi đã biết một sự thật mười mươi rằng: anh sẽ tìm cách cứu tôi trước khi tôi có mệnh hệ nào.

Bất chợt anh mỉm cười tỏ vẻ chẳng có gì đáng lo, chỉ có đôi mắt hơi se lại vì cảnh giác.

- Em đi xe cùng Jacob mà. Không sao đâu.

- Đúng là như vậy, ừm, nhưng mà không mấy khi em cản cậu ấy lái xe nhanh đâu, anh hiểu không. Em có thể lái thử...

Miệng thì nói vậy chứ mắt tôi cũng liếc nhìn chiếc xe màu bạc một cách nghi ngại.

- Em đừng lo - Edward trấn an tôi và bật cười khe khẽ - Anh đã thấy Jasper trầm trồ nó thế nào rồi. Tuy nhiên, hiện thời anh ấy đang khám phá một công cụ lướt gió mới. Cuối cùng, chiếc Porsche đã thực sự thuộc về Alice rồi.

- Edward, em...

Anh cắt ngang lời nói của tôi bằng một nụ hôn vội vã.

- Anh đã nói là không có gì phải lo lắng hết mà. Nhưng em có thể làm một việc giúp anh không?

- Vâng, em sẽ làm bất cứ điều gì - Tôi đáp ngay không cần suy nghĩ.

Sau câu nói ấy, anh buông tay ra khỏi người tôi, nhoài người qua chiếc xe máy, hí húi gỡ lấy cái gì đó treo ở bên hông xe.

Vật ấy đen tuyền, không có hình thù rõ rệt, một vật nữa còn lại đỏ khé và rất dễ dàng nhận biết.

- Nào em? - Anh lên tiếng, không quên kèm theo nụ cười ranh mãnh lúc nào cũng đánh bại sự kháng cự nơi tôi.

Tôi đón lấy chiếc mũ bảo hiểm màu đỏ bằng cả hai tay.

- Đội cái này trông ngố lắm, anh.

- Không đâu, em đội sẽ sáng láng lắm. Sáng láng, thông minh mới không bị thương - Dứt lời, anh quặc cái vật màu đen kia lên cánh tay, đoạn giữ rịt lấy gương mặt của tôi - Giữa hai tay anh bây giờ là những điều anh không thể sống được nếu bị mất đi. Em giữ gìn cho anh được không?

- Được. Thế cái kia là gì vậy anh? - Tôi hỏi một cách ngờ vực.

Anh phá ra cười khanh khách, giũ ra một chiếc áo độn bông.

- Áo bảo hiểm đấy. Bị trầy xước khổ lắm, không phải anh... nghĩ cho mình đâu.

Anh mở sẵn áo chờ tôi. Không còn cách nào khác, hít vào một hơi thật đầy, tôi hất hết tóc ra sau, đội mũ bảo hiểm vào. Xong, tôi xỏ tay vào áo. Anh kéo phecmơtuya giúp tôi, trên môi cứ ẩn hiện mãi một nụ cười, rồi anh bước lùi lại.

Bất giác tôi cảm thấy mình trở nên phục phịch một cách rất ngố.

- Anh nói thật đi, trông em giống con bù nhìn rơm đến mức nào?

Anh lùi thêm một bước nữa, mím môi lại.

- Giống lắm hả anh? - Tôi hỏi lại để khẳng định.

- Không phải, không phải đâu, Bella. Mà thật ra... - Dường như anh đang cố gắng tìm từ ngữ thích hợp - Trông em... gợi cảm lắm.

Tôi bật cười ngặt nghẽo.

- Ôi thôi nào.

- Gợi cảm lắm, anh nói thật đấy.

- Anh nói thế chỉ để khiến em chịu mặc áo mà thôi - Tôi thì thầm - Nhưng được rồi. Anh nói đúng, thông minh là phải biết phòng xa thế này.

Anh ôm chầm lấy tôi, kéo tôi vào sát vồng ngực của mình.

- Em của anh ngốc lắm. Đó cũng là một nét hấp dẫn nơi em. Nhưng anh cũng phải thừa nhận một điều: chiếc mũ này bất tiện thật.

Noi xong, anh tháo chiếc mũ bảo hiểm, đặt môi mình lên môi tôi.

Một lúc sau, Edward chở tôi xuống La Push, tình cảnh chưa từng xảy ra này bỗng gây cho tôi một cảm giác ngờ ngợ. Và tôi thả mình đắm chìm trong nỗi tư lự rất lâu.

- Anh biết chuyện này khiến em nhớ tới điều gì không? - Cuối cùng, tôi lên tiếng - Hồi ấy, em mới chỉ là một đứa trẻ và mẹ phải đưa em đến chỗ bố nghỉ hè. Hiện thời, em có cảm giác như mình đang bảy tuổi vậy.

Edward bật cười khúc khích.

Tôi không nói rõ hơn, nhưng khác biệt lớn nhất của hai trường hợp này, đó là bố mẹ tôi xem nhau như bạn bè.

Đi chừng nửa đường, chúng tôi rẽ vào một góc khuất; Jacob đang đứng tựa người vào chiếc Volkswagen đỏ chót do cậu tự lắp ráp lấy, chờ sẵn. Gương mặt cố tạo ra vẻ nghiêm nghị, không tỏ thái độ của cậu chợt tan chảy thành một nụ cười khi nhìn thấy tôi vẫy tay lia lịa ở hàng ghế trước.

Edward đậu chiếc Volvo cách đó gần ba mươi mét.

- Khi nào muốn về nhà, em hãy điện thoại cho anh nhé - Anh dặn dò - Anh sẽ đến đây ngay.

- Em sẽ không về trễ đâu - Tôi hẹn.

Edward dỡ chiếc xe máy cùng bộ đồ bảo hiểm của tôi ra khỏi cốp xe - Ban nãy, tôi đã muốn rụng cả tim khi thấy chiếc xe nhét được vừa khít vào cốp. Nói đúng ra, cũng chẳng khó khăn gì, một khi người ta có thừa sức mạnh để chơi trò tung hứng xe tải hạng nặng, thì những chiếc xe máy kia có là cái gì đâu.

Jacob lặng lẽ đứng quan sát mọi động tĩnh, nụ cười tắt lịm, còn đôi mắt đen long lên những tia nhìn khó hiểu.

Tôi quặc chiếc mũ bảo hiểm vào cánh tay, vắt chiếc áo bảo hiểm lên lưng chiếc ghế ngồi.

- Còn thiếu thứ gì không em? - Edward hỏi tôi.

- Không, anh ạ - Tôi trả lời.

Thở dài, anh đưa người về phía tôi. Như một phản ứng tự nhiên, tôi ngẩng mặt lên chờ đợi một nụ hôn tạm biệt; nhưng thật ngỡ ngàng, vòng tay anh bất ngờ trói chặt lấy tôi, nụ hôn của anh cũng thiết tha, khẩn khoản y hệt như lúc chúng tôi còn ở trong gara - để rồi một lúc khá lâu sau, tôi phải hổn hển vì ngộp thở.

Edward khe khẽ cười rồi buông tay.

- Tạm biệt em - Anh thầm thì - Anh thích chiếc áo bảo hiểm ấy lắm.

Tôi quay đi, bất chợt nhận ra một nỗi niềm rất lạ ẩn chứa trong mắt anh, mà có lẽ anh cũng đang cố giấu. Không rõ đó là gì. Có lẽ là lo lắng. À không, hình như là nỗi sợ. Như thường lệ, tôi không bộc lộ bất kì cảm xúc nào.

Và tôi cảm nhận được ánh mắt thăm thẳm của anh dõi theo khi tôi hì hụi dắt xe đến biên giới vô hình của ma-ca-rồng và người sói để gặp Jacob.

- Vầy là sao, chị? - Jacob gần như thét váng lên, tỏ ra cảnh giác. Cậu chú mục vào chiếc xe máy với vẻ mặt khó hiểu.

- Đã đến lúc chị cần phải cho nó hồi hương rồi - Tôi giải thích.

Người bạn nhỏ tư lự một thoáng, rồi sau đó, nụ cười lại rộng mở trên môi.

Bây giờ thì tôi đã hoàn toàn ở trên lãnh địa của người sói, bởi lẽ Jacob chợt bật dậy và lao người về phía tôi, kết thúc khoảng cách với chỉ ba bước chạy. Cậu đỡ lấy chiếc xe, nhanh như cắt, gạt chống chân và ôm ghì lấy tôi, bế hẳn tôi lên. Một cái ôm... đầy lực ép.

Không gian vang lên khá rõ tiếng rồ máy của động cơ chiếc Volvo, tôi ra sức vùng thoát.

- Thôi nào, Jake! - Tôi thở không ra hơi.

Người thiếu niên bật cười, thả tôi xuống. Một cách nhanh nhẹn, tôi xoay người lại, vẫy tay chào anh, nhưng chiếc xe hơi màu bạc đã mất dạng sau một khúc cua.

- Hay quá ha - Tôi "bình luận", cứ tự nhiên để một chút gắt gỏng hòa vào trong giọng nói của mình.

Đôi mắt Jacob tròn xoe với vẻ ngây thơ giả tạo:

- Có chuyện gì vậy chị?

- Anh ấy sẽ khó chịu chuyện này lắm; em đừng liều thử vận may của mình.

Sau câu nói ấy, cậu bạn của tôi phá ra cười như nắc nẻ, cười lớn hơn cả khi nãy - rõ ràng cậu chàng thích thú với nhận định vừa rồi của tôi. Tôi rảo bước, lòng đầy suy tư, cố hiểu cho được nguyên nhân niềm vui ấy. Jacob bước nhanh lên phía trước, mở cửa xe cho tôi.

- Bella - Cuối cùng, người bạn nhỏ cũng cất tiếng - vẫn giữ nguyên nụ cười - và chuẩn bị đóng cửa lại - Người ta chỉ liều khi có cơ hội mà thôi.

II. NHỮNG HUYỀN THOẠI

- Cậu có định ăn cái xúc xích đó không vậy? - Paul lên tiếng hỏi Jacob, đôi mắt dán chặt vào chỗ thực phẩm cuối cùng sau một hồi đã đánh chén thỏa thích.

Jacob tựa lưng vào hai đầu gối của tôi, suốt từ nãy đến giờ cứ trở tới trở lui khúc xúc xích đang găm trên cái mắc áo bẻ thẳng; ngọn lửa liếm lên lớp vỏ phồng của cái xúc xích. Cậu nấc lên một tiếng thở dài rồi vỗ vỗ vào bụng - cái bụng vẫn phẳng lì, dù rằng khi cậu đã ăn đến cái xúc xích thứ mười thì tôi ngừng đếm. Ấy là chưa kể đến hai bao khoai tây chiên ngoại cỡ và hai lít nước mát đấy.

- Biết sao không - Jake chậm rãi trả lời - Tôi no đến mức muốn lộn mửa ra luôn, *đang* cố dằn xuống đây nè. Chặc, chẳng còn bụng dạ nào mà ăn thêm nổi - Cậu ta thở dài một cách não nuột thêm lần nữa.

Dù rằng chẳng ăn kém hơn Jacob là bao, nhưng Paul vẫn hằm hằm nhìn xuống đôi bàn tay đã sẵn sàng "so găng" của mình, cố gắng kiềm nén.

- Xìiii - Jacob bật cười thích thú - Đùa đấy Paul. Đây.

Dứt câu, cậu tung đánh vèo que xúc xích tự chế sang phía bạn mình. Tôi những tưởng "vật thể lạ" ấy sẽ rơi đánh phịch xuống cát, thế nhưng Paul đã bắt được gọn mà không hề gặp một chút khó khăn nào.

Ở bên ai khác không sao, chứ cứ hễ tiếp xúc với những người khéo léo là tôi không khỏi chạnh lòng tủi thân tủi phận.

- Cảm ơn nhé - Paul nói, tâm trạng đã trở lại ôn hòa như cũ.

Lửa lách tách reo, bạt về hướng cát. Những tàn lửa nhẹ bay lên cao, sắc cam in dấu trên nền trời đen thẫm trông thật rực rỡ. Thích thú và hốt nhiên giật thót mình, ngờ đâu mặt trời đã lặn - Lần đầu tiên tôi bắt đầu chú ý đến thời khắc, không rõ đã vào lúc nào rồi. Tôi hoàn toàn quên mất ý niệm thời gian.

Ở bên những người bạn Quileute này thật dễ chịu và thoải mái, vượt khỏi tất cả những gì tôi có thể hình dung ra.

Lúc tôi và Jacob dắt chiếc xe máy vào gara, cậu bạn ngậm ngùi thú nhận rằng đúng là cần phải có mũ bảo hiểm, và lẽ ra, cậu ta phải nghĩ ra từ trước rồi mới phải - Còn tôi thì ngại ngần không dám đi với cậu ra chỗ sinh hoạt tập thể, không rõ những người sói có xem tôi là kẻ phản bội hay không? Liệu họ có giận không khi Jacob đã mời tôi đến? Liệu tôi có phá hỏng buổi tiệc vui của họ?

Jacob cứ thản nhiên dắt tôi ra khỏi cánh rừng, xăm

xăm đi đến chỗ hẹn - một bãi đá chơi vơi, nơi lửa cháy còn sáng hơn cả những áng mây chiều - lúc nào cũng đẹp và rực rỡ.

- A, cô gái ma-ca-rồng! - Embry reo vui khi nhận ra tôi. Quil tức thì lao tới, giơ tay, vỗ vào bàn tay tôi một cái thật kêu, rồi hôn chào lên má. Cậu bạn và tôi chọn ngồi bên cạnh Emily và Sam, cô gái da đỏ nắm lấy tay tôi, biểu lộ sự chào mừng.

Còn lại là những lời chọc ghẹo - chủ yếu là Paul - về nỗi "sặc mùi ma-ca-rồng" mỗi khi gió nổi. Tôi cảm động vì được đón chào như một người con xa quê, nay, được trở về chốn cũ - một cuộc đoàn viên thực sự.

Cuộc vui không chỉ có đơn thuần ở đám trẻ choai choai chúng tôi, mà ngay cả ông Billy cũng đến tham dự, chiếc xe lăn của ông nằm ở vị trí gần như là tiêu điểm của vòng tròn. Kế đó là chiếc ghế vải xếp, trông có vẻ mỏng manh dễ gãy, là chỗ ngồi của già Quil - chính là ông của Quil - tóc đã bạc trắng hết đầu. Rồi bà Sue Clearwater, vợ ông Harry - bạn của ngài cảnh sát trưởng, cũng ngồi trên ghế cạnh ông Billy; hai người con của bà, Leah và Seth, cũng có mặt ở đó, ngồi trên đá như chúng tôi. Cách sắp xếp này khiến tôi ngạc nhiên, rõ ràng ba người lớn kia có chủ đích hẳn hoi. Nghe cách ông Billy và già Quil nói chuyện với bà Sue, tôi có cảm giác bà đã thay thế vị trí của ông Harry trong hội đồng. Không biết điều này có khiến cho các con của bà nghiễm nhiên trở thành thành viên của hội kín La Push luôn hay không?

Bất giác tôi thấy mủi lòng cho Leah khi phải ngồi đối diện với Sam và Emily. Gương mặt đáng yêu của cô gái không bộc lộ bất kì một cảm xúc nào, song, chưa lúc nào cô rời mắt khỏi ngọn lửa. Trông thấy từng đường nét hoàn thiện của Leah, tôi không khỏi làm cuộc so sánh với gương mặt bị hủy hoại của Emily. Bây giờ đã nắm rõ được mười mươi sự thật rồi, Leah nghĩ thế nào về những vết sẹo của Emily? Trong thâm tâm của cô gái, liệu đó có phải là một sự công bằng hay không?

Cậu em Seth Clearwater giờ đã phổng phao. Với nụ cười toe toét ngập tràn hạnh phúc, cùng khổ người lêu đêu, chân tay lóng ngóng, cậu ta làm tôi nhớ lại hình ảnh của Jacob ngày trước. Những nét tương đồng ấy khiến tôi mỉm cười, rồi thở dài. Chẳng lẽ Seth rồi cũng sẽ phải chịu chung số kiếp sói như những cậu con trai kia? Phải chăng tương lai ấy chính là lý do để cậu và gia đình hiện diện ở nơi chốn này?

Toàn bộ đội sói ngồi quây quần bên nhau: Sam và Emily, Paul, Embry, Quil, Jared và Kim - mối duyên ngầm của cậu.

Tôi rất có ấn tượng về Kim, đó là một cô gái dễ mến, khá thô vụng và nhút nhát. Cô có một gương mặt to bè, chủ yếu ở chỗ gò má, và một đôi mắt quá nhỏ - trông không được hài hòa lắm. Mũi, miệng của cô gái cũng to, không theo quy ước của cái đẹp. Mái tóc mỏng đen tuyền của Kim để xõa không ngừng lay động trước gió. Hình như gió không bao giờ ngừng lãng du trên bờ đá này.

Nhưng đó chỉ là ấn tượng lúc ban đầu mà thôi. Sau vài giờ quan sát cặp Jared và Kim, tôi không còn cảm thấy cô gái thô vụng nữa.

Đó là vì cái cách Jared nhìn cô bạn của mình! Nó hệt như một người đàn ông khiếm thị hằng bao năm qua, nay, bỗng nhiên được trông thấy ánh mặt trời. Điều đó cũng chẳng khác nào một nhà sưu tập đồ cổ suốt đời dày công tìm kiếm và chợt khám phá ra những tác phẩm chưa được phát hiện của danh họa Da Vinci, và như một người mẹ đang hân hoan ngắm nghía đứa con vừa rứt ruột đẻ ra của mình.

Đôi mắt khắc khoải của Jared giúp tôi nhận ra những vẻ đẹp dịu dàng nơi cô gái - ở nước da màu nâu đỏ mềm mại bên ánh lửa, ở viền môi cong hoàn mỹ, ở hàm răng trắng ngần tương phản rõ rệt với màu da và ở đôi lông mi dài chấm má mỗi khi cô hạ tầm nhìn.

Thi thoảng, nước da của Kim hơi thẫm lại khi bắt gặp ánh nhìn ngưỡng mộ của Jared dành cho mình, ánh mắt của cô cũng lơi đi cơ hồ đang lúng túng, nhưng trong suốt khoảng thời gian dài, hiếm có khi nào Kim rời mắt được khỏi cậu bạn của mình.

Chứng kiến họ như vậy, tôi mới hiểu hơn về những

điều Jacob đã kể, về cái gọi là duyên ngầm - *thật khó có thể kháng cự được những hẹn thề và những đam mê.*

Kim gục đầu vào vồng ngực Jared, cậu ta quàng tay ôm lấy người bạn gái. Hẳn cô ấy phải cảm thấy hạnh phúc và ấm áp lắm.

- Tối quá rồi - Tôi lầm bầm với Jacob.

- Chưa tới lúc nói đến cái điều ấy đâu - Jacob thì thào đáp lại - Nhưng dễ có đến phân nửa nhóm bạn của cậu đã nghe thấy hết - Sắp tới tiết mục hấp dẫn nhất rồi.

- Tiết mục hấp dẫn nhất? Em nuốt nguyên một con bò à?

Jacob bật cười khe khẽ, tiếng cười khùng khục phát ra từ sâu trong cổ họng.

- Không phải. Đây là màn cuối cùng. Tụi em họp mặt nhau nào phải để ngốn một mớ thức ăn dùng cho một tuần đâu. Đây là cuộc họp nghiêm túc của hội đồng đấy, chị ạ, cũng là cuộc họp đầu tiên của Quil, cậu ấy vẫn chưa biết hết các truyền thuyết. Chặc, thật ra thì Quil đã *nghe* rồi, nhưng đây sẽ là lần đầu tiên cậu ấy biết rằng chúng có thật. Cậu ta cần hiểu để chú ý hơn. Với Kim, Seth và Leah, đây cũng là lần đầu tiên.

- Truyền thuyết hả?

Jacob ngay tức khắc ngồi thụt lùi lại phía sau cho

ngang bằng với tôi - lúc này, tôi đang ngồi tựa lưng vào một gờ đá thấp. Cậu ta quàng tay qua vai tôi, ghé miệng sát vào tai tôi mà thầm thì.

- Bấy lâu nay, tụi em cứ ngỡ lịch sử chỉ là truyền truyết - Người thiếu niên giải thích - Có những câu chuyện kể lại việc tổ tiên chúng em đã biến đổi ra sao. Trước tiên là chuyện những chiến binh thần thánh.

Những lời thì thầm vừa thốt ra của người bạn nhỏ dường như chính là lời mào đầu cho cả một thiên truyện. Xung quanh ánh lửa bập bùng, bầu không khí hốt nhiên thay đổi. Paul và Embry bỗng dưng sửa thế, ngồi thật ngay ngắn. Jared khẽ lay Kim rồi dịu dàng đỡ cô bạn ngồi thẳng dậy.

Emily nhanh nhẹn lấy ra một cuốn sổ có gáy lò xo và một cây bút, trông không khác nào một nữ sinh đang chuẩn bị nghe một bài diễn thuyết quan trọng. Sam cũng chỉnh lại tư thế - xoay sang ngồi cùng hướng với già Quil, già đang ngồi cạnh anh ta - Nhìn quang cảnh ấy, tôi chợt nhận ra rằng các bậc trưởng bối trong hội đồng không phải chỉ có ba người, mà là những bốn.

Leah Clearwater, gương mặt vẫn đẹp và tuyệt không biểu lộ một chút cảm xúc nào, khép mắt lại - không phải biểu hiện của mệt mỏi, mà có vẻ như điều đó giúp cô gái có thể tập trung được tốt hơn. Cậu em trai của cô đổ người về phía những vị huynh trưởng, vẻ mặt đầy hào hứng.

Lửa vẫn lách tách cháy, lại thổi bùng một đám tàn lửa khác vào trời đêm, cảnh tượng thật rực rỡ.

Ông Billy hắng giọng, và không một lời giới thiệu nào khác ngoài những câu mở đầu của Jacob, ông bắt đầu lên tiếng bằng một giọng nói trầm, khỏe. Lời lẽ thoát ra thật chính xác, trôi chảy, như thể ông đã thuộc lòng nó hàng bao năm, lại truyền cảm và mang hơi hướm của thể văn vần, gợi cho người ta cảm giác ông là một thi sĩ đang trình bày tác phẩm thơ của chính mình sáng tác.

- Thuở ban sơ, những người Quileute chỉ là một nhóm nhỏ - Ông Billy vào chuyện - Tới bây giờ, chúng ta vẫn như thế, song, không bao giờ bị lâm vào cảnh diệt vong. Bởi cơ thể chúng ta đang tuôn chảy dòng máu pháp thuật. Chẳng phải là thuật biến hình - điều này, phải mãi về sau mới có. Từ xa xưa, bộ tộc ta là những chiến binh thần thánh.

Trước đây, tôi chưa bao giờ để ý đến chất giọng đầy sức gợi của ông, dù rằng đã luôn quen thuộc với giọng nói rắn rỏi, ngập tràn uy lực ấy.

Emily hý hoáy viết, ngòi bút lướt nhanh trên mặt giấy.

- Khởi thủy, người Quileute định cư tại ngay bến cảng. Chúng ta giỏi về đóng tàu và là những ngư phủ tài ba. Nhưng tộc ta nhỏ, và cá lại quá nhiều; bị mất dần dà về tay bọn người chài trộm là cũng bởi chúng ta quá neo người, nên đành chịu thôi. Thế rồi một ngày kia, bộ tộc lớn hơn ào ạt kéo đến chiếm đóng, chúng ta phải lên tàu trốn thoát ra khơi xa.

"Ông Kaheleha không phải là chiến binh thần thánh đầu tiên, nhưng chúng ta không nhớ thời kì trước đó. Không thể nhớ ra ai là người đầu tiên phát hiện ra năng lực này, hay trước ông, khả năng này đã được sử dụng ra sao. Kaheleha là tù trưởng vĩ đại nhất trong lịch sử. Giữa tình thế cấp bách, ông đã dùng đến pháp thuật để bảo vệ lãnh địa của mình."

"Kaheleha đã cùng các chiến binh khác rời khỏi tàu - không phải trong hình hài xương thịt, mà bằng thể linh hồn. Những người vợ ở lại canh phòng thể xác của chồng và những con sóng. Linh hồn những người đàn ông kéo về vùng đất cũ."

"Không thể đánh đuổi kẻ thù theo lối thông thường được, các chiến binh phải dụng đến những cách thức khác. Truyền thuyết kể rằng họ đã thổi những cơn cuồng phong vào lều của đối phương, truyền trong gió những âm thanh hãi hùng làm chấn động tinh thần kẻ thù. Truyền thuyết cũng kể rằng muông thú có thể nhìn thấy các chiến binh, hiểu và làm theo lời họ."

"Kaheleha chỉ huy đội quân thần thánh trả thù những kẻ không mời mà đến. Bộ tộc xâm lược này có cả đàn chó to, lông dày, chuyên kéo xe trên những vùng đất băng giá ở phía bắc. Các chiến binh thần thánh đã điều khiển ngay chính bầy chó: bất ngờ, từ những hang đá xổ ra, đánh úp, chống lại chủ. Trợ lực cho đàn chó, các chiến binh nổi những trận gió to. Cuộc nổi dậy cuối cùng đã thành công. Những kẻ sống sót bỏ chạy tán loạn, truyền miệng nhau rằng lãnh địa của chúng ta là vùng đất bị nguyền rủa. Đàn chó sau khi được thả, lại trở về với tự nhiên. Các chiến binh Quileute lại trở về với thể xác của mình, trở về cùng vợ con, trong nỗi vui mừng hoan hỉ."

"Những bộ tộc láng giềng, Hoh và Makah ký giao ước với người Quileute. Họ không muốn dính líu đến pháp thuật lạ kì. Chúng ta sống hòa bình với họ từ đấy. Mỗi khi lãnh địa bị xâm chiếm, các chiến binh thần kì lại đánh đuổi chúng đi."

"Năm tháng tiếp nối nhau, thế hệ này nối tiếp thế hệ khác. Ngôi vị thủ lĩnh cuối cùng được trao cho Taha Aki. Ông nổi tiếng là người từng trải và yêu hòa bình. Dưới sự lãnh đạo của ông, mọi người chung sống với nhau rất yên bình, hạnh phúc."

"Nhưng rồi có một người đàn ông tên là Utlapa không hài lòng với cuộc sống này."

Một tiếng rít khe khẽ truyền quanh ngọn lửa. Tôi chậm chạp trong việc phát hiện nên không rõ âm thanh ấy xuất phát từ đâu. Song, ông Billy vẫn thản nhiên như không, vẫn tiếp tục kể lại truyền thuyết của bộ tộc.

"Utlapa là một trong những chiến binh mạnh nhất của tù trưởng Taha Aki, đồng thời cũng là một kẻ đầy tham vọng. Hắn cho rằng chúng ta nên dùng pháp thuật vốn có để mở rộng bờ cõi, bắt người Hoh và người Makah phải làm nô lệ cho chúng ta, xây dựng bộ tộc thành một đế chế hẳn hoi."

"Bấy giờ, khi những chiến binh trở thành thể linh hồn, họ có thể nghe được suy nghĩ của nhau. Tù trưởng Taha Aki nhìn thấy được dã tâm của Utlapa, đùng đùng nổi giận. Ông buộc hắn phải tránh xa mọi người và không bao giờ được dùng đến thuật thoát xác của mình nữa. Utlapa rất mạnh, nhưng những chiến binh của tù trưởng lại đông hơn. Hắn không có sự lựa chọn nào khác ngoài việc phải rời bỏ cộng đồng. Căm hận, kẻ bị ruồng bỏ náu mình trong một khu rừng gần đó, chờ cơ hội phục thù."

"Mặc dù đang thời bình nhưng tù trưởng Taha Aki vẫn luôn cảnh giác đến sự an nguy của bộ lạc. Ông vẫn âm thầm lặng lẽ tìm đến một chốn linh thiêng, lẩn khuất sâu giữa những ngọn núi cao thăm thẳm, không một ai hay biết. Nơi đây, ông trút bỏ thân xác của mình để linh hồn nhẹ nhàng lướt qua những cánh rừng, lang thang trên biển, canh chừng hiểm nguy."

"Một ngày nọ, khi thủ lĩnh Taha Aki lên đường thực hiện nhiệm vụ của mình, Utlapa lén lút bám theo. Ban đầu, hắn có ý định sát hại tù trưởng, nhưng kế hoạch này lại vấp phải nhiều khó khăn. Lẽ tất nhiên những chiến binh thần thánh sẽ mau chóng lần ra hắn, một hình phạt đích đáng là điều không thể tránh khỏi, Utlapa sẽ không có bất kì một cơ may trốn thoát nào. Trong lúc nấp sau những tảng đá và chứng kiến cảnh thủ lĩnh Taha Aki chuẩn bị thoát xác, một kế hoạch khác chợt nảy ra trong đầu hắn."

"Bỏ xác lại giữa chốn hoang vu, Taha Aki xuất hồn theo gió âm thầm che chở, bảo vệ bộ tộc. Còn lại một mình Utlapa kiên nhẫn đợi đến khi linh hồn người thủ lĩnh đã đi xa."

"Trong cõi âm, Taha Aki chợt nhận biết được rằng Utlapa vừa nhập hồn vào thể xác mình; phát giác ra âm mưu thâm độc của hắn, vị tù trưởng tức tốc lao trở về chốn thiêng, nhưng ngay cả gió cũng không đủ nhanh để cứu vãn tình hình. Khi Taha Aki về đến nơi, cơ thể của ông đã không còn ở đấy nữa. Thay vào đó là thân thể của Utlapa, và hắn đã không chừa cho vị tù trưởng một cơ hội: hắn đã cắt cổ họng của chính mình bằng đôi tay của Taha Aki."

"Thủ lĩnh theo thể xác mình xuống núi. Ông thét gọi Utlapa, nhưng kẻ nham hiểm vẫn một mực lờ đi, cứ thản nhiên coi như gió thoảng mây trôi vô tình."

"Thất vọng lẫn bất lực, Taha Aki lặng nhìn Utlapa ngồi vào chiếc ghế thủ lĩnh của người Quileute. Trong vài tuần đầu tiên, Utlapa chỉ làm một việc duy nhất là nhập vai Taha Aki, cố gắng không để lộ bất kì một sơ hở nào. Sau đó, những thay đổi mới dần dần xuất hiện. Sắc lệnh đầu tiên của Utlapa là cấm mọi chiến binh bước chân vào cõi âm. Hắn giải thích rằng hắn chiêm nghiệm thấy nguy hiểm, nhưng kỳ thực là vì hắn sợ. Utlapa thừa biết vị tù trưởng thật sự Taha Aki đang chờ cơ hội để vạch trần bộ mặt thật của hắn, và lo sợ rằng nếu hắn bước chân vào cõi âm một lần nữa, linh hồn Taha Aki sẽ nhanh chóng hoàn nhập lại xác. Vậy là giấc mơ mở cõi cùng binh đoàn thần thánh đành phải gác lại, Utlapa buộc phải tìm kiếm niềm vui trong việc trị vì bộ tộc. Và hắn nghiễm nhiên trở thành kẻ thường xuyên mưu cầu những đặc quyền, đặc lợi mà Taha Aki chưa bao giờ đòi hỏi: cưới một cô vợ trẻ thứ hai, rồi thứ ba; dù rằng vợ của Taha Aki vẫn còn sống - đây là điều chưa từng bao giờ xảy ra trong bộ tộc. Chứng kiến những cảnh đau lòng, vị tù trưởng thật sự không thể làm được gì hơn ngoài nỗi tức giận."

"Cuối cùng, Taha Aki quyết định dùng đến hạ sách: hủy hoại thể xác của mình để cứu bộ tộc thoát khỏi tên bạo chúa Utlapa. Ông đưa một con sói dữ trên núi xuống, nhưng Utlapa đã tinh quái nấp ngay đằng sau những chiến binh. Cho đến khi một thanh niên trẻ đang cố ra sức bảo vệ kẻ tội đồ khỏi bị thiệt mạng dưới nanh vuốt của con thú dữ, Taha Aki mới buộc phải thả con sói đi, lòng đau vô hạn."

"Sử viết rằng làm một chiến binh thần thánh chẳng hề dễ dàng chút nào. Thoát khỏi thể xác là điều đáng sợ chứ không phải chuyện đùa. Đó là lý do vì sao chúng ta chỉ dụng đến pháp thuật trong trường hợp cấp thiết. Trở thành kẻ ngoài cuộc đứng nhìn cuộc sống, các chuyến hành trình đơn độc của vị thủ lĩnh trở nên vô cùng nặng nề và trống trải. Vô hình là một cảm giác khó chịu, kinh khủng và tuyệt vọng. Xa rời thể xác của mình, Taha Aki vô hình trung trở thành một linh hồn phiêu diêu trong tận cùng đau khổ, trong tận cùng kiếp đọa đày mà không bao giờ ông có thể bước qua được ngưỡng cửa dẫn vào thế giới bên kia - nơi ông bà tổ tiên đang đợi. Điều đó đồng nghĩa với việc vĩnh viễn bị kẹt trong chốn u mê vĩnh hằng.

"Quay cuồng trong đau khổ, Taha Aki lao mình vào giữa chốn rừng sâu. Trong lúc đó, con sói vẫn kiên nhẫn bám theo ông, nó là một con sói đẹp, thuộc loại lớn so với chủng loại của nó. Hốt nhiên, Taha Aki cảm thấy ghen tị với con vật. Ít ra, nó cũng còn có thể xác. Ít ra, nó cũng còn có một cuộc đời. Cuộc đời của loài dã thú dẫu sao cũng còn tốt hơn trạng thái có ý thức nhưng phải chịu nỗi trống trải đến tận cùng và đáng sợ này."

"Và cuối cùng, Taha Aki đã tìm ra được một cách thức - một bước ngoặt lớn đã làm thay đổi tất cả chúng ta. Ông đề nghị con sói chừa cho ông một phần cơ thể.

Và con vật đã chiều theo. Thế là vị tù trưởng bước vào cơ thể sói với một tâm thế nhẹ nhõm cùng một lòng biết ơn vô hạn. Tuy không phải là cơ thể người, nhưng cũng còn hơn cái cõi âm mịt mùng vô thủy vô chung."

"Trong cùng một cơ thể, người và sói quay về bản cũ. Ai nấy trông thấy con vật to lớn đều bỏ chạy tán loạn, kêu cứu các chiến binh. Giáo mác sẵn sàng trong tay, những chàng trai da đỏ lập tức xuất hiện. Utlapa, tất nhiên, an toàn ở sau lưng mọi người."

"Taha Aki không tấn công các chiến hữu của mình. Ông chầm chậm lùi xa họ, sử dụng ngôn ngữ của đôi mắt và cố gắng tru lên các bài ca của bộ tộc. Các chiến binh bắt đầu nhận ra trước mặt mình không phải là một con vật bình thường, mà trong cơ thể ấy còn có một linh hồn khác đang trú ngụ. Lúc ấy, có một chiến binh từng trải tên Yut quyết định hành động chống lại sắc lệnh trái khoáy của tên tù trưởng giả mạo, cố gắng bắt liên lạc với con sói."

"Ngay khi Yut vừa đặt chân vào cõi âm, Taha Aki ngay tức khắc rời bỏ thể xác con sói - con vật vẫn hiền lành chờ đợi người bạn của mình quay về - để trò chuyện cùng chiến hữu. Yut trong tíc tắc hiểu ra chân tướng sự vụ, chân thành mời vị thủ lĩnh đích thực của mình về nhà."

"Lúc này, Utlapa đến kiểm tra tình hình con sói, xem nó đã bị đánh chết chưa. Khi trông thấy Yut đang nằm bất động trên mặt đất, xung quanh là những chiến binh bảo vệ, hắn hiểu ra ngay vấn đề. Utpala tức thì rút dao, lao như điên dại về phía Yut hòng giết hại nhân chứng trước khi con người quả cảm ấy kịp hoàn hồn."

" - Kẻ phản bội - Hắn thét lên. Các chiến binh không biết phải xử trí thế nào. Thủ lĩnh đã cấm không được vào cõi âm, nên có lẽ đây là sự trừng phạt dành cho những kẻ chống đối."

"Yut đã nhập hồn vào lại cơ thể, nhưng Utlapa đã một tay kề dao vào cổ còn một tay đang bịt lấy miệng ông. Thể trạng của Taha Aki đang dồi dào sức lực, trong khi Yut thì đã suy yếu vì tuổi tác. Con người quả cảm ấy, cho đến lúc bị Utlapa bịt miệng vĩnh viễn đã không kịp thốt ra được lấy một từ."

"Taha Aki lặng nhìn linh hồn của Yut trôi về thế giới bên kia, nơi mà Taha Aki không bao giờ có thể đến được. Một nguồn lửa giận chợt dâng trào trong tận sâu thẳm tâm hồn vị tù trưởng, chưa bao giờ ông cảm thấy mình bị kích động đến như vậy. Taha Aki lại nhập vào cơ thể con sói, quyết tâm cắn nát bằng được cổ họng của Utlapa mới thôi. Nhưng vào thời khắc thủ lĩnh vừa hòa nhập vào thể xác con vật, phép màu đã xảy ra."

"Cơn thịnh nộ trong lòng Taha Aki khởi nguồn từ hận thù trong lòng người. Tình yêu mà ông dành cho bộ tộc và mối hận đối với kẻ thù quá lớn, quá sức tải của con người; sức vóc của một con vật không thể nào chịu đựng nổi. Con sói bắt đầu co giật - trước những ánh mắt kinh hoàng của các chiến binh cũng như của Utlapa - và lột xác trở thành một người đàn ông."

"Con người mới xuất hiện này không hề mang dáng vẻ của Taha Aki. Hình thể của ông ấy quá đẹp, quá rực rỡ. Ông chính là hiện thân của linh hồn Taha Aki. Các chiến binh nhận ra ông ngay tức thì, chẳng phải linh hồn họ đã từng sát cánh lướt gió bên nhau đó sao."

"Utlapa điên cuồng chạy trốn, nhưng thể xác mới của Taha Aki đang ngùn ngụt sinh lực của sói, chuyện đuổi bắt nào phải là việc khó khăn. Ông đã tóm gọn kẻ trộm và hủy diệt linh hồn hắn trước khi hắn kịp thời nhảy ra khỏi thể xác đã "tầm gửi" bấy lâu nay."

"Ai nấy đều hoan hỉ trước sự thật được phơi bày. Thủ lĩnh Taha Aki nhanh chóng ổn định lại bộ tộc, trả những người vợ trẻ bị chiếm đoạt về lại gia đình. Sự thay đổi duy nhất ông còn giữ lại chính là kết thúc những chuyến viễn du trong gió. Giờ thì hơn ai hết, ông nhận ra rằng điều đó quá nguy hiểm, cuộc đời của một con người có thể bị đánh cắp quá dễ dàng. Từ đó trở đi, các chiến binh thần thánh không còn xuất hiện nữa."

"Và cũng kể từ đấy, cái tên Taha Aki không chỉ đơn thuần được dùng để chỉ người hay chỉ sói. Bộ tộc gọi ông là Taha Aki - Thủ lĩnh Sói vĩ đại hay Taha Aki - Đại thủ lĩnh thần thánh. Ông lãnh đạo bộ tộc ta rất nhiều, rất nhiều năm, và không hề già đi. Khi có nguy hiểm, Taha Aki quay lại lốt sói của mình để chiến đấu hay đe dọa đối phương. Mọi người an cư lạc nghiệp, hòa bình bao trùm khắp chốn. Ông có rất nhiều con trai, vài người trong số đó khi đến tuổi trưởng thành có khả năng biến thành sói. Nhưng tất cả những con sói này đều có hình dáng khác nhau, bởi lẽ chúng là hồn sói và mang đặc tính của người phối hợp."

- Đó là lý do vì sao con sói Sam đen thùi lùi - Quil lầm bầm, cười hí hửng - Tim đen thì lông mới đen.

Từ nãy tới giờ, câu chuyện đã cuốn hút lấy toàn bộ tâm trí tôi; một thoáng ngỡ ngàng khi tôi phải trở về với thực tại, với vòng tròn quanh bếp lửa đang tàn. Lại thêm một ngỡ ngàng khác, hóa ra những người ở quanh tôi đây - dù đã qua nhiều thế hệ - chính là cháu đích tôn của Taha Aki.

Bếp lửa lại tung lên trời một đám tàn lửa khác, chúng run rẩy, rập rình, tạo thành muôn vạn hình thù.

- Thế còn màu lông sôcôla của chú mày thì từ cái gì mà ra? - Sam thì thầm đáp trả lại Quil - Chắc là từ tấm lòng ngọt ngào đấy nhỉ?

Ông Billy phớt lờ những lời lẽ chòng ghẹo nhau ấy.

- Một số người con trai của Taha Aki cũng trở thành chiến binh sát cánh với cha mình; năm tháng qua đi, tuổi tác của họ vẫn không hề thay đổi. Những người con không thích cuộc biến đổi đã từ chối tham gia vào đội người sói. Những người này bắt đầu già đi; và bộ tộc nhận ra rằng nếu người sói từ bỏ hồn sói của mình, họ sẽ phải nằm trong vùng ảnh hưởng của thời gian. Taha Aki đã trải qua quãng đời của ba thế hệ. Ông kết hôn với người vợ thứ ba sau khi hai người vợ đầu lần lượt qua đời, và nhận ra rằng người sau mới thực sự là tri âm tri kỷ. Dù thực lòng, ông cũng yêu quý hai người kia, nhưng đây là lẽ khác. Ông quyết định từ bỏ hồn sói của mình, để có thể chết theo vợ.

"Đó là nguồn gốc pháp thuật của chúng ta, và chuyện vẫn chưa dừng lại ở đấy..."

Ông Billy nhìn sang già Quil Ateara lúc này đã thay đổi thế ngồi, đôi vai khòm đã vươn dậy. Ông đưa chai nước lên miệng, tu một hơi, rồi quệt trán. Ngòi bút của Emily nãy giờ vẫn chạy đều đều trên giấy, chưa lúc nào ngừng.

- Đó là chuyện về những chiến binh thần thánh - Già Quil lên tiếng bằng giọng nam cao, nhỏ nhẹ - Bộ tộc ta còn ghi nhớ cả về sự hy sinh của người vợ thứ ba nữa.

"Nhiều năm sau, kể từ khi Taha Aki từ bỏ hồn sói của mình, ông trở nên già yếu. Bỗng đâu những rắc rối bắt đầu nảy sinh từ lãnh địa của người Makah ở phía Bắc. Một số phụ nữ trẻ của bộ tộc họ đột nhiên mất tích, và họ đổ lỗi cho đám người sói láng giềng, những kẻ làm cho họ sợ và gieo vào lòng họ nỗi hồ nghi thường trực. Lúc này, các chiến binh sói trong lốt sói đã có thể đọc được suy nghĩ của nhau, cũng giống như tổ tiên của họ khi ở thể linh hồn. Và họ hiểu rằng không một ai trong số anh em của mình có liên quan đến vụ việc. Taha Aki cố gắng xoa dịu tù trưởng Makah, nhưng có nhiều điều không thể không lo lắng. Ông không muốn có chiến tranh. Ông không còn là chiến binh để lãnh đạo bộ tộc mình nữa. Taha Aki giao nhiệm vụ cho người con trai sói lớn nhất của mình là Taha Wi, buộc chàng phải tìm bằng được thủ phạm đích thực trước khi xảy ra xô xát."

"Taha Wi dẫn năm người sói khác trong đội của mình dấn thân vào cuộc điều tra; họ lùng sục từng hẻm núi một hòng tìm ra vết tích của những người Makah bị mất tích. Và rồi họ tình cờ phát hiện ra một thứ... Một thứ mà từ thuở cha sinh mẹ đẻ đến giờ, đây là lần đầu tiên họ mới được biết đến - trong rừng tỏa ra một mùi hương lạ lùng, một mùi thơm ngào ngạt đến nhức mũi."

Tôi hơi nép mình vào Jacob, vừa kịp trông thấy khóe miệng của cậu bạn giần giật ra vẻ hí hửng. Cánh tay cậu bạn choàng quanh người tôi, kéo tôi nép sát vào người cậu.

- Không một ai biết sinh vật nào có cái mùi hương ấy, nhưng họ cứ vẫn lần theo - Già Quil vẫn tiếp tục câu chuyện. Giọng nói run rẩy của già tuy không gợi được nét hùng tráng của sử ca, nhưng đem đến cho người nghe một cảm giác hồi hộp, rung động vì bị kích thích. Các nhịp đập trong người tôi tăng theo mạch kể nhanh dần của câu chuyện.

"Rồi các chiến binh sói nhận ra trong không gian có phảng phất hơi người, trên con đường mòn họ đi vương vãi những máu. Ai nấy đều đoan chắc rằng đây chính là kẻ họ đang săn lùng."

"Cuộc truy tìm dẫn họ lên tận phương Bắc xa xôi, Taha Wi buộc phải chia lại đội hình, chàng ra lệnh cho những người em nhỏ nhất trở về nhà kể lại sự tình cho Taha Aki."

"Và rồi Taha Wi cùng hai người em còn lại sau đó đã bặt vô âm tín."

"Những người em khác bủa ra đi tìm tung tích các anh mình, nhưng đáp lại chỉ có tiếng thở dài của đất trời và của núi rừng. Taha Aki đau lòng cắt ruột, chỉ mong báo thù được cho các con, nhưng ông già quá rồi. Trong bộ trang phục tang tóc, vị thủ lĩnh sói đến gặp tù trưởng Makah, tường thuật lại khúc nhôi sự tình. Thủ lĩnh Makah tin vào nỗi đau của Taha Aki, và tình trạng căng thẳng của hai bộ tộc theo đó đã chấm dứt."

"Một năm sau, trong cùng một đêm, hai thiếu nữ Makah đột nhiên mất tích ngay trong ngôi nhà của mình. Người Makah cấp báo ngay cho người sói Quileute, và họ chợt nhận ra thứ mùi ấy, thứ hương thơm ngọt ngào không gì sánh được đang phủ đặc ngôi làng Makah. Vậy là những người sói lại lao vào cuộc."

"Và chỉ có duy nhất một người trở về. Chàng là Yaha Uta, người con trai đầu lòng của người vợ thứ ba, cũng là chiến binh trẻ nhất đội. Chàng đã đem về làng một thứ dị kỳ: một thi hài rách bươm lạnh giá và cứng như đá. Tất cả con cháu nhà Taha Aki, thậm chí cả những người chưa bao giờ biến đổi thành sói, cũng đều có thể nhận ra thứ hương thơm nồng đang tỏa ra từ xác chết. Đó chính là kẻ thù của người Makah."

"Yaha Uta kể lại sự việc: chàng và các anh tìm thấy một kẻ - dáng vẻ rất "con người" nhưng cơ thể lại cứng như đá granít, cùng hai cô gái Makah - một người đã chết nằm sóng soài trên đất, thân xác trắng bệch không còn một hột máu. Người còn lại đang nằm trong tay kẻ bí hiểm kia, miệng hắn đang kề sát vào cổ cô gái. Khi các chiến binh bắt gặp cảnh trạng khủng khiếp ấy, có lẽ lúc ấy cô gái hãy còn sống; nhưng khi họ xáp lại gần, nhân vật thần bí kia bất ngờ ngoạm vào cổ nạn nhân rồi quăng thi thể bất động ấy xuống đất. Đôi môi trắng bệch của hắn loang loáng máu, còn đôi mắt thì rừng rực sắc đỏ."

"Yaha Uta miêu tả rất chi tiết sức mạnh cùng tốc độ kinh người của tên quái vật. Một người anh của chàng trong tích tắc đã trở thành nạn nhân tiếp theo khi đánh giá thấp sức mạnh ấy. Con quỷ xé banh người anh như đang đùa ác với một con búp bê. Yaha Uta và người anh còn lại cẩn thận hơn. Họ phối hợp cùng nhau, cùng tấn công nhân vật kì bí từ nhiều hướng. Cả hai đã thể hiện sự nhanh nhẹn đạt đến tốc độ và sức mạnh của loài sói - điều mà ngay chính bản thân họ cũng không ngờ đến. Tên quỷ kia thì cứng như đá và lạnh như băng. Vũ khí thực sự nguy hiểm đối với hắn chỉ là hai hàm răng sắc nhọn của loài sói. Bắt đầu nhận ra điều đó, hai anh em Yaha Uta ra sức tấn công, cắn xé kẻ thù."

"Nhưng tên quái vật kia không phải tay vừa, hắn nhận thức tình hình rất nhanh. Hắn chộp lấy anh trai của Yaha Uta, nhưng cũng cùng lúc ấy, cổ họng của hắn chợt để lộ ra, và Yaha Uta chụp ngay lấy cơ hội tấn công trong chớp nhoáng. Hai hàm răng của chàng nhay, nghiến, nỗ lực dứt cho đứt lìa cái cổ họng ấy, nhưng đôi tay hung bạo của tên quái vật vẫn không chịu ngừng dày vò thân thể anh trai chàng."

"Yaha Uta đã tàn phá cơ thể của con quỷ: ngoạm, dứt rỉa từng mảng thịt; những mong cứu sống được anh trai. Tiếc thay tất cả đã quá muộn, dẫu cuối cùng kẻ thù của chàng cũng đã bị tiêu diệt."

"Hay ít ra thì mọi người đã nghĩ như vậy. Yaha Uta bày một số mảnh thi thể của con quỷ ra trước mặt các vị lão làng. Cánh tay đứt được đặt nằm bên cạnh mảnh thịt tay. Lúc ấy, hai mảnh đang nằm khít nhau, khi các vị lão làng thọc gậy vào tách rời chúng ra, thì bỗng cánh tay tự động vươn tới mảnh thịt như muốn nối liền lại."

"Cảnh tượng thật kinh hoàng, các bô lão bèn cho hỏa táng toàn bộ những gì thuộc về con quỷ đó. Đám khói ô uế ngùn ngụt bốc cao nhuốm bẩn cả một vùng trời. Đến khi tất cả chỉ còn là tro tàn, mọi người mới hốt cái thứ tro bẩn thỉu ấy đổ vào nhiều túi rồi đem đi xa thật xa mà rải - một số rải xuống biển, một số rải trên rừng và một số rải lên các vách đá cheo leo. Còn một túi tro cuối cùng, ông Taha Aki đeo trước cổ - điều duy nhất giúp ông nhận biết được con quỷ kia có thể liền xác lại hay không."

Già Quil chợt ngừng lời, đưa mắt nhìn sang ông Billy. Như một ám hiệu, vị tù trưởng liền cởi khỏi cổ mình một sợi dây da. Trên sợi dây ấy có một chiếc túi nhỏ đã xỉn màu theo năm tháng. Một vài người bất giác há hốc miệng ra vì ngạc nhiên. Và hình như tôi cũng là một trong số đó.

- Bộ tộc đã gọi con quỷ ấy là Người Máu Lạnh, Kẻ Uống Máu và nơm nớp lo sợ về nỗi hắn có đồng bọn. Còn mọi người thì chỉ còn có duy nhất một chiến binh sói bảo vệ mình mà thôi, đó là chàng Yaha Uta trẻ tuổi.

"Và tâm trạng thắc thỏm ấy đã không kéo dài. Con quỷ ấy có bạn tình, cũng cùng một hạng uống máu như nhau; ả, cuối cùng, đã tìm đến người Quileute để trả thù."

397

"Truyền thuyết kể rằng ả Máu Lạnh ấy thật sự là một tuyệt thế giai nhân. Buổi sáng ngày ả đặt chân vào làng, mặt trời chợt bừng sáng. Làn da trắng muốt lấp lánh muôn vàn ánh cầu vồng, suối tóc vàng rực rỡ bồng bềnh đến gối... Quả là một nữ thần bình minh. Gương mặt ả hút hồn người ta một cách lạ lùng, đôi mắt đen huyền tương phản rõ rệt với làn da trắng. Một số người đã phải khuyu gối vì ngưỡng mộ con người ấy."

"Rồi ả cất tiếng hỏi - một giọng nói trong trẻo ngân nga, nhưng hoàn toàn xa lạ. Ai nấy đều lặng người, không biết phải trả lời ra sao. Giữa thời khắc ấy, không có con cháu nhà Taha Aki, ngoại trừ một cháu trai nhỏ. Cậu bé níu lấy mẹ, khóc thét lên khi mùi hương xộc vào mũi làm buốt đến tận óc. Một lão làng đang trên đường đến họp hội đồng nghe được tiếng khóc đã hiểu ngay cớ sự. Ông hô hoán mọi người chạy trốn, để rồi bản thân ông nghiễm nhiên trở thành nạn nhân xấu số đầu tiên."

"Khi ấy, quanh ả Máu Lạnh có khoảng hai mươi người, nhưng chỉ vỏn vẹn có đúng hai người còn sống sót; bởi lẽ ả đang mải mê hút máu để làm dịu cơn khát nên chưa "rảnh tay" sờ tới họ. Hai người may mắn ấy đã chạy ngay đến chỗ Taha Aki - vào thời điểm này, ông đang bàn bạc tình hình với một số lão làng khác, cùng các con và người vợ thứ ba của mình."

"Vừa nắm được sự tình, Yaha Uta đã chuyển ngay

cấp kì sang thể sói, tức tốc phóng đến chỗ kẻ hút máu quyết một trận sống mái. Taha Aki, người vợ thứ ba và các con trai, cùng mấy vị bô lão cũng lao theo."

"Lúc đầu, không ai trông thấy ả đâu, những gì bày ra trước mắt họ chính là tác phẩm kinh dị do ả vừa tạo ra. Các thi thể không lành lặn nằm ngổn ngang, vài cái xác kiệt không còn một giọt máu nằm rải rác trên con đường ả xuất hiện. Đang đứng chết lặng giữa quang cảnh thê lương tái lòng ấy, đoàn người bỗng nghe vang lên một tiếng thét ai oán từ phía ngoài cảng, họ gấp rút phóng về chỗ đó."

"Một số người Quileute đã nhanh chân chạy ra bến tàu để trốn thoát. Nhưng giữa sóng biển muôn trùng, vẫn có một kẻ ngang nhiên rẽ sóng lướt tới, chẳng khác gì một con cá mập. Bằng một sức mạnh phi thường, ả đã xé toạc cả boong tàu, xé đôi những người đang ra sức bơi hòng thoát khỏi bàn tay hiếu sát của ả."

"Bất chợt nhác thấy trên bờ xuất hiện một con sói lớn, kẻ uống máu lập tức quên ngay những nạn nhân của mình. Ả tức thì bơi ngược trở về bờ, cực kì nhanh, thoắt một cái, trên biển cả mênh mông, ả chỉ còn là một cái bóng mờ; và trong giây lát, ả đã đứng mặt đối mặt với Yaha Uta. Cả thân hình ả ướt sũng nước nhưng ngạo nghễ làm sao. Ả chỉ tay vào chàng trai trong lốt sói, cất lên câu hỏi lạ tai. Yaha Uta chỉ bình thản chờ đợi."

"Đó là một trận đấu khốc liệt. Kẻ kia không phải là chiến binh giống bạn tình. Nhưng Yaha Uta chỉ có một mình - phải hứng chịu mọi thịnh nộ của ả."

"Yaha Uta mất đi, Taha Aki thét vang trong căm phẫn. Ông vật mình rồi biến thành một con sói già nua mõm trắng. Con sói không còn lanh lẹn nhưng chẳng phải Taha Aki vốn là Đại Thủ lĩnh Thần thánh đó sao, lửa nộ trong ông chính là cội nguồn của sức mạnh. Và trận chiến lại tiếp diễn."

"Người vợ thứ ba của Taha Aki đã phải chứng kiến cái chết của con trai mình, bây giờ đến lượt chồng giao chiến, bà không tin công lý sẽ được thực thi. Bà nhớ từng lời của hai người sống sót nói với hội đồng. Bà đã nghe kể về chiến thắng đầu tiên của Yaha Uta, rằng chàng thoát chết là nhờ anh trai vô tình làm tấm bia đỡ."

"Người vợ thứ ba chộp phắt lấy con dao giắt nơi thắt lưng của một cậu con trai đứng bên cạnh mình. Lũ trẻ này hãy còn nhỏ quá, nếu cha chúng thất bại, kết cuộc của chúng sẽ chỉ là một con đường chết mà thôi."

"Người vợ thứ ba lao bổ đến chỗ ả Máu Lạnh, con dao găm giơ cao đến đầu. Kẻ hút máu mỉm cười, có hơi lơ là với cuộc chiến. Ả không hề sợ người phụ nữ yếu đuối hay con dao không có khả năng làm ả bị thương, ả chuẩn bị tung ra đòn quyết định kết liễu đời Taha Aki."

"Và người phụ nữ đáng thương đã thực hiện cái điều mà ả Máu Lạnh hoàn toàn không ngờ đến: Bà bất ngờ quỳ sụp xuống chân của kẻ thù rồi cắm phập con dao vào chính trái tim mình."

"Bầu máu nóng tuôn trào qua các kẽ tay của người vợ thứ ba, bắn cả lên cơ thể kẻ khát máu. Và ả Máu Lạnh đã không thể làm ngơ trước miếng mồi tươi roi rói đó. Hoàn toàn buông thả theo bản năng, ả quay sang người phụ nữ đang hấp hối, chỉ trong chớp mắt, ả mất hết tự chủ."

"Đúng lúc ấy, hàm răng của Taha Aki găm thật ngọt vào cổ của ả quỷ dữ."

"Trận chiến chưa kết thúc, nhưng Taha Aki không còn đơn độc nữa. Trông thấy mẹ chết thảm, lửa nộ trong lòng hai cậu bé bùng cháy; tuy chưa đến tuổi trưởng thành nhưng cả hai bỗng vụt biến thành sói, cùng cha tiêu diệt kẻ thù."

"Taha Aki không bao giờ hòa nhập với bộ tộc nữa. Ông không bao giờ biến trở lại thành người. Nằm bên cạnh người vợ thân yêu đúng một ngày một đêm, gầm gừ đe dọa bất cứ ai muốn chạm vào xác người quá cố, rồi sau đó, vẫn trong lốt sói, ông bỏ vào rừng, từ đấy về sau không còn thấy xuất hiện nữa."

"Sau sự kiện ấy, bộ tộc ta hầu như không còn gặp rắc rối với người máu lạnh. Những người con trai của

Taha Aki giữ trọng trách bảo vệ bộ tộc cho đến khi thế hệ sau đủ tuổi để gánh vác thế. Nhưng chưa bao giờ cùng một thời lại có quá ba con sói cả. Như vậy là quá đủ rồi. Thi thoảng cũng có một kẻ uống máu lạc vào vùng đất này, và bao giờ cũng bị người sói hạ gục. Cũng có khi người sói hi sinh mất một người, song không bao giờ lặp lại thảm cảnh đầu tiên. Họ học được cách chiến đấu với người máu lạnh, và truyền kinh nghiệm cho nhau, từ chiến binh sói này sang chiến binh sói khác, từ linh hồn này sang linh hồn khác, từ cha sang con."

"Thời gian trôi đi, khi đến tuổi trưởng thành, hậu duệ nhà Taha Aki không còn biến thành sói nữa. Chỉ khi nào có kẻ thù muôn kiếp xuất hiện, những con sói mới xuất đầu lộ diện. Loài quỷ ấy luôn đi riêng lẻ, thẳng hoặc mới đi đôi, nên nhóm chiến binh của chúng ta cũng không đông người."

"Thế rồi một ngày kia, một đám đông quỷ dữ kéo đến, các cố của các cháu đã sẵn sàng nghênh chiến; nhưng rồi kẻ cầm đầu đã nói chuyện với ông Ephraim Black rất đường hoàng, hệt như một con người thực thụ vậy. Hắn hứa sẽ không làm hại người Quileute. Đôi mắt màu hổ phách lạ lùng của hắn là bằng chứng rõ rệt nhất cho thấy đám người này không như những kẻ uống máu khác. Xét về lực lượng đôi bên thì người sói ít quân hơn, những kẻ máu lạnh kia thật ra cũng chẳng cần phải lập ra giao ước với chúng ta làm gì khi bọn chúng đang hoàn toàn ở vào thế thượng phong. Ông Ephraim chấp thuận. Bọn người ấy chỉ ở bên phần đất của chúng, dù rằng sự xuất hiện của bọn chúng rất dễ có khuynh hướng dẫn dụ những kẻ đồng loại."

"Quân số của chúng vô hình trung đã làm cho đội ngũ chiến binh sói bỗng tăng lên nhiều chưa từng thấy - Già Quil tiếp tục câu chuyện của mình, và trong một thoáng, tôi có cảm giác như đôi mắt đen nằm lọt thỏm giữa các nếp nhăn của già đang chĩa thẳng vào tôi - Tất nhiên là ngoại trừ thời kỳ của Taha Aki - Già Quil thở dài - Vậy nên những chàng trai của bộ tộc ta phải hi sinh, phải chia sẻ gánh nặng với cha ông mình."

Cả không gian hốt nhiên chìm trong im lặng. Những hậu duệ sống của truyền thuyết, của pháp thuật lặng lẽ nhìn nhau, nỗi buồn đong đầy trong ánh mắt. Trừ một người.

- Gánh nặng này - Người ấy khe khẽ thì thầm, giọng điệu có phần phản đối - Con thấy tuyệt đấy chứ - Bờ môi dưới của Quil hơi trề ra.

Bên kia ngọn lửa sắp tàn, Seth Clearwater - mở to đôi mắt tán đồng - gật đầu một cách hăng hái.

Ông Billy bật cười, tiếng cười trầm và sâu. Những chuyện huyền bí trong phút chốc chợt chìm nghỉm trong đám than hồng. Cả vòng tròn người lại trở về bầu không khí bằng hữu như cũ. Jared ném một hòn đá nhỏ về phía Quil, ai nấy đều phá ra cười khanh khách khi thấy kẻ trúng đá nhảy dựng lên. Những lời trao đổi rì rầm râm ran khắp bếp trại, mọi người mặc nhiên chòng ghẹo nhau thỏa thích.

Đôi mắt Leah Clearwater nãy giờ vẫn nhắm nghiền. Dường như trên má của cô gái có ngân ngấn giọt nước mắt, nhưng một lúc sau nhìn lại, tôi đã không còn trông thấy cái giọt nước lóng lánh ấy nữa.

Cả Jacob và tôi đều không mở miệng nói ra một lời nào. Bên cạnh tôi, cậu trở nên lặng lẽ một cách lạ lùng, hơi thở sâu và đều đến mức tôi có cảm giác như cậu đã ngủ.

Tâm trí tôi lãng đãng trôi trở về thuở ngàn năm trước. Tôi không nghĩ đến chàng Yaha Uta hay những người sói khác, thậm chí cả kẻ lạnh tanh máu cá có vẻ đẹp của thiên thần - hình dung ra con người ấy cũng không quá khó khăn. Không, tôi đang niệm tưởng đến người đứng ngoài thế giới lạ kì. Tôi cố mường tượng ra gương mặt của người phụ nữ vô danh đã cứu sống toàn bộ tộc - người vợ thứ ba của Taha Aki.

Chỉ là một con người đúng nghĩa, xa lạ với các năng lực siêu nhiên - yếu ớt và chậm chạp hơn bất cứ nhân vật huyền thoại nào, nhưng bà lại chính là chiếc chìa khóa, là lời giải đáp cho toàn bộ vấn đề. Người phụ nữ bình thường nhưng vĩ đại ấy đã cứu được chồng, các con và cả bộ tộc mình.

Ước gì người ta nhớ được tên của con người thực thụ ấy...

- Nào, chị Bells - Jacob bất chợt cất tiếng thì thầm bên tai tôi, đồng thời lay tôi dậy - Tới nơi rồi.

Tôi chớp chớp mắt, ngạc nhiên vì bếp trại đã tàn từ lúc nào. Nhìn trân trối vào bóng đêm lạ lẫm, tôi cố xác định lại phương hướng. Và phải một đỗi sau tôi mới định thần lại được rằng mình đã không còn ngồi trên đá. Bây giờ chỉ còn lại Jacob và tôi. Tôi vẫn đang nằm yên trong vòng tay của cậu bạn, nhưng không phải là cả hai đang lăn lê trên đất nữa.

Làm thế nào mà tôi lại chui vào được trong chiếc xe hơi của Jacob như thế này chứ nhỉ?

- Ôi trời ơi! - Tôi há hốc miệng khi nhận ra rằng mình đã ngủ quên - Đã lúc nào rồi em? Chết thật, cái điện thoại đâu rồi? - Tôi lần tay xuống túi, thất kinh, vì tất cả mấy cái túi đều xẹp lép.

- Bình tĩnh đi chị. Vẫn chưa tới nửa đêm đâu. Em đã gọi điện thoại cho hắn giùm chị rồi. Chị nhìn kìa - hắn đó.

- Nửa đêm ư? - Tôi ngẩn người hỏi lại, vẫn còn mù mờ về thời gian. Một lần nữa, tôi lại phóng mắt vào bóng đêm, tim bắt đầu loạn nhịp khi lờ mờ nhận được ra chiếc xe Volvo đang đậu cách đó ba mươi mét. Như một phản ứng tự nhiên, tôi chộp lấy tay nắm cửa.

- Nè chị - Jacob lên tiếng, đoạn đặt vào tay tôi một vật vuông vắn, nho nhỏ. Đó là chiếc điện thoại.

- Em điện thoại cho Edward dùm chị ư?

Bây giờ thì đôi mắt của tôi đã bắt đầu quen với bóng đêm, chí ít cũng đã nhìn thấy được nụ cười sáng loáng của cậu bạn.

- Nếu em cư xử đúng mực, em sẽ lại được ở bên chị nữa.

- Chị cảm ơn em, Jake - Tôi trả lời, lòng rưng rưng xúc cảm - Thật lòng cảm ơn em. Cảm ơn em vì đã mời chị đến. Quả là... - Tôi không biết phải diễn đạt tiếp ra sao nữa - Ồ. Một điều rất khác.

- Chị đã chẳng thèm thức mà xem em nuốt bò - Người bạn nhỏ bật cười - Không có gì đâu chị, em mừng vì chị thích. Có chị ở đây. Em vui lắm.

Một cử động nhỏ chợt vụt hiện ra trong bóng tối phía xa xa - những thân cây tối đen đang loang loáng một bóng hình trắng toát. Rõ ràng là anh đứng ngồi không yên rồi.

- Ừ, hắn không được kiên nhẫn lắm, đúng không chị - Jacob tiếp tục lên tiếng, nhận thấy tôi đang mất tập trung - Chị đi đi. Nhưng nhớ quay trở lại sớm nhé !

- Tất nhiên rồi Jake - Tôi đáp một cách chắc nịch và mở cửa. Luồng không khí lạnh buốt ập vào trong khoang xe, vờn qua đôi chân, khiến tôi không khỏi rùng mình.

- Ngủ thật ngon nhé Bells. Chị không phải lo lắng chi hết - khuya nay, em sẽ thức canh cho chị.

Vừa đặt một chân xuống đất, tôi chợt khựng lại.

- Đừng Jake. Em về nghỉ ngơi đi, chị sẽ không làm sao đâu.

- Ờ, biết rồi, biết rồi - Người thiếu niên đáp liền một hơi, nhưng nghe như đang đáp cho qua chuyện hơn là đồng ý.

- Chúc em ngủ ngon. Cảm ơn em rất nhiều.

- Chúc chị ngủ ngon - Cậu thì thầm khi tôi vội vã bước vào màn đêm.

Edward đón tôi ngay tại ranh giới.

- Bella - Anh lên tiếng, giọng nói toát lên sự nhẹ nhõm. Và anh riết chặt tôi trong vòng tay.

- Anh. Em xin lỗi vì về trễ. Em ngủ quên, với lại...

- Anh biết mà. Jacob đã giải thích với anh rồi - Nói xong, anh rảo bước đến bên chiếc xe, tôi lóng cóng bước theo bên cạnh - Em có mệt không? Anh bế em nhé?

- Thôi. Em không sao đâu.

- Anh sẽ đưa em về ngủ. Thế nào, tối nay, em đi chơi có vui không?

- Ồ, vui lắm. Rất lạ, anh ạ. Ước gì anh cũng có mặt ở đó. Em không biết phải giải thích ra sao nữa. Bố của

Jake đã kể cho tụi em nghe những truyền thuyết, hệt như... như một phép lạ vậy.

- Thế thì em sẽ phải kể cho anh nghe đấy. Sau khi em ngủ dậy.

- Em chưa thể hiểu được một cách đầy đủ về điều đó - Tôi trả lời rồi ngáp một cái thật thoải mái.

Edward bật cười. Anh mở cửa xe, đỡ tôi ngồi vào trong và buộc dây an toàn cho tôi.

Bất chợt có luồng đèn pha sáng rực đột ngột quét ngang qua người chúng tôi. Ngay lập tức, tôi vẫy tay về phía Jake nhưng chẳng biết cậu bạn có trông thấy hay không.

Đêm hôm ấy - khi tôi đi ngang qua mặt ngài cảnh sát trưởng, "ngài" đã không hề tỏ ra bực bội chút nào, bởi vì trước đó, Jacob đã gọi điện thoại cho "ngài". Thay vì đổ ập người xuống cái giường, tôi ngồi trông ra cửa sổ để mở chờ Edward đến. Trời rất lạnh, giống như đang ở giữa mùa đông vậy. Lúc ngồi ngoài bãi đá lộng gió, tôi đã không nhận ra; có lẽ là vì khi ấy tôi đang ngồi cạnh Jacob hơn là ngồi bên bếp lửa.

Vài hạt nước li ti kèm theo hơi buốt giá bắn lên mặt tôi, mưa bắt đầu rơi.

Trời tối đen như mực, chẳng còn trông tỏ được cái gì ngoài mấy dáng hình chóp nhọn của cây vân sam đang ngả nghiêng trước gió. Bất chấp tất cả, tôi cố căng mắt dõi tìm những hình ảnh khác trong mưa gió. Và kia, một bóng hình đang lướt trong đêm... có lẽ là một con sói khổng lồ... Mắt tôi yếu quá.

Chợt một cử động khác xuất hiện ngay bên cạnh tôi. Edward trèo qua cửa sổ, đôi tay anh lạnh hơn cả mưa gió.

- Jacob ở ngoài kia, phải không anh? - Tôi lên tiếng, run rẩy khi Edward kéo tôi vào lòng.

- Ừ... hình như vậy. Mẹ anh đang trên đường về nhà.

Tôi thở dài.

- Trời lạnh, lại mưa nữa. Mọi người không cần phải làm như thế đâu - Tôi ớn lạnh thêm lần nữa.

Anh cười khinh khích.

- Chỉ lạnh đối với em thôi, Bella.

Trong giấc mơ của tôi đêm hôm đó, trời cũng lạnh, có lẽ là vì tôi ngủ trong vòng tay của Edward. Nhưng ở cõi vô thức, tôi lại thấy mình đang đứng ngoài mưa, gió táp liên hồi vào mặt, làm buốt cả mắt, khiến tôi không thể nhìn thấy tỏ tường một thứ gì. Tôi đang đứng trên bờ đá hình vòng cung trước bãi biển thứ nhất, cố gắng nhận ra hai chuyển động lờ mờ trong bóng tối. Hai chiếc bóng, một trắng, một đen lao vào nhau, rập rờn. Và rồi dường như vầng trăng vừa mới thoát khỏi những đám mây, mọi vật chợt hiện ra sáng rỡ.

Rosalie, mái tóc vàng sũng nước dài đến gối xốc tung, đang tấn công một con sói khổng lồ - chiếc mõm của nó màu bạc - không hiểu sao tôi lại nhận ra ngay đó là hóa thân của ông Billy Black.

Tôi bắt đầu chạy, nhưng guồng chân không sao hoạt động nhanh cho được, cứ cà rề cà rề từng bước. Tôi gân hết cả cổ thét gọi họ, yêu cầu cả hai dừng lại, nhưng gió đánh bạt giọng tôi đi, tôi không phát âm được một từ nào. Hốt hiên tay tôi bỗng lóe sáng, chỉ đến lúc bấy giờ tôi mới nhận ra rằng mình đang nắm giữ một vật.

... Một con dao bạc cổ, dài và sắc lẻm, có phủ một vệt máu đen cùng lớp bụi thời gian.

Tôi rùn người trước con dao, mắt mở bừng, trở về với thực tại, với căn phòng của mình. Điều đầu tiên tôi nhận thức được là mình không hề đơn độc; rất đỗi tự nhiên, tôi trở mình, gục đầu vào vồng ngực của Edward, chỉ có mùi hương từ cơ thể anh mới có thể xua tan được những cơn ác mộng.

- Anh khiến em thức giấc ư? - Anh thầm thì hỏi. Trong không gian vang lên khe khẽ tiếng sột soạt của giấy, và tiếng cạch của một vật rất nhẹ vừa rơi xuống nền gỗ.

- Dạ không - Tôi đáp lời cũng bằng giọng thầm thì, rồi thở ra mãn nguyện khi cảm nhận được vòng tay anh lại thít chặt vào người mình - Em thấy ác mộng.

- Em kể với anh nhé?

Tôi lắc đầu.

- Em mệt quá. Nếu sáng mai còn nhớ được, em sẽ kể.

Tôi cảm nhận được một tràng cười không thành tiếng rung lên trong lồng ngực của anh.

- Ừ, sáng mai - Anh tán thành.

- Anh đang đọc gì thế? - Tôi đáp trong mơ màng, vẫn chưa tỉnh ngủ hẳn.

- *Đỉnh gió hú.*

Tôi chau mày, giọng ngái ngủ:

- Em tưởng anh không thích tác phẩm đó.

- Em để sách ở nhà - Anh thì thào, giọng nói dịu ngọt lại đưa tôi vào cõi vô thức - Với lại... càng ở bên em nhiều, anh càng có những cảm xúc con người. Không ngờ anh lại đồng cảm với nhân vật Heathcliff đến như vậy.

- Ừmmm - Tôi thở dài.

Anh còn nói thêm một điều gì nữa, rất nhỏ, nhưng khi ấy tôi đã chìm vào cõi mộng rồi.

Sáng hôm sau, trời lặng gió và xám lóng lánh như hạt trai. Edward lại hỏi tôi về giấc mơ, nhưng tôi không tài nào nhớ ra được. Tôi chỉ còn ý niệm về mỗi chuyện là mình đã cảm thấy rất lạnh, và đã vui ra sao khi chợt bừng tỉnh và có anh nằm ở bên cạnh. Anh hôn tôi, một nụ hôn thật dài, đủ để toàn bộ nhịp đập trong tim tôi xáo trộn. Sau đó, anh lao về nhà để thay quần áo và đưa xe đến.

Tôi thay quần áo thật nhanh, mà cũng chẳng có nhiều đồ để lựa chọn. Kẻ lục lọi cái rổ mây của tôi cũng đã quậy tung luôn cả cái tủ quần áo rồi. Thật đáng sợ, và cũng đáng bực nữa.

Đang lúc dợm bước xuống nhà ăn sáng, mắt tôi chợt bắt gặp bản sao méo mó của quyển *Đỉnh gió hú* nằm lay lắt trên sàn nhà. Quyển sách để mở, nằm úp gáy - kiểu đánh dấu phần đọc dở rất hại sách, mà cũng... rất giống thói quen của tôi.

Một cách hiếu kì, tôi nhặt quyển sách lên, cố mường tượng lại trong đầu điều anh đã nói. Sao nhỉ, trong tất cả các nhân vật, không ngờ anh lại đồng cảm với Heathcliff. Ôi, chắc không phải đâu; hẳn là tôi đã nằm mơ rồi.

Gì kia, hai từ trong trang sách để mở đập vào mắt tôi. Một cách chậm rãi, tôi cúi đầu xuống đọc cho rõ. Đây là lời thoại của Heathcliff, tôi nắm rất chắc đoạn này:

Dì thấy rõ điểm khác biệt tình cảm giữa chúng tôi là ở chỗ này này: nếu Edgar ở vào địa vị của tôi và tôi ở vào địa vị của nó, thì dù có ghét cay ghét đắng Edgar đến thế nào, tôi cũng không bao giờ ra tay. Dì cứ việc không tin đi, tùy dì! Nhưng nếu Catherine còn cần phải sống với nó, tôi sẽ không bao giờ bứt nó ra khỏi cuộc sống của nàng. Nhưng một khi nàng đã nguội lòng với nó rồi thì khi ấy tôi sẽ cắt tim nó ra mà uống máu! Từ đây đến lúc đó - nếu không tin tôi tức là dì chưa hiểu tôi rồi - từ đây đến lúc đó, cho đến lúc được động vào sợi tóc trên đầu Edgar, tôi sẽ chết dần chết mòn mất thôi!

Chính là hai từ đó, hai từ đính chặt vào mắt tôi: "uống máu".

Bất giác tôi rùng mình.

Phải, những điều Edward nói về Heathcliff có lẽ là do tôi nằm mơ mà ra. Còn trang sách này chắc cũng không phải là trang anh đang đọc dở. Hẳn trong lúc rơi xuống đất, quyển sách ngẫu nhiên mở ra đúng cái trang này.

12. THỜI GIAN

- Mình vừa mới tiên thị... - Alice lên tiếng bằng một giọng ái ngại.

Edward ngay lập tức huých tay vào em gái, nhưng Alice đã kịp thời né được.

- Được rồi - Cô bạn làu bàu - Anh Edward đang bắt mình làm cái điều này nè. Nhưng mình vừa mới tiên thị một chuyện, ấy là nếu mình làm bạn ngạc nhiên thì bạn sẽ trở nên khó tính lắm lắm.

Tan trường, chúng tôi đang đi ra bãi đậu xe, tôi hoàn toàn không có ý niệm gì về câu nói của Alice.

- Bạn nói luôn cho rồi - Tôi đưa đẩy.

- Đừng có trẻ con nha. Nhất là đừng có giận đấy.

- Mình cảm thấy sợ rồi đây.

- Là như vầy - tức là tụi mình - sẽ tổ chức một buổi tiệc mừng ngày tốt nghiệp. Không lớn đâu. Không có việc gì khiến bạn phải kích động cả. Mình đã thấy từ trước rồi, mình mà làm bạn bất ngờ, thể nào bạn cũng sẽ làm rùm beng lên - Một lần nữa, cô bạn lại né kịp bàn tay của Edward đang vươn tới toan vò đầu mình - Nên anh Edward dặn mình hãy báo trước với bạn, chứ thật ra cũng chẳng có gì cả. Mình thề đấy.

Tôi buông một tiếng thở dài não nề.

- Không có gì đáng phải phàn nàn sao?

- Ừ, không có gì cả.

- Được rồi, Alice. Mình sẽ đến. Nhưng thật lòng, mình chẳng muốn có mặt ở đó chút nào. Mình thề đấy.

- Ôi, bạn thật là quả cảm! À, mình thích quà của mình lắm. Nhưng thật ra bạn không cần phải...

- Trời ơi, Alice, mình đâu đã chuẩn bị quà!

- Ờ ờ, mình biết mà. Nhưng bạn sẽ tặng quà cho mình.

Sửng sốt đến ngây cả người, tôi cố nhớ lại xem mình đã có quyết định tặng Alice cái gì mừng ngày tốt nghiệp hay không, để khiến cô bạn có thể tiên thị được?

- Ngộ quá nhỉ - Edward thì thầm - Sao người nhỏ xíu như vầy mà lại có thể làm um mọi chuyện lên được, hay vậy?

Alice cười khanh khách:

- Tài của em mà.

- Sao bạn không để vài tuần nữa hãy nói với mình? - Tôi hỏi một cách hờn dỗi - Giờ thì mình sẽ căng thẳng cho tới ngày đó đấy.

Alice cau mày nhìn tôi, rồi chậm rãi lên tiếng:

- Bella, bạn có biết là ngày nào không?

- Không lẽ thứ Hai?

Cô bạn trố mắt ra:

- Ừ. Thứ Hai... ngày bốn.

Dứt lời, Alice chộp lấy khuỷu tay tôi, xoay tôi ra sau và chỉ vào một tấm ápphích lớn màu vàng treo trên cửa phòng thể dục. Kia, ngày tốt nghiệp được in rõ ràng bằng chữ đen. Còn đúng một tuần nữa.

- Ngày bốn? Tháng Sáu? Thật ư?

Không một ai trả lời. Alice chỉ lắc đầu một cách buồn bã, giả vờ thất vọng; Còn Edward thì nhướng đôi lông mày lên.

- Không thể nào! Làm sao có thể như thế được? - Tôi nhẩm đếm lùi ngày trong đầu, nhưng không sao tính ra được những ngày kia đi đâu mất.

Tôi có cảm giác như ai đó vừa ngáng chân mình. Những tuần căng thẳng, lo lắng... Không hiểu tại sao vào giữa lúc tôi bị ám ảnh về thời gian nhất thì thời gian của tôi lại biến mất tăm. Những dự định, những kế hoạch định bụng sẽ thực hiện thế là đi tong tất thảy. Thôi rồi.

Tôi vẫn chưa sẵn sàng.

Tôi không biết phải thực hiện điều ấy ra sao. Làm sao nói lời từ biệt bố, mẹ... Jacob... dang trong lúc còn là một con người đúng nghĩa như thế này.

Tôi biết chính xác điều mình mong muốn, nhưng hốt nhiên tôi lại kinh sợ nó.

Đáng lý ra, tôi phải háo hức, thậm chí phải khắc khoải khi sắp được thoát khỏi điều người ta thường sợ nhất khi đối diện, đó là cái chết, để bước vào cuộc sống bất tử. Đây là con đường duy nhất giúp tôi và Edward được vĩnh viễn sống chung đôi. Mà chẳng phải tôi đang bị nhóm này, nhóm kia săn lùng đó hay sao. Tôi đâu có muốn ngồi ngây ra đấy mà chờ người ta đến tiễn về thế giới bên kia.

Đáng lẽ ra, cái ngày ấy có ý nghĩa với tôi lắm mới phải.

Nhưng thực tế... tôi chỉ tâm niệm có mỗi một điều: mình là con người. Tương lai hệt như một vực thẳm rộng lớn, âm u; và tôi chẳng tài nào biết được nếu không tự dấn thân vào.

Hiện thời, cái ngày hôm nay - nó rành rành đến mức tôi buộc mình phải lơ đi - khiến cho kì hạn lúc nào tôi cũng mong ngóng từng giờ thoắt một cái trở thành ngày tôi đặt bút ký tên vào án tử hình.

Mọi thứ dường như vừa lướt qua tôi. Trong mơ màng, tôi nhận ra Edward mở cửa xe cho mình, Alice thì ngồi ở ghế sau đang nói cười ríu rít, và nước mưa thi nhau bắn xối xả vào ô cửa kính chắn gió. Edward dường như cũng nhận ra kẻ ngồi bên cạnh mình đang trong trạng thái xác ở đây mà hồn thì để tận đâu đâu; song, anh không kéo tôi trở về thực tại. Mà cũng có thể là anh đã nỗ lực làm điều ấy, nhưng không được tôi lưu tâm đến.

Cuối cùng, chúng tôi về đến nhà của ngài cảnh sát trưởng. Edward nhẹ dìu tôi đến ghế tràng kỷ, kéo tôi ngồi xuống bên anh. Vẫn thảng thốt, tôi dõi mắt nhìn ra ngoài cửa sổ, đắm hồn vào khung cảnh xám xịt, đẫm nước mà lục lọi trong tiềm thức sự quyết tâm. Tại sao bỗng dưng tôi lại trở nên hèn nhát như thế này? Tôi thừa hiểu hơn ai hết kì hạn của mình đang đến kia mà. Vậy thì cớ sao khi nó tiến đến gần, tôi lại có cảm giác sợ hãi?

Không rõ Edward đã kiên nhẫn để tôi trầm tư mặc tưởng như thế được bao lâu, chỉ biết rằng khi màn mưa bắt đầu tan dần vào bóng tối muôn trùng thì anh đã không còn chịu đựng nổi nữa.

Áp cả hai bàn tay lên má tôi, anh buộc tôi phải nhìn thẳng vào đôi mắt vàng óng chứa đầy những tia nhìn tha thiết.

- Xin em hãy chia sẻ với anh các suy nghĩ của mình. Bằng không, anh sẽ phát điên lên mất.

Tôi biết nói gì với anh bây giờ? Rằng tôi là đứa yếu bóng vía ư? Tôi cố tìm từ ngữ để diễn đạt.

- Môi em nhợt nhạt quá. Em nói đi, Bella.

Tôi thở ra. Không biết mình đã nín thở từ bao giờ nữa.

- Ngày tốt nghiệp khiến em ngạc nhiên - Tôi thều thào - Chỉ có như vậy thôi, anh ạ.

Edward kiên nhẫn chờ đợi thêm một lúc nữa, vẻ mặt hiện rõ mối quan tâm, lo lắng xen lẫn với hoài nghi.

Tôi cố gắng giải thích cho rõ hơn.

- Em không biết phải làm gì... Em phải nói với bố... nói gì đây... Em biết nói làm sao... - Giọng nói của tôi run run, vỡ òa.

- Không phải là vì bữa tiệc chứ, em?

Tôi cau mày.

- Không. Nhưng em cảm ơn mọi người đã nhớ đến em.

Ngoài trời, mưa lại bắt đầu rơi. Vẫn chú mục vào gương mặt tôi, anh cố gắng dò bằng được những cảm xúc trên đó.

- Em chưa sẵn sàng - Anh khẽ khàng kết luận.

- Em đã sẵn sàng rồi - Tôi nói dối ngay tấp lự, như một phản xạ tự nhiên. Nhưng tôi cũng hiểu rằng anh thừa biết điều đó. Không còn cách nào khác, tôi hít vào một hơi thật đầy, quyết định sẽ nói thật - Em buộc phải chuẩn bị tâm lý kĩ càng.

- Em không cần phải thế này, phải thế kia đâu.

- Victoria, Jane, Caius... Không rõ ai đã vào phòng em...! - Ngay đến chính tôi cũng còn có thể tự cảm nhận được nỗi kinh hãi đang dâng đầy trong mắt mình khi thốt ra những lý do đó.

- Thế thì mình càng có lý do để chờ xem là ai.

- Lý do của anh không đủ sức thuyết phục, Edward!

Hai bàn tay của anh áp chặt thêm nữa vào hai má tôi, còn lời nói của anh thì chậm rãi, và thận trọng hơn:

- Bella. Cả gia đình anh, không một ai có được cái quyền chọn lựa. Em cũng biết tình thế diễn ra như thế nào mà... nhất là chuyện của Rosalie. Bọn anh lúc nào cũng phải nỗ lực, đấu tranh với bản thân để gò mình vào khuôn khổ. Anh sẽ không để em phải lâm vào hoàn cảnh đó đâu. Em có quyền lựa chọn.

- Em đã chọn rồi.

- Chỉ vì thanh gươm kia đang treo lơ lửng ở trên đầu, nên em mới quyết định như vậy. Hãy để những khó khăn ấy cho bọn anh, anh sẽ bảo vệ em - Anh đáp một cách chắc nịch - Một khi mọi khúc mắc đã được giải quyết ổn thỏa, một khi em không còn gặp nguy hiểm nữa, nếu em vẫn còn giữ nguyên ý muốn làm thành viên của gia đình anh thì lúc ấy, em quyết định cũng chưa muộn màng. Còn bây giờ, xin em đừng lựa chọn trong lúc tâm trạng đang rối bời. Em không cần phải làm như thế đâu.

- Bác sĩ Carlisle đã hứa với em rồi - Tôi thẽ thọt, không còn cao giọng như ngày xưa - Sau khi tốt nghiệp.

- Nhưng đó là khi em đã sẵn sàng rồi kìa - Anh nghiêm giọng phản bác - Hoàn toàn không phải là lúc em đang sợ hãi như thế này.

Tôi không trả lời, không biết phải tranh cãi ra sao; có vẻ như ngay vào lúc này đây, "kỹ năng chống chế" của tôi đã đột ngột biến mất, không để lại một vết tích.

- Thấy chưa - Anh hôn lên trán tôi - Em không có việc gì phải lo lắng hết.

Tôi bật cười, tiếng cười nghe run rẩy và yếu ớt.

- Có gì phải lo lắng đâu, chỉ là thần xui xẻo đang trên đường tới đây thôi.

- Tin anh đi.

- Em luôn luôn tin anh mà.

Edward vẫn quan sát sắc mặt tôi, chờ đợi một dấu hiệu của sự lắng dịu.

- Em hỏi anh một chuyện, có được không? - Tôi rụt rè lên tiếng.

- Em cứ hỏi đi.

Tôi bặm môi lại, ngập ngừng, rồi buông ra một câu hỏi chẳng ăn nhập gì tới điều tôi đang phấp phỏng.

- Em tặng Alice cái gì nhân ngày tốt nghiệp vậy?

Edward bật cười thành tiếng, đáp:

- Hình như em đang có ý định tặng bọn anh vé xem hòa nhạc...

- Ờ ha! - Lòng tôi bỗng chùng xuống, và tôi mỉm cười gượng gạo - Buổi hòa nhạc ở Tacoma. Tuần trước, em xem báo có thấy mẩu quảng cáo, em nghĩ anh sẽ thích, vì anh nói rằng chừng nào họ ra đĩa CD chắc chắn sẽ hay lắm.

- Tuyệt vời. Cảm ơn em.

- Em mong nó không cháy vé.

- Điều ấy, anh cũng rất quan tâm. Anh luôn muốn hiểu em mà.

Tôi thở dài.

- Em còn điều khác muốn hỏi anh nữa đấy - Anh nhắc nhở.

Tôi cau mày, nói:

- Anh thật tốt với em.

- Anh đọc được cảm xúc của em mà. Em cứ hỏi đi.

Khẽ khép mắt lại, tôi ngả người vào anh, giấu mặt vào vồng ngực lạnh giá.

- Anh không muốn em là ma-cà-rồng.

- Ừ, anh thật lòng không muốn - Anh đáp lời tôi một cách dịu dàng, rồi chờ đợi thêm một lúc, anh lại nhắc - Đây đâu phải là câu hỏi, Bella.

- Vâng... Em cứ lo lắng về nỗi... *vì sao* anh lại như thế?

- Em lo lắng ư? - Anh hỏi lại một cách ngạc nhiên.

- Anh giải thích cho em hiểu, được không? Anh sẽ kể thật tất cả, đừng bận lòng đến cảm xúc của em, nha anh.

Edward ngập ngừng trong giây lát.

- Nếu anh trả lời câu hỏi của em, em sẽ *giải thích* câu hỏi của mình nhé?

Tôi lẳng lặng gật đầu, mặt vẫn không rời khỏi ngực anh.

Edward hít vào một hơi thật sâu trước khi trả lời.

- Em có khả năng đối phó tình thế rất tốt, Bella. Anh biết em luôn luôn nghĩ rằng anh có linh hồn, nhưng anh hoàn toàn không tin điều đó, làm sao anh có thể hủy hoại... - Anh lắc đầu một cách chậm rãi - Đối với anh mà nói, nếu như anh chấp nhận chuyện này - để em trở thành một kẻ như anh, chỉ để không bao giờ phải chịu cảnh chia lìa - thật sự, anh không thể hình dung được liệu còn có hành động nào ích kỷ hơn thế hay không. Về phía anh, thật lòng mà nói, quả là anh rất mong mỏi điều ấy. Nhưng về phía em, anh lại nghĩ cho em nhiều hơn. Nhượng bộ ư - đó là tội lỗi. Đó là hành động ích kỷ nhất của anh trong cuộc đời này.

"Giá mà có cách nào đó để anh được trở lại thành người, vì em - thì cái giá phải trả dù có đắt đến cỡ nào, anh cũng sẽ cam tâm tình nguyện."

Tôi ngồi yên lặng mà uống từng lời ngọt lịm đang được rót vào tai.

Edward tự nhận rằng mình ích kỷ.

Tôi cảm nhận được nụ cười đang từ từ nở ra trên môi mình.

- Vậy ra... không phải anh lo rằng anh sẽ... không còn thích em nữa, một khi em đã là một con người mới - không còn mềm mại, ấm áp và không còn ngào ngạt hương thơm như trước? Anh thật sự muốn ở bên em, cho dẫu em có thành ra như thế nào?

Nghe tôi nói vậy, Edward bỗng trở nên gay gắt:

- Em lo rằng anh sẽ không *thích* em nữa hay sao? - Anh hỏi gặng. Rồi trước khi tôi kịp trả lời, anh bật cười ngặt nghẽo - Bella ơi là Bella, nếu xét theo trực giác của con người đơn thuần, thì em quá là ngốc nghếch đấy!

Tôi biết anh sẽ coi câu hỏi này là ngốc nghếch, là ngớ ngẩn, nhưng tôi lại cảm thấy nhẹ lòng. Nếu quả thực anh cần tôi, tôi sẽ không ngừng lại... bằng cách này hay cách khác. Hốt nhiên, *ích kỷ* trở thành một mỹ từ.

- Chắc em không biết rằng mọi chuyện đối với anh sẽ đơn giản đến thế nào đâu, Bella - Edward tiếp tục, giọng nói vẫn còn rung rung dư âm của tiếng cười - một khi anh không còn phải cẩn trọng trong những lúc ở bên em nữa. Lẽ tất nhiên, anh sẽ nhớ nhiều thứ lắm. Đây là một...

Anh nhìn thật sâu vào mắt tôi và mơn nhẹ lên má tôi. Tôi nhận thức được máu trong người mình đang sôi lên khiến làn da đỏ lựng. Edward bật cười khe khẽ.

- Và nhịp đập của trái tim em - Anh lại tiếp, đôi môi

vẫn giữ một nụ cười nhưng thái độ đã tỏ ra nghiêm túc hơn - Đó là âm thanh quan trọng nhất trong thế giới của anh. Giờ thì anh đã quá quen giai điệu này rồi, anh xin thề với em rằng anh có thể nhận ra nó trong vòng bán kính hàng dặm. Nhưng những điều này không bao giờ có thể sánh bằng một thứ. Đây - Anh áp cả hai tay lên má tôi - *Chính là em*. Đây chính là điều mà anh luôn luôn phải giữ gìn. Em sẽ mãi mãi là Bella của anh, chỉ khác là em sẽ mạnh mẽ hơn mà thôi.

Tôi khép mắt lại, thở ra một hơi dài mãn nguyện vì được ở trong vòng tay của anh.

- Giờ thì em trả lời câu hỏi của anh nhé? Kể thật tất cả, không bận lòng đến cảm xúc của anh? - Anh đột ngột lên tiếng.

- Vâng - Tôi đáp ngay tắp lự, mắt mở tròn xoe đầy ngạc nhiên. Anh muốn biết điều gì nhỉ?

Anh phát âm từng từ rành rọt:

- Em không muốn trở thành vợ anh.

Trong khoảnh khắc ấy, tim tôi chợt ngừng đập rồi ngay sau đó, nó lại đập loạn xạ. Gáy tôi toát mồ hôi lạnh và đôi tay muốn đông cứng thành băng.

Edward chờ đợi, quan sát và lắng nghe từng phản ứng trong tôi.

- Đây không phải là câu hỏi - Cuối cùng, tôi cũng lặp bặp được vài tiếng.

Anh hạ tầm nhìn, bóng đôi mi phủ xuống tận gò má, rồi anh đón lấy bàn tay tôi, mân mê các ngón.

- Tâm trí anh đang rối bời vì không biết lý do.

Tôi cố nuốt vào một hơi thở.

- Đó cũng không phải là câu hỏi - Tôi thì thào.

- Anh xin em đấy, Bella!

- Sự thật ư? - Tôi gần như là lắp bắp khi thốt ra mấy tiếng ấy.

- Ừ. Anh sẽ chấp nhận tất cả.

Tôi hít vào.

- Anh sẽ cười em mất.

Lập tức, anh nhướng mắt lên nhìn tôi, ngạc nhiên:

- Cười em? Không có đâu.

- Để rồi xem - Tôi lầm bầm và thở dài. Mặt chợt đỏ ửng vì ngượng - Được rồi! Chắc chắn anh sẽ thấy như chuyện đùa, nhưng là thật đấy! Em... em... *xấu hổ* lắm! - Tôi thật thà thú nhận, rồi lại gục đầu vào ngực anh.

Một thoáng im lặng.

- Anh sẽ không như em nói đâu.

Tôi ngửa đầu ra sau để có thể nhìn rõ được mặt anh; tâm trạng bối rối bỗng dưng làm cho tôi trở nên bị kích động, sẵn sàng tranh cãi.

- Anh Edward, em không phải là *týp con gái* đó. Không phải là mấy cô gái tỉnh lẻ vừa rời ghế nhà trường

426

đã mau chóng lên xe hoa vì trót nhỡ...! Anh biết người ta nghĩ gì không? Bây giờ đã sang thế kỉ nào rồi? Người ta đâu chỉ kết hôn ở tuổi mười tám! Không có đầu óc thực tế, không có tinh thần trách nhiệm, chưa trưởng thành! Em không muốn trở thành một người như vậy! Em không thể như thế... - Tôi ngừng lời, ấp úng.

Edward đăm chiêu trong một thoáng, vẻ mặt của anh rất khó hiểu.

- Hết rồi à? - Cuối cùng, anh cất tiếng hỏi.

Tôi chớp chớp mắt.

- Như vậy vẫn còn chưa đủ?

- Có thật em mong... được bất tử... là vì... anh không đấy?

Tôi những tưởng anh sẽ phải cười lăn cười bò trước cách nhìn nhận sự việc của tôi, ngờ đâu chính tôi mới là kẻ không còn giữ được vẻ nghiêm nghị.

- Trời ơi, Edward! - Tôi lắp bắp giữa những tiếng cười khinh khích - Vậy mà... em cứ tưởng rằng... chuyện gì... anh cũng... *biết* chứ!

Anh ôm riết lấy tôi, và tôi cảm nhận được cả thân mình anh cũng đang rung lên vì cười.

- Anh Edward - Phải xoay sở lắm tôi mới hoàn tất được câu nói của mình - Không có anh, bất tử cũng chẳng có nghĩa lí gì. Không có anh, em không muốn sống thêm một ngày nào nữa.

- Ừ, anh thấy nhẹ lòng rồi - Edward thì thầm.

- Nhưng... điều đó có thay đổi được gì đâu.

- Hiểu nhau quan trọng hơn, Bella à. Giờ thì anh đã hiểu được tình cảm của em rồi, hiểu một cách đúng nghĩa. Và anh cũng mong em hiểu anh.

Bây giờ thì tôi đã lấy lại được bình tĩnh; tôi gật đầu, cố gắng giữ cho mặt không có một nét nhăn nhó.

Và đôi mắt màu hổ phách lại hút lấy hồn tôi.

- Em biết không, Bella, anh vẫn luôn là *týp con trai* đó. Trong thế giới của anh, anh thật sự đã trưởng thành. Anh chưa hề tìm kiếm cho mình một tình yêu - à không, anh luôn mang trong mình nhiệt huyết của một người lính chiến đấu vì điều đó; trước khi bị bán ra chiến trường, trong tim anh không có gì khác ngoài những lời rao giảng về ý nghĩa cao đẹp của cuộc chiến - nhưng nếu anh đã tìm được... - Anh chợt dừng lời, hơi nghiêng đầu trầm tư - Anh định nói rằng nếu anh đã tìm được *người tri kỷ*, nhưng không đời nào có chuyện đó. Nếu anh đã tìm được *em*, chắc chắn chỉ có một lối rẽ duy nhất mà thôi. Anh là *mẫu người đó* - một khi nhận ra được em là người anh luôn tìm kiếm rồi - anh sẽ quỳ xuống một bên gối và ngỏ lời cầu hôn. Bella, anh cần em mãi mãi, cần em hơn tất cả mọi ngôn từ có thể diễn tả được.

Nói đến đây, đôi môi anh nở một nụ cười ranh mãnh.

Tôi trân trối nhìn anh, hai mắt mở to quên cả chớp.

- Hít thở lại bình thường đi nào, Bella - Anh nhắc nhở tôi, miệng vẫn giữ nguyên nụ cười.

Tôi làm theo như một cái máy.

- Em có hiểu tình cảm của anh không, Bella?

Có chứ, em hiểu! Lời đáp của tôi vang lên trong đầu. Tôi chợt thấy mình súng sính trong chiếc áo cánh cao cổ và chiếc váy dài, tóc búi cao; thấy cả Edward đang cầm bó hoa dại trên tay, trông anh thật bảnh bao trong bộ complê sáng màu. Chúng tôi đang ngồi bên nhau trên một chiếc xích đu bằng gỗ...

Tôi lắc đầu nguầy nguậy, nuốt khan một miếng. Tâm trí tôi vừa tái hiện lại một cảnh trong *"Anne ở Green Gables"*.

- Edward, thật ra... - Tôi lên tiếng bằng một giọng run run, cố né tránh câu hỏi - ... đối với em, *hôn nhân* và *sự vĩnh cửu* không mang nghĩa bao hàm hay tách biệt. Chúng mình chỉ sống trong thế giới của em một khoảng thời gian, hay chúng mình sẽ sống bên nhau mãi mãi, có lẽ anh hiểu em muốn nói gì.

- Nhưng mà - Anh phản đối gần như ngay tức thì - rồi em sẽ sớm quên ý niệm về thời gian. Nếu không thì cớ sao phong tục vùng miền vốn chỉ xuất hiện trong một khoảng thời gian nhất định lại có thể ảnh hưởng đến quyết định của em như thế?

Tôi mím môi lại.

- Ơ, nhập gia tùy tục mà?

Edward bật cười khanh khách.

- Hôm nay em không cần phải trả lời "có" hay "không" với anh đâu, Bella. Chúng mình hiểu nhau là tốt lắm rồi, em không nghĩ vậy sao?

- Thế điều kiện của anh...?

- Vẫn không thay đổi... Nhưng anh cũng biết vấn đề của em rồi, Bella ạ, nếu em muốn anh biến đổi...

- Tèng, teng, teng-teng - Tôi ngậm miệng ngân nga bản hành khúc đám cưới, nhưng không hiểu sao nó lại ư ử hệt như một bài ca trong lễ truy điệu.

Thời gian vẫn lướt qua vô tình, vội vã.

Đêm hôm đó, tôi ngủ thật say. Sáng hôm sau, cái ý nghĩ về ngày tốt nghiệp cứ chờn vờn trong đầu tôi như một ám ảnh không nguôi. Cả một núi bài phải học cho ngày thi tốt nghiệp... và tôi sẽ không hoàn tất được vì đã bỏ lỡ mất mấy ngày.

Khi tôi xuống nhà ăn điểm tâm, ngài cảnh sát trưởng đã đi làm. Tờ báo "ngài" để trên bàn gợi cho tôi nhớ ra rằng mình phải đi mua vài thứ. Hy vọng mẩu quảng cáo về buổi hòa nhạc vẫn còn; chẳng phải tôi cần số điện thoại để đặt mua mấy tấm vé đó sao. Thật là...

món quà này chẳng còn ý nghĩ gì nữa, người được tặng đã biết hết rồi còn gì. Nhưng biết sao được, làm cho Alice ngạc nhiên chẳng bao giờ là ý tưởng sáng suốt.

Đang định lật hẳn sang mục thông tin giải trí, tôi bỗng khụng lại. Một dòng tít chữ đen in đậm vừa đập vào mắt tôi. Nỗi sợ hãi hốt nhiên lại nhen nhóm trong lòng, tôi cúi xuống đọc bài viết nằm ngay trang nhất của tờ báo:

KINH HOÀNG CÁC VỤ GIẾT NGƯỜI Ở SEATTLE

Chưa đầy một thập kỉ qua, thành phố Seattle đã trở thành vùng đắc địa của những tên giết người hàng loạt ghê gớm nhất lịch sử nước Mỹ. Gary Ridgway, tên sát nhân vùng Green River, đã bị buộc tội giết chết 48 phụ nữ.

Hiện cứ điểm Seattle đang phải đương đầu với khả năng có một tên giết người khác tàn bạo hơn nhiều.

Cảnh sát không cho rằng những vụ giết người và mất tích hàng loạt gần đây là của duy nhất một sát thủ. Vẫn chưa có kết luận chính xác. Họ mới chỉ tạm thời coi các vụ án mạng vừa qua là của một cá nhân. Tên sát nhân này - nếu quả thật do một người gây ra - sẽ phải chịu trách nhiệm cho 39 vụ giết người và mất tích diễn ra liên tiếp trong vòng ba tháng qua. So với con số 48 nhân mạng của Ridgway rải ra trong 21 năm; nếu đúng những vụ án trên đều do một người thực hiện, thì hắn sẽ là tên giết người tàn bạo nhất lịch sử nước Mỹ.

Cảnh sát đang nghiêng về giả thuyết một băng đảng tội phạm đã gây ra những trọng án này. Giả thuyết dựa trên nhân mạng và thực tế không có mẫu nạn nhân điển hình.

Từ Jack đồ tể cho đến Ted Bundy, mục tiêu của kẻ giết người thường có tuổi, giới tính, chủng tộc, hoặc cả ba đặc điểm trên tương đồng nhau. Trong khi nạn nhân của tội ác còn trong bóng tối này lại từ lứa tuổi 15 - như nữ sinh xuất sắc Amanda Reed, cho đến 67 - trường hợp của nhân viên bưu tá Omar Jenks đã về hưu. Số người chết phân theo giới tính cũng xấp xỉ ngang bằng nhau: 18 phụ nữ và 21 đàn ông, bao gồm đủ các sắc tộc: người da trắng, người Mỹ gốc Phi, người Tây Ban Nha và người châu Á.

Rõ ràng mục tiêu phạm tội có tính chất ngẫu nhiên và không có lý do cụ thể.

Vậy tại sao lại nghi ngờ về một tên giết người hàng loạt?

Loại bỏ những điểm khác biệt kể trên, có thể thấy thủ đoạn giết người trong mỗi trường hợp đều hoàn toàn trùng hợp. Mỗi nạn nhân đều được tìm thấy trong tình trạng cháy toàn cơ thể, chỉ có thể nhận dạng được qua răng. Phương thức này - dùng xăng hay rượu để phi tang chứng cứ - mở hướng điều tra cho các nhà chức trách về tung tích đám cháy; tuy nhiên không một dấu vết nào của tác nhân gây cháy được tìm thấy. Tất cả các thi thể đều bị vứt bừa bãi, không che giấu.

Kinh khủng hơn, những gì còn sót lại của các nạn nhân cho thấy một tội ác phi nhân tính: xương vỡ và gãy vụn bởi một lực mạnh khủng khiếp; các nhân viên giám định pháp y tin rằng sự tra tấn đó diễn ra trước khi nạn nhân chết. Tuy nhiên, trước những gì thu thập được, thật khó có thể đưa ra một kết luận cuối cùng.

Một điểm tương đồng khác dẫn đến giả thuyết là vụ giết người hàng loạt: ngoài thi thể, mọi tội ác đều không có manh mối để lại. Không dấu vân tay, không lốp xe hay một sợi tóc. Không một ai chứng kiến hay nghi ngờ gì về các vụ mất tích...

... Cho đến khi các vụ mất tích xảy ra - tuyệt không có một dấu vết. Không một nạn nhân nào được chú ý thấy. Không một ai trốn chạy, cũng không có ai là vô gia cư - những người rày đây mai đó và hiếm khi nào được báo cáo là mất tích. Nạn nhân bị mất tích ngay trong nhà, trong một căn hộ bốn tầng, trong một câu lạc bộ sức khỏe, trong một buổi tiệc cưới. Và sau đây là trường hợp lạ lùng nhất: Robert Walsh - tay đấm bốc nghiệp dư 30 tuổi - cùng bạn gái vào rạp xem phim; sau khi phim chiếu được vài phút, cô gái chợt nhận ra rằng anh không còn ngồi ở ghế của mình nữa. Thi thể của người xấu số được tìm thấy ba tiếng đồng hồ sau đó, khi đội cứu hỏa được gọi đến hiện trường một vụ cháy - một thùng phế thải phát hỏa dữ dội - nằm cách đó hai mươi dặm.

Một điển hình nữa tính tới nay: tất cả nạn nhân đều mất tích vào buổi tối.

Và một điển hình đáng báo động khác? Số người chết. Tháng đầu tiên, con số này là 6, tháng thứ 2 là 11. Và cách đây 10 ngày, con số này là 22. Cảnh sát hiện vẫn chưa tìm được băng đảng nào phải chịu trách nhiệm, trong khi xác người cháy đen vẫn được phát hiện đều đều.

Hiện tại, bằng chứng thu được đang gây nên tranh cãi. Kẻ thủ ác là một băng đảng mới nổi hay một tay sát nhân hàng loạt mất hết tính người? Hay chăng là một nhân vật khác, và cảnh sát vẫn chưa tìm ra?

Chỉ có một kết luận duy nhất không thể tranh cãi mà thôi: bức màn bí ẩn vẫn đang bao trùm lấy Seattle.

Không hiểu sao chữ nghĩa bỗng nghiêng ngả trước mắt tôi, phải đọc đi đọc lại những ba lần, tôi mới hiểu được câu cuối. Thì ra là... tôi đang bị lay lắc dữ dội.

- Bella?

Tôi định thần lại - Đó là giọng nói của Edward - tuy nhẹ nhàng và rất đỗi bình thường, nhưng cũng khiến tôi bất giác há hốc miệng ra vì ngạc nhiên và váng vất.

Anh đang đứng ở ngay ngưỡng cửa với đôi lông mày nhíu chặt vào nhau. Không giấu diếm sự hốt hoảng, anh bước vội đến bên cạnh, dịu dàng cầm lấy tay tôi.

- Anh làm em giật mình, phải không? Anh xin lỗi. Anh có gõ cửa, nhưng mà...

- Không, không đâu anh - Tôi vội vàng đáp, cắt ngang lời anh - Anh đã xem tin này chưa? - Tôi chỉ tay vào trang báo.

Trán của Edward tức thì nhăn lại.

- Anh vẫn chưa xem tin tức ngày hôm nay. Nhưng anh biết tình hình đang ngày một tệ đi. Bọn anh sẽ phải nhanh tay làm một điều gì đó... mới được.

Tôi không thích điều ấy chút nào. Tôi không muốn bất kì ai gặp phải nguy hiểm, cũng như không muốn nhân vật thần bí ở Seattle kia khiến mình sợ. Trời ơi, cái ý nghĩ nhà Volturi đang đến khiến cho tôi toát hết cả mồ hôi lạnh.

- Alice nói gì vậy anh?

- Có chuyện rồi - Nếp nhăn trên trán anh lại hằn vào sâu hơn - Alice không trông thấy gì hết... dù rằng bọn anh đã quyết định cả chục lần. Cô ấy đang mất bình tĩnh, có cảm giác như đã bỏ lỡ rất nhiều điều; cô ấy cho rằng năng lực của mình đang bị trục trặc, đang bị mất dần đi.

Tôi tròn mắt.

- Sao lại như thế?

- Không ai rõ cả. Chưa ai nghiên cứu về lĩnh vực này mà... nhưng anh ngờ vực một chuyện. Những điều như vậy đang có khuynh hướng diễn ra ngày một mạnh hơn. Em thấy ông Aro và Jane không?

- Thế thì sao?

- Vấn đề là khả năng tự định đoạt. Chúng ta cứ chờ Alice tiên thị rồi mới làm... Cô ấy không thể thấy được gì hết, bởi lẽ chúng ta có thực sự làm đâu. Nó như một mắt xích bị thiếu vậy. Có lẽ chúng ta nên tự quyết định tất cả thôi, Bella ạ.

Tôi rùng mình.

- Ôi, không.

- Hôm nay, em có thật sự muốn đến trường không? Còn có vài ngày nữa là thi tốt nghiệp rồi; thầy cô sẽ không dạy gì mới đâu.

- Nghỉ học một bữa cũng không ảnh hưởng gì tới hòa bình thế giới. Chúng ta sẽ làm gì, anh?

- Anh muốn nói chuyện với Jasper.

Lại là Jasper. Trong nhà Cullen, Jasper là người lặng lẽ, là thành viên quan trọng trong gia đình nhưng không bao giờ là trung tâm. Tôi có cảm giác như anh ta sống ở đó chẳng qua là vì Alice. Có lẽ con người ấy sẽ theo Alice đến bất cứ nơi nào, mà kì thực đó không phải là sự lựa chọn của anh ta. Phải chăng vì không mặn mà với mọi sự nên khi có chuyện, Jasper khó hòa nhịp hơn những người khác?

Tuy nhiên, trong bất cứ trường hợp nào, tôi chưa bao giờ thấy Edward dựa vào Jasper cả. Hay anh đang tính dụng đến "ngón nghề" của Jasper. Tôi không rõ về

Jasper, ngoại trừ mỗi việc trước khi gặp Alice, anh ta sống ở phương Nam. Vì lý do nào đó, Edward luôn né tránh tất cả các câu hỏi về người anh mới nhất của mình. Còn tôi - đã từng có "tai nạn" với con người cao ráo, tóc vàng, có dáng vẻ của một tài tử điện ảnh nhưng trầm mặc ấy - nên không dám bắt chuyện.

Khi chúng tôi đến, bác sĩ Carlisle, bà Esme và Jasper đang chú mục vào bản tin truyền hình, dù rằng âm lượng của người phát thanh viên nhỏ đến mức tai tôi chẳng thể nào tiếp nhận được. Alice đang ngồi ở bậc cầu thang, mặt úp vào tay, không còn chút thần khí. Chúng tôi vào sâu trong nhà, Emmett cũng vừa từ ngoài bước vào cửa bếp, bình thản như không. Không gì có thể làm cho anh ấy phải phiền muộn.

- A, Edward. Ủa, cúp học hả Bella? - Anh ta cười toe với tôi.

- Cả em cũng vậy - Edward nhắc anh trai mình.

Emmett bật cười thành tiếng.

- Ờ, nhưng đây là lần đầu tiên Bella sắp phải chia tay với trường trung học. Biết đâu cô bé lại bỏ lỡ một kỷ niệm nào đó.

Edward trố mắt nhìn ông anh vui tính của mình, và sau đó là đánh bài tảng lờ. Anh tung cho bác sĩ Carlisle tờ báo.

- Người ta đang nghiêng về giả thuyết có một tên giết người hàng loạt, bố biết chưa? - Anh hỏi.

Bác sĩ Carlisle thở dài.

- Người ta đã mời hai chuyên gia thảo luận về chuyện đó rồi; từ sáng đến giờ, đài CNN phát chương trình ấy đấy.

- Chúng ta không thể để tình trạng này tiếp diễn được.

- Đi nào - Emmett sôi nổi thấy rõ - Anh đang chán muốn chết đây.

Ở chỗ cầu thang bỗng vang lên một tiếng rít dài.

- Cô nàng yếu bóng vía thật đấy - Emmett lầm bầm với chính mình.

Edward cũng đồng ý với anh trai.

- Chúng ta sẽ phải đi một chuyến.

Rosalie bất chợt xuất hiện ở đầu cầu thang, đang từng bước một chậm rãi đi xuống. Trên gương mặt phẳng lặng tuyệt không hề có một chút cảm xúc nào.

Bác sĩ Carlisle lắc đầu.

- Bố rất lo. Chúng ta chưa bao giờ dính vào mấy vụ này. Đây không phải là chuyện của gia đình mình. Chúng ta không phải là nhà Volturi.

- Con không muốn nhà Volturi phải đích thân đến đây - Edward vặc lại - Làm sao chúng ta trở tay kịp.

- Những người dân vô tội ở Seattle nữa – Bà Esme lầm bầm – Không thể để họ chết một cách thảm khốc như thế.

- Anh hiểu mà - Bác sĩ Carlisle thở dài.

- Ồ - Edward chợt reo lên, anh hơi quay đầu về phía Jasper - Vậy mà em không nghĩ ra. Em hiểu rồi. Anh nói đúng, chỉ có cách đó thôi. Chà chà, mọi thứ sẽ thay đổi.

Tôi không phải là người duy nhất đang ngó sững vào anh, nhưng hẳn là người duy nhất đã không tỏ ra bực bội.

- Tốt hơn hết là anh nên giải thích với mọi người - Edward đề nghị Jasper - Mục đích là gì? - Edward bắt đầu rảo chân đi đi lại lại, mắt hướng xuống nền nhà, đắm chìm trong suy nghĩ.

Tôi không nhìn thấy Alice đứng dậy, nhưng chỉ trong chớp mắt, cô bạn đã ở sát ngay bên cạnh tôi.

- Anh ấy nói cái gì vậy hả anh? - Alice hỏi Jasper - Anh đang nghĩ gì thế?

Có vẻ như Jasper không muốn trở thành tiêu điểm tập trung mọi sự chú ý. Anh ta ngập ngừng, quan sát vẻ mặt của từng người một - tất thảy mọi người đều đã tiến lại gần anh ta hơn - Cuối cùng, đôi mắt ấy dừng lại trên gương mặt tôi.

- Cô đang cảm thấy khó hiểu, mù mờ - Anh ta nói với tôi, giọng nói rất trầm và rất khẽ.

Câu phán đoán ấy chẳng có gì đặc biệt. Jasper thừa sức nắm bắt được cảm xúc nơi tôi cũng như cảm xúc của mọi người.

- Mọi người, ai ai cũng đang cảm thấy khó hiểu, mù mờ hết đây này - Emmett càu nhàu.

- Anh cứ kiên nhẫn đi, vẫn còn dư thời gian mà - Jasper bình tĩnh đáp lại lời của anh trai - Cả Bella cũng nên hiểu điều này nữa. Giờ, cô ấy đã là người của chúng ta rồi.

Tôi không khỏi ngạc nhiên trước lời lẽ của anh ta. Vốn không gắn bó nhiều với Jasper, nhất là từ cái hôm sinh nhật bất hạnh - khi anh ta muốn kết liễu tính mạng tôi - nên tôi đã không mảy may nghĩ rằng con người ấy lại có thể nhận định về tôi như vậy.

- Cô biết về tôi đến đâu rồi, Bella? - Jasper bất ngờ lên tiếng hỏi tôi.

Emmett thở hắt ra một cách cố ý và gieo mình xuống chiếc ghế tràng kỷ, tỏ vẻ vô cùng sốt ruột.

- Cũng không lấy gì làm nhiều ạ - Tôi thật thà thú nhận.

Jasper quay sang Edward - lúc này anh cũng vừa mới ngửng lên nhìn đáp trả.

- Ồ, không - Edward trả lời những gì đã đọc được trong đầu - Nhưng anh cũng hiểu vì sao em đã không kể với cô ấy mà, đúng không. Tuy nhiên, bây giờ, anh có thể kể với Bella được rồi.

Đầy vẻ tư lự, Jasper gật đầu; anh ta chậm rãi xắn tay chiếc áo len màu ngà lên.

Tôi nhìn theo, hiếu kì xen lẫn với thắc mắc, cố hiểu ra ý nghĩa của hành động này. Jasper chìa cổ tay về phía cái chụp đèn bên cạnh, dí tay sát vào bóng đèn, ngón tay anh ta vê vê lên một mảng da hình vòng cung.

Phải mất một đỗi sau tôi mới có ý niệm về hình thù thân thuộc đó.

- Ôi trời - Tôi không giấu được nỗi ngạc nhiên - Jasper, anh có vết sẹo y hệt như của em.

Tôi chìa tay ra, mảng da hình mảnh trăng óng ánh bạc trên nền nước da màu ngà của tôi trông nổi trội hơn so với cái mảng da trên nền nước da thạch cao của Jasper.

Jasper mỉm cười gượng gạo:

- Tôi có nhiều vết sẹo giống cô lắm, Bella ạ.

Jasper vén tay áo lên cao hơn, vẻ mặt của anh ta thật bí hiểm. Ban đầu, tôi không chú ý lắm đến lớp áo dính sát vào da thịt anh ta. Dần dần tôi nhận ra lớp vải len kia loang lổ những mảng hình bán nguyệt; ánh đèn ngay sát bên cạnh đã vô tình tạo bóng quanh những hình thù lạ lùng ấy. Bây giờ thì tôi nhận ra rồi... chúng chính là những dấu ấn kinh hoàng, cùng một loại với thứ trên cổ tay Jasper... và trên tay tôi.

Như một quán tính, tôi nhìn xuống vết sẹo nho nhỏ của mình - trong đầu tái hiện lại ký ức về nó. Vết răng của James đã vĩnh viễn lưu dấu trên da thịt tôi.

Miệng tôi cũng theo đó mà há hốc ra, mắt mở to kinh hoàng nhìn Jasper.

- Jasper, anh đã gặp phải chuyện gì?

13. MỚI SINH

- Cũng giống như điều đã từng xảy đến với cô - Jasper trả lời tôi bằng một giọng nói xa xăm, nhưng âm hưởng vang vọng của nó đạt tới một ngàn lần - Và anh ta bật cười, một giọng cười rầu rĩ; rồi vừa tự xoa vuốt cánh tay của mình, anh ta vừa tiếp tục nói - Nọc độc của những kẻ như chúng tôi là thứ duy nhất để lại sẹo.

- Tại sao? - Tôi thốt lên trong nỗi hãi hùng, đồng thời cũng kịp nhận thức được hành động sỗ sàng của mình; song, tôi không thể nào mà rời mắt khỏi làn da bị hủy hoại một cách nặng nề kia được.

- Tôi không được... giáo dục đầy đủ như các anh chị em ở đây. Cuộc đời trước đây của tôi hoàn toàn không giống với mọi người - Giọng nói của Jasper hốt nhiên trở nên gay gắt.

Tôi trân trối nhìn anh ta, kinh sợ, miệng đã mở ra tự lúc nào.

- Trước khi tôi kể về mình - Jasper lại tiếp tục câu chuyện - Bella ạ, cô phải hiểu rằng trong thế giới của *những người* như chúng tôi, có những điều mà cuộc sống xoay vần không-có-tuổi này được tính bằng tuần chứ không phải bằng thế kỉ.

Các thành viên khác trong gia đình Cullen đã biết tường tận về những điều này. Bác sĩ Carlisle và bà Esme chuyển hướng chú ý sang cái tivi. Alice lẳng lặng ngồi xuống bên chân bà Esme. Duy chỉ có Edward là còn mê mải với câu chuyện như tôi; tôi cảm nhận được đôi mắt của anh đang dán dính vào mặt mình, cố ghi nhận từng cảm xúc được biểu hiện trên đó.

- Để thực sự hiểu rõ được lý do, cô phải quan sát thế giới này từ một hướng nhìn khác. Cô phải hình dung được cơn khát bất tận... tàn bạo, khó có thể cưỡng lại được.

"Cô phải hiểu rằng thế giới này vốn vẫn có những thứ mê hoặc chúng ta. Có những thứ khiến chúng ta có thể dễ dàng bị mất tự chủ; và kéo theo nó là một kiếp sống trốn chui trốn nhủi đầy tủi nhục."

"Hình ảnh về nó, cô thử mường tượng đến tấm bản đồ bán cầu Tây. Trên đó, cô hãy tưởng tượng mỗi một con người là một chấm tròn đỏ. Màu đỏ càng nhiều, chúng ta càng - chậc, buông thả cho cơn khát mà không có lấy một nhận thức nào."

Cảnh tượng hãi hùng ấy bắt đầu hiện ra trong ra trong đầu tôi... *Buông thả ư...* Tôi không khỏi rùng mình ớn lạnh. Nhưng Jasper không chú ý đến nỗi sợ trong tôi, không quan tâm chú ý đến tôi như Edward, anh ta vẫn điềm nhiên kể tiếp, không một chút ngập ngừng.

444

- Thật ra, ma-cà-rồng ở miền Nam không quan tâm đến chuyện lộ hay không lộ tung tích với loài người. Tất cả đều nhờ nhà Volturi nhúng tay vào cả. Nếu không có nhà Volturi, chúng tôi đã bị phát hiện từ lâu rồi.

Tôi cau mày trước cung cách anh ta phát âm cái tên đó - một sự ngưỡng mộ và gần như là biết ơn. Nhận định nhà Volturi là người tốt rất khó thuyết phục tôi.

- So ra, xứ Bắc này dễ sống hơn. Những kẻ tội đồ rày đây mai đó có thể tự do ra ngoài cả vào ban đêm lẫn ban ngày, có thể tiếp xúc thoải mái với loài người mà không lo bị phát hiện. Nơi đây che giấu thân phận của chúng tôi tốt nhất.

"Miền Nam thì không được như vậy. Những kẻ bất tử chỉ dám mò ra ngoài khi bóng tối vừa buông. Ban ngày là thời điểm để họ tính đến bước đi kế tiếp, hay để suy tính nước cờ mới của kẻ thù. Miền Nam khi ấy đang nổ ra chiến tranh, những cuộc chiến kéo dài hàng thế kỉ chưa bao giờ ngơi nghỉ. Ma-cà-rồng nơi đó chỉ để ý đến sự tồn tại của con người, những kẻ dạn dày hơn thì chỉ dám để tâm đến đàn bò gặm cỏ bên đường - nguồn thực phẩm thay thế. Làm gì thì làm, miễn họ không bị loài người phát hiện là được; cuộc sống như vậy đều là nhờ nhà Volturi hết."

- Nhưng vì sao lại chiến tranh, vì sao họ lại tàn sát lẫn nhau?

Jasper mỉm cười.

- Cô nhớ tấm bản đồ có những chấm đỏ chứ?

Anh ta chờ đợi thái độ phản hồi của kẻ đang dỏng tai nghe. Tôi gật đầu.

- Họ giết hại nhau để giành phần kiểm soát vùng có nhiều màu đỏ nhất.

"Cô biết không, cội rễ của cuộc chiến này bắt đầu từ một kẻ, kẻ ấy nhận ra rằng nếu hắn là ma-cà-rồng duy nhất ở, bây giờ gọi là thành phố Mexico, chặc, thì mỗi đêm hắn có thể uống hai, ba lần mà vẫn chẳng có ai phát hiện được. Từ đó, hắn bắt đầu nghĩ đến các cuộc tranh giành lãnh địa."

"Những kẻ khác cũng có cùng suy nghĩ đó. Một số nữa tinh ranh hơn, đã sử dụng đến thủ đoạn."

"Nhưng quỷ kế nhất phải nói đến Benito, một ma-cà-rồng khá trẻ. Bất cứ ai cũng đã từng nghe qua danh tánh ấy; hắn đến từ miền Bắc Dallas, đã giết gọn hai nhóm ma-cà-rồng nhỏ cùng "cai quản" lãnh địa gần Houston. Rồi chỉ hai đêm sau, hắn đấu với cả một đám ma-ca-rồng khác ở Nonterrey – phía Bắc Mexico. Và một lần nữa, hắn lại thắng.

- Làm sao hắn thắng được? - Tôi hỏi một cách hiếu kì xen lẫn với cảnh giác.

- Benito đã tạo ra cho mình cả một đội quân ma-cà-rồng. Hắn là kẻ đầu tiên nghĩ đến điều đó, và khởi đầu cũng là một kẻ bất khả chiến bại. Ma-cà-rồng mới sinh có tinh thần chưa ổn định, họ hoang dại và khả năng tự kiềm chế hầu như là không. Một ma-cà-rồng mới lột xác cũng có thể tự đấu tranh với bản ngã của mình, cũng có thể học được cách chiến thắng bản thân; nhưng mười, mười lăm ma-cà-rồng mới toanh tập hợp trong cùng một đội, đó quả thực là ác mộng. Họ sẽ cùng nhất loạt quay đầu về phía kẻ đã được xác định là kẻ thù, và cũng dễ dàng sát phạt lẫn nhau. Khi đám quân của Benito lâm vào tình thế "gà nhà đá nhau", và khi đám ô hợp ấy đã bị thiệt mạng hơn một nửa, hắn lại ráo riết tạo thêm "lính mới" để tránh cảnh một thân một mình không người bảo vệ.

"Cô thấy đấy, ma-cà-rồng còn non trẻ rất nguy hiểm, tuy nhiên, nếu chúng ta nhanh nhạy nắm bắt được tình hình thì vẫn có thể đánh bại họ được. Năm đầu tiên khi vừa lột xác, họ sẽ sở hữu một sức mạnh siêu phàm; giả như sau đó, họ đem toàn bộ sức mạnh này phục vụ cho việc nín nhịn, thì họ sẽ dễ dàng tiêu diệt được những ma-cà-rồng từng trải hơn. Nhưng một khi họ đã là nô lệ của bản ngã, hậu quả cũng dễ dàng đoán biết được. Thông thường, ma-cà-rồng mới sinh không có kỹ năng chiến đấu, chỉ có mỗi cơ bắp và bản tính hung tàn. Trong trường hợp này, họ phải đông mới mong thắng được đối thủ của họ."

"Những ma-cà-rồng ở miền Nam Mexico nhanh

chóng nhận ra điều kinh khủng nhất sắp xảy đến với mình, và họ cũng chỉ nghĩ ra được một cách duy nhất để đánh lại Benito. Đó là tạo một đội quân riêng..."

"Cửa địa ngục tức thì mở toang - tôi dám khẳng định rằng không bao giờ cô có thể hình dung ra nổi mức độ khủng khiếp của nó. Tất cả những kẻ bất tử như chúng tôi đây đã, đang và sẽ đi qua lịch sử; song cuộc chiến tranh có một không hai này không bao giờ có thể chìm vào quên lãng được. Và tất nhiên ở Mexico, đó cũng là một thời kì u ám nhất của kiếp người."

Tôi rùng mình.

- Khi số người chết lên ngang tầm với hậu quả của một cơn đại dịch - thật ra, trước tỷ lệ tử vong quá cao, loài người thường cứ đổ riệt cho bệnh tật - nhà Volturi cuối cùng cũng phải nhúng tay vào. Toàn bộ đám lính của họ ra quân hết, họ ra sức lùng sục khắp các hang cùng ngõ hẻm của miền Nam vùng Bắc Mỹ. Benito cố thủ ở Puebla, mau chóng xây dựng lại đội quân mới hòng giữ cho được lãnh địa vàng - thành phố Mexico. Nhà Volturi thanh trừng hắn trước rồi mới tiêu diệt đám tàn binh.

"Bất cứ ai bị phát hiện có liên quan đến đám ma-cà-rồng trên đều sẽ có chung một kết cuộc bi thảm; và trong suốt một thời gian dài, kể từ ngày ai cũng sợ dính dáng đến Benito, theo lẽ đó, Mexico sạch boong không một dấu vết của ma-cà-rồng."

"Nhà Volturi dọn quang những nhơ nhớp ấy trong khoảng một năm. Lịch sử thế giới của chúng tôi lại lật sang một trang mới, nhưng cũng vẫn lại là những ký ức không thể phai mờ, dù cho lúc bấy giờ, chỉ còn sót lại có vài nhân chứng. Tôi đã được nghe một người kể lại, ngày thành phố Culiacán phải tiếp nhận bước chân xâm phạm đầu tiên, người ấy từ đằng xa đã chứng kiến tất cả."

Kể đến đây, Jasper rùng mình. Chưa bao giờ tôi chứng kiến thấy cảnh anh ta sợ hay ớn lạnh một điều gì. Đây là lần đầu tiên.

- Khi nhà Volturi quay trở lại Ý, những kẻ sống sót ngay lập tức quay về miền Nam, xác lập lại vị trí của mình.

"Chẳng bao lâu sau, giữa các ma-cà-rồng lại bắt đầu xảy ra xung đột. Cô có thể tin rằng mọi uất hận đã bị đẩy lên đến đỉnh điểm. Thù máu chứa chan. Ý niệm tạo ra ma-cà-rồng lại được nhen nhóm trong sâu thẳm tiềm thức của loài khát máu, nhiều kẻ không thể kềm lòng được. Tuy nhiên, dư âm về nhà Volturi vẫn còn đó, ma-cà-rồng phương Nam buộc phải cẩn thận hơn. Những kẻ bị bứt ra khỏi kiếp người phải là kẻ "im hơi lặng tiếng" và được giáo dục tốt. Những tên thủ lĩnh sẽ sử dụng họ một cách hợp lý hơn; nhất là phải làm sao cho đa số dân thường hoàn toàn không hay biết. Và như vậy, nhà Volturi không có lý do gì để trở lại."

"Chiến tranh nổ ra trên diện rộng, nhưng ở quy mô thấp. Thi thoảng cũng có kẻ lại vượt quá giới hạn cho phép; báo chí của loài lại người rộ lên những bài phân tích nọ kia; nhà Volturi quay lại tẩy uế thành phố. Nhưng họ đẩy kẻ khác, những ma-cà-rồng bị kéo vào cuộc chiến, làm vật thế thân..."

Jasper bất chợt lại chìm đắm vào khoảng không.

- Anh đã bị kéo vào kiếp sống này như thế - Nhận thức của tôi được thốt ra nhẹ tựa làn gió.

- Cô nói đúng - Anh ta thừa nhận - Thuở còn làm người, tôi sống ở Houston, thuộc tiểu bang Texas. Ngày gia nhập Quân đội Liên bang miền Nam năm 1861, tôi được gần mười bảy tuổi. Khi ấy, tôi nói dối với các nhà tuyển mộ rằng tôi đã hai mươi tuổi. Vậy mà ai cũng tin, vì thể hình của tôi khá cao.

"Cuộc đời binh nghiệp của tôi kéo dài không được bao lâu, nhưng quãng thời gian ấy thật sự huy hoàng. Mọi người... đều yêu mến tôi, quan tâm đến tất cả những gì tôi nói. Cha tôi bảo đó là tư chất của một lãnh tụ. Lẽ tất nhiên giờ thì tôi đã biết khả năng ấy có thể đem lại cho mình những gì. Song, dù có là lý do gì đi chăng nữa, thực tế, tôi cũng đã nhanh chóng được đề bạt lên các cấp cao hơn, hơn cả đàn anh, hơn cả nhưng người đã phục vụ lâu năm trong quân ngũ. Quân đội Liên bang miền Nam hãy còn non trẻ nên cách tổ chức, trưng dụng thoáng hơn, dễ chịu hơn, đem đến cho người ta nhiều cơ hội. Trong trận đánh đầu tiên ở Galveston - chặc, một cuộc giao tranh không nhỏ chút nào - tôi là thiếu tá nhỏ tuổi nhất của bang Texas, bất chấp tuổi tác thật sự của tôi."

"Khi tàu chiến của Chính phủ Liên bang vào cảng, tôi có nhiệm vụ sơ tán phụ nữ và trẻ em ra khỏi thành phố. Tôi chỉ có được duy nhất một ngày để tập trung mọi người, và đưa nhóm đầu tiên đến Houston."

"Đêm hôm ấy, tôi nhớ rõ lắm."

"Sau nửa đêm, chúng tôi vào đến thành phố. Tôi ở lại với mọi người đến khi tất cả đã ổn định, đã thật sự an toàn, mới lên ngựa phóng trở về Galveston, không có thời gian ngơi nghỉ."

"Vừa ra khỏi thành phố được một dặm, tôi bắt gặp ba người phụ nữ. Thoạt đầu, tôi ngỡ họ bị tụt hậu nên xuống ngựa định để giúp đỡ. Nhưng dưới ánh trăng mờ ảo, gương mặt của họ đã khiến cho tôi không thể không lặng người. Tôi chưa bao giờ thấy ai đẹp như thế cả."

"Nước da của ai cũng trắng một cách lạ thường, tôi nhớ mình đã ngạc nhiên ra sao. Ngay cả cô bé tóc đen, dáng vẻ rõ ràng là người Mexico, cũng trắng lóa. Tôi quan sát kỹ hơn thì thấy cả ba đều còn trẻ, đều trong độ tuổi thiếu nữ, và không nằm trong đoàn của chúng tôi. Nếu không, tôi đã phải nhớ ra họ rồi."

"- Hắn không nói gì cả - Cô gái cao nhất lên tiếng bằng một giọng nói trong vắt, đáng yêu, hệt như tiếng chuông gió. Cô gái ấy có mái tóc màu vàng, còn da thì trắng như tuyết."

"Người còn lại cũng tóc vàng, nước da như thoa phấn, gương mặt không khác gì một thiên thần. Con người đó rướn mình về phía tôi, mắt lim dim, hít vào một hơi thật đầy."

"- Ummm - Cô ta thở dài - Yêu quá đi mất."

"Cô gái nhỏ có nước da ngăm ngăm kéo tay cô ta lại, nói thật nhanh, giọng nói rất tự nhiên nhưng nghe thánh thót và du dương đến lạ."

"- Tập trung đi, Nettie - Cô ta nhắc nhở bạn mình."

"Tôi thường có dự cảm chính xác về các mối quan hệ của mọi người xung quanh, rõ ràng kẻ có nước da ngăm ngăm ấy rất có uy thế. Nếu nói cả ba người đều phục vụ trong quân đội, tôi có thể khẳng định rằng cô ta hẳn phải ở cấp bậc cao hơn."

"- Trông hắn được đó - trẻ, khỏe, lại là sĩ quan... - Cô gái da ngăm ngăm ngừng lại, còn tôi thì nỗ lực mấy cũng không cất nổi lời - Còn nữa... hai ngươi có cảm nhận thấy không? - Cô ta hỏi - Hắn có tài... thuyết phục người khác."

"- Ồ, đúng rồi - Nettie tán thành ngay, lại rướn người về phía tôi một lần nữa."

"- Kiên nhẫn nào - *Da ngăm* cảnh báo - Ta muốn giữ tên này."

"Nettie cau mày, có vẻ phật ý."

"- Tốt nhất là cô ra tay, Maria ạ - *Tóc vàng cao nhất* lên tiếng trở lại - Nếu hắn quan trọng đối với cô. Tôi đã lỡ đà giết chết hai người rồi."

"- Được, ta sẽ làm chuyện này - Maria tán thành - Ta rất thích hắn. Ngươi đưa Nettie đi khỏi đây, được chứ? Ta không muốn trong lúc tập trung lại bị phân tâm, dè chừng."

"Dù không nhận thức được một lời nào của những kẻ kiều diễm kia, tôi cũng dựng tóc gáy. Linh tính trong tôi mách bảo về sự nguy hiểm đang ở gần kề, rằng thiên sứ trước mặt mình đang đề cập đến cái chết, nhưng lí trí trong tôi lại trỗi lên. Tôi không được giáo dục phải sợ phái yếu, chỉ có bảo vệ họ mà thôi."

"- Chúng ta đi săn đi - Nettie nói, bày tỏ thái độ chấp nhận một cách hứng khởi, rồi níu lấy tay của cô gái cao. Và họ cùng lướt đi, hướng về thành phố - trông thật yêu kiều. Dường như sắp có bạo động. Hai cô gái lướt đi thật nhanh, các vạt váy trắng được gió đánh bạt về phía sau không khác gì những đôi cánh. Tôi trân mình, chớp chớp mắt vì quá đỗi ngạc nhiên. Thoắt một cái, hai cô gái đã mất hút."

"Tôi quay sang Maria, cô ta đang nhìn tôi một cách háo hức, gương mặt lộ rõ vẻ tò mò."

"Cả đời tôi không bao giờ mê tín. Ngay cho đến thời khắc ấy, tôi cũng không tin vào ma quỷ hay bất cứ một hiện tượng dị thường nào. Nhưng bất chợt, vào đúng lúc ấy, tinh thần tôi bỗng lung lay."

"- Tên anh là gì, anh lính? - Maria hỏi tôi."

"- Thiếu tá Jasper Whitlock, thưa cô - Tôi lắp ba lắp bắp. Không thể khiếm nhã với phái yếu, cho dù cô ta có là ma, là quỷ đi chăng nữa"

"- Ta hy vọng anh sẽ sống, Jasper ạ - Cô ta trả lời một cách tử tế - Ta có cảm nhận tốt về anh."

"Nói xong, cô gái ấy bước đến phía tôi, chỉ vỏn vẹn có một bước duy nhất, gương mặt chìa ra phía trước như muốn trao tặng một nụ hôn. Tôi đông cứng người trong khoảnh khắc, cho dẫu toàn bộ bản năng trong người đang giục giã bản thân phải phóng chạy cho mau."

Jasper ngừng lời, gương mặt đầy ắp những suy tư.

- Mấy ngày sau - Cuối cùng, anh ta cũng lên tiếng trở lại, bỏ qua ký ức bi thương nhất trong đời. Phải chăng anh ta nghĩ đến phản ứng của tôi, hay vì cũng như tôi, anh ta cảm nhận được sự căng thẳng đang tỏa ra ngùn ngụt từ Edward - Tôi chính thức bước chân vào kiếp sống mới.

"Bọn họ gồm có Maria, Nettie và Lucy. Cả ba chỉ mới gắn bó với nhau ít lâu - chính Maria đã tập hợp hai người kia lại - họ đều là những kẻ sống sót trong trận đánh long trời lở đất vừa qua ấy. Đó là một liên minh vì lợi ích. Maria muốn trả thù, cô ta muốn lấy lại lãnh thổ của mình. Hai kẻ còn lại thì háo hức muốn... mở mang bờ cõi của mình. Cô hãy nghĩ như vậy. Họ hợp lại thành đội, và phát triển nó một cách cực kì cẩn thận. Đó là chủ trương của Maria. Cô ta muốn có một đội quân siêu phàm, nên tìm kiếm những con người có tiềm năng. Sau đó, chúng tôi được học cách chú tâm, học nhiều kỹ năng khác mà không phải ma-cà-rồng nào cũng chịu đựng được. Cô ta dạy chúng tôi cách tấn công, dạy chúng tôi cách tránh được ánh mắt của con người. Đến khi chúng tôi đã thực hiện được thuần thục, kẻ đó thưởng cho..."

Jasper lại ngừng lời.

- Nhưng dù sao, Maria cũng đang vội. Cô ta hiểu rằng ma-cà-rồng mới càng gần đến cái mốc hết năm đầu tiên chính thức bước chân vào thế giới tội lỗi thì sức mạnh thần thánh sẽ càng giảm đi, vậy nên cần phải tận dụng cơ hội hành động trong lúc chúng tôi vẫn còn mạnh.

"Khi tôi gia nhập vào băng Maria, chúng tôi có cả thảy sáu người. Chỉ trong nửa tháng, cô ta đã tạo ra thêm bốn thành viên nữa. Tất cả chúng tôi đều là phái mạnh - Maria cần đến lính - nên giữ mình không tấn công lẫn nhau mới thật khó khăn. Tôi nhận ra rằng trận chiến đầu tiên của mình là đánh lại những kẻ sẽ cùng kề vai sát cánh với mình. Tôi chiến đấu tốt hơn, phản ứng nhanh hơn. Maria rất hài lòng, dù rằng điều đó đồng nghĩa với việc cô ta phải tìm người khác thay thế... thay thế những kẻ đã chết thảm dưới tay tôi. Tôi vẫn thường được thưởng, và điều đó khiến tôi mạnh hơn."

"Maria giỏi nhìn người. Cô ta giao cho tôi trọng trách chỉ huy những tên còn lại - giống như được thăng chức. Điều đó không khác gì cuộc sống con người của tôi trước đây. Số ma-cà-rồng chết giảm đi rõ rệt, quân số của chúng tôi mau chóng tăng lên đến hai mươi."

"Đây là thành tích đáng kể trong thời của chúng tôi. Năng lực của tôi, tuy hãy còn mơ hồ - là kiểm soát bầu không khí cảm xúc quanh mình - thật sự rất cần thiết. Chưa bao giờ các ma-cà-rồng mới lại có thể hợp tác với nhau một cách dễ dàng như chúng tôi. Ngay cả Maria, Nettie và Lucy cũng trở nên ăn rơ với nhau hơn."

"Càng lúc, Maria càng thích tôi - cô ta bắt đầu tin tưởng tôi. Và, vì nhiều lẽ, tôi bắt đầu tôn thờ đến cả cái chỗ đất mà cô gái ấy đã đặt chân. Tôi không hình dung được một cuộc sống nào khác nữa. Maria bảo với chúng tôi rằng cuộc sống như vậy là không thể tránh được, và chúng tôi tin theo."

"Rồi Maria yêu cầu tôi báo cho cô ta biết chừng nào thì tôi cùng các anh em của mình sẵn sàng chiến đấu được. Và tôi lại hăm hở muốn chứng tỏ mình. Tôi mau chóng thiết lập một đội quân hai mươi ba thành viên - hai mươi ba ma-cà-rồng mới toanh, mang trong mình một sức mạnh hủy diệt khủng khiếp, có tổ chức và kỹ năng mà chưa một kẻ nào trước đây đạt được. Maria phát điên lên vì thích thú."

"Chúng tôi kéo quân xuống Monterrey, lãnh địa trước đây của Maria, và chúng tôi tỏa ra truy tìm kẻ thù của cô ta. Lúc đó, bọn họ có chín tên, dưới trướng của hai ma-cà-rồng dày dạn kinh nghiệm. Chúng tôi tiêu diệt đám ấy một cách dễ dàng, hơn cả những gì Maria trông đợi; mà chỉ phải hi sinh có bốn thành viên. Quả là một chiến thắng-chưa-bao-giờ-được-nghe-qua."

"Đồng thời, chúng tôi mặc nhiên đã có được cơ hội học hỏi, cọ xát thêm với thực tế. Chúng tôi giao đấu mà không ai biết. Thành phố đổi chủ mà không ai hay."

"Thành công ngoài sức tưởng tượng ấy đã thổi thêm vào lòng tham của Maria. Chẳng bao lâu sau, cô ta bắt đầu để mắt đến những thành phố khác. Cô gái ấy gấp rút tiến hành công cuộc mở rộng phạm vi kiểm soát của mình, và chỉ trong năm đầu tiên, đã thâu tóm gần hết tiểu bang Texas cùng miền bắc Mexico. Thế rồi, những nhóm khác từ phương Nam bắt đầu đánh lên."

Jasper mân mê những vết sẹo trên cánh tay mình.

"Trận chiến diễn ra vô cùng ác liệt. Nhiều người bắt đầu lo nhà Volturi sẽ quay trở lại. Trong mười tám tháng gian khổ ấy, đội quân ma-cà-rồng hai mươi tên, chỉ có tôi là kẻ duy nhất còn sống sót. Chúng tôi vừa chiến thắng, nhưng cũng vừa hi sinh. Nettie và Lucy quay lưng với Maria, nhưng dẫu sao chúng tôi cũng đã thắng."

"Maria và tôi cùng nhau cai quản Monterrey. Tuy vẫn còn chiến tranh, nhưng tình hình cũng tạm bình ổn. Ước mộng xâm lăng hoàn toàn bị dập tắt; bây giờ là thời điểm lên ngôi của hận thù và báo oán. Nhiều kẻ mất bạn bè, tình thân, và đó là điều mà những kẻ như chúng tôi không thể tha thứ được..."

"Maria và tôi luôn luôn giữ bên mình ít nhất là mười hai ma-cà-rồng mới cũng vì lẽ đó. Những kẻ này thật ra chẳng có ý nghĩa gì đối với chúng tôi hết - họ chỉ là con tốt, là những kẻ thế thân, dùng để mà bỏ. Khi họ không còn có ích nữa, chúng tôi loại bỏ ngay một cách không thương tiếc. Năm tháng qua đi, tôi cứ phải trung thành với lối sống tàn bạo như vậy. Và tôi phát ốm vì nó, cho đến một ngày, mọi thứ thay đổi..."

"Mười năm sau, tôi kết thân với một ma-cà-rồng mới vẫn còn hữu dụng, vẫn còn sống sót sau ba năm chiến đấu một mất một còn. Anh ta tên Peter. Tôi quý Peter, anh ta... rất đường hoàng - tôi tin từ đó là chính xác. Peter không thích chiến đấu, dù rằng anh ta rất giỏi chuyện ấy."

"Anh bạn đó có nhiệm vụ giao kết với các ma-cà-rồng

mới - Cô có thể gọi là trông nom họ cũng được. Peter phải làm công việc đó suốt."

"Thế rồi đến thời điểm thanh lọc lại đội ngũ. Những ma-cà-rồng mới sinh bắt đầu mất hết sức mạnh; và họ sẽ bị thay thế. Peter sẽ phải giúp tôi thực hiện việc này. Chúng tôi kéo lần lượt từng tên, từng tên ra một chỗ... Lúc nào cũng phải mất cả đêm mới giải quyết xong. Tự nhiên lần này, Peter cố thuyết phục tôi rằng có vài tên có tố chất rất đặc biệt, nhưng Maria đã chỉ thị phải tiêu diệt tất cả. Tôi không đồng ý với Peter."

"Đang tiến hành được nửa chừng, tôi chợt nhận ra rằng Peter có điều gì đó không ổn. Tôi phân vân, không biết có nên cho anh ta nghỉ và mình sẽ tự giải quyết lấy phần việc còn lại hay không. Bỗng hết sức bất ngờ, Peter đột nhiên trở nên điên cuồng, giận dữ. Tôi càng tin chắc rằng anh ta đang gặp chuyện - Peter vốn là một chiến binh giỏi, nhưng chưa bao giờ là đối thủ của tôi."

"Ma-cà-rồng được tôi gọi ra là một cô gái, vừa trải qua hết năm mới sinh chưa được bao lâu. Cô ta tên là Charlotte. Khi người thiếu nữ đó vừa xuất hiện, lập tức Peter thay đổi hẳn; anh ta không còn có thể chịu đựng nổi được nữa. Anh bạn tôi báo động cho cô gái ấy chạy trốn, còn mình sau đó lao theo. Tôi có thừa khả năng truy kích được họ, nhưng tôi không làm. Tôi... không muốn xuống tay với bạn mình."

"Maria giận tôi vô cùng vì chuyện đó..."

"Năm năm sau, Peter lén đến tìm tôi. Anh ta chọn một ngày thật tốt."

"Maria bắt đầu lo ngại về tôi, tinh thần của tôi mỗi ngày một suy sụp. Cô ta chưa bao giờ buồn đến thế, và tôi cũng không hiểu tại sao mình lại khác đi. Dần dà, tôi nhận ra những thay đổi trong cảm xúc của Maria mỗi khi ở gần tôi - Đó là một nỗi sợ hãi... thi thoảng có xen với ác ý - cũng cùng một loại cảm giác đã cho tôi dự cảm Nettie và Lucy sẽ phản bội. Đúng lúc tôi đã chuẩn bị xong tinh thần hủy diệt đồng minh duy nhất, cội rễ của sự tồn tại nơi tôi, thì Peter đến."

"Peter kể cho tôi nghe về cuộc sống mới của anh ta với Charlotte, kể cho tôi nghe về những khả năng lựa chọn mà tôi chưa bao giờ mảy may nghĩ rằng mình có. Trong năm năm qua, dù đã gặp rất nhiều ma-cà-rồng ở phương Bắc, nhưng Peter thấy giữa họ với nhau chưa từng có một cuộc ẩu đả nào. Nhiều nhóm chung sống với nhau mà chớ hề xảy ra một xô xát nhỏ."

"Chỉ qua cuộc chuyện trò, tôi đã tin ngay bạn mình. Tôi thực lòng muốn ra đi, và cảm thấy tâm hồn nhẹ nhõm hẳn khi không cần phải xuống tay với Maria. Dù sao, cô ta cũng đã từng là bạn đồng hành của tôi, cũng lâu năm như bác sĩ Carlisle và Edward vậy, cho dù sợi dây liên kết giữa chúng tôi không đủ bền chắc. Một khi người ta sống vì máu, vì chiến đấu, mối quan hệ của họ thật mong manh và dễ đứt. Tôi bước đi mà đầu không ngoảnh lại."

"Tôi sống lang bạt với Peter và Charlotte trong vài năm, cảm nhận được xung quanh mình là một thế giới mới, một thế giới thanh bình hơn. Tuy vậy, nhưng u uẩn trong tâm hồn tôi vẫn không sao dứt đi được. Tôi không hiểu mình làm sao nữa, về sau, Peter mới chỉ ra rằng cứ mỗi lần đi săn về xong, tâm trạng sẽ càng tồi tệ hơn."

"Tôi nghĩ về điều đó lung lắm. Những năm tháng sống hoang đàng, giết chóc đã lấy đi của tôi gần như toàn bộ nhân tính. Tôi là ác mộng của loài người, là con quái vật ghê tởm nhất thế gian, tôi không thể phủ nhận điều đó. Cứ mỗi lần tìm thấy một con mồi khác, ký ức về quãng đời trước lại loáng thoáng hiện về làm day dứt lòng tôi. Mỗi khi nhìn vào đôi mắt họ mở tròn kinh ngạc trước vẻ đẹp của mình - trong đầu tôi lại hiện ra hình ảnh của Maria và những kẻ khác - Nạn nhân của tôi không khác gì tôi trong đêm cuối cùng tôi còn là Jasper Whitlock. Ký ức vay mượn này càng lúc càng rõ nét trong tôi, mạnh mẽ hơn bất cứ cảm nhận của ai khác; bởi lẽ, cảm xúc trong tôi có thể rung cùng nhịp với cảm xúc của con mồi. Khi xuống tay với ai, tôi lại sống với cảm giác của người ấy."

"Bella, cô biết tôi có khả năng điều khiển cảm xúc của các đối tượng xung quanh mình, nhưng cô biết bầu

461

không khí cảm xúc ấy tác động lên tôi như thế nào không? Mỗi ngày, tôi đều sống với cảm giác của người khác. Vừa bước chân vào cuộc đời mới, tôi đã bị cuốn vào vòng xoáy của hận thù, của những cơn khát máu. Canh cánh bên lòng tôi lúc nào cũng chỉ là nỗi căm ghét. Ngày rời bỏ Maria, tâm trạng của tôi có khá hơn, nhưng lúc nào tôi cũng phải chịu đựng sự ghê tởm, sợ hãi của con mồi."

"Bi kịch đã bắt đầu như thế đó."

"Tâm trạng càng lúc càng nặng nề, cuối cùng, tôi cũng rời bỏ nốt Peter và Charlotte. Sống tốt như vậy, họ không phải chịu đựng cảnh bị dày vò, khổ sở như tôi. Hai người họ chỉ ao ước có được một cuộc sống hòa bình, ổn định. Còn tôi cũng đã chán đến tận cổ cái kiếp hủy hoại cuộc đời kẻ khác - dù đó là con người."

"Vậy mà tôi vẫn phải làm. Tôi còn có lựa chọn nào khác đâu? Tôi cố gắng hạn chế hành động đáng nguyền rủa ấy, nhưng một khi cơn khát trỗi lên mạnh mẽ quá, tôi lại buông xuôi. Sau một thế kỉ đã sống buông thả, để có được khả năng kiềm chế... thật khó làm sao. Tôi vẫn chưa đạt nổi đến mức độ làm chủ hoàn toàn bản ngã của mình."

Không khác gì tôi, Jasper hoàn toàn chìm đắm vào câu chuyện. Bất chợt tôi khựng lại đúng một nhịp cảm xúc, vẻ bi thương của Jasper đột ngột chuyển đổi thành một nụ cười thanh thản.

462

- Lúc ấy, tôi đang ở Philadelphia. Trời đang bão, và tôi đã dầm mưa cả ngày ở ngoài đường - thế mà nỗi buồn vẫn không nguôi. Tôi biết rằng đứng ở ngoài mưa sẽ dễ gây chú ý nên chui vội vào một quá ăn nhỏ thưa thớt khách. Với đôi mắt màu đen - hậu quả do khát - tôi không lo sẽ bị người ta để ý, chỉ lo đến khả năng tự chủ của mình mà thôi."

"Thế rồi cô ấy có mặt ở đó, chờ đợi tôi – Jasper cười khan một tiếng – Vừa nhác thấy tôi bước vào cửa, cô gái nhảy ngay xuống khỏi chiếc ghế đẩu chân cao ở quầy hàng, tiến thẳng ra đón."

"Tôi thật sự ngỡ ngàng. Không rõ cô gái ấy có ý định tấn công tôi hay không. Chẳng phải ngày xưa tôi cũng đã từng gặp tình cảnh này rồi đó sao. Nhưng cô gái chỉ mỉm cười. Cảm xúc của cô ấy, tôi chưa bao giờ trải qua."

"- Tôi đã chờ anh từ rất lâu rồi – Cô gái lên tiếng."

Tôi không hay biết Alice đã đứng ở phía sau lưng mình tự lúc nào.

- Và anh đã cúi đầu chào kẻ xa lạ, kiểu cách hệt như một quý ngài ở miền Nam; rồi anh trả lời: "Tôi xin lỗi, thưa cô." - Alice phá ra cười khanh khách khi ôn lại chuyện cũ bằng cách nói xen ngang vào.

Jasper mỉm cười với Alice:

- Em đưa tay cho anh, anh đón lấy mà không ngừng tự hỏi xem mình đang làm gì. Lần đầu tiên trong suốt gần một thập kỷ, anh đã biết thế nào là hy vọng.

Jasper nắm lấy tay Alice trong lúc kể lại.

Cô bạn tôi cười thật tươi.

- Lúc đó, em thật sự cảm thấy nhẹ nhõm. Em cứ tưởng anh sẽ không bao giờ xuất hiện chứ.

Họ mỉm cười nhìn nhau âu yếm; rồi khi nhìn trở lại tôi, vẻ mặt của Jasper rất thanh thản.

- Alice kể với tôi về bác sĩ Carlisle, về gia đình ông. Tôi không tin, thật sự không tin rằng trong thế giới của chúng tôi lại có mối quan hệ đặt trên nền tảng của tình yêu như thế. Nhưng Alice đã làm cho tôi lạc quan. Vậy là chúng tôi lên đường đi tìm họ.

- Sợ hai người này luôn - Edward chợt lên tiếng, anh nhìn Jasper đăm đăm, trước khi quay sang giải thích với tôi - Lúc đó, Emmett và anh đang đi săn. Bỗng đâu Jasper xuất hiện, mình mẩy đầy sẹo ghi dấu những trận chiến, lại còn dắt theo cô bé con ghê gớm này - Anh thúc khuỷu tay vào Alice ra chiều bỡn cợt - Cô bé chào, gọi vanh vách tên tụi anh, biết mọi điều về tụi anh, còn muốn biết cả việc cô bé sẽ ở phòng nào nữa chứ.

Tiếng cười của Alice và Jasper cùng lúc vang lên, âm cao kết hợp với giọng trầm, nghe thật hài hòa.

- À, thế rồi khi anh về đến nhà thì thấy đồ đạc của anh bị gom thành đống nằm dưới gara - Edward tiếp tục kể.

Alice nhún vai.

- Ai bảo phòng anh nằm ở vị thế đẹp làm chi.

Tất cả mọi người cùng phá ra cười khanh khách.

- Rất tuyệt - Tôi buông lời nhận xét.

Đồng loạt ba cặp mắt đều châu vào tôi, dò hỏi.

- Em muốn được nghe nốt đến phần cuối - Tôi đề xuất ý muốn của mình - Có Alice, kết thúc thật có hậu.

- Alice đã khiến mọi thứ thay đổi - Jasper tán thành.

- Em rất thích ngã rẽ này.

Bầu không khí trầm lắng trong phút chốc đã tan biến.

- Cả một đội quân -Alice thầm thì - Sao anh không cho em biết?

Tất thảy mọi người đều tập trung trở lại, các cặp mắt đều đổ dồn về phía Jasper.

- Có lẽ tôi nên giải thích những dấu hiệu vô lý trước đã. Bởi vì động cơ ở đâu? Tại sao có kẻ lại muốn tạo ra một đội quân ở Seattle? Nơi đó, lịch sử chưa hề lướt qua, chưa hề tồn tại lấy một mối thù. Xâm chiếm lãnh địa ư, hoàn toàn vô nghĩa; thời buổi này còn ai nuôi ý định đó nữa. Nhiều người vẫn sống rày đây mai đó, nhưng có ai gây chuyện, ẩu đả với người khác đâu. Không ai bảo vệ lãnh địa của mình theo lối đó cả.

"Nhưng tôi đã nhìn thấy điều đó, và không thể tìm thấy lời giải thích nào khác hơn. Ở Seattle hiện giờ có cả một đạo quân ma-cà-rồng mới toanh. Có lẽ chưa tới hai mươi tên đâu. Nhưng phần gian truân nhất là họ chưa hề được giáo huấn. Thủ phạm chính thoải mái để họ sống buông thả. Điều này sẽ chỉ càng tệ hại hơn mà thôi, và cũng chẳng còn bao lâu nữa, nhà Volturi sẽ vào cuộc. Thú thật là tôi rất ngạc nhiên khi họ còn chưa ra tay đấy."

- Chúng ta phải làm sao đây? - Bác sĩ Carlisle chợt lên tiếng.

- Muốn nhà Volturi không dính líu gì đến vụ này, cách duy nhất chúng ta phải làm là tiêu diệt bằng hết đám ma-cà-rồng kia, và phải tiến hành nhanh nhanh lên mới kịp - Gương mặt của Jasper se lại.

Giờ đây, đã biết được số phận của Jasper, tôi có thể cảm nhận được nỗi lòng của anh ta về dự tính ấy.

- Con sẽ chỉ dẫn mọi người. Ở chốn dân cư đông đúc, không tiện hành động đâu. Đám lính mới không ngại gì bí mật, nhưng chúng ta thì không được như vậy. Đây chính là điểm yếu của nhà ta và cũng là lợi thế của họ. Hay chăng, ta nhử đám người ấy ra khỏi thành phố?

- Có khi ta chẳng cần phải dùng đến kế sách đó làm gì - Giọng nói của Edward vang lên thật xa vắng - Có khi nào mối đe dọa về khu vực dẫn đến cuộc kiến thiết cả một đạo quân ấy lại chính là... chúng ta không?

Ánh mắt Jasper sa sầm xuống; trong khi đôi mắt của bác sĩ Carlisle thì mở to, hoảng hốt.

- Gia đình nhà Tanya cũng rất gần đấy thôi - Bà Esme lên tiếng một cách chậm rãi, bày tỏ thái độ không đồng tình với lối suy nghĩ của Edward.

- Nhưng họ không hề gây chuyện ở Anchorage[1], thưa mẹ. Con nghĩ nhà ta nên xét đến khả năng chính *chúng ta* là mục tiêu.

- Những người ấy không hề đối phó với chúng ta - Alice khăng khăng, nhưng bỗng sựng lại - Hoặc là... họ không biết rằng họ đang đối phó. Chưa biết.

- Em nói vậy là sao? - Edward hỏi lại gần như tức thì, vừa nóng ruột vừa căng thẳng. - Em vừa nhớ ra điều gì chăng?

- Những hình ảnh thoáng qua - Alice trả lời - Em đã cố chong mắt xem diễn biến tình hình, nhưng không thể trông thấy được tỏ tường một hình ảnh nào cả, không có gì cụ thể hết. Tuy nhiên, em vẫn cố nắm bắt những hình ảnh chớp nhoáng đó. Thú thật là không đủ dữ kiện để phán đoán. Làm như nhân vật chính của chúng ta đang liên tục thay đổi quyết định, vừa kịp nghĩ đến hành động này đã vội xọ sang hành động kia, khiến em không sao theo kịp...

- Còn do dự ư? - Jasper hoài nghi.

- Em không biết nữa...

- Chẳng phải do dự đâu - Edward gầm ghè - *Mà là*

---

hắn biết tỏng. Kẻ đó biết em không thể trông thấy điều gì một khi ý định chưa thành hình thành dáng. Hắn đang đứng sau lưng chúng ta, đùa bởn với những khiếm khuyết của em.

- Ai mà biết được điều đó nhỉ? - Alice nói không thành hơi.

Đôi mắt của Edward cứng đờ như băng.

- Ông Aro biết về em cũng rõ như em biết về chính mình vậy.

- Nhưng chỉ cần ông ta có ý định đến đây là em thấy ngay...

- Nhưng nếu như họ không muốn để cho tay dính chàm thì sao?

- Đã được chấp thuận - Rosalie đột ngột lên tiếng - Kẻ ở miền Nam... đã gặp rắc rối với luật lệ. Lẽ ra đã bị xử tử, nhưng hắn được ban một đặc ân - đoái công chuộc tội... Điều đó giải thích cho phản ứng chậm chạp của nhà Volturi.

- Nhưng tại sao? - Bác sĩ Carlisle vẫn sừng sờ - Chẳng có lý nào nhà Volturi lại...

- Vì lẽ đó - Edward nhẹ nhàng giải thích - Những suy nghĩ khác mạnh mẽ hơn nhiều, nhưng con ngạc nhiên là chuyện này đến sớm quá. Bố biết không, ông Aro đã mường tượng đến cảnh con đi bên cạnh ông ta, Alice thì đi bên kia. Ông ta thực sự tin vào hình ảnh đó, hiện tại lẫn tương lai. Sức mạnh của ý chí khiến con người ấy say sưa. Ông ta mong muốn như thế, rất mong muốn - con cũng nghĩ phải lâu lắm ông Aro mới chịu từ bỏ kế hoạch này. Nhưng còn suy nghĩ về bố, bố ạ, về gia đình ta, chúng mạnh mẽ hơn và to lớn hơn nhiều. Đố kị và lo sợ: bố có... *không bằng* ông ta, nhưng, đó là những thứ ông ta cần. Con người ấy cố không nghĩ đến điều đó, nhưng ông ta không làm sao giấu hết được toàn bộ. Mầm mống của sự cạnh tranh đã bén rễ như thế; với lại, ngoài tổ chức của ông ta ra, gia đình ta là nhóm mạnh nhất mà ông ta từng được biết đến...

Mắt tôi như dán dính vào Edward cùng nỗi sững sờ. Chưa bao giờ anh kể chuyện này với tôi, nhưng có lẽ tự tôi cũng đoán ra được lý do. Trong đầu tôi lúc này chợt hiện lên giấc mơ của ông Aro. Edward và Alice trong những chiếc áo choàng đen tung bay rập rờn, đang lướt đi bên cạnh ông Aro, đôi mắt hai người rực sắc đỏ lạnh lùng ...

Bác sĩ Carlisle chợt cắt ngang cơn mơ màng trong tôi:

- Nhà Volturi rất tận tâm với sứ mệnh của mình. Điều đó có khác nào đi ngược lại với những gì họ làm đâu.

- Sau đó, nhà Volturi sẽ tiến hành công cuộc tẩy uế. Một sự phản bội kép - Edward gằn giọng - mà chẳng bị điều tiếng gì.

Jasper hơi đưa người về trước, lắc đầu.

- Không, bố nói đúng. Nhà Volturi không phá vỡ luật lệ đâu. Đằng này, nhân vật chính của chúng ta hành động tùy tiện quá. Kẻ đó - mối đe dọa này - không có ý niệm gì về hành động của những ma-cà-rồng mới. Hắn mới lần đầu phạm luật. Anh dám quả quyết về điều đó. Anh cũng không tin nhà Volturi dính dáng đến chuyện này. Nhưng về sau thì có đấy.

Mọi người nhìn nhau, cứng đờ trong nỗi căng thẳng.

- Thế thì chúng ta lên đường thôi - Emmett gần như gầm lên - Còn chờ gì nữa?

Bác sĩ Carlisle và Edward trao đổi ánh mắt cho nhau trong giây lát. Sau đó, chỉ thấy Edward gật đầu.

- Mọi người cần có con hướng dẫn, Jasper - Cuối cùng, bác sĩ Carlisle lên tiếng - Cách thức tiêu diệt đám người này - Quai hàm của bác sĩ đanh lại khi phát âm từng từ một, nhưng tôi vẫn nhận ra nét bi thương hiện lên trong mắt ông. Trên đời này, không ai ghét bạo lực cho bằng bác sĩ Carlisle.

Hốt nhiên, tôi cảm thấy trong lòng nao nao vì một lẽ gì đó mà tôi không sao nắm bắt được. Toàn thân tôi tê cóng vì kinh hãi, khiếp sợ. Giữa mớ bòng bong này có một điều rất rõ ràng. Nó có thể lý giải mọi chuyện.

- Chúng ta cần được giúp đỡ - Jasper nhìn nhận - Bố có nghĩ gia đình Tanya sẽ sẵn lòng...? Năm ma-cà-rồng trưởng thành khác sẽ tạo nên khác biệt lớn lắm. Kate và Eleazar sẽ là trợ thủ đắc lực cho gia đình ta. Có họ giúp sức, mọi chuyện sẽ dễ dàng hơn.

- Chúng ta sẽ hỏi xem - Bác sĩ Carlisle trả lời.

Jasper chìa ra chiếc điện thoại di động:

- Phải nhanh lên mới được.

Chưa bao giờ tôi thấy vẻ điềm tĩnh bẩm sinh của bác sĩ Carlilse bị lung lay. Rất điềm đạm, ông đón lấy chiếc điện thoại và bước về phía cửa sổ. Ông bấm số, rồi đưa điện thoại lên tai, tay kia áp vào cửa kính. Bác sĩ Carlisle đắm mắt vào buổi sáng mù sương, dáng vẻ đau khổ đầy mâu thuẫn.

Một cách dịu dàng, Edward nắm lấy tay tôi, dìu tôi tiến lại phía chiếc ghế xôpha hai chỗ. Tôi ngồi xuống bên cạnh Edward, nhìn đăm đăm vào gương mặt anh trong lúc anh dán mắt vào bác sĩ Carlilse.

Giọng nói của bác sĩ vừa nhỏ vừa nhanh, rất khó nghe. Tôi nghe ông chào bà Tanya, rồi liền ngay sau đó kể lại tình hình, bằng một tốc độ nhanh đến mức tôi không sao theo kịp; tuy nhiên, tôi vẫn có thể hiểu rằng nhóm ma-cà-rồng ở Alaska không phải là không hay biết gì về chuyện động trời ở Seattle cả.

Bất chợt, chất giọng của bác sĩ Carlilse thay đổi.

- Ồ - Ông thốt lên, âm điệu sắc lại vì ngạc nhiên - Chúng tôi không hay rằng... Irina lại như vậy.

Bên cạnh tôi, Edward bỗng gầm gừ và nhắm mắt lại.

- Quỷ tha ma bắt. Quỷ đọa ma đày tên Laurent xuống đáy địa ngục vốn là chỗ của hắn đi.

- Laurent ư? - Miệng tôi lắp bắp, còn mặt thì tái mét không còn một hột máu; nhưng Edward không trả lời tôi, vẫn mải tập trung vào suy nghĩ của bác sĩ Carlisle.

Cuộc chạm trán của tôi với Laurent hồi đầu xuân tuy ngắn ngủi nhưng không phải là điều có thể phai nhạt hay lãng quên. Tôi vẫn còn nhớ như in từng lời nói của ông ta trước khi đội của Jacob xuất hiện:

Và ta đến đây là để giúp ả ấy...

Victoria. Laurent chính là thủ đoạn đầu tiên của cô ta - người phụ nữ đó đã cử ông ta đến để tìm hiểu tôi, để xem bắt được tôi dễ hay khó. Tuy nhiên, trước bầy sói, kẻ đó đã không còn có thể toàn thây mà trở về để báo cáo. Sau cái chết của James, Laurent vẫn giữ mối quan hệ với Victoria, nhưng ông ta cũng đã có những ràng buộc mới, những mối quan hệ mới. Laurent đã đến sống với gia đình của bà Tanya ở Alaska - Tanya, người phụ nữ có mái tóc hung đỏ, là những người bạn rất thân của nhà Cullen trong thế giới của ma-cà-rồng, tình thâm không khác gì những thành viên trong gia đình cả. Ông ta đã sống với họ gần một năm thì phải bỏ mạng.

Bác sĩ Carlisle vẫn tiếp tục trò chuyện, giọng nói

không có vẻ gì là nài xin. Chính xác thì ông đang huyết phục, nhưng bằng một giọng điệu gay gắt. Thế rồi lối nói gay gắt ấy đột nhiên lấn át cả âm vực thuyết phục.

- Không có chuyện đó đâu - Bác sĩ Carlisle lạnh lùng nói - Chúng tôi có giao ước rõ ràng. Họ không vi phạm, và chúng tôi cũng sẽ không làm điều đó. Tôi rất tiếc khi hay rằng... Dĩ nhiên rồi. Chúng tôi sẽ tự mình giải quyết mọi chuyện.

Bác sĩ Carlisle tắt điện thoại, không muốn nghe thêm một tiếng trả lời nào. Ông vẫn tiếp tục hướng tầm nhìn vào màn sương trước mặt.

- Có chuyện gì thế? - Emmett hỏi nhỏ Edward.

- Không ngờ Irina lại dính dáng nhiều đến cái tên Laurent như vậy. Cô ta đang căm hận những người sói đến thấu xương vì đã tiêu diệt tên Laurent, bảo vệ cho Bella. Irina muốn... - Anh chợt ngừng lời, cúi xuống nhìn tôi.

- Anh nói tiếp đi - Tôi cố gắng nói bằng một giọng bình thường.

Ánh mắt anh lập tức se lại.

- Cô ta muốn trả thù. Muốn tận diệt người sói. Tất nhiên đó là thỏa thuận để nhận được sự trợ giúp từ họ.

- Không! - Tôi kêu lên, miệng há hốc vì sửng sốt.

- Em đừng lo - Anh trấn an tôi bằng một giọng dứt

khoát - Bố anh không đời nào lại chấp nhận chuyện ấy - Anh ngập ngừng, rồi thở dài - Cả anh cũng không. Laurent đáng bị như thế - Anh gần như gằn giọng - Và anh vẫn còn nợ người sói ân tình đó.

- Không xong rồi - Jasper lên tiếng - Cuộc chiến này thật công bình. Chúng ta mạnh về kỹ năng, nhưng yếu về quân số. Chúng ta sẽ thắng, nhưng cái giá phải trả là gì? - Ánh mắt căng thẳng của anh ta chiếu vào mắt Alice, sau đó chuyển sang hướng khác.

Tôi muốn thét lên thật to khi nhận ra hàm ý của Jasper.

Chúng tôi sẽ thắng, nhưng chúng tôi sẽ phải hi sinh. Sẽ có người thiệt mạng.

Tôi nhìn khắp lượt những gương mặt đang hiện diện trong phòng - Jasper, Alice, Emmett, Rose, bà Esme, bác sĩ Carlisle... và Edward - những gương mặt của gia đình tôi.

14. THỔ LỘ

- Bạn chẳng thể nghiêm túc được - Tôi kêu lên vào trưa hôm thứ Tư - Bạn mất trí thật rồi!

- Bạn muốn nói sao về mình cũng được - Alice thản nhiên trả lời - Bữa tiệc vẫn được tổ chức.

Tôi trân trối nhìn cô bạn của mình, mắt mở to vì ngỡ ngàng đến độ có cảm giác như chúng sắp sửa long ra và rơi đánh bẹp xuống khay thức ăn.

- Ồ, bình tĩnh lại đi, Bella! Chẳng có chuyện gì là không thể giải quyết được. Với lại, thiệp mời cũng được gửi đi hết rồi.

- Nhưng mà... cái... bạn... Mình... điên mất thôi! - Tôi lắp ba lắp bắp.

- Bạn không cần phải làm gì đâu, chỉ cần có mặt là được rồi.

Tôi ra sức trấn an mình.

- Đang trong lúc mọi chuyện thế này mà tiệc tùng... Thật chẳng hợp lẽ chút nào cả.

- Đang thời điểm tốt nghiệp mà bạn, tổ chức tiệc là hợp lý quá rồi, chuyện đó chẳng có gì lạ.

- Alice!

Cô bạn tôi thở dài, cố lấy lại vẻ nghiêm nghị.

- Chúng ta cần phải làm vài điều, cũng chẳng tốn nhiều thời gian đâu. Giờ nào còn ngồi đây, trên ghế nhà trường, giờ đó, chúng ta sẽ còn những điều cần phải được lưu giữ thành kỷ niệm. Bạn sẽ chỉ tốt nghiệp trung học - lần đầu tiên - lần duy nhất trong đời mà thôi. Bạn sẽ không có cơ hội thứ hai làm người, Bella ạ. Đây là bước ngoặt có một không hai trong đời.

Edward, nãy giờ im lặng để mặc chúng tôi tranh cãi, "tặng" ngay cho cô em gái một cái nhìn cảnh báo. Alice le lưỡi đáp lại anh trai mình. Alice nghĩ đúng - giọng nói dịu dàng của cô không bao giờ át được những tiếng ồn ã của quán ăn. Mà dù có ở bất kì tình huống nào đi chăng nữa, sẽ chẳng có ai hiểu được những ẩn ý của cô ấy.

- Chúng ta phải làm điều gì cơ? - Tôi hỏi tới, không muốn bị đánh trống lảng.

Edward khe khẽ trả lời:

- Jasper nghĩ đến những sự giúp đỡ khác. Gia đình bà Tanya không phải là lựa chọn duy nhất. Bố anh đang cố gắng bắt lại liên lạc với vài người bạn cũ, còn Jasper đang tìm lại Peter và Charlotte Anh ấy cũng đang cân nhắc đến việc mở lời với Maria... nhưng không muốn dính dáng đến người miền Nam.

Alice thoáng rùng mình

- Thuyết phục họ cũng không quá khó khăn - Anh tiếp tục giải thích - Nào có ai muốn ở bên Ý cử người qua đây đâu.

- Nhưng những người bạn này... không phải là người... *ăn chay*, phải không anh? - Tôi hỏi với hàm ý xác nhận, sử dụng lối nói đùa của nhà Cullen để ám chỉ những ma-cà-rồng biết kiêng khem như gia đình anh.

- Ừ - Edward trả lời, sắc mặt bỗng nhiên không còn chút thần khí.

- Họ sẽ đến đây? Đến Forks sao?

- Họ là bạn - Alice đoan chắc với tôi - Rồi mọi chuyện sẽ tốt đẹp. Bạn đừng lo. Jasper sẽ dạy chúng ta cách tiêu diệt những ma-cà-rồng mới...

Đôi mắt của Edward sáng bừng, một nụ cười hiện ra chớp nhoáng trên môi anh. Tôi nghe bụng mình như đang chứa trăm ngàn mảnh đá.

- Chừng nào anh đi? - Tôi hỏi một cách xa vắng. Tôi không thể chịu đựng được ý nghĩ có người sẽ không trở về. Chẳng may đó là Emmett, quả cảm nhưng nhẹ dạ đến nỗi chẳng có lấy một chút cẩn trọng thì sao? Hay đó là bà Esme, người dịu dàng và đầy tình mẫu tử đến mức tôi không thể hình dung ra được bà lại tham gia vào trận chiến? Hay Alice, quá nhỏ bé, trông thật mong manh? Hay... tôi thậm chí không dám nghĩ đến những cái tên và xem xét đến những khả năng xấu nhất nữa.

- Một tuần nữa - Edward trả lời một cách thản nhiên - Chúng ta phải chuẩn bị thời gian chứ.

Đá như đang xát, đang chà, đang lộn đô lộn đáo trong bụng tôi. Bất giác tôi cảm thấy buồn nôn không thể tả.

- Trông bạn xanh quá, Bella - Alice nhận xét.

Edward choàng tay qua người tôi, kéo tôi ngồi sát vào anh.

- Rồi sẽ ổn thôi, Bella. Tin anh đi.

Tất nhiên rồi, tôi tự trả lời trong đầu. Tin anh chứ. Anh đâu phải là týp người ngồi sau cánh gà mà xét đoán xem vì sự tồn vong của mình, có nên trốn về nhà hay không. Một ý nghĩ chợt nảy ra trong đầu tôi. Có lẽ tôi không cần phải đứng ngoài cuộc. Một tuần là quá đủ rồi.

- Mọi người đang tìm nguồn trợ giúp mà - Tôi từ tốn lên tiếng.

- Ừ, đúng rồi - Alice hơi nghiêng đầu sang một bên khi nhận ra sự thay đổi trong âm vực giọng nói của tôi.

Tôi trả lời, mắt chăm chú hướng vào cô bạn, giọng nói có to hơn lời thì thầm một chút:

- *Mình* có thể giúp được.

Thân mình của Edward ngay lập tức cứng lại, vòng tay anh siết chặt thêm quanh người tôi. Hơi thở của anh mạnh đến độ nghe như một tiếng rít.

Chỉ còn mỗi một mình Alice là vẫn còn giữ được bình tĩnh, cô bạn điềm nhiên đáp lời:

- Thế thì càng chẳng giúp gì được.

- Sao lại thế? - Tôi vặc lại; nghe rõ mồn một nỗi tuyệt vọng tràn ngập trong giọng nói của mình - Tám người tốt hơn bảy người. Với lại, cũng dư thời gian mà.

- Để bạn giúp được mọi người thì bấy nhiêu đó thời gian là hoàn toàn không đủ, Bella ạ - Cô bạn bác lại lời tôi một cách điềm tĩnh - Bạn nhớ Jasper đã miêu tả thế nào về ma-cà-rồng mới lột xác không? Khả năng chiến đấu kém, không thể kiểm soát được bản năng, và như vậy, bạn sẽ dễ trở thành mục tiêu bị tấn công. Và rồi Edward sẽ bị thương vì phải bảo vệ bạn - Nói đến đây, cô bạn khoanh hai tay lại ở trước ngực, trông có vẻ rất hài lòng với lập luận không dễ gì bác lại được ấy.

Trong thâm tâm, tôi cũng biết rõ rằng Alice nói đúng. Tôi dịu xuống, hy vọng mới chớm đã bị dập tắt hoàn toàn. Bên cạnh tôi, Edward cũng vừa mới thả lỏng người.

Anh thì thào nhắc nhở vào tai tôi:

- Hoàn toàn không phải là lúc em đang sợ hãi như thế này.

- Ôi - Alice bỗng kêu lên, gương mặt bất chợt trở nên ngây dại, rồi tỏ ra cáu kỉnh - Sao mình ghét những cú hủy hẹn vào phút chót thế không biết. Thế là số khách tham dự chỉ còn có sáu mươi lăm...

- *Sáu mươi lăm*! - Mắt tôi muốn lồi ra thêm lần nữa. Tôi làm gì có nhiều bạn đến vậy. Liệu dẫu chỉ là quen biết sơ sơ thôi, không biết tôi có quen với nhiều người đến thế không?

- Ai hủy hẹn thế? - Edward hỏi lại, không quan tâm đến thái độ của tôi.

- Cô Renée.

- Cái gì? - Tôi há hốc miệng ra vì ngạc nhiên.

- Cô Renée định làm bạn ngạc nhiên trong ngày lễ tốt nghiệp, nhưng bất ngờ có trục trặc. Bạn về nhà sẽ nhận được tin nhắn,

Trong giây lát, tôi cho phép mình tự do thư giãn. Chẳng hiểu điều gì khiến cho mẹ tôi trục trặc, nhưng gì thì gì, tôi cũng vô cùng biết ơn, biết ơn đời đời. Giờ mà mẹ tôi đến Forks... chậc, tôi không muốn nghĩ tiếp. Đầu tôi sẽ nổ tung lên mất.

Khi tôi về đến nhà, đèn báo có tin nhắn sáng lóa. Cảm giác nhẹ nhõm lại một lần nữa tràn ngập hồn tôi khi nghe mẹ kể về tai nạn của dượng Phil trong một trận đấu bóng. Chẳng là đang trong lúc biểu diễn một màn phát bóng điệu nghệ, dượng tính làm rối người bắt bóng, nên quăng quật cây gậy thế nào để đến nỗi bể cả xương đùi; hiện thời, toàn bộ nhất cử nhất động của dượng đều phải dựa vào mẹ, và mẹ không có cách nào bỏ dượng một mình được. Cho đến lúc tin nhắn ngưng vì hết dung lượng, mẹ vẫn còn luôn miệng xin lỗi.

- Chà, thế là được một người - Tôi thở dài.

- Người nào? - Edward hỏi lại,

- Một người mà em không phải lo bị giết vào tuần này nè.

Anh trợn tròn mắt ngó tôi lom lom.

- Sao cả anh, cả Alice đều không nghiêm túc trong chuyện này vậy? - Tôi hỏi gặng - Chuyện này không đùa được đâu.

Anh mỉm cười:

- Thì tự tin mà.

- Hay nhỉ - Tôi càu nhàu, và nhấc ống nghe lên, bấm số điện thoại của mẹ. Cuộc đàm thoại này sẽ dài lắm, tôi biết chứ, tôi còn biết rằng mình sẽ chẳng phải... nói nhiều nữa kìa

Từ đầu chí cuối, tôi chỉ có nghe, thi thoảng lại góp vào vài câu trấn an mẹ, rằng: tôi không thất vọng, tôi không giận mẹ, tôi không bị tổn thương; mẹ cứ tập trung mà chăm sóc cho dượng. À, tôi còn nhờ mẹ nhắn với dượng câu "chúc dượng mau khỏe" nữa, và hứa sẽ tường thuật chi tiết với mẹ buổi lễ tốt nghiệp của trường trung học Forks. Cuối cùng, tôi phải làm ra vẻ tiu nghỉu, viện cớ phải học thi để gác máy.

Sự nhẫn nại nơi Edward quả là không có giới hạn. Anh chờ tôi nói chuyện một cách lịch thiệp, chỉ đùa với các lọn tóc của tôi, khẽ mỉm cười khi tôi ngước mắt lên. Ôi, tôi vốn là đứa hời hợt, không để tâm nhiều đến mọi chuyện, vậy nên trong khi có quá nhiều thứ quan trọng phải suy nghĩ, nụ cười của anh lại khiến tôi quên cả thở. Phải chăng vì anh quá đẹp, đẹp đến mức thi thoảng lại khiến cho tôi không sao chú ý được đến điều gì, không thể tập trung được vào sự cố rắc rối của dượng Phil, vào những lời xin lỗi của "bà Renée" hay những ma-cà-rồng thù địch. Tôi chỉ là một con người không hơn không kém.

Ngay khi vừa gác máy xong, tôi nhón chân lên để hôn anh. Edward đặt tay lên thắt lưng tôi, nhẹ nhàng nhấc tôi ngồi lên kệ bếp, để tôi không phải với cao. Đúng là dễ dàng hơn nhiều. Tôi khóa tay mình quanh cổ anh, cả con người tôi muốn tan ra, khi tôi tựa hẳn vào vồng ngực lạnh lẽo của anh.

Như thường lệ, chẳng mấy lúc sau, anh cố vùng thoát ra khỏi sự ôm quấn của tôi bằng cả hai tay và hai chân.

Tôi cảm nhận rõ mình đang còn trề môi ra. Edward bật cười trước thái độ đó, trong lúc vẫn còn loay hoay gỡ mình ra khỏi vòng tay và vòng chân của tôi.

Anh tựa mình vào kệ bếp, cánh tay choàng hờ tay lên vai tôi.

- Anh biết em nghĩ rằng anh giỏi tự chủ, không bao giờ khuất phục, nhưng thật ra không phải như vậy đâu.

- Em cũng mong là như thế - Tôi thở dài.

Anh cũng thở dài.

- Ngày mai, sau khi tan trường - Edward thay đổi đề tài - Anh sẽ đi săn với bố, mẹ và chị Rosalie. Chỉ độ vài tiếng đồng hồ thôi - Tụi anh sẽ ở thật gần. Alice, Jasper và Emmett sẽ bảo vệ em.

- Ôi trời - Tôi buột miệng. Ngày mai là ngày thi tốt nghiệp đầu tiên, chỉ diễn ra trong nửa ngày. Tôi sẽ thi môn "Tích phân – Vi phân" và Lịch sử - hai môn khó nuốt nhất trong toàn bộ danh mục các môn thi - vậy mà gần như cả ngày, tôi sẽ không được nhìn thấy anh, tôi sẽ chẳng biết làm gì ngoài lo lắng - Em ghét bị chăm bẩm lắm.

- Chỉ tạm thời thôi mà - Anh nói một cách chắc nịch.

- Jasper sẽ chán cho coi. Còn Emmett thì sẽ tha hồ chọc ghẹo em.

- Cả hai sẽ cư xử theo cách khéo nhất.

- Đúng đấy - Tôi làu bàu

Đột nhiên tôi nảy ra một ý, ngoài chuyện bị chăm bẩm ra, tôi còn có lựa chọn khác kia mà.

- Mà anh ơi... từ hôm dự lửa trại dưới La Push tới giờ, em chưa đặt chân trở lại đó.

Tôi quan sát gương mặt anh một cách tường tận, cố tìm ra một thay đổi dẫu là nhỏ nhất. Và tất cả những gì tôi ghi nhận được chỉ là: đôi mắt anh có hơi se lại một chút.

- Ở La Push, em cũng an toàn - Tôi nhắc nhở.

Anh suy nghĩ chỉ trong vài tích tắc ngắn ngủi:

- Có lẽ em đúng.

Trên gương mặt anh vẫn là sự điềm tĩnh, chỉ có một chút xíu nhẹ nhõm thoáng hiện lên ở đó mà thôi. Suýt chút nữa tôi đã buột miệng hỏi xem anh có muốn tôi ở đây hay không, song kịp thời nghĩ đến cái non nước thể nào cũng bị Emmett chọc ghẹo, tôi vội chuyển ngay đề tài.

- Anh khát lắm sao? - Tôi hỏi, rồi ngước lên quan sát quầng thâm bên dưới mắt anh. Mống mắt của anh vẫn vàng sậm.

- Không, anh không khát lắm - Xem ra anh đang trả lời một cách miễn cưỡng, điều đó khiến tôi không khỏi ngạc nhiên. Tôi chờ đợi một câu giải thích.

- Bọn anh cần phải phát huy sức mạnh tối đa - Anh giải thích, vẫn bằng thái độ bất đắc dĩ - Có lẽ tụi anh sẽ lại đi săn dọc đường, cố gắng tìm kiếm những con thú lớn.

- Như vậy, anh sẽ mạnh hơn?

Anh nhìn tôi trân trối, mong tìm thấy một điều gì đó, nhưng tất cả vẫn chỉ là một sự khó hiểu.

- Ừ - Cuối cùng, anh lên tiếng trả lời - Máu người mới làm cho bọn anh mạnh lên bội phần, dù chỉ là một lượng rất ít ỏi. Jasper đã nghĩ đến chuyện này - hành xử giống đối phương. Thật ra chỉ vì anh ấy thực tế mà thôi - Nhưng anh ấy không dám đề nghị. Anh ấy thừa biết bố sẽ nói gì.

- Điều đó có ích ư, anh? - Tôi khe khẽ hỏi.

- Chuyện đó chẳng có nghĩa lí gì. Bọn anh sẽ không thay đổi lối sống đã chọn đâu.

Tôi cau mày. Nếu có một điều gì đó, dẫu kì cục, có thể có ích cho chuyện này... Bất giác tôi rùng mình, nhận ra rằng tôi sẵn lòng chấp nhận chuyện có người thiệt mạng để bảo vệ anh. Tôi thấy kinh sợ chính mình, nhưng hoàn toàn không thể phủ nhận được điều mong muốn đó.

Edward lại đổi đề tài.

- Đó là lý do vì sao họ lại mạnh đến như vậy. Cơ thể của những ma-cà-rồng mới lột xác còn đầy máu người - máu của bản thân họ, dần dần thứ máu ấy sẽ thay đổi. Máu vẫn còn được giữ lại ở các mô, là gốc rễ của sức mạnh. Cơ thể họ sẽ tiêu hóa từ từ, giống như Jasper đã nói; và sau khoảng một năm, sức mạnh sẽ bắt đầu mất đi.

485

- Thế *em* sẽ mạnh đến dường nào?

Anh cười thật tươi.

- Em sẽ mạnh hơn anh.

- Mạnh hơn cả Emmett sao?

Nụ cười của Edwar nở rộng hơn nữa.

- Ừ. Lúc đó, nhớ giúp anh thách thức anh ấy chơi vật tay nhé. Emmett sẽ được một bài học đích đáng.

Tôi bật cười khanh khách, cảm thấy tức cười quá đỗi.

Sau đó tôi thở dài, nhảy xuống khỏi kệ bếp, tôi không muốn chậm trễ thêm một giây một phút nào nữa. Tôi có cả mớ bài học cần phải nhồi, tọng vào đầu. May mắn cho tôi là có Edward giúp đỡ, mà Edward thì đúng là một gia sư tuyệt vời - cái gì anh cũng biết hết. Vấn đề lớn nhất của tôi sẽ chỉ là tập trung vào bài thi mà thôi. Bởi nếu không chú ý, rất có thể bài luận Lịch sử của tôi sẽ lấy đề tài về những cuộc chiến đẫm máu của ma-cà-rồng ở miền Nam lắm.

Tôi hít vào một hơi thật sâu và gọi điện thoại cho Jacob. Edward có vẻ cũng yên tâm như khi tôi gọi điện thoại cho "bà Renée". Anh lại tiếp tục đùa nghịch với mấy lọn tóc của tôi.

Dù thời gian đã chuyển sang chiều từ lúc nào rồi, vậy mà cú điện thoại của tôi vẫn làm cho Jacob mất giấc ngủ. Thoạt đầu, cậu ta dằn dỗi ghê lắm; nhưng khi nghe tôi hỏi ngày mai, tôi xuống La Push có được không, Jacob đã tươi tỉnh hẳn lên. Trường Quileute đã cho học trò nghỉ hè rồi, nên cậu bảo tôi nên đến sớm sớm. Khỏi nói cũng biết tôi vui biết chừng nào khi còn có một lựa chọn khác ngoài cái vụ bị canh như canh em bé kia. Dù sao, ở bên Jacob, tôi cũng còn có thể diện hơn.

Thế nhưng chút thể diện ấy cũng mau chóng bay biến nốt, khi Edward một mực bắt buộc tôi phải để cho anh chở đến ranh giới giữa hai vùng đất. Tình thế này chẳng khác nào một đứa trẻ đang được hai giám hộ trao đổi quyền chăm sóc cả.

- Em làm bài được không? - Edward bắt chuyện với tôi trên đương đi.

- Môn Sử thì dễ, nhưng môn Tích phân - Vi phân thì em không chắc lắm. Đáp án thấy đẹp đẹp thế nào ấy, nên có lẽ là em bị rớt rồi.

Edward phá ra cười khanh khách.

- Anh tin rằng em đã làm tốt. Nhưng nếu em lo lắng quá, hay để anh "bỏ nhỏ" thầy Varner cho em điểm A nhé.

- Ơ, cảm ơn anh, nhưng thôi, em không dám nhận lòng tốt ấy đâu.

Anh lại cười, nhưng thoắt cái đã im bặt ngay... Một chiếc xe hơi đỏ đậu sẵn đang án ngữ ngay giữa tầm nhìn khi anh vừa kịp bẻ cua lần cuối. Edward cau mày tập trung, và khi đã thắng xe lại xong, anh buông ra một tiếng thở dài.

- Sao vậy anh? - Tôi cất tiếng hỏi, tay đặt hờ lên cửa.

Anh lắc đầu, đáp:

- Không có gì.

Đôi mắt anh sa sầm xuống khi phóng tầm mắt qua ô cửa kính chắn gió, găm thẳng vào chiếc xe hơi kia. Cái nhìn ấy... trước đây, tôi đã từng chứng kiến một lần.

- Anh không *đọc trộm suy nghĩ* của Jacob đấy chứ, phải không? - Tôi bắt đầu buộc tội.

- Khi người ta cố tình hét lên trong đầu thì khó mà lờ đi được, em ạ.

- Ôi trời - Tôi hiểu ra điều đó trong chớp mắt - Cậu ta hét lên cái gì vậy hả anh? - Tôi thẽ thọt hỏi.

- Rồi cậu ta sẽ tự nói với em - Edward trả lời một cách châm biếm.

Tôi đang định vặn hỏi anh cho bằng được thì Jacob bóp còi - hai hồi còi liên tiếp nghe rất sốt ruột.

- Thật là bất lịch sự - Edward làu bàu.

- Jacob là thế mà - Tôi thở dài và lập cập bước ra ngoài để Jacob thôi kịp làm thêm một trò gì nữa khiến Edward bực mình. Tôi vẫy tay chào Edward trước khi tiến đến phía chiếc Rabbit, và từ đằng xa, trông anh rất buồn về chuyện tiếng còi xe... hay là về điều Jacob đang nghĩ? Nhưng mắt tôi đâu có tốt, lúc nào cũng có thể nhìn cái nọ xọ thành cái kia.

Tôi rất muốn Edward cùng đến với tôi. Tôi muốn cả hai chàng trai đều bước ra khỏi xe hơi và bắt tay nhau như những người bạn - là Edward và Jacob chứ không phải là *ma-cà-rồng* và *người sói*. Hiện thời, tình cảnh này không khác gì lúc tôi cầm hai miếng nam châm cứng đầu cố ép chúng lại với nhau, buộc tự nhiên phải thay đổi...

Tôi thở dài, leo vào trong xe hơi của Jacob.

- A, chị Bells - Jake reo vui, nhưng giọng nói kéo dài. Tôi quan sát sắc mặt cậu bạn trong lúc chiếc xe lăn bánh xuống đường, hướng thẳng về La Push. Người thiếu niên lái xe nhanh hơn tôi, nhưng tất nhiên là không thể bằng Edward được.

Jacob trông khác đi nhiều, có vẻ không được khỏe. Hai mí mắt của cậu rũ xuống, gương mặt thiểu não một cách tội nghiệp. Mái tóc bờm xờm rối tung; vài lọn tóc xòa xuống mặt kéo gần đến cằm.

- Em có sao không, Jake?

- Em chỉ hơi mệt thôi - Cậu bạn tôi xoay sở thốt ra được bấy nhiêu trước khi chịu thua một cái ngáp thật dài. Xong, cậu hỏi tôi - Hôm nay chị thích làm gì?

Tôi nhìn chăm chăm vào cậu bạn một hồi lâu.

- Về nhà em chơi đi - Tôi đề nghị. Và Jacob cũng

không có vẻ gì gọi là đang ấp ủ một dự định khác - Mình sẽ vi vu lướt gió sau.

- Tất nhiên, tất nhiên rồi - Cậu ta trả lời, kèm thêm một cái ngáp khác.

Nhà của Jacob trống hươ, có cảm giác là lạ. Một lúc sau, tôi mới hiểu rằng ấy là do bấy lâu nay, mình đã quen với việc ông Billy hầu như tối ngày cứ ru rú trong nhà.

- Bố em đâu?

- Đến nhà Clearwater rồi. Từ ngày ông Harry mất, bố em hay qua bên đó lắm. Bà Sue có một thân một mình.

Nói xong, Jacob đặt mình xuống chiếc ghế tràng kỷ chẳng to hơn chiếc ghế xôpha hai chỗ ngồi bao nhiêu, cậu ta nép mình qua một bên lấy chỗ cho tôi ngồi.

- Ồ. Đúng rồi. Tội nghiệp bà Sue.

- Vânggg... Bà ấy đang gặp chút vấn đề... - Người thiếu niên ngập ngừng - Với hai người con.

- Đúng rồi. Cuộc đời thật khắc nghiệt với chị Leah và nhóc Seth, mất cha...

- Ờ-ờ - Người thiếu niên đồng tình, nhưng đầu óc có vẻ như đang để ở đâu đâu. Rồi cậu ta cầm lấy cái điều khiển tivi, bấm mở tivi nhưng chẳng có ý niệm gì về hành động đó cả. Jacob lại ngáp một cái thật đã.

- Em sao vậy, Jake? Trông em cứ như người chết biết đi ấy.

- Đêm qua, em ngủ có hai tiếng đồng hồ hà, đêm trước nữa là bốn tiếng - Jacob kể cho tôi biết. Cậu chậm rãi duỗi dài hai tay, tôi nghe một tiếng "rắc" khi cậu cong tay lại. Rồi Jacob khoác tay lên lưng ghế, người ngả ra sau và tựa đầu vào tường - Em không còn một chút sức lực nào nữa.

- Sao em không ngủ lại? - Tôi hỏi.

Người thiếu niên nhăn mặt ngay lập tức.

- Anh Sam khó lắm. Anh ấy không tin vào mấy con rận bạn chị. Suốt hai tuần liền, em tăng lịch chạy, chạy gấp đôi, cũng chưa chạm trán ai cả; nhưng anh ấy không chịu. Tình hình hiện thời của em là như vậy đấy.

- Chạy gấp đôi ư? Để canh cho chị chứ gì? Jake, làm thế là sai! Em cần phải ngủ. Chị sẽ không sao đâu.

- Ôi dào, điều đó có gì quan trọng - Đôi mắt của cậu chợt tỉnh táo hơn - À, chị đã biết kẻ nào lẻn vào phòng chị chưa? Có tin gì mới không?

Tôi phớt lờ câu hỏi thứ hai.

- Chưa, tụi chị vẫn chưa tìm được tung tích, ừm, của vị khách bí ẩn này.

- Thế thì em sẽ còn tiếp tục tuần tra - Jacob nói ngay tắp lự, hai mắt khẽ khép lại.

- Jake... - Tôi bắt đầu rền rĩ.

- Này, ít ra đó là điều em có thể làm được cho chị - em đã nguyện với lòng sẽ là nô lệ vĩnh viễn rồi. Suốt đời này, em sẽ là nô lệ của chị.

- Chị không cần nô lệ!

Đôi mắt của người bạn nhỏ vẫn không mở ra.

- Thế chị cần gì, Bella?

- Chị cần có Jacob, một người bạn đúng nghĩa mà thôi. Chị không muốn người bạn ấy phải sống dở chết dở, làm tổn thương chính mình vì những cố gắng không đáng...

Jacob cắt ngang lời tôi:

- Chị nhìn mọi chuyện theo hướng này nè: em đang hy vọng bắt được một tên ma-cà-rồng mà em được phép giết, hiểu không?

Thấy tôi lặng thinh, ngay lập tức, cậu ta quay sang nhìn tôi, dò tìm phản ứng.

- Em đùa thôi, Bella ạ.

Tôi vẫn chăm chú nhìn vào màn hình của chiếc tivi.

- Tuần tới, chị có kế hoạch gì đặc biệt không? Chị sẽ tốt nghiệp mà. Oa. Tuyệt vời - Giọng nói của cậu trở nên ngang phè, và gương mặt của cậu chẳng còn chút thần khí; trông mới phờ phạc, hốc hác làm sao. Đôi mắt của Jacob tiếp tục nhắm - lần này không phải vì mệt mỏi mà là muốn làm trái lại lời tôi. Tôi thừa hiểu chuyện tốt nghiệp vẫn còn là một mối ám ảnh kinh hoàng đối với cậu; mà thực tế thì mọi dự định của tôi đã hoàn toàn đi tong rồi.

- Không có kế hoạch nào *đặc biệt* cả - Tôi trả lời một

cách cẩn trọng, hy vọng cậu bạn sẽ nhận ra sự chắc nịch trong câu nói đó mà không cần phải có thêm một lời giải thích nào nữa. Hiện thời, tôi chẳng muốn đề cập đến chuyện ấy. Vì một lẽ, Jacob đâu có ý muốn tìm kiếm một cuộc nói chuyện khó khăn để làm gì. Và lẽ khác, tự bản thân cậu cũng có thể nhận ra những nỗi khổ sở đang có ở trong tôi - Chậc, chị phải đi dự tiệc tốt nghiệp. Tiệc tốt nghiệp của chị ấy - Tôi nói giọng chán nản - Alice *thích* tiệc tùng lắm, cô ấy đã mời cả thị trấn. Thế mới sợ chứ.

Jacob mở mắt ra trong lúc nghe tôi nói, một nụ cười nhẹ nhõm xuất hiện trên đôi môi của cậu, làm cho vẻ mệt mỏi có vơi bớt được phần nào.

- Em không được mời. Đau lòng quá - Cậu châm chọc.

- Hãy coi như em được mời đi. Đây là buổi tiệc *của chị* mà. Chị muốn mời ai cũng được.

- Cảm ơn chị - Người thiếu niên đáp một cách mỉa mai, hai mi mắt khép lại một lần nữa.

- Chị mong em sẽ đến - Tôi nói mà không mảy may có lấy một hy vọng - Sẽ vui lắm. Chị muốn nói là chị rất vui.

- Tất nhiên rồi, tất nhiên rồi - Jacob trệu trạo đáp - Sẽ... thú vị lắm... - Sau đó là im bặt.

Vài giây sau, tôi nghe tiếng cậu bạn thở đều.

Tội nghiệp Jacob. Tôi lặng lẽ quan sát gương mặt cậu trong lúc ngủ, và không khỏi thích thú. Khi Jacob chìm vào cõi mộng, bao nhiêu vẻ cảnh giác, cay nghiệt biến đi mất; hình ảnh cậu bé đã từng là người bạn thân nhất của tôi - từ trước khi có chuyện người sói - đột nhiên hiện về. Cậu trẻ ra rất nhiều, trông cậu đúng là Jacob của tôi.

Tôi nép mình vào chiếc ghế chờ cậu bạn tỉnh dậy, hy vọng cậu sẽ ngủ được một lúc để lấy lại được những gì đã mất. Tôi chuyển các kênh, nhưng cũng chẳng có nhiều để mà lựa chọn. Cuối cùng, tôi quyết định xem mục vào bếp, dù trong thâm tâm biết rõ một điều rằng sẽ chẳng bao giờ đưa những cách làm công phu đó vào bữa tối của ngài cảnh sát trưởng. Jacob tiếp tục thở sâu, tiếng thở lớn dần. Tôi bật nút tăng âm lượng, cảm thấy thoải mái một cách lạ lùng, có cả một chút buồn ngủ nữa. Tôi có cảm giác như căn nhà này an toàn hơn căn nhà của tôi, có lẽ là vì chẳng ai đến đây tìm tôi. Tôi bắt đầu thu mình lại trên ghế, nghĩ đến chuyện chợp mắt một lát. Lẽ ra tôi đã ngủ rồi, nhưng tiếng thở của Jacob to quá, không thể nào để ngoài tai cho nổi. Cuối cùng, thay vì ngủ, tôi để tâm trí lang thang, lang thang…

Kì thi tốt nghiệp cuối cùng cũng hoàn tất, hầu hết các môn tôi đều hoàn thành một cách dễ dàng. Ngoại lệ duy nhất là môn "Tích phân – Vi phân", rốt cuộc đã trở thành quá khứ, không rõ sẽ rớt hay đậu. Sự học của tôi ở trường trung học như vậy là cũng đến hồi kết thúc. Và thực lòng, tôi cũng không rõ mình cảm nhận thế nào về điều này. Tôi không thể nhìn nó một cách khách quan được, khi kiếp người của tôi cũng theo nó mà kết thúc.

Không biết Edward định sử dụng cái lý do "hoàn toàn không phải là lúc em đang sợ hãi thế này" tới bao lâu. Đến một lúc nào đó, tôi sẽ phải giữ vững lập trường của mình đến cùng mới được.

Nếu tôi có đầu óc thực tế, tôi chỉ việc nhờ bác sĩ Carlisle biến đổi mình ngay khi vừa bước chân qua ngưỡng cửa tốt nghiệp là xong. Thị trấn Forks sắp nguy hiểm không thua gì vùng chiến sự. Không, đúng ra phải nói thị trấn Forks chính *là* vùng chiến sự. Vậy mà tôi không nghĩ ra... đây sẽ là cái cớ hợp lý để khỏi phải tổ chức tiệc mừng tốt nghiệp. Tôi bất giác mỉm cười khi hình dung ra lý do đơn giản nhất cần phải biến đổi. Ngớ ngẩn thật... nhưng mà có tính thuyết phục đấy chứ.

Tuy vậy, dẫu sao cũng không thể phủ nhận là Edward đã nói đúng: tôi chưa hoàn toàn sẵn sàng. Và tôi không muốn thực dụng quá. Tôi muốn Edward là người sẽ đưa tôi đến kiếp sống mới. Ước muốn này thật ra chẳng hợp lý chút nào, tôi biết chứ. Tôi còn dám khẳng định rằng - chừng hai giây sau khi bị cắn và nọc độc bắt đầu thiêu đốt, lan truyền theo các huyết mạch trong cơ thể - tôi sẽ chẳng còn mảy may quan tâm xem ai là người thực hiện vết cắn đó. Vậy cho nên ai cắn thì cũng vậy thôi.

Nhưng nói gì thì nói, thật khó mà giải thích được, ngay cả bản thân tôi, rằng tại sao điều ấy lại có ý nghĩa đến như thế. Chỉ vì một lẽ anh là người phải chọn lựa - anh, vốn muốn bảo vệ tôi tới mức không cho tôi bước vào kiếp sống mới, lại phải hành động để bảo vệ tôi. Thật trẻ con, nhưng tôi lại thích cái ý nghĩ rằng đôi môi *anh* là điều cuối cùng tôi còn cảm nhận được. Và còn vì một lẽ khác - tôi sẽ không bao giờ cất nổi lời, vì ngượng - đó là tôi muốn chính chất độc trong *anh* xâm nhập và biến đổi con người tôi. Theo cách đó, xét về tình lẫn lí, tôi là người của anh.

Nhưng tôi biết thể nào anh cũng sẽ đưa cái điều kiện kết hôn ra làm khiên chắn - bởi lẽ trì hoãn là mục tiêu anh theo đuổi đến cùng, mà tác dụng của nó thì chẳng biết thế nào mà lần cả. Tôi cố hình dung ra cảnh thông báo với bố mẹ chuyện tôi - Bella - sẽ kết hôn vào mùa hè này. Rồi tôi còn phải kể cho Angela, Ben, và Mike nghe nữa. Không, tôi không làm được. Tôi không biết phải nói gì. Thông báo cho mọi người biết rằng tôi sẽ trở thành ma-cà-rồng xem ra còn dễ dàng hơn. Và tôi còn dám đoan quyết rằng ít ra "bà Renée" - khi nghe tôi bày tỏ tường tận sự tình - thể nào cũng sẽ nằng nặc phản đối chuyện tôi kết hôn còn hơn cả chuyện tôi sẽ trở thành ma-cà-rồng. Tôi nhăn mặt lại khi tưởng tượng ra vẻ mặt hãi hùng của mẹ. Thế rồi chỉ trong một cái chớp mắt, tôi thấy hiện ra hình ảnh lạ lùng về Edward và tôi đang ngồi trên một chiếc xích đu bằng gỗ, cả hai mặc những bộ quần áo thuộc về thời kì khác - cái thời kì mà tôi đeo chiếc nhẫn của anh trao chẳng khiến cho ai phải ngạc nhiên. Đó là một chốn giản dị, nơi tình yêu được định nghĩa bằng những điều giản dị nhất: một cộng với một bằng hai...

Jacob khụt khịt mũi và trở mình. Cánh tay của cậu bạn tuột khỏi lưng ghế, và vô hình trung ghìm chặt tôi vào cơ thể của cậu. Ôi trời ơi, cậu ta nặng quá! Lại còn *nóng* nữa. Chỉ mới có hai giây thôi mà tôi đã thấy nực nội lắm rồi.

Tôi cố gắng thoát khỏi cánh tay của Jacob mà không làm cậu phải thức giấc, nhưng cuối cùng tôi cũng vẫn phải vận đến một ít sức; và khi tôi đã thoát ra khỏi được cái cánh tay đang ghìm giữ mình thì đôi mắt của người thiếu niên đột ngột mở bừng ra. Cậu ta nhổm ngay dậy, dáo dác ngó quanh quất, đầy lo lắng.

- Chuyện gì thế? Chuyện gì thế? - Jacob hỏi liên hồi, hoàn toàn không có một ý niệm gì về phương hướng.

- Chỉ là chị thôi, Jake. Chị xin lỗi đã làm em thức giấc.

Jacob quay sang nhìn tôi, chớp chớp mắt, bối rối.

- Chị Bella?

- Ừ, anh chàng ngủ gục.

- Ôi trời! Em ngủ quên hả? Cho em xin lỗi nhé! Em thiếp đi được bao lâu rồi?

- Cũng xong được vài món của bếp trưởng Emeril rồi. Chị quên không đếm.

Jacob lại gieo mình xuống ghế, bên cạnh tôi.

- Ôi. Em xin lỗi. Thật đấy.

Tôi nhẹ nhàng vuốt lại tóc cho cậu.

- Đừng áy náy thế. Chị rất vui vì em đã ngủ được một chút.

Jacob ngáp một cái thật đã rồi duỗi người.

- Dạo này em vô dụng lắm cơ. Chả trách sao bố em cứ bỏ đi hoài. Em chán quá mà.

- Đâu có, em tuyệt lắm - Tôi xác định.

- Thôi, mình ra ngoài chơi đi chị. Em cần phải cho tay chân vận động chút ít, chứ không lại ngủ chẳng biết trời trăng gì nữa.

- Jake à, ngủ lại đi em. Chị sẽ không sao đâu. Có gì chị sẽ gọi điện thoại cho Edward đến đón chị về - Vừa nói, tôi vừa vỗ nhẹ vào túi... thất thần... túi trống không - Trời, chị phải mượn điện thoại của em rồi. Chắc chị để quên điện thoại di động trong xe - Tôi tìm cách giải quyết vấn đề.

- Không! - Jacob khăng khăng, chộp vội lấy tay tôi - Không, chị ở lại đi. Khó khăn lắm chị mới xuống đây được. Em không ngờ là mình lại để phí thời gian đến thế.

Vừa nói, Jacob vừa kéo tôi đứng dậy, dẫn tôi ra ngoài, cậu phải cúi đầu xuống khi đi qua cửa. Trong lúc cậu bạn ngủ, trời đã trở lạnh - một cái lạnh không đúng mùa - hẳn là sắp có bão. Khí trời cứ như là đang ở tháng Hai chứ chẳng phải tháng Năm vậy.

Dường như bầu không khí rét mướt đã làm cho Jacob trở nên lanh lợi hơn. Cậu bạn tôi đi tới đi lui nơi hàng hiên trước nhà cả phút đồng hồ, kéo theo cả tôi nữa.

- Mình quả là ngốc nghếch quá đi mất - Cậu làu bàu với chính bản thân mình.

- Chuyện gì vậy Jake? Không có gì thì em nên đi ngủ đi - Tôi nói kèm theo một cái nhún vai.

- Em muốn nói chuyện với chị. Ôi, thật không thể tin được.

- Thế thì em nói đi - Tôi thúc giục.

Jacob nhìn vào mắt tôi đúng một tích tắc rồi nhìn trở sang những thân cây. Có vẻ cậu bạn đang ngượng ngùng, và cái nước da sẫm màu như thế kia của cậu đã che giấu được những điều mà người khác muốn đoán biết qua nét mặt.

Hốt nhiên, những lời lẽ của Edward lúc ngừng xe cho

tôi xuống vang lên với nội dung tiên thị rằng Jacob sẽ cho tôi biết những gì cậu ta đã thét lên trong đầu. Tôi nhấm nhấm môi.

- Nào - Jacob bắt đầu cất lời - Em tính làm điều này khác đi một tí - Cậu ta bật cười, có cảm giác như đang cười với chính mình - Dịu dàng hơn - Jacob nói thêm - Em đã chuẩn bị hết rồi, nhưng mà... - Nói đến đây, người thiếu niên ngước mắt nhìn lên trời; sắc mây đã sẩm lại, chiều đang buông - Giờ mà nói thì trễ quá.

- Em đang nói cái gì vậy? - Tôi hỏi.

Jacob hít vào một hơi thật sâu.

- Em muốn nói với chị điều này. Chị cũng biết rồi... nhưng em nghĩ dù sao đi nữa, em cũng nên nói ra, để mọi thứ rõ ràng hơn.

Tôi đứng lại, người bạn nhỏ cũng không bước nữa. Một cách dứt khoát, tôi rụt tay về, khoanh lại trước ngực. Bỗng nhiên, tôi nhận ra rằng mình không hề muốn biết những gì người con trai đang đứng trước mặt sắp sửa thốt ra thành lời.

Đôi lông mày của Jacob nhíu lại, đôi mắt sâu hoắm của cậu lại càng giống như bị đẩy sâu vào góc tối. Chúng đen kịt khi nhìn xoáy vào mắt tôi.

- Tôi phải lòng em mất rồi, Bella ạ - Jacob thổ lộ bằng một giọng cứng cỏi, đanh gọn - Bella, tôi yêu em. Tôi muốn em chọn tôi, thay vì chọn hắn. Tôi biết em không có cùng cảm xúc như tôi, nhưng tôi vẫn muốn nói ra sự thật để em hiểu rằng em có quyền lựa chọn. Tôi không muốn từ nay giữa hai chúng ta lại có điều gì đó hiểu lầm.

15. ĐÁNH CUỘC

Tôi nhìn chằm chằm vào người thiếu niên trong một phút dài, không nói nên lời. Tôi cũng chẳng nghĩ ra được điều gì để mà nói với cậu ta cả.

Cậu ta cũng quan sát vẻ mặt không còn chút thần thái nào của tôi trong một lúc, bao nét nghiêm nghị bỗng chốc biến mất không để lại một vết tích.

- Được rồi - Cậu ta cười tươi tỉnh - Xong.

- Jake - Tôi có cảm giác như có một vật gì đó khá to vừa được chèn vào giữa cổ họng của mình; tôi cố gắng thanh lọc lại cuống họng - Chị không thể... Chị không... Thôi, chị phải về đây.

Dứt lời, tôi quay ngoắt lại, toan bỏ đi; nhưng Jacob đã nhanh như cắt, chộp vào vai tôi bằng cả hai tay, xoay người tôi lại.

- Không, đợi đã. Em hiểu mà, chị Bella. Nhưng mà, nào, trả lời em câu này, được không? Chị có muốn em tránh xa chị và không bao giờ xuất hiện trước mặt chị nữa không? Chị hãy trả lời thật lòng nhé.

Trong tình huống này, thật khó có thể chú tâm vào câu hỏi mà người thiếu niên vừa thốt ra, phải mất một đỗi sau, tôi mới mở miệng nổi.

- Không, chị không muốn như vậy - Cuối cùng, tôi lên tiếng minh định.

Đáp lại câu trả lời đó là một nụ cười vui vẻ của Jacob.

- Em hiểu.

- Nhưng chị không muốn em ở bên chị... theo kiểu em muốn chị ở bên em - Tôi nhẹ nhàng chỉnh lại.

- Thế thì cho em biết chính xác vì sao chị lại muốn em ở bên chị?

Tôi suy nghĩ một cách cẩn trọng trước khi trả lời.

- Khi không gặp em, chị cảm thấy nhớ. Khi em vui... - Tôi nói một cách dè dặt - ... chị cũng cảm thấy vui lây. Nhưng chị cũng có thể nói những điều như thế với bố chị, Jacob ạ. Em như người thân trong gia đình chị. Chị thương em, nhưng chị không *phải lòng* em.

Jacob gật đầu, tỏ ra điềm tĩnh.

- Nhưng mà chị muốn em ở bên chị.

- Ừ - Tôi thở dài. Jacob đúng là týp người không có khái niệm nản chí.

- Thế thì em sẽ luôn quanh quẩn bên chị.

- Em đúng là người thích đương đầu mà - Tôi cầu nhàu.

- Đúng rồi - Jacob định đưa tay quệt lên má tôi nhưng tôi đã kịp thời gạt tay của cậu ta đi.

- Ít ra em cũng phải để ý chăm sóc đến bản thân mình một chút chứ? - Tôi bắt đầu cáu bẳn.

- Không. Chị là người quyết định chuyện đó, Bella ạ. Chị là người quyết định trong việc em sẽ trở thành một kẻ như thế nào - tồi tệ hay tử tế - tất cả đều phụ thuộc ở chị.

Tôi nhìn người thanh niên trước mặt mình một cách trân trối:

- Thật là ích kỷ.

- Chị cũng vậy thôi.

Tôi khẽ giật mình, bất giác bước lùi lại một bước. Cậu ta nói đúng. Nếu tôi không ích kỷ - cả tham lam nữa - tôi sẽ nói với Jacob rằng tôi không muốn làm bạn với cậu, rồi sau đó bỏ đi. Một khi tình bạn sẽ khiến người khác bị tổn thương, thì thật sai trái khi cố níu giữ bạn. Tôi không biết mình đang làm gì ở đây nữa, và bất chợt tôi có linh cảm rằng điều đó không tốt một chút nào.

- Em nói đúng - Tôi nói khe khẽ.

Jacob cười.

- Em tha thứ cho chị. Chỉ cần chị cố kiềm chế đừng nổi sùng lên với em. Bởi lẽ dạo này em đã quyết định rằng em sẽ không bỏ cuộc. Cảm giác về sự thất bại làm cho người ta trở nên kiên quyết đến bất ngờ.

- Jacob - Tôi nhìn thẳng vào mắt người thiếu niên, trong một nỗ lực buộc cậu phải có thái độ nghiêm túc với tôi - Chị yêu *anh ấy*, Jacob. Anh ấy là toàn bộ cuộc đời chị.

- Em cũng yêu chị cơ mà - Jacob nhắc nhở tôi. Cậu ta đưa tay lên ngăn lại khi tôi có ý định phản bác - Không giống như hắn, em biết. Nhưng hắn cũng không phải là toàn bộ cuộc đời chị. Không còn ở vị trí đó nữa. Có lẽ hắn đã từng như vậy, nhưng hắn đã bỏ đi rồi. Vậy mà bây giờ hắn chỉ phải đối mặt với mỗi hậu quả của sự lựa chọn đó - là *em*.

Tôi lắc đầu:

- Em thật quá đáng.

Jacob tự trấn tĩnh trở lại. Cậu ta giữ lấy cằm tôi, giữ thật chặt để tôi không thể quay đi tránh né ánh nhìn hun hút của cậu.

- Cho đến chừng nào tim chị ngừng đập, Bella ạ - Jacob nói một cách chậm rãi - Em sẽ ở đây - bền bỉ chiến đấu. Đừng quên rằng chị có sự chọn lựa.

- Chị không cần những chọn lựa đó - Tôi kiên quyết phản đối, cố gắng giải thoát cho cái cằm của mình, nhưng không thành công - Tim chị cũng đã đập lại bình thường rồi, Jacob ạ. Thời gian cũng đã trôi qua khá lâu rồi.

Đôi mắt của Jacob sa sầm xuống.

- Càng có lý do để chiến đấu - giờ thì chiến đấu sẽ càng quyết liệt hơn, trong lúc mà em còn có thể - Jacob thầm thì.

Người thiếu niên vẫn giữ rịt lấy cằm tôi - những ngón

tay của cậu ta nắm chặt đến mức tôi cảm thấy nhức nhối - và tôi đọc được rất rõ một sự kiên quyết ngời sáng trong mắt kẻ đối diện.

- Kh... - Tôi lên tiếng phản đối, nhưng đã quá trễ.

Đôi môi của Jacob ấn mạnh vào môi tôi, ngăn lời chống đối chưa kịp thoát ra thành tiếng. Jacob hôn tôi một cách mạnh mẽ, thô bạo, bàn tay còn lại của cậu ta giữ cứng lấy gáy tôi, không để cho tôi có lấy một cơ hội vùng thoát. Với tất cả sức lực của mình, tôi đẩy Jacob ra, nhưng dường như cậu ta chẳng hề nhận ra nỗ lực đó. Cho dẫu động tác mang tính chất hung bạo, song đôi môi của người thiếu niên vẫn rất mềm mại, chúng di chuyển trên môi tôi một cách xa lạ, nhưng ấm áp.

Tôi bưng lấy gương mặt Jacob, cố gắng đẩy đi, lại thất bại. Lần này, người thiếu niên có vẻ như đã chú ý đến phản ứng của tôi, tuy nhiên, tình hình chẳng vì thế mà được cải thiện. Jacob buộc tôi phải hé môi, và tôi hoàn toàn có thể cảm nhận được hơi thở ấm nóng đang phả vào miệng mình.

Hoàn toàn theo bản năng, tôi buông thống tay mình, khép miệng lại. Tôi mở mắt và thôi kháng cự, thôi cảm nhận... chỉ chờ cậu ta buông xuôi.

Và đúng như vậy. Sự mạnh mẽ nơi Jacob lơi dần, cậu ta hơi ngả người ra sau để quan sát thái độ của kẻ đối diện. Lần này, một cách dịu dàng, cậu ta ấn môi mình trở lại vào môi tôi, thăm dò; một, hai... và lần thứ ba. Tôi cứ ngây người ra như tượng, chờ đợi.

Cuối cùng, Jacob cũng buông tay ra khỏi mặt tôi, lui lại.

- Xong chưa? - Tôi hỏi một cách hờ hững.

- Rồi - Jacob thở dài. Cậu ta khẽ khép mắt lại, bắt đầu mỉm cười.

Tôi đưa tay ra sau lấy đà, rồi dồn hết sức bình sinh đấm thẳng về phía trước, ngay cái miệng đáng ghét của Jacob.

Một tiếng "cốp" vang lên rất to.

- Ui da! *UI DA!* - Tôi thét lên, nhảy liên hồi vì đau, giấu tay vào ngực. Tay tôi gãy rồi, tôi hoàn toàn có thể cảm nhận được điều đó.

Jacob nhìn tôi sững sờ:

- Chị có bị làm sao không?

- Làm sao mà không sao được, quỷ tha ma bắt! Cậu làm gãy tay tôi rồi!

- Ủa, chị Bella, em có làm gì đâu, chính chị làm đấy chứ. Mà chị thôi nhảy choi choi đi, đưa tay đây, em xem cho.

- Đừng có đụng vào người tôi! Bây giờ tôi sẽ về nhà!

- Để em đi lấy xe - Jacob cố nói giọng điềm tĩnh. Cậu ta thậm chí chẳng thèm xoa xoa quai hàm giống mấy diễn viên trong phim. Thật bất công.

- Không dám, cảm ơn - Tôi rít lên - Tôi thà đi bộ còn hơn. Nói xong, tôi quay ngoắt ra đường. Từ đây đến ranh giới chỉ khoảng vài dặm đường. Chỉ cần tôi dời gót khỏi kẻ đáng ghét này, Alice sẽ trông thấy tôi. Cô bạn sẽ nhờ ai đó đến đưa tôi về.

- Em chỉ lái xe đưa chị về thôi - Jacob một hai khăng khăng.

Thật không thể tin được, cậu ta vẫn còn mặt mũi mà choàng tay lên thắt lưng của tôi kia đấy.

Tôi giằng mình ra khỏi tên đáng ghét ấy.

- Được! - Tôi gầm ghè - Làm đi! Tôi đang sốt ruột muốn biết xem Edward sẽ làm gì cậu đây! Hy vọng anh ấy sẽ cắn vào cổ cậu, con sói huênh hoang, đáng ghét, ngốc nghếch ạ!

Jacob trợn tròn mắt. Cậu ta đưa tôi ra chỗ xe hơi và giúp tôi ngồi vào ghế. Còn kẻ đáng ghét, sau khi đã yên vị ở đằng sau tay lái, ngang nhiên huýt sáo.

- Chẳng lẽ cậu không bị đau một chút nào sao? - Tôi thắc mắc, không thể không bực bội.

- Chị đùa à? Nếu chị không la oai oái thì em đã không biết chị tính hành xử mạnh tay với em rồi. Có thể cơ thể em không được cấu tạo từ đá, nhưng em không mềm như chị nghĩ đâu.

- Tôi ghét cậu, Jacob Black ạ.

- Tốt lắm. Ghét là một cảm xúc cuồng nhiệt.

- Tôi sẽ cho cậu cái cuồng nhiệt đó - Tôi làu bàu - Giết người là hành vi của sự cuồng nhiệt bị đẩy lên đến mức tận cùng.

- Ôi thôi nào - Jacob trả lời, vẻ mặt phấn khích như có vẻ lại sắp tiếp tục huýt sáo - Thế còn hơn là hôn một tảng đá chứ.

- Thậm chí còn lâu mới bằng - Tôi trả lời một cách lạnh nhạt.

Kẻ đáng ghét mím môi lại.

- Chị chỉ có thể nói như thế thôi.

- Không dám đâu.

Điều này khiến Jacob phật ý, nhưng chỉ trong thoáng chốc, vì ngay sau đó, cậu ta lại hoạt bát trở lại.

- Tại chị giận nên nói thế. Chứ em chưa trải qua điều đó với ai bao giờ, vậy mà em còn thấy tuyệt vời không thể tả.

- Trời ơi - Tôi rên rỉ.

- Tối nay, thể nào chị cũng sẽ nghĩ đến nó. Khi hắn tưởng rằng chị đã ngủ rồi, chị sẽ nghĩ đến những chọn lựa của chị cho mà xem.

- Tối nay, tôi mà nghĩ đến cậu, thì đó chính là *ác mộng* đấy.

Jacob lập tức giảm ngay tốc độ, cậu ta quay sang nhìn tôi bằng ánh mắt đen lay láy và tha thiết.

- Hãy thử nghĩ xem mọi chuyện sẽ như thế nào, Bella - Jacob ra sức thuyết phục, giọng nói vừa háo hức, vừa dịu dàng - Với em, chị sẽ không cần phải biến đổi. Chị cũng thừa hiểu rằng chú Charlie sẽ vui biết chừng nào nếu như chị chọn em. Em có thể bảo vệ chị không thua kém gì cái gã ma-cà-rồng ấy - có khi còn tốt hơn hắn nữa là đằng khác. Em sẽ làm cho chị hạnh phúc, Bella. Có quá nhiều thứ hắn không thể trao cho chị, nhưng em thì có thể. Em dám cuộc rằng hắn thậm chí còn không dám hôn chị như vậy - vì hắn sẽ có thể làm chị bị thương. Còn em, em sẽ không bao giờ, không bao giờ để cho chị bị thương, Bella ạ.

Tôi đưa cánh tay bị thương lên.

Jacob thở dài.

- Đấy đâu phải là lỗi tại em. Lẽ ra, chị nên chú ý hơn.

- Jacob à, không có anh ấy, tôi *không thể* hạnh phúc được.

- Ấy là tại chị không chịu thử - Jacob vặc lại - Khi hắn bỏ đi, bao nhiêu sinh lực có được, chị đều gửi cả theo hình bóng hắn. Nếu chị dứt tình, chị đã có thể có hạnh phúc rồi. Chị đã có thể hạnh phúc bên em.

- Tôi không muốn hạnh phúc với ai ngoài anh ấy cả - Tôi nhấn mạnh.

- Chị sẽ không bao giờ có thể chắc chắn được về hắn như chị chắc chắn về em. Hắn đã bỏ chị được một lần, hắn sẽ còn có thể bỏ được lần thứ hai.

- Không, anh ấy sẽ không như thế nữa - Tôi nói qua kẽ răng. Nỗi đau của ký ức bất chợt nhói lên trong lòng tôi như một vết roi quất. Nó khiến tôi muốn Jacob cũng phải bị tổn thương như thế - Cậu cũng đã từng bỏ rơi tôi một lần rồi kia mà - Tôi nhắc lại quá khứ bằng một giọng lạnh lùng, nhớ lại những tuần lễ cậu ta tránh mặt tôi, nhớ lại những lời lẽ cậu ta đã nói với tôi ở khu rừng bên cạnh nhà...

- Không hề - Jacob đáp trả một cách quyết liệt - Tại người ta bảo em không được kể với chị, rằng nếu chúng ta ở bên nhau thì sẽ không an toàn cho chị. Em chưa bao giờ, chưa bao giờ bỏ rơi chị cả! Đêm nào em cũng quần tới quần lui ở khu nhà chị, giống như hiện giờ vậy. Chỉ để đảm bảo rằng chị được an toàn, thế thôi.

Lúc này đây, tôi không muốn để cho mình bị kích động thêm nữa vì cậu ta.

- Đưa tôi về nhà. Tay tôi đau quá.

Jacob thở dài, bắt đầu tăng ga lên tốc độ trung bình, ánh mắt cũng quay trở lại với con đường trước mặt.

- Nhớ suy nghĩ nhé, Bella.

- Không - Tôi kiên quyết đến cùng.

- Có đấy. Đêm nay. Và trong lúc chị nghĩ đến em, em cũng sẽ nghĩ đến chị.

- Tôi đã nói rồi, ác mộng.

Kẻ đáng ghét thản nhiên toét miệng ra cười:

- Chị đã hôn lại em.

Hơi thở của tôi trở nên dồn dập, đứt quãng vì tức; tôi nắm chặt hai tay lại, và ngay lập tức đã phải ngậm ngùi xuýt xoa khi bàn tay bị thương thốn đau.

- Chị ổn chứ? - Kẻ kia tỏ ra quan tâm.

- Tôi *không* có làm cái trò đó.

- Về sau, chị phản ứng khác mà.

- Rõ ràng là cậu chẳng... cái đó không phải là hôn, mà chỉ là một nỗ lực để cậu buông tha cho tôi thôi, đồ ngốc.

Kẻ đáng ghét cười khùng khục, tiếng cười phát ra từ tận sâu trong cổ.

- Bị chạm tự ái rồi. Lớp vỏ bọc xem ra cứng quá nhỉ.

Tôi hít vào một hơi thật sâu. Chẳng thể nào nói lại con người này; điều gì tôi nói ra cũng bị cậu ta bẻ lại hết. Tôi tập trung vào bàn tay đau, nỗ lực duỗi thẳng các ngón tay để xác định vị trí bị tổn thương. Cơn đau buốt lên dọc suốt các khớp ngón tay. Tôi lại xuýt xoa.

- Em thật sự lấy làm tiếc cho bàn tay của chị - Jacob lại lên tiếng, nhưng nghe có vẻ chân thành - Lần sau, muốn đánh em, chị nhớ dùng gậy bóng chày hay xàbeng, nhé?

- Đừng nghĩ tôi sẽ quên điều đó - Tôi làu bàu.

Nãy giờ tôi không chú ý đến cảnh sắc lướt qua ô cửa

xe, đến khi nhận ra con đường dẫn vào nhà mình, tôi mới choàng tỉnh.

- Sau cậu lại đưa tôi đến đây? - Tôi hỏi gặng.

Kẻ đáng ghét ngây mặt ngó tôi.

- Sao chị nói chị muốn về nhà?

- Hừm. Tôi lại nghĩ cậu không dám đưa tôi đến nhà Edward ấy kia. Sao, tôi nói trúng tim đen rồi chứ gì? - Tôi nghiến răng vì thất vọng.

Những nét bi thương bắt đầu xuất hiện trên gương mặt Jacob; tôi nhận ra điều mình vừa thốt ra có ảnh hưởng đến cậu ta hơn tất cả những gì tôi đã nói trước đó.

- Đây là nhà của chị mà, Bella - Jacob trả lời bằng một giọng xa vắng.

- Đúng, nhưng có bác sĩ nào sống ở đây không? - Tôi vặc lại, đoạn đưa tay lên kiểm tra.

- Ồ - Cậu ta ra chiều nghĩ ngợi trong một phút - Để em đưa chị đến bệnh viện. Không thì chú Charlie đưa chị đi cũng được.

- Tôi không muốn đến bệnh viện. Xấu hổ lắm, mà cũng không cần thiết phải đến đó.

Jacob vẫn để nguyên máy xe nổ trước cửa nhà ngài cảnh sát trưởng mà đắn đo suy tính. Chiếc xe tuần tra của bố tôi đang nằm hiên ngang ở lối dẫn vào nhà.

Tôi thở dài.

- Cậu về đi, Jacob.

Mọi động tác của tôi đều trở nên lính quýnh, vụng về, trong lúc chật vật bước ra khỏi xe, hướng thẳng đến cửa nhà. Tiếng máy xe sau lưng tôi chợt tắt, tôi ngạc nhiên thì ít mà bực bội thì nhiều khi cái tên đáng ghét Jacob lại xuất hiện ngay ở bên cạnh, cùng sóng bước với mình.

- Chị tính sẽ làm gì? - Cậu ta hỏi.

- Tôi chườm nước đá rồi gọi điện thoại cho Edward, anh ấy sẽ đến đón tôi về chỗ bác sĩ Carlilse để điều trị. Sau đó, nếu cậu vẫn còn lò dò ở đây, tôi sẽ đi kiếm cái xàbeng.

Jacob không trả lời. Cậu ta chỉ lẳng lặng mở cửa giúp tôi.

Chúng tôi nhẹ nhàng đi ngang qua phòng có ngài cảnh sát trưởng đang nằm trên ghế xôpha.

- Ê, mấy đứa - Ngài cảnh sát trưởng lên tiếng và ngồi thẳng dậy - Chú rất mừng được trông thấy cháu ở đây đấy, Jake.

- Cháu chào chú Charlie - Jacob dừng chân, vui vẻ đáp lời. Trong khi đó, tôi vẫn tiếp tục đi tiếp vào bếp.

- Nó sao vậy? - Ngài cảnh sát trưởng cất tiếng hỏi.

- Cô ấy nghĩ rằng mình bị gãy tay ạ - Jacob trả lời ngài cảnh sát trưởng. Tôi lò dò đến chỗ cái tủ lạnh, mở cửa, lấy ra một vỉ đá.

- Sao nó lại bị như thế? - Đến lượt ngài cảnh sát trưởng, hình như "ngài" đang cố nín cười thì phải, và tăng mức độ quan tâm lên một chút.

Jacob cười khanh khách.

- Cô ấy đánh cháu.

Bố tôi cũng phá ra cười theo; cau có, tôi đập vỉ đá chan chát vào gờ bồn rửa chén. Đá long ra, rơi hết vào bồn, tôi vơ lấy một nắm cho vào cái khăn lau chén đang nằm vắt trên kệ bếp.

- Sao nó lại đánh cháu?

- Vì cháu hôn cô ấy ạ - Jacob trả lời ngay tắp lự, chẳng tỏ ra xấu hổ một chút nào.

- Làm tốt lắm, nhóc - Ngài cảnh sát trưởng khen ngợi.

Nghiến răng lại, tôi đến bên chiếc điện thoại, bấm số của Edward.

- Bella? - Anh trả lời ngay sau hồi chuông đầu tiên. Giọng nói của anh nghe rất nhẹ nhõm, anh đang vui. Chợt tôi loáng thoáng nhận biết tiếng động cơ Volvo; vậy là anh đang ở trong xe hơi. Hay quá - Em cúp máy đi... Anh xin lỗi, Jacob đưa em về nhà à?

- Vâng - Tôi càu nhàu - Anh đến đón em nha?

- Anh đang trên đường đến đây - Edward trả lời ngay tức thì - Nhưng có chuyện gì ư, em?

515

- Em muốn nhờ bác sĩ Carlisle coi cho em cái tay. Hình như nó bị gãy rồi.

Ngoài đằng trước chợt trở nên im ắng, tôi tự hỏi không biết đến chừng nào Jacob mới chịu chạy thoát thân. Nghĩ đến đó, tôi chợt nở một nụ cười không lấy gì làm hiền lành, hình dung ra nỗi lo lắng của kẻ đáng ghét ấy.

- Sao vậy em? - Edward hỏi gặng, giọng nói như mất hết sinh khí.

- Em đấm Jacob - Tôi thật thà thú nhận.

- Giỏi lắm - Anh trả lời với vẻ thất vọng - Nhưng anh rất lấy làm tiếc vì chuyện em bị thương.

Tôi không kìm được tiếng cười thích thú, bởi lẽ anh cũng hài lòng không kém gì ngài cảnh sát trưởng vậy.

- Em cứ tưởng là cậu ta sẽ bị thương - Tôi thở dài thất vọng - Vậy mà em chẳng làm được gì sất.

- Để anh sẽ giúp em - Anh đề nghị.

- Em cũng đang chờ anh nói câu đó.

Im lặng một thoáng.

- Nghe không giống như em thường ngày tí nào - Anh nhận xét, bắt đầu tỏ ra thận trọng - Jacob đã làm gì em?

- Cậu ta hôn em - Tôi làu bàu.

Tất cả những gì tôi nghe được sau đó là tiếng động cơ đột ngột tăng tốc.

Ngoài kia, ngài cảnh sát trưởng lại lên tiếng.

- Chắc cháu nên về thôi, Jake - Bố tôi đề nghị.

- Nếu bác cho phép, cháu xin được ngồi lại chơi.

- Đó là chuyện riêng của cháu - Ngài cảnh sát trưởng lẩm bẩm.

- Con sói ấy vẫn còn ở nhà em chứ? - Edward cũng lên tiếng trở lại.

- Vâng.

- Anh tới địa phận nhà em rồi - Anh trả lời một cách bí hiểm, và điện thoại im bặt.

Tôi gác máy, mỉm cười hài lòng, tôi đã nghe thấy tiếng xe của anh lao như sấm chớp ở ngoài đường. Tiếng phanh hãm vang lên rất to khi anh đột ngột dừng xe trước cửa nhà ngài cảnh sát trưởng. Tôi tiến ra cửa.

- Tay con sao rồi - Ngài cảnh sát trưởng hỏi với theo khi thấy bóng tôi vừa lướt qua.

"Ngài" có vẻ nhấp nhổm không yên. Trong lúc ấy, ngược lại, Jacob đang ngồi bên cạnh "ngài" tỏ thái độ hoàn toàn thư thái.

Tôi nhấc bịch đá ra, đưa tay lên.

- Nó đang sưng.

- Có lẽ con nên ra tay với ai cùng cỡ với mình thì phải hơn - "Ngài" đề nghị.

- Vâng, chắc là thế - Tôi tán thành, và bước ra cửa. Edward đang đợi tôi.

- Đưa anh xem nào - Anh khẽ khàng nói.

Và một cách dịu dàng, anh xem xét tay tôi, rất cẩn thận không để cho tôi bị đau. Đôi tay anh cũng lạnh gần như đá, lúc này, điều đó rất tốt cho cái tay bị thương của tôi.

- Chắc em bị gãy tay thật rồi - Anh nhận xét - Anh rất tự hào về em. Hẳn em đã phải dụng sức nhiều lắm.

- Em dùng hết sức bình sinh - Tôi thở dài - Nhưng hình như vẫn chưa đủ.

Anh hôn tay tôi một cách dịu dàng.

- Để đấy anh lo - Anh hứa một cách chắc nịch, rồi cất tiếng - Jacob - Tiếng gọi của anh rất điềm đạm, không hề ồn ã.

- Rồi, rồi - Ngài cảnh sát trưởng bắt đầu cảnh báo.

Tôi nghe thấy tiếng "ngài" nhổm dậy khỏi chiếc ghế xôpha. Jacob đi ra phòng đợi ở đằng trước, rất đỗi nhẹ nhàng; và bố tôi đi cách sau cậu ta chẳng bao xa. Vẻ mặt của Jacob tỉnh như không, chẳng những thế, còn có cả phần háo hức nữa.

- Tôi không muốn có vụ ẩu đả nào ở đây hết, cậu hiểu không? - Ngài cảnh sát trưởng chỉ nhìn mỗi mình Edward khi nói ra những lời này - Để yêu cầu của tôi được chính thức, tôi sẵn sàng mặc áo công vụ.

- Không cần đâu, thưa ông - Edward trả lời bằng một giọng chịu đựng.

- Sao bố không tống giam con đi? - Tôi buộc lòng phải xen vào - Con đã có hành vi bạo lực nè.

Ngài cảnh sát trưởng nhướng một bên mày lên, hỏi "kẻ kia":

- Cháu có muốn thưa kiện không, Jake?

- Dạ không - Jacob cười tươi roi rói. Vẫn cái nụ cười trơ tráo ấy - Một ngày nào đó, có thể cháu sẽ đòi bồi thường.

Edward nhíu mày lại.

- Bố à, trong phòng bố không có cây gậy bóng chày nào sao? Con muốn mượn một chút.

Ngài cảnh sát trưởng nghiêm sắc mặt lại, nhìn tôi:

- Đủ rồi đấy, Bella.

- Chúng mình nhờ bố anh xem tay cho em đi, trước khi em vào... nhà giam - Edward lên tiếng với tôi, đoạn choàng tay ôm lấy tôi mà dìu ra cửa.

- Vâng - Tôi trả lời, tựa hẳn người vào anh. Giờ thì tôi không còn tức tối về chuyện gì nữa, bên cạnh tôi đã có Edward rồi. Tôi cảm thấy được an ủi, vỗ về, cơn đau này không còn khiến tôi khó chịu nữa.

Chúng tôi cùng sóng bước bên nhau bước xuống thềm nhà, bỗng tôi nghe sau lưng mình có tiếng thì thào hốt hoảng của bố tôi:

- Cháu đang làm gì vậy? Cháu mất trí rồi hả?

- Cháu đi chút xíu thôi, chú - Tiếng Jacob trả lời - Chú đừng lo, cháu sẽ quay lại ngay.

Tôi ngoái đầu nhìn lại, Jacob cũng đang bước theo chúng tôi. Cậu ta dừng lại một chút để đóng cửa, mặc kệ nỗi sững sờ cùng vẻ mặt bực bội của "ngài" Charlie. Edward chẳng đoái hoài gì đến kẻ đáng ghét ấy, cứ thẳng một đường dẫn tôi ra xe. Chỉ đến khi đã giúp tôi ngồi vào ghế an toàn và đóng cửa lại xong, anh mới quay sang Jacob.

Một cách lo ngại, tôi nép sát người vào ô cửa sổ để mở. Trong nhà, ngài cảnh sát trưởng đang lấp ló sau tấm rèm ở phòng đợi.

Jacob vẫn giữ vẻ mặt thản nhiên, cậu ta khoanh tay lại trước ngực, quai hàm đã đanh cứng.

Edward bắt đầu lên tiếng, giọng nói vẫn điềm tĩnh và ôn hòa, nhưng chính điều đó lại có mãnh lực làm cho những lời lẽ thoát ra trở nên đáng sợ hơn:

- Hiện thời, tôi sẽ không hủy diệt cậu đâu, vì nếu làm như vậy, Bella sẽ rất buồn.

- Ừmmm - Tôi lầm bầm trong họng.

Edward hơi quay nghiêng sang tôi, trao nhanh một nụ cười. Vẻ bình tĩnh trên gương mặt anh vẫn không hề mất đi...

- Không thì sáng ra, lòng em sẽ không yên - Anh giải thích, mơn nhẹ tay lên má tôi.

... Rồi anh lại xoay sang Jacob.

- Nhưng nếu cậu còn gây nguy hiểm cho cô ấy một lần nữa - tôi không cần biết là do lỗi của ai; cho dẫu chỉ đơn thuần là do Bella vấp ngã, hay không may, một ngôi sao băng nào đó rơi khỏi bầu trời và va trúng đầu cô ấy - chỉ cần cậu đưa Bella trở về không còn nguyên vẹn như khi tôi đưa cô ấy đến, cậu sẽ chỉ còn chạy có ba chân thôi, có hiểu không, người sói?

Jacob trợn tròn mắt.

- Ai mà thèm trở lại đó chứ? - Tôi nhủ thầm.

Edward vẫn tiếp tục như không hề nghe thấy tiếng của tôi.

- Và nếu cậu còn hôn Bella một lần nữa, tôi sẽ thay mặt cô ấy đánh bể quai hàm cậu ra - Anh tuyên bố, giọng nói vẫn nhẹ như không, du dương nhưng ẩn dấu một sự đe dọa chết người.

- Thế nếu cô ấy muốn thì sao? - Jacob lè nhè vặn lại. Thật là ngạo mạn hết sức.

- Ơ hơ! - Tôi cười mũi.

- Nếu đó là điều cô ấy muốn, tôi sẽ không phản đối - Edward nhún vai, đáp, không hề tỏ ra lưỡng lự - Nhưng cậu nên chờ cho Bella nói ra điều đó, chứ đừng có tin vào cảm nhận của cậu về phản ứng của cơ thể

- mà thật ra chỉ là sĩ diện của cậu mà thôi.

Jacob cười nhăn nhở.

- Anh muốn như vậy ư - Tôi lẩm bẩm.

- Ừ, cậu ta cũng muốn như vậy - Edward thầm thì.

- Hừm, nếu đã lục lọi cái đầu tôi đủ rồi - Jacob cằn nhằn, thái độ rõ ràng đang rất khó chịu - Sao anh còn chưa đưa cô ấy đến bác sĩ xem tay đi.

- Còn một điều nữa - Edward nói một cách chậm rãi - Tôi cũng sẽ chiến đấu vì cô ấy. Cậu nên biết như vậy. Tôi cũng không coi bất cứ điều gì là hiển nhiên, vì vậy, tôi sẽ nỗ lực chiến đấu gấp hai lần cậu.

- Thế thì tốt - Jacob gầm ghè - Chứ thắng một kẻ có tội thì chẳng hay ho gì.

- Cô ấy *thuộc về tôi* - Giọng nói của Edward đột nhiên sắt lại, không còn điềm tĩnh như hồi đầu nữa - Tôi không nói rằng tôi sẽ cạnh tranh công bằng đâu đấy.

- Tôi cũng không.

- Chúc may mắn.

Jacob gật đầu.

- Ừ, *người* xứng đáng hơn sẽ thắng.

- Cái này là... khẩu hiệu của mấy vận động viên trước khi vào trận mà.

Jacob chun mũi, nhưng rồi cũng nghiêm mặt lại ngay. Cậu ta ngó nghiêng qua Edward để cười với tôi, và cậu ta chỉ nhận được từ tôi một cái lừ mắt đáp lại.

- Mong rằng tay chị sẽ mau lành trở lại. Em thực sự lấy làm tiếc vì chị bị thương.

Hờn dỗi không khác gì một đứa trẻ, tôi quay mặt sang phía khác.

Tôi không hề ngoái lại cho đến lúc Edward đi vòng qua đầu xe, ngồi vào chỗ sau tay lái, nên cũng không rõ Jacob có bước trở lại vào nhà ngài cảnh sát trưởng không, hay vẫn tiếp tục đứng đó, trông theo tôi.

- Em sao rồi? - Edward lên tiếng hỏi tôi ngay khi xe vừa lăn bánh.

- Em tức lắm.

Anh cười thành tiếng.

- Anh hỏi tay em cơ.

Tôi nhún vai.

- Càng lúc nó càng đau.

- Ừ, anh biết mà - Anh xoa dịu tôi, và cau mày lại.

Edward đánh một vòng cua quanh nhà để vào gara. Emmett và Rosalie cũng đang có mặt ở đó, đôi chân hoàn hảo của Rosalie - rất dễ nhận ra, dù chị đang mặc quần jean - thò ra ngoài gầm chiếc xe Jíp vĩ đại của Emmett. Emmett đang ngồi bên cạnh chị, đút một tay xuống gầm xe. Mãi một lúc sau, tôi mới nhận ra là anh ta đang... đóng vai trò của một cái kích.

Emmett nhìn Edward cẩn thận giúp tôi ra khỏi xe một cách hiếu kì. Đôi mắt anh ta tập trung vào bàn tay tôi đang để treo trước ngực.

Đôi môi anh ta nở một nụ cười tươi rói.

- Lại té nữa hả, Bella?

Tôi hậm hực nhìn kẻ vừa thốt ra câu ấy.

- Không dám đâu, Emmett. Ấy là do em đấm vào mặt người sói đấy.

Emmett nháy mắt rồi phá ra cười khùng khục.

Khi Edward dẫn tôi đi ngang qua họ, tôi nghe tiếng của Rosalie cất lên:

- Jasper sẽ thắng cho coi - Chị nói một cách chắc nịch.

Tiếng cười của Emmett đột ngột tắt ngấm, anh ta nhìn tôi như đang ngầm đánh giá.

- Cá vụ gì vậy? - Tôi dừng ngay lại, hỏi gặng.

- Nào em, chúng mình đi gặp bố anh đi - Edward thúc giục. Anh đang lừ mắt nhìn Emmett, nhè nhẹ lắc đầu.

- Cá vụ gì vậy? - Tôi lặp lại câu hỏi, chuyển ánh mắt sang phía anh.

- Cảm ơn nhé, Rosalie - Edward nói khe khẽ, đồng thời thít chặt vòng tay quanh thắt lưng tôi và cứ thế xăm xăm kéo tôi vào nhà.

- Edward... - Tôi làu bàu.

- Chuyện con nít mà em - Anh nhún vai - Emmett và Jasper thích đỏ đen lắm.

- Emmett sẽ kể cho em nghe - Tôi ra sức quay lại, nhưng cánh tay của anh cứng như thép.

Edward thở dài.

- Hai người ấy đang đánh cược xem năm đầu tiên... em mắc lỗi bao nhiêu lần.

- Trời - Tôi không khỏi nhăn mặt, cố gắng che giấu nỗi kinh hoàng khi bất chợt nhận thức được những gì anh vừa đề cập đến - Mọi người đánh cược xem em sẽ giết bao nhiêu người ấy hả?

- Ừ - Anh miễn cưỡng thừa nhận - Rosalie cho rằng với tính khí của em, thể nào lợi thế cũng nghiêng về phía Jasper.

Tôi cảm thấy máu trong cơ thể mình bắt đầu sôi lên.

- Jasper cược rằng em mắc lỗi nhiều lắm chứ gì.

- Thật ra, nếu em chật vật, khổ sở trong việc kiềm chế, anh ấy sẽ cảm thấy được an ủi hơn. Anh ấy phát khổ phát sở vì phải làm kẻ yếu nhất nhà lắm rồi.

- À, đúng rồi. Tất nhiên em sẽ trở thành một kẻ như thế. Em sẽ giết thật nhiều người cho Jasper vui. Sao lại không nhỉ? - Hơi thở của tôi trở nên gấp gáp, nhưng lời lẽ cứ tuôn ra đều đều. Trong đầu, tôi lần lượt nhìn thấy những tít báo, những danh sách đầy tên người...

Edward siết chặt tôi thêm nữa.

- Bây giờ em không cần phải lo đâu. Thật ra, em không cần phải lo lắng gì hết, một khi em đã không muốn.

Tôi rên rỉ, và Edward - nghĩ ngay ra rằng cơn đau đang hành hạ tôi - nên lại càng thêm kiên quyết kéo tôi vào nhà.

Cuối cùng, quả là tay tôi bị gãy thật, nhưng không đến nỗi nghiêm trọng, chỉ có một đốt ngón tay bị nứt mà thôi. Tôi không muốn bó bột, bác sĩ Carlisle bảo rằng nếu tôi chịu đeo đai, tay tôi sẽ mau lành hơn. Thế là tôi chấp nhận đeo đai.

Trong lúc bác sĩ Cullen cẩn thận ràng đai thật khít vào tay tôi, Edward luôn miệng bảo rằng không vừa. Đôi lần anh phát hoảng vì nghĩ tôi bị cấn, sẽ đau, nhưng tôi trấn an anh rằng tôi không sao hết.

Làm như tôi hết chuyện để lo - hay lòng dạ vẫn còn chỗ để nhét những nỗi khổ tâm khác - cuộc sống lại đặt ra cho tôi thêm một mối bận tâm nữa.

Từ ngày Jasper kể về quá khứ của anh, tất cả những câu chuyện về ma-cà-rồng mới lột xác càng lúc càng thấm sâu vào tâm trí tôi. Giờ thì tất cả những chuyện ấy kèm theo những tin tức của anh ta và vụ cá cược của Edward chẳng mấy chốc đã trở thành tâm điểm chú ý trong tôi. Rồi bất chợt tôi tự hỏi họ cá cược bằng cái gì. Khi người ta đã có mọi thứ, người ta còn cần phần thưởng nào nữa?

Tôi vẫn luôn tự nhủ với lòng rằng mình sẽ khác; vẫn luôn hy vọng rằng mình sẽ mạnh như lời Edward đã xác nhận. Mạnh, tốc độ, và trên tất cả, một sắc đẹp tuyệt mỹ. Để mỗi khi đứng bên cạnh Edward, tôi cũng sẽ có cảm giác rằng chỗ của mình chính là nơi đó.

Tôi cũng đã cố không nghĩ nhiều về những đặc tính thuộc về bản ngã của mình: hoang dại, khát máu. Có lẽ tôi sẽ không thể kềm giữ mình không tàn sát con người - những con người chưa hề làm gì tổn hại đến tôi. Họ – những con người - cũng giống như những nạn nhân đang mỗi lúc mỗi tăng lên nhiều ở Seattle, những con người có gia đình, bạn bè và tương lai; những con người đã từng có *cuộc sống*. Và tôi chính là con quái vật sẽ cướp đi điều quý giá nhất ấy khỏi họ.

Tuy nhiên, tôi có thể giải quyết được cái phần khó khăn ấy, thật vậy - bởi lẽ tôi tin Edward, tin anh một cách toàn vẹn, rằng anh có thể giữ cho tôi không làm bất cứ một điều gì có thể khiến tôi hối hận về sau. Nếu tôi đề nghị, thể nào anh cũng sẽ đưa tôi đến Nam cực săn chim cánh cụt. Tôi sẽ làm tất thảy mọi điều để là một người tốt - một ma-cà-rồng tốt. Ý nghĩ này lẽ ra sẽ khiến tôi bật cười khinh khích rồi, nếu không vì nỗi lo mới kia.

Bởi vì, nếu tôi thật sự là một kẻ như vậy - những hình ảnh kinh hoàng về ma-cà-rồng mà Jasper đã vẽ lên trong đầu tôi - thì liệu tôi có thể *là mình*? Và giả như tất cả đối với tôi bây giờ chỉ còn mỗi một việc là giết người, thì thực sự, điều mà tôi đang khát khao mong muốn sẽ là gì?

Phần Edward thì bị ám ảnh đến mức không muốn tôi bỏ lỡ một thứ gì trong lúc tôi còn là con người. Chuyện này hơi ngớ ngẩn một chút. Tôi đâu có lo ngại rằng mình sẽ bỏ lỡ mất kinh nghiệm con người nào. Chỉ cần được ở bên Edward thôi, tôi còn mong muốn điều gì khác hơn nữa cơ chứ?

Tôi cứ chú mục vào gương mặt anh trong lúc anh theo dõi bác sĩ Carlisle chữa tay cho tôi. Trên đời này, đối với tôi, chẳng còn thứ gì đáng mong muốn hơn là có anh cả. Nhưng liệu rằng điều đó - *liệu điều đó có thể* - bị thay đổi không?

Liệu có kinh nghiệm loài người nào mà tôi *không* sẵn sàng từ bỏ?

16. THỜI ĐẠI MỚI

- Ôi, mình không có đồ nào để mặc hết! - Tôi rền rỉ với chính mình.

Bao nhiêu quần áo có được, tôi đều đã bày cả ra giường; toàn bộ tủ quần áo, các ngăn kéo đều trống trơn. Tôi nhìn chằm chặp vào mấy cái chỗ cất quần áo, cầu nguyện cho có bất kì một thứ nào đó hợp với mình xuất hiện. Chiếc váy kaki của tôi đang được vắt trên tay ghế, chờ tôi tìm ra được cái áo hợp tông. Chiếc áo tôi mặc vào phải đẹp và làm cho tôi có được vẻ trưởng thành lên một chút. Chiếc áo đó phải nói lên được một điều rằng nó được mặc cho *một dịp đặc biệt*. Nhưng tôi chẳng tìm được một cái áo nào như thế cả.

Sắp tới giờ đi rồi, vậy mà lúc này tôi vẫn còn đang mặc trên mình bộ đồ thun thể thao cũ mèm. Nếu tôi không tìm được bộ đồ thích hợp để mặc, ắt hẳn tôi sẽ cứ mặc nguyên như thế mà đi.

Tôi cau có nhìn đống quần áo nằm ngổn ngang trên giường.

Tức nhất là tôi biết chính xác mình sẽ mặc gì, nếu không bị trục trặc giữa chừng - nghĩa là nếu chiếc áo màu đỏ của tôi không bị mất. Tôi dộng nắm tay còn lành lặn vào tường.

- Tên ma-cà-rồng ngớ ngẩn, ăn cướp, không biết phiền là gì! - Tôi gằn từng tiếng một.

- Bạn đang làm gì đấy? - Alice cất tiếng hỏi.

Cô bạn của tôi đang đứng tì người vào bậu cửa sổ để mở, cơ hồ như đã có mặt ở đó từ nãy đến giờ.

- Cốc, cốc, cốc - Cô bạn thêm vào với một nụ cười rạng rỡ.

- Chờ mình ở ngoài cửa bộ khó lắm hả?

Tôi vừa hỏi đến đó, thì rất đột ngột, Alice đã tung ngay lên giữa giường của tôi một cái hộp trắng vuông vức.

- Mình chỉ mới đi ngang qua thôi; nghĩ là bạn đang cần một món đồ nào đó.

Tôi nhìn cái hộp không hề nhỏ nhắn chút nào đang nằm chễm chệ trên đống quần áo không có cái nào ra hồn của mình mà không khỏi nhăn mặt.

- Thừa nhận đi nào - Alice tiếp tục lên tiếng - Mình là cứu tinh của bạn.

- Bạn là cứu tinh của mình - Tôi lí nhí trong miệng - Cảm ơn.

- Chậc, nhìn đúng được một cái mới tuyệt vời làm sao. Bạn không biết là mình tức tới cỡ nào đâu - khi khổng khi không, chẳng còn tiên thị được cái gì nữa hết. Mình cảm thấy thật vô dụng, cảm thấy... tầm thường làm sao ấy - Alice co rúm người lại ngay khi vừa mới nói dứt lời xong.

- Mình không hình dung được cái cảm giác đáng sợ đó nó như thế nào. Thấy tầm thường hả? Eo ơi... nghiêm trọng nhỉ.

Cô bạn cười khinh khích.

- Ít ra thì cũng đền bù được phần nào chuyện mình đã để sót tên trộm đáng ghét. Bây giờ, mình sẽ phải tìm hiểu cho bằng được chuyện gì đang diễn ra ở Seattle.

Trời, cách nói của cô bạn - khi đề cập đến hai sự kiện cùng một lúc - làm cho tôi bỗng nhiên bừng tỉnh. Điều khó hiểu vẫn làm phiền tôi trong mấy ngày vừa qua, mối tương quan tôi không nhìn ra được, đột nhiên hiện ra sáng rõ. Tôi nhìn sững vào cô bạn của mình, gương mặt đông cứng, cảm xúc không rõ ràng.

- Bạn không mở ra hả? - Alice hỏi tôi. Nhận thấy tự dưng tôi bỗng trở nên trơ lì trước mọi hoạt động, cô bạn thở dài, đành tự tay mở nắp hộp. Rồi Alice lấy ra một vật, giơ lên cao, nhưng tôi không sao tập trung được vào món đồ ấy - Đẹp tuyệt, bạn không thấy như vậy sao? Mình chọn màu xanh, vì mình biết anh Edward thích bạn mặc màu này.

Tôi vẫn không có phản ứng.

- Tóm lại thì chỉ là một - Tôi nói không ra hơi,

- Cái gì? - Cô bạn hỏi gặng - Bạn đâu có cái nào giống cái này đâu. Nói toạc ra là bạn chỉ có một cái váy duy nhất!

- Không, Alice! Quên chuyện áo váy đi, nghe mình nói này!

- Bạn không thích hả? - Gương mặt cô bạn tôi tràn ngập nỗi thất vọng.

- Nghe mình nói này, Alice, bạn không nhận ra sao? Tóm lại thì chỉ là *một*! Kẻ lẻn vào đây lấy cắp đồ của mình, những ma-cà-rồng mới toanh ở Seattle. Họ có mối liên hệ với nhau!

Cái áo trượt khỏi tay Alice, rơi thẳng trở lại hộp.

Giờ thì Alice đã hoàn toàn tập trung, giọng nói của cô bạn đột nhiên trở nên the thé.

- Sao bạn lại nghĩ như thế?

- Bạn có nhớ anh Edward đã nói thế nào không? Rằng có kẻ đã lợi dụng khiếm khuyết của bạn về tiên thị để ngăn không cho bạn nhìn thấy những kẻ mới bước vào kiếp sống của ma-cà-rồng? Và rồi bạn đã nói thế nào, thời gian hắn canh thật là hoàn hảo - kẻ trộm của mình đã cẩn thận ra sao khi không hề lưu lại bất cứ một dấu vết nào, như thể hắn biết bạn sẽ trông thấy điều đó. Mình nghĩ bạn nói đúng, Alice ạ, mình nghĩ hắn biết. Mình cũng tin rằng hắn đang lợi dụng những khiếm khuyết ấy. Trên đời này, liệu có chuyện hai kẻ khác nhau không chỉ biết rõ về bạn để hành sự, mà còn biết canh chính xác thời điểm để thực hiện điều đó nữa? Không đời nào có chuyện như thế. Chỉ có một người thôi. Chỉ có thể là cùng một người. Người đang thiết lập một đội quân ma-cà-rồng chính là kẻ đã đánh cắp mùi hương của mình.

Alice vốn không quen với chuyện ngạc nhiên, đã phải sững người, và ở trong trạng thái đó một lúc khá lâu. Tôi nhẩm tính thời gian chờ đợi. Alice không hề có bất cứ một cử động nào trong khoảng hai phút. Rồi sau đó, đôi mắt của cô bạn tập trung trở lại vào tôi.

- Bạn nói đúng - Alice nói giọng xa vắng - Tất nhiên là bạn nói đúng. Và trong trường hợp như vậy...

- Edward đã phán đoán sai - Tôi thầm thì - Đây chỉ là một cuộc thử nghiệm... để xem hắn có thành công hay không. Nếu hắn có thể vào, ra nơi đây một cách an toàn, miễn là không làm bất cứ điều gì để bạn phát giác được. Như giết mình chẳng hạn... Hắn lấy đồ đạc cá nhân của mình không phải để chứng tỏ rằng hắn đã lần ra mình đâu. Hắn đánh cắp mùi hương của mình... để *những kẻ khác* có thể tìm ra tung tích của mình đấy.

Đôi mắt Alice mở to vì choáng váng. Tôi nói đúng, và tôi hiểu rõ được rằng cô bạn của tôi cũng biết điều đó.

- Ôi trời ơi - Alice kêu lên.

Tôi đã trải qua đủ mọi cung bậc của trạng thái cảm xúc. Giờ đây, khi phát hiện ra sự thật rằng có kẻ đã tạo ra cả một đội quân ma-cà-rồng - đội quân đang gieo rắc những cái chết kinh hoàng xuống thành phố Seattle - nhằm một mục đích rõ ràng là *tiêu diệt* tôi, bất giác tôi cảm thấy nhẹ nhõm vô cùng.

Một phần là dù sao đi nữa, tôi cũng đã giải quyết được cái cảm giác khó chịu, bứt rứt khi mãi cứ phải chịu đựng cảnh mù mờ trước một vấn đề có liên quan đến sự sống còn của bản thân.

Nhưng quan trọng hơn là bởi còn vì một lẽ khác nữa:

- Ừm - Tôi lên tiếng - Mọi người có thể an tâm được rồi. Cuối cùng thì không ai có ý định tiêu diệt nhà Cullen cả.

- Nếu bạn cho rằng đó là điểm khác biệt thì bạn lầm rồi - Alice rít lên qua kẽ răng - Nếu có kẻ muốn hại một người trong chúng ta, hắn sẽ phải bước qua xác chết của tất cả những người còn lại.

- Cảm ơn Alice. Nhưng ít ra, chúng ta cũng đã biết được mục tiêu theo đuổi của họ. Như vậy cũng có ích chứ.

- Có lẽ vậy - Cô bạn khe khẽ đáp, bắt đầu bước tới bước lui trong phòng.

Rầm, rầm, rầm - Có nắm tay của ai đó dộng lên cánh cửa phòng tôi.

Tôi muốn nhảy dựng lên, trong khi Alice chẳng mảy may tỏ ra quan tâm.

- Con sửa soạn xong chưa? Chúng ta trễ rồi đấy - Ngài cảnh sát trưởng phàn nàn, tỏ ra vô cùng cáu kỉnh. "Ngài" ghét những dịp gặp mặt chẳng kém gì tôi. Đối với ngài, đa số vấn đề nằm ở chỗ phải chọn áo xống.

- Con sắp xong rồi đây. Chờ con một chút nữa thôi - Tôi nói với giọng nghèn nghẹn, khàn khàn.

Bố im lặng đúng nửa giây ngắn ngủi.

- Con khóc đấy à?

- Dạ không. Con đang căng thẳng. Bố xuống nhà trước đi.

Tôi nghe thấy tiếng chân bố bước xuống cầu thang.

- Mình phải đi rồi - Alice thỏ thẻ.

- Sao thế?

- Edward đang tới đấy. Nếu mà anh ấy biết việc này...

- Đi đi, đi đi! - Tôi giục cô bạn của tôi ngay tắp lự. Một khi phát hiện ra được chân tướng sự việc, Edward sẽ nổi xung thiên lên ngay. Tôi không thể giấu anh lâu, nhưng có lẽ ngày lễ tốt nghiệp không phải là thời điểm thích hợp để anh có những phản ứng như thế.

- Mặc vào đi - Alice nói cứng khi lướt tới phía cửa sổ.

Tôi làm theo như một cái máy, đầu óc vẫn còn bàng hoàng.

Tôi đã tính làm điệu mái tóc một chút, nhưng thời

gian không còn kịp nữa, vì thế, tóc tôi vẫn thẳng đơ và chán ngắt như thường ngày. Nhưng cũng chẳng sao, điều đó không quan trọng. Tôi thậm chí cũng chẳng buồn nhìn ngắm mình trong gương, chẳng quan tâm xem chiếc áo kiểu của Alice vừa đưa cho và chiếc váy hợp rơ với nhau như thế nào. Chuyện đó cũng không quan trọng nốt. Quặc vội chiếc áo thụng pôlietxte màu vàng xấu xí lên tay, tôi hối hả bước xuống lầu.

- Trông con đẹp lắm - Ngài cảnh sát trưởng khen ngợi một câu, kèm theo một thái độ cộc cằn cố kiềm nén - Áo mới à?

- Dạ - Tôi đáp một cách nhỏ nhẹ, cố gắng tập trung - Alice tặng con. Con cảm ơn bố.

Edward có mặt sau khi em gái anh vừa đi khỏi chừng vài phút. Khoảng thời gian đó không đủ để tôi tròng vào cái mặt nạ điềm tĩnh. Nhưng vì cả hai đang cùng ngồi trong chiếc xe tuần tra với ngài cảnh sát trưởng nên anh không tiện hỏi tôi.

Tuần trước, khi biết rằng tôi muốn đi riêng với Edward đến trường dự lễ tốt nghiệp, ngài cảnh sát trưởng đã kịch liệt phản đối. Quan điểm của "ngài" là thế này: phụ huynh cũng có một vài quyền hạn trong ngày tốt nghiệp của con cái. Tất nhiên tôi vui vẻ tán thành ngay, Edward cũng hào hứng đề nghị tất cả chúng tôi sẽ đi cùng nhau. Rồi vì bác sĩ Carlisle và bà Esme chẳng có ý kiến gì, nên ngài cảnh sát trưởng chẳng tìm được cớ để từ chối; "ngài" nhận lời với một vẻ mặt buồn thỉu buồn thiu.

Trong chiếc xe tuần tra, Edward ngồi ở hàng ghế sau, đằng sau tấm vách ngăn làm bằng sợi thủy tinh, với một thái độ thích thú - có lẽ là vì vẻ mặt hí hửng của ngài cảnh sát trưởng - và mỗi khi "ngài" nhìn trộm anh qua kính chiếu hậu là lại thấy Edward nở một nụ cười thật tươi. Chắc ngài cảnh sát trưởng đang mường tượng đến những điều có thể khiến Edward gặp trắc trở với tôi.

- Em có sao không? - Edward hỏi nhỏ khi giúp tôi ra khỏi ghế ngồi phía trước, trong bãi đậu xe của trường.

- Em căng thẳng quá - Tôi trả lời, và đó không phải là một lời nói dối.

- Em đẹp lắm - Câu nói tiếp theo của anh là một lời nhận xét.

Dường như anh đã muốn nói thêm, nhưng ngài cảnh sát trưởng - tỏ rõ thái độ rằng "ngài" biết tỏng anh đang "giở chiêu" nịnh đầm - lách vai vào giữa hai chúng tôi, thân ái khoác tay lên vai tôi.

- Em có thấy hào hứng không? - Anh lại hỏi tôi.

- Không - Tôi thú nhận.

- Bella à, đây là một sự kiện trọng đại. Con vừa mới tốt nghiệp trung học. Bây giờ, cả một thế giới mới đang mở ra trước mắt con. Trường đại học này. Phải sống tự lập này... Con không còn là đứa con gái bé bỏng của bố nữa - Ngài cảnh sát trưởng chen ngay lời vào.

- Bố ơi - Tôi rền rĩ - Xin bố đừng làm con phải khóc.

- Ai mà làm con khóc chứ - Bố tôi làu bàu - Mà tại sao con lại không thấy hào hứng?

- Con không biết nữa, bố à. Chắc là vì chưa vào lễ, hay là sao đó.

- May là Alice sẽ tổ chức một buổi tiệc. Phải có thứ gì làm cho con vui lên chứ.

- Dạ đúng rồi. Tiệc mới chính xác là thứ con cần.

Ngài cảnh sát trưởng bật cười trước giọng nói của tôi, tay "ngài" bóp vào vai tôi. Edward ngước mắt nhìn lên bầu trời, gương mặt đầy vẻ tư lự.

Bố bỏ chúng tôi lại trước cửa sau của phòng tập thể dục và đi vòng ra lối cửa chính cùng những phụ huynh khác.

Thật là một khung cảnh huyên náo chưa từng thấy, cô Cope trực ở quầy tiếp tân và thầy Varner dạy Toán đang ổn định học sinh thành hàng theo thứ tự bảng chữ cái.

- Lên trước nào, em Cullen - Thầy Varner hét lên với Edward.

- Bella ơi!

Tôi ngẩng mặt lên, nhận ra Jessica Stanley đang vẫy tay với mình ở mấy hàng cuối, với nụ cười rộng mở.

Edward hôn vội tôi rồi thở dài, tiu nghỉu đi lại hàng C. Alice không có mặt ở đó. Cô bạn đang làm gì vậy? Cô ấy tính bỏ không dự lễ hay sao? Tôi thật khéo chọn thời điểm! Lẽ ra, phải đợi cho qua buổi lễ, tôi mới nên hé lộ nhận xét của mình thì hay hơn.

- Xuống đây, Bella! - Jessica lại cất tiếng gọi.

Tôi bước xuống hàng, vào chỗ của mình ở sau lưng Jessica, cảm thấy hơi bất ngờ khi cô bạn ấy tự nhiên tỏ ra thân mật. Đến gần hơn, tôi trông thấy Angela ở sau lưng năm người khác, cũng đang nhìn Jessica với một thái độ ngạc nhiên tương tự.

Jess nói thêm mấy lời gì nữa trước khi tôi kịp bỏ lọt vào tai.

- ... ngạc nhiên thật đấy. Mình muốn nói là mới gặp nhau đó, giờ đã tốt nghiệp rồi - Cô bạn nói một thôi một hồi - Bồ có tin nổi là mọi chuyện lại kết thúc không? Mình thì cứ muốn hét toáng lên!

- Mình cũng thế - Tôi lí nhí trả lời.

- Thật không sao tin nổi được ấy chứ. Bồ có nhớ ngày đầu tiên bồ mới bước chân vào trường không? Tụi mình đã là bạn, gần như ngay lập tức vậy, ngay lần đầu tiên tụi mình trông thấy nhau. Ngạc nhiên thật đấy. Vậy mà giờ, mình sắp khăn gói đến California, còn bồ thì sẽ đến Alaska. Mình sẽ nhớ bồ nhiều lắm! Bồ phải hứa với mình rằng thi thoảng tụi mình sẽ gặp nhau nhé! Mình rất vui vì bồ tổ chức một buổi tiệc.

Tuyệt vời lắm. Suốt cả một quãng thời gian dài, tụi mình không nói chuyện với nhau, và giờ lại sắp chia tay...

Cứ thế, Jess nói cho một tràng, và tôi hiểu ra tình bạn tức thời được lặp lại của chúng tôi có được là do những hoài niệm cùng lòng biết ơn vì lời mời đến tham dự buổi tiệc, dù rằng tôi chẳng động chân, động tay gì vào buổi tiệc ấy cả. Tôi cố gắng chú ý trong lúc tròng vào người chiếc áo thụng; nhận ra rằng mình rất vui vì mọi thứ với Jessica lại kết thúc bằng một nốt giáng vui vẻ.

Hôm nay là ngày cuối cùng, vì thế, cho dẫu Eric - đại biểu học sinh lên đọc diễn văn từ biệt - phải làm cho toàn thể học sinh thấy được rằng buổi lễ phát bằng chính là một "sự khởi đầu" cùng linh tinh những điều đã "biết rồi khổ lắm nói mãi"; và cho dẫu với riêng tôi, bài phát biểu này là dài quá thể, dù cho sau ngày hôm nay, tất cả sẽ trở thành quá khứ...

... Tôi vẫn có cảm giác rằng mọi thứ trôi qua quá nhanh. Giống như tôi đã bấm vào cái nút tua nhanh vậy. Hay là do thực tế, bản thân buổi lễ quả có diễn ra với tiến độ nhanh? Rồi Eric tăng tốc nói nhanh hơn - trong sự bồn chồn - những từ, những ngữ cứ thế tuôn ra ào ào đến độ chúng chẳng còn rõ ý, rõ nghĩa nữa. Thầy Hiệu trưởng Greene bắt đầu xướng tên học sinh, tên này nối tiếp liền liền tên kia không nghỉ; hàng đầu tiên lục tục kéo tên. Cô Cope có nhiệm vụ đưa đúng bằng cho thầy hiệu trưởng để thầy trao cho từng học sinh; trông cô hớt hơ hớt hải đến tội nghiệp.

Bất chợt tôi trông thấy Alice, cô bạn đột ngột xuất hiện, lướt như bay trên sân khấu để nhận bằng của mình, gương mặt thể hiện sự tập trung cao độ. Edward bước theo sau, vẻ mặt đăm chiêu, nhưng không tỏ ra khó chịu. Chỉ có hai người mặc chiếc áo thụng vàng xấu xí ấy mà vẫn rạng ngời vẻ đẹp. Hai anh em nhà Cullen nổi trội giữa đám đông, vẻ đẹp cùng sự duyên dáng của họ chỉ có thể thuộc về thế giới của thần thánh. Vậy mà không rõ tôi đã tin rằng họ là con người như thế nào. Giả dụ có một đôi thiên thần còn y nguyên đôi cánh đứng đó, cũng sẽ không bì được với họ.

Thầy Greene vừa xướng tên tôi, tôi đứng dậy khỏi ghế, chờ cho hàng trước mình di chuyển lên. Bất chợt ở phía cuối phòng thể dục, một tràng pháo tay nổi lên, tôi ngoảnh lại, nhận ra Jacob đang kéo ngài cảnh sát trưởng đứng lên, cả hai đang huýt sáo, cổ vũ tôi không ngừng. Tôi còn nhận ra được cả cái đầu của ông Billy bên cạnh khuỷu tay của Jake nữa. Tôi cố gắng gửi về phía họ một nụ cười... rất gượng gạo.

Thầy Grrene vừa đọc xong danh sách, tiếp tục đưa ra những tấm bằng, kèm theo một nụ cười không được tự nhiên lắm cho lũ học trò đang nối đuôi nhau đi diễu qua.

- Chúc mừng trò Stanley - Thầy nói khe khẽ khi Jess đưa tay nhận tấm bằng của mình.

- Chúc mừng trò Swan - Thầy nhỏ nhẹ nói trong lúc đặt tấm bằng vào bàn tay lành lặn của tôi.

- Em cảm ơn thầy - Tôi đáp lời

Tất cả chỉ có thế.

Tôi đến đứng bên cạnh Jessica cùng với một nhóm học sinh khác. Hai mắt Jess đỏ hoe, cô bạn đưa tay áo thụng lên chấm chấm mắt. Một tích tắc sau tôi mới hiểu ra rằng Jess đang khóc.

Thầy Greene có nói thêm một điều gì đó nữa mà tôi không kịp nghe. Mọi người xung quanh tôi la hét ầm ỹ. Những chiếc mũ bình thiên màu vàng rơi xuống như mưa. Tôi vội giở mũ của mình ra, nhưng đã quá trễ, đành buông tay cho nó rơi xuống đất.

- Ôi, Bella! - Jess thổn thức át mất cả những cuộc đối thoại khác - Mình không ngờ là tụi mình đã tốt nghiệp rồi đấy.

- Mình không tin là tất cả đã kết thúc - Tôi cũng thở thẻ phụ họa.

Cô bạn đột nhiên ôm chầm lấy cổ tôi.

- Bồ phải hứa là tụi mình sẽ không để mất liên lạc cơ.

Tôi ôm lấy lưng Jess, cảm thấy ngượng ngùng khi lảng tránh lời đề nghị của cô bạn.

- Mình rất vui vì được biết bồ, Jessica ạ. Đó là hai năm rất đẹp trong lòng mình.

- Ừ, hai năm rất đẹp - Cô bạn thở dài, khụt khịt mũi, rồi sau đó buông tay - Lauren! - Jessica kêu ré lên, đưa tay lên cao vẫy lia lịa, đoạn lanh lẹn len qua một rừng áo vàng. Các gia đình bắt đầu đổ xô lên, chúng tôi vô hình trung bị dồn lại.

Trong lúc ấy, tôi bất chợt trông thấy Angela và Ben, nhưng cả hai đang đứng giữa những người thân trong gia đình. Tôi sẽ chúc mừng hai người bạn ấy sau vậy.

Tôi nghển cổ tìm kiếm Alice.

Chúc mừng em - Edward thì thào bên tai tôi, tay anh ôm vòng lấy thắt lưng tôi; trong cái ngày trọng đại này, anh không hề tỏ ra vội vàng.

- Ưmmm, cảm ơn anh.

- Trông em vẫn chưa hết căng thẳng - Anh tiếp lời.

- Đúng là chưa.

- Em lo lắng chuyện gì thế? Buổi tiệc ư? Không đáng sợ đến như vậy đâu, em ạ.

- Có lẽ anh nói đúng.

- Em đang kiếm ai vậy?

Cuộc kiếm tìm của tôi xem ra không dễ giấu như đã nghĩ.

- Alice... bạn ấy đâu rồi anh?

- Vừa nhận bằng xong là cô ấy chạy ra ngoài ngay.

Giọng nói của anh đã thay đổi âm điệu. Tôi ngước mặt lên để kiếm tìm dấu hiệu bối rối ở nơi anh, song, anh lại quay mặt nhìn chăm chú ra lối cửa sau của phòng thể dục. Trong giây phút đó, tôi đã có một quyết định bốc đồng - một quyết định bao giờ tôi cũng phải suy nghĩ hai lần... nhưng suy nghĩ rồi lại hiếm khi thực hiện.

- Anh lo cho Alice? - Tôi hỏi.

- Ơ... - Rõ ràng anh không muốn trả lời câu hỏi này.

- Bạn ấy nghĩ gì vậy anh? Mà sao không cho anh xen vào vậy...

Edward hạ ánh mắt xuống nhìn tôi, ánh mắt của anh se lại vì nghi ngờ.

- Alice đang dịch "Bản hùng ca của nền Cộng hòa" sang tiếng Ả Rập. Khi hoàn thành, cô ấy sẽ chuyển sang tiếng Hàn.

Tôi cười, nhưng trong lòng đầy ắp nỗi lo lắng.

- Vậy là đầu óc của Alice sẽ bận bịu suốt cho mà xem.

- Em biết Alice giấu anh điều gì, phải không? - Anh "buộc tội" tôi.

- Vâng - Tôi cười một cách yếu ớt - Em có liên quan trực tiếp tới chuyện đó mà.

Anh chờ đợi, vẻ mặt khó hiểu.

Tôi nhìn quanh. Ngài cảnh sát trưởng đang sắp sửa vượt qua đám đông để đến chỗ tôi.

- Alice thông minh - Tôi nói vội - Có lẽ bạn ấy sẽ giữ bí mật cho đến cuối buổi tiệc. Nhưng vì em cũng rất mong cho bữa tiệc bị hủy bỏ... ừm, anh đừng giận, xem như không có chuyện gì, được không anh? Biết càng nhiều thì càng tốt mà. Dù sao thì cũng giúp ích được một chút gì đó.

- Em đang nói chuyện gì vậy?

Tôi nhận ra cái đầu của ngài cảnh sát trưởng đang lô nhô nổi lên trên những cái đầu khác khi ngài đang bước tới chỗ tôi. "Ngài" đã nhận ra tôi và đang vẫy tay ra hiệu.

- Anh chỉ cần bình tĩnh, được không?

Anh gật đầu ngay tắp lự, môi mím lại đầy quyết tâm.

Thì thầm một cách gấp gáp, tôi thuật lại lập luận của mình.

- Có lẽ anh đã sai khi cho rằng mọi thứ bủa vào chúng ta từ các ngả. Em nghĩ chỉ từ một hướng mà thôi... và mục tiêu chính là em, thật đấy. Tất cả đều ăn khớp với nhau, mà cũng chỉ theo có hướng đó. Chỉ có một kẻ đùa với khiếm khuyết trong tiên thị của Alice mà thôi. Kẻ lạ đột nhập vào phòng em thật ra chỉ là một màn thử nghiệm, để xem có ai biết trước mà đón đầu không. Đó cũng chính là kẻ liên tục thay đổi các quyết định, rồi những ma-cà-rồng mới sinh, việc đánh cắp các vật dụng của em - tất cả đều liên quan đến nhau cả. Mùi hương của em là để cho đội quân ấy.

Gương mặt Edward chuyển sang trắng bệch đến mức khó khăn lắm tôi mới nói được hết những suy nghĩ của mình:

- Nhưng không ai nhắm vào anh cả, anh không nhận ra như vậy sao? Thật là tốt - bà Esme, Alice và bác sĩ Carlisle, không ai có ý định làm cho họ bị thương!

Đôi mắt anh mở tròn, căng hết cỡ vì lo lắng, vì sững sờ lẫn kinh khiếp. Anh cũng biết rằng tôi đã phán đoán đúng, giống như Alice.

Tôi để tay lên cằm anh.

- Bình tĩnh nào anh - Tôi khẩn khoản.

- Bella! - Ngài cảnh sát trưởng reo to, và "ngài" gần như lao người qua mấy gia đình đang ở quanh chúng tôi.

- Chúc mừng con gái của bố! - Ngài cảnh sát trưởng vẫn tiếp tục thét vang, dù rằng "ngài" đã ở sát bên tai tôi rồi. Và "ngài" ôm chầm lấy cô con gái rượu; hành động này của "ngài" cũng có chút ranh mãnh khi muốn lợi dụng điều đó để đẩy Edward sang một bên.

- Cảm ơn bố - Tôi lí nhí nói, chưa hết lo lắng trước nét mặt của Edward. Anh vẫn chưa hoàn hồn lại được.

Đôi tay của anh vẫn còn hơi đưa về phía tôi, trong một ý định sẵn sàng ôm chầm lấy tôi, đưa tôi chạy trốn. Trong thời điểm này, chỉ hơn anh một chút xíu về khả năng kiềm chế, nhưng tôi cũng nhận thấy chạy trốn không phải là một ý kiến tồi.

- Jacob và ông Billy phải về sớm. Ban nãy, con có thấy hai bố con họ không? - Ngài cảnh sát trưởng cất tiếng hỏi, chân lui lại một bước nhưng vẫn còn để hai tay lên vai tôi. Lưng "ngài" quay về phía Edward - có lẽ muốn đẩy hẳn anh ra ngoài, nhưng hành động đó lúc này lại hóa hay. Miệng của Edward đang hé mở, đôi mắt vẫn còn căng tròn vì khiếp đảm.

- Dạ có - Tôi xác nhận, cố gắng tập trung - Con cũng nghe thấy cả tiếng họ nữa.

- Hai bố con Black thật tốt khi đến đây chung vui với con - Ngài cảnh sát trưởng nhận định.

- Ưm-mm.

Thế đấy. Vậy ra kể với Edward lúc này là một việc sai lầm. Alice đã hành động đúng khi tự làm bận rộn đầu óc mình bằng những chuyện đâu đâu. Lẽ ra tôi nên đợi đến khi chỉ có hai đứa với nhau, hoặc là với cả gia đình anh nữa cũng được. Và không hề có vật gì dễ vỡ ở gần - chẳng hạn như cửa sổ... xe hơi,... các tòa nhà trong trường.

Vẻ mặt của Edward đã gọi dậy tất cả các nỗi sợ hãi

trong tôi. Tuy bây giờ nỗi lo sợ trong anh đã lắng xuống - nhưng lấp vào đó là toàn bộ nỗi tức giận, hiển hiện thật rõ ràng qua từng cử chỉ của anh.

- Tối nay, con muốn ăn ở đâu? - Ngài cảnh sát trưởng hồ hởi hỏi - Ăn tha hồ, bao nhiêu cũng được.

- Để con nấu ăn được rồi, bố.

- Đừng có ngớ ngẩn thế chứ. Con có muốn ăn ở nhà hàng Lodge không? - Bố tôi hỏi, kèm theo một nụ cười háo hức.

Tôi thật lòng rất không thích cái nhà hàng mà ngài cảnh sát trưởng luôn ái mộ ấy, nhưng trong tình cảnh này, có gì khác biệt đâu? Dù sao, tôi cũng không thể nuốt nổi một thứ gì.

- Dạ, nhà hàng Lodge, thật tuyệt vời - Tôi reo lên một cách vờ vĩnh.

Nụ cười của ngài cảnh sát trưởng đang rộng mở, nhưng rồi "ngài" lại buông ra ngay một tiếng thở dài. "Ngài" hơi ngoái ra sau hướng mặt lại phía Edward, song không phải là hoàn toàn nhìn anh.

- Cậu đi cùng bố con tôi chứ, Edward?

Tôi hoảng hốt nhìn anh với ánh mắt cầu khẩn. Một lúc, không thấy Edward trả lời, "ngài" Charlie ngoái hẳn ra sau; vừa may, Edward đã phần nào làm chủ trở lại được cảm xúc.

- Dạ không, cảm ơn ông - Edward trả lời bằng một

giọng cay nghiệt, gương mặt sắt lại và hết sức lạnh lùng.

- Cậu có kế hoạch với bố mẹ rồi à? - Ngài cảnh sát trưởng hỏi tới, có một chút khó chịu lẩn khuất trong giọng nói của "ngài". Edward bấy lâu nay luôn tỏ ra vô cùng lịch sự, bất chấp bố tôi có cư xử với anh như thế nào; thái độ khó gần lúc này của anh khiến bố vô cùng ngạc nhiên.

- Vâng. Nếu ông lượng thứ... - Nói dứt lời, Edward quay ngoắt lưng lại, bước vào đám đông đang thưa thớt dần. Anh bước đi khá nhanh, bước chân đầy vẻ bực bội nên dáng vẻ không còn giữ được nét hoàn hảo như tôi vẫn hằng thấy.

- Bố đã nói gì à? - Bố tôi hỏi với một thái độ của người có lỗi.

- Bố đừng lo - Tôi trấn an bố - Không phải do bố đâu.

- Hai đứa lại gây chuyện nữa sao?

- Không có ai gây chuyện cả, bố. Bố đừng lo cho con, hãy tập trung vào công việc của mình.

- Con chính là công việc của bố đấy.

Tôi trố hết cả hai mắt ra.

- Bố con mình đi ăn thôi.

Nhà hàng Lodge thật đông đúc. Theo nhận định của tôi, nơi này giá cả vừa đắt, thức ăn lại không ngon, nhưng là chỗ duy nhất trong thị trấn còn ra dáng nhà hàng, nên luôn là nơi dùng để tổ chức sự kiện. Tôi ủ ê nhìn cái đầu nai sầu thảm trong lúc ngài cảnh sát trưởng đang ngốn ngấu món thịt thăn bò và nói chuyện đâu lưng với bố mẹ của Tyler Crowley. Không gian thật ồn ào, náo nhiệt - các thực khách đều từ lễ tốt nghiệp đổ túa vào đây, hầu hết họ trao đổi chuyện trò qua lối đi, hay nói chuyện bắc qua người này, bắc qua người kia giống ngài cảnh sát trưởng.

Tôi ngồi xoay lưng lại chiếc cửa sổ, cố kiềm nén ý muốn thôi thúc quay lại tìm kiếm ánh mắt đang dõi theo mình, lúc nào tôi cũng cảm nhận được ánh mắt khắc khoải ấy. Vẫn biết là mình sẽ chẳng nhìn thấy được gì, song tôi vẫn cứ muốn được minh xác một điều rằng anh sẽ không bao giờ để tôi chơ vơ không người bảo vệ, dẫu chỉ là một giây ngắn ngủi mà thôi. Đặc biệt là sau chuyện này.

Bữa tối kéo dài lê thê. Ngài Charlie mải thăm hỏi chuyện "thế thái nhân tình" nên ăn rất chậm. Tôi cầm ổ bánh mì của mình lên, thừa lúc bố nhìn sang hướng khác là bẻ từng miếng giấu vào chiếc khăn ăn của mình. Có vẻ như thời gian trôi qua rất lâu, nhưng khi tôi nhìn lên đồng hồ - điều tôi làm thường xuyên đến quá mức cần thiết - hai cây kim vẫn không có biểu hiện gì gọi là di chuyển được nhiều.

Cuối cùng, ngài cảnh sát trưởng cũng xoay người trở

lại, đặt một ít tiền boa lên bàn. Tôi tức thì đứng ngay dậy.

- Con vội à? - Bố hỏi tôi.

- Con muốn giúp Alice sửa soạn các thứ - Tôi lắp bắp trả lời.

- Được rồi - Bố ngoái lại chào tạm biệt mọi người. Còn tôi thì ra ngoài đứng chờ bên cạnh chiếc xe tuần tra.

Tựa lưng vào cửa xe, tôi chờ bố rề rà bước ra khỏi "hội nghị bàn tròn" trong nhà hàng. Trong bãi đậu xe, trời đã trở tối, mây giăng đầy đến mức không rõ mặt trời đã lặn hay chưa. Không khí chứa đầy hơi nước như sắp có mưa.

Giữa bóng tối nhập nhoạng chợt xuất hiện loang loáng một sự chuyển động.

Nỗi sửng sốt đến mức há cả miệng ra của tôi mau chóng chuyển thành tiếng thở phào nhẹ nhõm, khi tôi trông thấy Edward vừa bước ra khỏi chỗ tối.

Không nói một lời, anh kéo tôi vào lòng, ôm thật chặt. Bàn tay lạnh giá của anh tìm cằm tôi, nâng lên để có thể đặt môi lên môi tôi. Tôi cảm nhận được sự căng thẳng nơi quai hàm của anh.

- Anh ổn không? - Tôi lên tiếng hỏi ngay khi anh để cho tôi lấy hơi trở lại.

- Không ổn lắm - Anh thầm thì - Nhưng anh đã bình tĩnh được rồi. Anh xin lỗi hồi nãy đã mất kiểm soát.

- Đấy là lỗi của em. Lẽ ra em nên để sau hẳng nói.

- Không - Edward phản đối ngay tắp lự - Anh cần phải biết chuyện này. Thật không ngờ là anh lại không nhận ra từ trước!

- Anh có quá nhiều điều phải suy nghĩ, lo lắng kia mà.

- Còn em thì không ư?

Anh lại đột ngột cúi xuống hôn tôi, không để tôi có cơ hội trả lời.

Rồi anh buông tôi ra.

- Bố em đang đến đấy.

- Em nhờ bố đưa đến nhà anh.

- Anh sẽ theo em về nhà.

- Không cần đâu, anh - Tôi mới nói được nửa chừng thì anh đã không còn ở đó nữa.

- Bella? - Ngài Charlie lên tiếng gọi tôi ở cửa ra vào của nhà hàng, mắt "ngài" ngó dáo dác trong bóng tối.

- Con ở ngoài này.

Ngài cảnh sát trưởng thủng thẳng đi ra xe, miệng lầm bầm một điều gì đó nghe như hấp ta hấp tấp muốn đi.

- Con cảm thấy thế nào? - Bố lại hỏi khi cả hai bố con đã ra đến đường quốc lộ, mũi xe đang trực chỉ lên phía Bắc - Ngày hôm nay quá đặc biệt.

- Con thoải mái lắm, bố ạ - Tôi nói dối.

Bố cười, nụ cười tố cáo sự "lòi đuôi" của tôi.

- Con lo lắng về bữa tiệc hả? - Bố phán đoán.

- Vâng - Tôi lại đáp không đúng sự thật lần nữa.

Lần này thì bố không còn chú tâm đến điều đó nữa.

- Con chẳng bao giờ là người của tiệc tùng.

- Không biết con thừa hưởng tính cách này từ đâu - Tôi lí nhí.

Ngài Charlie cười khinh khích.

- Trông con xinh lắm, thật đấy. Lẽ ra bố phải nghĩ đến chuyện mua tặng con một món quà mới phải. Bố xin lỗi, Bella.

- Bố không cần phải suy nghĩ vẩn vơ như thế đâu, bố.

- Không phải là vẩn vơ. Bố có cảm giác bố chẳng làm gì cho con cả, trong khi bố là bố của con.

- Bố nói lạ chưa kìa. Bố đã làm rất tốt mà. Một ông bố tốt nhất thế giới. Với lại... - Thật chẳng dễ dàng gì nói ra được cảm xúc thật của mình với ngài cảnh sát trưởng, thế nhưng tôi vẫn nỗ lực đến cùng sau khi đã thanh lọc cổ họng của mình - Với lại, con rất vui vì đã đến đây sống với bố. Đây là quyết định sáng suốt nhất của con trong đời - Vì vậy, xin bố đừng lo ngại nữa - bố chỉ đang rơi vào tình trạng hụt hẫng thường thấy sau lễ tốt nghiệp của con cái mà thôi.

Bố khụt khịt mũi.

- Có lẽ thế. Nhưng bố tin chắc rằng bố đã không phải với con ở một vài điều. Ừm, con hãy nhìn tay mình đi!

Nghe lời bố, tôi nhìn xuống tay mình, tay trái của tôi đang để hờ lên miếng đai màu đen mà hiếm khi nào tôi nghĩ đến nó. Đốt ngón tay bị thương cũng không còn đau nữa.

- Chưa bao giờ bố nghĩ rằng cần phải dạy con ra đòn bằng nắm đấm. Có lẽ bố đã sai trong chuyện này.

- Con tưởng bố đứng về phe Jacob?

- Bố theo đứa nào, điều đó không quan trọng; nếu kẻ nào hôn con mà không được sự đồng ý của con, con có quyền bộc lộ rõ phản ứng của mình mà không còn làm mình bị đau nữa. Khi đấm, con đã không kẹp ngón tay cái lại, có đúng không?

- Dạ đúng. Một mánh lới lạ lùng, nhưng mà chắc chẳng có bài học nào có ích được đâu bố. Cái đầu của Jacob *cứng* lắm.

Ngài cảnh sát trưởng cười khinh khích.

- Lần sau, con thụi vào bụng nó ấy.

- Còn có lần sau nữa sao? - Tôi hỏi một cách ngờ vực.

- Ôi trời, con đừng khắt khe quá với thằng bé ấy. Nó còn nhỏ mà.

- Cậu ta đáng ghét lắm, bố.

- Nhưng nó vẫn là bạn của con mà.

- Con hiểu - Tôi thở dài - Bây giờ, con cũng không biết phải xử sự sao cho phải nữa, bố ạ.

Ngài Charlie lẳng lặng gật đầu.

- Ừ. Điều đúng không phải lúc nào cũng là hiển nhiên. Có khi điều đúng với người này lại sai với người khác. Vậy nên... chúc con may mắn sớm nhận ra mọi chuyện.

- Cảm ơn bố - Tôi đáp sẵng.

Bố lại cười và cau mày.

- Nếu buổi tiệc này có gì đó quá đáng... - Bố lầu bầu.

- Bố đừng lo lắng, bố ạ. Bác sĩ Carlisle, bà Esme cũng ở đó mà. Nếu bố muốn, bố tham dự cũng được, có sao đâu.

Ngài cảnh sát trưởng nhăn hẳn mặt lại khi cố nhìn xoáy vào bóng tối trước mặt. "Ngài" vốn thích những buổi tiệc lành mạnh, và tôi cũng thích như thế có kém gì đâu.

- Chỗ rẽ đâu nhỉ, con nhắc lại xem nào? - Bố yêu cầu tôi - Lẽ ra, họ phải chỉ rõ đường vào nhà họ mới phải. Tối thế này làm sao tìm được đường.

- Hình như tới ngã tiếp thì bố quẹo - Tôi mắm môi lại - Bố biết không, bố bực mình là đúng đấy - thật khó mà thấy đường. Alice có nói là trong thiệp mời có in bản đồ, nhưng dù như thế thì chắc mọi người cũng vẫn sẽ bị lạc đường thôi - Tôi thoáng vui trước cái điều vừa mới được thốt ra.

- Chắc chắn là thế rồi - Ngài cảnh sát trưởng đáp lời khi con đường đột ngột ngoặt sang bên phải - Mà cũng có khi chưa chắc đâu.

Bóng tối nhung huyền trước mặt chợt biến mất, đúng là chỉ có lối vào nhà Cullen mới thế này. Ai đó đã quấn dây đèn trang trí nhấp nháy lên hai thân cây đối diện nhau nằm ở đầu con đường dẫn vào nhà; còn ai vào đây nữa.

- Alice - Tôi làu bàu một cách tức tối.

- Ô chao - Ngài Charlie hồn nhiên tấm tắc khi xe lăn bánh tiến sâu vào trong. Thì ra hai thân cây ở đầu đường vào không phải là hai vật duy nhất phát sáng. Cứ độ sáu, bảy mét lại có một tấm bảng chỉ dẫn chúng tôi lối đến căn nhà trắng to đồ sộ. Cứ như vậy dọc suốt con đường - dài khoảng ba dặm - Con bé không làm nửa vời đâu, phải không con? - Bố tôi nói trong nỗi kính nể.

- Bố đoan chắc là bố không muốn vào chứ?

- Chắc chắn rồi. Chơi vui, con nhé.

- Con cảm ơn bố nhiều lắm, bố ạ.

Bố tự cười với chính mình khi tôi bước ra ngoài và đóng cửa xe lại. Tôi nhìn bố lái xe đi, nụ cười vẫn còn nở thật rộng. Thở dài, tôi bước chân lên mấy bậc thang, cố chịu đựng buổi tiệc của mình.

17. LIÊN MINH

- Bella?

Giọng nói dịu dàng của Edward vang lên sau lưng tôi. Tôi quay lại, nhìn thấy anh nhẹ nhàng bước lên bờ thềm, mái tóc bạt ngược ra sau vì đua cùng gió. Anh kéo tôi vào trong vòng tay của anh, giống như lúc ở bãi đậu xe, và hôn tôi lần nữa.

Nụ hôn làm cho tôi khiếp sợ. Nó chứa đựng biết bao nỗi căng thẳng, sức nặng, theo cái cung cách mà anh đang ép chặt môi mình lên môi tôi - chẳng khác gì anh đang lo sợ chúng tôi chỉ còn có bấy nhiêu thời gian bên nhau. Tôi không dám để mình nghĩ về điều đó. Nhất là khi trong vài tiếng đồng hồ tiếp theo đây, tôi phải hòa mình vào một hoạt động rất con người. Tôi rùn người lại.

- Mình hủy bữa tiệc ngớ ngẩn này đi anh - Tôi thầm thì, không dám nhìn trực diện vào mắt anh.

Anh áp tay lên má tôi, chờ tôi ngẩng mặt lên.

- Anh sẽ không để điều gì xảy đến với em đâu.

Tôi đặt mấy ngón tay còn lành lặn lên miệng anh.

- Em không lo cho mình đến thế.

- Làm như mình biết trước vậy đó! - Tôi nghe anh

lẩm bẩm một mình. Rồi anh hít vào một hơi thật sâu, khẽ mỉm cười - Vậy là em đã sẵn sàng nhập cuộc rồi? - Anh hỏi.

Tôi không ngăn được mình thốt ra tiếng than vãn, rên rỉ.

Anh mở cửa cho tôi, tay kia của anh vẫn quàng vào thắt lưng tôi một cách chắc chắn. Tôi đứng lặng mất cả phút đồng hồ, chậm rãi lắc đầu:

- Thật không thể tin nổi.

Edward nhún vai:

- Alice cứ mãi mãi là Alice mà thôi, không thể khác được.

Nội thất trong nhà Cullen đã được sắp đặt thành không gian của một hộp đêm thật sự - loại ngoài đời cũng hiếm gặp, chỉ có thể thấy được trên tivi mà thôi.

- Anh Edward! - Tiếng gọi của Alice cất lên từ bên cạnh một dàn loa đồ sộ - Em muốn hỏi anh cái này một chút - Cô bạn chỉ tay vào một chồng đĩa CD cao ngất ngưởng - Mình cho mọi người nghe nhạc thịnh hành và dễ nghe; hay là - Alice chỉ tay vào một chồng đĩa khác - ... định hướng lại thẩm mĩ âm nhạc của họ?

- Nhạc dễ nghe đi em - Edward đề nghị - Em có thể tạo cơ hội tốt cho người ta, nhưng họ vẫn có thể bỏ mất cơ hội đấy.

Alice nghiêm nghị gật đầu, bắt đầu tống hết đống

đĩa định hướng kia vào một cái thùng. Tôi nhận ra cô bạn đã thay bộ trang phục khác, hiện cô đang mặc một chiếc áo chẽn lóng lánh kiêu sa và một chiếc quần da màu đỏ. Khoảng da trần của cô bạn phản ứng một cách kì lạ ánh đèn đỏ tím đang thi nhau chớp nháy liên tục.

- Em ăn mặc xuềnh xoàng quá.

- Bậy. Em tuyệt lắm - Edward nhẹ nhàng chỉnh lại.

- Bạn sẽ làm tốt thôi - Alice cũng góp lời.

- Cảm ơn bạn - Tôi thở dài - Anh có nghĩ người ta sẽ đến không? - Bất cứ ai cũng có thể nhận ra một tia hy vọng lấp lánh trong giọng nói của tôi. Alice nhăn mặt làm xấu với tôi.

- Mọi người sẽ đến - Edward trả lời - Ai cũng mong mỏi khám phá tòa nhà huyền bí, biệt lập của gia đình Cullen mà.

- Trời ơi, nghe anh kể chuyện cổ tích kìa - Tôi rền rĩ.

Chẳng có việc gì để tôi mó tay vào cả. Tôi cũng không dám tin mình có thể phụ giúp được việc gì - mà cho dẫu tôi không cần ngủ và có làm luôn tay luôn chân đi chăng nữa, cũng còn lâu tôi mới giải quyết được nổi cái khối lượng công việc đồ sộ như Alice.

Edward không để cho tôi rời xa anh lấy một khắc, anh dẫn tôi đi tìm Jasper. Bác sĩ Carlisle ép buộc tôi phải kể cho mọi người nghe những gì tôi đã suy luận ra được. Rồi tôi lắng nghe họ bàn bạc chuyện tấn công vào sào huyệt ma-cà-rồng ở Seattle mà không khỏi toát mồ hôi lạnh. Tôi có thể khẳng định rằng Jasper không hài lòng chút nào với quân số của mình, nhưng họ không có cách nào liên hệ được với ai khác ngoài gia đình Tanya thiếu thiện ý cả. Jasper không muốn giấu nỗi tuyệt vọng của mình giống như Edward. Chẳng khó khăn gì để thấy ngay là anh ta không thích đánh cược vào những chuyện có rủi ro cao.

Tôi không thể đứng ở phía sau, chờ đợi và hy vọng mọi người trở về nhà. Không, tôi không thể, tôi sẽ phát điên lên mất.

Tiếng chuông cửa chợt réo vang.

Ngay tức khắc, mọi thứ trở lại bình thường như chưa hề có gì xảy ra. Trên gương mặt của bác sĩ Carlisle, nỗi căng thẳng đã được thay thế bằng nụ cười tuyệt đẹp, hiền hậu và ấm áp. Alice nhanh tay bật to âm lượng của chiếc máy nghe đĩa rồi lướt nhanh ra cửa.

Đó là chiếc xe Suburban chở đầy các bạn học của tôi, họ là những người hoặc quá căng thẳng, hoặc quá nhát nên không dám đến một mình. Jessica là người đứng ở chỗ cửa, Mike đứng ngay đằng sau. Rồi Tyler, Conner, Austin, Lee, Samantha... cả đến Lauren cũng nhập bọn, đứng sau cùng, đôi mắt khó tính của cô gái chứa đầy vẻ hiếu kì. Tất cả đều hiếu kì, và rồi lác cả mắt khi bước vào căn phòng rộng bài trí giống hệt một vũ trường sang trọng. "Vũ trường" không hề thưa thớt người; toàn bộ thành viên của nhà Cullen đều có mặt hết ở đấy, trong tác phong những con người hoàn hảo thường ngày. Tôi có cảm giác như tối nay, muốn gì thì gì, mình cũng sẽ phải làm tròn vai diễn như họ.

Không còn cách nào khác, tôi tiến đến chào Jess và Mike, hy vọng giọng nói của mình ngập tràn sự hứng khởi. Rồi trước khi tôi kịp lên tiếng chào ai khác, chuông cửa lại reo. Tôi dẫn Angela cùng Ben vào đại sảnh, sẵn tiện mở rộng cửa luôn cho Eric và Katie đang bước tới.

Đến lúc này thì tôi tâm trạng tôi không còn chỗ cho nỗi sợ nữa. Tôi phải tiếp chuyện với mọi người, cố ra vẻ vui tươi, trong cương vị chủ nhà. Dù rằng giấy mời đã ghi là tiệc mừng cả ba người: Alice, Edward và tôi, thế nhưng chẳng thể nào phủ nhận được tôi mới chính là mục tiêu nhắm tới của những lời chúc mừng và cảm ơn. Có lẽ vì nhà Cullen trông không được bình thường dưới những ánh đèn của Alice. Có lẽ vì những ngọn đèn đó đã tạo cho căn phòng một dáng vẻ huyền bí, âm u; không phải là bầu không khí mà bất cứ ai có cảm xúc bình thường đều có thể cảm thấy thoải mái được, nhất là khi đứng bên cạnh ai đó như Emmett chẳng hạn. Tôi trông thấy Mike đang đứng ở chỗ bàn ăn, cách đó một khoảng không xa, Emmett đang cười thật tươi với Mike, ánh đèn đỏ làm cho hàm răng của anh ta sáng lóe. Như một quán tính, Mike lùi lại tức thì một bước.

Ắt hẳn là Alice có mục đích riêng khi biến tôi thành tâm điểm chú ý của mọi người - vị trí mà cô bạn nghĩ là tôi sẽ rất thích thú. Lúc nào cô bạn cũng muốn biến tôi thành người theo hướng suy nghĩ của cô ấy.

Buổi tiệc rõ ràng đã thành công, mặc dù sự hiện diện của gia đình nhà Cullen khiến ai nấy đều có phần bị chối - nói cách khác là thêm vào không khí một chút rung động. Nhạc rộn ràng, những ánh đèn nhiều màu khiến mắt người ta mê đắm. Sau khi các loại thức ăn đã được dọn đi hết, không gian lại càng trở nên sôi động hơn. Chẳng thế mà căn phòng mau chóng đầy ắp người, vậy nhưng chẳng có ai cảm thấy nghẹt thở, tù túng, chật chội cả. Hình như tất thảy các bạn học của tôi đều có mặt đông đủ, bên cạnh những học sinh lớp dưới, họ chiếm số đông. Ai nấy đang dập dìu lắc lư theo tiếng nhạc dập tê buốt đến tận gót giày, buổi tiệc dần dà biến thành một buổi khiêu vũ chính hiệu.

Cũng chẳng mấy khó khăn để tôi nhận ra điều đó. Theo sự chỉ dẫn của Alice, tôi hòa vào đám đông, trò chuyện dăm ba câu với người này người kia. Các bạn tôi tính khí vốn xuề xòa, xởi lởi nên rất hài lòng. Dám chắc buổi tiệc này ăn đứt tất cả những sự kiện nào đã từng được tổ chức ở Forks. Alice mừng muốn phát rên - không một ai có thể quên được buổi tối này.

Tôi đi một vòng khắp phòng rồi quay trở lại với Jessica. Cô bạn líu lo, cười nói liên hồi, nhưng lần này tôi không cần phải giả vờ quan tâm nữa, bởi lẽ Jessica thật ra cũng chẳng thiết nghe tôi trả lời. Edward nãy giờ vẫn bám sát theo tôi - không hề rời tôi lấy nửa bước. Anh ôm siết thắt lưng tôi, thi thoảng lại kéo tôi vào sát người anh để trả lời cho những suy nghĩ của ai đó mà có lẽ tôi cũng không muốn nghe.

Vì vậy, tôi cảm thấy nghi ngờ ngay lập tức khi anh đột ngột buông lơi vòng tay và lùi xa khỏi tôi.

- Em ở đây nhé - Anh rù rì vào tai tôi - Anh sẽ trở lại ngay.

... Rồi anh lanh lẹn lách qua đám đông, khéo léo đến mức không đụng phải bất kì người nào; anh bỏ đi nhanh đến nỗi không cho tôi kịp hỏi lý do, chỉ còn biết nheo nheo đôi mắt nhìn theo anh, mặc cho Jessica đang đứng bên cạnh gân cổ lên hét át cả tiếng nhạc, giật giật khuỷu tay tôi, kêu gọi sự chú ý.

Edward đi vào khoảng tối bên cạnh cửa bếp, nơi mọi ánh đèn rọi đến không thường xuyên. Anh đang cúi xuống với ai đó, tôi không thể nhận ra được đấy là ai giữa bao người như thế này.

Tôi đứng nhón chân, nghển cao cổ. Vừa lúc ấy, một ánh đèn đỏ quét qua lưng Edward, làm lóe lên sắc đỏ óng ánh... Chính là chiếc áo chẽn của Alice! Ánh đèn chỉ sượt qua gương mặt của cô bạn tôi vỏn vẹn có nửa giây, nhưng như vậy cũng đã quá đủ đối với tôi rồi.

- Xin lỗi Jess, mình ra đây một chút thôi - Tôi khẽ nói và thu tay về. Rồi cứ thế, tôi bước đi, không một lần ngừng lại để biết được phản ứng của Jessica, thậm chí chỉ là nhìn xem sự đường đột của mình có làm tổn thương đến cô ấy hay không.

Tôi hòa mình vào đám đông, cũng phải xô đẩy, va quẹt đôi chút. Một vài người đang khiêu vũ. Tôi hối hả bước tới chỗ cửa bếp.

Edward vừa đi khỏi, nhưng Alice vẫn còn đang đứng trong bóng tối, gương mặt thất thần - đó là nét mặt của người vừa phải chứng kiến một tai nạn thảm khốc. Cô bạn bíu một tay lên cánh cửa, cơ hồ như muốn tìm vật chống.

- Chuyện gì thế, Alice, chuyện gì thế? Bạn trông thấy điều gì vậy? - Tôi chắp hai tay lại trước ngực - khấn nguyện.

Cô bạn không nhìn tôi, ánh mắt bỗng quay về góc khác. Tôi nhìn theo, và nhận ra ở góc phòng bên kia, Edward cũng đã chú ý thấy sự thay đổi hướng mắt đó của Alice. Gương mặt anh lạnh băng. Anh nhanh nhẹn xoay người, và thoắt một cái, biến mất vào khoảng tối ở bên dưới chiếc cầu thang đồ sộ.

Chuông cửa lại reo, lần reo cuối cùng cách đây đã vài tiếng đồng hồ, Alice ngẩng mặt lên với một thái độ bối rối, rồi ngay sau đó, chuyển sang khinh ghét.

- Ai mời người sói đến vậy? - Alice càu nhàu với tôi.

Tôi cau mặt.

- Thật là quá đáng.

Tôi những tưởng mình đã hủy bỏ lời mời đó rồi - không phải là tôi bất chấp mọi thứ mà mong Jacob đến đây.

- Ừm, bạn giải quyết chuyện này đi. Mình phải đi nói chuyện với bố.

- Không, Alice, đợi mình đã! - Tôi cố gắng túm lấy tay cô bạn, nhưng Alice đã không còn ở đó nữa, cái chụp tay của tôi rơi vào không khí.

- Quỷ tha ma bắt! - Tôi buột miệng kêu lên.

Vậy là tôi hiểu rồi. Trong lúc đứng chờ ở đây, Alice đã trông thấy điều sắp sửa xảy ra, còn tôi thì thành thực mà nói, không đủ thần kinh chịu đựng để mà bước ra mở cửa. Chuông cửa lại reo, một hồi thật dài, chứng tỏ kẻ bấm chuông đã nhấn và không thèm thả ra. Một cách cương quyết, tôi quay phắt lưng về phía cửa, đảo mắt một lượt khắp căn phòng tối, kiếm tìm Alice.

Nhưng tôi không thể nhìn thấy gì cả. Tôi bổ gấp về phía cầu thang.

- Ê ê, Bella!

Giọng nói trầm đục của Jacob cất lên vừa lúc tiếng nhạc tạm ngừng; như quán tính, tôi ngẩng mặt lên khi nghe thấy tên mình bị gọi giật...

... Và rồi không khỏi nhăn mặt.

Không phải chỉ có một người sói, mà là những ba người. Jacob vừa bước vào nhà, hai bên cậu ta là Quil và Embry; hai người tỏ ra cực kì căng thẳng, đôi mắt họ không ngừng ngó láo liên khắp gian phòng, làm như thể họ vừa mới đặt chân vào một khu hầm mộ có lắm ma nhiều quỷ vậy. Cánh tay run rẩy của Embry vẫn còn vin vào cánh cửa, thân mình hơi xoay ngang như sẵn sàng chạy trốn.

Bình tĩnh hơn hai kẻ đồng hành, Jacob vẫy tay với tôi, mũi cậu ta chun lại ra vẻ khó chịu. Tôi cũng vẫy tay đáp lại - nhưng là cái vẫy chào tạm biệt - rồi tiếp tục bổ đi tìm Alice, chen vào giữa hai tấm lưng của Conner và Lauren.

Jacob chẳng hề chuyển dịch lấy một bước, cánh tay của cậu ta túm ngay lấy vai tôi, kéo tôi trở lại khoảng tối chỗ gian bếp. Tôi sụp người xuống ngay tức thì dưới cú chụp ấy, nhưng cậu ta đã nhanh như cắt bắt lấy cổ tay lành lặn của tôi, kéo tôi ra khỏi đám đông.

- Tiếp đón thân thiện quá nhỉ! - Jacob chế nhạo.

Tôi giằng tay ra khỏi cậu ta, lừ mắt, hỏi:

- Cậu làm gì ở đây vậy?

- Chị mời em mà, chị không nhớ sao?

- Ấy là nếu cú đấm móc bên phải của tôi hiệu nghiệm với cậu kìa, để tôi diễn giải cho mà hiểu: có nghĩa là tôi k-h-ô-n-g mời cậu.

- Đừng có nhỏ nhen thế. Em đem quà mừng tốt nghiệp đến cho chị nè, tất cả mọi thứ luôn.

Tôi khoanh tay lại trước ngực. Trong lúc này, tôi không muốn tranh cãi với Jacob. Tôi chỉ muốn biết Alice đã tiên thị thấy điều gì; và Edward, bác sĩ Carlisle đang bàn luận như thế nào về điều đó mà thôi. Kềm lòng không được, tôi ngó nghiêng qua người Jacob, tìm kiếm thành viên nhà Cullen.

- Trả lại cho cửa hàng đi, Jake. Tôi có việc cần phải làm gấp...

Jacob bước ngay vào tầm nhìn của tôi, buộc tôi phải chú ý.

- Em không trả lại được. Em đâu có mua trong cửa hàng - Tự tay em làm đấy. Mà cũng phải lâu lắm mới làm xong.

Tôi lại nghiêng người tránh Jacob, nhưng không còn thấy bóng dáng người nhà Cullen đâu nữa. Họ đi đâu mất rồi? Mắt tôi lướt qua khắp gian phòng tối.

- Ôi, thôi nào, Bell. Đừng làm như em không có mặt ở đây như thế!

- Không phải vậy - Tôi không thấy họ ở đâu cả - Nào, Jake, hiện thời trong đầu tôi có cả trăm thứ phải lo đây.

Jacob đặt tay vào dưới cằm tôi, nâng lên.

- Chị có thể làm ơn cho em xin vài giây không, thưa chị Swan?

Tôi giằng đầu ra khỏi sự đụng chạm đó.

- Để yên tay cậu ở đấy, Jacob - Tôi rít lên.

- Xin lỗi! - Người thiếu niên đáp gần như ngay tức thì, tay đưa lên theo thế đầu hàng - Em thật sự xin lỗi. Cả về chuyện hôm ấy nữa. Lẽ ra, em không nên hôn chị như vậy. Em sai rồi. Em cứ ngỡ... ừm, có lẽ em đã tự lừa dối mình khi nghĩ rằng chị muốn em làm như thế.

- Tự lừa dối - cách diễn đạt mới hay làm sao!

- Chị đừng có như vậy. Chị chấp chận lời xin lỗi của em được mà, chị.

- Được rồi. Lời xin lỗi đã được chấp nhận. Bây giờ, mong em bỏ qua cho chị một lát...

- Dạ được - Jacob thầm thì, giọng nói của người bạn nhỏ chợt thay đổi âm điệu, nghe lạ đến mức tôi phải ngưng cuộc tìm kiếm Alice mà chú mục vào gương mặt cậu. Jacob cúi gằm mặt xuống đất, che giấu đôi mắt. Bờ môi dưới hơi đưa ra.

- Chị chỉ muốn ở bên những người bạn *thật sự* của chị mà thôi - Cậu bạn của tôi tiu nghỉu với tông giọng rầu rầu - Em hiểu rồi.

Tôi cũng rầu rĩ không kém:

- Ôi trời ơi, Jake, em thừa biết rằng không phải như vậy mà.

- Em thừa biết ư?

- À, em *nên biết* - Tôi đưa người ra trước, ngước mắt lên, cố nhìn vào đôi mắt của Jacob. Người thiếu niên ngẩng mặt lên, nhìn đăm đắm qua đầu tôi, cương quyết tránh bằng được ánh nhìn của tôi.

- Jake à?

Jacob vẫn không nhìn tôi.

- Ờm, em nói rằng em đã làm gì đó để tặng chị, có đúng không? - Tôi hỏi - Hay chỉ nói miệng thôi đó? Quà của chị đâu nào? - Sự nỗ lực giả vờ hăng hái của tôi mới thảm hại làm sao, nhưng cũng thành công được phần nào. Jacob tròn mắt, rồi nhăn nhó với tôi.

Vẫn giữ sự giả tạo nửa mùa, tôi xòe tay ra trước mặt.

- Chị đang chờ đây.

- Được thôi - Cậu bạn của tôi thì thầm một cách châm biếm; nhưng cũng lòn tay vào túi quần jean sau, rút ra một cái túi vải nhỏ; cái túi được dệt thưa bằng sợi đủ các thứ màu, miệng túi được cột túm lại bằng một sợi dây da. Jacob đặt nó vào tay tôi.

- Xem nào, chiếc túi xinh quá, Jake. Cảm ơn em!

Jacob thở dài, "chỉ dẫn":

- Quà ở *bên trong* ấy cơ, chị Bella.

- Ồ.

Tôi lúng ta lúng túng gỡ gỡ vần vần sợi dây. Jacob lại thở dài, thu hồi chiếc túi, chỉ rút có đúng một sợi dây là tháo ngay được chiếc gút thắt. Tôi lại đưa tay đón lấy món quà, nhưng Jacob đã dốc ngược túi, lắc lắc, đổ vào tay tôi một vật lóng lánh. Những mẩu dây kim loại va vào nhau leng keng khi rơi xuống tay tôi.

- Em không có làm vòng đeo tay đâu - Jacob thú nhận - Em chỉ làm bức tượng thôi.

Đính vào một trong những mẩu dây bạc là một mảnh gỗ nhỏ xíu. Tôi nhón tay bốc nó, đưa lên gần mắt để nhìn cho tỏ. Thật đáng kinh ngạc, một bức tượng nhỏ như thế mà lại có quá nhiều chi tiết: một con sói thu nhỏ được điêu khắc rất "thần". Con sói được tạc từ chất gỗ có màu nâu đỏ, trùng màu với làn da của Jacob.

- Đẹp quá - Tôi thẫn thờ - Em *làm* à? Bằng cách nào thế?

Người bạn nhỏ chỉ nhún vai.

- Bố em dạy em đấy. Bố làm đẹp hơn em nhiều.

- Thật khó mà tin được - Tôi nói lí nhí trong họng, lật tới lật lui con sói tí hon.

- Chị thích nó thật hả?

- Ừ! Không thể nào tin được, Jake.

Người bạn nhỏ mỉm cười, tỏ ra hạnh phúc, nhưng cũng ngay sau đó thôi, vẻ mặt của Jacob đã cau lại.

- Chậc, lúc đó, em nghĩ rằng lâu lâu nó sẽ khiến chị nhớ đến em. Chị cũng biết mà, xa mặt thì cách lòng.

Tôi phớt lờ trước những điều vừa được bộc bạch ấy của Jacob

- Nè, giúp chị đeo nó đi.

Tôi chìa cánh tay trái ra, vì tay phải còn đeo đai. Jacob đeo sợi dây vào cổ tay tôi một cách khéo léo, dù rằng nó quá tranh mai so với những ngón tay rất to của cậu.

- Chị sẽ đeo nó ư? - Người thiếu niên thắc mắc.

- Tất nhiên rồi.

Cậu bạn cười thật tươi - đó là nụ cười hạnh phúc mà tôi luôn mong muốn được nhìn thấy nơi người bạn nhỏ của mình.

Tôi ngắm tới ngắm lui mẩu gỗ một lúc nữa, nhưng rồi hốt nhiên, mắt tôi lại ngó dáo dác khắp phòng kiếm tìm bóng dáng của Edward và Alice.

- Sao chị cứ lo ra vậy? - Jacob đã chú ý thấy.

- Đâu có - Tôi nói dối, cố gắng tập trung trở lại - Cảm ơn em vì món quà, thật đấy. Chị thích lắm.

- Chị Bella? - Đôi lông mày của Jacob nhíu sát vào nhau, cậu ta phóng tầm mắt về phía góc tối, chỗ gia đình nhà Cullen đang tụ tập - Đang có chuyện gì, phải không?

- Jake, chị... không, làm gì có chuyện gì.

- Đừng có nói dối em, chị nói dối dở lắm. Chị nên kể với em chuyện gì đang diễn ra thì hơn. Tụi em muốn biết những chuyện này - Jacob nói cứng từng tiếng, đến gần cuối câu lại chuyển sang dùng danh xưng số nhiều.

Có lẽ người thiếu niên này nói đúng; người sói luôn quan tâm đến những gì đang xảy ra. Chỉ có điều tôi *chưa* biết gì hết. Tôi không thể biết bất cứ điều gì, cho tới khi nào gặp Alice.

- Jacob, chị sẽ cho em hay. Bây giờ hãy cho chị có thời gian tìm hiểu đã, được không? Chị cần phải nói chuyện với Alice.

Có vẻ như cậu bạn tôi đã hiểu ra.

- Kẻ tiên tri kia đã trông thấy chuyện.

- Ừ, vừa lúc em bước vào.

- Về con rận đã lẻn vào phòng chị phải không? - Jacob nhỏ giọng hỏi tới, âm điệu thấp hơn cả tiếng nhạc trầm đang chơi.

- Có liên quan - Tôi đáp huych tẹc.

Jacob nghĩ ngợi một lúc, sau đó nghiêng đầu sang một bên, quan sát nét mặt của tôi.

- Chị biết không, khi chị không dám kể với em chuyện gì... nhất định đó phải là chuyện *lớn*.

Tôi còn biết nói dối ra sao nữa bây giờ? Người thiếu niên này hiểu tôi quá rõ.

- Ừ.

Jacob lại nhìn tôi trân trối thêm một lúc nữa, rồi quay đầu, hướng mắt về phía lối vào, nơi hai người bạn thân của cậu đang đứng, lúng túng và khó chịu. Cảm nhận được tín hiệu qua vẻ mặt của Jacob, cả hai đều nhất loạt di chuyển vào phòng, lanh lẹn lách qua những vị khách, động tác của họ không khác gì đang khiêu vũ. Chỉ độ nửa phút sau, Embry và Quil đã đứng bên cạnh Jacod, trước mặt tôi; cả ba người họ đều cao ngất ngưởng.

- Rồi. Chị kể đi - Jacob giục giã.

Hai người bạn của cậu nhìn tới ngó lui vẻ mặt của chúng tôi, vừa ra chiều khó hiểu, vừa thể hiện thái độ thận trọng.

- Jacob, chị đâu có biết tường tận mọi chuyện - Tôi rảo mắt khắp phòng, bây giờ là tìm đường thoát. Không được rồi, tôi có chạy ngả nào thì họ cũng tóm tôi lại dễ dàng mà thôi.

- Thế thì chị *biết* cái gì?

Cả ba người đều đồng loạt khoanh tay trước ngực, họ thực hiện động tác này cùng lúc như đã được tập dợt từ trước. Nhìn thì có hơi buồn cười, nhưng vẫn có vẻ gì đó như đang đe dọa.

Đúng vào lúc ấy, bất chợt tôi trông thấy Alice đang bước xuống lầu, làn da trắng của cô bạn lấp lánh ánh đèn tím.

- Alice! - Tôi kêu lên với một cảm giác thật nhẹ nhõm.

Alice nhìn thấy tôi ngay khi vừa nghe tiếng tôi gọi, cho dù tiếng nhạc trầm đang dộng thùng thùng át hẳn tiếng của tôi. Tôi hăm hở vẫy tay, không quên quan sát sắc mặt cô bạn khi nhìn về phía ba người sói đang đứng sừng sững trước mặt tôi. Đôi mắt Alice sa sầm xuống.

Nhưng trước khi có thái độ đó, gương mặt của Alice đã nhuốm vẻ căng thẳng và sợ hãi. Tôi mím môi lại khi cô bạn tiến tới gần.

Jacob, Quil và Embry nhất loạt né người ra xa Alice với một thái độ khó chịu. Cô bạn quàng tay ngang thắt lưng tôi.

- Mình muốn nói chuyện với bạn - Alice nói khe khẽ vào tai tôi.

- Ờ, Jake, gặp lại em sau nhé... - Tôi lên tiếng khi tôi và Alice đi vòng qua họ.

Jacob vung cánh tay dài ngoẵng ra, chống vào tường, cản đường.

- Này, đừng có bỏ đi nhanh như thế.

Alice nhìn cậu ta chằm chằm, đôi mắt mở to, đầy nghi ngờ.

- Xin lỗi?

- Hãy cho chúng tôi biết điều gì đang diễn ra - Jacob gầm ghè.

Jasper không biết từ đâu bỗng đột ngột xuất hiện - chỉ một giây sau khi Alice và tôi bị Jacob chắn lối. Anh ta đứng bên cánh tay của Jacob, vẻ mặt thật đáng sợ.

Một cách chậm rãi, Jacob rút tay về. Có vẻ như đó là hành động tốt nhất, cho dẫu cậu ta vẫn tỏ rõ thái độ vẫn muốn để tay ở đó.

- Chúng tôi có quyền được biết - Jacob thì thào, mắt vẫn dán dính vào Alice.

Jasper đứng chen vào giữa họ, ba người sói tức thì đứng sát vào nhau.

- Này, này - Tôi buộc lòng phải lên tiếng, và cười khúc khích như bị kích động - Đây là buổi tiệc mà, nhớ không?

Nhưng chẳng ai chú ý gì đến tôi. Jacob vẫn chú mục vào Alice còn Jasper thì trừng mắt nhìn Jacob. Alice đột nhiên đăm chiêu.

- Được rồi, Jasper. Cậu ta nói đúng.

Jasper vẫn không thay đổi tư thế.

Trời ơi, nếu còn phải chịu đựng thêm một giây nào nữa, có lẽ cái đầu tôi sẽ nổ tung mất.

- Bạn đã trông thấy điều gì vậy, Alice?

Cô bạn nhìn Jacob thêm đúng một tích tắc nữa rồi mới quay sang tôi, rõ ràng đã quyết định sẽ để cho họ nghe cùng.

- Đã có quyết định rồi.

- Bạn sẽ đi Seattle?

- Không.

Tôi hoàn toàn có thể cảm nhận được mặt mình tái nhợt không còn một hột máu, cái bụng bắt đầu nôn nao.

- Họ sẽ đến đây - Tôi thốt lên.

Các chàng trai thiếu niên Quileute theo dõi mọi sự trong im lặng, họ lặng lẽ quan sát từng cảm xúc một trên gương mặt của chúng tôi. Họ như đang chôn chân xuống đất, nhưng không hoàn toàn đứng yên. Cả sáu cánh tay đều cùng run rẩy.

- Ừ.

- Đến Forks - Tôi nói không ra hơi.

- Ừ.

- Để...?

Cô bạn gật đầu, hiểu rõ câu hỏi của tôi.

- Có một kẻ mang theo chiếc áo đỏ của bạn.

Tôi nuốt khan trong sự nỗ lực tự thân.

Jasper tỏ vẻ chê trách. Tôi dám đoan chắc rằng anh ta không thích thảo luận trước mặt người sói, nhưng xét cho cùng, Jasper cũng có điều cần bộc bạch.

- Chúng ta không thể để cho bọn người đó đi xa đến mức ấy được. Ta không có đủ người để bảo vệ thị trấn.

- Em biết - Alice trả lời, gương mặt bất thần trở nên

ảo não - Nhưng chặn họ ở đâu cũng chẳng có nghĩa lí gì. Chúng ta vẫn không đủ người, một số kẻ còn tới đây lùng sục nữa.

- Không! - Tôi thều thào.

Tiếng ồn của buổi tiệc lấn át lời phản kháng nơi tôi. Mọi người xung quanh, bạn bè, hàng xóm và những người hay đố kị với tôi đang ăn uống, cười giỡn, lắc lư theo điệu nhạc, hoàn toàn không hay biết gì đến mối nguy hiểm, kinh hoàng, thậm chí cả cái chết đang chờ đón họ; chỉ vì tôi.

- Alice - Tôi gọi tên cô bạn - Mình phải đi thôi, mình phải rời xa khỏi đây.

- Chẳng có tác dụng gì đâu. Đây không giống như việc chúng ta chơi trò đuổi bắt với chỉ duy nhất một kẻ săn người. Bọn người kia vẫn sẽ rảo qua nơi này trước.

- Vậy thì mình phải gặp họ! - Nếu giọng nói của tôi không khản đặc và đuối hơi, hẳn đó sẽ là một tiếng thét inh tai nhức óc rồi - Nếu họ tìm được thứ họ đang tìm, có lẽ họ sẽ bỏ đi ngay và không làm bị thương ai cả!

- Bella! - Alice lên tiếng phản bác.

- Được rồi - Jacob xen vào, giọng nói trầm nhưng đầy uy lực - *Thứ gì* đang đến thế?

Alice ném cho cậu bạn của tôi một tia nhìn buốt giá.

- Những kẻ như tôi. Nhiều lắm.

- Tại sao?

- Vì Bella. Chúng tôi chỉ biết có vậy.

- Một mình chị mà phải huy động đến cả một lực lượng sao? - Cậu ta hỏi lại.

Jasper kênh mặt về phía Jacob.

- Vì chúng tôi cũng khó bị bắt nạt lắm, người sói ạ. Đây sẽ là một cuộc chiến ngang ngửa.

- Không - Jacob vặc lại, một nụ cười nửa miệng ngạo nghễ, lạ lùng xuất hiện trên môi cậu - Sẽ không có chuyện *ngang ngửa* đâu.

- Tuyệt lắm! - Alice chợt reo lên.

Tôi nhìn chằm chằm vào nét mặt mới của Alice, toàn thân vẫn còn đông cứng vì kinh hãi. Gương mặt của cô bạn chợt sáng bừng niềm hân hoan, tất cả những tuyệt vọng trong phút chốc đã trôi sạch.

Alice nở nụ cười rạng rỡ với Jacob, cậu bạn của tôi cũng cười thật tươi đáp lại.

- Mọi thứ sẽ biến mất sạch sành sanh, đồng ý với cậu - Cô bạn nói với Jacob bằng một giọng tự mãn - Quả thực bất tiện, nhưng mà, sau khi đã cân nhắc mọi điều, tôi hoàn toàn chấp nhận.

- Chúng ta sẽ phải hợp lực - Jacob lên tiếng trả lời - Sẽ không dễ dàng đâu. Tuy nhiên, dẫu sao thì đây cũng vẫn là nhiệm vụ của bọn tôi hơn là của các người.

- Tôi không có ý định đi xa đến thế, nhưng chúng tôi cần sự giúp đỡ. Chúng tôi sẽ không kén cá chọn canh đâu.

- Khoan, khoan, khoan - Tôi ngắt lời hai người bạn của mình.

Alice đã ở vào tư thế sẵn sàng hành động, Jacob cúi xuống cô bạn của tôi, cả hai gương mặt cùng rạng rỡ, cả hai sống mũi cùng... chun lại. Họ quay sang tôi một cách sốt ruột.

- Hợp lực là sao? - Tôi lặp lại cái từ ấy qua kẽ răng.

- Chị không định cho tụi em ra rìa đấy chứ? - Jacob hỏi ngược lại tôi.

- Em đâu có dính dáng gì đến vụ này!

- Cô bạn tiên tri của chị không nghĩ như vậy đâu.

- Alice, nói k-h-ô-n-g với họ đi! - Tôi khăng khăng - Họ sẽ phải chết đấy!

Cả Jacob, cả Quil và cả Embry đều bật cười khanh khách.

- Bella à - Alice cất giọng êm ái, xoa dịu - Chia rẽ thì tụi mình mới chết đó. Còn hợp lực...

- Thì sẽ không có chuyện gì hết - Jacob hoàn tất câu nói của cô bạn tôi. Quil lại phá ra cười lần nữa.

- Bao nhiêu thế? - Quil hỏi một cách háo hức.

- Không! - Tôi thét lên.

Nhưng Alice thậm chí chẳng thèm nhìn tôi.

- Thay đổi rồi - hôm nay là hai-mươi-mốt, nhưng con số này đang giảm.

- Tại sao? - Jacob thắc mắc, gương mặt lộ rõ vẻ hiếu kì.

- Chuyện dài lắm - Alice nói nhỏ nhẹ, rồi hốt nhiên cô bạn đảo mắt khắp gian phòng - Nói chuyện ở đây không tiện đâu.

- Vậy chút nữa nhé? - Jacob hẹn.

- Ừ - Jasper lên tiếng đáp thay - Nãy giờ bọn tôi đang họp bàn… chiến lược. Nếu các cậu đồng ý chia lửa với chúng tôi, các cậu cần phải được hướng dẫn một số điều.

Cả ba người sói đều tỏ vẻ bất bình trước câu nói cuối cùng ấy.

- Không! - Tôi muốn khóc lên được.

- Sẽ lạ lắm đây - Jasper đăm chiêu - Chưa bao giờ tôi cân nhắc đến cuộc hợp tác này. Chắc chắn đây là lần đầu tiên.

- Điều đó thì không còn phải nghi ngờ gì nữa - Jacob tán đồng và tỏ ra vô cùng vội vã - Chúng tôi phải về báo lại với Sam. Mấy giờ thì gặp được?

- Theo các cậu thì thế nào mới gọi là trễ?

Cả ba cặp mắt trước mặt tôi đều nhất loạt mở tròn căng.

- Mấy giờ? - Jacob lặp lại câu hỏi.

- Ba giờ nhé?

- Ở đâu?

- Cách trạm bảo vệ rừng Hoh khoảng mười dặm về phía bắc. Các cậu cứ theo hướng Tây mà đến, sau đó, lần theo mùi của bọn tôi là gặp.

- Bọn tôi sẽ đến.

Đáp xong, cả ba quay gót, lục tục ra về.

- Gượm đã, Jake! - Tôi gọi với theo người bạn nhỏ - Chị xin em đấy! Đừng vướng vào chuyện này!

Jacob dừng chân, ngoái đầu lại cười với tôi, còn Quil và Embry vội vàng rút ra cửa.

- Đừng ngốc thế, chị Bells. Chị đang tặng em một món quà còn tuyệt vời hơn món quà em tặng chị gấp nhiều lần đấy.

- Không! - Tôi thét lên. Nhưng tiếng ghi-ta điện đã dìm giọng tôi chìm lỉm.

Jacob không nói gì thêm; cậu ta đang mải đuổi theo bạn mình, hai người đi trước đã mau chóng mất dạng. Tôi đứng đấy, nhìn theo bóng Jacob khuất dần trong vô vọng.

18. CHỈ DẪN

- Quả là một bữa tiệc dài nhất trong lịch sử nhân loại - Tôi phàn nàn trên đường trở về nhà.

Edward không có vẻ gì gọi là phản đối.

- Giờ thì đã kết thúc rồi - Anh trả lời, dịu dàng xoa cánh tay tôi. Bởi lẽ tôi là kẻ duy nhất cần được xoa dịu.

Hiện thời, Edward đã bình tâm trở lại - hay nói đúng hơn, cả nhà Cullen đều đã bình tâm.

Ai cũng cố gắng trấn an tôi. Khi tôi ra về, Alice với tay xoa nhẹ lên đầu tôi, đồng thời trao cho Jasper một ánh nhìn đầy ẩn ý, và tôi cảm nhận được lòng mình bình yên đến lạ thường. Bà Esme hôn lên trán tôi, nói rằng mọi chuyện rồi sẽ vô cùng tốt đẹp. Emmett thì cười lăn cười lộn, hỏi về nỗi tại sao chỉ có duy nhất một mình tôi là được phép sát cánh cùng người sói... Hướng giải quyết của Jacob đã khiến mọi người nhẹ nhõm, gần như là phấn khởi sau những tuần lễ dài căng thẳng. Nỗi nghi hoặc được thay thế bằng sự tự tin. Bữa tiệc đã kết thúc bằng một niềm hân hoan thật sự.

Ngoại trừ một kẻ - tôi.

Quả thật tệ hại - thật kinh khủng - vì nhà Cullen sẽ

xả thân vì tôi. Tôi không thể chấp nhận chuyện đó được. Nó quá sức chịu đựng của tôi rồi.

Về phần Jacob cũng vậy. Cả những người anh em nhiệt tình, khờ dại của cậu ta nữa - hầu hết đều nhỏ tuổi hơn tôi. Họ chỉ là những đứa trẻ to kềnh, lực lưỡng. Tôi cũng không thể đẩy những con người ấy vào vòng nguy hiểm được. Mọi dây thần kinh trong tôi đều trở nên căng cứng, xáo trộn. Tôi không biết mình còn có khả năng ngăn được một tiếng thét trong bao lâu.

Tôi thì thầm, cố kiểm soát giọng nói của mình:

- Đêm nay, anh cho em theo với.

- Bella, em mệt quá rồi.

- Anh nghĩ rằng em có thể ngủ được ư?

Anh cau mày.

- Đây chỉ là một cuộc thử nghiệm. Anh không biết bọn anh... có hợp tác với nhau được không nữa. Anh không muốn em bị kẹt ở giữa chuyện này.

... Làm như đó chẳng phải là chuyện đáng lo đến nỗi tôi phải đi theo mới được.

- Nếu anh không đưa em theo, em sẽ gọi điện thoại cho Jacob

Đôi mắt anh se lại. Chẳng khác nào vừa mới bị một nhát đâm từ sau lưng, tôi biết chứ. Nhưng tôi không thể đứng ngoài chuyện này.

Edward không trả lời; lúc này, chúng tôi đang ở trước

cửa nhà của ngài cảnh sát trưởng. Đèn trong phòng khách vẫn sáng.

- Hẹn gặp anh trên lầu nhé - Tôi thầm thì.

Tôi rón rén bước vào nhà. Ngài Charlie đang ngủ trong phòng khách, "ngài" nằm choán hết cả cái xôpha xinh xắn, và thở lớn đến mức giá như tôi có mở cửa xích, chắc "ngài" cũng chẳng hay biết gì.

Tôi lay mạnh vai ngài cảnh sát trưởng, gọi:

- Bố! Bố ơi!

Bố tôi làu bàu gì đó, nhưng mắt vẫn nhắm rịt.

- Con về nhà rồi, bố cứ ngủ như thế này sẽ đau lưng đấy. Nào, đến lúc phải vào giường rồi, bố.

Phải mất một lúc khá lâu, tôi mới loay hoay, xoay xở vực được ngài cảnh sát trưởng ra khỏi chiếc ghế. Đôi mắt ngài cảnh sát trưởng nửa nhắm nửa mở trong suốt "hành trình" tôi giúp "ngài" về phòng, và "ngài" đã đổ ụp xuống chiếc giường - vẫn nguyên xi quần áo chỉnh tề - tiếp tục thở sâu như chẳng hề có chuyện gì xảy ra.

Vậy là không dễ gì có chuyện bố sẽ đi kiếm tôi sớm đâu.

Edward chờ tôi trong phòng, trong lúc tôi rửa mặt và thay quần áo. Tôi tròng vào người chiếc quần jean và chiếc áo sơ mi may bằng vải flanen. Anh ngồi ở chiếc ghế bập bênh, rầu rĩ nhìn tôi treo chiếc áo Alice tặng vào tủ.

- Đến đây nào, anh - Tôi lên tiếng, đoạn nắm lấy tay anh, kéo anh đến giường.

Tôi ấn anh nằm xuống, bản thân tôi cũng co tròn người lại, dụi mình vào ngực anh. Có lẽ anh nói đúng, cơ thể tôi mệt nhừ, đã sẵn sàng cho một giấc ngủ. Nhưng tôi sẽ không để anh lén bỏ đi một mình đâu. Edward giũ tấm chăn ra, đắp lên người tôi, sau đó, anh ôm tôi vào lòng như thường khi.

- Hãy vì anh, thư giãn đi em.

- Vâng.

- Mọi chuyện rồi sẽ ổn thôi, Bella. Anh có cảm nhận tốt về chuyện này.

Hai hàm răng tôi như khóa cứng vào nhau.

Edward vẫn trong trạng thái nhẹ nhõm. Không một ai, ngoại trừ tôi, lo lắng đến chuyện Jacob và những người bạn của cậu có thể bị thương.

Thậm chí đó là Jacob và những đồng đội của cậu chứ nào phải ai khác.

Có lẽ anh cho rằng mọi lo toan của tôi sẽ sớm trở thành lo bò trắng răng mà thôi.

- Nghe anh nói này, Bella. Chuyện này dễ như bỡn. Đám ma-cà-rồng ấy sẽ được một mẻ bất ngờ. Cũng không hơn gì em, họ không hình dung được là người sói sẽ không hề hấn gì. Qua trí nhớ của Jasper, anh đã thấy họ hoạt động theo nhóm thế nào rồi. Anh thực sự tin vào kỹ năng săn mồi hoàn hảo của người sói. Và rồi khi đám người đó phân tán và lúng túng, không đáng để bọn anh phải lao hết vào cuộc đấu. Thể nào cũng có người rảnh tay cho xem - Anh chòng ghẹo tôi.

- Dễ dàng vậy sao - Tôi thì thào bằng hơi bên ngực anh.

- Xìiii - Anh vuốt má tôi - Rồi em sẽ biết. Giờ thì đừng lo gì nữa cả.

Nói xong, anh quay sang ru tôi, nhưng lần đầu tiên trong đời, giai điệu bài hát của riêng tôi ấy đã không thể làm cho tôi bình tĩnh trở lại được.

Mọi người - ừm, chính xác là ma-cà-rồng và người sói - những người tôi yêu, rồi sẽ bị thương. Họ bị thương vì tôi. Một lần nữa, tôi mong vận rủi của mình sẽ cẩn thận nhắm thẳng vào tôi. Tôi có cảm giác như mình đang thét lên giữa không gian lồng lộng: Ta là người mà các ngươi muốn. Ta ở đây! Hãy chỉ bắt một mình ta thôi!

Tôi cố gắng nghĩ đến cách có thể thực hiện được điều đó - buộc vận rủi kia chỉ tập trung vào mỗi mình tôi thôi. Sẽ chẳng dễ đâu. Tôi sẽ phải đợi, chờ một cơ hội tốt dành cho mình...

Tôi đã không hề chợp mắt. Thời gian trôi qua thật nhanh, cho đến lúc trước sự ngỡ ngàng của tôi, tôi hoàn toàn tỉnh táo và căng thẳng khi Edward kéo cả hai đứa ngồi dậy.

- Em chắc là em không muốn ở nhà ngủ đấy chứ?

Tôi chuyển cho anh một ánh nhìn hậm hực.

Edward thở dài, bế thốc lấy tôi trước khi lao mình ra khỏi cửa sổ.

Cõng tôi trên lưng, Edward lao đi giữa cánh rừng tối đen, tĩnh lặng; trong cách chạy của anh, tôi cảm nhận được rất rõ sự hứng khởi. Anh chạy như thể chỉ có chúng tôi, chỉ vì niềm vui, chỉ vì cảm giác được gió lùa vào trong tóc. Giá như không có gì phải lo, phải nghĩ, hẳn tôi đã hạnh phúc biết dường nào.

Khi chúng tôi bước vào một vùng đất trống rộng lớn, gia đình nhà Cullen đã có mặt sẵn ở đó, trò chuyện với nhau hồn nhiên, thoải mái. Thi thoảng, tiếng cười rộn rã của Emmett lại vang vọng khắp không gian. Edward đặt tôi xuống đất, rồi nắm tay tôi dắt đi về phía gia đình mình. Cùng phải mất cả phút đồng hồ, bởi trời tối quá, còn mặt trăng lại khuất sau đám mây, nhưng tôi cũng ngờ ngợ nhận ra cái sân bóng chày - chốn cũ của hơn một năm về trước - buổi tối vui vẻ đầu tiên của tôi cùng nhà Cullen đã bị James và đồng bọn của hắn xen ngang vào. Giờ quay lại đây, một cảm giác lạ lùng dậy lên trong lòng tôi - có vẻ như cuộc họp này sẽ không bao giờ trọn vẹn, lúc nào cũng phải dính với James, Laurent và Victoria. Nhưng James và Laurent sẽ không bao giờ quay lại nữa. Cách thức cũ sẽ không lặp lại. Có lẽ mọi ngả đường đều xoay vần.

Phải, ai đó đã thay đổi nước cờ. Liệu nhà Volturi có phải là những kẻ lá mặt lá trái trong vai trò quyết định sự cân bằng nơi thế giới bí mật này?

Tôi không dám chắc chắn.

Với tôi, Victoria không khác gì thiên nhiên khắc nghiệt - người phụ nữ ấy giống hệt như một cơn bão thổi vào bờ theo phương thẳng góc - không thể tránh được, không thể làm dịu được, nhưng có thể đoán trước. Có lẽ lối so sánh ấy không đúng với thực tại về Victoria. Khả năng thích nghi với hoàn cảnh của cô ta là vô cùng vô tận.

- Anh biết em nghĩ gì không? - Tôi lên tiếng hỏi Edward.

Anh cười khanh khách, đáp:

- Không.

Tôi thoáng cười.

- Em nghĩ gì thế?

- Em nghĩ *tất cả* đều ăn khớp với nhau. Không phải chỉ là hai sự việc đâu, tất thảy là ba đấy.

- Anh không hiểu ý em.

- Từ khi anh quay lại, có ba điều không hay xảy ra - Tôi giơ từng ngón tay - Đội quân ma-cà-rồng ở Seattle. Kẻ lạ đột nhập vào phòng em. Và, trước hết, Victoria chưa bao giờ ngừng tìm kiếm em.

Edward đăm chiêu suy nghĩ, đôi mắt sa sầm.

- Sao em lại nghĩ như vậy?

- Bởi lẽ em đồng quan điểm với Jasper, nhà Volturi luôn tôn trọng luật lệ do họ ban hành. Nếu là họ, họ sẽ cư xử tốt hơn, - và nếu họ muốn em chết thì em đã chết từ lâu rồi, tôi nói thầm trong tâm tưởng. - Anh còn nhớ chuyện năm ngoái, khi anh truy đuổi Victoria không?

- Ừ, anh nhớ - Edward cau mày - Anh đã làm không tốt.

- Alice kể rằng anh đã ở Texas. Anh lần theo cô ta đến đó ư?

Đôi lông mày của anh nhíu sát vào nhau.

- Ừ. Ưmmm…

- Vậy là… người phụ nữ ấy đã nảy ra ý tưởng này ở đó. Nhưng cô ta không biết phải làm sao, nên đội quân ma-cà-rồng mới lộng hành đến thế.

Anh chậm rãi lắc đầu.

- Nhưng chỉ có ông Aro mới biết chính xác khả năng tiên tri của Alice hoạt động như thế nào.

- Ông Aro biết rõ nhất, nhưng chẳng phải bà Tanya, Irina và những người bạn còn lại của anh ở Denali cũng biết cả đấy thôi? Laurent đã sống chung với họ một thời gian. Và một khi ông ta vẫn còn giữ được mối quan hệ với Victoria đủ để sẵn lòng giúp đỡ cô ta, thì hà cớ gì ông ta lại không kể với người phụ nữ ấy mọi điều ông ta biết?

Edward cau mày.

- Kẻ vào phòng em không phải là Victoria đâu.

- Chẳng lẽ cô ta không có bạn ư? Anh thử nghĩ đi, Edward. Nếu Victoria là người đứng sau toàn bộ chuyện này, cô ta sẽ có rất nhiều bạn. Cô ta tự tạo ra những người bạn đó.

Edward cân nhắc về điều vừa được nghe, vầng trán nhăn lại khi tập trung.

- Ừmmm - Cuối cùng anh nói - Có thể lắm. Tuy nhiên, anh vẫn cho rằng nhà Volturi có khả năng nhất... Nhưng giả thiết của em - cũng có lý lắm. Tính cách của Victoria. Giả thiết của em rất khớp với con người của Victoria. Ngay từ đầu, người phụ nữ đó đã cho thấy năng lực đặc biệt mình là bản năng tự bảo toàn. Một khi cô ta đã đứng an toàn phía sau, để mặc cho đội quân của mình tha hồ tàn phá thị trấn này, cho dù có xảy ra bất cứ tình huống nào, Victoria cũng sẽ không gặp nguy hiểm từ phía chúng ta, hay một chút nguy hiểm nào từ phía nhà Volturi. Có lẽ con người đó đã tính cả đến chuyện chúng ta sẽ thắng vào phút chót, dù chắc chắn chúng ta không thể không có thương vong. Nhưng sẽ không có một kẻ sống sót nào trong đội quân bé nhỏ kia dám làm nhân chứng chống lại kẻ cầm đầu. Thật ra - Anh tiếp tục lên tiếng, suy ngẫm rất lung - ... nếu có kẻ sống sót, anh dám cược rằng cô ta sẽ tự tay mình hủy diệt... Ừmmm. Tuy nhiên, người phụ nữ đầy thủ đoạn đó sẽ giữ lại cho mình một người bạn trưởng thành hơn. Không có một ma-cà-rồng còn non nào lại để yên cho bố em...

Anh cau mày thêm một đỗi, rồi hốt nhiên mỉm cười với tôi, thoát khỏi trạng thái mơ màng.

- Dám chắc cũng có chuyện ấy. Nhưng thôi kệ, cho đến lúc biết được sự thật, chúng ta cũng đã được chuẩn bị tinh thần đâu vào đấy rồi. Hôm nay, em tinh tường lắm - Anh nói thêm - Quả thật rất ấn tượng.

Tôi thở dài.

- Có lẽ là do cơ thể em đang phản ứng lại với nơi này. Nó khiến em có cảm giác rằng người phụ nữ ấy đang ở đâu đó rất gần... giống như hiện thời, có thể là cô ta đang quan sát em vậy.

Quai hàm của Edward đanh lại ngay tức khắc.

- Không bao giờ con người đó có thể đụng được vào em, Bella ạ - Anh khẳng định một cách chắc chắn như đinh đóng cột.

Dẫu vừa mới khẳng định điều ấy, song, Edward vẫn quét mắt một đường vào bóng đêm. Trong lúc Edward lần dò từng chỗ tối, một dáng vẻ lạ lùng nhất hiện ra trên gương mặt anh. Edward nhướng môi, để lộ ra những chiếc răng sáng lóa; đôi mắt lấp loáng một tia sáng kì lạ - một niềm tin dâng tràn, mạnh mẽ.

- Anh sẽ không bao giờ để con người ấy gần em đến

mức đó - Anh nói khe khẽ - Victoria hay bất cứ ai có ý định làm tổn thương em, anh sẽ ra tay để kết thúc chuyện đó ngay. Lần này, chính tự tay anh sẽ làm điều ấy.

Tôi rùng mình trước khát khao mãnh liệt của Edward, bất giác tay tôi đan chặt vào tay anh. Ước gì tôi đủ mạnh để có thể giữ được tay chúng tôi trong tư thế này mãi mãi.

Chúng tôi đã tiến gần đến chỗ gia đình anh, lúc này, tôi mới nhận ra rằng Alice không tỏ vẻ lạc quan như những thành viên còn lại trong gia đình. Cô bạn tôi ngồi một góc, đôi môi hơi bĩu ra trong lúc lặng lẽ nhìn Jasper làm động tác căng tay, giống như đang tự làm nóng cơ thể.

- Alice sao vậy anh? - Tôi thì thào hỏi.

Edward bật cười, vui vẻ trở lại, đáp:

- Người sói đang trên đường tới, vậy nên bây giờ cô bé kia không thể biết được điều gì sắp xảy ra cả. Nó khiến Alice khó chịu như bị mù dở vậy.

Alice, dù rằng đang ngồi xa chúng tôi nhất, vẫn nghe được giọng nói của anh trai mình. Cô bạn tôi ngẩng mặt lên, thè lưỡi làm mặt xấu với Edward. Anh lại cười.

- A, Edward - Emmett lên tiếng chào anh - Chào Bella. Anh chàng này cũng để cô thực hành nữa hả?

Edward lầm bầm phản đối.

- Trời ơi, em xin anh đấy, Emmett, đừng có gợi cho cô ấy bất cứ suy nghĩ gì.

- Chừng nào những vị khách của chúng ta sẽ đến? - Bác sĩ Carlisle hỏi Edward.

Anh tập trung một lát, sau đó thở dài, trả lời:

- Một phút rưỡi nữa. Nhưng con sẽ phải là người phiên dịch thôi. Niềm tin của họ đặt vào chúng ta không đủ lớn để giữ nguyên hình dáng con người.

Bác sĩ Carlisle gật đầu.

- Cũng khó cho họ. Nhưng bố rất cảm kích vì cuối cùng, họ cũng chịu đến.

Tôi trân trối nhìn Edward, đôi mắt mở to kinh hoàng.

- Họ đến dưới hình thù sói sao, anh?

Anh gật đầu, chú ý đến phản ứng nơi tôi. Tôi hít vào một hơi, nhớ lại hai lần đã từng chứng kiến Jacob trong hình dạng sói - một lần ở cánh đồng với Laurent, lần thứ hai ở bìa rừng, lúc Paul nổi cơn thịnh nộ với tôi... Cả hai ký ức đều để lại những ấn tượng kinh hoàng.

Đôi mắt của Edward chợt lóe lên một tia nhìn lạ lùng, biểu hiện cho thấy anh vừa trải qua một điều gì đó không mấy dễ chịu. Một cách vội vã, Edward quay mặt sang phía bác sĩ Carlisle và những thành viên còn lại trong gia đình, trước khi tôi kịp nhận ra những điều khác.

- Mọi người chuẩn bị nào, họ đang lẩn tránh chúng ta đấy.

- Anh nói vậy là sao? - Alice hỏi gặng.

- Suỵt - Anh cảnh báo, ánh mắt sượt qua Alice, đi thẳng vào bóng đêm.

Gia đình nhà Cullen đang ngồi quây quần chợt giãn ra thành hàng, Jasper và Emmett tiến lên đứng ở hàng đầu. Edward ở bên cạnh tôi, nhưng cái cách anh đưa người lên trước làm cho tôi dám khẳng định rằng anh rất muốn sát vai bên hai người anh của mình. Tôi ôm chặt lấy tay anh.

Tôi dõi mắt nhìn đây đó, cố nắm bắt mọi động tĩnh của khu rừng, nhưng vẫn không thấy gì cả.

- *Quỷ tha ma bắt* - Edward làu bàu - Đời thuở nào có chuyện như vầy không?

Ba Esme và Rosalie trao đổi ánh nhìn cho nhau, mắt mở rộng.

- Chuyện gì vậy anh? - Tôi thì thầm thật nhỏ - Em không thấy gì hết.

- Đội sói có thêm người - Edward khe khẽ thông báo vào tai tôi.

Chẳng lẽ tôi chưa kể với anh rằng Quil đã gia nhập băng người sói? Tôi căng hết từng dây thần kinh đón chờ được nhìn thấy hình ảnh của sáu con sói lờ mờ hiện ra trong đêm. Cuối cùng, giữa bóng tối muôn trùng bỗng lập lòe những đốm sáng - đôi mắt họ ở vị trí cao một cách khác thường. Tôi đã quên mất những con sói này to đến cỡ nào - giống như những con ngựa, chỉ có điều lực lưỡng và rậm lông hơn mà thôi; những chiếc răng thì sắc như dao cạo, không thể coi thường.

Tôi chỉ nhận ra những con mắt. Và khi điểm từng đôi mắt một, tôi không khỏi cảm thấy căng cứng toàn thân. Tôi cố gắng căng mắt ra để có thể nhìn cho rõ hơn, có tới hơn sáu cặp mắt đang chú mục vào chúng tôi. *Một, hai, ba...* tôi nhẩm đếm những đôi mắt trong đầu đến hai lần.

Họ có tới mười người.

- Hay thật - Edward lẩm bẩm, phải chú tâm lắm mới nghe được lời anh.

Bác sĩ Carlisle chậm rãi bước lên trước một bước - một động tác đầy cẩn trọng, ra chiều đoan chắc.

- Chào tất cả mọi người - Ông lên tiếng với những con sói không rõ hình dạng.

- Cảm ơn - Edward lên tiếng bằng một giọng ngang phè, nghe rất lạ, và tôi nhận ra những lời nói này là thay cho Sam. Bất giác, tôi nhìn trân trân vào đôi mắt lấp láy ở giữa, đôi mắt nằm ở vị trí cao nhất, của con sói cao nhất đội. Trong bóng tối trùng trùng, thật không thể nào phân định được hình dáng của con sói đen tuyền, to lớn.

Edward lại lên tiếng một cách rắn rỏi, thông ngôn cho Sam.

- Chúng tôi sẽ quan sát và lắng nghe, ngoài ra, không làm gì cả. Đây là điều duy nhất chúng tôi đề nghị để tự chủ.

- Như vậy là quá đủ rồi - Bác sĩ Carlisle trả lời - Con trai của tôi, Jasper - Nói đến đây, bác sĩ chỉ tay về phía Jasper đang đứng, căng thẳng và đã sẵn sàng - ... có kinh nghiệm trong lĩnh vực này. Cậu ta sẽ chỉ cho chúng ta cách chiến đấu, cách thức đánh bại họ. Tôi tin các bạn có thể áp dụng điều đó cho lối tấn công của mình.

- Bọn họ khác các người sao? - Edward lên tiếng thay Sam.

Bác sĩ Carlisle gật đầu.

- Bọn họ hãy còn rất trẻ - vừa mới bước chân vào kiếp sống này vài tháng thôi. Có thể coi đó là những đứa trẻ. Họ không có kỹ năng hay chiến lược, chỉ có mỗi sức mạnh cơ bắp. Tối nay, quân số của họ là hai mươi. Chúng tôi lo mười tên, các bạn lo mười tên còn lại - sẽ không có gì khó khăn đâu. Quân số này có lẽ sẽ còn giảm xuống tiếp. Những ma-cà-rồng mới sinh thường tàn sát lẫn nhau.

Một thứ tiếng ùng ục bất ngờ rộ lên, râm ran trong nhóm người sói, đó là một thứ âm thanh gù gù khe khẽ mang hơi hướm của niềm phấn khích.

- Nếu cần, chúng tôi sẵn lòng nhận lãnh trách nhiệm

nhiều hơn - Edward thông ngôn, giọng nói của anh đã bớt phần lãnh đạm.

Bác sĩ Carlisle mỉm cười.

- Chúng ta sẽ liệu chừng tình hình cụ thể.

- Ông có biết khi nào họ đến không, và họ đến như thế nào?

- Họ sẽ vượt núi trong bốn ngày, đến khoảng xế trưa. Khi họ đến, Alice sẽ giúp chúng ta chặn đường.

- Cảm ơn đã chia sẻ thông tin. Chúng tôi sẽ xem xét - Một thoáng rì rào, những cặp mắt lần lượt hạ thấp xuống.

Không gian im ắng trong khoảng hai nhịp tim, rồi Jasper tiến lên trước một bước, đứng giữa người sói và ma-cà-rồng. Cũng chẳng khó khăn gì để nhận ra anh ta - làn da trắng muốt nổi bật giữa bóng đêm, giống mắt sói. Jasper trao đổi một ánh nhìn cảnh giác với Edward và nhận được nơi anh một cái gật đầu. Sau đó, Jasper quay lưng về phía đội sói, thở dài, ra chiều khó chịu.

- Bố nói đúng - Jasper chỉ nói riêng với chúng tôi; có vẻ như đang cố gắng phớt lờ những "khán giả" ở đằng sau mình - Đám người đó sẽ chiến đấu không khác gì những đứa trẻ. Có hai điểm quan trọng nhất, chúng ta cần phải nhớ, đó là: đầu tiên, không được để tay họ bắt trúng mình, và thứ hai, đừng tấn công theo tiêu chí "quyết một trận sống mái cho hả". Tất cả các ma-cà-rồng mới sinh, trước các cuộc chiến, đều đã chuẩn bị sẵn một tinh thần như thế. Chỉ cần ta liên tục tấn công họ từ mọi phía, và liên tục đổi hướng, đám người chưa có kinh nghiệm ấy sẽ rối trí và ứng biến chậm. Thế nào, Emmett?

Emmett bước ra khỏi hàng với nụ cười rộng mở.

Jasper lùi về phía cuối sân, giữa những đồng minh là kẻ thù. Anh ta vẫy tay gọi Emmett.

- Được rồi, Emmett trước tiên. Anh ấy là một ví dụ điển hình về lối tấn công của ma-cà-rồng "vắt mũi chưa sạch".

Emmett sa sầm mặt xuống.

- "Ta" sẽ nương tay cho "nhà ngươi" được nhờ - Người anh cả làu bàu.

Jasper cười toe toét.

- Điều tôi muốn nói là Emmett lúc nào cũng tin tưởng vào sức mạnh của mình. Ma-cà-rồng mới cũng chẳng có ý niệm về chiến thuật giống như vậy. Cứ giở toàn lực ra đi, Emmett.

Sau câu nói đó, Jasper lùi xuống vài bước, cả thân mình căng cứng.

- Được rồi Emmett - anh cố gắng bắt em nhé.

Câu nói vừa dứt, tôi không còn thấy Jasper đâu nữa - anh ta chỉ còn là cái bóng mờ khi Emmett lao vào đối thủ của mình không khác gì một con gấu, miệng còn ngoác ra cười, cổ họng thì gầm gừ. Emmett nhanh không thể tả, nhưng không giống như Jasper. Hình thái của anh ta không khác gì một hồn ma - cứ mỗi khi đôi tay to khỏe của Emmett tự tin tóm lấy cái hình ảnh mờ nhạt ấy, thì những ngón tay không khác gì xiết vào hư vô. Bên cạnh tôi, Edward đổ người ra trước theo dõi một cách toàn tâm toàn ý, đôi mắt dán chặt vào cuộc chiến quyết liệt. Đột ngột, mọi chuyển động đều ngừng lại, Emmett hoàn toàn bất động.

Jasper đã tóm gọn anh trai mình từ phía sau, những chiếc răng của anh ta chỉ còn cách cổ họng của Emmett vỏn vẹn đúng một xăngtimét.

Emmett hậm hực la lối.

Những tiếng phấn khích nho nhỏ xuất hiện râm ran giữa những khán giả sói.

- Làm lại, làm lại - Emmett khăng khăng, nụ cười tắt ngóm.

- Bây giờ đến phiên em - Edward phản đối. Các ngón tay tôi đan chặt thêm nữa vào các ngón tay của anh.

- Khoan đã - Jasper cười thật tươi và bước lùi lại - Anh muốn cho Bella thấy cái này trước.

Tôi căng thẳng nhìn anh ta vẫy gọi Alice lại.

- Tôi biết cô luôn lo lắng cho cô ấy - Anh ta giải thích với tôi trong lúc cô bạn tôi hồn nhiên bước vào "võ đài"

- Tôi muốn cô hiểu rằng tại sao điều đó hoàn toàn không cần thiết.

Trong thâm tâm, tôi vẫn biết Jasper sẽ chẳng bao giờ để cho Alice gặp phải bất cứ một nguy hiểm nào, nhưng làm sao có thể không thót tim cho được khi chứng kiến cái cảnh anh ta thu mình lại, lấy đà trước mặt cô bạn. Toàn thân Alice bất động. Cô bạn tôi đứng sau Emmett, trông không khác gì một con búp bê đang mỉm cười hiền lành. Jasper lao lên trước, rồi trong tích tắc, lách về mé bên trái của cô bạn tôi.

Alice vẫn nhắm mắt.

Tim tôi nhói lên, loạn nhịp khi Jasper bất ngờ bổ thẳng về phía Alice.

Jasper lao tới, rồi mất dạng, xuất hiện ở phía khác. Cô bạn tôi vẫn tuyệt nhiên không có lấy bất kì một phản ứng nào.

Jasper lượn quanh, xổ tới Alice một lần nữa, rồi thu mình lại lấy đà ở sau lưng cô bạn, giống lúc đầu tiên; tuy nhiên, trước mọi tình thế, Alice vẫn chỉ yên lặng mỉm cười, hai mắt vẫn không mở.

Bây giờ, tôi có dịp quan sát cô bạn của mình kỹ càng hơn.

Alice đang di chuyển, nhưng có điều tôi không nhận ra mà thôi; nãy giờ, tôi chỉ tập trung vào các cú tấn công của Jasper. Cô bạn tôi thật ra chỉ di chuyển một chút xíu vừa kịp lúc thân hình của Jasper xộc tới chỗ cô ấy, rồi lại lách người né tránh đôi tay của Jasper đang nhắm tới thắt lưng.

Jasper càng xáp lại gần, Alice càng di chuyển nhanh hơn. Cô bạn tôi như người đang khiêu vũ - lần lượt bung ra các động tác xoay vòng, thu mình, lắc người. Jasper cũng không khác gì một bạn nhảy, cũng lướt đến, cũng vươn tay, nhưng không bao giờ chạm được tới Alice, giống như những màn múa balê. Cuối cùng, Alice cười thành tiếng.

Không rõ từ đâu, từ lúc nào, Alice đã đu được mình lên lưng Jasper, đôi môi của cô kề gần cổ "địch thủ".

- Bắt được anh rồi nhé - Cô bạn tôi reo lớn lên và đặt một nụ hôn vào cổ Jasper.

Jasper cười khúc khích, lắc đầu.

- Em đáng sợ thật đấy.

Giữa bầy sói lại có tiếng xì xào. Lần này là âm thanh của sự cẩn trọng, cảnh giác.

- May mắn cho họ đã biết thêm được một chút kinh nghiệm - Edward thì thầm, tỏ ra thích thú. Sau đó, anh hô lớn - Đến em - Anh bóp nhẹ tay tôi một cái rồi bước lên.

Alice thay chỗ anh, đến đứng bên cạnh tôi.

- Tuyệt quá đi chứ, phải không bạn? - Alice hỏi một cách tự mãn.

- Quá tuyệt - Tôi tán thành, mắt vẫn không rời khỏi Edward lấy một giây khi anh lướt nhanh đến chỗ Jasper, nhẹ nhàng không một tiếng động; mọi động tác của anh đều mềm mại nhưng không kém phần thận trọng, giống hệt một con mèo rừng.

- Mình vẫn luôn để ý đến bạn đó nha, Bella - Alice bất chợt thì thào, giọng nói của cô bạn khiêm tốn âm lượng đến mức dù cô ấy đang kề miệng vào sát tai tôi, tôi vẫn phải khó khăn lắm mới tiếp thu được.

Đôi mắt của tôi lập tức hướng sang Alice nhưng ngay sau đó lại quay trở về ngay với Edward. Anh đang nhìn Jasper chăm chú, cả hai đang nhử nhau khi anh rút ngắn dần khoảng cách giữa hai người.

Thái độ của Alice mang đầy vẻ trách cứ.

- Nếu bạn còn chưa nguôi mấy cái quyết định đó là mình sẽ nói cho anh ấy biết liền - Cô bạn cảnh báo tôi vẫn bằng cái giọng nhỏ nhẹ ấy - Bạn mà tự đặt bản thân mình vào vòng nguy hiểm thì cũng chẳng giải quyết được gì đâu. Bạn cho rằng một khi bạn chết rồi thì họ sẽ dừng tay lại ấy hả? Họ sẽ vẫn quyết đấu, và tất cả bọn mình cũng vậy. Bạn sẽ chẳng thay đổi được điều gì đâu, vậy nên ráng mà sống cho ngoan, bạn nhé?

Tôi nhăn nhó, cố gắng không để tâm đến những lời căn dặn của cô bạn.

- Mình vẫn đang quan sát đó nha - Alice lặp lại.

Giờ thì Edward đã ở rất gần Jasper, cuộc đọ sức này trông có vẻ bình thản hơn những cuộc so tài vừa nãy. Jasper có cả một thế kỉ kinh nghiệm hỗ trợ cho mình, anh ta cố gắng phát huy tất cả các kĩ năng có được, tuy nhiên, trước khi hành động, trong một phần nhỏ của giây, Jasper buộc phải ngừng tất cả các suy nghĩ. Edward di chuyển có phần nhanh hơn, các động tác của Jasper dành cho anh thật lạ lùng. Hai anh em liên lục lao bổ vào nhau, nhưng không ai chiếm được thế thượng phong cả; những tiếng gầm gừ đầy bản năng vang lên không ngớt. Thật là khó khăn trong việc theo dõi trận đấu, nhưng quay mặt đi còn khó khăn hơn. Cả hai di chuyển quá nhanh, và người trần mắt thịt như tôi thì không thể nào nhìn ra được họ đang làm gì. Thảng hoặc, những đôi mắt sói sắc lẻm lại thu hút sự chú ý nơi tôi. Tôi có cảm giác họ quan tâm đến chuyện này còn hơn cả tôi - có lẽ còn hơn cả những điều họ nên quan tâm nữa.

Cuối cùng, bác sĩ Carlisle hắng giọng.

Jasper cười, bước lùi lại. Edward cũng đứng thẳng người lên, nụ cười tươi tắn nở trở lại trên môi.

- Tiếp tục thôi - Jasper lên tiếng - Trận này hòa.

Mọi người lần lượt thay phiên nhau - bác sĩ Carlisle, Rosalie, rồi bà Esme và quay vòng lại Emmett. Khi Jasper liên tục tấn công bà Esme, tôi co rúm người lại, chỉ dám liếc nhìn. Đó là trận đấu khó theo dõi nhất.

Thế rồi Jasper giảm tốc độ, tuy vậy, vẫn chưa đủ mức độ chậm để tôi có thể nhận diện được những chuyển động của anh ta. Jasper tiếp tục chỉ dẫn.

- Mọi người đã rõ tất cả chưa? - Jasper hỏi - Chỉ có vậy thôi - Rồi anh ta nói thêm - Tập trung mọi hướng. Đừng quên mục tiêu của họ. Liên tục di chuyển.

Edward nãy giờ vẫn luôn tập trung, quan sát và lắng nghe những điều thuộc về tâm tưởng.

Mi mắt càng nặng, tôi càng khó theo kịp diễn biến xung quanh. Dẫu sao, tôi cũng chưa chợp mắt lần nào, lần ngủ gần nhất cách đây cũng ngót nghét hai mươi bốn tiếng đồng hồ. Tôi tựa người vào Edward, để cho mi mắt rũ xuống một cách tự nhiên.

- Sắp xong rồi em - Anh thì thào bảo tôi.

Và Jasper đã chứng thực điều đó; lần đầu tiên kể từ nãy đến giờ, anh ta quay mặt về phía những khán giả sói, tâm trạng lại trở nên khó chịu.

- Ngày mai, chúng tôi sẽ tiếp tục tập dượt. Mong các bạn hãy tự nhiên, thoải mái đến quan sát.

- Vâng - Edward trả lời thay cho giọng nói điềm tĩnh của Sam - Chúng tôi sẽ có mặt.

Rồi anh thở dài, vỗ vỗ vào tay tôi, đoạn dìu tôi tiến đến chỗ gia đình của anh.

- Người sói cho rằng việc làm quen với mùi của chúng ta sẽ rất có lợi, để sau này tránh xảy ra lầm lẫn. Nếu chúng ta thật yên ắng, họ sẽ nhận dạng được dễ dàng hơn.

- Tất nhiên rồi - Bác sĩ Carlisle trả lời Sam - Cứ làm những gì các bạn cho là cần thiết.

Đội sói lần lượt đứng cả dậy, những tiếng gầm gừ vang lên khe khẽ.

Mắt tôi lại mở tròn xoe, quên cả mệt mỏi.

Đêm dài đang đến hồi kết thúc, đường chân trời vẫn chưa hiện rõ nhưng từ đằng xa, bên kia những ngọn núi, những đám mây đã bắt đầu ửng sắc hồng. Khi người sói tiến đến gần, đột nhiên hình dáng, màu sắc của họ lại hiện ra sáng rõ.

Sam vẫn dẫn đầu, điều đó không có gì lạ. Đó là một con quái vật khổng lồ có màu lông của bóng đêm vừa bước ra khỏi những cơn *ác mộng* của tôi - theo đúng nghĩa của từ này; kể từ ngày tôi nhìn thấy Sam cùng đồng đội của anh ta trên cánh đồng, họ bắt đầu bước vào những cơn mơ hãi hùng của tôi ít nhất là một lần.

Giờ thì tôi đã có thể trông thấy tỏ tường được tất cả, tôi đã có thể đếm được những đôi mắt ở đằng xa; có vẻ như hơn mười đôi thì phải. Đúng là đội sói đang có thêm thành viên mới.

Trong nhỡn giới của mình, tôi nhận ra Edward đang quan sát tôi, cẩn thận đo lường từng phản ứng nơi tôi.

Sam tiến đến bác sĩ Carlisle đang đứng ở đầu, cả đội

của anh ta bám theo sát đuôi. Jasper cứng người lại, trong khi Emmett đứng bên phía bên kia của bác sĩ Carlisle, vẫn trong trạng thái thư giãn và trên môi anh vẫn còn nụ cười.

Sam khụt khịt mũi đánh hơi vị bác sĩ, anh ta khẽ nhăn nhó; sau đó, mũi của anh ta chuyển sang Jasper.

Mắt tôi lướt nhìn xuống đàn sói, ghi nhận thêm vài thành viên mới. Có một con sói lông xám trắng nhỏ hơn những con khác rất nhiều, trên gáy nó dựng lên mấy món đồ trông thật ngộ nghĩnh. Lại có một con sói khác, con sói mang bộ lông màu cát lộ rõ vẻ lóng ngóng và vụng về. Tiếng gầm gừ mang đầy tính kiềm chế của nó cất lên khe khẽ khi Sam bước nhanh hơn, bỏ lại nó giữa bác sĩ Carlisle và Jasper.

Tôi dừng mắt trước một con sói đi ngay sau lưng Sam. Bộ lông của nó có màu nâu đỏ, rậm và dài nhất bầy. Con sói cao ngang ngửa Sam, so với toàn đoàn thì nó là con sói to thứ hai. Dáng vẻ của nó vô cùng tự nhiên, hoàn toàn trơ cảm xúc trước những gì được xem là thử thách của đồng đội.

Cảm nhận được ánh nhìn của tôi, con sói màu nâu đỏ quay lại, nhìn tôi bằng đôi mắt đen quen thuộc.

Tôi chăm chú nhìn con sói ấy, cố gắng tin vào điều đã biết, và hoàn toàn có thể tự nhận thức được vẻ thắc mắc lẫn ngỡ ngàng đến bị mê hoặc của mình.

Mõm con sói ấy chợt hé mở, hai má nhướng lên để lộ hàm răng. Lẽ ra đó đã là một hành động đe dọa đáng sợ, ngoại trừ chiếc lưỡi của nó lè sang một bên, tạo thành một kiểu cười rất "sói".

Tôi bật cười khúc khích.

Cái miệng cười của Jacob mở rộng hơn nữa. Cậu ta bỏ hàng, phớt lờ ánh mắt của những đồng đội đi sau mình, hồn nhiên chạy ngang qua Edward và Alice rồi dừng lại trước mặt tôi ở khoảng cách không quá nửa mét. Con sói cứ đứng ở đó, ánh nhìn của nó hơi đưa sang phía Edward.

Edward đứng yên không động đậy, giống hệt như một pho tượng, mắt vẫn bám sát theo từng phản ứng của tôi.

Jacob ngồi xuống, cúi đầu cho ngang tầm với mặt tôi; cậu ta quan sát vẻ mặt và đo lường phản ứng của tôi y như Edward.

- Jacob? - Tôi thều thào.

Đáp lại câu hỏi ấy là thứ tiếng khùng khục thoát ra từ lồng ngực của con sói, nghe như tiếng cười.

Tôi vươn tay, những ngón tay run run, khẽ áp lên má người bạn của mình.

Đôi mắt đen láy của kẻ đối diện khép lại, cả cái đầu to lớn của con sói ngả hẳn vào tay tôi. Từ trong cổ họng của nó thoát ra những tiếng ầm ừ...

Bộ lông con sói vừa mềm lại vừa ráp, và thật ấm áp trong tay tôi. Một cách hiếu kì, tôi đưa tay mơn nhẹ trên lớp lông ấy, lướt dần lên cổ - nơi có màu lông sậm hơn - để cảm nhận độ mịn của nó. Tôi đã bỏ quên lời cảnh báo, quên mất thực tại chúng tôi đang ở gần nhau đến mức nào. Jacob bất ngờ liếm lên mặt tôi, từ cằm cho đến ngang tóc.

- Ôi trời! Ở dơ quá đi, Jake! - Tôi phàn nàn, rụt người lại và đánh bốp vào đầu cậu bạn, như thể cậu ta vẫn đang ở trong hình hài của con người. Con sói Jacob tức thì né tránh, giữa hai hàm răng nhơn nhởn của nó bỗng thoát ra một tiếng sủa không khác gì một tiếng cười.

Tôi vội vã đưa tay áo sơ mi lên chùi mặt, và không thể ngăn được tiếng cười khanh khách.

Chỉ đến lúc ấy, tôi mới nhận ra rằng mình đang là tâm điểm của mọi cặp mắt, tất thảy họ đang nhìn tôi chằm chằm; họ - nhà Cullen và bầy sói. Các thành viên của nhà Cullen tỏ ra khó hiểu trước hành vi của tôi và bộc lộ rõ thái độ khó chịu. Còn các gương mặt của những con sói thì không thể hiện rõ nội tâm cho tôi đoán định. Nhưng tôi nghĩ rằng Sam đang không vui.

Còn Edward - anh thất vọng và cáu kỉnh thấy rõ. Tôi hiểu rằng anh đã hi vọng nơi tôi có một phản ứng khác, chẳng hạn như thét ré lên và bỏ chạy vì sợ. Đằng này, Jacob lại khiến tôi bật cười.

Những con sói khác bắt đầu bỏ đi, không thôi ngoái

lại nhìn gia đình Cullen. Jacob vẫn ngồi ở bên cạnh tôi, nhìn theo bóng đồng đội xa dần, rồi khuất dạng trong cánh rừng âm u. Chỉ còn có mỗi hai con sói đang ngập ngừng đứng đợi ở chỗ mấy cái cây cổ thụ, lặng lẽ quan sát Jacob, dáng điệu vô cùng lo lắng.

Edward thở dài, và - chẳng đoái hoài gì đến Jacob - tiến thẳng đến, nắm lấy tay tôi.

- Đi chưa em? - Anh lên tiếng.

Trước khi tôi kịp trả lời, anh đã quay sang Jacob.

- Tôi vẫn chưa nắm được hết - Anh trả lời cho những suy nghĩ đang diễn ra trong đầu Jacob.

Con sói có bộ lông màu nâu đỏ, rậm và dài nhất bầy, rên rỉ một cách buồn bã.

- Chuyện phức tạp hơn thế nhiều - Edward tiếp tục trả lời - Cậu đừng lo lắng quá; tôi tin rằng mọi thứ sẽ ổn thôi.

- Hai người đang bàn tán cái gì vậy? - Tôi hỏi.

- Chuyện chiến lược ấy mà - Edward trả lời.

Con sói Jacob gật gù và không thôi quan sát vẻ mặt của chúng tôi. Thế rồi, rất đột ngột, cậu ta lao thẳng vào rừng. Khi người bạn sói lao đi, lần đầu tiên tôi mới nhận ra nơi cẳng chân sau của cậu có buộc một khúc vải đen được gấp lại cẩn thận.

- Khoan đã - Tôi gọi với theo, một tay tự động vươn ra như phản xạ tự nhiên. Nhưng chỉ trong mấy cái chớp mắt, Jacob đã khuất dạng sau những rặng cây um tùm, hai con sói còn lại cũng phóng theo.

- Sao cậu ấy lại bỏ đi vậy anh? - Tôi cất tiếng hỏi, cảm thấy bị tổn thương.

- Cậu ta sẽ quay lại thôi - Edward trả lời tôi, rồi thở dài - Cậu ta muốn được tự mình nói chuyện.

Tôi dõi mắt về phía bìa rừng, nơi Jacob vừa biến mất, gục đầu vào cánh tay của Edward. Tôi đang ở đỉnh điểm của sự mệt nhoài, nhưng vẫn đang cố đấu tranh chống lại nó.

Bất chợt Jacob hiện ra, lần này là trên hai chân hẳn hoi, ngực trần trùi trụi, mái tóc rậm, rối. Cậu ta chỉ mặc độc mỗi một chiếc quần thể thao màu đen, chân trần dẫm trên nền đất lạnh. Giờ thì Jacob chỉ có một mình, nhưng tôi ngờ rằng những người bạn của cậu đang còn nấn ná ở phía sau những rặng cây, chưa chịu rời đi.

Cũng chẳng mất mấy thời gian để Jacob quay trở lại chỗ cũ, dù cậu bạn cố lảng xa gia đình Cullen - lúc này đang đứng quây thành vòng trò chuyện.

- Được rồi, tên hút máu - Jacob lên tiếng khi còn cách chúng tôi vài bước chân, rõ ràng đang tiếp tục cái cuộc đối thoại mà ban nãy tôi không hiểu - Phức tạp là phức tạp thế nào?

- Tôi phải cân nhắc mọi tình huống có thể xảy ra - Edward thủng thẳng đáp với vẻ trầm tĩnh - Nếu có kẻ qua mặt các cậu thì sao?

Jacob khụt khịt mũi trước câu hỏi ấy.

- Được rồi, vậy để cô ấy ở chỗ tụi tôi đi. Dù sao, tụi tôi cũng quyết định cắt Collin và Brady ở lại rồi. Ở đó, cô ấy sẽ được an toàn hơn.

Tôi bắt đầu nổi sùng.

- Hai người đang nói về tôi hả?

- Em chỉ muốn biết anh ta có kế hoạch gì với chị trong lúc dầu sôi lửa bỏng thôi - Jacob giảng giải.

- Kế hoạch với chị ư?

- Em không thể ở lại Forks được, Bella ạ - Giọng nói của Edward thật nhẹ nhàng - Bọn họ biết tìm em ở đâu. Ngộ nhỡ có kẻ qua mặt bọn anh thì sao?

Bụng tôi chợt thắt lại, trên mặt không còn lấy một hột máu.

- Bố em? - Tôi há hốc miệng, hổn hển thở.

- Chú Charlie sẽ ở chỗ bố em - Jacob lanh lẹn lên tiếng đoan chắc với tôi - Nếu để bố chị ở đó mà bố em trở thành kẻ giết người, bố em cũng cam tâm tình nguyện. Có lẽ cũng không tốn thời gian lắm đâu. Vậy là thứ Bảy tuần này phải không? Hôm đó cũng có trận đấu mà.

- Thứ Bảy tuần này sao? - Tôi không thể không hỏi lại. Đầu óc quay cuồng, hoảng loạn đến mức không thể kiểm soát được những suy nghĩ xuất hiện một cách bừa bãi trong đầu. Tôi cau có nhìn Edward - Tào lao thật! Thế còn quà tốt nghiệp của em tặng anh.

Edward cười.

- Anh cũng có tính đến chuyện đó - Anh cho tôi biết - Em có thể tặng vé cho người khác.

Suy nghĩ đến thật nhanh.

- Angela và Ben - Tôi quyết định ngay lập tức - Ít ra điều đó cũng khiến họ rời khỏi thành phố.

Anh áp tay lên má tôi.

- Em không thể sơ tán hết tất cả mọi người - Anh đáp bằng một giọng dịu dàng - Giấu em đi chỉ là một sự phòng xa thôi. Anh đã nói với em rồi - bọn anh sẽ không làm sao cả. Họ sẽ không đủ người để làm cho bọn anh trở tay không kịp đâu.

- Thế để cô ấy ở La Push thì sao? - Jacob nóng ruột, xen vào.

- Nơi này, Bella tới lui nhiều lần rồi - Edward trả lời - Chỗ nào cũng để lại dấu vết hết. Alice chỉ có thể thấy được đội quân ma-cà-rồng non choẹt tham gia vào chiến trận mà thôi, còn kẻ tạo ra họ thì không chắc đâu. Hắn ta - Edward dừng lại để nhìn tôi - hay cô ta đi chăng nữa, *có thể* sẽ là con át chủ bài cuối cùng. Chỉ khi kẻ đó quyết định đích thân giám sát trận chiến, Alice mới có thể trông thấy, nhưng đến cái lúc mà kẻ đó quyết định xong thì chúng ta, ai cũng bận túi bụi rồi. Có lẽ kẻ đó cũng đã tính đến điều này. Tôi không thể để Bella ở nơi cô ấy hay lui tới được. Cô ấy phải thật khó tìm, để đề phòng trường hợp xấu nhất có thể xảy ra. Biết rằng trường hợp đó có xác xuất rất thấp, nhưng tôi vẫn không dám liều.

Tôi không rời mắt khỏi Edward, nuốt từng lời anh giải thích, trán nhăn lại. Anh vỗ nhè nhẹ vào tay tôi.

- Để cẩn thận, thật cẩn thận mà thôi - Anh giải thích một cách rành mạch.

Jacob chỉ tay về phía cánh rừng rậm rịt ở mé bên phải của chúng tôi, phía những ngọn núi Olympic rộng lớn, trải dài.

- Vậy thì giấu ở đây đi - Người bạn nhỏ đề nghị - Có cả triệu... nơi mà khi cần, bất cứ ai trong chúng ta cũng đều có thể có mặt chỉ trong vài phút.

Edward lắc đầu.

- Mùi hương của cô ấy quá mạnh, kết hợp với mùi hương của tôi, lại càng mang tính chất chỉ điểm. Cho dẫu có chính tôi ôm lấy Bella, áp mùi lên cô ấy, nó cũng sẽ để lại dấu vết. Mùi hương của chúng tôi sẽ ám cả một vùng rộng lớn, và khi có chung mùi hương của Bella, họ sẽ được đánh động ngay. Hiện thời, bọn tôi vẫn chưa nắm được chính xác lộ trình của họ, bởi lẽ bản thân họ cũng còn chưa biết. Nếu họ truy tìm tung tích của cô ấy trước khi tiến hành tìm kiếm chúng ta...

Cả hai người hùng của tôi không hẹn mà cùng nhăn nhó, đôi lông mày của họ nhíu lại.

- Cậu đã thấy khó khăn rồi đấy.

- Nhưng cũng phải có cách chứ - Jacob thầm thì - Người bạn nhỏ đưa mắt về phía khu rừng, mím môi lại.

Tôi bắt đầu chùn chân, chao đảo. Edward ôm vội lấy thắt lưng của tôi, kéo tôi tựa vào người anh, đỡ lấy toàn bộ trọng lượng nơi tôi.

- Anh phải đưa em về nhà thôi... em chẳng còn chút sức lực nào nữa. Bố em cũng sắp trở dậy rồi...

- Khoan đã - Jacob bất chợt lên tiếng, quay sang nhìn chúng tôi, đôi mắt bừng sáng - Mùi hương của tôi khiến anh khó chịu, có phải không?

- Ừm, ý kiến đó không tồi đâu - Edward tiến lên phía trước hai bước - Được đó - Rồi anh quay sang phía gia đình mình - Anh Jasper - Edward cất tiếng gọi.

Jasper ngẩng mặt lên, lộ vẻ ngạc nhiên. Anh ta tiến đến, Alice cũng bước liền theo sau, vẻ mặt lại ủ dột.

- Được rồi, cậu nói đi, Jacob - Edward gật đầu ra hiệu cho người bạn nhỏ.

Jacob quay sang tôi với một loạt các cảm xúc lạ lùng trên gương mặt. Rõ ràng cậu ta đang rất thích thú với cái kế hoạch đang có trong đầu, nhưng đồng thời lại tỏ ra khó chịu khi ở gần những đồng minh vốn là địch thủ như thế này. Tới lượt tôi phải đề cao cảnh giác trước hai cánh tay đang chìa ra về phía mình của cậu ta.

Edward hít vào một hơi thật đầy.

- Anh ta và em đang tính xem liệu em có thể làm loạn mùi để giấu chị đi được không - Jacob giải thích.

Tôi nhìn vào đôi tay đang rộng mở kia với một tâm trạng hoài nghi.

- Em sẽ phải để cho cậu ấy ôm em, Bella - Edward bảo tôi. Giọng nói của anh rất điềm tĩnh, nhưng tôi vẫn có thể nhận ra một chút chịu đựng trong đó.

Tôi cau mày.

Jacob trố mắt ra chiều sốt ruột, rồi rất tự nhiên, hạ người xuống để bế bổng tôi lên.

- Chị đừng có trẻ con như thế - Cậu ta thì thào.

Nhưng cũng giống như tôi, người bạn nhỏ đưa mắt sang Edward. Gương mặt Edward vẫn điềm tĩnh như không. Anh nói với Jasper:

- Mùi hương của Bella quá mạnh, em không thể át được, em nghĩ nếu ai đó muốn thử, đó sẽ là một thử nghiệm công bằng hơn.

Và Jacob lẳng lặng quay gót, chân hướng về phía rừng. Bóng tối lần lần phủ chụp lên chúng tôi, nhưng tôi vẫn không ra miệng lấy một lời nào. Tôi đang trề môi, khó chịu trong đôi tay của Jacob. Điều đó làm cho tôi có cảm giác thân mật quá đáng - tất nhiên, dù cho

615

cậu ta không cần phải ôm tôi quá chặt như thế - và tôi không thể ngăn được thắc mắc rằng kẻ đang bế tôi có cảm xúc như thế nào. Nó gợi cho tôi nhớ lại buổi chiều gần đây nhất của mình ở La Push, mà tôi không muốn nghĩ đến nó chút nào. Tôi khoanh tay lại, và thêm một phen bực mình khi chính tấm đai trên tay tôi làm cho ký ức đổ về nhanh nhất.

Chúng tôi không đi xa; người bạn nhỏ chỉ làm một vòng đai rộng rồi trở lại sân bóng chày, nhưng ở vị trí khác; dường như cậu ta đã đi được nửa vòng sân. Edward đang một mình đứng đó, Jacob tiến lại phía anh.

- Em bỏ chị xuống được rồi.

- Em không muốn khi không lại làm rối cuộc thử nghiệm.

Nói xong, bước chân của Jacob chậm dần, vòng tay của cậu thêm thít chặt.

- Sao mà em phiền phức thế nhỉ - Tôi làu bàu.

- Cảm ơn chị.

Không rõ từ đâu, Jasper và Alice bất thần xuất hiện bên cạnh Edward. Jacob tiến lên thêm một bước nữa rồi đặt tôi xuống, cách Edward khoảng hai mét. Không ngoái nhìn Jacob, tôi bước đến khoác tay Edward.

- Sao hả anh? - Tôi hỏi.

- Chỉ cần cô đừng chạm vào thứ gì, Bella ạ, tôi không

tin có kẻ lại chịu khó dí mũi vào cái mùi này để đánh hơi ra cô đâu - Jasper trả lời thay, mặt anh ta nhăn nhó - Gần như là khỏi nhận ra luôn.

- Thành công mỹ mãn - Alice tán thành, mũi cô bạn tôi chun lại.

- Nó khiến anh nảy ra một ý.

- Và ý đó rất được việc - Alice nói thêm một cách tự tin.

- Rất hay - Edward tán thành.

- Làm sao mà chị chịu được chứ? - Jacob hỏi khẽ tôi.

Không đếm xỉa gì đến Jacob, Edward nhìn tôi, giải thích.

- Bọn anh... À, em... sẽ thả mùi hương giả ra chỗ đất trống, Bella ạ. Những ma-cà-rồng mới sinh đi săn, mùi hương của em sẽ dẫn dụ họ, và họ sẽ đi theo đúng lộ trình chúng ta muốn mà không hề đề phòng. Alice cũng thấy rằng kế hoạch này sẽ thành công. Khi đánh được hơi của chúng ta, họ sẽ phân chia đội hình và tiến đến chỗ chúng ta theo hai ngả. Một toán sẽ băng rừng, và khả năng tiên thị của cô bé này đến đây thì bị ngắt...

- Đúng rồi - Jacob rít lên.

Edward mỉm cười với cậu, một nụ cười theo đúng tinh thần chiến hữu. Tôi theo dõi mà muốn phát bệnh. Sao mà họ lại háo hức với trò này thế không biết! Làm sao tôi có thể chịu được khi cả hai lâm vào hiểm nguy? Không, tôi không thể chịu được.

Tôi không thể nào chịu được.

- Không có chuyện đó đâu - Edward đột ngột thốt lên, giọng nói của anh lộ rõ vẻ khó chịu. Tôi giật mình đánh thót, sợ rằng anh, bằng cách nào đó, đã đọc được quyết tâm trong tôi, nhưng đôi mắt anh lúc này đang ngó Jasper chăm chăm.

- Anh biết, anh biết - Jasper vội vàng phân bua - Anh thậm chí còn không màng cân nhắc đến chuyện đó mà, không có đâu, thật đấy.

Alice dậm lên chân anh ta,

- Nếu Bella thật sự ở bãi đất trống - Jasper giải thích với cô bạn của tôi - Bọn người kia sẽ mất hết lí trí. Họ sẽ chẳng tập trung được vào thứ gì khác ngoài cô ấy. Và thế là a-lê-hấp, từng tên một bị hạ gục một cách dễ dàng...

Cái nhìn cau có của Edward khiến Jasper phải thay đổi lời nói.

- Mà như thế thì lại quá nguy hiểm cho Bella. Anh nghĩ vớ vẩn đấy mà - Jasper nói vội, nhưng cũng liếc mắt nhìn tôi - một cái nhìn mang theo vẻ hối lỗi.

- Không có chuyện đó đâu - Edward lên tiếng, tiếng nói vang lên như một kết luận cuối cùng.

- Ừ, biết rồi - Jasper trả lời. Anh ta nắm lấy tay Alice

rồi nhìn khắp lượt tất cả những người còn lại - Đấu ba hiệp, chỉ cần thắng hai, héng? - Tôi nghe anh ta hỏi Alice khi cả hai lại bắt đầu tập luyện.

Jacob nhìn anh ta, không che giấu thái độ khinh ghét.

- Jasper chỉ nhìn mọi thứ theo hướng của nhà cầm quân - Edward nhẹ nhàng lên tiếng bảo vệ anh trai mình - Anh ấy chỉ muốn xem xét mọi lựa chọn, cẩn thận vậy thôi, chứ không nhẫn tâm đâu.

Jacob khịt khịt mũi.

Càng lúc người hùng nhỏ của tôi càng bị cuốn vào những kế hoạch táo bạo, càng gần đến ngưỡng cửa của sự mất trí. Cậu ta cứ ngang nhiên đứng đó, chỉ cách Edward có một, hai bước chân và ở giữa những kẻ thù địch. Tôi hoàn toàn có thể cảm nhận được một bầu không khí căng thẳng, ngột ngạt đang đè nặng lên cơ thể không khác gì một chướng ngại, một sự phiền nhiễu.

Edward quay lại với công việc:

- Chiều thứ Sáu, tôi sẽ lại đem cô ấy đến đây để lưu mùi. Sau đó, cậu đến gặp chúng tôi, đưa cô ấy đến một nơi tôi biết. Dù sự việc không tới mức ấy, nhưng đây phải là nơi đảm bảo về phòng thủ và hoàn toàn biệt lập. Tôi sẽ mở một lộ trình khác đến đấy.

- Sau đó thì sao? Để lại cho Bella một cái điện thoại di động ư? - Jacob hỏi một cách trách móc.

- Cậu có ý khác hay hơn?

Jacob bỗng tỏ ra tự mãn:

- Tất nhiên là có rồi.

- Ôi trời... Lại thêm một lần nữa, người sói ạ, không tệ đâu.

Một cách lẹ làng, Jacob quay sang tôi, như thể quyết định "chơi đẹp" bằng cách kể ra ý định của mình:

- Bọn em sẽ thuyết phục Seth ở lại với hai người sói trẻ nhất. Cậu bé vẫn còn nhỏ, nhưng ngoan cường và dai sức lắm. Vậy nên em sẽ giao việc cho cậu ấy, một chiếc điện thoại di động.

Tôi cố gắng giữ vẻ mặt của mình thật tự nhiên, nhưng cũng chẳng đánh lừa được ai.

- Chỉ cần Seth Clearwater ở trong hình hài sói, cậu ta sẽ liên hệ được với đồng đội - Edward giải thích với tôi - Khoảng cách không thành vấn đề gì chứ? - Anh quay sang Jacob, hỏi thêm.

- Không hề.

- Ba trăm dặm kia à? - Edward hỏi lại - Thật ấn tượng.

Jacob lại "chơi đẹp" thêm lần nữa:

- Đó là khoảng cách xa nhất mà bọn em đã thử nghiệm được. Vẫn rõ như thường.

Tôi gật đầu một cách lơ đãng. Đang choáng váng trước cái tin cậu bé Seth Clearwater đã thực sự trở

620

thành người sói, tôi khó tập trung được vào chuyện gì. Trong đầu, tôi có thể hình dung ra nụ cười rạng rỡ của cậu bé, cũng giống như của cậu bạn nhỏ người da đỏ - Jacob - ngày nào; nếu quả thực như vậy, Seth còn chưa quá tuổi mười lăm nữa. Thì ra hôm ấy, bên bếp lửa họp Hội đồng, vẻ hăng hái của cậu là có một ý nghĩa khác...

- Hay lắm - Xem ra, Edward phải miễn cưỡng thừa nhận điều này - Có Seth, tôi thấy yên dạ hơn, ngay cả khi không có mối liên lạc nào cấp bách. Không biết tôi có thể để Bella một mình được không. Thế nhưng ai mà ngờ chuyện thành ra nông nỗi này! Người sói lại trở thành nơi gửi gắm niềm tin kia đấy!

- Chung vai sát cánh cùng ma-cà-rồng, thay vì chống lại bọn người ấy - Jacob nhại lại kiểu nói chán chường của Edward.

- Ủa, thì cậu cũng đang chuẩn bị chống lại một số kẻ như thế mà - Edward vặc lại.

Jacob mỉm cười.

- Vậy nên mới có chuyện tụi tôi đến đây.

19. ÍCH KỈ

Edward bế tôi về nhà, nghĩ rằng tôi không còn có thể chịu đựng thêm được nữa. Hẳn tôi đã ngủ trên đường về nhà.

Khi tỉnh dậy, tôi phát hiện ra mình đang nằm trên giường, ánh sáng xám xịt rọi vào cửa sổ phòng tôi xiên góc một cách kì lạ. Hẳn là trời đã về chiều.

Vừa ngáp, tôi vừa duỗi người, với tay tìm anh... Không có!

- Edward? - Tôi thì thào.

Mấy ngón tay không ngừng tìm kiếm của tôi cuối cùng cũng chạm vào một vật lạnh ngắt nhưng mềm mại. Đó chính là tay anh.

- Lần này thì em dậy thật rồi phải không? - Anh khe khẽ hỏi.

- Ưmmm - Tôi thở dài đồng ý - Chẳng lẽ em đã dậy nhiều lần rồi hả anh?

- Em cứ thao thức, nói nguyên cả ngày.

- Nguyên ngày? - Tôi chớp chớp mắt và lại dõi nhìn ra ngoài cửa sổ.

- Cả đêm dài em không ngủ mà - Anh đáp như một

sự khẳng định - Em nằm trên giường nguyên một ngày luôn.

Tôi ngồi dậy, đầu óc chao đảo. Ánh sáng rọi vào cửa sổ phòng tôi đến từ hướng tây.

- Ôi trời ơi.

- Em đói rồi phải không? - Anh đoán chừng - Em có muốn ăn sáng trên giường không nào?

- Em sẽ chuẩn bị, anh - Tôi uể oải đáp, rồi lại làm động tác duỗi mình - Em cần phải ngồi dậy đi tới đi lui.

Anh nắm lấy tay tôi, theo tôi xuống bếp, mắt dõi theo tôi một cách cẩn thận, cơ hồ như tôi sẵn sàng té lăn ra đó bất cứ lúc nào. Hoặc không thì anh cũng nghĩ tôi đang bị mộng du.

Tôi sửa soạn bữa ăn của mình thật đơn giản: thảy vào lò nướng hai miếng bánh tạc; không quên liếc qua hình ảnh của mình phản chiếu trong lớp crôm kim loại.

- Ồ, em nhếch nhác thật.

- Nguyên một đêm dài em không ngủ mà - Anh dịu dàng nhắc lại - Lẽ ra, em nên ở nhà ngủ mới phải.

- Đúng rồi! Và không biết chuyện gì hết. Anh biết không, bây giờ anh cần phải bắt đầu chấp nhận một sự thật rằng em đã là một thành viên của gia đình anh.

Edward mỉm cười.

- Sự thật đó anh đã quen rồi mà.

Tôi ngồi xuống ăn điểm tâm với anh ngồi ngay bên cạnh. Đúng lúc vừa đưa cái bánh lên cắn miếng đầu tiên, tôi bất chợt nhận ra Edward đang ngó lom lom vào tay mình. Như một phản ứng tự nhiên, tôi nhìn xuống, thấy món quà của Jacob vẫn còn đeo nơi cổ tay.

- Cho anh mượn xem nhé? - Vừa hỏi, anh vừa đưa tay đến con sói gỗ nhỏ xíu.

Tôi nuốt đánh ực một cái.

- Vâng.

Một cách nhẹ nhàng, anh lòn tay bên dưới sợi dây đeo tay, đỡ lấy bức tượng xinh xinh trong lòng bàn tay trắng muốt của mình. Trong một thoáng, cơn sợ hãi lan tỏa khắp hồn tôi. Chỉ cần một cú vặn nhẹ của anh thôi, con sói của tôi sẽ vỡ vụn ra thành ngàn mảnh.

Nhưng lẽ tất nhiên, Edward sẽ không bao giờ làm như thế. Tôi xấu hổ vì ý nghĩ tệ hại vô tình của mình. Anh chỉ giữ bức tượng một lúc rồi buông tay. Con sói gỗ được thả, đung đưa dưới cổ tay tôi.

Tôi nhìn vào mắt anh, cố dò ra cảm xúc đang hiện hữu trong đó. Nhưng tất cả những gì tôi có thể thấy được chỉ là một sự trầm ngâm; nếu có chuyện gì thì rõ ràng là anh đang giấu tôi...

- Jacob Black tặng quà cho em.

Đây không phải là câu hỏi, cũng không phải là lời... buộc tội, mà chỉ là một nhìn nhận. Nhưng tôi biết rõ mười mươi rằng anh đang mường tượng lại ngày sinh nhật của tôi cùng những dằn dỗi của tôi đối với các món quà; tôi đã không cần bất cứ một món nào, nhất là của Edward. Với lối suy nghĩ đó thì không đúng một chút nào, và lẽ dĩ nhiên, mọi người cũng đã không trách cứ gì tôi...

- Anh cũng tặng quà cho em mà - Tôi nhắc anh - Anh cũng biết là em thích những món quà tự tay làm lấy.

Edward mím môi lại trong một giây.

- Thế hàng không tốn tiền mua thì sao? Em có chấp nhận không?

- Anh nói gì?

- Sợi dây đeo tay này nè - Ngón tay của anh mơn đúng một vòng quanh cổ tay tôi - Em có định đeo nó mãi không?

Tôi nhún vai.

- Vì em không muốn cậu ta bị tổn thương - Anh gợi hướng trả lời cho tôi một cách ý nhị.

- Vâng, em cũng nghĩ vậy.

- Thế em không nghĩ rằng điều này là công bằng sao - Anh hỏi, ánh mắt nhìn xuống bàn tay có đeo sợi dây của tôi, anh lật lòng bàn tay ấy lên, lướt nhẹ ngón tay lên các tĩnh mạch - ... nếu như anh cũng có biểu tượng của mình?

- Biểu tượng?

- Một món quà lưu niệm, để lúc nào em cũng nhớ đến anh.

- Anh lúc nào cũng ở trong từng suy nghĩ của em mà. Em không cần phải có thứ gì gợi nhớ đâu.

- Thế nếu anh tặng em thì em có đeo không? - Edward nhấn mạnh.

- Quà rẻ rẻ thôi hả anh? - Tôi tỏ ý thăm dò.

- Ừ, anh có nó từ rất lâu rồi - Nụ cười của Edward thật hồn hậu.

Nếu như đây chỉ là phản ứng của anh về món quà của Jacob thì tôi sẽ sẵn lòng đón nhận.

- Anh tặng em thứ gì cũng được, miễn điều đó làm anh vui.

- Em đã nhận thấy mình cư xử thiên vị chưa? - Edward hỏi, ngữ điệu chuyển sang hướng buộc tội - Anh cũng đã chuẩn bị quà cho em kia mà.

- Thiên vị chỗ nào?

Ánh mắt của Edward trở nên u ám.

- Ai tặng quà cho em cũng được hết. Ai cũng được, trừ mỗi mình anh. Anh muốn làm sao được tặng cho em một món quà mừng em tốt nghiệp, vậy mà anh không dám. Anh biết quà tặng của người khác thì khiến em buồn ít, chứ của anh thì em buồn nhiều. Thật là không công bằng. Em giải thích như thế nào đây?

626

- Có gì đâu - Tôi nhún vai - Anh quan trọng hơn những người khác. Anh đã tặng bản thân mình cho em. Điều đó còn hơn tất cả những gì em xứng đáng được nhận; những gì khác anh dành tặng em chỉ khiến chúng ta thêm chênh lệch nhau mà thôi.

Edward đăm chiêu một lúc và rồi mở căng đôi mắt.

- Coi cách nhìn nhận của em về anh kìa, kì cục chưa từng thấy.

Tôi ăn bữa sáng của mình một cách bình thản. Tôi biết anh sẽ chẳng thèm nghe nếu tôi một mực bảo rằng suy nghĩ của anh hoàn toàn ngược lại với những tâm sự trong lòng tôi.

Điện thoại của Edward chợt phát ra những âm thanh rì rì.

Anh nhìn vào số điện thoại rồi mới mở máy.

- Chuyện gì thế, Alice?

Áp chiếc điện thoại di động vào tai, Edward chăm chú lắng nghe. Tôi chờ đợi phản ứng của anh, bất giác lo lắng. Dường như những gì Alice nói ở đầu dây bên kia không hề làm cho anh ngạc nhiên, thậm chí một vài lần anh còn thở dài.

- Anh cũng đoán được phần nhiều - Anh trả lời cô em gái, trong khi đôi mắt không thôi nhìn xoáy vào mắt tôi, trán anh hơi nhăn lại mang hàm ý chê trách - Cô ấy nói mớ trong lúc ngủ.

Tôi phát hoảng. Tôi đã nói gì nhỉ?

- Để đó anh lo - Edward nói một cách chắc nịch.

Anh trân trối nhìn tôi trong lúc tắt máy.

- Em có điều gì muốn nói với anh không?

Tôi đắn đo suy nghĩ. Với lời cảnh báo của Alice tối qua, tôi có thể đoán được lí do vì sao cô bạn ấy gọi điện thoại. Và tôi nhớ lại những cơn mơ khắc khoải cả ngày trên giường - Tôi đã đuổi theo Jasper, cố chạy theo anh ta, rồi bắt gặp khoảng đất trống giữa cánh rừng không khác gì một mê lộ; tôi biết rằng mình sẽ tìm thấy được cả Edward... Edward cùng những con quái vật đang muốn sát hại tôi, nhưng tôi không còn quan tâm đến điều kinh khủng ấy nữa, bởi trong tôi đã có quyết định rõ ràng - Có thể hiểu rằng Edward đã nghe lỏm tất cả trong lúc tôi ngủ.

Tôi bặm môi lại một lúc khá lâu, không dám đón nhận ánh nhìn từ anh. Edward vẫn kiên nhẫn chờ đợi.

- Em thích suy nghĩ của Jasper - Cuối cùng, tôi cũng thốt ra thành lời.

Anh rên rỉ.

- Em muốn góp một tay. Em phải làm một điều gì đó - Tôi khăng khăng - Mọi người rồi sẽ gặp nguy hiểm mất thôi.

- Jasper không nghĩ như vậy. Đây là chuyên môn của anh ấy - Edward lừ mắt nhìn tôi.

- Anh không thể đem em đi giấu như thế được - Tôi vặc lại - Em sẽ không ngồi yên trong rừng trong lúc tính mạng của tất thảy mọi người đều lâm nguy vì em.

Edward đang cố kiềm nén một nụ cười.

- Alice không hề thấy em ở bãi đất trống, Bella ạ. Cô ấy thấy em đang chụp vô số ếch ở trong rừng và bị lạc đường. Em không thể tìm thấy bọn anh đâu; em chỉ khiến anh mất thời gian đi kiếm em sau trận chiến thôi.

Tôi cũng cố gắng giữ vẻ mặt điềm tĩnh như anh.

- Đó là vì Alice không tính đến Seth Clearwater đó thôi - Tôi đáp lại một cách lễ độ - Chứ nếu có, hẳn nhiên là bạn ấy sẽ chẳng thể nhìn thấy điều gì rồi. Nhưng xem ra, Seth cũng muốn tham gia không kém gì em. Không nên quá khắc nghiệt bắt cậu ấy phải trông chừng em làm gì.

Một nỗi giận dữ xuất hiện chớp nhoáng trên gương mặt của Edward, nhưng ngay sau đó, anh hít vào một hơi thật đầy, cố gắng trấn tĩnh trở lại.

- Nếu em không cho anh hay, có thể chuyện sẽ xảy ra như thế lắm... Giờ thì anh sẽ phải nhắc Sam hạ lệnh cho Seth mới được. Dù có muốn tới cỡ nào, Seth cũng không dám tảng lờ huấn thị của cấp trên đâu.

Tôi cố giữ cho nụ cười của mình thật bình thản.

- Nhưng hà cơ gì Sam lại điều lệnh đó? Một khi em

đã nói với anh ta rằng em có mặt thì lòng em mới yên? Em dám đánh cược rằng Sam sẽ giúp đỡ em nhiều hơn anh đấy.

Edward cố dằn lòng thêm lần nữa.

- Có lẽ em nói đúng. Nhưng anh dám chắc rằng Jacob sẽ rất háo hức được ra sắc lệnh tương đương.

Tôi cau mày.

- Jacob ư?

- Jacob là đội phó mà. Cậu ta không kể với em à? Lệnh của Jacob cũng có giá trị thi hành lắm đấy.

Anh đã thắng tôi, qua nụ cười của anh, tôi hiểu anh biết điều đó. Trán tôi hằn lên những vết nhăn. Jacob sẽ về phe Edward - trong trường hợp cá biệt này - Tôi tin chắc điều đó. Cậu bạn người sói chưa bao giờ hé lộ cho tôi biết cái điều mà anh vừa mới thốt ra kia.

Thừa lúc tôi rối trí trong giây lát, Edward tiếp tục "bồi thêm một nhát", vẫn bằng cái giọng nói êm dịu và tự nhiên, tuy có chút dè chừng.

- Đêm qua, anh đã điểm hết một vòng suy nghĩ của đội sói. Nói thật là nó thú vị hơn xem một bộ phim tình cảm sụt sùi trên tivi rất nhiều. Anh không thể hình dung được một đội sói hùng mạnh như vậy lại ẩn chứa trong lòng những hạt nhân rắc rối. Suy nghĩ của một cá nhân lại khiến cho cả một tập thể điêu đứng... Quả thực là hấp dẫn.

Rõ ràng là anh đang cố ý làm cho tôi phân tâm. Tôi hậm hực nhìn anh.

- Jacob còn giấu em nhiều bí mật lắm - Anh nói tiếp, kèm theo một nụ cười ranh mãnh.

Tôi không trả lời, vẫn nhìn anh đăm đăm, quyết định ngừng cuộc tranh luận của mình và chờ đợi một sự mào đầu mới.

- Ví dụ nhé, em có chú ý thấy con sói xám nhỏ nhất đêm qua không?

Tôi gật đầu một cách quả quyết.

Anh cười khúc khích.

- Bấy lâu nay, họ đang răm rắp tuân theo các truyền thuyết của bộ tộc mình; vậy mà đùng một cái, xuất hiện những thứ truyền thuyết không báo trước để họ kịp chuẩn bị.

Tôi thở dài.

- Được rồi, nghe em hỏi đây. Anh đang nói về chuyện gì vậy?

- Họ luôn chấp nhận không một chút thắc mắc về nỗi chỉ có con trai đích tôn của người mang dòng máu sói mới có sức mạnh biến đổi mà thôi.

- Vậy là có người chẳng thuộc dòng dõi sói gì hết cũng có thể biến đổi?

- Không phải. Cô gái ấy cũng là cháu đích tôn.

Tôi chớp chớp vài cái rồi mở mắt ra thật căng, hỏi lại:

- Cô gái ư?

Edward gật đầu.

- Người con gái ấy có biết em. Cô ấy tên là Leah Clearwater.

- Chị Leah là người sói! - Tôi thét lên một câu inh tai - Cái gì vậy? Bao lâu rồi? Sao Jacob không cho em biết?

- Có những điều cậu ta không được phép hé lộ chứ em, chẳng hạn như số thành viên. Như anh đã nói từ trước rồi đấy, khi Sam ra chỉ thị, đội sói không dám không nghe theo. Khi ở gần anh, Jacob đã vô cùng thận trọng, cậu ta cố gắng nghĩ đến những điều khác. Nhưng lẽ tất nhiên, sau cái đêm ấy, tất thảy mọi việc đều trở lại bình thường.

- Em không dám tin. Leah Clearwater! - Hốt nhiên tôi nhớ lại những điều đã được nghe Jacob nói về Leah và Sam, cùng cách hành xử của cậu ta cứ như cậu ta đã nói hớ quá nhiều, sau khi Jacob kể rằng hằng ngày Sam phải nhìn vào đôi mắt Leah và biết rằng anh ta đã đi ngược lại những điều đã hứa với cô gái ấy... Leah ngồi lặng lẽ trên đá với giọt nước mắt long lanh đọng trên gò má khi nghe già Quil nói đến gánh nặng và sự hi sinh mà những người con trai của tộc Quileute phải gánh vác... Rồi ông Billy dành nhiều thời gian đến nhà bà Sue vì những rắc rối của bà với hai người con... Thì ra, những rắc rối ấy chính là việc hai chị em họ đều đã trở thành người sói!

Chưa hề có khi nào tôi dành nhiều suy nghĩ của mình cho Leah Clearwater, ngoài nỗi xót thương cho tình cảnh của cô gái khi ông Harry ra đi, và tiếc thêm cho Leah một lần nữa khi Jacob kể với tôi về chuyện tình của chị, về mối duyên ngầm kì lạ của Sam với cô em họ của Leah đã làm cho trái tim chị tan nát như thế nào.

Và giờ đây, chị trở thành một thành viên của đội sói, dưới trướng của Sam, phải lắng nghe suy nghĩ của anh ta... và không thể giấu được suy nghĩ của bản thân mình.

Em ghét cái vụ đó nhất, Jacob đã tâm sự với tôi như vậy. *Tất cả mọi điều mà chị lấy làm e thẹn, xấu hổ đều bị phơi bày ràng ràng ra hết trước mắt mọi người.*

- Tội nghiệp Leah - Tôi thều thào.

Edward khụt khịt mũi.

- Cô gái đó đang khiến cho cuộc sống của các thành viên còn lại trở thành địa ngục kìa. Anh không dám chắc Leah xứng đáng với sự cảm thông của em đâu.

- Anh nói vậy là sao?

- Họ đã đủ khổ sở về nỗi phải chia sẻ suy nghĩ của mình lắm rồi. Hầu hết mọi người đều nỗ lực hợp tác với nhau, cố gắng làm mọi thứ trở nên dễ chịu hơn. Chỉ cần một thành viên có tư tưởng châm chích thôi là mọi người sẽ đau lòng lắm.

- Chị ấy có lí do để làm như vậy - Tôi thầm thì, vẫn bênh vực cho Leah.

- Ừ, anh biết - Edward trả lời - Thật sự, duyên ngầm là một trong những điều lạ lùng nhất mà anh từng được chứng kiến, và thấy qua những điều kì khôi trong đời - Edward lắc đầu một cách kinh ngạc - Cái cách mà Sam bị cột vào Emily thật không thể diễn tả được, hay anh nên gọi là Sam của Emily nhỉ. Sam thực sự không có chọn lựa. Mối tình đó làm anh nhớ đến vở *Giấc mộng đêm hè*, bùa yêu của các tiểu thần đã gây ra biết bao chuyện dở khóc dở cười... giống như bùa phép vậy - Anh mỉm cười - Cũng mạnh mẽ như tình cảm mà anh dành cho em đây.

- Tội nghiệp chị Leah - Tôi lặp lại - Nhưng anh nói vậy là sao, tư tưởng oán hận?

- Lúc nào cô gái ấy cũng nghĩ tới những chuyện không ai muốn nhớ đến - Edward giải thích - Chẳng hạn như Embry.

- Embry làm sao cơ, anh? - Tôi lại ngạc nhiên.

- Mười bảy năm về trước, mẹ của Embry từ lãnh địa của người Makah xuống, trong bụng đang tượng hình Embry. Người phụ nữ đó không phải là người Quileute.

Ai nấy đều cho rằng bà đã bỏ chồng cùng với bộ tộc Makah. Nhưng sau đó, cậu ta gia nhập đội người sói.

- Vậy nên?

- Vậy nên những người có khả năng là cha của Embry chính là các ông Quil Ateara, Joshua Uley, hoặc ông Billy Black; tất nhiên vào thời điểm đó, cả ba người đều đã có gia đình.

- Không thể nào! - Tôi há hốc miệng ra vì quá đỗi kinh ngạc. Edward nói đúng - chuyện này chẳng khác gì mấy bộ phim lằng nhằng ủy mị.

- Bây giờ Sam, Jacob và Quil đều thắc mắc không biết ai là anh em cùng cha khác mẹ với Embry đấy. Ai cũng mong là Sam, vì cha của anh ta chưa bao giờ là một người cha đúng nghĩa. Nhưng mối ngờ vực vẫn treo lơ lửng trên đầu mọi người. Jacob không bao giờ dám hỏi ông Billy về chuyện đó.

- Trời ơi. Làm thế nào mà chỉ trong một đêm, anh có thể nắm được nhiều điều như vậy?

- Suy nghĩ của đội sói hấp dẫn không thể tả. Họ vừa nghĩ cho nhau đồng thời lại đuổi theo những suy nghĩ riêng. Có nhiều thứ để đọc lắm!

Giọng nói của Edward có lẫn quất nỗi tiếc nuối, giống như một người phải đặt một quyển sách hay xuống bàn khi vừa lúc đọc đến đoạn gay cấn nhất. Tôi cười nghiêng ngả.

- Đội sói này thú vị thật - Tôi tán thành - Thú vị giống anh khi anh đang ra sức đánh trống lảng.

Vẻ mặt của Edward lại tỏ ra điềm đạm - một vẻ mặt vô cùng khó dò, vẻ mặt ấy rất thích hợp với những người chơi xì phé.

- Em phải có mặt ở bãi đất trống, Edward ạ.

- Không - Anh nói cứng như một lời kết luận cuối cùng.

Trong thời khắc đó, tôi chợt nảy ra một hướng đi.

Chẳng cần phải nhất nhất đòi đến bãi đất trống làm gì. Tôi chỉ cần ở bên Edward là được.

Thật nhẫn tâm, tôi tự kết tội mình. *Ích kỉ, ích kỉ, ích kỉ! Đừng làm thế!* Nhưng tôi quyết định bỏ ngoài tai bản ngã thiện trong tâm hồn mình. Dù sao, tôi cũng không dám nhìn anh trong lúc nói. Cảm giác tội lỗi đã dán dính mắt tôi vào mặt bàn.

- Được rồi, Edward - Tôi thì thào - Đây là điều... làm cho em rất sợ. Em hiểu những giới hạn của mình. *Nếu anh bỏ em lại một mình, em sẽ không thể nào chịu đựng nổi.*

Tôi không dám ngước mặt lên để biết được thái độ nơi Edward, tôi sợ phải chứng kiến những đau khổ mà tôi vừa gây ra cho anh. Tôi hoàn toàn có thể cảm nhận được tiếng hít vào của kẻ đang ngồi sát bên cạnh mình và tiếng thở dài của sự im lặng sau đó. Không biết làm

636

gì khác, tôi cứ nhìn chăm chăm vào mặt bàn gỗ đen, ước sao mình có thể rút lại được những lời nói vừa rồi.

Nhưng đồng thời tôi cũng biết là mình sẽ không làm thế. Dứt khoát là không làm, một khi nó có tác dụng. Bất ngờ, Edward nhẹ nhàng vòng tay ôm lấy tôi, anh mơn tay lên má tôi, lên tay tôi. Anh đang muốn xoa dịu tôi. Cảm giác tội lỗi trong tôi tăng lên. Tuy nhiên, bản năng sống trỗi dậy mạnh mẽ hơn. Và chẳng còn gì phải nghi ngờ nữa, sự tồn tại của tôi chính là lẽ sống còn của anh.

- Em biết không phải như vậy mà, Bella - Anh thì thào bên tai tôi - Anh sẽ không ở xa em đâu, và mọi chuyện cũng sẽ mau kết thúc thôi mà.

- Nhưng em không thể chịu đựng được - Tôi khăng khăng, vẫn không dám ngẩng mặt lên - Không biết anh có trở về với em hay là không. Làm sao em sống nổi trong thời khắc đợi chờ đó, cho dẫu cuộc chiến có nhanh kết thúc?

Edward thở dài.

- Dễ lắm, Bella. Em không có lí do gì để phải sợ hết.

- Không có lí do gì sao?

- Ừ.

- Mọi người sẽ không hề hấn gì hết ư?

- Sẽ không hề hấn gì cả - Anh cam đoan.

- Vậy là về mọi lẽ, em không cần phải đến vùng đất trống?

- Tất nhiên rồi. Alice vừa báo cho anh hay rằng quân số của họ giảm xuống còn mười chín. Bọn anh càng xoay xở dễ dàng hơn nữa.

- Đúng rồi, anh từng bảo dễ dàng đến mức thể nào cũng có người được rảnh tay - Tôi lặp lại lời anh đêm rồi - Anh nói thật chứ?

- Ừ, thật.

Nghe đơn giản quá. Hẳn đây chỉ là nhận định đơn thuần của anh thôi.

- Đơn giản đến mức anh đứng ngoài cũng xong?

Im lặng một đỗi, cuối cùng, tôi cũng ngẩng mặt lên để có thể quan sát thái độ nơi anh.

Vẫn là vẻ mặt ấy, một vẻ mặt bình lặng đến khó dò.

Tôi hít vào một hơi thật sâu.

- Được rồi, không phải đường này thì là đường khác. Hoặc là cuộc chiến này nguy hiểm hơn tất cả những gì anh muốn cho em biết, vậy thì em càng có lí do để đến, để giúp đỡ mọi người trong khả năng của mình. Hoặc là... cuộc chiến này đơn giản quá, không có anh cũng vẫn thành công. Tóm lại là thế nào?

Edward không trả lời.

Tôi hiểu lúc này, suy nghĩ trong anh đang hướng về ai - đó cũng chính là suy nghĩ trong tôi. Bác sĩ Carlisle. Bà Esme. Emmett. Rosalie. Jasper. Và... tôi buộc mình phải nghĩ đến cái tên cuối cùng - Alice.

Liệu tôi có phải là quái vật hay không. Không phải là loài anh thường tự nhận về mình, nhưng cũng cùng một loại. Đó là loại luôn làm tổn thương đến người khác, là loại bất chấp mọi giới hạn chỉ để đạt được cái mà mình mong muốn.

Điều tôi mong muốn là giữ cho anh được an toàn, an toàn với tôi. Liệu điều tôi sẽ làm, điều tôi sẽ hi sinh vì nó, có giới hạn không? Tôi cũng không biết nữa.

- Em nói anh để mọi người tự chiến đấu, không cần đến anh ư? - Anh hỏi một cách xa vắng.

- Vâng - Tôi ngạc nhiên về nỗi giọng nói của mình còn có thể bình thản đến như vậy được. Tôi chợt cảm thấy nao nao trong dạ - Bằng không, hãy cho em ở đó đi anh. Hay nói cách khác, miễn là chúng mình ở bên nhau.

Edward hít vào một hơi rất sâu, rồi thở ra một cách chậm rãi. Anh dịu dàng áp cả hai tay lên mặt tôi, buộc tôi phải hứng trọn cái nhìn nơi anh. Anh nhìn vào mắt tôi một lúc. Không rõ anh đang tìm kiếm điều gì, và anh đã tìm được những gì? Phải chăng chính là cảm giác tội lỗi đang hiện rõ mồn một trên gương mặt của tôi cũng như đang cồn cào trong bụng tôi, khiến tôi muốn phát bệnh ra đây?

Đôi mắt của Edward thật se sắt, che đậy hoàn toàn một thứ cảm xúc mà tôi chẳng thể đọc ra, thế rồi anh buông lơi một tay, rút chiếc điện thoại di động ra một lần nữa.

- Alice - Anh thở dài - Em có thể canh chừng Bella một chút giúp anh được không? - Anh nhướng một bên mày lên, như muốn thách thức tôi cãi lại - Anh cần phải nói chuyện với Jasper.

Khỏi đoán cũng biết, rõ ràng là cô bạn của tôi đã đồng ý. Anh cất điện thoại, xong, quay lại nhìn tôi.

- Anh tính nói chuyện gì với Jasper vậy? - Tôi hỏi như không còn hơi.

- Anh sẽ đề nghị... cho anh được ở ngoài cuộc.

Thật quá dễ dàng để nhận ra cảm xúc trên gương mặt anh - những lời đó khiến anh khổ tâm đến mức nào.

- Em xin lỗi.

Em xin lỗi. Tôi hận mình đã đẩy anh vào tình thế này. Nhưng vẫn chưa đủ để có thể giả vờ nở một nụ cười và rút lại lời nói, động viên anh sát cánh cùng gia đình mà không cần có tôi ở bên. Hoàn toàn chưa đến mức độ ấy.

- Đừng xin lỗi anh - Edward nhẹ nhàng chỉnh lại, đôi môi hơi gượng gạo một nụ cười - Xin em đừng bao giờ ngại thổ lộ cảm xúc trước anh, Bella. Nếu quả thực đây là điều em mong muốn... - Anh nhún vai - Với anh, em là ưu tiên hàng đầu.

- Em không muốn như vậy... không muốn anh coi em trên cả gia đình.

- Anh biết điều đó. Vả lại, em đâu có yêu cầu anh như vậy đâu. Em chỉ cho anh hai lựa chọn mà em chấp nhận được, và anh đã chọn một giải pháp mà anh có thể chịu đựng được. Đó chỉ là một sự dàn xếp thôi mà.

Tôi rướn người lên, gục gầu vào vồng ngực của Edward.

- Em cảm ơn anh - Tôi thỏ thẻ.

- Có gì đâu em - Anh trả lời và hôn lên tóc tôi - Không có gì hết.

Chúng tôi cứ giữ yên như thế bên nhau, mặc cho thời gian bên ngoài lướt qua lạnh lùng đến thế nào. Tôi giấu mặt mình vào chiếc áo sơ mi của Edward mà chịu đựng hai luồng ý kiến đang đối chọi nhau trong lòng. Một lên tiếng bảo tôi phải dũng cảm, phải cư xử hợp tình hợp lí, và một bảo cái thứ tiếng nói kia hãy im đi.

- Người vợ thứ ba là ai vậy em? - Edward đột ngột lên tiếng hỏi tôi.

- Hả? - Tôi lảng đi, không nhớ là mình đã có lại giấc mơ đó.

- Đêm qua, em cứ luôn miệng nhắc đến "người vợ thứ ba". Em nói gì anh cũng hiểu hết, trừ chỗ đó.

- Ồ. Ừmmm. Vâng. Chỉ là một chuyện em được nghe

kể bên bếp trại đêm đó thôi, anh ạ - Tôi nhún vai - Có lẽ nó vẫn còn đọng lại trong tâm hồn em.

Edward hơi ngả người ra sau, cái đầu để nghiêng nghiêng; có lẽ anh đang cảm thấy khó hiểu trước sự lúng túng trong giọng nói nơi tôi.

Trước khi anh kịp lên tiếng hỏi lại, nơi cửa bếp bỗng xuất hiện Alice với vẻ mặt cáu kỉnh.

- Anh sẽ bỏ lỡ rất nhiều niềm vui đấy - Cô bạn của tôi làu bàu.

- A, Alice - Edward chào cô em gái, rồi đưa tay xuống cằm tôi, khẽ nâng lên để hôn tạm biệt.

- Tối nay, anh sẽ quay lại - Anh hứa với tôi - Anh đi thưa chuyện với mọi người, thu xếp các thứ.

- Vâng.

- Chẳng có gì phải thu xếp đâu - Alice nhẹ nhàng chỉnh lại - Em đã kể cho mọi người nghe rồi. Anh Emmett tán thành.

Edward thở dài.

- Hiển nhiên rồi, anh ấy là vậy mà.

Thế rồi anh bước ra cửa, bỏ tôi ở lại phải đối diện với Alice.

Cô bạn hậm hực nhìn tôi.

- Mình xin lỗi - Tôi lên tiếng - Liệu điều này có đẩy mọi người tiến sâu hơn vào nguy hiểm không?

Alice lập tức khụt khịt mũi.

- Bạn lo lắng là thừa đấy, Bella à. Thế nào rồi cũng chóng già cho mà coi.

- Thế thì tại sao bạn lại lo vậy?

- Khi Edward không được làm điều anh ấy muốn, anh ấy khó chịu lắm cơ. Mình chỉ biết là vài tháng tới đây, mình sẽ phải chịu đựng cái tính khí nóng nảy đó - Cô bạn tôi nhăn mặt nhíu mày - Nhưng mà để bạn an tâm, mọi người bị vậy... cũng đáng. Song, mình xin bạn đấy, mình mong bạn hãy kiềm chế cái tính bi quan của bạn lại, Bella ạ. Điều này cần thiết lắm.

- Liệu bạn có để Jasper tùy cơ hành động mà không có bạn không? - Tôi hỏi gặng.

Alice nhăn nhó:

- Úy, cái này khác à nha.

- Tất nhiên rồi.

- Thôi, lên làm vệ sinh cá nhân đi - Cô bạn nhắc nhở - Mười lăm phút nữa, chú Charlie sẽ có mặt ở nhà đó, nếu thấy bạn lôi thôi lếch thếch như thế này, chú ấy sẽ không bao giờ cho phép bạn ra ngoài chơi nữa đâu.

Ôi trời ơi, vậy là tôi đã mất trọn một ngày rồi. Tôi có cảm giác như mình đã sử dụng thời gian một cách hoang phí. Tuy nhiên, tôi cảm thấy vui vì sẽ không phải tốn thời gian cho cái vụ ngủ nghê này nữa.

Khi ngài cảnh sát trưởng về đến nhà, tôi đã hoàn

toàn chỉnh tề - quần áo tươm tất, tóc tai gọn gàng, đang ở trong bếp dọn bữa tối cho bố. Alice ngồi vào chỗ vừa nãy của Edward, ngài cảnh sát trưởng vui ra mặt.

- A, chào Alice! Cháu có khỏe không?

- Cháu khỏe, thưa chú Charlie, cháu cảm ơn chú.

- Cuối cùng thì con cũng ra khỏi giường, hả công chúa ngủ ngày - "Ngài" lên tiếng với tôi khi tôi vừa ngồi xuống bên cạnh "ngài", rồi quay trở lại với Alice tiếp tục chuyện trò - Ai cũng nói về buổi tiệc của bố mẹ cháu tối qua. Chú dám cược là cả một bãi chiến trường đang chờ cháu ở nhà để dọn dẹp.

Cô bạn của tôi nhún vai. Alice mà, chuyện gì mà không làm xong chứ.

- Dạ đúng ạ, thưa chú - Cô bạn của tôi trả lời - Tiệc lớn quá.

- Edward đâu? - Ngài Charlie cất giọng hỏi, có hơi miễn cưỡng một chút - Nó đang giúp cháu dọn dẹp à?

Alice thở dài, gương mặt trở nên vô cùng thảm não. Chắc là cô bạn đang diễn, nhưng mà trông thật đến độ bản thân tôi cũng không dám khẳng định hoàn toàn.

- Dạ không ạ. Anh ấy đang lên kế hoạch đi nghỉ cuối tuần với bố cháu và anh Emmett.

- Lại đi du khảo à?

Alice gật đầu, gương mặt hốt nhiên chuyển sang đau khổ.

- Dạ, cả nhà cháu sẽ đi hết, chỉ còn có cháu ở lại mà thôi. Cứ mỗi dịp bế giảng năm học, nhà cháu lại khoác balô lên vai, giống như một hoạt động truyền thống; nhưng năm nay, cháu quyết định đi mua sắm thay vì đi du khảo, vậy mà cả nhà không một ai muốn ở lại với cháu hết. Cháu bị bỏ rơi rồi, chú ơi.

Gương mặt của Alice se lại, trông bi thương đến độ ngài cảnh sát trưởng tự khắc chúi người tới trước, một tay vươn ra tìm cách giúp đỡ. Tôi nhìn cô bạn của mình đăm đăm, nghi ngại. Alice đang diễn màn gì thế nhỉ?

- Ôi Alice, cháu yêu quý, sao cháu không ở lại đây với bố con chú? - Ngài cảnh sát trưởng đề nghị - Thật tình, chú không muốn cháu ở một mình trong căn nhà to như thế một chút nào.

Cô gái đáng thương thở dài. Dưới gầm bàn, một vật gì đó vừa nện xuống chân tôi.

- Ui da! - Tôi kêu ré lên.

Ngài cảnh sát trưởng ngay lập tức quay sang tôi.

- Cái gì đấy?

Alice ném cho tôi một cái nhìn thất vọng. Dám chắc trong đầu cô bạn đang thầm rủa tôi là kẻ "chậm tiêu" đây.

- Con bị va chân - Tôi làu bàu giải thích.

645

- Ồ - Ngài cảnh sát trưởng sang nhìn Alice - Thế nào cháu?

Alice lại đạp lên chân tôi, nhưng lần này không mạnh như cú vừa rồi.

- Ơ, bố ơi, chắc nhà mình không có đủ tiện nghi đâu. Chắc là Alice không muốn ngủ dưới sàn phòng con...

Ngài Charlie bặm ngay môi lại. Alice lại diễn tiếp màn bi kịch, nhăn nhó đầy khổ sở.

- Hay là Bella đến ở đó với cháu đi - Bố tôi đề nghị - Cho đến khi nào người nhà của cháu trở về.

- Ồ, được không Bella? - Alice cười cầu tài với tôi - Bạn không ngại đi mua sắm với mình, phải không nào?

- Chắc chắn rồi - Tôi tán thành - Mình sẽ đi mua sắm với bạn.

- Khi nào gia đình cháu đi? - Ngài cảnh sát trưởng hỏi thăm.

Alice lại ra vẻ thiểu não.

- Dạ ngày mai, chú ạ.

- Khi nào bạn muốn đi với mình? - Đến lượt tôi hỏi.

- Sau bữa ăn tối, bạn nhé - Alice trả lời và chống một ngón tay lên cằm, ra vẻ nghĩ ngợi - Thứ Bảy, bạn không phải đi đâu, đúng không Bella? Mình muốn ra ngoài thị trấn mua đồ, chắc sẽ phải mất cả ngày đó.

- Không được đến Seattle đâu đấy - Ngài cảnh sát

trưởng xen ngay vào, đôi lông mày nhíu sát vào nhau.

- Vâng, tất nhiên rồi, thưa chú - Alice đồng ý ngay tức khắc, dù rằng cả cô bạn, cả tôi đều biết vào thứ Bảy, Seattle sẽ là chốn bình yên đến mức nào - Cháu chỉ nghĩ tới thành phố Olympia thôi ạ, có lẽ...

- Con sẽ thích cho mà xem, Bella ạ - Ngài cảnh sát trưởng tươi cười, nhẹ nhõm thấy rõ - Cứ tham quan thành phố cho thỏa sức nhé.

- Vâng. Chắc chắn sẽ vui lắm, bố ạ.

Chỉ bằng một cuộc nói chuyện nhẹ nhàng, Alice đã xóa sạch kịch bản lường gạt ngài cảnh sát trưởng của tôi về cuộc chiến.

Không lâu sau đó, Edward quay trở lại. Anh đón nhận những lời chúc có một chuyến đi vui vẻ của bố tôi mà không mảy may có lấy một chút ngạc nhiên. Anh cho biết mọi người sẽ lên đường sớm, nên nói lời chào tạm biệt sớm hơn thường lệ. Alice cũng về theo.

Khi anh em nhà Cullen vừa đi khỏi, tôi xin phép bố về phòng.

- Làm sao con có thể mệt được - Ngài cảnh sát trưởng phản ứng.

- Con có mệt chút chút, bố ạ - Tôi nói dối.

- Đúng là con không thích đi tiệc cũng phải - Ngài làu bàu - Con hồi sức lâu thật.

647

Trên lầu, Edward đang nằm giữa giường của tôi.

- Chừng nào mình gặp lại người sói hả anh? - Tôi cất tiếng hỏi khi tiến đến bên anh.

- Chừng một tiếng đồng hồ nữa, em ạ.

- Thế thì tốt quá. Jake và những người bạn của cậu ấy cần có thời gian để nghỉ ngơi.

- Họ không cần phải nghỉ ngơi nhiều như em đâu - Edward chỉ ra cho tôi biết.

Tôi chuyển sang đề tài khác ngay tắp lự, bởi biết chắc chắn thế nào anh cũng sẽ ca cái điệp khúc tôi nên ở nhà.

- Alice đã kể với anh rằng bạn ấy sắp bắt cóc em tiếp chưa?

Anh cười tươi roi rói, đáp:

- Ồ, không có chuyện đó đâu.

Tôi trố mắt nhìn anh, chẳng hiểu gì hết; anh lại được một dịp cười ngặt nghẽo trước thái độ của tôi.

- Anh mới là người duy nhất được em chấp nhận cho "bắt em làm con tin", nhớ chưa nào? - Anh gợi lại cho tôi nhớ - Alice sẽ đi săn cùng mọi người - Nói đến đây, anh thở dài - Giờ thì anh không cần làm việc đó nữa.

- Anh sẽ bắt cóc em ư?

Edward gật đầu.

Tôi ngẫm nghĩ thật nhanh. Ở dưới lầu, không có dấu

hiệu nào cho thấy ngài cảnh sát trưởng đang dỏng tai lên nghe ngóng, kiểm tra mọi động tĩnh của tôi. Cũng không có một bầy ma-cà-rồng tinh khôn, với khả năng thính giác rất nhạy, đang chĩa những đôi tai về phía phòng ngủ của tôi... Chỉ có anh, chỉ có tôi - hoàn toàn chỉ có hai người chúng tôi với nhau.

- Được không em? - Anh chợt hỏi khi nhận ra sự im lặng nơi tôi.

- Ưm... Vâng, tất nhiên rồi, duy có một điều.

- Điều gì thế? - Đôi mắt anh ánh lên vẻ lo âu. Thật kì lạ, nhưng vì một lí do nào đó, có vẻ như anh không tin tưởng mấy vào khả năng kềm giữ tôi của mình. Có lẽ tôi cần phải giải thích cho rõ ràng hơn.

- Sao Alice lại không nói với bố em rằng anh sẽ lên đường tối nay nhỉ?

Edward bật cười, thần kinh dịu xuống thấy rõ.

Tôi thích chuyến đi ra bãi đất trống tối hôm nay hơn hôm qua. Trong tôi vẫn còn cảm giác có lỗi và e ngại, nhưng không còn kinh hãi nữa. Tôi đã hoàn hồn được phần nào và đã có thể chấp nhận những gì sắp diễn ra tới đây, đồng thời gần như tin rằng mọi chuyện rồi sẽ kết thúc êm đẹp. Dường như Edward cũng đã bình tâm hơn trước sự vắng mặt của mình trong cuộc chiến... và vì vậy, thật khó mà không tin anh cho được, khi anh một mực khẳng định rằng chiến thắng là một điều quá dễ. Có lẽ Alice nói đúng, chỉ là lòng tôi quá lo lắng mà thôi.

Cuối cùng, chúng tôi ra đến bãi đất trống.

Jasper và Emmett đang quần nhau - nghe tiếng cười thích thú của họ cũng có thể nhận ra rằng cả hai chỉ mới khởi động cho nóng người. Alice và Rosalie thì ngồi trên mặt đất cứng, lẳng lặng quan sát. Cách đó vài mét, bác sĩ Carlisle và bà Esme đang trò chuyện, hai mái đầu cúi sát vào nhau, những ngón tay đan vào nhau, không chú ý gì đến xung quanh.

Tối nay trời có sáng hơn, vầng trăng tỏa ánh vàng xuống nhân thế qua những lớp mây mỏng, dễ dàng cho tôi nhận ra ba con sói ngồi cách đó khá xa, ở ba góc khác nhau của sân tập.

Cũng chẳng quá khó khăn để nhận ra Jacob; tôi nhận ra cậu bạn gần như liền lập tức, ngay cả khi cậu không ngẩng đầu lên dõi về phía tiếng chúng tôi đang bước tới.

- Những người sói kia đâu hả anh? - Tôi thắc mắc.

- Họ không cần phải đến hết. Chỉ một người thôi là đủ rồi, nhưng Sam không tin tưởng hoàn toàn vào bọn anh nên không dám cử một mình Jacob, dù rằng cậu ta rất sẵn lòng. Quil và Embry chính là những... Ùm, em có thể gọi họ là lực lượng yểm trợ.

- Jacob tin anh.

Edward gật đầu.

- Jacob tin rằng bọn anh không cố công giết cậu ấy. Chỉ vậy thôi.

- Tối nay, anh có tham gia không? - Tôi ngập ngừng. Tôi hiểu sẽ khó cho anh khi vì tôi mà phải đứng ra ngoài cuộc chiến. Phải, sẽ khó cho anh lắm, khó khăn lắm lắm.

- Nếu Jasper cần, anh sẽ giúp anh ấy. Anh ấy muốn tập với nhóm, để dạy họ cách địch lại nhiều kẻ thù cùng tấn công một lúc.

Anh nhún vai.

Trong lòng tôi, một làn sóng sợ hãi bất ngờ dâng lên, dập tan con thuyền tự tin nhỏ bé mới hình thành chưa được bao lâu.

Họ ít quân hơn. Tôi lại còn làm cho tình hình tệ hại thêm nữa.

Tôi chú mục vào bãi đất trống, cố gắng che giấu phản ứng của mình.

Quả là một mục tiêu sai lầm để gửi gắm ánh nhìn, nhất là khi đang cố gắng tự lừa dối bản thân, tự thuyết phục mình rằng mọi thứ sẽ ổn thỏa theo như tôi mơ ước. Bởi lẽ, khi tôi vừa buộc mắt mình phải tránh xa nhà Cullen - tránh xa cảnh tượng chiến đấu của họ, cảnh tượng mà chỉ trong vài ngày nữa thôi, sẽ trở thành hiện thực và là một trận đấu sanh tử - Jacob hiện ra trong nhỡn giới của tôi, cậu ta cười toe toét.

Cũng vẫn là kiểu cười rất sói, nhưng ánh mắt lại nheo nheo như lúc cậu ta còn mang hình hài của một con người.

Thật khó tin làm sao, khi cách đây chưa lâu, tôi còn nhận rằng người sói thật đáng sợ, những giấc mơ về họ chính là những cơn ác mộng hành hạ tinh thần tôi.

Không cần hỏi tôi cũng có thể nhận ra con sói nào là Embry và con sói nào là Quil. Bởi lẽ, Embry chính là con sói xám ốm hơn, trên lưng có những đốm thẫm, đang quan sát một cách kiên nhẫn, trong khi Quil - là con sói có màu nâu sôcôla, lông nhạt dần ở trên mặt - lại run rẩy không ngừng, trông có vẻ như đang vô cùng mong muốn được tham gia vào trận đấu giả. Họ không phải là những con quái vật, ngay cả giống cũng không. Họ là những người bạn.

Đó là những người bạn không có được cái vẻ cứng cáp như của Emmett và Jasper - hai kẻ có động tác còn nhanh hơn cả những cú mổ của loài rắn hổ mang, và có làn da cứng như đá đang lấp lánh ánh trăng. Những người bạn ấy có vẻ như không biết gì đến mối hiểm nguy, vẫn cương quyết sẽ liều mình đến cùng. Những người bạn ấy có khả năng sẽ bị nguy hiểm đến tính mạng, có thể sẽ bị đổ máu; họ có thể sẽ bị chết...

Sự tự tin nơi Edward vẫn tràn đầy, bởi một lí do đơn giản, anh cảm thấy không cần phải lo lắng cho gia đình mình. Nhưng giả như người sói gặp chuyện, liệu anh có đau lòng không? Nếu anh không lo lắng về chuyện đó thì anh còn có thể lo lắng về chuyện gì? Sự tự tin của Edward càng khiến tôi thêm sợ hãi.

Tôi cố nở nụ cười đáp lại Jacob và cố nuốt cho trôi cái nghẹn ở cổ họng. Nhưng cả hai việc này, xem ra, tôi đều không làm nổi.

Jacob đứng phắt dậy, sự lanh lẹn nơi người bạn nhỏ đối lập hoàn toàn với dáng vẻ đồ sộ của cậu; Jacob phi đến chỗ chúng tôi – hai kẻ ở vòng ngoài.

- Chào Jacob - Edward lên tiếng một cách lịch sự.

Jacob không đoái hoài gì đến anh, chỉ mặc nhiên quan tâm đến tôi. Giống ngày hôm qua, cậu hạ thấp người xuống cho ngang tầm với tôi, đầu hơi nghển sang một bên. Một tràng những tiếng ư ử thoát ra từ chiếc mõm dài.

- Chị vẫn khỏe - Tôi tự động trả lời, không cần Edward phải thông ngôn - Chỉ lo lắng thôi, em cũng biết mà.

Jacob vẫn tiếp tục tập trung điểm nhìn vào tôi.

- Cậu ấy muốn biết lí do - Edward thầm thì.

Jacob gầm gừ - nhưng hoàn toàn không phải là âm thanh của sự đe dọa, chỉ là thứ tiếng tỏ ý bực bội mà thôi - đôi môi của Edward giần giật.

- Sao vậy anh?

- Cậu ta cho rằng việc thông ngôn của anh đã không thể hiện được hết điều cậu ấy muốn truyền đạt. Chính xác thì suy nghĩ của Jacob là: "Rõ là ngốc. Việc gì phải lo lắng, hả?" Anh sửa lại chút ít, vì anh nghĩ nó khá khiếm nhã.

Suýt chút nữa là tôi đã mỉm cười, nỗi lo lắng làm cho tôi không còn có thể cười được nữa.

- Có nhiều thứ phải lo chứ - Tôi nói với Jacob - Chẳng hạn như bầy sói ngốc nghếch có thể bị thương chẳng hạn.

Jacob lại cười theo cái kiểu ho sặc sụa.

Edward thở dài.

- Jasper cần anh giúp. Em ở đây, không cần đến thông ngôn cũng được chứ?

- Em sẽ xoay xở được.

Đôi mắt đầy vẻ nuối tiếc, bâng khuâng của anh rọi thẳng vào tôi trong giây lát - thái độ ấy thật khó hiểu; đoạn anh quay gót, tiến thẳng về phía Jasper.

Tôi ngồi bệt xuống đất. Mặt đất lạnh và thật bất tiện.

Jacob tiến lên trước một bước, nhìn tôi, tận sâu trong cổ họng thoát ra những tiếng rên rỉ. Người bạn nhỏ chùng chình tiến thêm nửa bước nữa.

- Cứ đi đi, Jacob, không cần có chị đâu - Tôi nói với cậu bạn - Chị không muốn xem.

Jacob nghiêng đầu sang một bên ngần ngừ, rồi

khoanh mình nằm bẹt xuống đất bên cạnh tôi, thở dài khùng khục.

- Thật đấy, em cứ đến xem đi - Tôi cam đoan với người bạn nhỏ. Nhưng cậu ta không mảy may có một chút hồi đáp, chỉ thản nhiên ghếch đầu lên chân.

Tôi chẳng màng gì đến trò đánh trận giả, nên ngước mắt lên cao, ngắm nhìn những đụn mây màu bạc. Trí tưởng tượng của tôi mạnh mẽ quá. Một làn gió nhẹ thổi qua khiến tôi rùng mình.

Jacob ngóc đầu lên, chồm lại gần tôi hơn, áp thân mình ấm áp vào tôi.

- Ồ, cảm ơn em - Tôi thầm thì.

Vài phút sau, tôi ngả đầu lên vai cậu bạn của mình, cảm thấy rất dễ chịu và vô cùng thoải mái.

Mây kết thành từng cụm trôi đi chậm rãi trên bầu trời, lướt qua mặt trăng, trở nên đùng đục, sang sáng và lại tiếp tục cuộc viễn du.

Một cách lơ đãng, tôi sục tay vào lớp lông ở cổ Jacob. Trong họng cậu bạn lại phát ra thứ tiếng ầm ừ là lạ như hôm trước. Đó là một thứ âm thanh hung bạo, dữ dội, hoang dại hơn tiếng mèo gù, nhưng cùng thể hiện một tâm trạng.

- Em biết không, chị chưa bao giờ nuôi một con chó cả - Tôi nói trong nỗi mơ màng - Chị lúc nào cũng muốn có một con, nhưng mẹ chị không thích.

Jacob khục khặc cười, thân hình của cậu rung chuyển, kéo theo cả tôi.

- Em không lo lắng một chút gì về ngày thứ Bảy ư? - Tôi hỏi.

Jacob quay cái đầu to kềnh về phía tôi, để tôi có thể nhìn thấy một bên mắt của cậu đang mở tròn.

- Ước gì chị cũng có được cảm xúc đó.

Người bạn nhỏ tựa đầu vào chân tôi, tái diễn "khúc ca" ầm ử. Và bỗng nhiên tôi cảm thấy lòng mình dễ chịu hơn.

- Vậy là chúng ta sắp đi du khảo rồi.

Người bạn nhỏ cười khùng khục, nghe chừng thích thú lắm.

- Chắc chuyến đi sẽ dài đó - Tôi nói tiếp - Edward không ước lượng được quãng đường dành cho một người bình thường đâu.

Jacob sủa ra một tiếng cười khác.

Tôi rúc mình sâu hơn nữa vào bộ lông ấm áp của Jacob, tựa đầu lên cổ cậu.

Thật lạ lùng. Ngay cả khi người bạn nhỏ ở trong hình hài khác lạ nhất, tôi vẫn có cảm giác như Jake và tôi còn thân hơn cả lúc xưa - một tình bạn hồn hậu, chân thành và tự nhiên như hơi thở - hơn hẳn những lần gần đây tôi ở bên cạnh cậu, lúc cậu vẫn là một con người. Điều lạ lùng là tôi lại nhận ra điều đó ở đây, khi mà bấy lâu nay, tôi vẫn cứ đinh ninh rằng chuyện sói siếc chính là nguyên nhân gây nên sự đổ vỡ.

Trò chơi giết chóc vẫn tiếp diễn trên bãi đất trống, tôi vẫn tiếp tục đắm mình vào vầng trăng đang bị mây che.

20. DÀN XẾP

Mọi thứ đã sẵn sàng đâu vào đấy.

Hành lí của tôi dùng cho hai ngày đến nhà Alice đã được sắp xếp xong xuôi, hiện đang nằm trong xe tải chờ tôi. Mấy cái vé xem hòa nhạc cũng đã được tặng cho Angela, Ben và Mike. Mike sẽ đến đón Jessica, đúng như tôi hi vọng. Ông Billy đã mượn thuyền của Già Quil Ateara để có cái mà mời ngài cảnh sát trưởng ra biển câu cá trước khi trận đấu bóng khai màn. Hai người sói nhỏ nhất đội - Collin và Brady - sẽ ở lại bảo vệ La Push, dù rằng cả hai vẫn còn nhỏ, chỉ mới mười ba tuổi. Nhưng dẫu sao, bố tôi cũng là người được an toàn nhất ở thị trấn Forks này.

Tôi đã làm tất cả những gì có thể làm được. Tôi cố gắng chấp nhận điều đó, và loại bỏ ra khỏi đầu tất cả những gì nằm ngoài khả năng của mình, ít nhất là trong tối nay. Dù thế này hay thế khác, chỉ sau bốn mươi tám tiếng đồng hồ nữa thôi, mọi chuyện sẽ kết thúc. Ý nghĩ đó làm cho tôi an tâm.

Edward cũng yêu cầu tôi phải thư giãn, và tôi sẽ cố hết sức.

- Chỉ duy nhất một đêm nay thôi, chúng mình có thể quên hết mọi chuyện, chỉ còn biết có em và anh thôi, được không em? - Edward đã thủ thỉ với tôi như vậy, kèm theo một ánh nhìn chứa chan ảm xúc - Dường như chưa bao giờ anh có được thời gian như vậy. Anh cần được ở bên em, chỉ là em thôi.

Đó chẳng phải là một yêu cầu khó khăn đến độ tôi không dám chấp nhận, dù tôi thừa hiểu quên đi nỗi sợ sẽ dễ hơn là cứ canh cánh bên mình. Hiện thời, tôi đang nghĩ đến những chuyện khác, và chúng tôi được ở riêng với nhau đêm nay, điều đó thật sự rất có ích.

Một vài thứ đã thay đổi.

Điển hình nhất là tôi - tinh thần của tôi đã vững vàng.

Tôi đã sẵn sàng gia nhập vào gia đình anh, vào thế giới của anh. Nỗi sợ hãi, cảm giác tội lỗi và những đau khổ tôi đang phải chịu đựng đây đã dạy cho tôi nhiều điều. Tôi đã có một khoảng thời gian nghĩ về nó - khi tôi nhìn lên vầng trăng bị mây bao phủ và tựa vào người sói - tôi biết rằng mình sẽ không còn sợ nữa. Lần tới, dẫu có chuyện gì xảy ra, tôi cũng sẽ sẵn sàng đối đầu. Anh sẽ không bao giờ bị đặt vào tình huống phải lựa chọn giữa tôi và gia đình anh nữa. Chúng tôi sẽ là một cặp, giống như Alice và Jasper vậy. Lần tới, tôi cũng sẽ được đóng góp sức mình.

Tôi sẽ đợi cho thanh gươm đang treo trên đầu mình được tháo xuống để Edward nhẹ nhõm. Nhưng ngay cả điều đó cũng không còn cần thiết nữa. Tôi đã sẵn sàng.

Chỉ còn thiếu duy nhất một mẩu nhỏ tí xíu cần thiết nữa của tinh thần mà thôi.

Sở dĩ có mẩu nhỏ ấy, bởi lẽ vẫn còn một vài điều chưa được thay đổi, bao gồm cả cách yêu anh đến quên mình của tôi. Đã có nhiều lúc tôi nghĩ đến vụ cá cược của Jasper và Emmett, nghĩ đến từng trường hợp - để nhận ra những điều mình sẵn sàng từ bỏ cùng bản tính con người, và những điều mình không thể đánh mất. Tôi cũng hiểu kinh nghiệm con người nào mà tôi cần phải cố giữ lấy trong thời khắc trước khi bước vào ngưỡng cửa của kiếp sống khác.

Vậy nên tối hôm nay, chúng tôi có vài việc cần phải làm. Điểm lại những gì đã xảy ra trong hai năm vừa qua, tôi không tin vào cái cụm từ *không-thể-thực-hiện-được* nữa. Cần phải có một từ khác mạnh hơn gấp trăm ngàn lần may ra mới có thể ngăn cản tôi được.

Được rồi, ừm, thành thật mà nói, chuyện này sẽ phức tạp lắm đây. Nhưng tôi sẽ cố gắng.

Với lòng quyết tâm đã được đẩy lên đến đỉnh điểm, tôi không ngạc nhiên khi nhận ra mình vẫn còn căng thẳng trong lúc lái xe một quãng đường dài đến nhà Edward - tôi không biết mình sẽ thực hiện cái điều đang dự tính này như thế nào, nó khiến tôi hồi hộp, hốt hoảng. Edward ngồi ở chiếc ghế bên cạnh chỗ dành cho người lái, cố kìm nén để không toét miệng ra cười trước tốc độ cà rề của tôi. Tôi thắc mắc về nỗi anh đã không một hai đòi cầm vôlăng, có vẻ như tối nay anh bằng lòng với cái mức vận tốc mà tôi đã quyết định.

Khi chúng tôi đến nhà Cullen, trời đã tối. Tuy nhiên, bãi cỏ vẫn sáng theo ánh đèn rọi ra từ các ô cửa sổ.

Ngay khi tôi vừa xoay khóa tắt động cơ, Edward đã đứng bên cánh cửa phía tôi ngồi, dịu dàng mở hộ. Một tay anh đỡ tôi ra khỏi cabin, tay kia với lấy chiếc túi ra khỏi thùng xe tải rồi quặc vào một bên vai, rất điệu nghệ. Sau đó, môi anh tìm môi tôi, cùng lúc, chân anh đá cánh cửa xe đóng lại.

Vẫn không dừng nụ hôn, anh cứ thế bế tôi lên, đưa vào nhà.

Cửa nhà đã mở sẵn từ trước thì phải? Tôi không biết chắc nữa. Dù sao thì chúng tôi cũng đã ở trong nhà và tôi đang váng vất. Tôi tự nhắc mình phải thở đều.

Nụ hôn này không làm tôi sợ. Nó không giống như trước kia, khi tôi cảm nhận được nỗi hốt hoảng và lo lắng toát ra từ sự kềm chế nơi Edward. Lúc này, môi anh không còn tỏ ra dè dặt nữa, mà ngược lại, vô cùng phấn khích - có vẻ như cũng như tôi, anh hồi hộp trước thời khắc chúng tôi được ở trọn đêm bên nhau, đêm riêng tư của hai đứa. Anh tiếp tục hôn tôi thêm vài phút nữa, vẫn đứng ở ngay lối vào; dường như anh đã không còn đề phòng như thường lệ, đôi môi anh thật lạnh và khẩn khoản trên môi tôi.

Tôi bắt đầu cảm thấy lạc quan hẳn lên. Có lẽ những gì tôi muốn làm sẽ không khó khăn như tôi vốn nghĩ.

Không, lẽ tất nhiên là nó sẽ khó khăn đấy, khó khăn thật sự.

Với tiếng cười khúc khích nho nhỏ, anh đột ngột kéo tôi ra, cách xa anh đúng độ dài của một cánh tay.

- Chào mừng em lại về đây - Anh lên tiếng, đôi mắt long lanh và ấm áp.

- Nghe hay đấy - Tôi đáp lại, gần như chẳng còn hơi.

Một cách nhẹ nhàng, anh đặt tôi xuống đất. Tôi vòng tay ôm lấy anh, không muốn giữa hai đứa có bất kì một khoảng cách nào.

- Anh có cái này cho em - Anh nói tiếp, ngữ điệu vẫn bình thường.

- Vâng?

- Một món quà anh không bỏ tiền ra mua, em nhớ không? Em đã nói rằng chuyện đó chấp nhận được mà.

- Đúng rồi. Hình như em có nói như thế.

Anh bật cười trước vẻ miễn cưỡng của tôi.

- Nó ở trong phòng anh đó. Để anh lên lấy nhé?

Phòng riêng của anh ư?

- Vâng, tất nhiên rồi - Tôi tán thành, cảm thấy mình có chút ranh mãnh khi đan tay vào tay anh - Mình đi thôi, anh.

Hẳn anh rất háo hức muốn tặng tôi món quà này, bởi lẽ, với anh, vận tốc của con người bao giờ cũng là chậm chạp. Anh bế thốc tôi lên và gần như bay thẳng lên lầu. Rồi đặt tôi xuống chỗ cửa, anh lao phóc đến cái tủ đựng đồ.

Và trong lúc tôi còn chưa kịp di chuyển một bước nào, anh đã trở lại; nhưng phớt lờ anh, tôi đi thẳng đến chiếc giường màu vàng khổng lồ, buông mình xuống mép giường và trườn vào giữa. Tôi thu mình lại, hai tay bó gối.

- Được rồi - Tôi lẩm bẩm. Giờ thì tôi đã ở nơi tôi mong muốn rồi, chịu đựng thêm một chút nữa cũng không sao - Cho em xem đi.

Edward cười khanh khách.

Anh leo lên giường, tiến đến ngồi cạnh tôi; tim tôi bắt đầu chệch nhịp. Hi vọng anh sẽ mau chóng từ bỏ cái phản ứng háo hức được tặng quà cho tôi này.

- Quà không tốn một xu - Anh nhắc lại một cách nghiêm nghị, đoạn kéo tay trái của tôi ra khỏi chân, cử chỉ ấy làm cho tay anh khẽ chạm vào sợi dây đeo tay của tôi. Rồi anh buông tay.

Một cách thận trọng, tôi đưa tay lên kiểm tra. Trên đoạn dây đối diện với đoạn dây treo con sói là một viên pha lê hình trái tim sáng chói. Viên pha lê được giũa thành cả triệu mặt, cho nên trong ánh đèn dìu dịu, nó vẫn rực rỡ. Tôi kinh ngạc đến há hốc cả miệng, và hít vào một cách chậm chạp.

- Của người mẹ đã khuất của anh đấy - Anh nhún vai với vẻ xem thường mọi sự - Anh được thừa hưởng vài món đồ trang sức kiểu như thế này này. Anh đã tặng cho mẹ Esme và Alice một ít. Vì thế, đây chẳng phải là một món quà ghê gớm gì.

Tôi cười buồn trước sự giải thích của Edward.

- Nhưng anh nghĩ đây là biểu tượng rõ nét nhất về anh - Anh tiếp tục thổ lộ - Nó lạnh này, cứng này - Anh bật cười - Và còn tỏa sắc cầu vồng dưới nắng nữa.

- Anh quên mất một điểm tương đồng rất quan trọng khác - Tôi thầm thì bổ sung - Nó quá đẹp!

- Tim anh cũng không còn đập - Anh trầm ngâm - Và nó cũng đã thuộc về em.

Tôi xoay cổ tay để quả tim lấp lánh.

- Cảm ơn anh. Vì cả hai lẽ ấy.

- Không, chính anh mới phải cảm ơn em. Anh thấy hạnh phúc vì em đã nhận quà một cách dễ thương như thế. Em ngoan lắm - Edward cười, một nụ cười rất tươi, những chiếc răng hiện ra sáng loáng.

Tôi ngả người vào anh, hạ thấp đầu xuống cánh tay anh, thu mình lại, ép sát hơn nữa vào người anh. Cảm giác hiện thời của tôi không khác nào như đang ôm chàng David - biểu tượng cái đẹp của phái mạnh, chỉ khác một lẽ, pho tượng hoàn hảo này cũng đang vòng tay ôm lấy tôi, kéo sát tôi vào người chàng.

Có vẻ như đây là thời điểm chín muồi.

- Chúng mình có thể bàn bạc một việc được không anh? Em sẽ rất lấy làm cảm kích nếu như anh chịu có một cái nhìn cởi mở hơn.

Edward ngần ngừ một thoáng.

- Anh sẽ nỗ lực hết sức - Anh tán thành, tỏ ra cẩn trọng.

- Em sẽ không phá bỏ một quy tắc nào hết - Tôi nói quả quyết - Đây là chuyện hoàn toàn giữa anh và em - Tôi thanh lọc lại cổ họng mình - Vậy nên... dạo này em rất cảm động trước việc chúng mình đã đồng lòng được với nhau. Em nghĩ rằng mình sẽ vẫn tuân theo nguyên tắc cũ, nhưng ở vào một hoàn cảnh khác - Không hiểu tại sao tôi lại có thể nói năng một cách kiểu cách như vậy. Có lẽ do căng thẳng quá chăng.

- Em muốn thảo luận chuyện gì? - Edward hỏi lại, trong giọng nói có ẩn chứa một nụ cười.

Tôi ngẫm nghĩ, cố gắng tìm từ để diễn đạt cho thật chính xác.

- Nghe tim em đập kia - Anh thầm thì - Nó chờn vờn như cánh chim ruồi ấy. Em có sao không?

- Em đâu có sao.

- Vậy thì xin em hãy tiếp tục đi - Anh động viên tôi.

- Ừm, trước tiên, có lẽ em muốn nói với anh về cái điều kiện hôn nhân buồn cười kia.

- Chỉ buồn cười với em thôi. Nhưng nó thế nào hả em?

- Em thắc mắc... mình có thể mở lòng để thảo luận về chuyện đó không?

Edward cau mày, nghiêm mặt lại.

- Dĩ nhiên là anh đã nhượng bộ lắm rồi - anh đã chấp nhận đánh cắp cuộc đời em, phản bội lại quy tắc sống của mình. Vậy nên anh cũng phải có một số quyền hạn với em chứ.

- Không phải - Tôi lắc đầu, cố tập trung giữ cho gương mặt mình thật điềm tĩnh - Chuyện đó mình đã thông qua rồi. Bây giờ, chúng mình không bàn đến chuyện... biến đổi của em nữa. Em muốn nói đến những thứ khác.

Anh bắt đầu nhìn tôi một cách ngờ vực:

- Em muốn bàn đến những thứ gì?

Tôi ngần ngừ:

- Trước hết, chúng mình hãy nói về điều kiện tiên quyết của anh đi.

- Em biết anh muốn gì rồi đấy.

- *Hôn nhân* - Tôi thốt ra hai tiếng ấy với giọng điệu dành cho một từ xấu xa nhất trần đời.

- Đúng rồi - Anh cười toe toét - Đó chỉ mới là bắt đầu thôi.

Nỗi kinh hoàng bất chợt làm sụp đổ mọi vẻ điềm tĩnh nơi tôi.

- Còn nữa hả anh?

- Ừm - Anh trả lời, làm ra vẻ tính toán - Một khi em đã là hôn thê của anh, tất cả những gì của anh sẽ là của em... chẳng hạn như tiền học phí. Vậy nên, học ở Dartmouth sẽ chẳng là vấn đề gì to tát.

- Còn gì khác nữa? Sao anh cứ vô lý như thế nhỉ?

- Anh sẽ không e ngại về thời gian đâu.

- Không. Không phải là thời gian. Đó mới chính là điều không thể chấp nhận được đấy.

Edward thở dài một cách mãn nguyện.

- Vậy là một năm, hay hai năm nữa vậy em?

Tôi lắc đầu, đôi môi bặm lại thành một đường cong bướng bỉnh.

- Chuyển sang cái khác đi.

- Được thôi. Trừ khi em muốn nói chuyện về xe cộ...

Lần này thì tôi không khỏi nhăn nhó. Nhận ra điều đó, anh lại cười, và nắm lấy tay tôi, mân mê từng ngón một.

- Anh thật sự không biết ngoài chuyện muốn bị biến đổi thành quái vật ra, em còn muốn điều gì khác nữa.

667

Anh thật sự tò mò đấy - Giọng nói của anh rất khẽ và thật dịu dàng. Nếu không quen từ trước, có lẽ tôi sẽ chẳng nhận ra có một chút lo lắng trong âm điệu lời nói của anh.

Tôi im lặng, chăm chú ngắm nhìn bàn tay anh đang nắm lấy tay mình. Tôi vẫn không biết phải mở lời như thế nào. Tôi cảm nhận được ánh mắt anh đang quan sát tôi và tôi sợ không dám ngẩng mặt lên. Mặt tôi bắt đầu đỏ lựng.

Những ngón tay lạnh lẽo của anh bắt đầu mơn nhẹ lên má tôi.

- Em ngượng ngùng ư? - Anh hỏi một cách ngạc nhiên. Mắt tôi vẫn nhìn xuống - Anh xin em đấy, Bella, tình trạng hồi hộp này khiến anh khổ sở vô cùng.

Tôi mím môi.

- Bella - Giọng nói của anh lại vang lên như một lời trách cứ, khiến tôi buộc phải nhớ lại rằng anh đã từng chịu khổ sở như thế nào một khi tôi cứ giữ kín những suy nghĩ trong đầu, không chịu hé lộ.

- Ừm, em có hơi lo lắng... chuyện về sau - Tôi thú nhận, cuối cùng cũng ngẩng mặt lên đáp lại ánh mắt của anh.

Và tôi cảm nhận được toàn thân anh đanh cứng lại, nhưng tiếng nói vẫn giữ được sự êm ái và dịu dàng.

- Em lo lắng chuyện gì?

- Hình như mọi người trong gia đình anh đều cho rằng điều duy nhất em sẽ quan tâm sau này, chính là giết hại mọi người trong thị trấn - Tôi bộc bạch, trong lúc anh nhăn nhó trước cách dùng từ của tôi - Và em sợ rằng trong tình trạng cực kì lộn xộn đó, khi em không còn là mình nữa... Em sẽ không... Em sẽ không còn cần anh như em đang cần anh lúc này.

- Bella, tình huống đó không thể tồn tại mãi mãi - Anh trấn an tôi.

Anh đã quên mất một chi tiết.

- Edward - Tôi lại lên tiếng, hoàn toàn căng thẳng, hai mắt nhìn chăm chăm vào một nốt tàn nhang nơi cổ tay - Em muốn làm một chuyện trước khi em không còn là con người nữa.

Edward chờ tôi tiếp lời. Nhưng tôi cứ ngưng ở đó, mặt nóng ran.

- Em muốn làm gì cũng được - Edward động viên tôi, anh cũng căng thẳng và tỏ ra chẳng hiểu đầu cua tai nheo gì cả.

- Anh hứa nhé? - Tôi thủ thỉ, biết rằng nỗ lực của mình nhằm cột anh vào với lời nói của anh sẽ chẳng thành công, nhưng tôi cũng không thể tìm được cách nào khác.

- Ừ - Anh nhận lời. Tôi ngẩng mặt lên, đôi mắt anh đang vô cùng nghiêm nghị lẫn ngạc nhiên - Cho anh biết em cần gì đi, em sẽ có được cái đó.

Tôi không ngờ là bản thân mình lại có thể vụng về và khờ dại đến như vậy. Tôi quá ngây thơ - dĩ nhiên, khi đề cập đến chuyện này. Tôi thậm chí còn không có lấy bất kì một gợi ý nào, dù nhỏ, để vào đề. Tôi sẽ phải ổn định lại cảm xúc cùng sự e dè này.

- Anh - Tôi nói lí nhí.

- Anh thuộc về em - Edward mỉm cười. Anh vẫn hoàn toàn không hiểu và cố giữ lại ánh mắt của tôi khi nhận ra là tôi đang muốn quay đi.

Tôi hít vào một hơi thật sâu, chồm người lên theo tư thế quì trên giường. Tôi bắt đầu quàng tay quanh cổ Edward và hôn anh.

Anh cũng hôn đáp lại tôi, bối rối nhưng hài lòng. Môi anh thật dịu dàng khi tiếp xúc với môi tôi, và tôi có thể khẳng định rằng giữa lúc này đây, tâm trí của anh đang lang thang ở một cõi nào đó - nói đúng hơn là đang cố gắng tìm hiểu những diễn biến hiện hữu trong đầu tôi. Chắc chắn anh đang cần một chút manh mối.

Hơi run rẩy, tôi thôi bá lấy cổ Edward, để những ngón tay của mình trượt xuống cổ, tìm đến cổ áo sơmi của Edward. Sự run rẩy cũng chẳng ngăn được tôi đang hấp tấp mở những cái cúc áo trước khi anh kịp ngăn lại.

Và tôi cảm thấy môi anh cứng lại, cảm nhận được rằng lí trí của anh đã lên tiếng cảnh báo khi bắt đầu lồng ghép hai dữ kiện lại với nhau - lời nói và hành động của tôi.

Edward kéo tôi ra ngay tắp lự, trên gương mặt u ám của anh đầy ắp sự phản đối.

- Thôi nào, Bella.

- Nhưng anh đã hứa mà - em muốn làm gì cũng được - Tôi nhắc để anh nhớ, dù trong lòng chẳng có một chút hi vọng nào.

- Chúng mình chưa bàn đến chuyện này - Anh nghiêm mặt nhìn tôi, cài lại hai chiếc cúc áo đã bị tôi mở ra được. Hai hàm răng tôi nghiến chặt vào nhau.

- Em nói rồi - Tôi gầm ghè, bắt đầu lần tay lên nẹp chiếc áo cánh đang mặc của mình, dần mở chiếc cúc trên cùng.

Nhanh như cắt, Edward chộp lấy tay tôi, kéo xuôi xuống hai cạnh sườn.

- Anh nói rằng chưa - Anh nói thẳng thừng.

Chúng tôi hằm hè nhìn nhau.

- Em muốn biết - Tôi gằn từng tiếng.

- Anh cứ ngỡ em cần một điều gì đó thực tế.

- Vậy anh thì có quyền đòi hỏi những thứ ngớ ngẩn, ngốc nghếch - như *kết hôn* chẳng hạn, còn em thì không được phép bàn đến điều em...

Trong lúc tôi đang sôi sục, Edward chắp hai tay tôi

lại vơi nhau để anh có thể nắm giữ bằng một tay, còn tay kia, anh đưa lên miệng tôi chặn lời lại.

- Ừ - Gương mặt anh cau có.

Tôi hít vào một hơi thật sâu để tự trấn tĩnh mình. Cho đến khi cơn giận bắt đầu tan đi, tôi cảm nhận được một điều rất khác.

Phải mất một phút sau, tôi mới hiểu rằng tại sao tôi lại đang cắm ánh mắt xuống giường - nỗi xấu hổ đã quay trở lại; hiểu tại sao bụng tôi lại nôn nao, khó chịu; hiểu tại sao mắt tôi tự nhiên lại nhòe thế này, và hiểu tại sao bỗng dưng tôi muốn chạy ra khỏi phòng.

Cơn buồn nôn đã kéo đến, mạnh mẽ và rất bản năng.

Tôi biết cảm giác của mình như vậy thật vô lí. Rõ ràng anh chỉ quan tâm đến sự an toàn của tôi. Tuy nhiên, trước đây, tôi chưa bao giờ để mình buông thả đến mức này. Tôi nhìn chú mục vào cái chăn lông màu vàng trùng với màu mắt của anh mà cố gắng xua tan phản ứng hiện thời đang mách bảo mình, rằng anh không có cảm xúc với tôi và tôi cũng không còn cảm xúc ấy nữa.

Edward thở dài. Bàn tay đang che miệng tôi xoay xuống cằm, anh nâng mặt tôi lên cho đến lúc tôi buộc phải nhìn vào mắt anh.

- Em sao vậy?

- Không có gì - Tôi nói dối.

Anh quan sát mọi động tĩnh trên gương mặt tôi một lúc thật lâu, mặc cho tôi nỗ lực một cách vô vọng tránh ánh nhìn đó. Đôi lông mày của Edward nhíu sát vào nhau, thái độ tỏ ra vô cùng khổ sở.

- Anh khiến em bị tổn thương ư? - Anh hỏi, sững sờ.

- Không - Tôi lại nói dối.

Và cực nhanh, trước khi tôi kịp nhận thức được điều gì, tôi thấy mình đã lại nằm gọn trong vòng tay của Edward, mặt tôi lọt thỏm giữa vai và cánh tay anh, trong lúc ngón cái của anh đang mơn nhẹ lên má tôi.

- Em biết vì sao anh phải nói không mà - Anh lên tiếng khe khẽ - Em cũng biết rằng anh cũng rất muốn có em.

- Phải chăng?... - Tôi cũng khe khẽ đáp lại, giọng nói của tôi tràn ngập nỗi nghi ngờ.

- Tất nhiên rồi, em - cô gái ngốc nghếch, yêu kiều quá nhạy cảm ơi!

Anh cười khan một tiếng, rồi giọng nói như vọng về từ một chốn xa xăm:

- Chẳng phải mọi người đều có cùng cảm nhận như anh đấy sao? Anh có cảm giác như cái bẫy đang ở sau lưng mình, một mưu mẹo khôn khéo để dành ưu thế, lẳng lặng chờ anh sa vào... Em thật sự quá gợi cảm đi.

- Thế bây giờ ai mới ngốc nghếch nào? - Tôi hoang mang, hay nói đúng hơn là sượng sùng, e ngại và cảm thấy xa lạ với cái từ *gợi cảm* ấy.

- Anh có cần phải gửi thư đi khắp nơi thu thập ý kiến để em tin không? Anh sẽ cho em biết những người nào sùng bái em nhất nhé? Em cũng đã biết một số người rồi đó, nhưng còn vài người sẽ làm cho em không khỏi ngạc nhiên đấy.

Tôi lắc đầu trên ngực anh, nhăn nhó.

- Anh chỉ đang làm cho em phân tâm thôi. Mình quay trở lại đề tài đi anh.

Edward thở dài.

- Cho em biết mình đã làm gì sai đi - Tôi cố gắng tỏ ra cởi mở - Yêu cầu của anh là *hôn nhân* kia mà - Tôi không thể nói ra cái từ đó mà không nhăn nhó - Trả học phí cho em, cho em thời gian suy nghĩ nhiều hơn, và anh cũng không phiền hà gì tặng em một chiếc xe hơi mới - Tôi nhướng mày lên - Em đã có mọi thứ, phải không? Thật là một danh mục quá hoàn hảo.

- Chỉ có cái đầu tiên là yêu cầu thôi - Có vẻ như khó khăn lắm Edward mới giữ được vẻ điềm tĩnh. Những thứ khác chỉ là đề nghị mà thôi.

- Còn yêu cầu nhỏ bé, duy nhất của em là...

- Yêu cầu? - Anh cắt ngang, đột nhiên tỏ ra nghiêm nghị.

- Vâng, yêu cầu.

Ánh mắt Edward sa sầm xuống.

- Với em, *hôn nhân* đồng nghĩa với một sự liên kết suốt đời. Em sẽ không nhượng bộ nếu như em không có được lại một thứ đâu.

Edward cúi đầu xuống, ghé miệng vào sát tai tôi.

- Không - Anh nói thật khẽ - Bây giờ thì không. Sau này, khi em đã không còn mong manh, dễ vỡ nữa mới được. Chịu khó kiên nhẫn, Bella ạ.

Tôi cố giữ cho giọng nói của mình thật cứng cỏi và có sức thuyết phục:

- Đó mới là vấn đề. Khi em cứng cáp thì em sẽ không còn như xưa nữa. Em sẽ không thể như xưa được! Em không biết em sẽ thành một kẻ như thế nào.

- Em sẽ vẫn là Bella - Edward đoan chắc với tôi.

Tôi cau mày.

- Nếu em khác xa đến nỗi em muốn giết bố và chỉ cần có cơ hội, em sẽ uống máu Jacob hay Angela - vậy thì làm sao em có thể nói là em không thay đổi được?

- Chuyện đó rồi sẽ qua thôi. Mà anh không tin rằng em sẽ muốn uống máu sói đâu - Anh giả vờ rùng mình trước suy nghĩ đó - Ma-cà-rồng mới sinh còn ngon hơn thế nhiều.

Tôi cố phớt lờ nỗ lực của anh đang nhằm đánh lạc hướng chú ý nơi tôi.

- Nhưng nó vẫn luôn luôn là thứ em muốn có nhất, chẳng phải như vậy sao? - Tôi vặn lại - Máu, máu, lúc nào cũng là máu và máu!

- Rồi chính tự bản thân em sẽ là bằng chứng thuyết phục nhất cho thấy sự thể không diễn ra như vậy - Anh đoan quyết.

- Cũng phải hơn tám mươi năm sau cơ - Tôi nhắc cho anh nhớ - Nhưng điều em muốn nói chính là *bản ngã*. Nếu nói về lí, em biết em có thể trở lại là chính mình... trong một thời gian rất lâu sau. Song chỉ xét thuần túy về tính cách thôi, thì em sẽ luôn luôn khát máu, khát hơn mọi thứ khác trên đời.

Edward không trả lời.

- Vậy là em sẽ rất khác - Tôi buông lời kết luận cuối cùng - Bởi lẽ, ngay bây giờ, em không cần gì cho bằng cần anh cả. Thức ăn, nước hay không khí, tất cả đều không. Nói theo lí lẽ, em đang cần những điều vượt quá lí trí một chút. Nhưng xét theo lẽ tự nhiên...

Tôi quay sang hôn vào lòng bàn tay anh.

Edward hít vào một hơi thật sâu. Tôi ngạc nhiên khi nhận ra một chút lung lay trong tiếng thở đó.

- Bella, anh sẽ giết em mất - Anh thì thào.

- Em không nghĩ như vậy đâu.

Đôi mắt của Edward se lại. Anh nhấc tay ra khỏi mặt tôi, nhanh chóng đưa ra sau vì một lẽ nào đó. Không gian vắng lặng bỗng vang lên một tiếng "rắc" thật lớn, chiếc giường run rẩy bên dưới chúng tôi.

Trong tay anh là một vật nào đó đen tuyền; trước ánh mắt hiếu kì của tôi, Edward giơ lên cho tôi xem. Đó chính là một bông hoa sắt, một trong những bông hoa trang trí gắn vào khung giường, trên các mái vòm và cột chống. Edward nắm tay lại trong một tích tắc ngắn ngủi, những ngón tay hơi co lại, rồi anh mở tay ra.

Không nói một lời, anh "khoe" tôi một mẩu kim loại có hình thù dúm dó. Nó chẳng khác gì một thứ đồ chơi trong tay anh, giống như một thứ bột nhào được vo lại trong tay một đứa trẻ. Thế rồi nửa giây sau, cái vật có hình thù kì quái kia lại tiếp tục biến thành cát.

Tôi nhìn anh không chớp mắt.

- Em không nói ý đó. Em *biết* anh mạnh cỡ nào rồi. Anh không cần phải phá nhà phá cửa như vậy đâu.

- Thế thì em muốn nói tới *điều gì?* - Edward hỏi tới bằng một giọng u uẩn, trong lúc tay anh rải thứ bột sắt kia vào một góc phòng; nó va vào tường hệt như tiếng mưa bắn.

Đôi mắt anh rọi thẳng vào tôi trong lúc tôi cố tìm lời giải thích.

- Tất nhiên không phải là anh không thể làm em bị thương, nếu như anh muốn... Nhưng mà anh không hề muốn làm tổn thương em... ý muốn đó của anh mãnh liệt đến mức em không nghĩ rằng anh có thể làm thế.

Edward lắc đầu trước khi tôi hoàn tất câu nói.

- Có thể sự việc sẽ không như em nghĩ, Bella ạ.

- *Có thể* - Tôi nhạo báng - Anh không mường tượng được điều anh nói rõ cho bằng em đâu.

- Chính xác. Em có hình dung được mức độ nguy hiểm của anh đối với em như thế nào không?

Tôi nhìn sâu vào mắt anh, dễ có đến một phút dài. Không có một sự thỏa hiệp nào cả, không có dấu hiệu nào của sự do dự hết.

- Em xin anh - Cuối cùng, tôi thì thào, không còn hi vọng - Đó là tất cả những gì em cần - Em xin anh - Tôi nhắm mắt lại trong nỗi thất bại, chờ nghe một tiếng *không* dứt khoát từ miệng anh.

Nhưng Edward không trả lời ngay. Tôi ngần ngừ, ngờ vực, váng vất vì tiếng thở ngắt quãng nơi anh.

Tôi mở mắt, nhận ra gương mặt anh đã trở nên se sắt.

- Em xin anh! - Tôi thì thào lần cuối, tim bắt đầu tăng nhịp đập. Những lời nói cứ thế tuôn trào khi tôi cố bám vào một cơ hội nhỏ, sự đổ vỡ của thành trì trong mắt anh - Anh không cần phải chịu trách nhiệm bất cứ một điều gì, nếu như sự thể không như em tiên liệu. Chúng mình chỉ thử... chỉ thử thôi. Và em sẽ làm theo những gì anh muốn - Tôi hứa một cách hấp tấp - Em sẽ lấy anh, em sẽ để anh trả học phí ở Dartmouth, và em sẽ không có bất kì một lời phàn nàn nào về việc anh đi cửa sau để cho em vào học. Nếu anh thích, anh thậm chí có thể mua cho em một chiếc xe hơi chạy nhanh nhất thế giới! Chỉ cần... *em xin anh.*

Vòng tay giá lạnh của anh siết chặt thêm quanh người tôi, môi anh kề sát bên tai tôi; hơi thở của anh lạnh giá khiến tôi liên tiếp rùng mình.

- Thật không thể chịu đựng nổi. Có quá nhiều điều anh muốn dành tặng em, và đây chính là điều em quyết định yêu cầu. Em có hình dung được anh đau đớn thế nào khi nghe em nài xin mà phải ép lòng từ chối em không?

- Thế thì anh đừng từ chối - Tôi nín thở đề nghị.

Edward không trả lời.

- Em xin anh - Tôi lại tiếp tục.

- Bella... - Edward lắc đầu một cách chậm rãi, nhưng không có vẻ như một lời từ chối khi gương mặt anh, môi anh lại liên tục di chuyển trên cổ tôi. Có vẻ như đó là một sự đầu hàng. Tim tôi đập như chạy đua với thời gian - thình thịch - một cách điên loạn.

Một lần nữa, tôi lại thử vận may của mình. Khi gương mặt anh vừa di chuyển lên gương mặt tôi bằng một động tác chậm rãi đầy nét do dự, tôi nhanh chóng thoát khỏi vòng tay của Edward để tìm môi anh. Đôi tay anh vuốt ve khắp gương mặt tôi, và tôi đã nghĩ anh sắp sửa kéo tôi ra trở lại.

Nhưng tôi đã sai.

Đôi môi anh không còn dịu dàng nữa; cách môi anh di chuyển trên môi tôi có ẩn chứa một sự mâu thuẫn lẫn tuyệt vọng. Tôi khóa tay mình quanh cổ anh, và trước làn da bỗng dưng nóng ran lên của tôi, thân mình anh bỗng trở nên lạnh hơn bao giờ hết. Tôi run rẩy, nhưng hoàn toàn không phải vì lạnh.

Edward không ngừng hôn tôi. Chính tôi là người phải ngừng giữa chừng để lấy lại hơi thở. Ngay cả khi đó, môi anh cũng không chịu rời khỏi tôi, nó di chuyển gấp xuống cổ tôi. Trong niềm hân hoan chiến thắng, tôi chợt cảm thấy mình mạnh mẽ hơn. Đôi tay tôi không còn ở trạng thái run rẩy nữa; lần này, tôi lần mở cúc áo của anh dễ dàng hơn, những ngón tay của tôi lần theo từng đường nét ở vồng ngực lạnh giá. Anh quá tuyệt mĩ. Anh đã dùng từ gì nhỉ? Không thể chịu đựng nổi - đúng, là từ đó. Vẻ đẹp nơi anh thật quá sức chịu đựng...

Tôi kéo môi anh về lại với môi mình, và có vẻ như anh cũng đang háo hức giống tôi. Một tay anh vẫn áp lên mặt tôi, tay còn lại ôm chặt lấy thắt lưng tôi, kéo tôi sát vào anh thêm nữa. Điều đó làm cho tôi khó lần tay lên được những cái cúc áo của chính mình, nhưng không có gì là không thể.

Đột nhiên tôi có cảm giác như có hai cái cùm lạnh lẽo bỗng khóa chặt cổ tay tôi lại, kéo tay tôi qua khỏi đầu; trong phút chốc, tôi rơi phịch xuống gối.

Đôi môi anh lại kề sát vào tai tôi.

- Bella - Anh thầm thì, giọng nói thật ấm áp và êm dịu như nhung - Em có thể dừng màn thoát y ở đây được không?

- Anh muốn tự tay mình làm điều đó? - Tôi hỏi lại, cảm thấy khó hiểu.

- Không phải tối nay - Anh dịu dàng đáp. Đôi môi anh lúc này đã di chuyển từ tốn hơn, và đích đến chính là má và quai hàm tôi. Sự khẩn khoản đã chấm dứt.

- Edward, đừng... - Tôi bắt đầu phản kháng.

- Anh có nói không đâu - Edward xác định với tôi - Chỉ có điều *không phải đêm nay*.

Tôi ngẫm nghĩ một lúc, đồng thời cố điều hòa lại hơi thở của mình.

- Cho em biết lí do chính đáng vì sao không phải tối nay mà là tối khác - Tôi vẫn còn bị hụt hơi; điều đó khiến cho sự thất vọng trong giọng nói của tôi bớt ấn tượng hơn.

- Anh đâu có ngốc - Edward cười khúc khích vào tai tôi - Giữa hai đứa mình, em nghĩ ai phải sẵn lòng thực hiện điều mong muốn của người kia? - Em đã hứa rằng em sẽ kết hôn với anh trước, rồi mới biến đổi; bây giờ, nếu đêm nay anh nhượng bộ, làm sao anh có thể đảm bảo được rằng sáng mai, em không tìm cách trốn khỏi ngôi nhà này? Rõ ràng, để tặng em điều em muốn, anh không hề miễn cưỡng. Vì lẽ đó... em hành động trước đi.

Tôi thở hắt ra một cái thành tiếng.

- Tức là em phải kết hôn với anh trước? - Tôi hỏi trong ngỡ ngàng.

- Đó là giao kèo - chấp nhận hay không chấp nhận. Chúng mình đã dàn xếp như vậy rồi, em nhớ không?

Nói đến đây, vòng tay anh lại ôm lấy tôi, và anh bắt đầu hôn tôi một cách mạnh mẽ, cuồng nhiệt và có phần mạnh bạo. Tôi nỗ lực giữ cho tâm trí mình thật minh mẫn... nhưng đã thất bại một cách nhanh chóng.

- Phải thú thật rằng đó là một suy nghĩ dở chưa từng thấy - Tôi thở lấy thở để khi anh đã buông tay.

- Em cảm thấy như vậy, anh không ngạc nhiên đâu - Edward nở một nụ cười tự mãn - Đầu óc em chỉ có thể nghĩ đến đó là cùng.

- Sao chuyện này lại diễn ra như thế nhỉ? - Tôi cầu nhàu - Em cứ nghĩ tối nay là của em kia đấy, ít nhất là một lần, ngỡ đâu...

- Thành ra em đã có hôn ước với anh rồi - Edward hoàn tất câu nói "giúp tôi".

- Trời! Xin anh đừng có nói to như thế.

- Em tính rút lại lời nói hả? - Edward hỏi gặng. Anh ngả người ra sau để nhìn cho rõ mặt tôi, thái độ hoàn toàn tỏ ra thích thú. Rõ ràng là anh đang rất vui.

Tôi trân trối nhìn anh, cố gắng phớt lờ trước cái kiểu cười của anh luôn khiến tim tôi phản ứng.

- Sao hả em? - Anh nhấn mạnh.

- Ôi trời ơi! - Tôi rền rĩ - Không. Anh hạnh phúc lắm ư?

Nụ cười của Edward sáng ngời:

- Tất nhiên rồi.

Tôi rên rỉ thêm lần nữa.

- Em không thấy hạnh phúc tí nào à?

Anh lại hôn tôi trước khi tôi kịp trả lời - vẫn lại là một nụ hôn cuồng nhiệt.

- Có một chút - Tôi thừa nhận khi đã có thể lên tiếng - Nhưng chuyện kết hôn thì không.

Anh hôn tôi một lần nữa.

- Em có cảm thấy mọi thứ đang trở lại giống ngày xưa không? - Edward cười bên tai tôi - Rất truyền thống nhé, chẳng phải em luôn tranh cãi với anh, và anh luôn tranh cãi với em đó sao?

- Nhưng mà anh và em không có nhiều những cái truyền thống đó.

- Ừ.

683

Anh lại hôn tôi, tiếp tục làm cho tim tôi loạn nhịp và làn da ửng hồng.

- Nào, anh Edward - Tôi thầm thì, trong giọng nói có chất chứa sự dỗ dành, khi anh hôn vào lòng bàn tay của tôi - Em đã nói rằng em sẽ lấy anh, là em sẽ lấy. Em hứa mà. Em thề đấy. Nếu anh muốn, em sẽ lấy máu mình ký tên vào... giấy giao kèo cho anh yên tâm.

- Chẳng thấy hài hước ở chỗ nào cả - Anh kề miệng vào cổ tay tôi, khe khẽ nói.

- Điều em muốn nói là - em không có ý định lừa anh hay gì gì khác. Anh hiểu em kia mà. Vậy nên không có lí do gì để phải đợi cả. Chúng mình chỉ có hai đứa với nhau - có khi nào lại được như thế này không? - anh lại có một chiếc giường rất to, rất êm nữa...

- Không phải đêm nay - Edward lặp lại cái điệp khúc cũ mèm.

- Vậy là anh không tin em?

- Tất nhiên là anh tin em.

Dùng ngay chính bàn tay vẫn đang được anh hôn một cách âu yếm, tôi đẩy gương mặt anh ra để quan sát thái độ.

- Thế thì vì sao? Không có vẻ gì là anh biết anh sẽ thắng cả - Tôi cau mày, lầu bầu - Lúc nào anh cũng thắng em.

- Tại vì anh đi nước đôi - Edward trả lời một cách điềm tĩnh.

- Còn một điều khác nữa - Tôi thắc mắc, ánh mắt sa sầm. Nhìn gương mặt của anh đáng nghi lắm, trông như đang đề phòng, chắc chắn anh đang cố tình giấu tôi một bí mật nào đó qua thái độ phớt tỉnh Ăng-lê ấy - Anh đang có mưu đồ thất hứa với em có phải không?

- Đâu có - Anh trả lời một cách nghiêm nghị - Anh xin thề với em rằng chúng mình sẽ thử, sau khi em kết hôn với anh.

Tôi lắc đầu, bật cười một cách rầu rĩ:

- Anh khiến em có cảm giác như mình là kẻ bất lương trong kịch mêlô ấy - vân vê ria mép trong lúc cố đánh cắp đức hạnh của một cô gái tội nghiệp.

Đôi mắt của anh tỏ ra cảnh giác khi quét tia nhìn lướt qua mặt tôi, và một cách nhanh nhẹn, anh cúi mặt xuống đặt môi lên chỗ xương đòn của tôi.

- Em nói có đúng không? - Tôi bật cười, sửng sờ hơn là vui thích - Anh đang cố bảo vệ đức hạnh của mình! - Tôi lanh lẹn đưa tay lên bịt miệng để khỏi phát ra những tràng cười khúc khích. Những lời này nghe… giống các cụ ngày xưa quá.

- Không phải đâu, cô gái ngốc nghếch ạ - Anh nói nho nhỏ trên vai tôi - Là anh đang cố bảo vệ em đấy. Và em thì đang làm cho chuyện ấy càng lúc càng trở nên khó khăn hơn.

- Tất cả những lí do kì cục này...

- Để anh hỏi em một chuyện - Edward vội vàng cắt ngang lời tôi - Thật ra, trước đây, chúng mình đã nói về chuyện này rồi, nhưng hãy cứ trả lời anh lại lần nữa nhé. Hiện trong phòng này, mấy người có linh hồn nào? Một là lên thiên đàng, hai là gì cũng được, sau khi không còn tồn tại trên cõi đời này nữa?

- Hai - Tôi trả lời ngay tắp lự, âm điệu khe khắt.

- Được rồi. Cứ cho là như vậy đi. Nhưng mà quan điểm ấy gây ra biết bao nhiêu tranh cãi, và đa số cho rằng có một số quy tắc cần phải tuân theo.

- Quy tắc của ma-cà-rồng vẫn chưa đủ cho anh sao? Anh còn muốn quan tâm đến cả quy tắc của con người nữa?

- Cũng chẳng hại gì mà em - Edward nhún vai - Nhưng giả như trong trường hợp đó thì sao.

Tôi hậm hực nhìn anh, mắt vẫn sa sầm sa sì.

- Ừ, với anh thì đã không thể cứu rỗi được nữa rồi, cho dẫu em có nói đúng về linh hồn anh đi chăng nữa.

- Làm sao có chuyện đó được - Tôi vặc lại một cách giận dữ.

- "Chớ giết người", hầu hết các đức tin đều chấp thuận lời phán bảo ấy. Nhưng anh thì đã giết quá nhiều người rồi, Bella ạ.

- Nhưng chỉ là những kẻ xấu.

Edward nhún vai:

- Điều đó có thể cũng được tính vào, mà cũng có thể không. Nhưng em thì chưa giết hại một ai...

- Anh chỉ biết có thế là giỏi - Tôi làu bàu.

Edward mỉm cười, nhưng vẫn phớt lờ sự chen ngang của tôi.

- Và anh sẽ làm hết sức mình để hướng em ra khỏi con đường đầy cám dỗ đó.

- Được rồi. Nhưng chúng ta đâu có đang kiềm chế không giết người đâu - Tôi nhắc để anh nhớ.

- Nguyên tắc cũng như nhau cả mà thôi, điểm khác biệt duy nhất, đó chính là trong chuyện này, anh cũng trong sáng y như em vậy. Chẳng phải anh không thể từ bỏ quy tắc bất di bất dịch đó sao.

- Chỉ có trong chuyện này thôi sao?

- Em biết anh cũng đã từng xoáy đồ của người khác mà, anh nói dối, anh cũng có những khao khát... Đức hạnh là thứ anh đã loại bỏ từ đời nào rồi - Edward cười một cách ranh mãnh.

- Em cũng nói dối luôn đấy thôi.

- Ừ, nhưng em là kẻ nói dối tài tình đến độ chẳng ai thèm quan tâm. Bởi có ai tin em đâu.

- Cái này thì anh sai rồi, nếu không tin em, giờ này, bố em đang sắp phá cửa bằng khẩu súng hạng nặng đấy.

- Bố em cũng hiểu rằng sẽ thanh thản hơn nếu như cố tin vào những câu chuyện của em. Thật ra, bố em thà lừa dối chính bản thân mình còn hơn là quá để tâm đến một chuyện nào đó - Nói đến đây, Edward nhoẻn miệng cười thật tươi.

- Nhưng anh khao khát điều gì? - Tôi hỏi một cách ngờ vực - Anh đã có mọi thứ rồi đấy thôi.

- Anh khao khát em - Edward cười cay đắng - Nhưng anh không có quyền muốn có em, vậy mà anh đã ra tay cướp em. Để rồi xem em trở thành như thế nào này: cố quyến rũ một tên ma-cà-rồng - Edward lắc đầu một cách nhạo báng.

- Anh hoàn toàn có thể khao khát những gì thuộc về anh - Tôi nhẹ nhàng chỉnh lại - Vả lại, em cũng nghĩ anh đang lo cho phẩm hạnh của em.

- Ừ. Nếu như với anh, mọi chuyện đã quá trễ... - Ừm, anh sẽ phải xuống địa ngục, anh nói thật đấy, nếu như anh cũng để cho những phẩm hạnh ấy rời xa khỏi em.

- Anh không được đẩy em đi đến nơi nào không có anh đâu đấy - Tôi cứng giọng - Với em, đó chính là định nghĩa của địa ngục. Thôi, em có một giải pháp đơn giản cho tất cả những chuyện này: chúng mình không có ai chết hết, được không anh?

- Nghe đơn giản quá nhỉ. Sao anh lại không nghĩ ra vậy kìa?

Anh mỉm cười cho tới khi tôi đầu hàng với một tiếng *hừm* chất chứa nỗi giận dữ.

- Chỉ vậy thôi. Vậy là cho đến khi chúng mình kết hôn với nhau, anh sẽ không thất thân với em.

- Nói một cách nghiêm túc, anh không thể thất thân với em.

Tôi trợn tròn mắt.

- Thật quá đáng, Edward.

- Tuy nhiên, ừ, em nói đúng.

- Em nghĩ rằng anh đang che giấu một động cơ nào đó.

Edward tròn mắt một cách ngây thơ.

- Còn có động cơ nữa sao em?

- Anh thừa biết là chuyện này sẽ thúc đẩy nhiều việc khác - Tôi buộc tội anh.

Edward cố gắng không cười.

- Anh chỉ muốn duy nhất một việc đến thật mau thôi, còn những thứ khác thì có chờ đến bao lâu cũng chẳng hề hấn gì... nhưng điều em nói, cũng thật đó, mấy cái kích thích tố nóng vội của em là đồng minh mạnh nhất của anh trong chuyện này.

- Em không tin rằng mình có thể chịu đựng nổi điều đó. Khi em nghĩ đến bố... rồi mẹ! Anh có thể hình dung Angela sẽ nghĩ gì không? Jessica nữa? Ôi trời. Khi không, bây giờ bên tai em lại văng vẳng toàn những lời đồn.

Edward nhướng một bên mày lên nhìn tôi, và tôi hiểu được ý nghĩa của cái nhìn ấy. Liệu điều họ bàn tán về chuyện tôi sớm ra đi mà không trở lại thật sự quan trọng ở chỗ nào? Phải chăng tôi quá nhạy cảm đến độ không thể chịu đựng nổi những cái nguýt dài và những câu hỏi cạnh khóe kéo dài trong vài tuần?

Có lẽ tôi sẽ chẳng khó chịu đến mức độ ấy, nếu như tôi không biết chắc rằng tôi cũng sẽ thắc mắc chẳng kém gì họ nếu như hè này có một người bạn kết hôn.

Ôi chao. Hè này, kết hôn! Tôi nghe mà nổi gai khắp cả người.

Và, có lẽ tôi cũng sẽ chẳng khó chịu đến mức ấy, nếu như tôi đã chẳng lạnh toát cả người khi nghĩ đến cái việc kết hôn kia.

Edward xen vào, cắt ngang cơn bực dọc của tôi.

- Mình không cần phải làm lớn đâu em. Anh cũng không thích phô trương hào nhoáng. Em sẽ không cần kể với ai hay làm bất cứ một điều gì khác biệt. Chúng mình sẽ đi Vegas. Em cứ tự nhiên mặc chiếc quần jean bạc phếch và chúng mình sẽ đến dịch vụ nhà thờ. Anh chỉ cần có nghi thức đàng hoàng, rằng em chỉ thuộc về anh, duy nhất về anh mà thôi.

- Làm gì còn có nghi thức nào hơn thế nữa - Tôi thầm

thì. Nhưng cách miêu tả của anh nghe cũng không đến nỗi tệ. Duy có Alice là sẽ thất vọng ghê lắm cho mà xem.

- Rồi chúng mình sẽ được nếm trải giây phút ấy - Anh mỉm cười một cách mãn nguyện - Anh đoán hiện giờ, chắc em không muốn đeo nhẫn đâu, phải không?

Tôi phải nuốt khan một hơi mới cất nổi thành lời:

- Anh đoán rất chính xác.

Edward phá ra cười trước thái độ của tôi.

- Được thôi. Thể nào thì nó cũng vẫn sẽ sớm được lồng vào tay em.

Tôi lừ mắt nhìn anh.

- Nghe anh nói cứ như là anh đã có sẵn rồi vậy.

- Thì anh đã có sẵn rồi mà - Edward trả lời ngay tức thì, không một chút ngượng ngập - Anh sẵn sàng đeo vào tay em vào thời khắc đầu tiên em tỏ ra yếu đuối.

- Anh đúng là không thể tin nổi.

- Em có muốn xem không? - Edward hỏi tôi. Đôi mắt màu hổ phách đột nhiên lấp lánh những ánh nhìn hào hứng.

- Không! - Tôi gần như thét váng lên như một sự phản ứng tức thì, để rồi lại phải hối hận ngay lập tức. Ánh mắt của anh chùng xuống - Trừ khi anh thực sự muốn cho em xem - Tôi sửa lại cách nói, nghiến chặt răng lại để khỏi lộ ra nỗi khiếp sợ phi lí.

- Được rồi - Edward nhún vai - Anh đợi được mà.

Tôi thở dài.

- Cho em xem cái nhẫn đáng ghét đó đi, Edward.

Anh lắc đầu.

- Không.

Tôi quan sát khá lâu vẻ mặt của anh.

- Nào, anh? - Tôi lặp lại yêu cầu của mình, đồng thời vận dụng thử một thứ vũ khí mới vừa sáng tạo ra: mơn nhẹ những ngón tay lên gương mặt của anh - Em xin anh đấy, cho em xem đi, nào?

Và đôi mắt của Edward sa sầm hẳn xuống ngay tức khắc.

- Em đúng là sinh vật nguy hiểm nhất mà anh từng gặp phải - Anh lầm bầm, nhưng rồi cũng ngồi dậy, và với một động tác rất lanh lẹn, anh quì sụp xuống bên chiếc tủ nhỏ kê cạnh đầu giường...

... Rồi cũng lanh lẹn như vậy, gần như chỉ trong một cái chớp mắt, Edward đã trở lại ngồi bên cạnh tôi, một tay quàng lên vai tôi, tay kia, anh cầm một chiếc hộp nhỏ màu đen. Rất đỗi dịu dàng, anh đặt nó lên đầu gối của tôi.

- Em tự khám phá đi - Edward lên tiếng một cách dằn dỗi.

Tôi không ngờ cầm chiếc hộp nhỏ vô thưởng vô phạt này lên mà tâm trạng lại phải khổ sở đến như vậy;

nhưng không muốn làm tổn thương đến anh một lần nữa, tôi cố gắng giữ tay mình không run rẩy. Mặt ngoài của chiếc hộp bọc vải satanh đen nên rất mềm mại. Tôi mân mê nó, ngại ngần.

- Anh không bỏ ra nhiều tiền đấy chứ, phải không anh? Nếu lỡ rồi thì... nói dối em đi.

- Anh không bỏ ra một đồng nào hết - Edward cam đoan với tôi - Cũng vẫn là một món trang sức anh được thừa hưởng lại. Đây là chiếc nhẫn mà cha anh đã tặng cho mẹ anh.

- Ôôô - Sự ngạc nhiên thấm đẫm trong giọng nói của tôi. Một cách cẩn thận, tôi lòn hai ngón tay - ngón cái và ngón trỏ - vào cái lẫy ở khoảng giữa nắp hộp, nhưng chưa dám mở.

- Anh nghĩ nó hơi lỗi thời một chút - Anh biện giải một cách bông đùa - Lỗi thời giống như anh vậy. Anh có thể sắm cho em một cái thời trang hơn. Một cái ở công ty đá quý Tiffany nhé?

- Em thích những thứ lỗi thời - Tôi nói sẽ sàng trong lúc ngập ngừng mở nắp hộp.

Giữa nền vải satanh đen, chiếc nhẫn của bà Elizabeth Masen hiện ra lộng lẫy dưới ánh đèn dìu dịu. Mặt nhẫn có hình ôvan dài, được cẩn xéo những viên đá tròn lấp lánh. Vòng nhẫn là vàng, rất mảnh, có đính những viên kim cương nho nhỏ. Tôi chưa bao giờ trông thấy một chiếc nhẫn nào giống như vậy.

Một cách tự nhiên, tôi lướt tay lên những viên đá.

- Đẹp quá - Tôi tự nhủ với chính mình, hoàn toàn ngạc nhiên.

- Em thích không?

- Nó rất đẹp - Tôi nhún vai, làm ra vẻ không quan tâm - Sao lại không thích nhỉ?

Edward cười khúc khích.

- Em đeo thử xem có vừa không?

Bàn tay trái của tôi bắt đầu siết lại thành nắm.

- Bella - Anh thở dài - Anh đâu có hàn cứng nó vào tay em. Anh chỉ muốn xem có cần phải chỉnh lại kích cỡ của nó hay không. Sau đó, em lại gỡ ra kia mà.

- Được thôi - Tôi trả lời gọn lỏn.

Tôi đưa tay đến chiếc nhẫn, nhưng những ngón tay thon dài của Edward đã nhanh hơn. Anh đón lấy bàn tay tôi, lồng chiếc nhẫn vào ngón thứ ba. Rồi anh cầm tay tôi dịch ra, cả hai đứa cùng kiểm tra, mặt nhẫn phát sáng óng ánh trên nền da của tôi. Đeo chiếc nhẫn này, hóa ra chẳng có gì đáng sợ như tôi đã tiên liệu.

- Vừa y - Edward nhận xét một cách hồn nhiên - Hay quá... vậy là anh đỡ một chuyến đến tiệm kim hoàn.

Nghe thì có vẻ bình thường, song, tôi vẫn nhận ra được một nguồn cảm xúc mạnh mẽ ẩn trong cái giọng nói tưởng như bình thường ấy. Tôi ngước mặt lên nhìn anh. Trong đôi mắt của anh cũng đang sáng rực một thứ lửa của cảm xúc, nhưng không sao tỏa chiếu được ra ngoài lớp vỏ làm ra vẻ thản nhiên kia.

- Anh cũng thích mà, phải không anh? - Tôi hỏi một cách hoài nghi; phải chi bàn tay trái của tôi cũng bị gãy nốt thì hẳn giờ đây đã không phải chịu phiền phức như thế này.

Edward nhún vai.

- Tất nhiên rồi - Anh trả lời, vẫn tỏ ra hờ hững - Trông nó hợp với em lắm.

Tôi nhìn xoáy vào mắt anh, cố gắng giải mã những cảm xúc đang âm thầm diễn ra bên dưới lớp băng bên ngoài của anh. Anh cũng nhìn đáp lại tôi, và lớp ngụy trang lạnh lùng ấy đột nhiên bị cuốn trôi sạch bách. Edward thật rạng rỡ - gương mặt thiên sứ của anh sáng bừng niềm vui và chiến thắng. Anh huy hoàng quá, hốt nhiên, trong phút chốc, ngực tôi nghẹn lại, không còn đón nổi được một hạt không khí nào.

Và trước khi tôi kịp thanh lọc lại đường hô hấp, Edward đã hôn tôi, đôi môi tràn ngập hân hoan. Tôi như chìm vào cõi mê khi miệng anh di chuyển đến sát tai - hóa ra hơi thở của anh cũng đang xao xác không khác nào hơi thở của tôi.

- Ừ, anh thích lắm. Em không hình dung nổi đâu.

Tôi cười, có hơi ngỡ ngàng đôi chút.

- Em tin anh.

- Em có đồng ý cho anh làm một việc không? - Edward thì thầm, vòng tay anh siết chặt thêm vào người tôi.

- Vâng, anh muốn làm gì cũng được.

Vừa nghe xong câu trả lời của tôi, Edward bất chợt buông tôi ra, bước thẳng xuống giường.

- Anh làm gì cũng được, trừ điều đó - Tôi phàn nàn.

Nhưng Edward phớt lờ câu nói ấy, anh nắm lấy tay tôi, một hai kéo tôi ra khỏi giường. Rồi đứng đối diện với tôi, anh đặt cả hai tay lên vai tôi, vẻ mặt vô cùng nghiêm trang.

- Lúc này đây, anh muốn làm ngay điều này. Anh xin em, xin em đấy, hãy vững lòng tin rằng em đã đồng ý rồi, và vì anh, xin đừng hủy lời hẹn đó.

- Ôi, không - Tôi há hốc miệng ra vì ngạc nhiên vừa kịp lúc Edward quì một chân xuống sàn.

- Ngoan nào em - Edward nói khe khẽ.

Tôi hít vào một hơi thật sâu, cố trấn tĩnh lại.

- Isabella Swan? - Edward ngước mắt lên nhìn tôi qua hàng mi dài, đôi mắt vàng trao cho tôi ánh nhìn dịu dàng nhưng sâu thăm thẳm - Anh xin hứa sẽ yêu em mãi mãi, trong từng ngày của sự vĩnh hằng. Em có đồng ý kết hôn với anh không?

Có nhiều điều tôi muốn thốt ra thành lời lắm, trong số đó có những điều... không hay chút nào, những gì còn lại là những lời lẽ cực kì ủy mị, lãng mạn hơn tất cả những gì anh có thể nghĩ ra được về khả năng của tôi. Chẳng thà tôi tự ngượng ngùng với chính mình còn hơn. Nhưng cuối cùng, tôi cũng đáp lại anh bằng một giọng sẽ sàng:

- Em đồng ý.

- Cảm ơn em - Câu nói của Edward thật đơn giản. Anh đón lấy bàn tay trái của tôi, hôn vào từng đầu ngón tay trước khi hôn vào chiếc nhẫn giờ đã thay đổi chủ - chính là tôi!

21. DẤU VẾT

Tôi không muốn phải lãng phí chút xíu thời gian nào cho việc ngủ, nhưng chẳng làm sao tránh nổi được điều đó. Khi tôi tỉnh dậy, mặt trời đã rọi nắng khắp cả cửa sổ - bức tường kính, những áng mây nhỏ đang tao tác trên bầu trời. Gió dộng liên hồi vào những ngọn cây khiến cả khu rừng run rẩy như sắp nứt toạc ra.

Anh để tôi lại một mình thay quần áo, và tôi thật lòng cảm kích về điều này vì có được cơ hội để suy ngẫm. Cuối cùng, bằng cách này hay cách khác, kế hoạch của tôi đêm qua đã đi chệch hướng một cách thảm hại, và tôi buộc phải chấp nhận kết quả ấy. Dù rằng tôi đã trả lại anh chiếc nhẫn ở thời điểm hợp lí không khiến anh bị tổn thương, nhưng sao tôi vẫn cứ có cảm giác bàn tay trái của mình nằng nặng, cơ hồ như chiếc nhẫn vẫn còn hiện hữu ở đó, duy có điều vô hình mà thôi.

Điều này hóa ra cũng không đến nỗi phiền, tôi tự chiêm nghiệm. Cũng chẳng phải là chuyện gì to tát - một chuyến đi đến Vegas thôi mà. Tôi sẽ chẳng mặc chiếc quần jean bạc phếch như anh nói đâu, ít ra cũng phải khá hơn chứ - tôi sẽ mặc một chiếc quần thể thao cũ kỹ. Buổi lễ chắc chắn sẽ không thể kéo dài, cùng lắm cũng chưa đến mười lăm phút, phải không nhỉ? Vậy thì tôi có thể chịu đựng được.

Thế rồi, sau khi cái phần đáng sợ đó kết thúc, Edward sẽ phải thực hiện phần giao kèo của mình. Tôi sẽ chỉ tập trung vào điều đó thôi, và cố gắng quên đi những phần còn lại.

Anh bảo với tôi rằng tôi không phải kể với ai hết, tôi cũng đang định nói với anh điều đó. Tất nhiên, tôi sẽ trở thành ngốc nghếch hết sức nếu như không nghĩ đến việc phải phổ biến chuyện này cho cả Alice nữa.

Vào tầm giữa trưa, gia đình Cullen trở về nhà. Giữa họ là một bầu không khí khác lạ, khẩn trương, và vô hình trung, tôi bị kéo trở lại với hiện thực tàn khốc đang trên đường kéo đến.

Alice vẫn còn ở trong trạng thái rầu rĩ. Tôi tiếp nhận "sự đau khổ" của cô bạn một cách tự nhiên, bởi lẽ, những lời đầu tiên Alice phàn nàn với Edward chính là về chuyện người sói.

- Em *nghĩ* - Alice nhăn nhó khi phải diễn đạt điều không chắc chắn - ... anh cần phải chuẩn bị hành lí cho thời tiết lạnh đó, Edward. Em không biết chính xác anh sẽ đi đâu, bởi chiều nay, anh sẽ khởi hành cùng con sói Jacob. Nhưng cơn bão sẽ ập đến đặc biệt mạnh ở toàn bộ vùng đất đó.

Edward gật đầu.

- Trên núi sẽ có tuyết - Cô em gái của Edward lại cảnh báo.

- Eo ơi, tuyết - Tôi tự ta thán với chính mình. Đang là tháng Sáu mà, đúng là muốn khóc thét lên được.

- Nhớ mặc áo ấm đấy - Alice nhắc nhở tôi. Giọng nói của cô bạn nghe khá bực bội. Tôi cố dò la thái độ trên gương mặt của Alice, nhưng cô ấy đã quay đi.

Tôi quay sang Edward, anh đang mỉm cười; điều khiến Alice hậm hực rõ ràng đang khiến anh thích thú.

Gì chứ đồ nghề cắm trại thì Edward có dư để mà chọn - cho khớp với các hoạt động của con người; gia đình Cullen vốn là khách "sộp" của cửa hàng Newton. Anh chộp lấy một chiếc túi ngủ, một cái lều nhỏ, vài gói đồ khô; và cười một cách thích thú khi thấy tôi nhăn nhó trước hàng tá vật dụng phải xếp tất cả vào ba lô.

Alice đi tới đi lui trong gara, nhìn Edward và tôi chuẩn bị hành trang mà không thốt ra một tiếng nào. Anh cũng phớt lờ cô em gái.

Các thứ đồ đạc đã được sắp xếp đâu vào đấy xong xuôi, Edward đưa cho tôi chiếc điện thoại di động.

- Sao em không điện thoại cho Jacob nhỉ, báo với cậu ấy là nội trong khoảng một tiếng đồng hồ nữa, chúng ta sẽ sẵn sàng. Jacob biết sẽ phải gặp chúng ta ở đâu.

Jacob không có nhà, nhưng ông Billy hứa sẽ nhờ người sói nào đó truyền đạt lại tin tức.

- Đừng lo cho bố cháu, Bella ạ - Ông Billy trấn an tôi - Chuyện này, để bác lo cho.

- Dạaa, cháu biết rằng bố cháu sẽ ổn - Tôi không an tâm về sự an toàn của con trai ông, nhưng không dám nói gì thêm.

- Bác cũng ước ngày mai được tham gia với mọi người - Ông Billy cười một cách rầu rĩ - Tuổi già thật khổ, Bella ạ.

Thích thú ba cái trò đánh đấm - hẳn là đặc điểm của nhiễm sắc thể Y rồi. Người nào cũng như người nấy.

- Chúc bác chơi vui với bố cháu.

- Chúc cháu may mắn, Bella - Ông Billy trả lời - Và... cho bác gửi lời chúc ấy tới gia đình Cullen nữa.

- Vâng - Tôi đáp, bất ngờ trước thái độ của ông Billy.

Khi đưa trả điện thoại lại cho Edward, tôi nhận ra anh và Alice dường như đang tranh cãi với nhau trong yên lặng. Cô bạn xoáy thẳng tia mắt vào Edward, ánh nhìn nài nỉ. Anh cũng cau mày đáp lại, tỏ ra không vui trước những mong muốn của cô em gái.

- Ông Billy chúc mọi người may mắn.

- Ông ta thật tử tế - Edward nhận xét và chấm dứt cuộc nói chuyện không lời với Alice.

- Bella, mình nói chuyện riêng với bạn được không? - Cô bạn của tôi lập tức lên tiếng.

- Em sắp sửa làm khổ đời anh đấy, Alice ạ - Edward

càu nhàu cảnh báo em gái - Anh xin em hãy ngưng hành động đó lại.

- Em đâu có đả động gì đến anh, Edward - Cô bạn tôi vặc lại.

Anh bật cười. Cách trả lời của Alice có điều gì đó làm cho Edward thích thú.

- Em không có nói gì đến anh đâu - Alice khăng khăng - Đây là chuyện của con gái.

Edward chau mày.

- Để bạn ấy nói với em đi - Tôi nhắc anh. Tôi đang rất hiếu kì.

- Là em nói đấy nhé - Edward lẩm bẩm và lại bật cười - một giọng cười mang một nửa của bi kịch và một nửa của hài kịch - Rồi anh bước ra khỏi gara.

Alice đến ngồi lên mui xe Porche, gương mặt ủ ê. Tôi theo sau, đứng cạnh cô bạn, tựa người vào cái hãm.

- Bella? - Alice lên tiếng bằng một giọng rầu rĩ, cô bạn co hết chân lên, bó gối lại và tựa vào người tôi. Giọng nói của Alice khổ sở đến mức tôi phải ôm lấy vai cô bạn để vỗ về.

- Chuyện gì vậy, Alice?

- Bạn không thương mình sao? - Alice tiếp tục hỏi bằng giọng ủ rũ.

- Tất nhiên là có chứ. Bạn cũng biết điều đó mà.

- Thế thì tại sao mình lại thấy bạn lén đến Vegas kết hôn mà không thèm mời mình lấy một lời?

- Ơơơ - Tôi chỉ biết thốt lên có bấy nhiêu, và cảm nhận được rõ rệt hai má của mình đã ửng đỏ. Tôi cũng tự cảm thấy rằng mình đã làm tổn thương đến Alice đến mức nào, nên vội vã lên tiếng thanh minh - Bạn biết tánh mình không thích phô trương ầm ĩ mà. Với lại, đây cũng là chủ đích của anh Edward.

- Mình không cần biết là chủ đích của ai. Sao bạn lại có thể đối xử với mình như thế? Mình cứ mong là do anh Edward làm thế chứ không phải bạn. Mình thương yêu bạn như thể bạn là chị em ruột của mình vậy.

- Với mình, Alice ạ, tình thật mà nói, bạn chẳng khác gì một đứa em gái hết.

- Xạo! - Cô bạn gầm ghè.

- Được rồi, bạn cứ đến đi. Nhưng báo trước, chẳng có gì đáng xem đâu.

Alice vẫn tiếp tục nhăn nhó.

- Sao thế? - Tôi hỏi han.

- Bạn thương mình nhiều cỡ nào, Bella?

- Hả?

Alice trân trối nhìn tôi, ánh nhìn đầy vẻ van nài; đôi lông mày dài và đen của cô bạn nhíu sát vào nhau kéo xếch lên; khóe môi run rẩy. Alice đang rất đau lòng.

- Mình xin bạn, mình xin bạn, mình xin bạn - Alice nói liền một hơi - Mình xin bạn đấy, Bella, mình xin bạn - Nếu bạn thật lòng thương yêu mình... Xin bạn hãy để cho mình đứng ra tổ chức đám cưới.

- Ôi trời ơi, Alice! - Tôi rên rỉ, dịch ra xa cô bạn và đứng thẳng người lên - Không! Bạn đừng làm thế với mình.

- Nếu như thật lòng, thật lòng bạn yêu thương mình.

Tôi khoanh tay lại trước ngực.

- Thật là ăn gian. Edward cũng đã từng giở chiêu đó ra với mình rồi.

- Mình cược rằng anh Edward thích bạn tổ chức lễ cưới theo nghi thức truyền thống hơn, có điều, không bao giờ anh ấy... dám nói với bạn điều ấy. Và mẹ mình... cũng cảm thấy nó có ý nghĩa như thế nào đối với bà.

Tôi rên rỉ:

- Chẳng thà để cho mình một thân một mình đối diện với binh đoàn ma-cà-rồng kia còn hơn.

- Mình sẽ chịu ơn bạn suốt một thập kỉ.

- Có mà một thế kỉ ấy.

Đôi mắt cô bạn vụt sáng lên:

- Vậy là bạn đồng ý phải không?

- Không! Mình không muốn làm cái trò này.

- Bạn không phải làm gì hết, chỉ cần đi vài mét rồi lặp lại lời của mục sư thôi.

- Ôi! Ôi! Ôi!

- Mình xin bạn đấy! - Alice bắt đầu lặp lại cái điệp khúc đáng ghét - Mình xin bạn, mình xin bạn, mình xin bạn, mình xin bạn, mình xin bạn!

- Mình sẽ không bao giờ, không bao giờ tha thứ cho bạn về chuyện này đâu, Alice ạ.

- A ha! - Alice kêu ré lên, hí ha hí hửng vỗ tay bôm bốp.

- Đó không phải là lời chấp thuận đâu!

- Là lá la, nhưng sẽ là như vậy - Cô bạn reo vui.

- Edward! - Tôi thét lên, xồng xộc bước ra ngoài gara - Em biết nãy giờ anh đang nghe lén. Anh ra đây ngay - Alice bám theo tôi sát nút, vẫn liên tục vỗ tay.

- Cảm ơn Alice nhiều nhé - Giọng nói gắt gỏng của Edward xuất hiện ở ngay đằng sau lưng chúng tôi. Tôi quay phắt lại, nhưng trông anh lo lắng và buồn quá, tôi không nỡ thốt ra một lời phàn nàn nào. Thay vào đó, tôi ôm chầm lấy anh, giấu gương mặt của mình vào ngực anh, để mặc cho những giọt nước mắt của hờn dỗi túa ra trông có vẻ như đang khóc.

- Vegas - Edward nói khe khẽ vào tai tôi.

- Không có chuyện đó đâu - Alice hả hê - Bella sẽ không bao giờ đối xử với em như thế. Anh biết không,

Edward, anh làm anh mà đôi khi lại khiến cho em út thất vọng quá.

- Đừng ăn gian thế, Alice - Tôi cự lại - Anh ấy chỉ cố gắng làm mình vui, không giống như bạn.

- Mình cũng cố gắng làm cho bạn vui mà, Bella. Chỉ có điều, mình biết rõ hơn điều gì sẽ khiến bạn vui thật sự... trong một thời gian dài. Rồi bạn sẽ phải cảm ơn mình về điều đó. Có lẽ không phải là năm mươi năm sau đâu, nhưng chắc chắn là một ngày nào đó.

- Mình chưa bao giờ nghĩ rằng có ngày mình lại phải đánh cược với bạn, Alice ạ, nhưng mà cái ngày ấy đã đến rồi đấy.

Tiếng cười của cô bạn tôi vang lên thật trong trẻo:

- Thôi nào, cho mình xem cái nhẫn nhé.

Tôi nhăn nhó vì kinh hãi khi ngay lập tức, Alice đã chộp ngay lấy bàn tay trái của tôi, nhưng rồi rất nhanh sau đó, cô bạn tôi đã phải buông nó xuống.

- Ủa. Mình thấy anh ấy đã đeo vào tay bạn rồi cơ mà... Mình bỏ sót mất điều gì ư? - Alice thắc mắc. Cô bạn tập trung chừng nửa giây, đôi mày cau lại, rồi sau đó, tự trả lời cho câu hỏi của chính mình - À không. Đám cưới vẫn được tiến hành.

- Bella có chút vấn đề với đồ trang sức - Edward giải thích.

- Thế còn một viên kim cương nữa đâu? Mình biết

cái nhẫn đó vốn có nhiều kim cương, vấn đề là anh ấy đã đeo một viên...

- Đủ rồi, Alice! - Edward đột ngột cắt ngang lời em gái. Cái cách anh nhìn cô em gái... trông hệt như một ma-cà-rồng - Bọn anh đang bận.

- Mình không hiểu, cái gì mà kim cương thế? - Tôi thắc mắc.

- Chúng mình sẽ nói chuyện đó sau đi - Alice nhắc tôi - Anh Edward nói đúng đấy - hai người nên khởi hành ngay. Bạn phải đặt bẫy và dựng trại trước khi bão đến - Alice cau mày, tỏ ra lo lắng, gần như là căng thẳng - Đừng quên mặc áo ấm nhé Bella. Có vẻ như đang lạnh trái mùa đó.

- Anh đã lo chuyện ấy rồi - Edward nói với em gái.

- Một đêm vui vẻ nhé - Alice thốt lên như một lời chào tạm biệt.

Đường đi ra bãi đất trống kéo dài gấp hai lần so với thường lệ; bởi lẽ Edward đi đường vòng, đảm bảo không để mùi hương của tôi ám vào những chỗ Jacob sẽ xuất hiện. Anh bế tôi trên tay, chiếc balô to đùng trên lưng anh chiếm mất vị trí thường khi của tôi rồi.

Đến cuối bãi đất trống, anh nhẹ nhàng đặt tôi xuống.

- Được rồi. Em tiến thẳng về hướng Bắc nhé, đụng chạm càng nhiều càng tốt. Alice đã cho anh một bức tranh toàn cảnh về lộ trình của họ rồi, chúng mình không phải mất nhiều thời gian để cắt đường đâu, em ạ.

- Hướng Bắc?

Anh mỉm cười chỉ hướng cho tôi.

Và cứ thế, tôi dấn bước vào rừng, bỏ các tia thái dương đẫm sắc vàng của một ngày nắng lạ cùng bãi đất trống lại phía sau. Có lẽ sự tiên thị mờ nhạt của Alice về vụ tuyết rơi là sai lầm. Tôi hi vọng như vậy. Dù gió vẫn thốc từng hồi điên dại qua những khoảng rừng thưa, nhưng trời vẫn quang đãng. Chỗ cây cối đan xen nhau quả có lặng, nhưng bầu không khí quá lạnh so với thời tiết của tháng Sáu - cho dẫu đang mặc trên người chiếc áo sơmi dài tay, kèm thêm chiếc áo len dày cộp, song, hai cánh tay của tôi vẫn nổi da gà. Tôi bước từng bước chậm rãi, cố ý quệt tay lên bất cứ một thứ gì nằm trong tầm tay: vỏ cây sần sùi, những bụi dương xỉ đẫm nước, những tảng đá phủ đầy rêu.

Edward lúc nào cũng hiện diện ở gần tôi - anh đi song song với tôi, cách tôi khoảng hai mươi mét.

- Em làm như vậy có đúng không? - Tôi hỏi lớn.

- Em làm tốt lắm.

Bất chợt tôi nảy ra một ý:

- Liệu điều này có giúp ích gì được không anh?

Vừa hỏi tôi vừa đưa tay vuốt tóc, lấy xuống được một vài sợi tóc rụng, đoạn mắc lên những nhánh dương xỉ.

- Ừ, như vậy dấu vết sẽ mạnh mùi hơn. Nhưng em không cần phải bứt tóc ra đâu, Bella ạ. Mọi chuyện sẽ ổn thôi mà.

- Đó là những thứ bỏ đi mà anh.

Dưới những tán cây rậm, không gian thật u ám, tôi ước ao mình có thể bước đến thật gần để nắm lấy tay Edward.

Tôi lại mắc một sợi tóc khác vào một khúc cây gãy nằm chắn ngang đường đi.

- Em không cần nhất nhất phải nghe theo lời Alice, em có hiểu không - Edward lên tiếng.

- Anh đừng lo chuyện đó, Edward. Em sẽ bất chấp tất cả để không bỏ mặc anh ở bàn thờ đâu - Tôi đang chìm trong một cảm xúc nao nao rằng Alice sẽ đạt được ý nguyện của mình, bởi lẽ một khi cô bạn đã muốn, cô ấy sẽ làm cho bằng được; và cũng còn bởi tôi rất hay có mặc cảm tội lỗi.

- Anh không lo chuyện đó đâu. Anh chỉ muốn mọi chuyện diễn ra theo hướng em thích mà thôi.

Tôi cố kìm nén một tiếng thở dài. Thể nào anh cũng sẽ bị tổn thương nếu tôi nói ra sự thật - rằng điều đó thật sự cũng chẳng phải là vấn đề, vì tất cả đều đáng sợ hết, có khác nhau chăng chỉ ở cấp độ mà thôi.

- Ừm, vậy nếu làm theo Alice, chúng mình sẽ lọc lại khách mời, nha em. Chỉ có người nhà mình tham dự thôi. Anh Emmett sẽ lên Internet xin giấy phép là người điều hành hôn lễ.

Tôi cười khúc khích.

- Nghe hay hơn hẳn, anh à - Gì chứ Emmett mà đọc tuyên thệ thì sẽ chẳng trịnh trọng đâu, đây sẽ là điều may mắn cho tôi. Nhưng mà bù lại, e rằng tôi khó giữ được vẻ mặt nghiêm trang lắm.

- Em thấy đấy - Edward tiếp tục nói, kèm theo một nụ cười - Lúc nào cũng có thể dàn xếp được cơ mà.

Phải mất một lúc lâu sau tôi mới đến được địa điểm binh đoàn ma-cà-rồng sẽ bắt được mùi hương của tôi, nhưng Edward không bao giờ mất kiên nhẫn với bước chân của tôi cả.

Trên đường về, anh phải dẫn đường để tôi đi được đúng hướng. Nhìn quanh, tôi thấy chỗ nào cũng giống nhau cả.

Khi gần ra đến bãi đất trống cũ thì tôi bị ngã. Trông thấy trước mặt mình là bãi đất rộng mở, đó là lí do vì sao tôi háo hức đến mức quên không nhìn xuống chân. Tôi đã né được một cú va đầu vào thân cây gần nhất, nhưng khúc cây nhỏ ban nãy đã ngáng được chân tôi và chọc thủng tay tôi.

- Ui da! Trời ơi, thật không thể tin được - Tôi lầm bẩm.

- Em có sao không?

- Em không sao. Anh cứ ở yên đó đi. Một phút nữa, máu sẽ ngừng chảy ngay ấy mà.

Nhưng Edward đã lập tức xuất hiện ở ngay bên cạnh tôi, trước khi tôi kịp hoàn tất câu nói.

- Anh có túi sơ cấp cứu đây - Vừa nói, Edward vừa gỡ balô ra khỏi vai - Anh có cảm giác là mình phải cần đến nó đấy.

- Không đến nỗi đâu anh. Em tự lo được mà. Anh không cần phải làm khổ mình như vậy đâu.

- Anh đâu có làm khổ mình - Edward đáp lời một cách điềm tĩnh - Đưa đây, để anh lau cho.

- Khoan đã, em vừa nảy ra một ý.

Không màng đến máu đang túa chảy, đang phải thở hồng hộc bằng miệng, và bụng có thể sẽ có phản ứng, tôi áp tay mình lên một tảng đá nằm trong tầm với.

- Em làm gì vậy?

- Jasper sẽ thích chuyện này lắm cho mà xem - Tôi tự nhủ với chính mình. Và nhìn về bãi đất trống một lần nữa, tôi quệt tay mình lên tất cả mọi thứ bắt gặp trên đường đi - Em cam đoan rằng kế sách này sẽ dẫn dụ được bọn họ.

Edward thở dài.

- Nín thở đi anh - Tôi nhắc Edward.

- Anh không sao. Anh chỉ thấy là em rất nhiệt tình mà thôi.

- Đây là tất cả những gì em có thể làm được. Em muốn làm cho thật tốt.

Tôi vừa nói đến đó thì cả hai chúng tôi đã bước qua lùm cây cuối cùng. Tôi vẫn tự nhiên quệt cánh tay bị thương của mình vào những nhành cây dương xỉ.

- Rồi, em làm tuyệt lắm - Edward khẳng định với tôi - Bầy ma-cà-rồng kia sẽ phát điên lên được, và Jasper sẽ rất ấn tượng về sự tận tâm của em. Bây giờ, để anh chăm sóc tay cho em nhé - Vết thương của em xem chừng tệ lắm đấy.

- Để em tự làm lấy được mà anh.

Nhưng Edward đã giữ lấy tay tôi, vừa xem xét vết thương, anh vừa mỉm cười.

- Sự cố này không còn làm phiền anh nữa.

Một cách cẩn thận, tôi quan sát anh làm vệ sinh vết cắt, cố tìm kiếm một dấu hiệu nhỏ nhất của sự mệt mỏi. Nhưng tất cả những gì tôi ghi nhận được là Edward vẫn hô hấp, hít vào thở ra như bình thường, môi anh còn thoáng nở một nụ cười nữa.

- Sao lại không nhỉ? - Cuối cùng tôi đã phải lên tiếng thắc mắc trong lúc anh băng tay cho tôi.

Edward nhún vai.

- Anh đã vượt qua được rồi.

- Anh... đã vượt qua được? Lúc nào? Bằng cách nào kia? - Tôi cố gắng nhớ lại lần cuối cùng anh còn phải

712

nín thở trước tôi. Hình như là tháng Chín năm ngoái, trong buổi sinh nhật bất hạnh của đời tôi.

Edward mím chặt môi lại, có vẻ như đang tìm từ ngữ để diễn đạt.

- Anh đã phải chịu đựng suốt hai mươi bốn giờ đồng hồ với ý nghĩ em không còn trên cõi đời này nữa, Bella à. Điều đó đã làm thay đổi rất nhiều cách nhìn nhận của anh về mọi thứ.

- Như vậy, mùi hương của em sẽ có bị thay đổi đối với anh không?

- Tất nhiên là không. Nhưng anh lại có cảm giác là có thể sẽ bị mất em ... khiến mọi phản ứng trong anh thay đổi. Vì thế, anh không còn phải chịu đựng cơn dày vò về thể xác kia nữa.

Tôi không biết phải nói thế nào nữa.

Edward mỉm cười trước thái độ của kẻ đồng hành với anh.

- Em có thể coi đó là một sự định hướng đã qua trải nghiệm.

Một luồng gió bỗng thổi tạt qua bãi đất trống, mấy lọn tóc tung bay như quăng, như quật vào mặt tôi làm cho tôi không khỏi rùng mình.

- Được rồi - Edward lại lên tiếng, thọc tay vào balô một lần nữa - Em đã làm xong công việc của mình - Anh rút ra một chiếc áo mùa đông nặng trịch, giũ ra để tôi xỏ tay vào - Giờ thì không chậm trễ nữa. Chúng mình đi cắm trại thôi.

Tôi bật cười trước sự hào hứng giả tạo nơi anh.

Sau đó, Edward nắm lấy cánh tay quấn băng của tôi - cánh tay kia trông còn tệ hơn, vẫn còn phải dùng nẹp đai - bắt đầu dẫn tôi đi sang hướng khác của bãi đất trống.

- Chúng mình sẽ gặp Jacob ở đâu? - Tôi hỏi.

- Ngay ở đây - Edward chỉ tay về phía những thân cây trước mặt chúng tôi, vừa kịp lúc Jacob thận trọng bước ra.

Đáng lí ra tôi không nên ngạc nhiên khi trông thấy cậu ta trong hình hài một con người. Tôi không hiểu tại sao mình lại trông chờ được thấy một con sói có bộ lông màu nâu đỏ.

Có vẻ như Jacob lại lớn thêm nữa - không nằm ngoài dự tính của tôi; hẳn trong thâm tâm, tôi đã hi vọng được nhìn thấy một Jacob nhỏ hơn, giống như hình ảnh trong tiềm thức - một người bạn vô tâm vô tư, coi chuyện gì cũng nhẹ như không. Jacob khoanh hai tay trước bộ ngực trần, một bàn tay nắm giữ chiếc áo lạnh. Trên gương mặt của cậu tuyệt không có lấy một cảm xúc khi nhìn chúng tôi.

Khóe môi của Edward hơi trễ xuống.

- Lẽ ra phải có cách khác tốt hơn.

- Bây giờ thì trễ rồi anh - Tôi thì thào một cách rầu rĩ.

Anh thở dài.

- Chào Jake - Tôi lên tiếng với cậu bạn khi chúng tôi tiến đến gần hơn.

- Chào chị Bella.

- Chào Jacob - Edward lên tiếng.

Jacob đi thẳng vào công việc, phớt lờ những phép tắc lịch sự đó.

- Tôi đón cô ấy ở đâu?

Edward rút bên hông balô ra một tấm bản đồ, đưa cho đồng minh bất đắc dĩ. Cậu bạn người sói mở ra.

- Hiện chúng ta đang ở đây - Edward giải thích, đưa tay chạm vào một điểm. Jacob lập tức rùn người lại né tránh cánh tay của anh, nhưng rồi sau đó cậu đã tỏ ra bạo dạn hơn. Edward làm như không chú ý, tiếp tục nói - Và rồi cậu sẽ đón cô ấy ở đây - Edward di tay đến một đoạn ngoằn ngoèo nằm giữa những vạch vẽ dốc - Khoảng chín dặm.

Jacob gật đầu ngay tắp lự.

- Khi cậu còn khoảng một dặm đường nữa, hãy đi vào lộ trình của tôi. Sau đó, cứ đi theo đường ấy. Cậu có cần bản đồ không?

- Không, cảm ơn. Tôi biết địa hình vùng này khá rõ. Tôi biết mình sẽ phải đi đâu.

Có vẻ như Jacob phải cố gắng hơn Edward rất nhiều mới giữ được tông giọng nhã nhặn.

- Hành trình của tôi sẽ dài hơn - Edward thông báo - Hẹn vài giờ đồng hồ nữa, sẽ gặp lại cậu.

Edward chú mục vào tôi, ánh nhìn khắc khoải. Rõ ràng là anh không thích cái phần này trong kế hoạch.

- Hẹn gặp lại anh - Tôi nói khẽ.

Rồi Edward khuất dần giữa những ngọn cây, theo hướng ngược lại.

Ngay khi anh vừa đi khỏi, Jacob hoạt bát hẳn lên.

- Chị sao thế, Bella? - Cậu lên tiếng với một nụ cười rạng rỡ.

Tôi trố mắt.

- "Chuyện thường ngày ở huyện", chuyện thường ngày ấy mà.

- Vânggg - Jacob gật gù - Chuyện một binh đoàn ma-cà-rồng đang muốn tiêu diệt chị, cũng là "chuyện thường ngày ở huyện" nốt.

- Ừ, cũng là "chuyện thường ngày ở huyện".

- Ờ - Vừa đáp trả, Jacob vừa mặc vào người chiếc áo lạnh - Đi thôi nào.

Nhăn mặt nhíu mày, tôi tiến một bước nhỏ về phía cậu bạn.

Jacob bất thình lình khom người xuống, quét cánh

tay vào khuỷu chân tôi - thực hiện màn "hất cẳng" theo đúng nghĩa đen của từ này. Nhưng trước khi đầu tôi có dịp đọ với nền đất xem cái nào cứng hơn, thì cánh tay kia của Jacob đã đỡ kịp ngay được.

- Úy! - Tôi khẽ kêu lên.

Jacob cười khúc khích, gần như chạy xen vào giữa những thân cây. Từng bước chân của cậu rất vững, là một cuộc chạy nhỏ mà người bình thường có thể theo kịp... với điều kiện họ chạy trên mặt phẳng... và không phải mang thêm một gánh nặng bốn mươi lăm ký như cậu.

- Em không cần phải chạy đâu. Em sẽ bị mệt đấy.

- Có bao giờ em chạy mà bị mệt đâu - Jacob nói. Hơi thở của cậu rất đều, hệt như tốc độ bền vững của một vận động viên maratông - Với lại, trời sẽ sớm trở lạnh hơn đấy. Em hi vọng hắn sẽ chăng lều xong xuôi trước khi chị em mình đến nơi.

Tôi gõ gõ tay vào chiếc áo lạnh của Jacob để cảm nhận được lớp nệm dày cộp.

- Chị nghĩ em sẽ không bị lạnh đâu.

- Em đâu có lạnh. Em mang áo cho chị đấy chứ, phòng khi chị chưa được chuẩn bị tốt - Vừa nói, Jacob vừa nhìn xuống chiếc áo chống rét của tôi, có vẻ như thất vọng trước cái áo tôi đang mặc - Em không thích thời tiết trở nên thế này. Nó khiến em nổi quạu. Chị để ý mà xem, nãy giờ, mình chẳng có thấy một con vật nào hết.

- Ửmmm, chẳng thấy con nào thật.

- Bình thường, chị không thấy cũng chẳng có gì lạ. Các giác quan của chị vốn dĩ vẫn yếu xìu.

Tôi quyết định lái sang đề tài khác.

- Alice cũng có lo ngại về cơn bão nữa.

- Góc rừng này yên ắng quá. Chị chọn thời điểm cắm trại qua đêm khéo thật.

- Không hoàn toàn là ý của chị.

Con đường không ra đường này càng lúc càng lên dốc, nhưng không vì thế mà làm cho guồng chân của người bạn nhỏ lơi đi. Jacob phi từ tảng đá này sang tảng đá khác một cách dễ dàng, dường như cậu không cần phải dùng đến đôi tay. Sự thăng bằng tuyệt đối nơi cậu gợi cho tôi liên tưởng tới loài dê núi.

- Sợi dây đeo tay của chị có thêm cái gì đấy? - Jacob chợt thắc mắc.

Tôi nhìn xuống, nhận ra ngay viên pha lê hình trái tim đang nằm lồ lộ nơi cổ tay mình.

Tôi nhún vai với vẻ có lỗi.

- Một món quà tốt nghiệp khác.

Edward khụt khịt mũi.

- Đá quý đấy. Trông giống hệt.

Đá quý ư? Hốt nhiên, tôi nhớ đến câu nói dang dở của Alice lúc ở bên ngoài gara. Tôi nhìn chằm chặp xuống viên pha lê sáng lóng lánh mà cố nhớ lại những gì Alice đã nói... về kim cương. Phải chăng cô bạn tôi đã muốn nói rằng *anh ấy đã đeo một viên cho bạn rồi mà*? Như vậy, chẳng phải là tôi đang đeo viên kim cương của Edward đấy ư? Không, không thể như thế được. Trái tim này chí ít cũng phải nặng tới năm cara hay tương tự như thế! Edward sẽ không...

- Lâu rồi, chị không xuống La Push - Jacob lại lên tiếng, cắt đứt những phỏng đoán hãi hùng của tôi.

- Chị bận quá - Tôi trả lời - À, mà... chắc chị không xuống nữa đâu.

Jacob nhăn nhó.

- Em tưởng chị là người giàu lòng vị tha, còn em mới là kẻ hay chấp nha chấp nhặt chứ.

Tôi nhún vai.

- Chị vẫn còn nghĩ nhiều đến chuyện cũ lắm, phải không?

- Không.

Jacob bật cười.

- Vậy thì hoặc là chị nói dối, hoặc chị là kẻ cố chấp nhất thế gian.

- Chị không biết về cái vế sau, nhưng chị không nói dối.

Trong hoàn cảnh hiện thời, tôi không thích bàn về chuyện này chút nào - giữa lúc đôi tay quá ấm của Jacob đang ôm chặt lấy tôi, và tôi thì không thể làm gì được; giữa lúc gương mặt cậu đang kề quá gần với gương mặt của tôi. Ước gì tôi có thể lùi lại một bước.

- Người sáng suốt, người ta sẽ suy xét mọi bề trước khi quyết định, chị à.

- Chị đã suy xét kĩ rồi - Tôi vặc lại ngay tức thì.

- Nếu bảo rằng chị không nghĩ nhiều đến... ơ, cuộc trò chuyện của chúng ta lần cuối cùng ở La Push, là không đúng rồi.

- Cuộc *trò chuyện* đó chẳng ăn nhập gì tới quyết định của chị cả.

- Trên đời, có rất nhiều kẻ sẵn sàng làm bất cứ việc gì có thể để tự huyễn hoặc mình.

- Chị thấy người sói đặc biệt thiên về cái đó đấy, em có nghĩ đó là vấn đề cốt lõi không?

- Phải chăng điều đó có nghĩa là hắn hôn tuyệt hơn em? - Jacob hỏi thẳng, và bất chợt tỏ ra rầu rĩ.

- Chị thật sự không biết nói sao nữa, Jake ạ. Edward là người duy nhất chị trao môi.

- Ngoài em ra.

- Nhưng chị không tính đó là một nụ hôn. Chị nghiêng về một vụ cưỡng ép hơn.

- Ôi trời! Dùng từ hay thật.

Tôi nhún vai. Tôi sẽ không rút lại lời vừa nói.

- Em đã xin lỗi chị rồi mà - Jacob nhắc tôi.

- Chị cũng đã tha thứ... phần lớn cho em. Nhưng nó không thay đổi suy nghĩ của chị về điều đó.

Jacob lầm bầm thêm một điều gì đó rất khó hiểu.

Rồi sau đó, cả người bạn nhỏ, cả tôi, không ai nói với ai thêm một lời nào nữa; không gian chỉ vang lên tiếng thở đều đặn của Jacob cùng tiếng gió gầm rú trên không, giữa những ngọn cây. Bên cạnh chúng tôi là một mặt đá dốc đứng, nhẵn nhụi, xám xịt và gồ ghề. Dưới chân, con đường bắt đầu vòng vèo hướng lên cao, dẫn ra khỏi khu rừng.

- Em vẫn cho rằng như thế là chưa hoàn hảo - Jacob đột nhiên lại lên tiếng.

- Em có nghĩ gì đi chăng nữa thì suy nghĩ đó cũng vẫn là sai.

- Chị thử nghĩ xem, Bella. Theo như chị nói, cả đời chị chỉ hôn có một kẻ, kẻ đó lại không phải là một con người thực thụ, thế mà chị coi là xong à? Làm sao chị biết được đó là điều chị cần? Chị chấp nhận sự ràng buộc đó sao?

Tôi cố giữ cho giọng nói của mình thật điềm tĩnh.

- Chị biết chính xác điều chị cần.

- Thế thì kiểm tra lại một lần nữa cũng chẳng hại gì. Có lẽ chị nên thử hôn một ai đó khác - chỉ để so sánh thôi... vì chuyện xảy ra hôm nọ không được tính mà. Ví dụ như chị hôn em. Em sẽ không phiền nếu chị đem em ra trải nghiệm đâu.

Jacob ép tôi chặt thêm vào vồng ngực của cậu, để gương mặt tôi gần với gương mặt cậu hơn nữa. Kẻ đồng hành với tôi mỉm cười trước lời lẽ bông đùa ấy, nhưng tôi thì không có lấy một mảy may thái độ hưởng ứng.

- Đừng xen vào chuyện của chị, Jake ạ. Chị sẽ không ngăn anh ấy "binh" bể quai hàm em đâu.

Âm điệu run run trong giọng nói của tôi khiến nụ cười của Jacob bành rộng ra thêm.

- Nếu chị bảo em hôn chị, hắn sẽ không có lí do gì để cáu cả. Hắn nói rằng hắn không sao mà.

- Đừng nín thở như thế, Jake à. Không, khoan, chị thay đổi ý định rồi. Em cứ tiếp tục đi. Cứ nín thở theo kiểu đó đi, cho tới chừng nào chị yêu cầu em hôn chị.

- Hôm nay tâm trạng chị tệ quá.

- Chị cũng thắc mắc không hiểu tại sao.

- Thi thoảng em nghĩ chị thích em là một con sói hơn.

- Quả có đúng như vậy thật. Khi em *không thể nói*, chị cư xử tự nhiên hơn.

Người thiếu niên mím môi lại ra chiều suy nghĩ.

- Không, em không cho rằng đúng như vậy. Em nghĩ khi em không ở trong hình hài một con người, chị dễ gần em hơn, bởi lẽ chị không phải làm ra vẻ bị em hấp dẫn.

Tôi buột miệng thốt ra một tiếng "ớ" ngỡ ngàng. Rồi ngay lập tức, tôi khép miệng lại, nghiến chặt hai hàm răng vào với nhau.

Nhưng Jacob đã nghe thấy tất cả. Đôi môi cậu ta dãn rộng ra, tạo thành một nụ cười đắc thắng.

Tôi thở ra thật chậm trước khi đáp trả:

- Không phải như thế. Chị chỉ muốn khẳng định rằng do em không nói được.

Cậu bạn của tôi thở dài.

- Chị có thấy mệt vì nói dối không? Chị phải biết rằng chị có cảm nhận về em như thế nào. Theo lẽ tự nhiên ấy.

- Làm sao mà người khác lại không biết được cảm nhận của mình về em, hả Jacob? - Tôi hỏi gặng - Em là một gã khổng lồ luôn thích xen vào những chuyện riêng tư của người khác.

- Em khiến chị bực mình rồi. Nhưng đó là khi em trở thành người thôi. Chứ lúc em là sói, chị rất thoải mái khi ở bên em.

- Bực bội và phát cáu là hai nghĩa khác nhau đấy, Jake ạ.

Người thiếu niên nhìn tôi trong giây lát, guồng chân lơi dần, vẻ vui thích ban nãy nhạt dần trên nét mặt.

Đôi mắt cậu ta se lại, càng thêm đen láy giữa bóng đôi lông mày rậm. Hơi thở đang tỏa ra đều đặn trong lúc chạy chợt tăng nhịp, hối hả hơn. Một cách từ tốn, Jacob cúi mặt xuống gần...

Tôi trân trối nhìn gương mặt Jacob mỗi lúc mỗi hạ thấp xuống mặt mình, trong lòng biết chính xác ý định của cậu ta.

- Cái mặt em đấy - Tôi kêu lên.

Jacob phá ra cười ngặt nghẽo và bắt đầu tăng tốc chạy.

- Thật sự là tối nay em không có hứng so găng với gã ma-cà-rồng của chị. Ý em muốn nói là hãy để hôm khác. Dù sao thì ngày mai hắn và em cũng có việc phải làm, em không muốn gây tổn hại cho bọn Cullen.

Trong thời khắc ấy, một cảm giác tủi thẹn tràn về làm quặn thắt lòng tôi.

- Em biết rồi, em biết rồi - Kẻ đồng hành với tôi lại nói, rõ ràng là cậu ta không hiểu - Chị cho rằng hắn có thể hạ gục em.

Tôi không trả lời. Tôi đang gây tổn hại cho họ. Ngộ nhỡ vì thói yếu đuối của tôi mà có người bị thương thì sao? Nhưng nếu tôi đủ can đảm để rời Edward... Tôi không dám nghĩ tiếp nữa.

- Chị làm sao vậy, Bella? - Vẻ bông đùa bỡn cợt trong phút chốc biến mất khỏi gương mặt của người thiếu niên, để lộ ra là một Jacob của tôi thuở nào, hệt như động tác gỡ mặt nạ ra vậy - Nếu em có nói gì khiến chị buồn, chị cũng biết là em chỉ muốn đùa thôi mà. Em không có ý gì đâu. Này, chị có sao không? Đừng khóc, Bella - Jacob nói giọng nài xin.

Tôi cố gắng trấn tĩnh lại thần trí của mình.

- Chị sẽ không khóc đâu.

- Em đã nói gì không phải ư?

- Em không nói gì cả. Tất cả chỉ tại, ừ, tại chị. Chị đã cư xử... một cách tồi tệ.

Jacob nhìn tôi đăm đăm, đôi mắt mở to chứa đầy những thắc mắc.

- Ngày mai, Edward sẽ không tham chiến đâu - Tôi thì thào giải thích - Chị đã buộc anh ấy phải ở bên cạnh chị. Chị là một kẻ đại nhát.

Người thiếu niên cau mày.

- Chị sợ sôi hỏng bỏng không hả? Chị sợ rằng họ sẽ tìm thấy chị ở đây? Chị có biết điều gì em không biết không?

- Không, không. Chị không sợ điều đó. Chị chỉ... chị *không thể* để anh ấy đi. Chẳng may anh ấy không về... - Tôi rùng mình, nhắm mắt lại để thoát khỏi ý nghĩ đó.

Jacob im lặng.

Mắt vẫn khép lại, tôi thều thào:

- Nếu có ai đó bị thương, tất cả đều do lỗi ở chị. Và rồi nếu không một ai... Chị thật xấu xa. Chị đã làm như thế để thuyết phục anh ấy ở bên chị. Edward sẽ không bao giờ đem điều đó ra để xét đoán, nhưng trong thâm tâm, chị hiểu mình là kẻ như thế nào - Giải tỏa được cõi lòng, tôi chợt thấy nhẹ nhõm hơn. Dù rằng tôi chỉ thú nhận với một mình Jacob.

Người thiếu niên khụt khịt mũi. Một cách chậm rãi, tôi mở mắt ra; thật buồn làm sao khi thấy Jacob đã đeo cái mặt nạ sắt đá trở lại.

- Em không ngờ là chị chỉ cần rỉ tai có vài câu mà hắn đã tức thì bỏ cuộc. Em quyết sẽ không bỏ sót một sự kiện nào đâu.

Tôi thở dài:

- Chị biết.

- Nhưng điều đó chẳng nói lên cái gì cả - Jacob đột nhiên trở lại bản tính cũ - Nó chẳng chứng tỏ được rằng hắn yêu chị hơn em.

- Nhưng em thì cho dẫu chị có van nài, em cũng không ở lại kia mà.

Người thiếu niên bặm môi lại một lúc khá lâu, có lúc tôi tưởng như cậu ta đang cố gắng rút lại lời đã nói. Nhưng cả hai chúng tôi đều đã biết sự thật.

- Đó là vì em hiểu chị hơn - Cuối cùng, Jacob đáp lời - Mọi thứ sẽ vẫn tiếp diễn một cách bình thường.

Dù cho chị có nài nỉ, và em có nói không, sau này chị cũng sẽ chẳng hề giận đâu.

- Nếu em nói mọi thứ sẽ vẫn tiếp diễn một cách bình thường thì là em nói đúng. Nhưng trong lúc em vắng mặt, chị sẽ xót lòng vì lo lắng, Jake ạ. Chị sẽ phát điên lên vì điều đó.

- Tại sao kia? - Jacob hỏi một cách cộc cằn - Em có gặp phải chuyện gì thì sao lại can hệ đến chị?

- Em đừng nói thế. Em biết em có ý nghĩa với chị thế nào mà. Chị xin lỗi vì đã không cư xử theo cách em muốn, nhưng những gì chị nói là thật. Em là người bạn thân nhất của chị. Ít ra, em cũng đã từng là như vậy. Và thi thoảng vẫn thế... khi em không còn tỏ ra cảnh giác nữa.

Trên môi cậu chợt nở một nụ cười như ngày trước, nụ cười mà tôi luôn yêu thích.

- Em sẽ không thay đổi - Cậu ta cam đoan - Dẫu cho em có... không cư xử như lẽ ra em phải thế. Tận sâu thẳm trong tâm hồn, em là người như vậy.

- Chị biết. Nhưng tại sao chị luôn cứ phải chịu đựng những cái vớ vẩn của em như vậy?

Jacob cùng cười với tôi, nhưng ngay sau đó, ánh mắt của cậu bạn bỗng trở nên buồn thảm.

- Chừng nào thì chị mới nhận ra rằng chị cũng yêu em nhỉ?

- Nói tới nói lui một hồi rồi em cũng trở lại cái chuyện này, phá hỏng khoảnh khắc vui vẻ của tụi mình.

- Em không nói rằng chị không yêu hắn. Em chẳng ngốc đến thế. Nhưng cũng có khả năng cùng một thời điểm, người ta không chỉ yêu một người mà, Bella. Em đã chứng kiến trường hợp đó rồi.

- Chị không phải là người sói nên không kì cục như vậy, Jacob ạ.

Người thiếu niên chun mũi lại, tôi đang định lên tiếng xin lỗi vì lời nói hớ hênh của mình thì cậu ta đã đổi đề tài.

- Bây giờ thì không còn xa nữa, em đã nghe thấy mùi của hắn rồi.

Tôi thở phào nhẹ nhõm.

Nhưng Jacob đã hiểu sai ý nghĩa của tiếng thở ấy.

- Em cũng rất muốn đi chậm lại, Bella ạ. Nhưng chị cần phải vào chỗ trú ẩn trước khi tai ương giáng xuống.

Cả hai chúng tôi đều cùng ngước nhìn lên trời.

Một đám mây tím sẫm, dày cộp, đang lao như vũ bão về phía trời tây, phủ tối kịt cánh rừng bên dưới.

- Ôi trời ơi - Tôi thốt không ra hơi - Em nên nhanh lên, Jake. Em còn phải về nhà trước khi bão tới.

- Em không về nhà đâu.

Tôi trố mắt nhìn cậu bạn, lòng không khỏi dậy lên những tức tối.

- Em không thể cắm trại cùng tụi chị được.

- Dùng chung lều với chị hay những thứ khác ư?... Chẳng hiểu chị nghĩ sao nữa. Em thích bão hơn cái mùi đó. Nhưng em chắc chắn rằng gã ma-cà-rồng của chị sẽ muốn giữ liên lạc với đội sói vì mục đích phối hợp, và em rất sẵn lòng được làm cái cầu nối ấy.

- Chị tưởng đó là công việc của Seth chứ.

- Ngày mai, cậu nhóc đó sẽ tiếp quản công việc này, trong suốt trận chiến.

Lời nhắc nhở vừa được thốt ra ấy khiến tôi ngây người ra trong một tích tắc. Tôi nhìn xoáy vào Jacob, bao lo lắng lại trỗi dậy, xoắn lấy hồn tôi.

- Chị không biết có cách nào giữ được chân em ở lại đây luôn không? - Tôi thử đề nghị - Nếu chị nài xin em thì sao? Hay chị trao lại cho em... kiếp nô lệ nhé?

- Nghe hấp dẫn quá, nhưng mà không được đâu. Tuy nhiên, cũng phải công nhận rằng lời nài xin khá là thú vị để xem xét đấy. Chị thấy không, nếu chị muốn là chị có thể thổi hồn vào nó.

- Vậy ra chị có nói gì gì đi chăng nữa thì cũng bằng không?

- Đúng vậy. Trừ phi chị hứa sẽ cho em một trận chiến khác ác liệt hơn. Nhưng dù thế nào đi chăng nữa, Sam cũng vẫn là người cầm trịch chứ không phải em.

Lời nói của cậu bạn khiến tôi nhớ lại một chuyện.

- Gần đây, Edward có kể với chị một chuyện... về em.

Người thiếu niên tức thì đông cứng người lại.

- Chắc là thông tin giả đó.

- Ồ, thật sao? Vậy ra em không phải là phó soái của các chiến binh sói ư?

Jacob chớp chớp mắt, trên gương mặt chỉ hiện hữu duy nhất một nỗi ngạc nhiên.

- À. Ra là chuyện đó.

- Sao em không kể với chị điều đó?

- Sao em lại phải kể? Nó có phải là điều gì ghê gớm lắm đâu.

- Chị không biết. Tại sao lại không phải là chuyện trọng đại chứ? Cho chị biết đi, tại sao lại như vậy được? Tại làm sao mà cuối cùng Sam là *Anpha*, còn em là... *Bêta*?

Jacob cười khinh khích trước các... "thuật ngữ" sáng tạo của tôi.

- Sam là người đầu tiên trở thành sói, là người lớn tuổi nhất. Vậy nên anh ấy có trách nhiệm.

Tôi cau mày.

- Nhưng chẳng phải Jared hay Paul là người thứ hai sao? Nếu xét theo quan điểm đó thì họ mới đúng là những người chịu trách nhiệm tiếp theo.

- Ừm... khó giải thích lắm - Jaco trả lời một cách thoái thác.

- Thì em cứ thử giải thích đi.

Cậu bạn của tôi thở dài.

- Nó còn phải tính đến dòng dõi nữa, chị hiểu không? Giống như tổ tông, nguồn cội vậy. Ông cha ta là ai, vì sao điều đó lại quan trọng đến vậy, đúng không nào?

Tôi chợt nhớ đến điều Jacob đã từng có lần hé lộ với tôi, đã lâu rồi, từ trước khi chúng tôi biết đến người sói.

- À, chẳng phải em đã từng kể rằng ông Ephraim Black là người tù trưởng cuối cùng của bộ tộc Quileute đó sao?

- Vânggg, đúng rồi. Bởi vì ông là *Anpha*. Chị hiểu không, nói đúng ra, bây giờ anh Sam là tù trưởng đó - Người bạn nhỏ của tôi bật cười - Thật là mấy cái truyền thống hỡi ơi.

Tôi hình dung về điều đó trong một giây, cố gắng sắp xếp các dữ kiện một cách hợp lí.

- Nhưng em cũng kể rằng trong Hội đồng, người ta coi trọng ý kiến của bố em nhất mà, vì bố em là cháu nội của ông Ephraim?

- Là sao?

- Ừm, vậy thì nếu xét về nguồn gốc... thì chẳng phải em mới là tù trưởng sao?

Jacob không trả lời tôi. Cậu ta dõi mắt nhìn vào khu rừng đen kịt, như thể hốt nhiên muốn tập trung xem mình sẽ phải đi đâu.

- Jake?

- Không. Đó là việc của anh Sam - Jacob vẫn chú tâm đến con đường không có lối dưới chân chúng tôi.

- Tại sao cơ? Ông cố của anh ta là Levi Uley, phải không? Ông Levi ấy là *Anpha* luôn à?

- Chỉ có một *Anpha* thôi chị - Jacob trả lời ngay tắp lự như một phản xạ tự nhiên.

- Thế ông Levi là gì?

- Hình như là *Bêta* - Cậu ta khụt khịt mũi trước "thuật ngữ" của tôi - Giống như em vậy.

- Kì cục.

- Chuyện đó không quan trọng.

- Chị chỉ muốn hiểu thôi.

Cuối cùng, Jacob cũng đáp lại ánh nhìn thắc mắc nơi tôi, cậu ta thở dài.

- Đúng, lẽ ra em phải là *Anpha*.

Đôi lông mày của tôi nhíu sát vào nhau.

- Sam không muốn lùi một bước?

- Không có chuyện đó đâu chị, mà là vì em không muốn tiến lên.

- Sao lại thế?

Jacob cau mày, khó chịu trước những câu hỏi của tôi. À, nói đúng ra phải là đến phiên cậu ta cảm thấy khó chịu.

- Em không muốn gì hết, chị Bella ạ. Em không muốn thay đổi gì hết. Em không muốn trở thành một tù trưởng huyền thoại. Em không muốn là thành viên của đội sói, không muốn liên quan gì đến cái vị trí thủ lãnh. Khi anh Sam đề nghị, em đã từ chối.

Tôi suy ngẫm về điều đó mất một lúc lâu. Và Jacob cũng không cắt ngang mạch suy nghĩ ấy. Cậu ta tiếp tục quan sát cánh rừng.

- Nhưng chị đã ngỡ rằng em thích như vậy hơn. Chị nghĩ rằng em đã chấp nhận chuyện này.

Người thiếu niên cúi xuống nhìn tôi, nụ cười hé mở khiến tôi yên lòng.

- Vâng. Cũng không đến nỗi quá tệ. Đôi lúc cũng thích, chẳng hạn như sự kiện ngày mai hẳng hạn. Nhưng trước hết, em có cảm giác như khi khổng khi không mình bị cuốn vào một cuộc chiến tranh mà mình không hề hay biết đến sự tồn tại của nó. Chẳng có một sự lựa chọn nào cả, chị hiểu không? Vậy mà không tài nào thay đổi được - Nói đến đây, cậu bạn của tôi nhún vai - Nhưng dù sao, có lẽ bây giờ em cũng vẫn đang vui. Tất cả rồi sẽ ổn, em còn có thể trông mong vào ai làm điều đó cho mình được? Tốt nhất là mình tự tin vào mình thôi.

Tôi nhìn thẳng vào Jacob, trong lòng bất chợt dâng lên một cảm giác kính phục. Cậu đã trưởng thành hơn tôi tưởng rất nhiều. Hệt như ông Billy dạo nào bên bếp trại, ở Jacob toát lên một vẻ lộng lẫy, uy nghi.

- Tù trưởng Jacob - Bất giác tôi khe khẽ gọi lên như thế và mỉm cười khi thốt ra những từ đó.

Người bạn nhỏ mở căng tròn hai mắt ra nhìn tôi.

Đúng vào thời khắc đó, gió cuồn cuộn nổi lên, luồn lách giữa những thân cây quanh chúng tôi; có cảm giác như chúng mới từ sông băng thổi về. Trên núi chợt vang lên tiếng cây gãy. Dù rằng trên cao những đám mây hắc ám đã che phủ hết toàn bộ bầu trời, bao bọc hết mọi ngả đường của ánh sáng, nhưng tôi vẫn có thể nhận ra những hạt bụi trắng lất phất bay lướt qua người mình.

Jacob tăng cường nhịp chân, quan sát mặt đất theo từng bước chạy. Tôi cuộn mình thêm sát vào vồng ngực của cậu bạn, rùn người lại trước màn tấn công đầu tiên của tuyết.

Chỉ sau vài phút Jacob lao qua lao lại giữa các vách núi, tôi đã có thể nhận ra trước mắt mình một túp lều nhỏ đang náu mình bên một khối đá. Quanh chúng tôi, tuyết rơi nhiều hơn, nhưng gió giật mạnh cuốn chúng bay mất.

- Bella! - Tiếng Edward bất chợt cất lên, giọng điệu nghe thật nhẹ nhõm. Chúng tôi nhận ra anh trong lúc băng qua một khoảng đất trống, giữa những bước chân xiêu vẹo.

Anh lao đến bên tôi. Trông anh chỉ còn là một bóng mờ khi di chuyển một cách chớp nhoáng. Jacob co rúm người lại, đặt tôi đứng xuống đất. Edward phớt lờ phản ứng đó, ôm chầm lấy tôi.

- Cảm ơn cậu - Edward nói một cách chân thành - Nhanh hơn những gì tôi mong đợi, tôi thật lòng cảm kích về điều đó.

Tôi ngoái đầu lại để quan sát thái độ của Jacob.

Cậu bạn của tôi chỉ nhún vai, tất cả những gì gọi là thân thiện hoàn toàn đã bị gió bão cuốn sạch.

- Đưa cô ấy vào trong đi. Thời tiết sẽ tệ lắm đấy - tóc tai tôi dựng cả lên rồi. Cái lều đó liệu có chắc không vậy?

- Tôi đã gắn chặt vào đá.

- Thế thì tốt.

Jacob ngước mắt nhìn lên trời - bây giờ đã hoàn toàn đen kịt vì bão và lắc rắc tuyết bay. Hai cánh mũi của cậu nở rộng.

- Tôi sẽ biến đổi - Cậu thông báo - Tôi muốn biết tình hình ở nhà như thế nào.

Dứt lời, Jacob treo chiếc áo lên một cành cây thấp, to; đoạn bước thẳng vào khu rừng u ám mà không một lần ngoái nhìn lại.

22. LỬA VÀ BĂNG

Gió lại giật rung lều, kéo tôi rung theo.

Nhiệt độ đang giảm một cách nhanh chóng. Tôi có thể cảm nhận được điều đó qua chiếc túi ngủ, qua chiếc áo lạnh. Lúc này, tôi đang phục trang kín mít, ngay đến đôi giày du khảo cũng không dám cởi ra. Ấy vậy mà chẳng thấy thấm tháp gì. Sao trời lại có thể lạnh đến thế này được nhỉ? Làm thế nào mà tiết trời lại có thể càng lúc càng lạnh hơn? Phải hạ nhiệt độ đến mức tận cùng thì mới được chăng?

- M-m-m-m-mấy g-g-g-giờ rồi anh? - Tôi cố lên tiếng qua hai hàm răng đánh vào nhau lập cập.

- Hai giờ rồi em - Edward trả lời.

Trong không gian tù túng, Edward cố gắng ngồi dịch ra xa tôi, xa nhất đến mức có thể, bởi lẽ anh sợ hơi thở của mình sẽ khiến tôi thêm lạnh. Trời quá tối, không thể nhìn rõ được mặt anh, nhưng tôi vẫn nhận ra được giọng nói du dương đang dại đi vì lo lắng, đắn đo và có phần thất vọng.

- Có lẽ...

- Không, em ổn m-m-mà, t-t-thật đấy. Em không m-m-muốn r-r-ra ngoài đâu

Dễ có đến hơn chục lần Edward khuyên tôi nên chạy bộ để hâm nóng cơ thể, nhưng tôi sợ, không dám rời khỏi chỗ trú rét của mình. Nếu ở trong này - đã tránh được những cơn gió khắc nghiệt nhất - mà còn lạnh thế này, thì tôi cũng có thể hình dung được tình trạng sẽ còn tồi tệ đến mức nào nếu như chúng tôi ra ngoài kia để chạy bộ.

Thể nào rồi tất cả công sức của chúng tôi hồi chiều nay sẽ thành công cốc mất thôi. Liệu khi bão tan, chúng tôi có đủ thời gian để thực hiện lại từ đầu không? Và nếu như thời tiết kiểu này không chấm dứt thì sao? Giờ thì không thể cục cựa được nữa. Sẽ chẳng thể làm nổi cái gì ngoại trừ mỗi việc tôi có thể run rẩy suốt một đêm như thế này.

Tôi lo lắng về nỗi các dấu vết mà tôi đã cất công đặt sẽ bị mất hết, nhưng anh cam đoan rằng chúng sẽ vẫn còn rõ rệt đối với binh đoàn quái vật đang kéo đến kia.

- Anh phải làm sao cho em bây giờ? - Edward gần như van nài.

Tôi chỉ lắc đầu.

Ở ngoài tuyết, Jacob cũng đang rền rĩ một cách não nuột.

- E-e-em về đ-đ-đi - Một lần nữa tôi lại yêu cầu.

- Cậu ấy chỉ lo cho em thôi - Edward diễn giải - Jacob không sao đâu. Cơ thể của cậu ấy được trang bị để chống chọi được với điều này.

- N-n-n-n-n-n - Tôi muốn bảo người bạn nhỏ cứ yên tâm mà trở về nhà, nhưng tôi không làm sao để những lời ấy thoát khỏi miệng mình được. Tôi gần như đang cắn vào lưỡi mình vì cố gắng. Ít ra thì dường như Jacob đã được trang bị để chống lạnh tốt hơn những thành viên khác trong đội. Bộ lông màu nâu đỏ của cậu dày hơn, dài hơn và rậm hơn. Tôi cũng không hiểu vì sao lại có chuyện như vậy.

Jacob rên ư ử ở âm độ cao, về cuối thì rít lên như than phiền.

- Cậu muốn tôi phải làm sao? - Edward càu nhàu, tâm trạng anh rối bời đến mức không còn để ý đến chuyện phải giữ hòa nhã nữa - Lo cho cô ấy như thế hả? Tôi không thấy là cậu có khả năng đó đâu. Sao cậu không đi tìm một cái lò sưởi hay cái gì đấy tương tự đi?

- Em k-k-không-g-g sao - Tôi lên tiếng phản đối. Buộc phải "đứng ra phân xử" giữa một bên là tiếng cằn nhằn của Edward, một bên là tiếng gầm gừ câm lặng bên ngoài lều, tôi không dám ngả theo bên nào cả. Gió lay căn lều dữ dội, cả thân hình tôi cũng lắc lư phụ họa theo.

Giữa tiếng rú rít của gió bão chợt có tiếng sói tru to, tôi phải bịt cả hai tai lại cho đỡ choáng. Edward trở nên cáu kỉnh:

- Cái đó không ăn thua gì đâu mà - Anh gần như

thầm thì - Đó là ý kiến tệ hại nhất mà tôi từng được nghe đấy - Anh lớn tiếng.

- Nhưng còn tốt hơn cả khối thứ anh đang nỗ lực làm - Jacob trả lời, giọng nói con người của cậu bạn khiến tôi giật nảy mình - *"Đi tìm một cái lò sưởi"* - Cậu ta cằm cẳn - Này, tôi chẳng phải là giống chó Saint Bernard đâu nhé.

Rồi tôi nghe thấy tiếng dây khóa kéo quanh cửa lều vang lên khe khẽ.

Jacob xoay xở chui vào một khoảng nhỏ nhất, mang theo bầu không khí giá buốt cùng những hạt tuyết li ti vào lều. Toàn thân tôi lên cơn co giật.

- Tôi không thích chuyện này một chút nào - Edward rít lên khi Jake đóng cửa lều lại - Cậu chỉ cần đưa cái áo rồi ra ngoài đi.

Mắt tôi đã có sự điều chỉnh để kịp nhận ra những dáng hình: Jacob cầm theo chiếc áo gió ban nãy treo trên cái cành cây bên cạnh lều.

Tôi muốn hỏi hai người đang bàn tán về chuyện gì, nhưng tất cả những gì miệng tôi có thể phát âm được chỉ là "H-h-h-h-h-h-h-h", bởi liên tục những cơn ớn lạnh làm tôi lắp ba lắp bắp một cách bất đắc dĩ, không thể nào kiểm soát được.

- Cái áo là để cho ngày mai, cô ấy bị lạnh thế thì làm sao mà làm ấm nó được. Cái áo lạnh cứng rồi -

Người thiếu niên thả cái áo ở ngay chỗ cửa - Anh đã nói rằng cô ấy cần một cái lò sưởi mà, tôi đây này - Jacob sải rộng tay hết chiều rộng của căn lều. Như thường lệ, khi phải chuyển sang hình dạng sói, Jacob chỉ mặc những thứ thật thiết yếu: chiếc quần thể thao; không có áo, không có giày.

- J-J-J-J-Jake, chị sẽ l-l-làm em l-l-lạnh chết mất - Tôi cố gắng phân bua.

- Không đâu - Người bạn nhỏ nói như reo - Dạo này em lên tới bốn mươi ba độ đó. Chẳng bao lâu, rồi chị sẽ đổ mồ hôi cho mà coi.

Edward gầm ghè nhưng Jacob không nhìn anh. Thay vào đó, cậu ta lồm cồm bò đến chỗ tôi, bắt đầu mở chiếc túi ngủ.

Bàn tay của Edward hốt nhiên chộp lấy vai của người bạn nhỏ cản lại, nước da trắng như tuyết tương phản rõ rệt với nước da ngăm ngăm. Quai hàm của Jacob đanh cứng lại, hai cánh mũi phồng ra, cả thân hình rụt lại vì cóng. Các bắp thịt trên người Jacob tự động sắt lại.

- Bỏ tay ra khỏi người tôi mau - Người thiếu niên gầm gừ trong họng.

- Bỏ tay ra khỏi người cô ấy - Edward trả lời một cách lạnh băng.

- L-l-l-làm ơn đ-đ-đừng tranh c-c-chấp - Tôi buộc lòng

phải xen vào. Cả người lại lên cơn chấn động. Tôi có cảm giác như răng mình sắp nát hết vì đánh vào nhau quá dữ dội.

- Tôi dám chắc là đến khi từng ngón chân của cô ấy đen lại và rụng đi, cô ấy sẽ biết ơn tôi về điều đó.

Edward ngần ngừ, rồi buông tay, trở về lại chỗ cũ.

Giọng nói của anh thẳng thừng và thật đáng sợ:

- Cẩn thận cái miệng đấy.

Jacob bật cười khinh khích.

- Nằm xích vào, Bella - Vừa nói, Jacob vừa mở khóa, kéo chiếc túi ngủ rộng thêm nữa.

Tôi sừng sộ nhìn Jacob. Chẳng trách tại sao Edward lại phản ứng dữ dội như vậy.

- K-k-k-k-k - Tôi bắt đầu phản kháng.

- Đừng có ngốc nghếch thế - Jacob vặc lại, tỏ ra cáu tiết hơn - Chị không thích có đủ mười ngón chân à?

Người thiếu niên cố nong người vào khoảng không bé tí xíu, cố kéo bằng được dây khóa lên sau lưng mình.

Tôi không còn phản kháng nữa - thật tâm là tôi không muốn phản kháng nữa. Jacob ấm quá. Đôi tay cậu bạn quấn quanh người tôi, kéo tôi sát vào vồng ngực để trần của cậu. Hơi ấm hấp dẫn quá, không sao cưỡng lại được; chẳng khác gì như được tiếp nhận không khí sau một thời gian quá dài ở dưới nước. Một

741

cách tự nhiên, tôi áp những ngón tay giá buốt của mình lên làn da của cậu bạn, Jacob rụt người lại ngay tức thì.

- Hừ hừ, chị lạnh quá, Bella ạ - Người thiếu niên phàn nàn.

- X-x-xin l-l-lỗi em - Tôi nói cà lăm.

- Cố gắng thư giãn đi chị - Jacob đề nghị khi tôi lại run lẩy bẩy - Chừng một phút sau là chị ấm lại liền. Lẽ tất nhiên, nếu chị chịu trút bỏ quần áo thì chị sẽ còn ấm mau hơn nữa.

Edward rít lên the thé.

- Đó là một sự thật hiển nhiên mà - Jacob biện giải - Cuốn "Một trăm lẻ một cách sống sót" có nói đến điều này"

- T-T-Thôi đi, Jake - Tôi thét lên một cách giận dữ, cho dẫu cả thân mình từ chối việc đẩy cậu ta ra - N-N-Người ta cũng c-c-chẳng cần có đủ m-m-mười ngón c-c-chân làm gì.

- Chị đừng ngại cái con đỉa kia - Jacob đề nghị, giọng nói đầy vẻ tự mãn - Hắn ghen đấy.

- Tất nhiên rồi - Giọng nói của Edward đã được kiềm chế cất lên thật du dương như một điệu nhạc trong đêm tối - Cậu không bao giờ có thể hình dung được một mảy may nào rằng tôi ước ao làm sao được làm cái điều cậu đang thực hiện, người sói ạ.

- Đó là những hạn chế - Jacob nói một cách nhẹ hẫng, nhưng rồi âm điệu lại tỏ ra gắt gỏng - Nhưng ít ra anh cũng biết rằng người cô ấy mong được nằm cạnh là anh cơ.

- Đúng vậy - Edward tán thành.

Trong lúc cả hai tranh cãi, cơn run rẩy nơi tôi bắt đầu chậm nhịp, có thể chịu đựng được.

- Đấy - Jacob thì thào, hoàn toàn mãn nguyện - Chị cảm thấy khá hơn rồi, có phải không?

Cuối cùng, tôi cũng đã có thể lên tiếng thật rõ ràng:

- Ừ.

- Môi chị vẫn còn tái quá - Người thiếu niên trầm ngâm - Có muốn em làm cho chúng ấm lên không? Chị chỉ cần lên tiếng yêu cầu thôi.

Edward thở ra một cách nặng nề.

- Em cư xử cho phải phép đi - Tôi hậm hực, ấn gương mặt mình vào vai cậu bạn. Một lần nữa, Jacob lại rùn người khi làn da lạnh toát của tôi chạm vào da cậu, và tôi mỉm cười, mãn nguyện vì đã trả đũa thành công.

Chiếc túi ngủ đã hoàn toàn ấm áp. Thân nhiệt của Jacob tỏa ra khắp mọi nơi - có lẽ là vì cậu quá to lớn. Tôi lịch kịch tháo chiếc giày bốt của mình, và áp những ngón chân lên chân cậu bạn. Cậu bạn của tôi hơi giật mình, nhưng sau đó cũng cúi đầu xuống, áp chiếc má hây hẩy nóng vào bên tai tê cóng của tôi.

Chợt tôi nhận ra làn da của Jacob có mùi xạ, mùi hương rừng - rất phù hợp với hoàn cảnh thực tại của chúng tôi, đang ở đây, ngay giữa rừng. Thật quá tốt. Bỗng chợt ở trong tôi dậy lên một nỗi thắc mắc: không biết liệu có phải nhà Cullen và người Quileute dị ứng mùi hương của nhau cốt lõi là vì thành kiến hay không. Đối với tôi, ai cũng thơm hết.

Tiếng bão rú rít ngoài kia không khác nào một con thú đang tấn công căn lều, nhưng bây giờ tôi không còn lo lắng nữa. Jacob đã không còn phải ở ngoài trời lạnh, và tôi cũng đã thoát khỏi nó. Thêm vào đó, tôi đã kiệt cùng sức lực nên không còn khả năng lo lắng một điều gì - mệt lử vì thức quá khuya và đau đớn vì các cơn co giật ở các cơ bắp. Lần lần, khi cơ thể đã nóng lên, tôi bắt đầu thư giãn, những chỗ lạnh cóng bắt đầu từng chút, từng chút một, tan ra, để rồi cả người tôi hoàn toàn dịu xuống.

- Jake à? - Tôi lầm bầm - Chị hỏi em một chuyện được không? Chị không phải là kẻ ngớ ngẩn hay gì gì khác đâu. Điều này, chị thắc mắc thật sự đấy - Đây là những lời cậu bạn đã sử dụng trong căn bếp nhà tôi... không rõ cách nay đã bao lâu rồi?

- Vâng - Jacob cười khúc khích, nhớ lại.

- Tại sao em lại rậm lông hơn các bạn của mình vậy? Nếu câu hỏi của chị quá khiếm nhã, em không cần phải trả lời đâu - Tôi không rõ các qui định thuộc về nghi thức trong văn hóa người sói.

- Bởi vì tóc em dài hơn - Người thiếu niên trả lời và cảm thấy tức cười - ít ra thì câu hỏi của tôi cũng đã không làm cho cậu ấy bực bội. Jacob lúc lắc đầu để mái tóc rối - giờ đã dài đến ngang cằm - cọ vào má tôi.

- Ồ - Tôi hoàn toàn ngạc nhiên, nhưng lời giải thích quá hợp lí. Thì ra đó là lí do vì sao ban đầu, khi gia nhập vào đội sói, tất cả bọn họ đều cắt tóc ngắn - Thế tại sao em không cắt đi? Em thích rậm lông à?

Jacob không trả lời tôi ngay, trong khi đó, Edward bật cười khe khẽ.

- Xin lỗi em - Tôi thẽ thọt, ngừng lại để ngáp - Chị không có ý tọc mạch đâu. Em không cần phải giải thích cho chị.

Jacob cất giọng khó chịu:

- Ờmmm, nhưng rồi thể nào hắn cũng sẽ cho chị biết thôi, vậy nên có lẽ em... Em nuôi tóc là vì... có vẻ như chị thích em để tóc dài.

- Ồ - Tôi lúng túng - Chị, ơ, chị thích cả hai kiểu, Jake à. Em không cần phải... chuốc lấy bất tiện vào mình đâu.

Người thiếu niên nhún vai.

- Nhưng xem ra đêm nay, điều đó lại vô cùng cần thiết, vậy nên chị đừng lo lắng gì cả.

Tôi chẳng còn điều gì khác để nói nữa. Khi sự im lặng kéo dài, rất tự nhiên, mi mắt tôi rũ xuống và không mở lên nổi nữa, hơi thở của tôi cũng chậm hơn, đều hơn.

- Được rồi, chị yêu quý, chị ngủ đi - Jacob thầm thì

Tôi thở dài, mãn nguyện, một nửa đã chìm vào vô thức.

- Seth đang ở đây đấy - Edward thì thào với Jacob, và tôi đột nhiên hiểu ra tác giả đích thực của tiếng hú.

- Tuyệt lắm. Bây giờ thì anh cứ việc trông chừng mọi thứ đi, để cô bạn gái của anh ở đây, tôi lo cho.

Edward không trả lời, nhưng tôi thì rền rĩ tiếng trong ngái ngủ:

- Em thôi đi.

Thế rồi tất cả chìm trong yên lặng, ít ra là bên trong lều. Ngoài kia, gió rít điên cuồng giữa cây cối. Căn lều run lên bần bật, thật khó ngủ. Những cây cọc đột nhiên bị giật mạnh rồi rung lên, kéo tôi trở lại cửa ngõ vào vô thức mà càng lúc tôi càng dấn sâu vào. Bất giác tôi thấy tội cho con sói, cho cậu bé bị kẹt giữa mênh mông gió bão và tuyết rơi ở ngoài kia.

Trong lúc chờ đợi giấc ngủ tìm đến với mình, tôi để cho tâm trí tha hồ lênh đênh phiêu bạt. Chỗ ấm áp nhỏ xíu này làm tôi nhớ đến những ngày đầu tiên ở bên Jacob, tôi nhớ cậu đã là vầng thái dương mới của tôi ra sao, nhớ đến sự ấm áp của cậu đã làm sống lại cuộc đời héo tàn, trống rỗng của tôi thế nào. Thời gian đã trôi qua lâu lắm rồi kể từ ngày tôi có ý niệm về Jacob theo hướng đó, còn hiện giờ thì người thiếu niên ấy đang ở đây, đang ủ ấm cho tôi.

- Tôi xin cậu đấy! - Edward rít lên - Đừng làm phiền tôi nữa!

- Cái gì thế? - Jacob thì thào hỏi lại, giọng nói biểu hiện một nỗi ngạc nhiên tột độ.

- Cậu có thể kiểm soát được suy nghĩ của bản thân không? - Giọng nói khẽ khàng của Edward chất chứa sự bực bội.

- Không ai bảo anh phải lắng nghe cả - Jacob trả lời một cách ngoan cố, nhưng cũng có xen lẫn ít nhiều bối rối - Ra khỏi cái đầu tôi ngay.

- Tôi cũng ước gì làm được như vậy. Cậu không hình dung nổi là mấy cái suy nghĩ kì quặc của cậu gào to đến mức nào đâu. Cứ y như là cậu đang thét vào mặt tôi ấy.

- Tôi sẽ cố gắng hạ bớt xuống - Jacob nói khe khẽ một cách chế nhạo.

Trong lều lại chìm vào im lặng được một lúc.

- Đúng - Edward trả lời câu hỏi không lời thật nhỏ, nhỏ đến mức tôi gần như không nghe ra - Tôi cũng có ghen.

- Qua chuyện ấy, tôi thấy ra một điều - Jacob thì thào với vẻ tự mãn - Tôi và anh đều ở vị thế ngang nhau, có phải không?

Edward cười khúc khích.

- Cậu cứ nghĩ như vậy đi.

- Anh biết không, cô ấy vẫn có thể thay đổi suy nghĩ - Jacob chế nhạo anh - Cô ấy sẽ cân nhắc những điều tôi có thể làm được cho cô ấy mà anh thì không thể. Điều tồi tệ nhất là anh không thể không giết hại cô ấy, thế đấy.

- Ngủ đi, Jacob - Edward gằn từng tiếng một - Cậu bắt đầu chọc tức tôi rồi đấy.

- Tất nhiên. Tôi cảm thấy vô cùng thoải mái mà.

Edward không nói gì thêm.

Tôi đã chìm vào cõi vô thức quá xa, xa đến mức không thể cất tiếng yêu cầu cả hai người thôi nói về tôi như thể tôi không hề có mặt ở đây như thế. Nhưng cuộc nói chuyện cũng có vẻ như là một giấc mơ, mà tôi thì không dám chắc rằng mình đang tỉnh.

- Có lẽ tôi sẽ như vậy - Một lúc sau, tôi lại loáng thoáng nghe Edward lên tiếng trả lời một câu hỏi mà tôi không hề nghe thấy.

- Anh nói thật đấy chứ?

- Cậu cứ việc thắc mắc, và rồi cứ chờ xem - Giọng nói của Edward khiến tôi nghi ngại, không biết mình có bỏ sót câu nói nào không.

- Ừm, anh đã nhìn thấy hết mọi thứ trong đầu tôi, vậy tối nay, hãy cho tôi biết những suy nghĩ thật của anh đi, thế mới công bằng - Jacob sẵng giọng.

- Trong đầu cậu ngập tràn những câu hỏi. Cậu muốn tôi trả lời câu nào?

- Sự ghen tuông... hẳn đang gặm nhấm anh. Anh không dám tin vào bản thân mình như anh đang cố thể hiện; trừ phi anh không hề có lấy bất kì một cảm xúc nào.

- Đúng như vậy - Edward tán thành, không còn tỏ ra thích thú nữa - Ngay trong lúc này đây, tôi cảm thấy tệ đến nỗi phải khó khăn lắm mới kiềm chế nổi giọng nói của mình. Tất nhiên, tôi còn cảm thấy tệ hơn nhiều khi cô ấy ở bên cậu, xa tôi, và tôi không thể trông thấy cô ấy.

- Phải chăng lúc nào anh cũng nghĩ đến điều đó? - Jacob lại thì thầm - Phải chăng khi cô ấy không còn ở bên anh, anh rất khó tập trung?

- Đúng, và không - Edward trả lời; có vẻ như anh đã xác định sẽ trả lời một cách thành thật - Tâm trí của tôi không hề hoạt động giống như cậu. Trong cùng một lúc, tôi có thể suy nghĩ được rất nhiều việc. Tất nhiên, điều đó có nghĩa là tôi luôn luôn có thể nghĩ về cậu, luôn có thể tự hỏi liệu đó có phải là điểm đến trong tâm trí của cô ấy không, khi cô ấy yên lặng và đắm chìm trong tư lự.

Cả hai im lặng trong giây lát.

- Phải, tôi cũng đoán được cô ấy hay nghĩ về cậu - Edward sẽ sàng trả lời suy nghĩ của Jacob - Nghĩ về cậu nhiều hơn những gì tôi mong muốn. Cô ấy lo rằng cậu sẽ không vui. Chẳng phải rằng cậu không biết điều đó. Cũng chẳng phải rằng cậu không hề lợi dụng điều đó.

- Tôi phải lợi dụng tất cả những gì có thể - Jacob thì thào đáp lại - Tôi không bì được với những lợi thế của anh, những lợi thế như là cô ấy biết rằng cô ấy yêu anh.

- Đúng như vậy - Edward đồng ý với một giọng nói êm dịu.

Jacob vẫn tỏ ra thách thức.

- Cô ấy cũng yêu tôi nữa, anh biết không.

Edward không trả lời.

Cậu bạn của tôi thở dài.

- Nhưng cô ấy không biết điều đó.

- Tôi không thể khẳng định với cậu rằng cậu có đúng hay không.

- Điều đó làm phiền anh lắm sao? Anh có ước sao mình có thể đọc được suy nghĩ của cô ấy không?

- Có, và cũng... không. Cô ấy thích như vậy, và cho dẫu đôi khi, điều đó khiến tôi phát điên, nhưng tôi chọn cách thà để cô ấy vui.

Tứ bề, gió vẫn không ngừng điên cuồng gào rít, căn lều rung lên chẳng khác nào đang phải chịu đựng một cơn động đất. Vòng tay của Jacob quấn chặt thêm vào tôi để che chở.

- Cảm ơn cậu - Edward thầm thì - Nghe kì khôi thật, nhưng tôi rất biết ơn việc cậu có mặt ở đây.

- Phải chăng ý anh muốn nói: "Ta mong cô ấy được ấm áp cũng nhiều như ta mong được giết ngươi vậy"?

- Một thỏa ước đình chiến rất khó chịu, chẳng phải như vậy sao?

Lời thì thào của Jacob đột nhiên nghe vô cùng tự mãn:

- Tôi biết anh cũng đã ghen khổ ghen sở hệt như tôi vậy.

- Tôi không dại đến mức để lộ điều đó ra như cậu. Nó chẳng giúp ích được gì cho cậu hết, cậu có hiểu không?

- Anh kiên nhẫn hơn tôi.

- Có lẽ. Tôi đã trải qua một trăm năm để có được đức tính này. Một trăm năm chờ đợi cô ấy.

- Vậy... điều gì đã khiến anh quyết định *sắm vai* một gã tốt bụng biết chịu đựng?

- Đó là lúc tôi nhận ra cô ấy phải khổ sở như thế nào khi phải lựa chọn. Sự kiềm chế này cũng không phải lúc nào diễn ra. Tôi có thể che giấu... những cảm xúc không được hay mà hầu như lúc nào tôi cũng thể hiện với cậu. Nhiều khi tôi nghĩ cô ấy nhìn thấu mình, nhưng tôi cũng không chắc lắm.

- Tôi lại nghĩ anh chỉ lo rằng nếu anh một hai bắt cô ấy phải chọn lựa, có khả năng cô ấy sẽ không chọn anh.

Edward không trả lời ngay.

- Cũng có cả phần ấy nữa - Cuối cùng, anh cũng thừa nhận - Nhưng chỉ là một phần nhỏ mà thôi. Con người ta, ai chẳng có lúc nghi ngờ. Chủ yếu là tôi lo rằng cô ấy sẽ làm tổn thương chính mình nếu trốn xuống La Push. Cho đến khi tôi chấp nhận chuyện, không ít thì nhiều, cô ấy sẽ được an toàn khi ở bên cạnh cậu, mà thật ra, sự an toàn ấy cũng chẳng hơn gì sự an toàn mỏng manh của Bella hiện nay; có vẻ như cô ấy không còn tỏ ra quá khích nữa.

Jacob thở dài.

- Tôi cũng đã nói tất cả những điều này với cô ấy, nhưng Bella không bao giờ chịu tin tôi.

- Tôi biết - Nghe như Edward đang cười.

- Anh cho rằng anh biết mọi điều sao? - Jacob hỏi nhỏ?

- Tôi không biết tương lai - Edward trả lời, giọng nói đột nhiên tỏ ra dao động.

Im lặng. Dễ có đến một lúc lâu.

- Anh sẽ làm gì nếu cô ấy thay đổi quyết định? - Jacob lại lên tiếng.

- Tôi cũng không biết.

Jacob cười rất nhẹ.

- Anh có quyết giết tôi bằng được không?

Lại mỉa mai, có vẻ như Jacob nghi ngờ Edward sẽ làm điều đó.

- Không.

- Tại sao không kia chứ? - Jacob vẫn giữ lối nói châm chọc.

- Cậu thực sự cho rằng tôi sẽ làm tổn thương cô ấy theo lối đó à?

Jacob ngần ngừ trong một giây, sau đó thở dài.

- Ừưr. Anh nói thật. Tôi biết anh nói thật. Nhưng đôi khi...

- Nhưng đôi khi, đó lại là một ý tưởng hấp dẫn đến khó mà cưỡng lại được...

Jacob dúi mặt vào chiếc túi ngủ để bóp nghẹt tiếng cười khằng khặc.

- Chính xác - Cậu ta thổ lộ sự đồng tình.

Thật là một cơn mơ lạ lùng. Tôi tự hỏi phải chăng vì tiếng gió rú rít không ngớt ở ngoài kia đã khiến tôi liên tưởng đến những lời thì thầm? Thà rằng là gió đang thét gào còn hơn...

- Cảm giác như thế nào? Khi mất cô ấy? - Jacob lên tiếng sau một lúc lâu im tiếng, giọng nói khàn khàn không hề có lấy một chút dấu vết nào của sự bông đùa - Khi anh nghĩ rằng anh đã mất cô ấy vĩnh viễn. Anh đã... đương đầu ra sao?

- Thật khó khăn cho tôi khi phải kể về điều đó.

Jacob chờ đợi.

- Đã từng có hai lần, tôi nghĩ đến chuyện ấy - Edward nói chậm rãi từng tiếng một, khác hẳn với bình thường - Lần thứ nhất, khi tôi nghĩ rằng tôi có thể rời xa Bella... điều ấy... có thể chịu đựng được. Bởi lẽ tôi cho rằng cô ấy sẽ quên tôi và sự thể sẽ giống như tôi chưa hề bước chân vào cuộc đời của cô ấy. Tôi đã bỏ đi xa, để giữ trọn lời hứa rằng tôi sẽ không can thiệp vào cuộc sống của Bella nữa. Thế nhưng càng lúc, cuộc sống của tôi càng ngột ngạt; tôi luôn nỗ lực nhưng cũng biết rằng mình sẽ không bao giờ có thể thành công; tôi sẽ âm thầm trở lại... chỉ là để quan sát cuộc sống của cô ấy. Dù sao, tôi cũng đã tự nhủ với chính mình như thế. Nếu thấy Bella vẫn thật sự hạnh phúc... tôi nghĩ rằng mình sẽ yên tâm mà rời xa khỏi cô ấy mãi mãi.

"Nhưng cô ấy không hề hạnh phúc. Và tôi đã chọn cách ở lại. Tất nhiên đó cũng là điều mà cô ấy đã thuyết phục tôi không tham chiến vào ngày mai. Cậu đã từng thắc mắc về điều ấy; điều gì đã thúc đẩy tôi... điều gì đã khiến cô ấy ray rứt một cách không cần thiết đến

754

như vậy? Chính là vì chuyện đó. Bella làm tôi nhớ lại những gì đã xảy ra với cô ấy khi tôi bỏ đi, nhớ lại những gì vẫn còn tác động đến cô ấy mỗi lúc tôi có chuyện buộc phải vắng mặt. Bella hốt hoảng khi phải khuấy lại quá khứ đau lòng đó, và cô ấy đã đánh trúng điểm yếu nơi tôi. Tôi sẽ không bao giờ để sự việc đó lặp lại, nhưng tôi cũng sẽ không bao giờ ngừng đấu tranh để bảo vệ Bella."

Jacob im lặng, có lẽ đang lắng nghe cơn bão, mà cũng có lẽ đang sắp xếp lại những gì đã nghe được; tôi không chắc hẳn là cái nào.

- Và một lần khác, khi anh nghĩ rằng cô ấy đã chết - Jacob thì thầm một cách cộc cằn.

- Vâng - Edward trả lời một câu hỏi khác - Có lẽ cậu cũng sẽ có cảm giác như vậy, phải không? Cái cách cậu nhận thức về chúng tôi, rằng có lẽ cậu sẽ không còn nhìn thấy một Bella như thế này nữa. Nhưng cô ấy sẽ là người như vậy đấy.

- Tôi không hỏi chuyện đó.

Giọng nói của Edward trở nên gấp rút và hơi sắt lại.

- Tôi không thể kể với cậu cảm giác đó như thế nào. Chẳng có một từ ngữ nào có thể diễn tả được.

Vòng tay của Jacob quanh người tôi cong gập lại.

- Nhưng anh đã bỏ đi vì anh không muốn biến cô ấy thành một con đỉa hút máu. Anh muốn cô ấy sống mãi với kiếp người kia mà.

Edward trả lời thật chậm rãi:

- Jacob, từ giây phút tôi nhận ra rằng mình yêu Bella, tôi biết trên đời này chỉ có bốn lựa chọn. Lựa chọn thứ nhất, cũng là lựa chọn tốt nhất cho cô ấy, đó là Bella không còn dành nhiều tình cảm cho tôi nữa, cô ấy có thể rời bỏ được tôi và tiếp tục cuộc sống của mình. Tôi sẽ chấp nhận điều đó, cho dù lòng tôi trước sau chỉ nghĩ về một Bella mà thôi. Cậu cho rằng tôi chỉ là một... tảng đá sống - vừa cứng, vừa lạnh. Quả đúng là như vậy đấy. Chúng tôi đã được mặc định như thế, và hiếm có người nào trong chúng tôi có thể khác đi. Vậy mà điều đó đã xảy ra. Khi Bella bước chân vào cuộc đời tôi, tôi đã thật sự thay đổi. Sẽ không trở lại như xưa...

"Lựa chọn thứ hai, đây là điều tôi đã chọn, sống bên Bella suốt cuộc đời làm người của cô ấy. Đây không phải là lựa chọn của Bella - phí phạm cuộc đời với một kẻ không phải là người, nhưng đây là lựa chọn tôi đối mặt dễ dàng nhất. Tôi đã dự liệu từ đầu rồi, khi nào cô ấy chết, tôi cũng sẽ tìm cách chết theo. Sáu mươi năm, bảy mươi năm, quãng thời gian ấy thật ngắn ngủi đối với tôi... Nhưng rồi thực tế đã chứng minh rằng càng gần gũi với thế giới của tôi, Bella càng lúc càng gặp nguy hiểm. Có vẻ như mọi thứ là sai lầm. Hay nói một cách khác, treo trên đầu chúng tôi là một... đang chờ thời điểm thích hợp để rơi xuống. Tôi kinh hoàng nhận ra rằng nếu như tôi cứ tiếp tục gần gũi Bella khi cô ấy còn là một con người đúng nghĩa, tôi sẽ không thể nào có được sáu mươi năm mong đợi."

"Vậy nên tôi chọn giải pháp thứ ba, điều hóa ra là sai lầm lớn nhất của tôi trong suốt cuộc đời mình, như cậu đã biết. Tôi đã chọn cách bước ra khỏi thế giới của cô ấy, hi vọng có thể hướng cô ấy vào lựa chọn đầu tiên. Nhưng tôi đã không thành công, vả lại, vì điều đó, cả hai chúng tôi đã suýt bị mất mạng."

"Vậy, tôi còn gì khác ngoài lựa chọn thứ tư đâu? Đó là điều cô ấy mong mỏi - ít ra thì cô ấy cũng nghĩ như vậy. Tôi đã ra sức trì hoãn, để Bella có thời gian tìm thấy lí do thay đổi suy nghĩ của mình, nhưng cô ấy quá ngoan cố. Cậu cũng biết rồi đấy. Tôi thật may mắn vì đã kéo dài thời gian được thêm vài tháng nữa. Bella rất sợ phải lớn tuổi hơn tôi, và ngày sinh nhật vào tháng Chín..."

- Tôi thích giải pháp đầu tiên hơn - Jacob bày tỏ ý kiến.

Edward không trả lời.

- Anh biết tôi ghét phải chấp nhận sự thật này biết bao nhiêu mà - Jacob phát âm rành mạch từng tiếng một - Nhưng tôi cũng nhận thấy rằng anh yêu cô ấy... theo cách của anh. Tôi không thể phủ nhận điều đó.

"Theo lẽ ấy, tôi không cho rằng anh sẽ chấp nhận cách lựa chọn thứ nhất, vẫn chưa đâu. Tôi nghĩ còn có một cơ hội rất tối ưu cho Bella đấy. Chỉ cần có thời gian thôi. Anh biết không, nếu hồi tháng Ba, cô ấy đã không lao đầu ra khỏi vách đá... và chỉ cần anh đợi thêm sáu tháng nữa hãy quay lại... Trời ơi, anh sẽ thấy rằng cô ấy thật sự hạnh phúc. Tôi đã có cả một kế hoạch."

Edward bật cười khúc khích.

- Có lẽ mọi chuyện sẽ được an bài theo như cậu nói. Quả là một kế hoạch hoàn hảo.

- Ừừ - Jake thở dài - Tuy nhiên - Bất chợt người thiếu niên thì thầm thật nhanh, những lời nói thoát ra nghe thật lộn xộn - Hãy cho tôi một năm đi, con r... à, Edward. Tôi thật sự tin rằng mình sẽ đem lại hạnh phúc cho Bella. Cô ấy kiên định, cứng đầu lắm, tôi biết chứ... không ai có thể biết rõ điều ấy cho bằng tôi, nhưng cô ấy cũng có khả năng tự lành lại các vết thương. Bella lúc đó đã lành lại rồi kia mà. Cô ấy vẫn có thể là một con người theo đúng nghĩa của từ đó, bên chú Charlie và cô Renée; cô ấy sẽ lớn lên một cách hồn nhiên, rồi có con và... mãi mãi sẽ vẫn là Bella.

"Anh yêu cô ấy như thế, chắc chắn anh cũng thấy được những mặt tích cực mà kế hoạch ấy mang lại. Bella nghĩ rằng anh không hề nghĩ đến lợi ích bản thân... Có đúng thật là như vậy hay không? Anh có nghĩ rằng tôi tốt cho cô ấy hơn anh không?

- Tôi đã từng cân nhắc đến chuyện này - Câu trả lời

của Edward như vẳng lại từ một nơi xa vắng - Ở một số mặt, cậu sẽ thích hợp với Bella hơn bất cứ một người nào khác. Bella cần được chăm sóc, và cậu đủ mạnh để bảo vệ Bella trước chính bản thân cô ấy, và trước bất cứ một thế lực nào muốn ám hại Bella. Cậu đã làm được điều đó, một khi tôi còn tồn tại trên cõi đời này, thì mãi mãi, tôi còn nợ cậu... dưới bất kì hình thức nào...

"Tôi cũng đã từng hỏi Alice rồi đấy chứ, rằng liệu Bella ở bên cậu thì có hạnh phúc không. Nhưng em gái tôi không thể trả lời, tất nhiên rồi. Cô bé không thể trông thấy cậu, và giờ thì Bella đã có sự lựa chọn của mình."

"Nhưng tôi không phải là kẻ ngốc đến độ quyết định lặp lại sai lầm cũ của mình, Jacob ạ. Tôi sẽ không buộc cô ấy phải chọn giải pháp thứ nhất nữa đâu. Chỉ cần cô ấy còn cần tôi, tôi sẽ còn ở lại."

- Rồi nếu Bella nhận ra rằng cô ấy cần tôi thì sao? - Jacob lên giọng thách thức - Được rồi, đó là một phỏng đoán vô căn cứ chứ gì, tôi sẽ cho anh xem.

- Tôi sẽ để cô ấy ra đi.

- Chỉ thế thôi sao?

- Theo nghĩa tôi sẽ không bao giờ để cho Bella thấy rằng tôi đau khổ như thế nào, phải, đúng như vậy đấy. Nhưng tôi vẫn sẽ để mắt đến cậu, Jacob ạ. Cậu cũng hiểu mà, một ngày nào đó cậu cũng sẽ *bỏ rơi* cô ấy mà thôi. Giống như Sam và Emily, cậu sẽ không có chọn lựa. Tôi sẽ "đứng sau cánh gà", chờ cho cái điều đó xảy ra.

Jacob khe khẽ khụt khịt mũi.

- Ừm, anh thành thật hơn tất cả những gì tôi có quyền trông đợi... Edward ạ. Cảm ơn vì đã cho tôi biết những cảm nhận thật của anh.

- Như tôi đã nói ban nãy, thật kì cục là tối nay tôi mới cảm thấy biết ơn về sự có mặt của cậu trong cuộc đời của cô ấy. Vậy nên đó là điều tối thiểu tôi có thể làm được... Cậu biết không, Jacob, nếu không có cái sự thật rằng chúng ta mặc nhiên là kẻ thù của nhau và rằng cậu không đang cố sức đánh cắp lí do tôi tồn tại trên cõi đời này, có lẽ tôi sẽ rất thích cậu.

- Có lẽ như thế thật... nếu như anh không phải là một gã ma-cà-rồng đang nung nấu ý định đánh cắp cuộc đời người con gái tôi yêu... ừm, không, cho dù có không phải là người tôi yêu đi chăng nữa.

Edward lại bật cười khúc khích.

- Tôi có thể hỏi cậu một chuyện được không? - Edward lên tiếng sau đó một lúc lâu.

- Vì sao anh lại còn phải hỏi nhỉ?

- Cậu nghĩ đến điều gì thì tôi mới có thể nghe thấy thôi. Gần đây, Bella có miễn cưỡng kể cho tôi nghe một chuyện. Chuyện có liên quan đến người vợ thứ ba...?

- Là sao?

Edward không trả lời, chỉ lẳng lặng lắng nghe câu chuyện trong đầu Jacob. Và rồi trong bóng tối, tôi nghe thấy tiếng rít nho nhỏ của anh.

- Sao thế? - Jacob hỏi gặng.

- Được rồi - Edward trở nên kích động - Được rồi! Những chuyện như thế, các bậc lão làng ấy nên giữ cho riêng mình thì hơn, Jacob ạ.

- Anh không thích bọn chấy rận bị mô tả là kẻ xấu à? - Jacob mỉa mai - Anh thừa biết chúng là như vậy mà. Thi thoảng vẫn thế.

- Tôi quan tâm đến phần kia hơn? Chẳng lẽ cậu không nhận ra rằng Bella đang đồng cảm với nhân vật nào à?

Jacob đắm chìm vào suy nghĩ, và một phút sau, cậu kêu lên:

- Ồ. Ôi trời ơi. Người vợ thứ ba. Tôi hiểu anh muốn nói gì rồi.

- Bella muốn có mặt ở bãi đất trống đó, để làm cái điều nhỏ bé thuộc về khả năng của cô ấy, giống như vị trí của người phụ nữ kia - Anh thở dài - Đó là lí do thứ hai tôi sẽ ở bên cô ấy ngày mai. Khi muốn làm một điều gì đó, óc sáng tạo của cô ấy hoạt động ghê lắm, chẳng biết đường nào mà lần.

- Anh biết không, ông anh quân nhân của anh cũng gợi ý cho Bella nhiều không kém gì câu chuyện kia đâu.

- Không có bên nào có ý làm hại Bella cả - Edward thì thầm, tỏ ra muốn hòa giải.

- Khi nào thì thỏa ước đình chiến giữa đôi bên kết thúc? - Jacob chợt hỏi - Lúc rạng đông? Hay là chờ cho đến khi kết thúc trận đánh?

Cả hai đều theo đuổi những suy ngẫm của riêng mình và thời gian rơi vào một khoảng lặng.

- Lúc rạng đông - Họ thì thầm rồi cùng cười một cách lặng lẽ.

- Ngủ ngon nhé, Jacob - Edward nói khẽ - Cố mà tận hưởng khoảnh khắc này đi.

Không gian lại yên ắng, căn lều cũng lặng đi vài phút. Có vẻ như sau cùng, gió cũng quyết định sẽ thôi chơi trò trêu ngươi với chúng tôi, nên đã từ bỏ xung đột.

Edward bất chợt rền rĩ:

- Tôi không có ý nói theo đúng nghĩa đen đâu đấy.

- Xin lỗi nhé - Jacob thì thào đáp lại - Anh có thể đi được rồi đó, anh biết không, để chúng tôi có được một chút riêng tư.

- Cậu có muốn tôi *giúp* cậu ngủ không, Jacob? - Edward đề nghị.

- Anh cứ làm đi - Jacob trả lời, tỏ ra hờ hững - Thấy ai đó bỏ đi là vui rồi, chẳng phải như vậy sao?

- Đừng nắn gân tôi nhiều quá, người sói ạ. Khả năng kiên nhẫn của tôi không hoàn hảo đến mức đó đâu.

Jacob cười thầm.

- Nếu anh không phiền; thôi, tôi chẳng muốn đôi co nữa đâu.

Edward bắt đầu ngân nga một giai điệu, lớn hơn thường lệ - có lẽ để cố gắng đánh át suy nghĩ của Jacob, tôi nghĩ thế. Nhưng rõ ràng đó là giai điệu bài hát ru em của riêng tôi; vậy là, thay vì khắc khoải không yên vì giấc mơ đầy những tiếng thì thầm, tôi chìm sâu hơn vào cõi vô thức... vào thế giới của những giấc mơ khác đẹp hơn nhiều...

23. QUÁI VẬT

Sáng hôm sau, khi tôi tỉnh dậy, trời đã sáng bạch - cho dẫu tôi vẫn đang còn ở trong lều, ánh sáng mặt trời làm rát cả mắt tôi. Và tôi đang đổ mồ hôi, đúng như Jacob đã báo trước. Jacob đang ngáy nhè nhẹ bên tai tôi, vòng tay của cậu bạn vẫn còn quấn quanh người tôi rất chặt.

Tôi dịch đầu ra khỏi vồng ngực ấm nóng của cậu, và ngay lập tức cảm nhận được một luồng không khí man mát của buổi sáng phả lên má. Jacob thở dài trong lúc ngủ, đôi tay của cậu vẫn siết lấy tôi trong vô thức.

Tôi đâm ra lúng túng, không làm sao nới lỏng được "sợi dây" được "bện" quá chặt này. Tôi cố vươn đầu lên cao, và bất chợt nhận ra...

Edward đang nhìn tôi lặng lẽ. Gương mặt anh vẫn tỏ ra bình thản, nhưng nỗi đau trong mắt thì không làm cách nào giấu đi được.

- Ngoài kia có ấm hơn được chút nào không anh? - Tôi thế thọt hỏi.

- Có. Anh không nghĩ rằng hôm nay em sẽ phải cần đến lò sưởi nữa.

Tôi cố gắng với tay đến cái khóa kéo, nhưng không

sao nới lỏng tay ra được. Tôi căng người ra, cố chống lại sức mạnh không gì phá vỡ được của Jacob. Cậu ta càu nhàu, vẫn còn mê ngủ, đôi cánh tay lại siết vào thêm.

- Giúp em với? - Tôi khẽ "cầu cứu".

Edward mỉm cười.

- Em muốn anh gỡ tay cậu ta ra ư?

- Không, cảm ơn anh. Chỉ là giúp em ra thôi. Không thì em sẽ bị say nhiệt mất.

Bằng một động tác nhanh, đột ngột, Edward mở khóa kéo của chiếc túi ngủ. Jacob ngay lập tức rớt ra ngoài, tấm lưng trần của cậu bạn tôi chạm phải mặt nền đất lạnh buốt.

- Này! - Jacob phàn nàn, đôi mắt vụt mở bừng. Theo bản năng, cậu ta rụt người lại, lập tức lăn trở, và thế là đè dúi lên người tôi. Bị cái sức nặng của Jacob bất ngờ giáng lên cơ thể nên tôi hụt hơi, phải há hốc miệng ra để thở.

Và cái sức nặng ấy cũng đã vụt tan biến ngay. Xung quanh tôi, mọi thứ chợt rung chuyển khi Jacob mất đà lao thẳng vào một cây cọc, cả căn lều rùng rình.

Ngay tức khắc, những tiếng gầm ghè vang lên khắp nơi. Edward thu người lại che chắn trước tôi, tôi không thể nhìn thấy gương mặt của anh nhưng từ ngực anh đang thoát ra những tiếng gầm gừ đầy giận dữ. Jacob cũng thu mình lại, cả thân người của cậu ra run lên, âm thanh đe dọa của sói cất lên đằng sau những chiếc răng đang nghiến chặt lại. Bên ngoài căn lều, tiếng gầm ghè hằn học của Seth Clearwater cũng đang vang vọng khắp đất trời, luồn qua các khe núi.

- Thôi đi, thôi đi! - Tôi thét lên, lom khom chui vào giữa hai "người hùng". Khoảng cách ấy ngắn đến mức không cần phải xoải hết tay, tôi cũng vẫn có thể áp hai bàn tay lên vồng ngực của mỗi người. Edward ôm lấy thắt lưng tôi, sẵn sàng gạt tôi sang một bên bất cứ lúc nào.

- Thôi đi anh, thôi nào - Tôi cảnh báo Edward.

Qua cái chạm tay của tôi, Jacob bắt đầu bình tĩnh trở lại. Cơn run chậm dần, nhưng hai hàm răng của cậu ta vẫn còn banh cứng, đôi mắt đầy những tia nhìn ám muội xoáy chặt lấy Edward. Seth tiếp tục gầm gừ, tạo nên một hợp âm ngân dài - một khúc ca đầy bạo lực làm nổi bật sự im ắng đột ngột đang bao trùm cả căn lều.

- Jacob? - Tôi lên tiếng, đợi đến khi cuối cùng, tia nhìn của người bạn nhỏ đã chịu đáp xuống ánh mắt của tôi - Em có sao không?

- Tất nhiên là không rồi! - Cậu ta rít lên.

Tôi quay sang Edward. Anh đang chú mục vào tôi, vẻ mặt vừa sắt lạnh vừa giận dỗi.

- Thật chẳng hay ho chút nào. Anh nên nói lời xin lỗi.

Đôi mắt anh mở rộng vì bất bình.

- Chắc em đùa, hắn đã đè nghiến em kia mà.

- Vì anh làm cậu ấy rơi xuống sàn! Jacob không cố ý làm thế, vả lại, em cũng không hề bị thương.

Edward rền rĩ, đầy nỗi chán ghét. Nhưng rồi một cách từ tốn, anh ngẩng mặt lên nhìn Jacob, ánh mắt đầy vẻ thù địch, nói:

- Là lỗi của tôi, người sói.

- Có gì đâu - Jacob đáp lại, trong giọng nói có chứa đựng sự chế nhạo.

Trời vẫn lạnh, tuy nhiên, không còn lạnh như trước nữa. Edward nhặt chiếc áo gió nằm dưới đất, khoác lên người cho tôi.

- Của Jacob mà - Tôi phản kháng.

- Jacob có áo... lông rồi - Edward nhẹ nhàng nhắc.

- Nếu anh không phiền, tôi muốn mượn lại cái túi ngủ - Phớt lờ Edward, Jacob đi né qua chúng tôi và nhẹ nhàng chui vào chiếc túi - Tôi chưa muốn dậy đâu. Giấc ngủ đêm qua cũng chẳng ngon lành gì.

- Đó là lựa chọn của cậu mà - Edward nói một cách dửng dưng.

Jacob nằm thu mình lại, đôi mi mắt khép vào, miệng há ra ngáp một cái thật dài.

- Tôi không nói rằng mình không có một đêm tuyệt vời. Chỉ có điều là tôi không ngủ được nhiều. Hình như Bella chẳng bao giờ im lặng được.

Tôi nhăn mặt, tự hỏi mình đã có thể nói ra những gì. Nhưng có nói ra điều gì đi nữa thì cũng thật khủng khiếp.

- Dẫu sao cũng mừng vì cậu có được niềm vui - Edward khe khẽ nói.

Jacob hấp háy mắt.

- Đêm hôm qua, anh không thấy vui à? - Jacob hỏi, giọng tự mãn.

- Vẫn chưa phải là đêm tệ nhất của tôi trong đời.

- Nhưng cũng đáng được liệt vào danh sách mười đêm tồi tệ nhất chứ? - Jacob vẫn tiếp tục kiểu đùa bỡn quá quắt.

- Có lẽ.

Jacob mỉm cười và nhắm mắt lại.

- Tuy nhiên - Edward tiếp tục nói - Giả dụ tôi có ở vào chỗ của cậu đêm qua, đó cũng chưa phải là một trong mười đêm tuyệt vời nhất của đời tôi đâu. Hãy nghĩ mà xem.

Đôi mắt Jacob mở bừng. Cậu ta ngồi dậy một cách khó khăn, đôi vai cứng lại.

- Anh biết không? Trong này chật thấy mồ.

- Tôi không thể có ý kiến khác hơn được.

Tôi thúc khuỷu tay vào mạn sườn Edward, và cũng có nghĩa là tự làm cho khuỷu tay của mình bị thâm tím.

- Có lẽ tôi sẽ ngủ sau vậy - Jacob nhăn mặt - Dù sao tôi cũng phải thảo luận công việc với Sam.

Jacob lăn mình tới cửa lều, chộp lấy cái khóa kéo.

Hốt nhiên, một cơn đau nhói ở đâu bỗng trượt dọc theo sống lưng của tôi xuống đến bụng, rồi thắt lại; tôi vừa chợt nhận ra đây có thể là lần cuối cùng được nhìn thấy người bạn nhỏ. Cậu ta đang quay trở lại với Sam, trở lại để rồi sẽ sống chết với một binh đoàn ma-cà-rồng mới sinh khát máu.

- Jake, đợi đã - Tôi với tay theo người thiếu niên, bàn tay tôi lướt dọc theo cánh tay của cậu.

Jacob giằng tay lại trước khi những ngón tay của tôi tìm thấy được chỗ bám.

- Chị xin em đấy, Jake. Em không thể ở lại đây với chị sao?

- Không được đâu chị.

Lời lẽ vừa được thốt ra ấy thật lạnh lùng và sắt đá. Tôi cũng vừa nhận thức được rằng gương mặt mình đã để lộ nỗi đau, nếu không, Jacob đã chẳng thở phào, lại còn kèm theo một nụ cười nửa miệng như thế.

- Chị đừng lo lắng cho em, Bells ạ. Em sẽ không sao

đâu, sẽ vẫn nguyên vẹn trở về - Người bạn nhỏ cố rặn ra một tiếng cười - Với lại, chị nghĩ em sẽ để cho nhóc Seth thế chỗ của em à, để nhóc ấy nghiễm nhiên hưởng trọn niềm vui và chiếm hết công danh của em sao? Đúng không nào. - Người bạn nhỏ khụt khịt mũi.

- Em nhớ phải bảo trọng...

Nhưng người thiếu niên đã luồn người ra khỏi lều trước khi tôi kịp hoàn tất câu nói.

- Chị nghỉ ngơi đi, Bella - Tôi nghe tiếng Jacob thầm thì khi đóng cửa lều lại.

Tôi dỏng tai, cố ngóng theo những bước chân xa dần của người bạn nhỏ, nhưng tất cả đều tĩnh lặng. Không gian im lìm, đến cả một tiếng gió thoảng cũng chẳng có. Tôi có thể nhận ra tiếng chim văng vẳng đâu đó xa xa trên núi, còn lại chỉ là tiếng thở dài của đất trời. Tiếng chân của Jacob êm quá.

Bó chặt mình trong mấy cái áo lạnh, tôi tựa vào vai Edward. Cả hai chúng tôi đều im lặng trong một lúc khá lâu.

- Còn bao lâu nữa vậy anh? - Cuối cùng, tôi cất tiếng hỏi.

- Alice đã nói với Sam là độ một giờ nữa - Edward trả lời, giọng nói dịu dàng, trống trải.

- Chúng mình sẽ ở bên nhau. Cho dẫu có chuyện gì xảy ra.

- Cho dẫu có chuyện gì xảy ra - Edward tán thành, hai mắt se lại.

- Em biết - Tôi khẽ khàng - Em cũng lo cho mọi người nữa.

- Ai cũng biết lo cho mình mà em - Edward cố trấn an tôi, giọng nói của anh nhẹ hẫng một cách có chủ ý - Anh chỉ tiếc là đã bỏ lỡ cuộc vui thôi.

Lại là *cuộc vui*. Hai cánh mũi tôi nở ra.

Edward quàng tay lên vai tôi.

- Em đừng lo -Anh cố thuyết phục - Rồi hôn lên trán tôi.

Cử chỉ âu yếm của anh như muốn nói với tôi rằng trong bất cứ tình huống nào cũng vẫn có cách giải tỏa được những khắc khoải.

- Vâng, vâng.

- Em có muốn anh làm cho em phân tâm không? - Anh thở ra một hơi, mơn nhẹ những ngón tay lạnh giá lên má tôi.

Tôi rùng mình một cách vô ý; tiết trời buổi sáng hãy còn nhiều giá rét.

- Có lẽ bây giờ chưa được - Edward tự trả lời mình, rụt tay lại.

- Vẫn có cách khác khiến em tạm thời quên đi đấy.

- Cách gì vậy em?

- Kể cho em nghe về mười đêm tuyệt vời nhất của anh đi - Tôi đề nghị - Em rất muốn biết.

Edward cười khanh khách.

- Em thử đoán xem.

Tôi lắc đầu.

- Có nhiều đêm em không biết lắm. Cả một thế kỉ kia mà.

- Để anh rút ngắn thời gian lại cho em nhé. Tất cả những đêm tuyệt vời của anh đều có được là chỉ từ khi gặp em đấy.

- Thật ư, anh?

- Thật chứ, em có thấy đó đã là cả một quãng thời gian dài rồi không. Hãy thử đoán xem.

Tôi ngẫm nghĩ trong một phút.

- Em chỉ nghĩ ra được những đêm tuyệt vời nhất của mình mà thôi - Tôi thật thà thú nhận.

- Có lẽ chúng lại trùng nhau đấy - Edward động viên tôi.

- Ừm, đêm đầu tiên. Đêm anh ở lại nhà em.

- Đúng rồi, đó cũng là đêm tuyệt vời nhất của anh. Tất nhiên là khi đó, em không có lấy bất kì một ý niệm nào về sở thích của anh cả.

- Đúng rồi - Tôi nhớ lại - Em đang nói về cái đêm ấy đấy.

- Ừ - Anh đồng ý với tôi.

Bất giác mặt tôi đỏ bừng khi lại thắc mắc không biết mình đã nói gì lúc ngủ trong vòng tay của Jacob. Tôi không thể nhớ được mình đã mơ thấy điều gì, cũng như không biết mình có mơ hay không, vậy nên điều đó không thể giúp ích gì được.

- Đêm vừa rồi, em đã nói gì vậy? - Tôi hạ thấp giọng hơn trước.

Thay vì trả lời, Edward nhún vai, và tôi không khỏi nhăn mặt.

- Tệ lắm ư, anh?

- Không tệ lắm đâu, em ạ - Anh thở dài.

- Cho em biết đi.

- Hầu hết là em gọi tên anh, như thường lệ.

- Vậy thì không tệ - Tôi nói một cách thận trọng.

- Gần cuối, em bắt đầu lẩm bẩm những điều vô nghĩa, rằng "Jacob, Jacob của tôi" - Cho dẫu chỉ là lời thì thầm, tôi vẫn có thể nhận ra nỗi đau khổ lẩn khuất trong đó - Jacob của em thích thú điều đó lắm.

Tôi trân mình chịu trận, cổ thẳng lên được vài xăngtimét, môi tôi đã ngang tầm với quai hàm anh. Nhưng tôi không thể nhìn được vào mắt Edward. Anh đang ngước mặt lên nhìn cái trần của căn lều.

- Em xin lỗi - Tôi thì thào - Đó chỉ là cách em nhận diện từng người thôi.

- Nhận diện?

- Giữa Bác sĩ Jekyll và ngài Hyde[1]. Giữa Jacob em thích và kẻ khiến em bực mình chết đi được - Tôi giải thích.

- Ra là vậy - Edward có vẻ đã dịu xuống - Cho anh biết về đêm thứ hai đi.

- Là đêm chúng mình từ Ý bay về nhà.

Anh cau mày.

- Không phải là đêm tuyệt vời của anh à? - Tôi thắc mắc.

- Ừ, không phải, anh ngạc nhiên rằng nó có trong danh sách của em đấy. Chẳng phải lúc đó em vẫn một hai cho rằng anh chỉ hành động vì lương tâm tội lỗi, và rằng anh sẽ chạy trốn ngay khi cánh cửa máy bay vừa mở ra sao?

- Vâng - Tôi mỉm cười - Nhưng mà anh vẫn ở bên em.

Anh hôn lên tóc tôi.

- Em yêu anh nhiều hơn tất cả những gì anh xứng đang được hưởng, Bella.

Tôi phá ra cười trước điều không thể có trong suy nghĩ của anh.

---

[1] Nhân vật trong tiểu thuyết cùng tên của nhà văn Scotland - Robert Louis Balfour Stevenson (1850-1894).

- Tiếp đến là đêm đầu tiên chúng mình từ Ý trở về - Tôi tiếp tục liệt kê.

- Ừ, đêm đó cũng nằm trong danh sách của anh. Lúc đó, trông em buồn cười lắm cơ.

- Buồn cười? - Tôi phản ứng.

- Anh không ngờ giấc mơ của em lại sống động đến như vậy. Anh cứ phải thuyết phục em mãi rằng em đã tỉnh rồi.

- Em vẫn chưa chắc chắn đâu - Tôi thầm thì - Lúc nào anh cũng giống như một cơn mơ hơn là hiện thực. Bây giờ, hãy cho em biết về đêm tuyệt vời nhất của anh đi. Em có đoán đúng đêm anh thích nhất không?

- Không, đó là cái đêm cách đây hai hôm, khi cuối cùng, em đã chấp thuận kết hôn với anh.

Tôi nhăn mặt.

- Nó không có trong danh sách của em à?

Tôi nhớ đến cách anh hôn tôi, đến sự nhượng bộ của tôi, và rồi bất ngờ đổi ý.

- Ồ... có chứ. Nhưng mà vẫn có những hạn chế. Em không hiểu vì sao nó lại quan trọng với anh đến như vậy. Anh đã có em mãi mãi rồi cơ mà.

- Từ giờ đến một trăm năm sau, khi em đã có một tầm nhìn đủ rộng để có thể hiểu rõ được câu trả lời, khi ấy, anh sẽ giải thích với em.

- Em sẽ nhắc anh giải thích, trong một trăm năm nữa.

- Em thấy thời tiết này đã đủ ấm chưa? - Hốt nhiên anh hỏi.

- Em chẳng sao hết - Tôi đoan chắc với Edward - Sao vậy anh?

Trước khi anh kịp lên tiếng trả lời, không gian yên ắng bên ngoài căn lều bỗng bị phá vỡ bởi một tiếng hú chói tai mang đầy vẻ đau đớn. Âm thanh ấy đập vào núi đá, dội vào không trung và tỏa ra khắp tất cả các hướng.

Tiếng hú làm rúng động tinh thần tôi y hệt như sức mạnh của bão táp, vừa lạ, vừa quen. Lạ là bởi trước đây, tôi chưa bao giờ nghe thấy một âm thanh nào khiến mình khổ sở đến như vậy. Quen là bởi tôi nhận ra âm điệu ấy ngay lập tức - tôi biết rõ âm thanh cũng như hiểu rõ được ý nghĩa của tiếng thét cứ như chính mình là người đã tạo ra nó vậy. Nó không hề khác biệt với chất giọng của Jacob khi cậu không còn trong hình hài con người và chỉ có thể tru lên chứ không nói được. Tôi không cần phải nhờ thông ngôn.

Jacob đang ở rất gần đây. Jacob đã nghe thấy hết mọi điều chúng tôi tâm sự với nhau. Jacob đang tột cùng đau khổ.

Tiếng sói tru đột nhiên thắt lại thành một thứ tiếng

nức nở ư ử khác thường, rồi sau đó, tất cả chìm vào im lặng.

Tôi không nghe được tiếng bước chân bỏ đi thật yên ắng ấy, nhưng tôi có thể cảm nhận được - tôi cảm nhận được sự trống trải mà vừa nãy, mình đã phán đoán sai; người bạn nhỏ đã bỏ lại phía sau cả một không gian trống rỗng.

- Bởi vì cái lò sưởi của em đã bị đẩy đến tận cùng của sức chịu đựng rồi - Edward khẽ khàng giải thích - Thỏa ước đình chiến đã chấm dứt - Anh nói thêm, rất nhỏ, đến mức tôi không dám chắc là có phải anh vừa mới nói như thế hay không nữa.

- Nãy giờ Jacob vẫn đứng nghe - Tôi thều thào. Đó không phải là một câu hỏi.

- Ừ.

- Anh biết chuyện này?

- Ừ.

Tôi nhìn vào hư vô, không cố định vào đâu cả.

- Anh chưa bao giờ hứa mình sẽ đua tranh công bằng - Anh nhắc nhở tôi một cách lặng lẽ - Và cậu ta xứng đáng được biết.

Tôi gục đầu vào tay mình.

- Em giận anh hả? - Edward hỏi tôi.

- Không phải - Tôi thì thào - Em khiếp sợ mình.

- Em đừng tự dằn vặt mình - Edward nài nỉ.

- Phải rồi - Tôi tán thành một cách cay đắng - Em nên dành sức lực của mình để dày vò Jacob nhiều hơn. Em không cần phải chừa cho cậu ta bất cứ phần nào còn nguyên vẹn.

- Jacob hiểu cậu ấy đang làm gì mà.

- Anh có nghĩ điều đó quan trọng không? - Tôi cố ngăn những giọt nước mắt, và như vậy dễ nghe được giọng nói của mình hơn - Anh có nghĩ em cư xử công bằng không, hay cậu ấy xứng đáng bị như vậy? Em đang làm tổn thương Jacob. Mỗi lúc em quay mặt đi là em lại làm tổn thương cậu ấy một lần nữa - Giọng nói của tôi mỗi lúc một lớn hơn, mỗi lúc lại càng thêm bị kích động - Em là một kẻ đáng sợ.

Edward vòng tay ôm lấy tôi.

- Không, em không phải là người như vậy đâu.

- Phải mà! Em làm sao vậy chứ? - Tôi vùng ra khỏi vòng tay của Edward, và anh để mặc cho đôi tay mình rơi thõng xuống - Em phải đi tìm Jacob.

- Bella, Jacob đã đi xa cả dặm rồi, mà ngoài trời cũng lạnh lắm.

- Em không quan tâm. Em không thể cứ *ngồi* đây được - Nói xong, tôi giũ vai đẩy chiếc áo gió của Jacob xuống đất, vội vã xỏ chân vào giày; rồi một cách khó nhọc, tôi bò ra cửa; ngay lập tức, cảm thấy chân mình tê cóng - Em phải - Em phải... - Tôi không biết phải hoàn tất câu nói của mình như thế nào, nhưng cuối cùng, tôi cũng đưa tay mở khóa kéo cánh cửa để bước ra giữa ánh sáng buổi sớm chan hòa rực rỡ và lạnh cóng.

Sau cơn bão điên cuồng đêm qua, tuyết hóa ra không nhiều như tôi tưởng. Có lẽ gió đã thổi chúng bay đi hơn là chúng tự tan dưới ánh mặt trời. Và kia, từ hướng đông nam, mặt trời đang từ từ ló dạng, tỏa nắng xuống đám tuyết, khiến đôi mắt chưa kịp điều chỉnh của tôi buốt nhói. Khắp tứ bề, gió đã lặng, song không khí vẫn đang bào mòn lớp tuyết, dần dần, mặt trời càng lên cao, thời tiết đang trở về với đúng mùa của nó.

Seth Clearwater đang nằm cuộn tròn trên một đám lá khô, dưới bóng của một cây vân sam đại thụ, đầu ghếch lên chân. Lớp lông màu cát của cậu bé gần như trùng hẳn hoàn toàn với màu lá khô, tuy vậy, tôi vẫn có thể nhận ra cậu qua đôi mắt phản chiếu màu tuyết sáng bừng. Cậu ta đang nhìn tôi theo kiểu như tôi hiểu là một lời buộc tội.

Cho đến khi bắt đầu loạng choạng đi về phía những thân cây, tôi mới ý thức được rằng Edward đang bước theo mình. Tôi không nghe tiếng anh, nhưng ánh mặt trời phản chiếu làn da của anh tạo thành muôn vàn những mảnh cầu vồng lấp lánh rọi xuống mặt đất phía trước tôi. Anh không buộc tôi dừng lại cho đến khi tôi chỉ còn vài bước nữa là dấn thân vào bóng tối của khu rừng.

Anh nắm lấy cổ tay tôi, bất kể tôi cố ra sức giằng lại.

- Em không đuổi theo cậu ấy được đâu. Không phải là hôm nay. Sắp tới giờ rồi. Vả lại, em bị lạc thì sẽ chẳng giúp gì được cho ai cả.

Tôi xoay cổ tay, kéo lại một cách vô ích.

- Anh xin lỗi, Bella - Edward khẽ khàng - Anh xin lỗi đã hành xử như vậy.

- Anh chẳng làm gì có lỗi hết. Tất cả là lỗi tại em. Chính em đã làm. Em làm sai tất cả. Lẽ ra em... Khi cậu ấy... Em không nên... Em... Em - Tôi nức nở.

- Bella, Bella.

Edward vòng tay ôm tôi, nước mắt tôi ràn rụa thấm ướt cả vạt áo sơ mi của anh.

- Lẽ ra em... phải nói với cậu ấy... lẽ ra em... phải nói... - Nói gì? Tôi biết nói điều gì cho phải đây? - Để cậu ấy không phải... chứng kiến điều vừa rồi.

- Em có muốn anh tìm Jacob đưa trở lại để em nói chuyện với cậu ấy không? Vẫn còn một ít thời gian đấy - Edward thầm thì, giọng nói ngập tràn những đau khổ câm lặng.

Tôi để nguyên đầu mình đang áp vào vồng ngực của Edward mà gật chứ không dám ngẩng lên nhìn anh.

- Ở quanh lều thôi nhé. Anh sẽ trở lại ngay.

Anh vừa nói dứt câu, vòng tay đang ôm tôi bỗng biến mất. Edward ra đi nhanh đến độ, trong tích tắc, tôi ngẩng mặt lên, anh đã không còn ở đó nữa, chỉ còn tôi đang đứng chơ vơ một mình.

Một cơn nức nở khác phá vỡ lồng ngực tôi. Hôm nay tôi đã làm tổn thương đến tất cả mọi người. Liệu trên đời này, có cái gì tôi không đụng vào mà không bị đổ nát không?

Tôi không biết vì sao mình lại đau lòng đến như vậy. Đâu phải tôi không biết điều này sớm muộn gì rồi cũng sẽ phải đến. Có điều là Jacob đã phản ứng mạnh mẽ quá, cậu ấy đã đánh mất cả sự tự tin vốn có để bộc lộ một sự khổ đau tràn ngập. Âm thanh của tận cùng nỗi đau trong tâm hồn người bạn nhỏ đang cắt nát lòng tôi thành từng mảnh. Và ở đâu đó từ sâu thẳm trong lồng ngực, ngay bên cạnh nỗi đau đó, còn có một nỗi đau khác - đau vì cảm nhận nỗi đau của Jacob, đau vì đã làm tổn thương cả Edward. Vì không thể điềm nhiên nhìn Jacob ra đi, tôi hiểu rằng mình chỉ còn có cách đó, đó là hành động đúng đắn nhất.

Tôi là kẻ ích kỷ, tôi chuyên gây tổn thương cho người khác. Tôi đã làm khổ tất cả những người mà tôi yêu thương.

Tôi chẳng khác nào nhân vật Cathy trong tác phẩm *Đỉnh gió hú*, chỉ có điều là hoàn cảnh của tôi tốt hơn của nàng mà thôi; Edward và Jacob – không có ai xấu, không có ai yếu đuối cả. Và bây giờ thì tôi ngồi đây để khóc lóc vì điều đó, vì đã không làm nổi được một điều gì đúng đắn... Như vậy, có khác gì Cathy đâu.

Tôi không thể để cho điều làm tổn thương mình ảnh hưởng đến các quyết định của bản thân nữa. Mọi hành động lúc này đều đã không còn tác dụng và đã quá trễ nhưng tôi vẫn phải làm. Đối với tôi, hình như tất cả đều đã được an bài. Có lẽ Edward sẽ không mang được người bạn nhỏ của tôi trở lại. Edward sẽ không bao giờ còn phải chứng kiến cảnh tôi rơi nước mắt vì Jacob Black nữa. Từ giờ trở đi, sẽ chẳng còn nước mắt nữa. Tôi giơ mấy ngón tay lạnh ngắt của mình lên quệt ngang những giọt nước mắt cuối cùng.

Nhưng nếu Edward quay trở lại cùng với Jacob... Trong trường hợp đó, tôi sẽ phải đề nghị cậu ấy hãy ra đi và đừng bao giờ quay trở lại nữa.

Tại sao điều đó lại khó khăn đến như vậy nhỉ? Tại sao lại khó khăn hơn rất nhiều so với việc phải nói lời chia tay với tất cả những người bạn khác của tôi, với Angela, với Mike? Tại sao tôi nghe lòng *đau nhói* như thế? Vô lý. Lẽ ra, tôi không phải khổ sở như vậy. Tôi đã có điều mình cần. Tôi không thể có cả hai người họ, bởi vì Jacob chỉ là bạn tôi. Đã đến lúc phải từ bỏ mong ước đó. Làm sao trên đời lại có người tham lam đến như thế được?

Tôi phải vượt qua cảm giác phi lý rằng Jacob thuộc về cuộc đời tôi. Người thiếu niên ấy không thể thuộc về tôi được, không thể là Jacob *của tôi*, khi tôi đã thuộc về một người khác.

Một cách chậm rãi, tôi quay trở lại khoảng rừng trống, đôi chân gần như là lê bước. Khi vừa chạm chân đến bãi đất cũ, mắt phải nheo lại vì nắng gắt, tôi liếc nhanh qua Seth - cậu ta vẫn nằm trên đám lá thông, không hề có bất cứ một cử động nào - và tôi quay mặt đi, tránh ánh nhìn của Seth.

Bất giác, tôi có cảm giác như tóc mình bị bết lại, xoắn thành lọn giống như mái tóc rắn của nữ quỷ Medusa. Một cách lơ đãng, tôi vuốt lại mái tóc của mình nhưng rồi lại nhanh chóng từ bỏ ý định đó. Dù sao đi nữa, ai mà thèm quan tâm xem hình dạng tôi trông như thế nào?

Tôi chộp lấy cái biđông nước treo cạnh cửa lều, lắc thử. Óc ách... tôi mở nắp, tợp một hớp để súc miệng... Nước lạnh ngắt. Gần đó cũng có thức ăn nhưng tôi không cảm thấy đói để tìm đến nó. Tôi bước thêm vài bước dưới ánh sáng chói lòa, cảm nhận được ánh mắt của Seth chưa một lần nào rời khỏi mình. Nhưng tôi sẽ không nhìn cậu ta, trong đầu tôi, Seth đã trở lại thành một cậu bé, không còn là con sói to lớn nữa; cũng giống như cậu bé Jacob ngày xưa vậy.

Tôi muốn nhờ Seth sủa một tiếng hay làm bất kì một

động thái nào cho biết là Jacob có quay trở lại hay không, nhưng đã kịp thời ngăn mình lại. Người thiếu niên ấy có quay lại hay không đã không còn quan trọng nữa. Có khi cậu ta không quay lại còn dễ xử hơn cho tôi. Tôi ước sao mình có cách gì đó để gọi Edward quay trở về.

Đúng vào cái thời khắc ấy, Seth bắt đầu thút thít, rồi đứng bật ngay dậy.

- Chuyện gì vậy em? - Tôi lên tiếng một cách ngớ ngẩn.

Con sói phớt lờ trước câu hỏi của tôi, nó chạy về phía bìa rừng, nghếch mũi về phía tây, miệng bắt đầu phát ra những tiếng ư ử.

- Có tin gì ư, Seth? - Tôi hỏi gặng - Ở bãi đất trống?

Seth ngoái lại nhìn tôi, sủa lên một tràng dài không to lắm, rồi hướng mũi trở lại phía tây, tỏ ra cảnh giác. Đôi tai bẹt hẳn ra sau, con sói lại rên ư ử lần nữa.

Tại sao tôi lại khờ dại như thế nhỉ? Tôi đã nghĩ sao mà lại để cho Edward đi? Làm sao tôi có thể biết được điều gì đang diễn ra? Tôi đâu có nói được tiếng sói.

Một cơn ớn lạnh bắt đầu chạy dọc theo sống lưng tôi. Ngộ nhỡ không còn thời gian thì sao? Jacob và Edward ở quá gần nhau thì chuyện gì sẽ xảy ra? Nếu chẳng may vào phút chót, Edward lại quyết định tham gia vào trận chiến thì sự thể sẽ thế nào?

Nỗi sợ hãi đọng lại ở bụng tôi. Nếu Seth đang nóng ruột vì không được tham gia vào trận đánh ở bãi đất trống, và tiếng rên ư ử kia là một nỗi bất bình thì sự việc gì sẽ diễn ra tiếp theo? Nếu hiện giờ Jacob và Edward đang sát phạt nhau ở đâu đó xa thật xa trong rừng thì sao nhỉ? Họ sẽ không hành xử như thế đâu, có phải như vậy không?

Bất chợt tôi cảm thấy bủn rủn hết cả người khi nhận ra rằng hoàn toàn có khả năng đó - nếu cả hai người nói ra những điều gì mất lòng nhau. Chẳng phải sáng nay, Jacob và Edward đã chẳng từng gây hấn nhau trong lều rồi đó sao, phải chăng tôi đã đánh giá quá thấp mức độ có thể xảy ra xung đột giữa hai người họ?

Tuy nhiên, nếu bằng cách này hay cách khác, tôi mất cả hai người thì âu cũng là tôi xứng đáng bị như vậy.

Cơn lạnh đóng băng cả trái tim của tôi.

Nhưng trước khi tôi kịp đổ sụp người xuống vì sợ, Seth bỗng gầm gừ khe khẽ - tiếng gầm gừ ấy thoát ra từ sâu trong lồng ngực - rồi quay đi, thong thả tiến lại chỗ nằm ban nãy của mình. Tôi bình tâm trở lại, nhưng cũng không ngăn được nỗi lo âu khắc khoải. Cậu ta không thể cào trên mặt đất cho tôi một thông điệp hay làm một cái gì đại loại như thế hay sao?

Sự vận động nho nhỏ bắt đầu khiến tôi đổ mồ hôi. Tôi quẳng chiếc áo lạnh của mình vào trong lều, quay trở lại với con đường nhỏ cắt ngang qua chỗ nghỉ bé tí xíu này.

Thình lình Seth chồm dậy lần nữa, lông gáy dựng đứng lên hết. Hoảng hốt, tôi nhìn quanh, nhưng không thấy một hiện tượng nào khác thường. Nếu Seth không thôi cái trò này, thể nào tôi cũng sẽ "tặng" cho cậu ta một quả thông chứ chẳng đùa.

Con sói non nớt gầm gừ cảnh báo thêm lần nữa, rồi chạy lại bìa rừng phía tây, tôi bắt đầu cân nhắc lại sự nôn nóng của mình.

- Bọn anh đây mà, Seth - Tiếng Jacob cất lên từ phía đằng xa.

Tôi cố giải thích với mình lí do, vì khi vừa nghe thấy tiếng nói quen thuộc ấy, tim tôi như muốn nhảy ngay ra khỏi lồng ngực. Có lẽ là vì tôi sợ điều sắp phải thực hiện. Tôi không cho phép mình được nông nổi trước sự quay trở lại của người bạn nhỏ. Điều đó sẽ chẳng giúp ích được gì.

Edward xuất hiện trước tiên, mặt anh ngây ra, không một cảm xúc. Khi anh bước ra khỏi bóng râm, ánh mặt trời lại tỏa sáng trên da anh như đã tỏa sáng trên tuyết. Seth bước tới đón Edward và nhìn thật sâu vào mắt anh. Edward gật đầu một cách chậm rãi, vầng trán nhăn lại.

- Ừ, mọi người cũng chỉ cần có thế - Edward thì thầm

với chính mình trước khi quay sang nói với con sói to lớn - Tôi nghĩ chúng ta không cần phải lo. Nhưng thời khắc đó đang đến gần lắm rồi. Mong cậu nhờ Sam nhắn giúp Alice là cố gắng làm theo đúng kế hoạch đã định.

Seth cúi đầu xuống đúng một cái, và tôi ước sao mình có thể gầm gừ được cho hả. Thì ra cậu ta cũng biết gật đầu đấy chứ. Tôi ngoái đầu lại, nhận ra Jacob đã xuất hiện tự bao giờ.

Cậu ta xoay lưng lại phía tôi, đối diện với con đường vừa từ đó tới. Tôi thận trọng chờ người thiếu niên ấy quay người lại.

- Bella - Edward lên tiếng khe khẽ, anh đang ở sát bên cạnh tôi. Anh cúi xuống nhìn tôi, trong ánh mắt ấy tuyệt không có lấy một chút cảm xúc nào khác ngoài sự lo lắng. Lòng bao dung nơi anh quả thật không có giới hạn. Chưa bao giờ tôi lại nhận thấy mình không xứng đáng với anh một cách thấm thía đến như vậy.

- Có một chút rắc rối - Anh nói với tôi, giọng nói cố tỏ ra điềm tĩnh - Anh sẽ đưa Seth ra ngoài này một chút để giải quyết vấn đề. Anh sẽ không đi xa đâu, nhưng anh cũng không lắng nghe cuộc nói chuyện của hai người. Anh biết em không muốn có ai nghe thấy cả, cho dẫu là em có quyết định như thế nào.

Chỉ có ở mệnh đề cuối trong câu nói này, giọng nói của Edward mới vỡ òa những đau đớn.

Tôi sẽ không bao giờ làm cho anh phải đau nữa. Đây sẽ là nhiệm vụ của tôi trong cuộc đời này. Sẽ không bao giờ tôi là lý do khiến anh có ánh nhìn khắc khoải như thế nữa.

Lòng tôi rối bời đến mức thậm chí không hỏi anh xem có chuyện gì. Bây giờ tôi chẳng cần bất kì một điều gì khác.

- Sớm quay lại với em nhé - Tôi thẽ thọt.

Anh hôn nhẹ lên môi tôi rồi nhanh chóng khuất dạng trong rừng cùng Seth.

Jacob vẫn đứng trong bóng cây; thật khó có thể nhìn ra vẻ mặt của người bạn nhỏ.

- Em vội lắm, chị ạ - Jacob lên tiếng bằng một giọng uể oải - Sao chị không thôi chuyện này đi nhỉ?

Tôi nuốt vào một hơi, cổ họng hốt nhiên khô khốc, tôi không rõ mình còn có thể thốt nổi nên thành lời không nữa.

- Chị cứ nói đi, để còn có thể kết thúc sớm.

Tôi hít vào một hơi thật đầy.

- Chị xin lỗi vì đã là một kẻ chẳng ra gì - Tôi nói khẽ khàng - Chị xin lỗi vì đã quá ích kỷ. Chị mong mình chưa bao giờ gặp em để không phải làm tổn thương em như thế này. Chị sẽ không bao giờ làm như thế nữa, chị xin hứa với em. Chị sẽ rời xa em. Chị sẽ dọn ra khỏi bang. Em sẽ không bao giờ còn phải trông thấy chị nữa.

- Lời xin lỗi hóa ra chỉ có thế - Jacob đáp một cách chua chát.

Những gì tôi thốt ra không thể nào lớn hơn một lời thì thầm:

- Hãy cho chị biết chị phải làm sao mới đúng.

- Nếu em không muốn chị bỏ đi thì sao? Nếu em muốn chị ở lại, dù có ích kỷ hay không cũng mặc, thì thế nào? Dù chị đang lên kế hoạch cư xử với em như vậy, em cũng sẽ chẳng được có ý kiến nào hết, đúng không?

- Điều đó không giúp ích được gì, Jake à. Thật sai lầm khi chúng ta ở bên nhau mà ý muốn của chúng ta lại hoàn toàn khác nhau. Sẽ không tốt đâu. Chị sẽ chỉ làm cho em đau thôi. Chị không muốn làm tổn thương em thêm nữa. Chị ghét điều đó lắm - Giọng nói của tôi vỡ òa.

Người thiếu niên thở dài:

- Đủ rồi. Chị không cần phải nói nữa. Em hiểu rồi.

Tôi rất muốn nói rằng tôi sẽ nhớ Jacob nhiều lắm, nhưng tôi cắn răng lại. Điều ấy cũng chẳng giúp ích được gì hết.

Jacob lặng người một lúc, mặt cúi gằm xuống đất; còn tôi thì đang cố giữ mình không chạy đến ôm lấy cậu, an ủi cậu.

Jacob ngẩng mặt lên, nói:

- Ừ, chị không phải là người duy nhất biết quên mình đâu - Giọng nói của Jacob đã khỏe khoắn hơn - Trò chơi ấy, hai người chơi thôi cũng được.

- Sao cơ?

- Bản thân em cũng đã có những hành xử không ra gì. Em đã khiến chị thêm khổ tâm. Lẽ ra ngay từ đầu, em nên chọn cách từ bỏ. Quả thật, em cũng có làm cho chị bị tổn thương nữa.

- Đây là lỗi của chị mà.

- Em sẽ không để chị vơ hết trách nhiệm về mình đâu, Bella ạ; hay tất cả những gì gọi là cao cả cũng thế. Em biết phải làm sao để bù đắp cho chị rồi.

- Em đang nói cái gì vậy? - Tôi hỏi. Ánh nhìn điên cuồng vụt lóe lên trong mắt của cậu bạn khiến tôi lo ngại.

Jacob ngẩng mặt lên nhìn vầng thái dương, sau đó, cười với tôi.

- Dưới kia đang diễn ra một trận chiến khá cam go. Em không cho rằng nó khó khăn đến độ cần phải tách mình ra khỏi chiến trường đó.

Lời nói của người thiếu niên khắc sâu vào tâm trí tôi, một cách chậm rãi, từng lời từng lời một, và tôi không sao thở được nữa. Dù đã nghĩ ra bao nhiêu ý định nhằm cắt đứt Jacob hoàn toàn ra khỏi cuộc đời mình, nhưng vào đúng giây phút ấy, tôi không hề nhận ra rằng một nhát dao đâm có thể làm điều đó một cách tốt nhất.

- Ôi, không, Jake! Không, không, không - Tôi thốt ra trong kinh hãi - Không, Jake, không. Chị xin em, đừng - Hai đầu gối tôi bắt đầu run rẩy.

- Có gì khác nhau đâu, Bella? Đây là hướng giải quyết tốt nhất cho mọi người. Chị sẽ không cần phải ra đi.

- Không! - Tôi nói lớn hơn - Không, Jacob! Chị sẽ không cho em làm thế đâu!

- Chị ngăn em bằng cách nào đây? - Người thiếu niên buông lời chế nhạo, mỉm cười với từng lời nói ấy.

- Jacob, chị đang cầu xin em đây. Hãy ở lại với chị - Nếu còn có khả năng cử động được, có lẽ tôi đã quì sụp xuống rồi.

- Em đã bỏ lỡ mất mười lăm phút quí báu rồi. Khi em an toàn trở lại, chị sẽ chạy trốn em chứ gì? Chị đang đùa cợt với em đấy.

- Chị sẽ không chạy trốn em đâu. Chị đã thay đổi ý định rồi. Chúng ta sẽ cùng tìm cách giải quyết vấn đề, Jacob à. Chuyện gì cũng có thể dàn xếp được hết. Em đừng đi!

- Chị nói dối.

- Không đâu. Em biết chị là kẻ nói dối dở đến mức nào mà. Em hãy nhìn vào mắt chị đi. Chị nói lại nhé: Chị sẽ không đi đâu hết, nếu như em ở lại.

Gương mặt của Jacob đanh lại.

- Để rồi trong ngày vu qui của chị, em sẽ là phù rể chứ gì?

Phải mất một lúc lâu sau, tôi mới có thể lên tiếng đáp lại, vẫn là câu trả lời duy nhất mà tôi có thể nói với cậu ta:

- Chị xin em.

- Em biết ngay mà - Người thiếu niên nói, gương mặt đã điềm tĩnh trở lại, nhưng ánh mắt vẫn rối bời những nỗi niềm.

Và rồi...

- Em yêu chị, Bella - Người bạn nhỏ thầm thì.

- Chị thương em, Jacob - Giọng nói của tôi run rẩy.

Người thiếu niên mỉm cười...

- Em biết điều đó rõ hơn chị.

... Đoạn quay gót bỏ đi.

- Bất cứ điều gì cũng được - Tôi gọi với theo, giọng nói nghẹn lại - Em muốn điều gì cũng được, Jacob ơi. Chỉ cần em đừng làm như thế!

Jacob chợt dừng bước, từ từ quay lại:

- Em không tin chị nói thật lòng.

- Ở lại đi em - Tôi nài nỉ.

Cậu lắc đầu.

- Không, em sẽ đi - Im lặng một lúc, dường như Jacob đang đắn đo trước một quyết định hệ trọng - Nhưng em sẽ phó mặc thân mình cho số phận.

- Em nói vậy nghĩa là sao? - Tôi thảng thốt.

- Em sẽ không phải thận trọng nữa - em sẽ sát cánh, chiến đấu hết sức mình để bảo vệ đồng đội, và để mặc cho điều gì phải đến sẽ đến - Jacob nhún vai - *Tuy nhiên, nếu* chị có thể thuyết phục được em rằng chị thật lòng mong em bình an trở về - mong hơn tất cả những điều vị tha chị đang muốn làm...

- Như thế nào? - Tôi hỏi.

- Chị có thể yêu cầu ở em - Jacob đề nghị.

- Xin em hãy bình an trở về - Tôi thì thào. Làm sao Jacob lại có thể nghi ngờ những gì tôi nói chứ?

Người thiếu niên lắc đầu, mỉm cười một lần nữa:

- Đó không phải là điều em muốn nói đến.

Một tích tắc trôi qua... đó chính là khoảng thời gian để tôi hiểu được những gì người thiếu niên muốn đề cập đến; nãy giờ, cậu ta đang quan sát tôi với một vẻ tự mãn - như thể đã biết trước được phản ứng của tôi. Ngay khi vừa bắt được suy nghĩ của Jacob, tôi đã bật thốt lên ngay tức thì mà không kịp dừng lại để cân nhắc đến cái giá phả trả.

- Em sẽ hôn chị chứ, Jacob?

Người thiếu niên trố mắt nhìn tôi ngạc nhiên, rồi sa sầm mặt xuống, nghi ngờ:

- Chị đang lừa em.

- Hôn chị đi, Jacob. Hôn chị đi, và sau đó, xin em hãy trở về.

Jacob ngần ngừ trong bóng râm, tự đấu tranh với chính bản thân mình. Cậu ta hơi ngoảnh người về phía tây, trong khi đôi chân vẫn đứng nguyên không hề suy suyển. Người thiếu niên tiến một bước do dự về phía tôi, rồi tiến thêm một bước nữa, trong khi mắt vẫn dõi về hướng khác. Cuối cùng, cậu ta xoay mặt lại nhìn tôi, ánh mắt đầy ắp nghi ngờ.

Tôi cũng nhìn đáp lại cậu ta, không biết gương mặt mình gồm có những cảm xúc nào.

Jacob có hơi ngập ngừng trên đôi chân, nhưng rồi cũng tiến tới, xóa bỏ khoảng cách giữa chúng tôi trong đúng ba bước chân sải dài.

Tôi biết người thiếu niên này sẽ không bỏ lỡ cơ hội; tôi biết để mà tự chuẩn bị tinh thần. Tôi đứng thật im lìm - mắt nhắm nghiền, những ngón tay để xuôi hai bên mình siết lại thành nắm. Và đôi môi của Jacob đã tìm đến môi tôi với tất cả sự hăm hở không khác sự thô bạo là mấy.

Và tôi có thể cảm nhận ngay được sự tức giận của người thiếu niên khi đôi môi của cậu ta nhận ra sự thụ động ở nơi tôi. Một tay Jacob lần lên gáy tôi, luồn tay vào các chân tóc của tôi, xoắn chúng lại. Tay kia, cậu ta ôm lấy vai tôi, lay lắc tôi và kéo tôi đứng áp sát vào người cậu ta. Bàn tay của Jacob tiếp tục lướt xuôi theo cánh tay tôi, tìm tới cổ tay, đưa cánh tay tôi bá lên cổ cậu. Tôi giữ nguyên tay mình ở tư thế mới, các ngón tay vẫn nắm lại, không biết mình có thể kéo dài được sự liều lĩnh tuyệt vọng này đến bao lâu để giữ cho người thiếu niên được sống. Cả một khoảng thời gian khá dài, đôi môi của Jacob, mềm mại, ấm áp và lúng túng, ra sức buộc môi tôi phải hưởng ứng.

Khi biết rằng tôi sẽ không hạ tay xuống, Jacob buông cổ tay tôi ra, lần tay xuống thắt lưng tôi. Rồi khi bàn tay nóng hổi của người thiếu niên tìm thấy một phần da nhỏ ở thắt lưng tôi, cậu ta gần như đã dần lấy thân người tôi, kéo cơ thể tôi áp sát hơn nữa vào người cậu.

Và trong một thoáng, Jacob rời khỏi môi tôi, nhưng tôi biết cậu ta sẽ không dừng lại. Đôi môi của Jacob lướt theo quai hàm tôi, chuyển dịch xuống cổ. Người thiếu niên buông tay khỏi tóc tôi, giống như lúc ban đầu, cậu ta hướng dẫn cánh tay còn lại của tôi quàng lên cổ cậu.

Đến lúc đôi tay của Jacob siết lại ở chỗ thắt lưng tôi, thì cũng là lúc đôi môi của cậu ta tìm đến tai tôi.

- Chị có thể làm tốt hơn thế này, Bella ạ - Giọng nói của cậu ta khản đặc - Xem chị đang khổ sở kìa.

Tôi rùng mình khi cảm nhận được hàm răng của Jacob sượt qua trái tai của mình.

- Được rồi - Jacob làu bàu - Trước tiên, phải trả lại cảm xúc thật cho chị đã.

Như một phản ứng tự nhiên, tôi lắc đầu, mãi cho đến khi một cánh tay của người thiếu niên lại luồn tay vào tóc tôi, giữ lại.

Giọng nói của cậu ta chuyển sang gắt gỏng:

- Chị thật lòng muốn em quay về hay đang muốn em bỏ xác trên chiến trường vậy?

Nỗi tức giận đã làm rung chuyển toàn bộ thân hình tôi, hệt như dư chấn sau một cú đánh mạnh. Thế này thì quá sức chịu đựng của tôi rồi - Jacob đã không công bằng.

Đôi tay vẫn còn quàng quanh cổ Jacob, tôi thộp lấy tóc cậu ta, mặc kệ vết thương đang nhói đau dữ dội ở tay phải - một hành động hoàn toàn có tính chất trả đũa, cố giằng mặt mình ra khỏi tay cậu ta.

Nhưng Jacob đã hiểu lầm.

Người thiếu niên quá mạnh mẽ nên không hề nhận ra động tác từ đôi tay tôi - đang cố dứt tóc cậu, cố ý làm cho cậu ta đau. Thay vì nghĩ rằng tôi giận, Jacob lại hình dung đó là sự đê mê. Cậu ta cho rằng cuối cùng, đã được tôi hưởng ứng.

Với tiếng thở hổn hển đầy hoang dại, Jacob lại ấn môi vào miệng tôi, những ngón tay của cậu ta ghì chặt lấy khoảng da trần ở thắt lưng tôi.

Sự kinh ngạc đã làm rối loạn khả năng tự chủ vốn mỏng manh nơi tôi; cảm xúc ngây ngất bất ngờ của cậu bạn đã hoàn toàn đánh bại được nó. Nếu đây chỉ đơn thuần là cảm xúc ngạo nghễ vì nghĩ mình đã chiến thắng của Jacob, hẳn tôi đã kháng cự lại rồi. Không, chính sự mê đắm không lúc nào dứt của Jacob đã phá vỡ quyết định của tôi, đã vô hiệu hóa nó. Lí trí đã hoàn toàn không kiểm soát được bản thể của tôi nữa, tôi đã đáp lại nụ hôn của người thiếu niên. Bất chấp tất cả các lý do, môi tôi chuyển động trên môi cậu ta một cách lạ lùng, theo một cách chưa từng có bao giờ - bởi lẽ tôi không phải cẩn trọng đối với Jacob, và tất nhiên người bạn nhỏ cũng không cần phải cẩn trọng trước tôi.

Những ngón tay của tôi vẫn còn đang siết chặt vào tóc cậu ta, nhưng là để làm cho gương mặt của cậu ta có thể áp sát hơn nữa vào mặt mình.

Dấu ấn của Jacob xuất hiện khắp mọi nơi trên cơ thể tôi. Ánh mặt trời rực rỡ khiến mi mắt tôi ửng đỏ, nhưng cũng có thể hiểu là do nhiệt độ. Sức nóng hiện hữu ở mọi nơi. Tôi không thể nhìn thấy hay nghe thấy hay cảm nhận được bất cứ cái gì khác không phải của Jacob.

Một phần nhỏ xíu của não bộ vẫn còn một chút tỉnh táo đã tạo ra những câu hỏi cho tôi.

Tại sao tôi không dừng chuyện này lại? Và tệ hại hơn, tại sao tôi lại không nhận ra bất kì một phần nào trong người mình có mong muốn dừng hành động này? Phải chăng điều đó có nghĩa là tôi *không muốn Jacob dừng lại?* Tay tôi đang níu lấy bờ vai của cậu ta, vì ưa thích sự nở nang và săn chắc của chúng? Phải chăng tôi đang cảm thấy rằng đôi bàn tay của người thiếu niên đang kéo tôi sát vào người cậu ta như thế này vẫn còn là chưa đủ? Những câu hỏi thật ngớ ngẩn, bởi lẽ tôi đã biết được câu trả lời: Tôi đang tự lừa dối bản thân mình.

Jacob nói đúng. Từ đầu đến cuối, cậu ta nói đúng. Người thiếu niên ấy còn hơn cả một người bạn của tôi. Đó là lý do vì sao tôi không thể nói lời chia tay với cậu ta - Bởi lẽ tôi cũng yêu cậu. Đúng như vậy. Tôi yêu cậu ta nhiều hơn mức cho phép, tuy nhiên, thế vẫn chưa đủ. Tôi đã phải lòng Jacob, nhưng chưa đủ để thay đổi một điều gì; chỉ đủ để hai đứa tôi bị tổn thương nhiều hơn, và chỉ đủ để làm cho vết thương lòng mà tôi đã gây ra cho cậu ta trở nên trầm trọng hơn nữa.

Tôi không để tâm đến điều gì hơn thế - hơn nỗi đau của Jacob. Rõ ràng là tôi còn hơn cả xứng đáng phải hứng chịu tất cả những nỗi đau nào. Tôi mong nỗi đau ấy sẽ thật đích đáng. Tôi mong mình sẽ bị hành hạ.

Giữa thời khắc này, tôi có cảm giác như chúng tôi là một. Nỗi đau của cậu ta đã chuyển thành nỗi đau của tôi - và hiện tại, niềm vui của cậu ta cũng chính là niềm vui của tôi. Tôi cảm thấy vui, tuy nhiên, hạnh phúc của người bạn nhỏ bằng cách này hay cách khác cũng mang nặng nỗi đau khổ. Gần như là một thứ hữu hình - nó đốt cháy thịt da tôi như một thứ axít, một sự hủy hoại từ từ.

Trong một tích tắc ngắn ngủi của vô tận, một con đường hoàn toàn khác hiện ra đằng sau mi mắt mọng nước của tôi. Như thể tôi đang nhìn thấu suy nghĩ của Jacob, tôi có thể trông thấy rõ ràng điều tôi sẽ từ bỏ, rõ ràng điều mà sự tự nhận thức mới mẻ của bản thân không thể cứu tôi khỏi sự thất bại. Tôi có thể trông thấy hình ảnh của bố mẹ mình lẫn vào trong bức tranh đầy mảnh ghép ấy. Tôi có thể trông thấy năm tháng đã trôi qua cùng ý nghĩa thời gian của nó, tôi đã thay đổi. Tôi có thể trông thấy con sói khổng lồ có bộ lông màu nâu đỏ mà tôi yêu vẫn luôn đứng ra bảo vệ tôi khi cần. Trong một phần nhỏ nhất của tíc tắc ấy, tôi có thể trông thấy hai cái đầu có mái tóc đen cắt ngắn của trẻ nhỏ, chúng vừa rời tay tôi, chạy vào khu rừng quen thuộc. Khi hai đứa trẻ ấy biến mất, chúng đem luôn cả những ảo ảnh đi theo.

Và cũng thật rõ ràng, tôi cảm nhận được tim mình vừa vỡ ra theo đường nứt, một phần nhỏ hơn của trái tim đã tách ra khỏi tổng thể.

Đôi môi của Jacob dừng lại trước tiên. Tôi mở mắt, nhận ra người thiếu niên đang quan sát mình, ánh nhìn đầy vẻ thắc mắc, nhưng trên hết là sự phấn chấn.

- Em phải đi thôi - Cậu ta thầm thì.

- Đừng.

Jacob mỉm cười, hài lòng với lời đáp lại của tôi.

- Em sẽ không đi lâu đâu - Cậu ta cam đoan - Nhưng trước hết...

Người thiếu niên cúi xuống hôn tôi một lần nữa, và bây giờ thì không còn cớ gì để cự tuyệt. Tôi biết viện dẫn lý do gì đây?

Lần này thì khác hẳn. Đôi bàn tay của Jacob áp lên mặt tôi thật nhẹ nhàng, bờ môi ấm áp của cậu rất dịu dàng, ngập ngừng và dò hỏi. Nụ hôn ấy không kéo dài, nhưng thật sự rất ngọt, ngọt hơn cả sự mong đợi.

Và cậu ta quàng tay ôm lấy tôi, một vòng tay thật chắc chắn, trong lúc miệng ghé vào tai tôi, thì thào:

- Lẽ ra, nụ hôn đầu tiên của chúng ta phải như thế này. Nhưng thà muộn còn hơn là không bao giờ có.

Người thiếu niên chẳng bao giờ nhìn thấy nơi vồng ngực của mình, những giọt nước mắt đang chảy tràn ra khỏi hai bờ mi của tôi.

24. QUYẾT ĐỊNH BẤT NGỜ

Tôi nằm lên chiếc túi ngủ, úp mặt xuống sàn, chờ đợi sự phán xét tìm đến với mình. Có lẽ một trận lở tuyết sẽ chôn vùi tôi ở đây. Tôi ước gì có thể như vậy. Tôi không muốn nhìn thấy khuôn mặt mình ở trong gương nữa.

Không có một tiếng động nào cảnh báo tôi cả. Không rõ bắt đầu từ lúc nào, bàn tay giá lạnh của Edward đã vuốt ve mái tóc rối bù của tôi. Tôi run rẩy vì tội lỗi trước sự đụng chạm ấy.

- Em vẫn ổn chứ? - Anh thì thào, giọng nói đầy lo lắng.

- Không. Em chỉ muốn chết thôi.

- Điều đó sẽ không bao giờ xảy ra đâu. Anh sẽ không bao giờ cho phép.

Tôi rên rỉ, thì thào đáp lại:

- Có lẽ rồi anh sẽ phải thay đổi quyết định.

- Jacob đâu rồi, em?

- Cậu ấy "ra trận" rồi - Tôi làu bàu với nền đất.

Jacob đã rời khỏi lều với một niềm hân hoan tột bậc - kèm theo câu nói đầy hớn hở: "Em sẽ quay trở lại" -

rồi cậu ta chạy hết tốc lực về bãi đất trống, cả thân mình run lẩy bẩy khi chuẩn bị chuyển sang hình thái khác. Giờ thì toàn bộ đội sói đã biết hết sự tình. Seth Clearwater, đang đi đi lại lại ở ngoài lều, đó chính là nhân chứng rõ rệt nhất cho sự hổ thẹn trong lòng tôi.

Edward im lặng trong một lúc khá lâu...

- Ôi... - Cuối cùng, anh lên tiếng.

Âm điệu trong giọng nói của anh khiến tôi lo lắng, hiểu rằng trận lở tuyết đã không nhanh bằng anh. Tôi liếc trộm anh, không còn nghi ngờ gì nữa, đôi mắt của Edward không tập trung vào bất cứ một sự vật vào, anh đang nghe một điều mà tôi thà chết còn hơn là để cho anh biết. Tôi úp mặt mình xuống sàn.

Đầu óc tôi váng vất khi nghe tiếng cười bất đắc dĩ của Edward vừa bật ra khỏi miệng.

- Có lẽ anh đã biết được một chuyện không hay - Edward lên tiếng, lấy làm miễn cưỡng khi thừa nhận - Vô hình trung, cậu ta đã biến anh thành một vị thần bảo vệ đức hạnh - Anh mơn nhẹ lên phần má để lộ của tôi - Anh không giận em đâu, cưng à. Jacob láu cá hơn anh tưởng rất nhiều. Phải chi em đừng yêu cầu cậu ta...

- Edward - Tôi thều thào trên tấm nilông ram ráp - Em... em... Em...

- Suỵt - Anh thốt lên, những ngón tay lại vuốt ve má

tôi - Anh không có ý nói như thế. Chỉ vì thể nào cậu ta cũng sẽ hôn em, cho dẫu em có không bị chơi xỏ đi chăng nữa, và giờ thì anh không có lí do để quai cái kẻ ấy. Anh thật lòng muốn làm như thế lắm đấy.

- Bị chơi xỏ ư? - Tôi thì thào, ngơ ngác.

- Bella, em tin rằng Jacob cao thượng đến mức đó sao? Rằng cậu ta sẵn sàng chơi trò anh hùng mã thượng không tranh chấp với anh nữa ư?

Một cách chậm rãi, tôi ngẩng mặt lên đón nhận cái nhìn kiên nhẫn nơi anh. Vẻ mặt của anh thật hiền từ; đôi mắt chứa đầy những ánh nhìn thông cảm hơn là hằn học mà tôi đáng ra được nhận.

- Vâng, em tin như vậy - Tôi thều thào rồi quay mặt đi. Nhưng hoàn toàn không hề cảm thấy giận vì Jacob đã lừa mình. Trong lòng tôi không còn một khoảng trống nào cho bất kì cảm xúc nào khác ngoài sự thù ghét bản thân.

Edward bật cười, tiếng cười thật dịu dàng.

- Em nói dối dở lắm, vậy nên ai đó chỉ cần trổ tài nói dóc một chút xíu thôi, là em cũng tin sái cổ ngay.

- Vì sao anh không giận em? - Tôi sẽ sàng hỏi - Sao anh không ghét em? Hay anh vẫn chưa nghe hết câu chuyện?

- Có lẽ anh hiểu được chuyện này - Edward trả lời, giọng nói vẫn dịu dàng, nhẹ hẫng - Jacob "vẽ" lại chuyện đó trong đầu sống động lắm. Anh cảm thấy tội cho đồng đội của cậu ta cũng như tội cho mình vậy. Tội nghiệp nhóc Seth đang muốn nôn thốc nôn tháo. Nhưng giờ thì Sam đang buộc Jacob phải ổn định lại tinh thần.

Tôi khép mắt lại, lắc đầu một cách khổ sở. Những thớ sợi nilông của chiếc lều cọ rát mặt tôi.

- Em dù sao cũng chỉ là một con người - Anh nói khẽ khàng, vuốt tóc tôi một lần nữa.

- Đó là lời bào chữa đáng thương nhất mà em từng được nghe thấy.

- Nhưng em là một con người đúng nghĩa, Bella à. Dù rằng anh cũng mong khác hơn, và cậu ta cũng vậy... Cuộc sống của em có những khoảng trống mà anh không thể lấp đầy. Anh hiểu được điều đó.

- Nhưng sự thật không phải như vậy. Đó là thứ khiến em ghê sợ bản thân mình đấy. Không có khoảng trống nào cả, anh à.

- Em yêu cậu ta - Edward thì thầm thật hiền.

Từng tế bào trong cơ thể tôi hóa nhức nhối vì muốn phủ nhận điều đó.

- Em yêu anh nhiều hơn - Tôi chỉ biết trả lời có thế.

- Ừ, anh cũng biết điều đó. Nhưng... khi anh rời bỏ em, Bella, anh đã làm cho em bị tổn thương một cách nặng nề, và chính Jacob là người đã vá vết thương lại cho em. Nhất định chuyện đó sẽ để lại dấu ấn - trong lòng cả hai người. Anh không biết những vết khâu kia có thể tự biến mất hay không. Anh không thể khiển trách cậu ta hay em được. Có lẽ anh đã được tha thứ nhưng điều đó không có nghĩa là anh không phải nhận lãnh hậu quả.

- Lẽ ra em nên biết trước rằng anh đang tìm cách nhận lỗi về mình. Xin anh đừng nói nữa. Em không thể chịu đựng được.

- Vậy anh nên nói sao, hả em?

- Em muốn anh dùng tất cả những từ ngữ tồi tệ nào mà anh nghĩ ra được, bằng mọi ngôn ngữ mà anh biết để mắng mỏ em. Em muốn anh bảo với em rằng anh chán ghét em, và rằng anh sẽ ra đi để em sẽ phải phủ sụp xuống đất và cầu xin anh ở lại.

- Anh xin lỗi - Edward thở dài - Anh không làm được điều đó.

- Vậy thì ít nhất anh đừng tìm cách để em cảm thấy dễ chịu. Hãy để em chịu đau khổ. Em đáng bị như vậy.

- Không đâu em - Anh thì thào.

Edward im lặng một lúc, và tôi cảm nhận được không khí bỗng trở nên nặng nề một cách bất thường, một sự báo động mới.

- Giờ sắp điểm - Tôi nhìn nhận.

- Ừ, chỉ còn vài phút nữa. Thời gian chỉ đủ để nói một lời duy nhất...

Tôi chờ đợi. Cuối cùng thì anh cũng lên tiếng, vẫn là những lời nhỏ nhẹ.

- Anh sẽ là người cao thượng, Bella ạ. Anh sẽ không bắt em phải lựa chọn giữa anh và cậu ta nữa. Em cứ sống hạnh phúc đi, em sẽ có mọi điều em muốn ở anh, hoặc là không có gì cả, nếu em thấy điều đó là cần thiết. Chỉ mong khi quyết định, em đừng có cảm giác nợ nần anh bất kì một điều gì.

Tôi bật phắt dậy, cong gối dưới sàn.

- Trời ơi, anh thôi đi! - Tôi thét lên với anh.

Edward trò xoe mắt vì ngạc nhiên.

- Không - em không hiểu rồi. Anh không hề tìm cách để em cảm thấy dễ chịu đâu, anh nói thật đấy.

- Em biết mà - Tôi rền rĩ - Chuyện gì đã xảy ra với mong muốn đua tranh trong anh rồi? Xin anh đừng bắt đầu bằng sự hi sinh cao thượng đó! Anh hãy đua tranh đi!

- Bằng cách nào, hả em? - Edward hỏi ngược lại tôi, đôi mắt lại trở về với những u uẩn thuở nào.

Tôi nhoài người sà vào lòng anh, ôm chầm lấy anh.

- Em không quan tâm đến chuyện nơi này lạnh nữa. Em không quan tâm đến chuyện mình đang mang mùi sói nữa. Hãy làm cho em quên chuyện mình đáng sợ như thế nào đi anh. Hãy làm cho em quên cậu ấy đi anh. Hãy làm cho em quên cả tên mình nữa. Anh hãy đua tranh với cậu ấy đi!

Rồi không chờ anh quyết định - hay có cơ hội nói với tôi rằng anh không còn thương yêu một con quái vật độc ác, chẳng đáng tin cậy giống như tôi. Tôi nép sát mình vào anh và ấn môi mình vào đôi môi giá lạnh của anh.

- Cẩn thận nào, cưng - Anh thì thầm trong cái hôn vội vã của tôi.

- Không - Tôi gầm gừ.

Một cách nhẹ nhàng, anh khẽ dịch chuyển mặt tôi cách ra vài xăngtimét.

- Em không cần phải chứng minh điều gì với anh cả, Bella.

- Em không hề chứng minh điều gì hết. Anh đã nói rằng em sẽ có mọi điều em muốn ở anh mà. Em đang muốn điều này đây. Em rất muốn điều này đây - Tôi vòng tay ôm lấy cổ anh, rướn người lên để hôn anh. Edward cũng cúi xuống hôn đáp lại, nhưng khi tôi càng tỏ ra dứt khoát, đôi môi của anh càng tỏ ra ngập ngừng. Ngôn ngữ cơ thể tôi đang khiến cho ý định của tôi mỗi lúc một rõ ràng hơn. Và rồi vẫn cũng như mọi khi, anh ngăn tôi lại.

- Có lẽ hiện thời không phải là lúc thích hợp cho chuyện đó - Edward ôn tồn nói với thái độ điềm tĩnh một cách thái quá trước cảm xúc mãnh liệt ở nơi tôi.

- Tại sao? - Tôi làu bàu. Cuộc tranh giành sẽ chẳng

mang đúng nghĩa một khi anh lúc nào cũng hành động theo lẽ phải như thế; tôi buông thõng hai tay xuống.

- Trước tiên, vì nơi này lạnh quá - Nói xong, anh với lấy cái túi ngủ dưới sàn; quấn cho tôi như quấn chăn.

- Sai rồi - Tôi chỉnh lại - Trước tiên, vì anh là người quá đạo đức, đạo đức một cách quá đáng đối với một ma-cà-rồng.

Edward cười khúc khích.

- Được rồi, anh sẽ cho em biết. Thứ hai là lạnh nhé. Thứ ba là vì... ừm, em sặc mùi sói, cưng à.

Anh chun mũi lại.

Tôi thở dài.

- Thứ tư - Anh thì thầm, bất chợt hạ thấp mặt mình xuống để thì thào vào tai tôi - Chúng mình *sẽ* thử, Bella à. Anh sẽ làm đúng như lời hứa. Nhưng anh vẫn mong đấy không phải là phản ứng nảy sinh từ Jacob Black.

Tôi co rúm người lại, giấu mặt mình vào vai anh.

- Và thứ năm...

- Bản danh sách này dài quá - Tôi lẩm bẩm.

Anh cười.

- Ừ, thứ năm là em có muốn nghe tường thuật trực tiếp về trận chiến không nào?

Anh vừa nói đến đó, ở bên ngoài lều, Seth đã cất tiếng tru vang động cả không gian mênh mông. Thân người tôi cứng lại trên nền đất. Tôi đã không nhận thức được rằng bàn tay trái của mình đã nắm lại từ lúc nào, những chiếc móng tay cắm chặt vào miếng đai ở lòng bàn tay, cho đến lúc Edward nhẹ nhàng gỡ những ngón tay của tôi ra.

- Mọi chuyện rồi sẽ ổn thôi, Bella ạ - Anh đoan chắc với tôi - Bọn anh có kỹ năng, được huấn luyện, và cố một đồng minh không ai ngờ. Trận chiến sẽ kết thúc sớm thôi. Nếu không tin vào điều đó, giờ này, anh đã ở dưới kia rồi - còn em thì ở đây, bị trói vào một thân cây, hay là vào một chỗ nào đó.

- Alice nhỏ con quá - Tôi than van.

Edward vẫn cười khúc khích:

- Ừ, đó sẽ là vấn đề... cho kẻ nào cố công bắt cô bé ấy.

Seth bắt đầu thút thít.

- Có chuyện gì vậy anh? - Tôi hỏi.

- Cậu bé bực vì bị kẹt ở đây với chúng mình. Seth cũng biết đồng đội loại cậu ra khỏi cuộc chiến là để bảo vệ sự an toàn cho chính bản thân cậu; trong khi Seth thèm được sát cánh bên đồng đội biết bao.

Tôi cau có nhìn về hướng Seth.

- Binh đoàn ma-cà-rồng đã lần ra dấu vết - Jasper đúng là thiên tài, anh ấy liệu việc như thần vậy - và chúng cũng đã bắt được mùi của gia đình anh ở đồng cỏ, nên tách quân ra làm hai, như Alice đã cho biết trước - Edward thì thầm, ánh mắt anh tập trung vào một điều gì đó xa xăm lắm - Sam đang dẫn chúng ta vòng lại để chặn đánh nhóm tiếp viện trước - Edward đang mải mê với điều gì nghe được đến độ đã gọi "đội sói" là "chúng ta".

Bất thình lình, Edward cúi xuống nhìn tôi.

- Em thở đi, Bella.

Tôi cố làm theo điều anh nhắc nhở, và nhận ra được tiếng thở hổn hển, nặng nhọc của Seth ở bên ngoài căn lều. Tôi nỗ lực giữ cho hai lá phổi của mình hoạt động đều đặn, để không mắc phải chứng thở quá nhanh.

- Nhóm đầu tiên đã ra đến vùng đất trống. Anh và Seth có thể nghe thấy âm thanh của trận chiến.

Hai hàm răng của tôi siết chặt vào nhau.

Anh cười khan chỉ một tiếng duy nhất.

- Anh nghe được cả tiếng của Emmett nữa - anh ấy đang phấn khích lắm.

Tôi bắt cùng nhịp thở với Seth.

- Nhóm thứ hai đã sẵn sàng - bọn người đó không hề cảnh giác, họ vẫn chưa nghe thấy động tĩnh của "chúng ta".

Bất chợt Edward chuyển sang gầm ghè.

- Sao vậy anh? - Tôi thở dốc.

- Bọn chúng đang nói về em - Hai hàm răng của Edward nghiến chặt vào nhau - Bọn chúng cho rằng em sẽ không thể thoát được... Hay lắm, Leah! Ồ, cô gái đó nhanh thật - Anh tán thành - Một tên đã đánh được hơi của "chúng ta", may quá, Leah đã vật hắn xuống trước khi hắn kịp quay lại. Sam đã lao tới phụ cô gái. Paul và Jacob giải quyết một tên khác, nhưng những tên còn lại đã nhận ra rồi, chúng đang phòng bị và ngỡ ngàng không thể hiểu tại sao lại có sự vụ này. Hai bên đang đánh thăm dò... Không, để Sam dẫn đầu. Tránh ra ngay đi - Anh hốt nhiên kêu lên - Tách chúng ra đi - đừng để bọn người đó đâu lưng vào nhau.

Seth rên ư ử.

- Tốt hơn rồi, cứ dồn chúng ra bãi đất trống đi - Edward tán đồng. Thân hình anh hơi dâng lên một cách vô ý thức khi bị hút hồn vào những gì theo dõi được, toàn thân căng cứng vì phải kiềm chế những động tác lẽ ra được tự do thể hiện. Đôi bàn tay anh vẫn đang nắm lấy tay tôi; tôi đan tay mình vào tay anh, siết lại. Ít ra, anh cũng đã không đến đó.

Không gian chợt im ắng một cách bất ngờ. Điềm báo!

Hơi thở của Seth đội ngột ngưng trệ - và khi đang hòa cùng nhịp thở với Seth - tôi mới nhận ra.

Tôi cũng nín thở - sợ đến mức không thể buộc phổi mình phải hoạt động, nhất là khi đã nhận ra bên cạnh mình, Eward cũng đang gần như đông thành đá.

Ôi, không. Không. Không.

Ai đã thiệt mạng? Họ hay chúng tôi? Không, người sói hay gia đình nhà Cullen đều là những người tôi vô cùng yêu quí. Người thân nào của tôi đã hi sinh?

Sự thể diễn ra nhanh đến mức tôi không hề có một ý niệm nào về việc đã được chứng kiến: Tôi đang đứng đó, xung quanh tôi là những mảnh nhỏ của chiếc lều. Edward đã xé lều ư? Tại sao anh lại hành động như vậy?

Tôi chớp chớp mắt, sững sờ, giữa một biển nắng chói lóa. Tôi chỉ nhận ra được có mỗi Seth, cậu ta đang ở ngay bên cạnh chúng tôi, gương mặt sói chỉ cách gương mặt Edward đúng một gang tay duy nhất. Trong tíc tắc vô tận ấy, cả hai đang nhìn nhau với một sự tập trung cao độ. Ánh mặt trời lấp lánh trên làn da của Edward, hàng ngàn mảnh cầu vồng óng ánh phản chiếu trên bộ lông của Seth.

Rồi bất chợt Edward thì thào một cách khẩn cấp:

- Đi đi, Seth!

Ngay lập tức, con sói nhổm dậy, và mau chóng biến mất vào giữa cánh rừng âm u.

Dường như hai tíc tắc đã trôi qua? Vậy mà tôi nghe như cả giờ vậy. Tôi kinh hãi đến mức buồn nôn khi hình dung ở bãi đất trống đang xảy ra một điều khủng khiếp, một sự hi sinh. Tôi há hốc miệng, toan giục anh đưa tôi đến đó và phải làm ngay tức thì. Mọi người cần anh, và mọi người cần *tôi*. Nếu phải chảy máu để cứu những người thân yêu đó, tôi hoàn toàn sẵn sàng. Tôi sẵn sàng hi sinh thân mình cho điều đó, giống như người vợ thứ ba của người thủ lãnh nọ. Trong tay tôi không có con dao bạc, nhưng chắc chắn tôi sẽ tìm được cách...

Song, trước khi kịp phát ra âm tiết đầu tiên, tôi đã có cảm giác như mình đang bay giữa muôn trùng gió cuốn. Nhưng bàn tay của Edward chưa hề một lần rời khỏi cơ thể tôi - và tôi vẫn đang lao đi, nhanh đến mức dường như cảm xúc đã bị rơi xuống bên vệ đường.

Tôi nhận ra mình đang đứng áp lưng vào một vách đá thẳng đứng. Trước mặt tôi, Edward đang đứng với dáng điệu không lẫn vào đâu được.

Sự nhẹ nhõm gột sạch mối bận tâm trong tâm trí tôi cùng lúc với bao tử của tôi thắt lại như muốn rớt xuống tận gót giày.

Tôi đã hiểu sai.

Tôi cảm thấy nhẹ nhõm - vì ở bãi đất trống không xảy ra chuyện gì cả.

...Và kinh hoàng - vì sự kinh khủng đó diễn ra ở ngay đây.

Edward đang ở tư thế phòng thủ - hơi đưa người ra trước, đôi tay hơi duỗi ra - tôi nhận thức với một sự chắc chắn muốn phát bệnh. Vách đá sau lưng tôi không khác nào những bức tường gạch cổ xưa ở Ý, chỗ lối đi mà anh đã từng đứng chắn giữa tôi và những chiến binh "hắc y" của nhà Volturi.

- Ai vậy anh? - Tôi thì thào hỏi.

Những âm tiết thoát ra khỏi hai hàm răng anh là tiếng gầm gừ còn lớn hơn cả sự tưởng tượng của tôi. Rất lớn. Điều đó có nghĩa là đã không còn có cơ hội để trốn nữa. Chúng tôi đã sa bẫy, và câu trả lời của anh hoàn toàn không có ý nghĩa gì.

- Victoria - Edwarrd thốt ra cái từ đó không khác nào phun ra một lời nguyền rủa - Người phụ nữ đó không hề đơn độc. Victoria đã đánh hơi được mùi của anh, thì ra cô ta đi với đám tốt đen kia chỉ là để quan sát tình hình, và hoàn toàn không hề có ý định sát cánh cùng họ. Kẻ đáng sợ đó đã nảy ra một quyết định hoàn toàn theo sự thôi thúc của tình thế là tìm anh, vì biết rằng em sẽ luôn luôn ở bên anh. Cô ta tính toán không sai một li nào. Em nói đúng. Kẻ đó luôn luôn là Victoria.

... Và lúc này đây, Victoria đang ở trong tầm hoạt động của năng lực đặc biệt mà anh vốn có.

Lại nhẹ nhõm. Nếu là nhà Volturi, cả hai đứa tôi đều sẽ bị hủy diệt. Nhưng đây là Victoria, chúng tôi sẽ không phải chết *đôi*. Edward có thể sẽ còn sống. Anh là một chiến binh giỏi, cũng ngang ngửa với Jasper.

Nếu người phụ nữ đó không mang theo quá nhiều vệ binh, anh sẽ mở được đường máu để về với gia đình. Edward có tốc độ di chuyển không ai bì kịp. Rồi anh sẽ thành công.

Tôi mừng vì Edward đã đẩy Seth đi. Lẽ tất nhiên, Seth chẳng chạy đi giúp ai cả. Victoria tính toán thời gian thật hoàn hảo. Nhưng ít ra thì Seth cũng được an toàn; khi nghĩ đến cái tên ấy, tôi không hề mường tượng ra một con sói to lớn có bộ lông màu cát, mà chỉ là một cậu bé mười lăm tuổi vụng về, lóng ngóng mà thôi.

Thân hình của Edward dâng lên - chỉ một chút thôi, nhưng cũng đủ để cho tôi biết cần phải nhìn về hướng nào. Tôi chú mục vào khoảng rừng tối tăm.

... Y hệt như những cơn ác mộng đang bước ra khỏi cõi ảo để đến với tôi.

Một cách chậm rãi, hai ma-cà-rồng tạt vào vạt đất trống chỗ căn lều của chúng tôi, tia mắt của họ bao quát chẳng bỏ sót một thứ gì. Dưới ánh mặt trời, thân mình họ tỏa sáng lóng lánh.

Tôi không để ý lắm đến một gã con trai tóc vàng - ừm, cậu ta hãy còn nhỏ, tuy cao và vạm vỡ nhưng khi biến đổi, cậu ta cũng chỉ độ trạc tuổi tôi. Đôi mắt của cậu ta - chưa bao giờ tôi thấy có đôi mắt nào lại đỏ đến như vậy - nhưng cũng không gây được sự chú ý mạnh mẽ nơi tôi. Tuy cậu ta ở gần Edward nhất, là mối nguy hiểm kề cận nhất, tôi cũng không màng quan sát.

Bởi lẽ cách gã con trai đó chỉ vài bước chân ở phía sau, Victoria đang nhìn tôi chằm chằm.

Mái tóc màu vàng cam của người phụ nữ đó sáng chói hơn bao giờ hết, rực rỡ hơn cả lửa nữa. Trời lặng gió, nhưng quầng lửa quanh gương mặt cô ta có vẻ như đang bập bùng, chẳng khác gì như chúng là thực thể sống vậy.

Đôi mắt của Victoria đen thẫm vì khát. Người phụ nữ ấy không cười, đúng như trong những cơn ác mộng của tôi về cô ta: đôi môi mím lại đến có hằn. Cô ta đang ở trong tư thế co lại không khác chi dáng điệu của loài mèo, một con sư tử cái đang chờ đợi cú vồ mồi đầu tiên. Đôi mắt hoang dại của Victoria không ngừng láo liên nhìn nghiêng nhìn ngửa giữa tôi và Edward, nhưng chưa bao giờ ánh mắt ấy dừng lại ở anh quá nửa giây. Người phụ nữ ấy không thể cất mắt khỏi tôi cũng như tôi không thể rời mắt khỏi cô ta.

Sự căng thẳng như trào ra khỏi cơ thể của Victoria, gần như có thể trông rõ được thành hình. Trong khoảnh khắc ấy, tôi như cảm nhận được khao khát của cô ta, cảm nhận được sự thèm muốn đã hút chặt lấy sự chú ý của người phụ nữ. Dường như tôi cũng đọc được cả suy nghĩ của con người ấy.

Victoria đang ở rất gần với điều cô ta mong muốn - mục tiêu của toàn bộ sự tồn tại của cô ta trong hơn một năm qua đang ở *rất gần*.

Cái chết của tôi.

Kế hoạch của Victoria rõ như ban ngày, rất dễ nhận biết. Gã con trai tóc vàng sẽ tấn công Edward. Ngay khi Edward đã bị phân tán tư tưởng, Victoria sẽ xuống tay với tôi.

Rồi mọi chuyện sẽ mau chóng kết thúc - Victoria sẽ không đủ thời gian để chơi trò này - nhưng cuộc chơi sẽ bảo đảm là được diễn ra từ đầu đến cuối. Tuy nhiên, còn có một điều, đó là khi trò chơi diễn ra, sẽ không thể nào đảo ngược tình thế được nữa. Ngay cả nọc độc của ma-cà-rồng cũng không còn hiệu lực.

Victoria sẽ làm cho quả tim tôi ngừng đập. Có thể là cô ta sẽ xộc một bàn tay xuyên vào ngực tôi mà bóp nát nó. Hoặc bằng một cách nào đó khác cũng tương tự như vậy.

Tim tôi đập một cách cuồng loạn, lớn tiếng, như thể muốn làm nổi bật mục tiêu của cô ta hơn nữa.

Ở đâu đó, xa xăm, xa thật xa, trong cánh rừng âm u lạnh lẽo, có tiếng một con sói đang tru lên. Seth đã đi khỏi đây rồi, vậy nên không có cách gì để mà giải thích được âm thanh này.

Gã con trai tóc vàng đang liếc nhìn Victoria, chờ lệnh.

Hắn ta còn rất trẻ ở nhiều mặt. Qua cái mống mắt đỏ thẫm của hắn, có thể đoán chừng hắn bước chân vào kiếp sống huyền thoại này chưa được bao lâu. Hắn sẽ rất mạnh, nhưng cũng chỉ là thứ hữu dõng vô mưu mà thôi. Edward tất sẽ biết cách khống chế hắn. Và anh sẽ tồn tại.

Không nói không rằng, Victoria hất hàm về phía Edward, ngầm hạ lệnh cho gã con trai đó.

- Riley - Edward lên tiếng bằng một giọng nói mềm mỏng, đầy xúc cảm.

Gã con trai cứng mình lại, đôi mắt đỏ mở rộng.

- Cô ta đang lừa dối cậu, Riley ạ - Edward nói với hắn - Cậu nghe tôi nói đây. Cô ta đang lừa dối cậu cũng như cô ta đã lừa dối những con người bây giờ đang sống dở chết dở ở bãi đất trống. Cậu biết rằng cô ta xỏ mũi họ, cũng chính cô ta đã bảo cậu lừa gạt họ, không một ai trong hai người sẽ ra tay giúp họ. Tuy nhiên, thật khó mà tin rằng cô ta cũng qua mặt cả cậu nữa, đúng không?

Một sự bối rối lướt qua gương mặt của Riley.

Edward khẽ chỉnh lại tư thế, như một phản ứng dây chuyền, Riley cũng tự động chỉnh lại dáng điệu của mình.

- Người phụ nữ đó không hề yêu thương gì cậu, Riley ạ - Edward vẫn tiếp tục ngân nga âm điệu du dương đầy thuyết phục, gần như thôi miên - Chưa bao giờ cô ta có cảm xúc đó. Victoria chỉ yêu duy nhất một người tên là James thôi, còn cậu thì không khác nào một công cụ của cô ta.

Edward vừa nhắc đến tên James, Victoria đã nhướng môi để lộ ra những chiếc răng sáng bóng. Cặp mắt của người phụ nữ ấy vẫn dán chặt vào tôi.

Riley ném một cái nhìn rồ dại về phía cô bạn tình.

- Riley? - Edward lại lên tiếng.

Như một phản ứng tự nhiên, Riley tập trung trở lại vào Edward.

- Cô ta biết rằng tôi sẽ giết cậu, Riley ạ. Người phụ nữ đó *mong* cậu chết để cô ta khỏi phải đóng tiếp màn kịch yêu đương này. Đúng như vậy đấy - cậu đã nhìn thấy điều đó, phải không? Cậu đã nhận ra sự miễn cưỡng trong đôi mắt của người phụ nữ đó, những lời hứa không đáng tin cậy. Cậu nghĩ đúng. Victoria chưa bao giờ cần cậu cả. Những nụ hôn, những cử chỉ âu yếm chỉ là dối trá mà thôi.

Edward lại động đậy, nhích về phía gã con trai vài phân nữa, điều đó cũng đồng nghĩa với việc cách khỏi tôi một khoảng cách rất nhỏ.

Ánh nhìn của Victoria xoắn chặt lấy khoảng trống giữa hai đứa tôi. Cô ta sẽ giết tôi mà chẳng cần tới một giây ngắn ngủi - người phụ nữ đó chỉ cần một phần nhỏ nhất của cơ hội mà thôi.

Lần này chậm rãi hơn, Riley thay đổi lại tư thế của mình.

- Cậu không cần phải hi sinh như thế - Edward hứa

một cách chắc nịch - Cuộc đời này có nhiều cách để tồn tại, không cứ phải là những điều mà cô ta đã chỉ dẫn cho cậu. Hoàn toàn không có dối trá và máu, Riley ạ. Bây giờ cậu có thể ra đi. Cậu không cần phải hi sinh tính mạng cho những lời lường gạt của người phụ nữ đó.

Một cách mạnh dạn, Edward lướt lên trước và chếch qua một bên. Giờ thì khoảng cách giữa chúng tôi đã là vừa vặn một bước chân. Lần này, Riley lượn ra xa, tỏ rõ thái độ hơn. Victoria đưa người ra phía trước, những ngón chân bấu mạnh xuống đất.

- Cơ hội cuối cùng đấy, Riley ạ - Edward thì thào.

Gương mặt của Riley ngập tràn nỗi tuyệt vọng khi quay sang Victoria tìm kiếm những câu trả lời.

- Hắn mới là kẻ dối trá, Riley - Victoria vặc lại, tôi há hốc miệng ra vì sững sờ trước giọng nói của người phụ nữ đó - Em đã dặn trước anh rằng chúng sẽ lừa gạt chúng mình bằng khả năng đọc suy nghĩ này nọ đấy. Anh cũng biết rằng em chỉ yêu có mỗi một mình anh thôi mà.

Giọng nói của Victoria không sang sảng, không hoang dại, cũng không nheo nhéo như tiếng mèo mà tôi vẫn gán ghép cho cô ta bởi phù hợp với gương mặt và phong thái của người phụ nữ ấy. Âm thanh tiếng nói của Victoria thật mềm mại, trong vắt; đó là giọng nữ cao, lảnh lót như tiếng một đứa trẻ - chất giọng thường đi cùng những đặc điểm tóc vàng quăn dợn và thổi bong bóng kẹo cao su màu hồng - Hoàn toàn chẳng hợp một chút nào với hàm răng nghiến chặt trông quá ghê rợn như thế kia.

Quai hàm của Riley căng cứng, hai vai hắn so lại. Đôi mắt đỏ lử trong phút chốc tỏ ra vô hồn - không còn có sự bối rối, không còn có nỗi nghi ngờ. Mọi suy nghĩ trong đầu hắn đã tan biến. Gã con trai thủ thế, chuẩn bị tấn công.

Cả thân mình Victoria run rẩy, người phụ nữ đó đã bị tổn thương một cách nặng nề. Những ngón tay có móng vuốt đã giương ra sẵn sàng, đang chực chờ Edward di chuyển cách tôi thêm một xăngtimét nữa.

Trong không gian bỗng vang lên một tiếng gầm dữ dội, không rõ từ đâu.

Tiếp theo đó là một chiếc bóng khổng lồ màu vàng nâu từ giữa khoảng đất trống lao người về phía Riley.

- Không! - Victoria thét lên, chất giọng con nít của cô ta rít lên vì kinh ngạc.

Cách tôi chừng một mét, một con sói khổng lồ đang đè nghiến lấy gã con trai tóc vàng, bắt đầu cắn xé hắn. Một vật cứng, trắng hếu, bay thẳng vào tảng đá ngay bên chân tôi. Tôi phản ứng ngay tức khắc bằng sự co rúm người lại.

Victoria không thèm liếc nửa con mắt tới gã con trai mà cô ta vừa mới nói lời yêu thương. Đôi mắt của người phụ nữ đáng sợ đó nhất quyết chỉ dán chặt vào mỗi một mình tôi, đôi mắt hằn đầy nỗi thất vọng đến mức trông cô ta như loạn trí.

- Không - Victoria lại lên tiếng qua hai hàm răng đang nghiến chặt, và Edward di chuyển về phía người phụ nữ đó, chắn ngang đường của cô ta đến tôi.

Riley đã đứng dậy được, trông hắn tàn tạ và phờ phạc, nhưng cũng xoay sở để tung ra được một cú đá hung bạo vào vai Seth. Tôi vừa nghe có tiếng xương gãy. Seth lùi lại, bắt đầu lượn vòng, chân khập khiễng. Riley thủ ngay thế tay, tuy có vẻ hắn đã bị mất một mảng tay rồi...

Cách cuộc chiến đó vài mét, Edward và Victoria đang vờn nhau.

Cả hai không lượn tròn, bởi lẽ Edward không muốn để cho người phụ nữ ấy có cơ hội xáp đến gần tôi hơn. Victoria khệnh khạc di chuyển qua lại, cố gắng tìm ra sơ hở trong cách phòng thủ của Edward. Còn anh tập trung theo dõi từng động tác chân linh hoạt của Victoria. Anh không lơi là chút nào trong việc đọc các ý định trong tâm trí của cô ta và dịch chuyển trước khi người phụ nữ đó kịp có động thái trong chưa đầy một tích tắc.

Ở mé bên kia, Seth thình lình lao lên tấn công, và

một âm thanh chói tai vang lên làm sởn tóc gáy. Một tảng thịt trắng nữa bay vào rừng nghe đánh "thịch". Riley gầm lên trong điên dại, còn Seth lùi lại - đôi chân di chuyển nhẹ hẫng so với thân hình quá khổ - tránh cú táp của Riley, kẻ đang mang cánh tay không còn hình thù rõ rệt.

Lúc này, ở cuối khoảng đất trống, Victoria đang len lỏi giữa các thân cây. Người phụ nữ nham hiểm đã bị dồn ra đó, trong lúc đôi chân di chuyển tìm chốn an toàn, đôi mắt khát khao của cô ta vẫn xoáy thẳng về phía tôi chẳng khác nào tôi là một miếng nam châm đang hút lấy con người ấy. Tôi hoàn toàn có thể nhận ra sự hiếu sát đang rừng rực cháy cùng bản năng tồn tại đang tỏa ra ngùn ngụt trong tia nhìn nảy lửa của Victoria.

Edward cũng dễ dàng nhận ra điều ấy.

- Cô đừng bỏ đi, Victoria - Edward lại sử dụng âm điệu thôi miên như lúc ban nãy - Cô sẽ không bao giờ còn có được một cơ hội thuận lợi như thế này nữa đâu.

Victoria bạnh hai hàm răng ra và rít lên với anh, nhưng có vẻ như lần này, cô ta sẽ không thể chạy thoát được nữa.

- Lúc nào cô cũng có thể thoát thân được - Edward điềm tĩnh nhìn nhận - Rất nhiều bận, cô đã chứng tỏ được điều đó. Cô chỉ biết làm có mỗi một việc đó thôi, phải không? Đó là lý do vì sao James giữ cô lại. Quả thật rất có ích khi cô cũng thích trò chơi giết chóc này. Một chiến hữu có bản năng đào thoát tuyệt vời. Lẽ ra, vào phút cuối, hắn không nên loại cô ra, bởi hắn có thể tận dụng năng lực của cô khi chúng tôi bắt hắn ở Phoenix.

Tiếng gầm ghè đầy hằn học thoát ra giữa đôi môi của Victoria.

- Đó là tất cả những ý nghĩa về cô đối với hắn. Thật ngớ ngẩn khi phải tổn hao năng lượng trả thù cho một kẻ coi mình chẳng khác nào một công cụ săn mồi phục vụ cho khát vọng của hắn. Cô chưa bao giờ là gì khác ngoài lợi ích vật chất đối với hắn. Tôi biết tất cả những điều này.

Một bên khóe môi của Edward nhếch lên khi anh gõ gõ vào thái dương của mình.

Với một tiếng rít uất nghẹn, Victoria lại lao ra khỏi những thân cây, tiếp tục đánh thăm dò Edward. Anh cũng đánh trả, cả hai lại tiếp tục vờn nhau.

Cũng ngay lúc đó, một nắm đấm của Riley đã đánh trúng vào hông Seth, cổ họng của con sói khục khặc những tiếng ho. Seth lùi lại, đôi vai giần giật như thể đang muốn giũ sạch những cơn đau.

Tôi xin anh - Tôi muốn nài xin Riley, nhưng không sao tìm được cách mở miệng ra để có thể đẩy không khí từ phổi ra ngoài - *Xin anh, cậu ta vẫn chỉ là một đứa trẻ!*

Tại sao ban nãy Seth đã chạy đi rồi lại còn quay trở lại?

Bất chợt, Riley lao lên, rút dần khoảng cách với Seth, dồn Seth vào vách đá bên cạnh tôi. Hốt nhiên, Victoria quan tâm đến số phận của kẻ đồng hành với mình. Tôi có thể nhận ra điều đó, qua cái liếc mắt của cô ta khi áng chừng khoảng cách giữa Riley và tôi. Seth vùng nhanh tới táp Riley, đẩy lùi hắn về phía sau, Victoria lại rít lên.

Seth không còn tập tễnh nữa. Trong lúc lượn vòng, cậu tiến lại gần Edward; cái đuôi sói quệt phải lưng anh, và đôi mắt của Victoria sáng lên thấy rõ.

- Không, cậu ấy sẽ không chuyển hướng tấn công sang tôi đâu - Edward lên tiếng, trả lời cho suy nghĩ vừa có trong đầu Victoria. Anh tận dụng sự sao nhãng của Victoria để tiến đến gần hơn - Cô đã tạo cho chúng tôi một kẻ thù chung. Cô đã khiến chúng tôi liên minh lại.

Victoria nghiến răng, cố gắng tập trung vào một mình Edward.

- Nhìn kỹ hơn đi, Victoria - Anh thì thào, cố gắng thu hút sự tập trung nơi Victoria - Con sói này có giống như con quái vật James vẫn lần theo khắp xứ Siberia không?

Đôi mắt của người phụ nữ mở bừng và bắt đầu láo

liên một cách hoang dại giữa Edward, Seth và tôi; rồi cứ thế, chúng đảo thành vòng.

- Chẳng phải rất giống sao? - Victoria gầm ghè giọng con nít - Không thể nào!

- Không có gì là không thể cả - Edward tiếp tục thì thào, giọng nói êm mượt như nhung khi anh tiến gần hơn đến người phụ nữ - Ngoại trừ điều cô mong muốn. Cô sẽ không bao giờ có thể chạm tay vào người cô ấy đâu.

Victoria lắc đầu quầy quậy, cố chống lại chiến thuật nghi binh của Edward, và cố gắng lách vòng qua anh, nhưng Edwars đã chặn chính xác đường đi nước bước của người phụ nữ, ngay khi cô ta vừa nảy ra ý định. Gương mặt của Victoria nhăn nhó vì thất vọng, rồi bất thình lình, cô ta thu mình lại lấy đà, hệt như một con sư tử cái, thận trọng tiến tới phía anh.

Victoria không phải là một ma-cà-rồng mới sinh, đầy bản năng và thiếu kinh nghiệm. Đó là một tử thần đúng nghĩa. Thậm chí, tôi có thể nhận ra rất rõ sự khác biệt giữa cô ta và Riley, nhưng tôi cũng hiểu rằng Seth sẽ không thể cầm cự được lâu nếu vẫn phải chiến đấu với tên ma-cà-rồng này.

Edward cũng dâng lên, cả hai đang rất gần nhau, cảnh tượng hệt như một con sư tử đực đang giao tranh với một con sư tử cái.

Cuộc vờn nhau diễn ra với tốc độ chóng mặt.

Cuộc tử chiến này cũng giống hệt như cuộc tập dợt của đôi Alice và Jasper ở bãi đất trống, những động tác uốn éo, cuốn vào nhau diễn ra chỉ còn là bóng mờ, duy có điều cuộc chiến này không mềm mại như vũ khúc balê ấy. Những tiếng kêu răng rắc, lốp cốp vang lên, dội vào vách đá khi có người để lộ sơ hở và đã phải trả giá. Nhưng cả hai di chuyển quá nhanh, mắt thường như tôi không thể nào quan sát được ai đã phạm phải sai lầm...

Riley hoàn toàn bị phân tâm trước vũ kịch đầy bạo lực đó, đôi mắt hắn hiện rõ vẻ lo lắng dành cho kẻ đồng hành với mình. Chớp lấy thời khắc ấy, Seth tợp thêm một miếng thịt nữa của gã ma-cà-rồng. Riley rú lên, tung một cú ve trời giáng vào ngực Seth. Cả thân hình to lớn của Seth bay lên cao khoảng ba mét và rơi đánh ầm vào tảng đá trên đầu tôi, lực đánh mạnh đến nỗi cả quả núi gần như rung chuyển. Tôi nghe rõ tiếng thở khò khè trong phổi của con sói, và vội vã tránh đường khi cả tấm thân đồ sộ của nó bật khỏi đá, đổ ầm xuống đất, cách tôi đúng một mét.

Một tràng tiếng thút thít thoát ra giữa hai hàm răng của Seth.

Những mảnh đá xám sắc nhọn thi nhau rơi xuống đầu tôi, cào xước những mảng da trần. Một mảnh đá thuôn dài, lởm chởm lăn xuống va vào cánh tay phải của tôi và tôi đã tóm gọn được nó. Những ngón tay tôi nắm chặt lấy phần mảnh dài như bản năng sinh tồn mách bảo; khi không còn cơ hội để thoát thân, cơ thể tôi - không cần biết sẽ bất lực như thế nào - sẽ sẵn sàng lâm trận.

Chất ađrênalin tuôn chảy ào ạt khắp các tĩnh mạch trong người tôi. Tôi nhận biết được tấm đai đang làm thốn lòng bàn tay mình. Tôi hiểu rằng các khớp ngón tay đang biểu tình. Tôi nhận thức được tất cả những điều ấy, nhưng tôi không có quyền cảm thấy đau đớn.

Sau lưng Riley, tất cả những gì tôi trông thấy là ánh lửa nhập nhòe hòa cùng với bóng trắng di chuyển một cách cuồng loạn. Những tiếng táp và những tiếng cào xé rợn người, những tiếng rít kinh hoàng và những tiếng thở hổn hển, rõ ràng cho thấy trong vũ điệu này có một người đang từng bước, từng bước một, bị đẩy tới ngưỡng cửa của bên kia thế giới.

Nhưng người đó là *ai*?

Riley lừ đừ tiến lại chỗ tôi, đôi mắt đỏ ké của hắn rực lửa nộ. Hắn hầm hè nhìn chướng ngại vật khập khiễng có bộ lông màu cát đang đứng chắn ở giữa chúng tôi, đôi tay hắn - rách mướp, nham nhở - giương vuốt. Miệng hắn mở rộng, lộ ra những chiếc răng trắng muốt, hắn đang chuẩn bị cắn nát cổ Seth.

Sự hiển hiện lần thứ hai của chất ađrênalin không

khác nào một luồng điện chạy dọc theo cơ thể tôi và mọi thứ hiện ra mới rõ làm sao.

Cả hai trận chiến đều quá tàn khốc. Seth đang sắp sửa mất mạng, và tôi không thể biết được Edward đang thắng hay đang thua. Cả hai người đều cần được trợ giúp. Phải tạo được sự phân tâm nơi đối phương của họ. Đó là điều có thể làm cho hai người bên phe tôi dành được lợi thế.

Tôi nắm mảnh đá chặt đến nỗi miếng đai như cũng trợ lực được thêm cho tôi.

Liệu tôi có mạnh mẽ không? Liệu tôi có đủ dũng khí không? Làm sao tôi có thể cứa mạnh miếng đá này vào da thịt mình? Liệu nó có thể "mua chuộc" được Riley để Seth có cơ hội đứng lên không? Liệu cậu bé có đủ nhanh cho sự thế thân vì lợi ích này của tôi hay không?

Tôi tựa mảnh đá nhọn vào tay mình, cố gắng vén tay áo lên để lộ khoảng da trần, rồi cứa mảnh đá sắc vào khuỷu tay. Đây cũng là chỗ đã lưu lại cho tôi một vết sẹo vào hôm sinh nhật năm ngoái. Buổi tối hôm đó, máu của tôi đã khiến cho tất thảy ma-cà-rồng chú ý, và đã khóa cứng toàn thân họ trong một khoảnh khắc. Tôi hi vọng lần này lịch sử cũng được lặp lại. Tôi buộc mình phải cứng rắn. Và tôi hít vào một hơi thật đầy.

Victoria bị phân tâm bởi hơi thở hổn hển của tôi. Ánh mắt của người phụ nữ đó với ánh mắt của tôi giao nhau chưa được một tích tắc ngắn ngủi. Nhưng vẻ cuồng loạn và tò mò đã xuất hiện cùng một lúc trên gương mặt của cô ta.

Tôi không biết làm sao mình có thể nghe được những âm thanh khe khẽ giữa một rừng những tiếng ồn âm vang thi nhau dộng vào núi đá. Nhịp tim của tôi hẳn đã lấn át được thứ tiếng đó rồi. Vậy mà, trong khoảnh khắc, tôi nhìn vào đôi mắt của Victoria, hình như tôi vừa nghe thấy một tiếng thở dài bực tức và quen thuộc.

Cũng trong thời khắc đó, vũ điệu kia bỗng ngưng lại bằng một cảnh tượng kinh hoàng. Sự thể diễn ra nhanh đến nỗi nó kết thúc trước khi tôi kịp theo dõi các diễn tiến. Tôi cố mường tượng lại trong đầu.

Victoria đã văng ra khỏi cái bóng mờ, lao thẳng vào một thân cây vân sam, giữa lưng chừng độ cao của nó. Người phụ nữ rơi xuống đất và đã lại ở vào thế sẵn sàng tấn công.

Cùng thời điểm đó, Edward - không có gì khác ngoài tốc độ - đã quay phắt lại chụp lấy tay Riley. Có vẻ như anh đã dẫm lên lưng hắn, và giứt xả cánh tay...

Chỗ cắm trại nhỏ bé vang đầy tiếng thét chói tai đau đớn của Riley.

Cũng chính lúc đó, Seth nhổm dậy, che khuất tầm nhìn của tôi.

Nhưng tôi vẫn có thể trông thấy rõ Victoria. Tuy người phụ nữ ấy có vẻ dúm dó - cơ hồ như chưa thể đứng thẳng được hoàn toàn - song tôi cũng nhận ra được nụ cười mà mình đã từng mơ thấy hiện ra chớp nhoáng trên gương mặt hoang dại đó.

Cô ta thu người lại, rồi nhảy bổ lên tấn công.

Một vật màu trắng bay vút lên không trung, va vào Victoria trong cú lao người giữa chừng đó. Cú va chạm nghe như một tiếng nổ inh tai, đẩy cô ta va vào một thân cây khác, làm cho thân cây gẫy làm đôi. Victoria lại tiếp đất, vẫn thủ thế sẵn sàng, nhưng Edward vẫn đứng yên. Sự nhẹ nhõm lan tỏa khắp tim tôi khi tôi nhận ra rằng anh vẫn thẳng lưng và hoàn toàn nguyên vẹn.

Victoria dùng bàn chân trần đá phóc vào một vật nằm bên cạnh - vật đã làm hỏng cú tấn công của cô ta. Vật đó lăn lại phía tôi, và tôi nhận ra ngay đó là cái gì.

Bụng tôi sôi lên một cảm giác khó chịu.

Cánh tay của Riley - với những ngón vẫn đang còn co giật, nắm lấy nhúm cỏ - bắt đầu lết đi trên đất.

Seth bắt đầu tiến dần lại phía Riley, và bây giờ thì gã coi trai ấy đang thụt lùi. Hắn tìm cách thoát khỏi sự tiến công của con sói, gương mặt nhăn nhúm vì đau đớn. Riley cố giương cánh tay còn lại lên thủ thế.

Seth lao đến Riley, và gã ma-cà-rồng ngã nhào xuống đất. Tôi trông thấy Seth sục răng vào bả vai của Riley cắn xé, đoạn nhảy giật lại.

Thêm một tiếng rú thất thanh đến buốt óc cất lên, Riley đã bị mất luôn cánh tay còn lại.

Seth lúc lắc đầu, ném tung cánh tay vào rừng. Tiếng khục khặc vang lên giữa hai hàm răng của Seth hệt như một tiếng cười.

Riley rú lên lời nài xin đau đớn:

- Victoria!

Victoria thậm chí không hề khựng lại trước tiếng gọi tên mình. Đôi mắt của người phụ nữ ấy không hề ghé qua kẻ đồng hành khốn khổ lấy một lần.

Seth phóng mình tới gã con trai với lực của một quả banh sắt. Cú tấn công ấy đã đẩy cả Seth và Riley vào rừng, nơi những tiếng rau ráu vang lên hòa cùng với tiếng thét man dại của Riley. Thế rồi những âm thanh đau đớn ấy hốt nhiên im bặt, thay vào đó là tiếng núi đá vỡ ra thành từng mảng, từng mảng.

Tuy không gửi nổi cho Riley một ánh mắt vĩnh biệt, nhưng dường như Victoria cũng cảm nhận được rằng cô ta chỉ còn lại một mình. Người phụ nữ ấy bắt đầu thụt lùi khỏi Edward, đôi mắt ngập tràn nỗi tuyệt vọng. Cô ta ném cho tôi một tia nhìn chán nản, rồi bắt đầu rút lui nhanh hơn.

- Đừng - Edward ngân nga, giọng nói vô cùng say đắm - Ở lại thêm một chút nữa đi.

Victoria quay ngoắt lại, lao thẳng vào rừng – con đường trốn thoát duy nhất - giống hệt như một mũi tên vừa được bắn ra khỏi cung.

Nhưng Edward nhanh hơn - chẳng khác một viên đạn mới được bắn ra khỏi nòng súng.

Ngay tại bìa rừng, với một bước nhảy đơn giản, anh đã thộp được cái lưng không có gì bảo vệ của Victoria, và cuối cùng, vũ điệu đã kết thúc. Đôi môi của Edward lướt nhẹ qua cổ người phụ nữ, y như một cử chỉ mơn trớn. Tiếng kêu ré ầm ĩ của Seth là âm thanh duy nhất trong toàn bộ khung cảnh đó, ngoài ra, không một tiếng động nào cho thấy hình ảnh đó mang tính chất bạo lực cả. Trông cứ như anh đã hôn Victoria thật.

Sau đó, cái đầu có mái tóc màu lửa rực rỡ không còn ở trên cổ của người phụ nữ đó nữa - các lọn tóc màu đỏ rực rập rờn trên mặt đất như những làn sóng - và nó giật nảy lên chỉ một lần duy nhất trước khi lăn về phía những gốc cây.

25. TẤM GƯƠNG

Tôi buộc đôi mắt mình - đang cứng đờ vì sững sờ - phải cử động, để tôi không phải trông thấy một vật hình trái xoan, bao chung quanh là mớ tóc rực lửa, đang run rẩy.

Edward vẫn tiếp tục làm nốt công việc còn dang dở. Nhanh nhẹn và vô cùng điềm tĩnh, anh xả cái thân không đầu kia ra.

Tôi không thể bước đến bên anh được - tôi không sao điều khiển nổi đôi chân mình cử động; chúng như đang bị ghìm chặt vào lớp đá bên dưới rồi. Tuy vậy, mắt tôi vẫn quan sát anh thật kỹ lưỡng, cố tìm kiếm bất kì một dấu hiệu nào cho thấy rằng anh đã bị tổn thương. Và tim tôi đã trở lại nhịp đập khỏe khoắn khi nhận ra rằng anh hoàn toàn không hề hấn gì. Ngay cả bộ quần áo anh đang mặc trên người cũng không mảy may có một vết rách.

Edward không nhìn tôi - tôi vẫn đứng như trời trồng chỗ vách đá với nỗi kinh hoàng chưa dứt - anh lặng lẽ gom những mảnh chi còn cử động đầy sức sống lại thành đống, phủ lên chúng những chiếc lá thông khô. Mãi cho đến lúc theo Seth phóng vào rừng, Edward vẫn không một lần quay lại đón nhận ánh nhìn hoảng hốt nơi tôi.

Rồi khi anh cùng kẻ đồng hành quay trở lại, tôi vẫn còn chưa kịp định thần, Edward đang lỉnh kỉnh ôm thân thể của Riley, Seth mang phần lớn nhất - thân mình của gã con trai đó - trong miệng. Cả hai tiếp tục chất mớ thi thể mới thu nhặt lại được vào đống cũ, xong, Edward rút trong túi ra một chiếc bật lửa màu bạc. Anh bật lửa, châm vào miếng bùi nhùi. Lửa bắt ngay tức khắc, liếm rất ngọt khắp giàn thiêu.

- Đừng để sót mảnh nào nhé - Edward thì thầm khe khẽ với Seth.

Anh và con sói hì hụi làm vệ sinh chỗ cắm trại, thi thoảng lại thấy họ quăng những mẩu vật trắng phau vào đống lửa. Seth vẫn dùng miệng để hẩy những mảnh thịt đó. Não bộ trong đầu tôi vẫn chưa thể hoạt động để hiểu xem vì sao cậu ta không trở lại thành người để thu lượm bằng tay cho dễ.

Edward vẫn chú tâm vào công việc của mình.

Cuối cùng, hai người hùng của tôi đã dọn quang xong bãi đất, ngọn lửa đang cuồn cuộn đẩy một cột khói tím ngắt lên trời. Cột khói rất dày và di chuyển một cách chậm chạp, nó đặc nghẹt, và rất rắn, không như khói thường một chút nào; bầu không khí nồng nặc mùi hương trầm, rất khó chịu. Cái mùi ấy quá đậm đặc và sực nức.

Tiếng cười khinh khích của Seth lại cất lên, từ sâu tận trong lồng ngực.

Gương mặt căng thẳng của Edward cũng chớm hiện một nụ cười nhẹ nhõm. Anh đưa tay ra, bàn tay nắm lại. Seth ngoạc miệng cười, những chiếc răng nhọn hoắt lộ diện; cậu bé húc mũi vào nắm tay của Edward.

- Phối hợp thật ăn ý - Anh thầm thì đánh giá.

Seth khạc ra một tiếng cười khác.

Rồi Edward hít vào một hơi thật sâu, chậm rãi quay sang tôi. Đôi mắt anh hằn đầy những tia nhìn cảnh giác, như thể tôi là một kẻ thù khác nữa của anh vậy - hơn cả cảnh giác, đó là nỗi sợ. Vậy mà khi đối mặt với Victoria và Riley, anh không hề tỏ ra một chút sợ sệt nào... Thần trí trong tôi đặc nghẹt, váng vất và vô dụng, y như cơ thể của tôi vậy. Tôi trân trối nhìn anh, hoang mang.

- Bella, tình yêu của anh - Edward lên tiếng một cách dịu dàng và chậm rãi bước về phía tôi, từng bước từng bước một, hai bàn tay đưa lên, lòng bàn tay hướng ra trước. Tôi sửng sốt, tư thế đó khiến tôi liên tưởng tới dáng điệu của cảnh sát - cho thấy rằng anh ta không hề mang vũ khí...

- Bella, em có thể bỏ mảnh đá đó xuống được không, anh xin em. Cẩn thận nào. Đừng để bị thương nữa...

Tôi đã không còn có ý niệm về cái vũ khí thô sơ ấy

nữa, đến lúc nghe anh nhắc, tôi mới biết rằng mình đang nắm nó rất chặt, đến nỗi các khớp ngón tay đang đau thốn, chúng đang biểu tình dữ dội. Hay nó bị gãy lại rồi. Kiểu này, thể nào rồi bác sĩ Carlisle cũng bó bột chúng cho mà xem.

Edward đang ngập ngừng trước mặt tôi, ở khoảng cách chừng vài bước, hai tay anh vẫn đưa lên cao, đôi mắt vẫn đầy ắp nỗi lo sợ.

Phải mất vài giây sau, tôi mới nhớ được cách cử động mấy ngón tay của mình. Và mảnh đá rơi xuống đất đánh cạch, trong lúc cánh tay tôi vẫn ở nguyên tư thế cũ. Edward hơi dịu xuống khi thấy tay tôi hoàn toàn trống không, nhưng anh vẫn chưa dám tiến lại gần hơn.

- Em không cần phải sợ, Bella ạ - Edward thầm thì - Em an toàn rồi. Anh sẽ không làm hại em đâu.

Lời hứa kì lạ kia càng khiến tôi hoang mang thêm. Tôi nhìn anh chẳng khác gì một kẻ ngờ nghệch, cố hiểu cho ra lẽ.

- Mọi chuyện sẽ ổn, Bella à. Anh biết em đang sợ nhưng tất cả đã kết thúc rồi. Không ai có thể làm hại em được nữa. Anh sẽ không chạm vào em. Anh sẽ không làm hại em - Anh tiếp tục lên tiếng.

Tôi chớp mắt liên hồi và cuối cùng cũng lấy lại được giọng nói của mình:

- Vì sao anh cứ nói mãi như hế?

Tôi tiến một bước dọ dẫm về phía anh, nhưng Edward lùi lại né tránh.

- Anh sao vậy? - Tôi khe khẽ hỏi - Anh nói vậy là sao?

- Em... - Đôi mắt vàng của Edward đột nhiên trở nên hoang mang giống hệt tôi - Em sợ anh ư?

- Em sợ anh? *Tại sao em phải như thế chứ?*

Tôi loạng choạng bước thêm một bước nữa, và vấp té - do chân nọ quàng vào chân kia. Edward đỡ ngay được tôi, và tôi gục đầu vào ngực anh, bắt đầu nức nở.

- Bella, Bella, anh xin lỗi. Tất cả đã kết thúc, kết thúc thật rồi.

- Em không sao - Tôi thở hổn hển - Em không sao cả. Em chỉ hơi khó ở trong người. Chờ em một chút.

Anh ôm chặt lấy tôi.

- Anh xin lỗi - Edward lại thì thầm.

Tôi níu chặt lấy Edward mãi cho đến khi mình có thể tự điều hòa trở lại được hơi thở một cách bình thường, và tôi hôn anh - hôn ở ngực, ở vai, ở cổ - Tôi hôn anh ở khắp mọi nơi mà tôi có thể với đến được. Một cách chậm rãi, thần trí nơi tôi cũng bắt đầu hoạt động trở lại.

- Anh có sao không? - Tôi hỏi giữa những nụ hôn - Victoria có làm anh bị thương ở đâu không?

- Anh ổn hết - Edward cam đoan với tôi và dúi mặt vào vai tôi.

- Còn Seth?

Edward cười khúc khích:

- Còn hơn cả ổn nữa. Chính xác thì cậu bé ấy hài lòng về bản thân mình lắm.

- Mọi người thì sao hả anh? Alice, mẹ anh? Và người sói nữa?

- Tất cả đều không sao. Trận chiến ở bãi đất trống cũng đã kết thúc rồi. Nó diễn ra bình thường như anh đã hứa với em đấy. Cả ba chúng ta mới phải giải quyết phần khó khăn nhất.

Tôi để cho toàn bộ cơ thể mình ghi nhận lấy điều đó một lúc, để nó thấm dần vào thần trí của tôi và ngự trị ở một chốn nào đó.

Gia đình tôi và các bạn tôi đều an toàn. Victoria bị buộc phải vĩnh viễn dừng cuộc truy đuổi tôi ở đây. Mọi chuyện đã thật sự kết thúc.

Tất cả chúng tôi sẽ được bình yên.

Nhưng tôi vẫn chưa thể chấp nhận hoàn toàn những tin tốt lành một khi trong lòng vẫn còn có điều lấn cấn.

- Cho em biết đi, Edward - Tôi nài nỉ - Tại sao anh lại cho rằng em sẽ sợ anh?

- Anh xin lỗi - Anh lại tiếp tục điệp khúc cũ. Vì lẽ gì? Tôi không hình dung được - Anh xin lỗi em. Anh không muốn em phải chứng kiến cảnh tượng đó. Chứng kiến tất cả những gì anh đã làm, anh nghĩ có lẽ là em ghê sợ.

Tôi lại mất một lúc để hình dung về điều đó, về dáng điệu ngập ngừng khi anh tiến đến tôi, về nỗi tay anh đưa lên không. Cơ hồ như Edward sợ tôi sẽ bỏ chạy nếu như anh cử động quá nhanh...

- Thật ư? - Cuối cùng, tôi cũng cất tiếng hỏi - Anh... sao? Anh cho rằng em sẽ xua đuổi anh ư? - Tôi khụt khịt mũi. Mà xét cho cùng, như vậy lại hóa ra hay; khi có hành động đó, âm thanh giọng nói của mình sẽ không bị run hay vỡ, mà lại tỏ bày được thái độ thân thiện.

Edward đặt tay lên cằm tôi, khẽ xoay nghiêng đầu tôi ra sau để nhìn cho rõ thái độ.

- Bella, anh... - Edward ngập ngừng rồi cũng nói ra được những điều muốn nói - Anh đã bứt đầu và xả thây một sinh vật có tri giác, có cảm xúc hẳn hoi; chỉ cách em chưa đầy hai mươi mét. Điều đó không khiến em *lấn cấn* một chút nào trong lòng sao?

Anh cau mày nhìn tôi.

Tôi nhún vai - Đây là một cử chỉ cũng được coi là hay nốt - Nó thể hiện sự bình thản.

- Cũng không hẳn. Em chỉ lo anh và Seth bị thương thôi. Em muốn giúp, nhưng không làm được gì nhiều...

Vẻ tức tối nơi Edward khiến tôi im bặt.

- Ừ, hay đấy - Anh cắt ngang bằng một giọng cáu kỉnh - Cái kỳ công của em với mảnh đá chứ gì. Em có biết rằng em đã làm cho anh đau tim không? Chuyện đó không dễ làm đâu nhé.

Vẻ cáu giận của Edward khiến tôi cảm thấy rất khó trả lời.

- Em chỉ muốn giúp thôi mà... Seth bị thương...

- Seth chỉ giả bộ là đang bị thương thôi, Bella ạ. Đó là một cái bẫy. Thế mà em...! - Edward lắc đầu, không thèm hoàn tất câu nói - Seth không biết em đang làm gì, vậy nên anh mới phải nhúng tay vào. Bây giờ cậu bé đó vẫn còn đang tức lắm, tức đến độ không dám nhận rằng mình đã một tay đánh bại kẻ thù.

- Seth chỉ... đóng kịch thôi ư?

Edward gật đầu một cách cứng rắn.

- Ôi trời.

Cả hai chúng tôi đều nhìn Seth, cậu bé đang làm ra vẻ phớt lờ chúng tôi, đôi mắt chỉ chăm chăm nhìn vào đám lửa. Vẻ tự mãn tỏa ra trên từng sợi lông trên mình cậu.

- Ừm, em đâu có biết chuyện đó - Tôi đáp, cảm thấy tự ái - Tất nhiên là có người yếu đuối bên cạnh thì khó hành sự lắm. Nhưng anh hãy chờ đến khi em là ma-cà-rồng mà xem! Cho anh biết nhé, lần tới, em sẽ không ngồi ở hàng ghế khán giả đâu.

Một loạt những cung bậc của cảm xúc nhẹ nhàng lướt qua gương mặt của Edward trước khi anh trả lời bằng một giọng phấn khích:

- Còn có lần tới nữa hả? Em thấy trước là sẽ có chiến tranh à?

- Với cái số của em thì ai mà biết được?

Edward trố mắt, nhưng tôi có thể thấy rằng anh đang ở trong trạng thái lâng lâng - chính sự nhẹ nhõm đã khiến cả hai chúng tôi trở nên sôi nổi. Mọi chuyện đã kết thúc rồi.

Phải... không?

- Nào. Ban nãy chẳng phải anh đã nói rằng...? - Tôi ngập ngừng, cố nhớ lại, anh đã nói gì nhỉ, trước khi có cuộc nói chuyện giữa tôi và... - Ôi Jacob, tôi sẽ phải nói sao với người bạn nhỏ đây? Quả tim tan nát của tôi rộn lên những nhịp đập đau nhói. Thật khó tin, gần như không thể nào có chuyện đó được, nhưng phần khó khăn nhất của tôi trong ngày hôm nay vẫn *chưa kết thúc* - Tôi tiếp tục kiên trì - Rắc rối gì vậy anh? Alice hẳn đã phải định sẵn kế hoạch cho Sam. Anh có nói rằng thời khắc đó đến gần lắm rồi. Thời khắc đó là gì vậy?

Edward đá mắt sang Seth, cả hai người trao cho nhau những ánh nhìn nặng nề.

- Thế nào? - Tôi tiếp tục hỏi.

- Chẳng có gì đâu em, thật đấy - Edward trả lời thật nhanh - Nhưng chúng mình cần phải lên đường...

Dứt lời, anh kéo tôi lên lưng, nhưng tôi ghì lại và né ra xa.

- Hoàn toàn không có gì đâu em

Edward áp hai tay lên mặt tôi.

- Chúng mình chỉ mất một phút thôi, vậy nên em đừng sợ, nha em? Anh đã nói với em rằng không có lý do gì phải sợ hết. Em hãy tin anh, được không?

Tôi gật đầu, cố gắng che giấu nỗi sợ hãi bất ngờ. Tôi còn có thể chịu đựng được bao nhiêu nữa trước khi gục ngã đây?

- Không có lý do gì phải sợ cả. Đi nào, anh.

Edward mím môi lại trong một tíc tắc, quyết định sẽ lên tiếng. Nhưng rồi anh liếc nhìn Seth, cơ hồ như con sói vừa gọi anh.

- Cô ấy đang làm gì thế? - Edward hỏi.

Seth rên ư ử; đó là tiếng nói của lo lắng, của bất an. Âm thanh ấy khiến tôi dựng cả tóc gáy.

Không gian rơi vào im lặng trong một tíc tắc vĩnh hằng. Hốt nhiên Edward há hốc miệng ra vì sững sờ.

- Không! - Anh giơ phắt một tay lên như để chụp một vật nào đó mà tôi không thể nhìn thấy được - Đừng...!

Toàn thân Seth co thắt lại, rồi một tiếng tru đầy

thống khổ cất lên từ mồm con sói đã xé toạc cả không gian.

Đúng ngay vào thời khắc ấy, Edward khuyu gối xuống, đưa hai tay lên bịt tai, gương mặt rúm lại vì đau đớn.

Tôi thét to một tiếng duy nhất trong kinh hoàng, rồi đổ phịch người xuống bên cạnh anh. Sau đó, một cách rất ngớ ngẩn, tôi cố kéo hai tay anh ra khỏi mặt; lòng bàn tay tôi - đầy những mồ hôi - vần vò khắp mặt anh.

- Edward! Edward!

Đôi mắt anh chú mục vào tôi; với một nỗ lực rõ ràng, anh cố gắng tách hai hàm răng đang nghiến chặt vào nhau của mình để lên tiếng:

- Được rồi. Chúng ta rồi sẽ ổn thôi. Chỉ là... - Edward ngừng lời, tiếp tục nhăn nhó.

- Có chuyện gì vậy? - Tôi thét lên khi Seth lại tru lên một cách khốn khổ.

- Chúng ta không sao. Rồi mọi chuyện sẽ ổn - Edward há hốc miệng ra vì ngạc nhiên - Sam... giúp cậu ta đi...

Và tôi hiểu ra ngay lập tức, khi anh gọi ra tên của thủ lĩnh sói. Tôi hiểu ra rằng nãy giờ, anh không hề đề cập đến bản thân anh và Seth. Không phải là có một thế lực vô hình nào đó đang tấn công cả hai người. Lần này, sự bất trắc đó không hề có mặt ở đây.

Anh đang đề cập đến đội sói.

Cả người tôi như bùng cháy trước chất ađrênalin. Tôi có cảm giác như toàn bộ cơ thể mình bị vừa cháy trụi không còn chỗ nào lành. Tôi gục xuống, và Edward đỡ lấy tôi trước khi tôi va người vào đá. Đoạn anh đứng bật dậy, với thân mình tôi nằm gọn trong tay anh.

- Seth! - Edward hét vang.

Seth đang thu mình lấy đà, vẫn còn căng thẳng vì đau đớn; trông con sói có vẻ như đã sẵn sàng để phóng vào rừng.

- Không! - Edward quyết định - Cậu *về thẳng nhà* đi. Ngay lập tức. Càng nhanh càng tốt.

Seth thút thít, lắc đầu quầy quậy.

- Seth. Cậu hãy tin ở tôi.

Con sói có thân hình to lớn nhìn sâu vào đôi mắt tràn đầy khắc khoải của Edward trong một khoảnh khắc kéo dài, rồi đứng thẳng dậy, lao về phía những thân cây, mau chóng mất hút hệt như một bóng ma.

Edward ôm chặt tôi vào lồng ngực, chúng tôi cũng phóng thẳng vào khu rừng mờ tối, ở một lối khác với lối vừa phóng đi của con sói.

- Edward - Tôi buộc cái cổ họng đang nghẹt cứng của mình phải thốt ra cho được lời nói - Có chuyện gì, Edward? Sam gặp phải chuyện gì vậy? Chúng mình đang đi đâu đây? Đang xảy ra chuyện gì thế?

- Chúng mình phải đến bãi đất trống - Anh khẽ trả lời tôi - Bọn anh đã tiên liệu từ trước chuyện này có thể xảy ra rồi. Hồi sáng sớm hôm nay, Alice đã tiên thị và nhờ Sam truyền đạt cho Seth. Nhà Volturi đã quyết định sẽ đứng ra lo vụ này.

Nhà Volturi.

Thật quá thể. Thần trí tôi từ chối không muốn hiểu những lời đó, làm như chúng không thể hiểu được.

Những thân cây vùn vụt lướt qua chúng tôi. Edward lao xuống dốc nhanh đến mức tôi có cảm giác như cả hai đang rơi mất kiểm soát vậy.

- Em đừng sợ. Họ không đến vì chúng mình đâu. Chỉ là một nhóm nhỏ chuyên đi giải quyết những vụ lộn xộn kiểu này thôi. Chẳng có gì quan trọng cả, họ đơn thuần chỉ làm công việc của mình. Tất nhiên, có vẻ như họ rất tính toán về thời điểm đến. Nó khiến anh nghĩ rằng giả như lũ ma-cà-rồng mới sinh kia có làm hao hụt nhân mạng của gia đình Cullen đi chăng nữa, thì ở Ý cũng chẳng có ai động lòng trắc ẩn đâu - Những lời lẽ thoát ra từ miệng anh vô cùng khắc nghiệt và ảm đạm - Rồi anh sẽ biết họ đã nghĩ gì khi có mặt ở khu đất trống.

- Đây là lý do chúng mình quay trở lại sao anh? - Tôi thều thào. Liệu tôi có thể chịu đựng nổi không? Hình ảnh những chiếc áo choàng đen phất phơ bắt đầu hiện ra trong tâm trí tôi một cách bất đắc dĩ, và tôi không khỏi rùng mình. Không, tôi đang sắp sửa không thể chịu đựng được nữa rồi.

- Ừ, cũng có lý do đó. Thật ra thì nếu chúng ta có mặt đông đủ theo kiểu một khối thống nhất sẽ an toàn hơn. Họ không có lý do khiến chúng ta phải lo lắng, nhưng... lần này có Jane. Nếu thấy anh và em không ở bên gia đình, cô ta sẽ bị điều đó kích thích. Cũng giống như Victoria, Jane sẽ đoán rằng anh đang ở bên em. Ông Demetri, dĩ nhiên, cũng tháp tùng con người đó. Ông ta sẽ tìm ra anh, một khi Jane yêu cầu.

Tôi không muốn nghĩ đến cái tên ấy. Tôi không muốn nhìn thấy gương mặt trông rất ngây thơ, trang nhã và rạng ngời ấy trong đầu. Một âm thanh lạ lùng bắt đầu thoát ra khỏi cổ họng tôi.

- Suỵt, Bella, suỵt. Mọi chuyện sẽ ổn thôi em. Alice nhìn thấy như vậy mà.

Alice nhìn thấy ư? Thế thì... người sói đâu? Đội sói ở chỗ nào?

- Còn đội sói?

- Họ đã phải nhanh chóng rời khỏi chỗ đó. Nhà Volturi không hề có giao ước với người sói.

Tôi nghe thấy hơi thở của mình chuyển động nhanh hơn, nhưng tôi không sao kiểm soát được. Tôi bắt đầu thở hổn hển.

- Anh thề với em rằng họ sẽ không sao hết - Edward quả quyết với tôi - Nhà Volturi sẽ không nhận ra thứ mùi đó đâu, họ sẽ không nhận ra sự có mặt của đàn sói; họ không quen với mùi này. Đội sói sẽ an toàn, em ạ.

Tôi không theo kịp lời giải thích của Edward. Sức tập trung nơi tôi bị nỗi sợ xé banh thành muôn ngàn mảnh. *Chúng ta rồi sẽ ổn thôi*, anh đã nói như vậy... và Seth tru lên thống thiết... Edward đã lẩn tránh câu trả lời đầu tiên của tôi, làm tôi phân tâm bằng cách kể đến chuyện nhà Volturi...

Tôi đang ở bên miệng vực, những ngón tay đang cố trì níu lấy bờ vực.

Xung quanh anh, những thân cây như chạy đua, chỉ còn là những bóng mờ, giống như những thác nước màu ngọc bích.

- Có chuyện gì vậy anh? - Tôi lại thì thào hỏi - Trước đó nữa, lúc Seth tru lên ấy? Lúc anh phải chịu đau đớn ấy?

Edward ngập ngừng.

- Edward! Cho em biết đi!

- Mọi chuyện đã kết thúc rồi - Anh thầm thì đáp. Thật khó nghe thấy tiếng nói của anh khi gió cứ đánh bạt chúng đi ở vận tốc chóng mặt này - Người sói đã không tính đến... họ nghĩ rằng họ đã tiêu diệt được tất cả. Lẽ tất nhiên, Alice cũng không thể tiên thị được.

- Là sao vậy?

- Một tên ma-cà-rồng đã trốn... Leah phát hiện ra hắn. Cô gái đó quá khờ dại, tự mãn, thích chứng tỏ mình. Leah đã đơn thân độc mã giao chiến với hắn...

- Chị Leah... - Tôi lặp lại, người yếu đến mức không cảm thấy xấu hổ vì nỗi nhẹ nhõm đang tràn ngập khắp cõi lòng - Chị ấy sẽ ổn chứ anh?

- Leah không bị thương - Edward lẩm bẩm.

Tôi chú mục nhìn anh rất lâu.

Sam - giúp cậu ta đi - Trong lúc hoảng hốt, Edward đã thốt lên như thế. Là cậu ta, chứ không phải cô ấy.

- Chúng mình sắp đến rồi - Edward nói, anh ngước nhìn một chỗ cố định trên trời.

Một cách tự nhiên, tôi hướng mắt theo anh. Một đụn mây tím thẫm đang treo mình giữa những tán cây. Mây ư? Nhưng trời rực nắng thế kia cơ mà... Không, không phải mây. Tôi nhận ra một cột khói dày, cũng giống như cột khói chỗ cắm trại của chúng tôi.

- Edward - Tôi lên tiếng, giọng nói gần như không thể nghe thấy được - Edward, vậy là có người bị thương.

Tôi đã nghe thấy âm thanh của sự đau đớn nơi Seth, đã nhìn thấy sự khổ sở trên gương mặt của Edward.

- Ừ - Anh thì thào.

- Ai vậy anh? - Tôi hỏi, mặc dù trong thâm tâm, tôi đã biết trước câu trả lời.

Tôi biết. Tất nhiên là như vậy.

Những thân cây hiện ra rõ hình thù hơn khi chúng tôi đã đến nơi cần đến.

Một lúc khá lâu sau anh mới trả lời tôi.

- Jacob - Anh đáp khẽ.

Tôi đã có thể gật được đầu.

- Vâng - Tôi thều thào xác định.

Tôi đã tuột tay khỏi cái miệng vực tưởng tượng ấy.

Mọi thứ bất ngờ trở nên tối đen.

Những gì đầu tiên tôi nhận thức được chính là có nhiều bàn tay lạnh giá chạm vào người mình. Có hơn một đôi tay. Những cánh tay ôm lấy tôi, một bàn tay áp lên má tôi, những ngón tay vuốt ve trán tôi, và những ngón tay khác hơi ấn vào cổ tay tôi.

Thế rồi tôi nhận ra được những giọng nói. Ban đầu chỉ là những tiếng ầm ì, rồi chúng tăng âm lượng, nghe rõ tiếng hơn, như thể ai đó đã vặn tăng âm thanh chiếc rađiô vậy.

- Bố ơi, đã năm phút trôi qua rồi - Là giọng nói của Edward, ngập tràn những lo lắng.

- Khi đã sẵn sàng, cô bé sẽ tỉnh dậy, Edward - Là giọng nói của bác sĩ Carlisle, vẫn điềm tĩnh và chắc chắn - Hôm nay, cô bé đã phải chịu đựng quá nhiều biến cố. Hãy để cho thần trí của cô bé được tự vệ với những cảm xúc của cơ thể.

Nhưng thần trí của tôi đâu có đang tự vệ. Nó đang bị kẹt trong những nhận thức vẫn chưa hề rời khỏi đầu óc tôi, thậm chí trong lúc lạc vào miền vô thức - nỗi đau cũng là một phần của bóng tối.

Tôi có cảm giác như mình bị mất liên lạc với thể xác. Giống như tôi đang bị nhốt trong một góc nhỏ trong đầu, không còn khả năng kiểm soát được nữa. Tôi không thể cải thiện được tình hình. Tôi không thể nghĩ ngợi được điều gì. Nỗi đau trong tôi quá lớn, không có cách gì thoát ra được.

Jacob.

Jacob.

Không, không, không, không, không…

- Alice, còn bao lâu nữa? - Edward hỏi gặng, giọng nói của anh vẫn đầy căng thẳng; lời nói êm dịu của bác sĩ Carlisle cũng chẳng có tác dụng gì đối với anh.

Từ phía xa hơn, giọng nói của Alice cất lên, nghe rất hăng hái:

- Năm phút nữa. Và Bella sẽ mở mắt trong vòng ba mươi bảy giây. Bây giờ, em dám chắc là cô ấy đang nghe thấy tiếng chúng ta nói chuyện đó.

- Bella, cháu yêu quí! - Đây chính là giọng nói dịu dàng, khuyên giải của bà Esme - Cháu có nghe thấy tôi nói gì không? Cháu an toàn rồi, cô bé của tôi à.

Vâng, cháu an toàn. Nhưng điều đó có quan trọng không?

Rồi có một đôi môi lạnh giá kề sát tai tôi, những lời nói của Edward đã giúp tôi thoát khỏi nỗi đau khổ, nhốt tôi vào trong ngục tù của tâm trí.

- Cậu ấy sẽ sống, Bella ạ. Jacob Black đang lành lại như anh đã nói. Cậu ấy sẽ khỏe thôi.

Khi cơn đau và nỗi sợ thuyên giảm, tôi tìm cách bắt liên lạc lại với cơ thể mình. Hai mi mắt tôi đã bắt đầu động đậy.

- Ôi, Bella - Edward thở ra một hơi dài nhẹ nhõm, và môi anh nhẹ ấn vào môi tôi.

- Anh Edward - Tôi sẽ sàng gọi.

- Ừ, anh đây.

Tôi dần mở mắt, nhìn sâu vào màu hổ phách ấm áp.

- Jacob sẽ ổn, phải không anh? - Tôi hỏi.

- Ừ - Edward đoan chắc với tôi.

Tôi quan sát đôi mắt đang ở trước mặt mình thật cẩn thận, tìm xem có dấu hiện nào cho thấy rằng anh đang tìm cách xoa dịu tôi không, nhưng chúng hoàn toàn trong trẻo.

- Chính tôi đã kiểm tra cho cậu ấy - Bác sĩ Carlisle lên tiếng; tôi xoay đầu tìm gương mặt ông, chỉ cách tôi một vài bước. Vẻ mặt của bác sĩ Carlisle vừa nghiêm nghị vừa quả quyết. Không thể nào nghi ngờ được ông - Cậu ấy không bị nguy hiểm đến mạng sống đâu. Người thiếu niên đó đang hồi phục với một tốc độ nhanh không thể nào tin được. Tuy nhiên, với chừng đó vết thương trên diện rộng, cậu ấy cũng phải mất vài ngày mới trở lại bình thường được, cho dẫu khả năng tự lành có chắc đến đâu chăng nữa. Ngay khi xong việc ở đây, tôi sẽ làm mọi cách có thể để giúp cậu ấy. Hiện Same đang cố kéo người thiếu niên đó trở lại hình người. Điều đó sẽ khiến việc điều trị cho cậu ấy dễ dàng hơn.

Bác sĩ Carlisle hơi mỉm cười.

- Tôi chưa bao giờ học ngành bác sĩ thú y cả.

- Cậu ấy bị làm sao, thưa bác sĩ? - Tôi khẽ hỏi - Các vết thương nặng đến thế nào.

Gương mặt của bác sĩ Carlisle lại trở nên nghiêm nghị.

- Một người sói khác cũng bị thương...

- Chị Leah - Tôi thở dốc.

- Ừ. Người thiếu niên ấy đã đẩy cô gái đi, nhưng rồi không đủ thời gian để tự vệ. Tên ma-cà-rồng đã chộp được cậu ta. Hầu hết xương sườn bên phải của con sói bị vỡ nát.

Tôi nao núng.

- Sam và Paul có mặt đúng lúc đó. Khi họ đem Jacob về La Push, cậu ta cũng đang tự lành vết thương mà.

- Liệu cậu ấy có trở lại như bình thường được không ạ? - Tôi thắc mắc.

- Được chứ, Bella. Người thiếu niên đó sẽ không còn bị thương lâu đâu.

Tôi hít vào một hơi thật sâu.

- Ba phút - Alice chợt lên tiếng.

Tôi vặn mình, cố gắng duỗi thẳng người. Edward nhận ra ý muốn nơi tôi, giúp tôi đứng dậy.

Tôi nhìn đăm đăm cảnh tượng trước mắt.

Nhà Cullen đang đứng quanh một bếp lửa, nhưng thật khó mà nhìn thấy một ánh lửa nào, chỉ có mỗi đám khói dày tím ngắt vật vờ như một thứ bệnh dịch trên nền cỏ sáng lòa. Jasper đứng gần đám khói mù đặc quánh đó nhất, bóng của nó đã ngăn không cho làn da của anh ta lấp lánh dưới ánh sáng mặt trời như những người còn lại. Jasper đứng quay lưng lại phía tôi, đôi vai của anh ta gồng lên hết cỡ, đôi tay hơi đưa ra. Thân hình của anh ta đang che khuất một cái gì đó. Đó là cái mà anh ta đang thu mình lại lấy đà với một sự cảnh giác cao độ.

Hơn cả trạng thái sốc nhẹ, tôi tê cóng cả người khi nhận ra đó là cái gì.

Trên bãi đất trống có cả thảy tám ma-cà-rồng.

Cô gái đang ngồi co ro bên bếp lửa, tay bó lấy gối. Cô ta còn quá nhỏ. Nhỏ hơn cả tôi nữa - có vẻ như mới mười lăm tuổi, tóc đen và mảnh khảnh. Đôi mắt của cô gái cứ xoáy vào tôi, mống mắt rực sắc đỏ đầy vẻ kinh hoàng - đỏ hơn cả Riley nữa, gần như sáng lóe. Chúng long lanh một cách điên dại, hoàn toàn thiếu tự chủ.

Edward trông thấy vẻ bối rối nơi tôi.

- Cô ta đầu hàng - Anh khẽ giải thích - Chưa bao giờ anh thấy trường hợp này. Chỉ có mỗi bố anh là chịu nghĩ đến đề nghị ấy. Còn Jasper thì nhất quyết không tán thành.

Tôi không thể rời mắt khỏi cảnh tượng bên cạnh bếp lửa. Jasper đang xoa xoa cánh tay một cách lơ đãng.

- Jasper có sao không anh? - Tôi hỏi nhỏ.

- Anh ấy không sao. Nọc độc gây nhức thôi.

- Jasper bị cắn sao? - Tôi hỏi, trong lòng dậy lên nỗi kinh hoàng.

- Anh ấy lo cho toàn trận đấu, cứ muốn đảm bảo rằng Alice không phải mó tay mó chân vào việc gì - Edward lắc đầu - Nhưng Alice chẳng cần ai giúp cả.

Alice lè lưỡi ra trêu chọc người yêu của mình:

- Anh chàng đa đoan.

Cô gái trẻ tuổi đột nhiên ngẩng mặt lên trời và cất tiếng gào rú chẳng khác nào một con thú.

Jasper phản ứng bằng tiếng gầm gừ làm cô ta co rúm người lại, nhưng các ngón tay, như những cái vuốt, vẫn bấu chặt vào đất; cái đầu lừ đừ gật gưỡng. Jasper tiến lên trước một bước, dáng vẻ tỏ ra dè dặt hơn. Như một phản ứng tự nhiên, Edward di chuyển lên trước để đứng chắn ngang giữa tôi và cô gái. Tôi hé mắt qua tay anh để quan sát cho rõ hơn cô gái thua cuộc và Jasper.

Bác sĩ Carlisle xuất hiện bên cạnh Jasper gần như ngay lập tức. Ông nắm lấy tay người con trai mới nhất của mình, ngăn lại.

- Cô đã thay đổi ý định chưa, cô gái trẻ - Bác sĩ Carlisle lên tiếng với thái độ điềm tĩnh hơn bao giờ hết - Chúng tôi không muốn tiêu diệt cô, nhưng nếu cô không kiểm soát được mình, chúng tôi buộc lòng phải ra tay.

- Làm sao các người chịu đựng được? - Cô gái gào lên bằng một giọng cao the thé, rành mạch - Tôi *muốn có* cô ta - Đôi mống mắt đỏ ké của cô gái đó tập trung vào Edward, xuyên thấu qua người anh, và xoáy thẳng vào tôi, những chiếc móng tay của cô ta lại cào xới lớp đất cứng một lần nữa.

- Cô phải chịu đựng thôi - Bác sĩ Carlisle nói một cách cứng cỏi - Cô phải học cách kiềm chế. Điều đó hoàn toàn có thể làm được, và đó là cách duy nhất có thể cứu cô lúc này.

Cô gái bưng lấy đầu, hai bàn tay lấm lem những đất, tru lên khe khẽ.

- Chúng ta không cần tránh mặt cô ấy sao anh? - Tôi thầm thì, giật giật tay Edward. Đôi môi của ma-cà-rồng nhỏ tuổi xệch đi khi nghe thấy giọng nói của tôi, cô ta tỏ vẻ khổ sở.

- Chúng mình phải ở đây chứ em - Edward trả lời khe khẽ - *Họ* đã đến mạn bắc của khu đất rồi.

Tim tôi đập náo loạn khi mắt tôi lướt khắp một vòng khu đất, nhưng không thể trông thấy cái gì ở bên kia đám khói cả.

Sau một giây tìm kiếm không hiệu quả, ánh mắt của tôi trở lại với cô gái ma-cà-rồng trẻ tuổi. Cô ta vẫn đang nhìn tôi, ánh mắt gần như dại hẳn đi.

Tôi đón nhận cái nhìn của cô gái trong một lát. Mái tóc đen dài ngang cằm ốp lấp gương mặt cô ta, gương mặt trắng bệch như thạch cao. Thật khó có thể nói gương mặt ấy đẹp hay không khi chúng đang đanh lại với những vẻ giận dữ và khát máu. Trên đó, nổi rõ nhất đôi mắt đỏ hoang dại - đã nhìn một lần thì khó mà có thể quay đi. Cô gái nhìn tôi một cách hằn học, run rẩy và quằn quại trong vài giây.

Tôi trân trối nhìn cô gái như bị thôi miên, tự hỏi liệu có phải mình đang nhìn vào tấm gương phản chiếu hình ảnh của chính mình trong tương lai hay không.

Thế rồi bác sĩ Carlisle, Jasper trở lại với chúng tôi. Cả Emmett, Rosalie và Esme cũng hơ hớt vây quanh Edward, Alice và tôi. Một khối thống nhất - như Edward đã nói - với tôi là hạt nhân, ở chốn an toàn nhất.

Tôi rời sự chú ý khỏi cô gái hoang dã để dõi mắt tìm những tử thần thật sự đang đến gần.

Vẫn không thấy xảy ra điều gì. Tôi liếc nhìn Edward, đôi mắt anh đang chú mục về phía trước gần như không chớp. Tôi cố bám theo hướng nhìn đó, nhưng chỉ thấy toàn khói là khói - dày đặc, nhơn nhớt, cuộn tròn trên mặt đất và lờ nhờ bốc lên, mấp mô trên cỏ.

Khói cuộn đổ về phía trước, ở trung tâm tối đen.

- Ưmmm - Giữa màn khói phủ, một giọng nói chết chóc cất lên. Tôi nhận ra được sự lạnh lùng của nó ngay lập tức.

- Chào cô, Jane - Giọng nói của Edward thật điềm tĩnh và nhã nhặn.

Những bóng đen tiến đến gần hơn, cất mình ra khỏi đám khói càng lúc càng đặc lại. Tôi biết người đang đi đầu là Jane - chiếc áo choàng tối màu hơn, gần như đen kịt, nhưng là nhân vật nhỏ người nhất, đứng thấp hơn những người còn lại những sáu mươi phân. Tôi chỉ nhận ra được phần nào vẻ đẹp thiên thần của Jane trong chiếc mũ trùm đầu.

Sừng sững bước theo sau cô gái nhỏ nhắn ấy là bốn

nhân vật mặc áo choàng xám, có một chút nào đó quen thuộc. Tôi tin chắc mình nhận ra người to lớn nhất, và trong lúc tôi đang quan sát, dường như để giải tỏa mối nghi hoặc ít nhiều của tôi, ông Felix ngẩng mặt lên. Ông ta hơi hất chiếc mũ trùm đầu ra sau, chỉ vừa đủ để cho tôi thấy rõ là ông ta đang nháy mắt và mỉm cười với tôi. Ngay sát bên cạnh tôi, Edward đứng lặng người, cố kiềm chế.

Ánh mắt của Jane chậm rãi điểm từng gương mặt rạng rỡ của nhà Cullen rồi dừng lại ở cô gái ma-cà-rồng vẫn còn ngồi bên đống lửa; cô ta lại vừa mới ôm lấy đầu.

- Ta không hiểu - Giọng nói của Jane không có trọng âm, nhưng cũng không hoàn toàn lãnh đạm như trước.

- Cô gái đó đã đầu hàng - Edward giải thích những thắc mắc trong đầu Jane.

Cô ta chiếu đôi mắt đen huyền của mình lên gương mặt anh, hỏi lại:

- Đầu hàng ư?

Felix và một thành viên khác trong nhóm trao đổi với nhau một cái nhìn chớp nhoáng.

Edward nhún vai.

- Bố tôi đã cho cô gái chọn lựa.

- Những kẻ phạm luật không được phép có chọn lựa nào hết - Jane nói một cách thẳng thừng.

Bác sĩ Carlisle lên tiếng, giọng nói vẫn ôn hòa:

- Luật đó nằm trong tay cô mà. Miễn là cô gái đó không còn muốn tấn công chúng tôi nữa, tôi thấy không cần phải hủy diệt cô ấy. Vả lại, cô gái cũng chưa được dạy dỗ gì.

- Không thể chấp nhận được - Jane vẫn khăng khăng.

- Tùy ở cô thôi, thưa cô.

Jane nhìn bác sĩ Carlisle đăm đăm, đầy ngỡ ngàng. Cô ta khẽ lắc đầu, và trấn tĩnh lại được ngay.

- Ngài Aro mong rằng chúng tôi đi xa hơn về phía tây để gặp ông, Carlisle. Đức ngài gửi lời chào đến ông.

Bác sĩ Carlisle gật đầu.

- Tôi sẽ rất lấy làm cảm kích nếu như cô chuyển lời chào của tôi đến ngài ấy.

- Tất nhiên rồi - Jane mỉm cười. Những khi phấn chấn như vậy, trông Jane thật đáng yêu. Cô ta ngoái lại nhìn đám khói - Hình như hôm nay, các người đã làm công việc của bọn ta... gần như trọn vẹn - Đôi mắt của cô gái chiếu thẳng vào con tin - Không thể không tò mò được, có bao nhiêu tên thế? Chúng đã để lại sự hoang tàn ở Seattle.

- Mười tám, bao gồm cả người này - Bác sĩ Carlisle trả lời.

Đôi mắt Jane mở rộng, cô ta ngoái nhìn ngọn lửa một lần nữa như để đánh giá lại con số đó. Felix và một thành viên khác trong nhóm lại trao cho nhau một cái nhìn khá lâu.

- Mười tám sao? - Jane lặp lại, có vẻ không tin tưởng lắm.

- Tất cả đều mới toanh - Bác sĩ Carlisle trả lời bừa - Họ chẳng có kỹ năng gì.

- Tất cả à? - Giọng nói của Jane chuyển sang gắt gỏng - Thế ai tạo ra chúng?

- Cô ta là Victoria - Edward trả lời, giọng nói không hé lộ một chút cảm xúc nào.

- Đâu? - Jane hỏi tới.

Edward nghiêng đầu về phía cánh rừng phía đông. Đôi mắt của Jane ngước lên và tập trung vào một điều gì đó xa thăm thẳm. Một cột khói khác chăng? Tôi không dám ngó nghiêng để kiểm tra.

Jane dõi mắt về hướng đông một lúc, rồi lại kiểm tra ngọn lửa trên bãi đất.

- Ả Victoria này, cô ta không được tính vào con số mười tám ở đây, có đúng không?

- Đúng như vậy. Victoria còn có một trợ thủ nữa. Hắn không non nớt như người này, xong chưa quá một năm tuổi.

- Vậy là hai mươi - Jane thở ra - Ai đã giải quyết kẻ cầm đầu?

- Tôi - Edward xác nhận.

Jane sa sầm ánh mắt, quay sang cô gái ngồi bên cạnh đống lửa.

- Kẻ kia - Thiên sứ địa ngục lên tiếng, giọng nói của cô ta sắc hơn trước - Tên?

Ma-cà-rồng còn non lừ mắt nhìn Jane, đôi môi mím chặt lại.

Jane mỉm cười - một nụ cười ban phúc.

Đáp lại nụ cười đó, cô gái xấu số thét lên lanh lảnh; cả thân người cong gập lại, quằn quại trong một tư thế bất thường. Tôi quay mặt đi, cố đấu tranh chống lại ước muốn bịt hai tai lại. Tôi nghiến chặt răng, hi vọng kiềm chế được cái bụng yếu ớt của mình. Tiếng thét mỗi lúc một dữ dội hơn. Tôi cố gắng tập trung vào gương mặt của Edward - vẫn điềm đạm và không bộc lộ một cảm xúc - nhưng nó khiến tôi nhớ lại lúc anh phải quằn quại dưới cái nhìn tra tấn của Jane. Tôi chuyển sang nhìn Alice và bà Esme đứng bên cạnh cô. Mọi người đều có cùng một gương mặt lạnh băng.

Cuối cùng, không gian chìm vào im lặng.

- Tên? - Jane lặp lại, giọng nói vẫn không chuyển đổi âm điệu.

- Bree - Cô gái thở hổn hển.

Jane mỉm cười, và cô gái lại kêu thét lên. Hơi thở của tôi ngưng trệ khi âm thanh của sự đau đớn kết thúc.

- Cô ấy đã nói điều cô muốn biết rồi - Edward trả lời qua kẽ răng - Cô không cần phải làm thế đâu.

Jane ngẩng mặt lên, đột nhiên ánh mắt sắt đá le lói những tia tinh quái.

- Ồ, ta biết - Cô ta đáp lời Edward và nở nụ cười thật tươi trước khi quay sang ma-cà-rồng nhỏ tuổi, Bree.

- Bree - Jane lại lên tiếng, giọng nói thật điềm tĩnh - Hắn nói có đúng không? Các ngươi có hai mươi người à?

Cô gái đang nằm thở hổn hển, một bên má áp xuống đất, trả lời nhanh:

- Mười chín, hai mươi hay nhiều hơn gì đó, tôi không biết nữa! - Bree co rúm người lại, sợ rằng điều không biết của mình sẽ có thể đem lại một sự tra tấn khác - Sara và một người tôi không biết tên đã tàn sát nhau trên đường...

- Ả Victoria này... tạo ra ngươi à?

- Tôi không biết - Bree trả lời, tỏ ra nao núng - Riley không bao giờ nói ra cái tên ấy. Đêm hôm đó, tôi không trông thấy gì hết... trời tối lắm, và rất đau - Bree rùng mình - Anh ta không muốn chúng tôi lưu cái tên đó trong đầu. Riley bảo rằng suy nghĩ của chúng tôi không an toàn...

Jane liếc mắt sang Edward rồi quay trở lại Bree.

Victoria đã lên kế hoạch thật công phu. Nếu người

phụ nữ đó không bám theo Edward, có trời mới biết cô ta có dính líu đến chuyện này...

- Nói cho ta nghe về Riley - Jane yêu cầu - Tại sao hắn lại đưa ngươi đến chỗ này?

- Riley nói với chúng tôi rằng chúng tôi phải tiêu diệt những kẻ mắt vàng dị thường ở đây - Bree đáp nhanh và trở nên liến thoắng - Anh ta bảo rằng mọi chuyện sẽ rất dễ dàng, rằng thành phố này là của họ, và họ sẽ phải nhường lại cho chúng tôi. Riley nói một khi họ không còn ở đây nữa, toàn bộ số máu ở đây là của chúng tôi hết. Anh ta cho tôi mùi hương của cô gái kia - Nói đến đây, Bree chỉ tay về phía tôi - Riley bảo rằng rồi chúng tôi sẽ được yểm trợ, bởi vì cô gái đó sẽ ở bên họ; rằng bất cứ ai bắt được cô gái đó đầu tiên thì sẽ được hưởng trọn số máu của cô ấy.

Ngay sát bên cạnh mình, tôi nghe rõ tiếng Edward gồng quai hàm lên.

- Có vẻ như Riely đã sai lầm khi nói rằng cuộc chiến này quá ngon ăn - Jane nhìn nhận.

Bree gật đầu, tỏ ra nhẹ nhõm vì cuộc đối thoại không đem đến một đau đớn nào. Cô gái ngồi dậy một cách dè dặt.

- Tôi không biết chuyện xảy ra như thế nào. Chúng tôi chia lại đội hình, nhưng toán kia chẳng hề thấy đến. Riley cũng bỏ rơi chúng tôi, anh ta đã không đến giúp như đã hứa. Và thật là khó hiểu, mọi người đều đã bị xé banh ra thành từng mảnh - Bree rùng mình - Tôi sợ lắm. Tôi muốn trốn chạy. Nhưng người đó - Cô gái nhìn sang bác sĩ Carlisle - nói rằng họ sẽ không hại tôi nếu tôi đầu hàng.

- À há, nhưng ông ta không thể tặng ngươi món quà đó được, cô gái ạ - Jane thì thầm, giọng nói trở nên tử tế một cách lạ thường - Phạm luật thì sẽ phải bị trả giá.

Bree nhìn cô ta trân trối, hoàn toàn không hiểu.

Jane nhìn sang bác sĩ Carlisle:

- Ông chắc là đã tiêu diệt hết bọn này rồi chứ? Cả toán quân kia nữa?

Gương mặt của bác sĩ Carlisle rất điềm tĩnh khi gật đầu.

- Chúng tôi cũng tách người ra mà.

Jane cười nửa miệng.

- Ta không phủ nhận rằng ta thực sự bị ấn tượng - Đám quân tháp tùng phía sau cũng lầm bầm tỏ ý tán thành - Ta chưa bao giờ thấy một nhóm nào hoàn toàn nguyên vẹn sau một cuộc tấn công quy mô đến nhường này. Các người có biết nguyên nhân của cuộc chiến này không? Có vẻ là do thái độ và quan niệm sống của các người. Nhưng tại sao cô gái kia lại là cốt lõi của vấn đề? - Ánh nhìn của Jane miễn cưỡng đặt lên tôi trong đúng một giây ngắn ngủi.

Tôi run bắn.

- Victoria vốn hận Bella - Edward giải thích, giọng nói hoàn toàn bình thản.

Jane phá ra cười - giọng cười giòn tan, hưng phấn như một đứa trẻ đang có niềm vui.

- Cô gái kia, xem ra, chuyên đem đến những xúc cảm mạnh mẽ một cách dị thường cho những kẻ như chúng ta - Jane đánh giá, mỉm cười với tôi, một nụ cười ban phúc.

Edward đông cứng người lại. Tôi lập tức nhìn anh, nhận ra rằng anh vừa quay đi, tập trung ánh nhìn vào Jane.

- Cô có thể vui lòng không làm cái trò đó được không? - Anh lên tiếng bằng một giọng se sắt.

Jane cười nhẹ.

- Ta chỉ thử thôi. Nhưng hình như cũng chẳng hại gì.

Tôi rùng mình, trong lòng biết ơn sâu sắc sự trục trặc trong cơ thể mình - điều đã bảo vệ tôi trước Jane trong lần gặp gỡ cuối cùng của chúng tôi - cho tới giờ vẫn còn hiệu nghiệm. Vòng tay của Edward ôm chặt lấy thân hình tôi.

- Chậc, có lẽ bọn ta không còn nhiều việc để giải quyết nữa. Ấy da - Jane lên tiếng, giọng nói lại tỏ ra thờ ơ - Bọn ta không bao giờ lộ diện nếu thấy không cần thiết. Tiếc là đã bỏ lỡ mất trận chiến. Nghe ra, thấy thú vị lắm.

- Đúng như vậy - Edward đáp nhanh, giọng nói có phần gắt gỏng - Trong khi đó, quý cô đang ở rất gần đây. Thật đáng tiếc khi quý cô đã không đến sớm hơn chừng nửa tiếng đồng hồ. Tuy nhiên, cuối cùng thì quý cô cũng đã hoàn thành sứ mệnh.

Jane đón nhận cái nhìn của Edward bằng một thái độ vững như bàn thạch.

- Không sai. Thật là uổng khi mọi thứ lại thành ra như thế này, phải không?

Edward gật đầu với chính mình, những nghi ngờ của anh đã được xác nhận. Jane quay sang Bree một lần nữa, gương mặt lộ rõ vẻ chán nản.

- Felix - Cô gái ngân dài giọng nói.

- Khoan đã - Edward đột nhiên xen vào.

Jane nhướng một bên mày lên, Edward đá mắt sang bác sĩ Carlisle trong lúc lên tiếng bằng một giọng khẩn thiết.

- Chúng tôi sẽ giải thích luật lệ cho kẻ non nớt này. Cô gái này không hề có thái độ miễn cưỡng khi muốn biết. Cô ấy đã không ý thức được hành vi của mình.

- Đúng như vậy đấy - Bác sĩ Carlisle hưởng ứng - Chúng tôi sẽ sẵn sàng chịu trách nhiệm về Bree.

867

Nét mặt của Jane cho thấy cô ta đang bị giằng xé giữa niềm thích thú và sự hoài nghi.

- Trong luật, không có cái gọi là ngoại lệ - Jane trả lời - Và bọn ta không ban phát cơ hội thứ hai. Thật tiếc cho điều tiếng này. Nó khiến ta nhớ tới... - Đang nói nửa chừng, bỗng Jane chú mục vào tôi, vẻ mặt dịu dàng chợt xao động - Ngài Caius sẽ rất lấy làm quan tâm khi biết rằng ngươi vẫn còn là người đấy, Bella ạ. Có lẽ đức ngài sẽ thân chinh đến thăm.

- Ngày đã được định rồi - Alice lên tiếng lần đầu tiên - Có thể vài tháng nữa, chúng tôi sẽ ghé thăm các ngài.

Nụ cười của Jane tắt ngúm, cô ta nhún vai một cách thờ ơ, không ghé mắt tới Alice, mà chỉ quay sang nhìn bác sĩ Carlisle.

- Rất vui được gặp ông, ông Carlisle, tôi đã cho rằng ông Aro thổi phồng quá mức. Ừm, cho tới khi chúng ta gặp lại...

Bác sĩ Carlisle gật đầu, lấy làm phiền lòng.

- Chăm sóc cái thứ đó đi, Felix - Jane ra lệnh cho kẻ đồng sự, đoạn hất đầu về phía Bree, giọng nói mang nặng sự buồn chán - Ta muốn về nhà.

- Em đừng nhìn - Edward rót nhỏ vào tai tôi.

Tôi quá bấn loạn để có thể làm theo những chỉ dẫn của Edward. Ngày hôm nay, tôi đã phải chứng kiến quá nhiều điều - hơn cả đủ cho một đời. Tôi nhắm chặt mắt lại và giấu mặt vào vồng ngực của Edward.

Nhưng tôi vẫn cứ phải nghe thấy.

Trong không gian vang lên một tiếng gầm ghè trầm đục, và kèm theo đó là một tiếng thét thất thanh quen thuộc. Âm thanh ấy kéo dài không lâu, kết thúc là những tiếng gặm và tợp sởn gai ốc.

Bàn tay của Edward xoa xoa khắp vai tôi.

- Rút - Jane ra lệnh, ngay lập tức tôi ngẩng mặt lên, chỉ kịp nhìn thấy những tấm áo choàng xám xịt xa dần về hướng khói cuộn. Mùi hương trầm sực nức hơn trước.

26. ĐẠO ĐỨC

Trên bệ để đồ trong phòng tắm của Alice bày hàng ngàn các thứ đồ linh tinh, tất cả chỉ để dành cho việc trang điểm. Tất cả các thành viên trong gia đình này đều quá hoàn hảo, chẳng cần phải tô son trét phấn, nên tôi chỉ có thể hiểu rằng cô bạn của tôi đã mua tất cả những thứ này trong lúc nghĩ đến tôi. Tôi đọc những nhãn hiệu mà điếng người, thật là lãng phí quá sức tưởng tượng.

Tôi cẩn thận không nhìn vào tấm gương dài.

Alice chải tóc cho tôi một cách chậm rãi, nhịp nhàng.

- Thôi được rồi, Alice - Tôi lên tiếng một cách chán chường - Mình muốn trở lại La Push.

Tôi đã đợi mất bao nhiêu tiếng đồng hồ rồi, để ngài cảnh sát trưởng cuối cùng cũng phải rời gót khỏi nhà ông Billy cho tôi có thể xuống thăm Jacob? Mỗi phút trôi qua mà không biết Jacob còn thở hay là không, tôi có cảm giác như là đã trải qua mười kiếp vậy. Và rồi, khi cuối cùng, tôi cũng được phép vào nhìn tận mắt xem Jacob vẫn còn sống, thời gian lại lướt qua quá nhanh. Tôi có cảm giác như mình đã nín thở cho đến lúc Alice gọi điện thoại cho Edward; rồi nhấn đi nhấn lại rằng tôi phải diễn cho trọn cái vở kịch đến ở nhà bạn. Toàn là những chuyện gì đâu...

- Jacob vẫn còn bất tỉnh - Alice nói với tôi - Khi nào cậu ta tỉnh lại, bố mình hoặc anh Edward sẽ gọi điện thoại cho. Dù sao đi nữa thì bạn cũng phải về nhà gặp chú Charlie. Bố bạn đang ở nhà của ông Billy, đã biết bố mình và Edward đi du khảo về rồi, chắc chắn đang thắc mắc không biết chừng nào bạn về nhà đấy.

Tôi đã thuộc lòng và chuẩn bị cách ứng đối cho câu chuyện của mình rồi.

- Mình không biết đâu. Mình muốn có mặt bên Jacob khi cậu ấy tỉnh dậy.

- Bây giờ, bạn cần phải nghĩ đến chú Charlie. Bạn đã phải trải qua một ngày thật dài... Mình xin lỗi, mình biết không nên gợi lại chuyện, nhưng điều đó không có nghĩa là bạn trốn tránh trách nhiệm - Giọng nói của Alice vô cùng nghiêm nghị, gần như là quở trách - Bây giờ, nó quan trọng hơn cả việc chú Charlie cứ an nhiên vui sống một cách an toàn, không mảy may hay biết một điều gì cả. Hãy làm tròn bổn phận của mình trước, rồi sau đó, bạn muốn làm gì thì làm, Bella ạ. Thành viên của nhà Cullen cần phải kỹ càng như vậy đó.

Lẽ dĩ nhiên là cô bạn tôi nói không sai một chút nào. Và nếu không cùng một lý do này - lý do có "trọng lượng" hơn tất cả những nỗi sợ hãi, đau khổ và cảm giác tội lỗi của tôi - bác sĩ Carlisle đã chẳng bao giờ khuyên tôi nên rời Jacob, dù cậu bạn của tôi có đang bất tỉnh hay là không.

- Về nhà đi nào - Alice lại nhắc - Về nhà, trò chuyện với chú Charlie đi. Đấy cũng là để bổ sung thêm cho chứng cớ ngoại phạm của bạn. Hãy làm cho chú ấy an tâm nhé.

Tôi đứng dậy, máu dồn xuống chân, đem lại một cảm giác nhưng nhức như bị hàng ngàn mũi kim chích vào. Tôi đã ngồi quá lâu rồi.

- Bạn mặc chiếc váy này trông đẹp lắm đó - Alice thủ thỉ.

- Hả? Ồ. Ơ... Cảm ơn bạn một lần nữa về bộ đồ nhé - Tôi thì thào nói lời cảm ơn, vì lịch sự hơn là vì biết ơn thật sự.

- Bạn cần phải có bằng chứng mà - Alice lại tiếp, đôi mắt ngây thơ mở rộng - Đi mua sắm kiểu gì mà không có lấy một bộ đồ mới chứ? Đúng là đẹp hết xẩy, mình nhận xét thật lòng đấy.

Tôi chớp chớp mắt, không thể nhớ nổi cô bạn đã tròng cái gì vào người mình. Từng giây từng phút trôi qua, đầu óc tôi cứ chạy tán loạn phương nào không sao ngăn lại được, y hệt như những con côn trùng đang cố thoát khỏi ánh sáng...

- Jacob không sao đâu, Bella - Alice trấn an tôi - dễ

dàng nhận ra mối bận tâm nơi tôi - Nếu bạn mà biết bố mình đã tiêm bao nhiêu liều moócphin loại nặng vào người Jacob, để thân nhiệt của cậu ta mau chóng hạ xuống, thì hẳn bạn sẽ hiểu là Jacob còn phải mê man lâu đó.

Ít ra thì người bạn nhỏ ấy cũng không còn phải chịu bất cứ một đau đớn nào. Nhưng vẫn chưa hết đâu.

- Bạn có điều gì cần tâm sự trước khi về nhà không? - Cô bạn hỏi han một cách thông cảm - Bạn bị chấn thương tâm lí không nhẹ đâu.

Tôi biết cô bạn đang thắc mắc chuyện gì, nhưng tôi còn có những câu hỏi khác nữa.

- Liệu mình có giống như vậy không? - Tôi hỏi Alice, trong giọng nói có một sự kiềm nén - Giống cái cô gái tên Bree ở bãi đất trống ấy?

Tôi có rất nhiều điều cần phải suy ngẫm, nhưng tôi không thể đẩy được hình ảnh của cô gái ấy ra khỏi đầu - một ma-cà-rồng non trẻ mà mạng sống đã bị kết thúc một cách đột ngột. Gương mặt của cô gái, se sắt với ước muốn được uống cạn máu tôi, cứ hiện về sau mi mắt tôi.

Alice lay tay tôi.

- Mọi người khác nhau mà. Nhưng tựu trung lại thì cũng giống như thế, ừ.

Tôi lặng người, cố gắng hình dung.

- Rồi cũng qua thôi - Alice quả quyết.

- Phải mất bao lâu?

Cô bạn nhún vai:

- Ít ra cũng phải vài năm. Nhưng với bạn có khi lại khác. Mình chưa từng thấy ai đã lên tinh thần khi bước vào kiếp sống này cả. Không biết điều này ảnh hưởng đến bạn như thế nào nhỉ, chắc sẽ thú vị lắm.

- Thú vị à - Tôi lặp lại.

- Mọi người sẽ giúp bạn thoát khỏi rắc rối.

- Mình biết. Mình tin bạn - Giọng nói của tôi cứ đều đều, không còn sức sống.

Vầng trán của Alice nhăn lại.

- Nếu bạn lo cho bố mình và Edward thì mình tin rằng cả hai đều ổn cả. Mình nghĩ Sam đã bắt đầu tin bọn mình... Ừm, tin bố mình, ít ra là như vậy. Thế cũng tốt. Mình có thể hình dung được bầu không khí sẽ căng thẳng như thế nào khi bố mình phải nối lại những chỗ xương gãy...

- Mình xin bạn, Alice.

- Xin lỗi.

Tôi cố hít vào một hơi thật sâu để tự trấn tĩnh lại mình. Jacob đang bình phục với một tốc độ rất nhanh, tuy một vài khúc xương vẫn còn chưa lành. Người bạn nhỏ ấy phải được hạ thân nhiệt để mau bình phục, biết vậy, nhưng tôi vẫn không yên dạ khi nghĩ về điều đó.

- Alice, mình có thể hỏi bạn một câu hỏi được không? Về tương lai ấy?

Cô bạn của tôi hốt nhiên tỏ ra cảnh giác:

- Bạn biết là mình không thể nhìn thấy gì mà.

- Không, mình không hỏi chuyện đó. Nhưng đôi lúc, bạn nhìn thấy tương lai của mình mà. Tại sao lại như vậy, bạn có nghĩ rằng đó là vì bạn đã không tác động lên mình không? Jane, anh Edward và ông Aro không hề làm được... - Câu nói của tôi ngưng lại lưng chừng với một mối quan tâm thật sự. Sự hiếu kì của tôi về điểm này không nhiều, trong tôi vẫn còn những cảm xúc khác mãnh liệt hơn hẳn.

Nhưng Alice, tuy vậy, lại nhận ra rằng câu trả lời rất thú vị.

- Jasper cũng thế mà Bella, năng lực đặc biệt của anh ấy cũng tác động lên bạn như vẫn tác động lên bất kì người nào khác. Đó là điểm khác biệt, bạn có nhận ra không? Năng lực của Jasper ảnh hưởng đến cơ thể theo hướng tự nhiên. Anh ấy có thể làm cho bạn điềm tĩnh, hay bị kích động. Nó không phải là ảo giác. Còn mình thì nhìn thấy được kết quả, không phải là nguyên nhân hay suy nghĩ đứng sau các quyết định đã tạo ra chúng. Nó nằm ngoài khu lí trí, nên cũng không phải là ảo giác; thực tế là như vậy, hay ít ra cũng gần gần như thế. Nhưng Jane, anh Edward, ông Aro và cả Demetri, thì tác động lên tinh thần người ta. Jane chỉ tạo ảo giác về đau đớn thôi. Cô ta không hề hành hạ thân xác người khác, nhưng người ta lại cảm nhận được bằng tâm trí. Bạn hiểu không, Bella? Bạn chỉ an toàn trong tinh thần của bạn thôi. Một khi bạn đã trốn trong đó, không một ai có thể chạm tới bạn cả. Không có gì lạ khi ông Aro rất tò mò về năng lực trong tương lai của bạn.

Alice quan sát sắc mặt tôi, chú ý xem tôi có hiểu kịp những lập luận hợp lý của cô ấy không. Kì thực mà nói, khi những lời nói của cô bạn tôi bắt đầu được thốt ra, những âm tiết cùng thanh âm của chúng đã nhanh chóng mất hết ý nghĩa. Tôi không sao tập trung được vào một lời nào của cô ấy. Tuy vậy, tôi vẫn cứ gật đầu. Cố làm ra vẻ đã "lĩnh hội được chân lí".

Nhưng Alice đâu có dễ để bị qua mặt. Cô bạn đưa tay lên day day cằm tôi, miệng lẩm bẩm:

- Cậu ấy sẽ ổn thôi, Bella ạ. Mình không cần tiên thị cũng biết được điều đó. Bạn đã sẵn sàng về nhà chưa?

- Còn một điều nữa thôi. Mình có thể hỏi bạn một câu khác về tương lai không? Mình không cần biết chi tiết đâu, chỉ chung chung thôi.

- Mình sẽ cố hết sức - Alice trả lời, lại tỏ ra cảnh giác.

- Bạn vẫn trông thấy mình trở thành một ma-cà-rồng chứ?

- Trời, tưởng chuyện gì. Điều đó thì tất nhiên rồi.

Tôi gật đầu một cách chậm rãi.

Alice quan sát vẻ mặt tôi, đôi mắt thật khó dò.

- Hình như bạn không tin tưởng mấy vào tinh thần của bản thân, có phải vậy không Bella?

- Có chứ. Chỉ là vì mình muốn được khẳng định cho chắc chắn thôi.

- Mình cũng chỉ biết như bạn thôi, Bella ạ. Bạn cũng biết mà. Nếu bạn thay đổi quyết định, điều mình thấy được cũng thay đổi... hoặc là biến mất, tất cả tùy thuộc ở bạn.

Tôi thở dài.

- Dù sao, chuyện đó cũng không xảy ra đâu.

Alice vòng tay ôm lấy tôi.

- Mình xin lỗi. Thật sự, mình sẽ không ủng hộ bạn đâu. Kí ức đầu tiên mình có được là nhìn thấy gương mặt của Jasper trong tương lai; mình luôn biết rằng đường đời của mình luôn có dấu chân của anh ấy bên cạnh. Nhưng mình có thể thông cảm cho bạn. Mình thật sự rất lấy làm tiếc vì bạn phải đứng giữa hai ngả đường, mà cả hai lại đều dẫn đến những nơi tốt đẹp, hạnh phúc.

Tôi giữ tay cô bạn xuống.

- Đừng tiếc cho mình - Trong cuộc đời, có rất nhiều người xứng đáng được thông cảm. Và tôi không phải là một người trong số đó. Chẳng có sự lựa chọn nào hết. Tất cả chỉ là đã trót làm tan vỡ trái tim của người khác, nên giờ đây, phải chăm sóc lại mà thôi - Mình về với bố đây.

Tôi lái chiếc xe tải về nhà, ngài cảnh sát trưởng đang chờ với một vẻ mặt ngờ vực đúng y như Alice đã cho tôi dự đoán.

- À, Bella. Chuyến đi mua sắm của con thế nào? - Ngài Charlie cất tiếng hỏi khi tôi bước vào gian bếp. "Ngài" khoanh tay lại ở giữa ngực, đôi mắt xoáy thẳng vào tôi.

- Dạ lâu lắm bố - Tôi trả lời một cách buồn tẻ - Tụi con mới trở về xong.

Bố ngầm đánh giá tâm trạng của tôi.

- Chắc con đã nghe nói về thằng Jake rồi, phải không?

- Dạ, nhà Cullen bảo tụi con về nhà ngay. Bà Esme cũng cho tụi con biết bác sĩ Carlisle và Edward ở đâu luôn rồi.

- Con có sao không?

- Con chỉ lo cho Jake thôi. Chuẩn bị bữa tối xong, con sẽ xuống La Push.

- Bố đã nói với con rồi, mấy cái xe máy đó nguy hiểm lắm. Sau chuyện này, bố hi vọng con thật sự hiểu rằng bố không nói đùa.

Tôi gật đầu và bắt đầu lôi các thứ ra khỏi tủ lạnh.

Ngài cảnh sát trưởng ngồi vào bàn ăn. Trông "ngài" có vẻ bức xúc hơn thường lệ.

- Chắc con không cần phải lo lắng quá cho thằng Jake đâu. Đứa nào mà còn mở miệng rủa xả người khác được như nó thì sẽ chóng bình phục lắm.

- Bố thấy Jake tỉnh rồi à? - Tôi hỏi ngay tắp lự, quay sang nhìn ngài cảnh sát trưởng.

- Ờ, nó tỉnh rồi. Giá mà con được nghe... Mà thôi, con đừng nghe thì vẫn tốt hơn. Bố không tin là ở La Push lại có người chịu nổi mấy thứ tiếng đầu đường xó chợ của thằng Jake. Không biết nó học mấy cái tiếng đó ở đâu, nhưng bố hi vọng rằng nó đã không ăn nói láo lếu trước mặt con.

- Hôm nay, cậu ấy như vậy, có thể thông cảm được, bố ạ. Jake trông thế nào hả bố?

- Náo loạn hết cả lên. Đám bạn của nó đưa nó về. May mà mấy thằng đó to khỏe, chứ thằng Jake, ai mà ôm cho nổi. Nguyên nửa thân bên phải của nó bị đè nát bét, cũng bởi bị mất đà khi đang điều khiển cái xe đáng ghét kia - Bố tôi lắc đầu - Nếu mà bố nghe thấy con đi xe máy một lần nữa, Bella à...

- Không có gì đâu bố ạ. Bố sẽ không nghe thấy đâu. Bố có thật sự nghĩ rằng Jake ổn không?

- Tất nhiên, Bella, con đừng có lo. Nó còn đủ tỉnh táo để chọc tức bố đấy.

- Chọc tức bố ư? - Tôi không thể không hỏi lại vì sững sờ.

- Ờ. Sau khi chửi thề xong, nó bảo: "Dám cược rằng hôm nay, ngài cảnh sát trưởng chỉ mong Bella yêu tên Cullen, thay vì yêu cháu, phải không, thưa ngài?" Sau đó, nó báng bổ Chúa.

Tôi quay mặt vào tủ lạnh để bố không trông thấy mặt tôi.

- Nhưng bố không thể tranh cãi với nó được. Hóa ra, Edward còn trưởng thành hơn Jacob, lúc nào thằng nhóc đó cũng lo đến sự an toàn của con, bố sẽ biết ơn nó ở điểm đó.

- Jacob cũng trưởng thành lắm mà bố - Tôi lầm bầm chống đối - Con tin chắc rằng đây không phải là lỗi của cậu ấy.

- Hôm nay là một ngày ma trêu quỷ đùa hay sao ấy - Ngài cảnh sát trưởng trầm ngâm sau khoảng một phút - Con biết không, bố không mê tín đâu, nhưng mà kì lắm... Làm như ông Billy biết trước thằng Jake gặp chuyện vậy. Suốt buổi sáng, trông ông ta căng thẳng cứ như con gà tây trong ngày lễ Tạ ơn. Bố không tin là ông ta để lọt tai lấy một lời bố nói.

"Thế rồi sau đó, kì cục hơn... Con có nhớ hồi tháng Hai, tháng Ba, thị trấn mình đụng độ mấy con sói không?"

Tôi cúi xuống chỗ cái chạn để lấy chảo, nhân tiện trốn ở đó thêm một, hai giây nữa.

- Dạaa - Tôi lí nhí trong họng.

- Bố hi vọng là thị trấn mình sẽ không gặp phải chuyện này nữa. Sáng nay, khi ông Billy và bố đã giong thuyền ra xa, ông ta chẳng để tâm gì đến bố hay cá; bỗng bất thình lình trong rừng vang dậy tiếng sói hú. Mà không phải chỉ có một con đâu, trời ơi, tiếng hú mới to làm sao. Nghe cứ như ở ngay trong làng vậy. Kì cục nhất là ông Billy đã cho quay ngay thuyền lại và cho phóng thẳng về cảng, làm như là chúng vừa kêu ông ta ấy; thậm chí, chẳng nghe thấy là bố hỏi ông ta đang làm gì nữa.

"Khi thuyền vừa cặp cảng, mấy âm thanh kia im bặt. Vậy mà đương đùng, ông Billy hối bố về gấp coi trận đấu, ông ta làm nhặng xị cả lên, chả bù cho trước đó, ngồi yên như tượng trên thuyền cả mấy tiếng đồng hồ. Ông Billy cứ luôn miệng nói những câu vô nghĩa, gì mà... trận đấu trực tiếp diễn ra sớm hơn dự định? Bố nói với con rồi, Bella à, kì lắm."

"Ờ..., thế rồi ông ta tìm được một trận, và bảo rằng muốn xem, mà rốt cuộc cũng có xem đâu. Ông ta ôm lấy cái điện thoại, hết gọi cho bà Sue, tới Emily, rồi gọi cho ông của thằng Quil. Chẳng hiểu ông ta đang làm cái gì nữa, chỉ thấy rằng ông ta trò chuyện với mấy người kia tự nhiên lắm."

"Sau đó, có tiếng sói hú cất lên ngay bên ngoài nhà. Chưa bao giờ bố nghe thấy một thứ âm thanh nào giống như vậy, tay bố nổi cả da gà. Bố đã hỏi ông Billy - mà phải gào khản cả cổ mới át được cái âm thanh đó - rằng ông ta có đặt bẫy trong sân nhà không? Nghe tiếng con sói thì hình như nó đang bị thương nặng lắm."

Tôi nhăn nhó, nhưng ngài cảnh sát trưởng đang say mê với câu chuyện đến nỗi không để ý đến thái độ nơi tôi.

- Tất nhiên là trong thời khắc đó, bố quên hết thảy mọi việc, bởi lẽ đúng lúc ấy, thằng Jake về đến nhà. Mới một phút trước còn nghe ầm ĩ bên tai tiếng sói, thế mà đột nhiên, tất cả im tịt. Những lời nguyền rủa của thằng Jake bắt đầu cất lên. Phải công nhận là nó gào khỏe thật.

Ngài cảnh sát trưởng dừng lại chừng một phút, gương mặt trầm ngâm.

- Buồn cười là tình trạng lộn xộn đó lại đem đến điềm may. Bố chưa bao giờ nghĩ là ở dưới đó, họ sẽ bỏ qua thành kiến với nhà Cullen. Ngờ đâu, người ta gọi điện thoại cho bác sĩ Carlisle, và ông Billy mừng hẳn lên khi thấy bác sĩ đến. Bố bảo nên đưa thằng Jake đến bệnh viện, nhưng ông Billy một hai muốn nó nằm ở nhà, và bác sĩ Carlisle cũng đồng ý như vậy. Chắc bác sĩ biết cái gì là tốt nhất cho nó. Thật rộng rãi làm sao tấm lòng của vị bác sĩ ấy, hiếm có người nào chịu đến nhà bệnh nhân nhiều như thế.

"Mà... - Ngài cảnh sát trưởng ngập ngừng, cơ hồ như điều sắp nói ra là cả một sự miễn cưỡng. "Ngài" thở dài, đoạn tiếp tục - Mà thằng Edward... tốt thật đấy. Thấy nó lo lắng cho Jacob y như con... giống như kẻ đang nằm là anh em của nó vậy. Ánh nhìn của nó... - Nói đến đây, bố tôi lắc đầu - Edward là đứa tử tế, Bella à. Bố sẽ cố gắng ghi nhớ điều đó. Nhưng mà... không có hứa đâu" - Ngài cảnh sát trưởng cười rất tươi tỉnh với tôi.

- Con cũng đâu có bắt bố phải hứa - Tôi thỏ thẻ.

Ngài cảnh sát trưởng duỗi thẳng hai chân, làu bàu:

- Về nhà, thấy khỏe cả người. Con không biết là cái nhà mắt muỗi của ông Billy đông đến mức nào đâu. Bảy đứa bạn của thằng Jake chen chúc nhau trong cái phòng khách, trời ơi, bố không làm sao thở được. Con cũng biết là mấy đứa Quileute to như thế nào mà, phải không?

- Vâng, con biết.

Bố nhìn tôi, đôi mắt hốt nhiên tập trung hơn.

- Thật đấy, Bella ạ, bác sĩ Carlisle bảo rằng thằng Jake sẽ chóng ngồi dậy được và lại chạy nhảy khắp nơi như thường khi; rằng trông thì thấy tệ như vậy chứ mà nó sẽ nhanh chóng khỏe trở lại cho xem.

Tôi chỉ gật đầu.

Ngay khi ngài cảnh sát trưởng vừa rời khỏi nhà ông Billy, tôi đã tức tốc xuống La Push thăm Jacob, và thấy người bạn nhỏ ấy... yếu ớt làm sao. Khắp người Jacob phải bó nẹp, bó đai. Bác sĩ Carlisle giải thích rằng không cần bó bột, khi mà khả năng tự lành vết thương của cậu ta nhanh như thế. Cho dẫu lúc đó đang chìm vào vô thức nhưng gương mặt tái mét của người thiếu niên vẫn buồn bã và mong manh. Dẫu có to lớn như thế nào, trông cậu cũng thật mong manh, dễ vỡ. Có lẽ đó chỉ là sự hình dung của tôi đi kèm với nhận thức rằng tôi sẽ phải làm tổn thương cậu.

Giá như có một tia chớp nổi lên xẻ tôi ra làm đôi được. Tốt nhất là phải thật đau đớn. Lần đầu tiên trong đời, từ bỏ thân phận làm người có vẻ như là một sự hi sinh đúng nghĩa. Giống như tôi đã không còn sức để chịu đựng thêm mất mát nữa.

Tôi đặt bữa tối của ngài Charlie lên bàn, ngay cạnh khuỷu tay "ngài" rồi hướng ra cửa.

- Ủa, Bella? Con có thể dừng chân một chút được không?

- Con còn sót điều gì chưa làm hả bố? - Tôi hỏi lại, mắt nhìn qua chiếc đĩa của bố tôi.

- Không, không. Bố chỉ... mong con chấp nhận một chuyện - Ngài cảnh sát trưởng chau mày nhìn xuống đất - Con ngồi xuống đi... bố không nói nhiều đâu.

Tôi ngồi đối diện với bố, có hơi lấy làm khó hiểu. Tôi cố gắng tập trung.

- Bố có chuyện gì ạ?

- Thế này, Bella à - Bố tôi trở nên xúc động - Sau một ngày xuống chơi với ông Billy, thấy ông ta có những hành động kỳ quặc, tự nhiên bố đâm ra... mê tín. Nhưng chuyện bố nói ra đây... hoàn toàn là do linh cảm. Bố có cảm giác... sắp mất con đến nơi.

- Bố đừng suy nghĩ lung tung, bố! - Tôi nói khẽ khàng với vẻ có lỗi - Bố muốn con đi học mà, phải không?

- Con chỉ cần hứa với bố một điều thôi.

Tôi ngần ngừ, thực lòng chỉ muốn đánh bài chuồn.

- Vâng...

- Trước khi con làm chuyện gì... trọng đại, con có thể nói cho bố biết được không? Trước khi con cao chạy xa bay với nó hay là ai khác?

- Bố à - Tôi rền rĩ.

- Bố nói nghiêm túc đấy. Bố sẽ không làm ầm ĩ lên đâu. Chỉ cần cho bố biết thôi. Hãy cho bố cơ hội được ôm tạm biệt con.

Thần kinh rùn lại, tôi đưa một tay lên... tuyên thệ.

- Chuyện này quả là kì cục thật. Nhưng để bố vui,... con xin hứa.

- Cảm ơn con, Bella - Bố tôi đáp lời - Bố yêu con.

- Con cũng rất yêu bố, bố ạ - Tôi chạm vào vai bố đoạn rời khỏi cái bàn ăn - Con đến chỗ ông Billy, bố cần gì thì tìm con ở đó nhé.

Trong lúc chạy đi, tôi không một lần ngoái nhìn lại. Ổn rồi, đây là điều tôi muốn làm nhất lúc này. Tôi thầm nhủ với chính mình trên suốt quãng đường xuống La Push.

Chiếc xe Mercedes đen của bác sĩ Carlisle không còn đậu ở trước cửa nhà của ông Billy nữa. Đó là điều vừa may mà cũng vừa rủi nữa. Thật ra là tôi muốn nói chuyện riêng với Jacob. Tuy nhiên, tôi vẫn mong được nắm lấy tay Edward, như lần trước, khi Jacob bất tỉnh. Không, không thể như thế được. Nhưng tôi nhớ Edward quá đỗi - buổi chiều với Alice trôi qua thật lâu. Và dường như điều đó càng khiến tôi có thêm sự chắc chắn về câu trả lời của mình. Tôi không thể sống được nếu không có Edward. Song, sự thật ấy cũng chẳng giúp cho hành trình tôi đang thực hiện đây bớt đau khổ hơn được.

"Cốc, cốc, cốc..." Tôi gõ cửa nhè nhẹ.

- Cháu vào đi, Bella - Ông Billy lên tiếng. Chẳng khó khăn gì để nhận ra tiếng rền rĩ thống khổ của chiếc xe thuộc quyền sở hữu của tôi.

Tôi đẩy cửa, bước vào.

- Cháu chào bác Billy. Cậu ấy dậy chưa bác? - Tôi hỏi han.

- Nó dậy được chừng nửa tiếng rồi, cháu; trước khi bác sĩ ra về. Cháu vào phòng nó đi. Bác nghĩ rằng nó đang đợi cháu đấy.

Bỗng dưng tôi thấy mủi lòng, nhưng rồi cũng cố gắng hít vào một hơi thật sâu.

- Cháu cảm ơn bác.

Tôi ngập ngừng ở cửa phòng của Jacob, không biết có nên gõ cửa phòng hay không. Hay là tôi nên ngó qua một cái - tôi vốn là kẻ chẳng bạo dạn gì - có lẽ người thiếu niên đã ngủ trở lại rồi cũng nên. Tôi có cảm giác như mình chỉ còn ở lại đây có vài phút nữa thôi.

"Cách", tôi mở cửa, hé mắt nhìn vào.

Jacob đang đợi tôi thật, gương mặt thật điềm tĩnh và bình lặng. Vẻ hốc hác, phờ phạc đã biến mất, thay vào đó là sự trống rỗng một cách thấm thía. Đôi mắt đen không còn sinh khí. Tôi chẳng còn lòng dạ nào mà nhìn vào gương mặt của cậu bạn, nhất là khi tôi biết rằng mình đã yêu người thiếu niên ấy. Điều đó tạo nên sự khác biệt lớn hơn những gì tôi đã tưởng. Không rõ lúc này, cậu có cùng cảm nhận đó hay không.

May sao, ai đó đã đắp cho Jacob tấm mền rồi. Thật nhẹ nhõm khi không phải chứng kiến mức độ nguy hiểm của vết thương ấy.

Tôi bước vào phòng và khép cửa lại.

- Chào Jake - Tôi nói nho nhỏ.

Thoạt đầu, người thiếu niên đang nằm trên giường không trả lời tôi. Cậu ta nhìn tôi một lúc lâu. Rồi sau đó, với một chút nỗ lực, Jacob cũng nở một nụ cười mang đầy vẻ chế nhạo.

- Ừ, bản thân em cũng đã dự đoán được phần nào chuyện sẽ xảy ra như thế này - Người thiếu niên thở dài - Hôm nay, mọi thứ xoay ra tệ hại. Ban đầu là em chọn sai địa điểm, làm lỡ trận đấu quan trọng nhất, để một mình nhóc Seth ôm hết vinh quang. Thế rồi bà chị Leah ngốc chưa từng thấy muốn chứng tỏ cũng dai sức như tụi em, để đến nỗi em phải lao vào cứu, ôm thay cái ngốc. Giờ thì thế này đây - Nói xong, Jacob vẫy vẫy bàn tay trái về phía tôi; nãy giờ tôi vẫn còn ngập ngừng ở chỗ cửa.

- Em sao rồi? - Tôi thầm thì. Rõ là một câu hỏi ngớ ngẩn.

- Hơi ngầy ngật vì thuốc. Ông bác sĩ Răng Nanh đó không biết em cần bao nhiêu thuốc giảm đau, nên đem em ra làm thí nghiệm và kết quả là sai bét. Ông ta đã cho quá liều.

- Nhưng em không còn đau nữa.

- Đúng. Ít ra thì em cũng không cảm thấy đau đớn trong người - Jacob xác nhận, kèm theo một nụ cười - vẫn cái kiểu cười mai mỉa.

Tôi cắn môi. Không bao giờ tôi có thể vượt qua được chuyện này.

Tại sao vào lúc tôi *muốn* chết, không một ai chịu ra tay kết liễu đời tôi đi?

Sự hóm hỉnh chua cay đột nhiên biến mất trên gương mặt của Jacob, đôi mắt của người bạn nhỏ ấm áp trở lại, cơ hồ như cậu ta đang có nỗi lo lắng.

- Chị thì sao? - Jacob tỏ ra quan tâm một cách chân thành - Chị có ổn không?

- Chị ư? - Tôi trân trối nhìn người thiếu niên. Có lẽ cậu ta bị "thuốc" quá nhiều rồi - Sao em lại hỏi thế?

- Em, ừm, cũng biết rằng hắn sẽ không làm tổn thương chị, nhưng em không biết tình hình tệ đến mức nào. Khi tỉnh dậy, em phát điên lên vì lo lắng cho chị. Em không biết chị có được phép đến thăm em hay không. Tình trạng hồi hộp, thắc thỏm này thật đáng sợ. Chuyện sao rồi chị? Hắn có hà khắc với chị không? Em xin lỗi nếu vấn đề trở nên tồi tệ nhé. Em không có ý định để chị chịu đựng một mình đâu. Em đã định sẽ đến đó...

Phải mất khoảng một phút sau tôi mới hiểu hết được ẩn ý của người bạn nhỏ. Cậu ta cứ lắp bắp, xem chừng càng lúc càng vụng về cho đến khi tôi vỡ lẽ được tất cả. Tôi vội trấn an người bạn nhỏ:

- Không, không, Jake! Chị không sao hết. Rất-rất không sao. Tất nhiên là anh ấy không hề tỏ ra hà khắc với chị. Nhưng thật lòng thì chị lại mong mỏi anh ấy làm như vậy đấy!

Jacob mở tròn mắt vì ngạc nhiên tột độ.

- Sao cơ?

- Nghĩa là anh ấy không hề giận chị, anh ấy thậm chí cũng chẳng nổi xung thiên với em! Edward bao dung đến mức khiến chị cảm thấy mình càng tồi tệ hơn nữa. Chị ước gì anh ấy to tiếng với chị, hoặc làm một điều gì đó. Không phải là chị không đáng... Ừm, chị đáng phải chịu những điều còn ghê gớm hơn cả to tiếng, quát tháo nữa ấy chứ. Nhưng anh ấy không hề có bất cứ một động thái gì. Anh ấy thực lòng chỉ mong chị hạnh phúc.

- Hắn không nổi xung thiên lên à? - Jacob hỏi lại, âm điệu câu hỏi chứa đầy sự ngờ vực.

- Không. Ngược lại, anh ấy quá... tử tế.

Jacob chằm chằm nhìn tôi thêm một phút nữa, rồi cau mày.

- Đúng là quỷ tha ma bắt! - Cậu ta hầm hè.

- Sao vậy, Jake? Em bị đau ư? - Hai tay tôi run rẩy một cách vô dụng trong lúc đôi mắt nhớn nhác nhìn quanh quất tìm kiếm lọ thuốc giảm đau.

- Không phải - Jacob gằn từng tiếng một - Em không tin! Hắn không ra tối hậu thư cho chị hay gì à?

- Chẳng có gì cả. Em sao thế?

Jacob cau mặt và lắc đầu:

- Em cũng đã thử lường trước phản ứng của hắn. Quỷ tha ma bắt. Hắn tài tình hơn em tưởng.

Cách nói của Jacob trong lúc tức tối như thế này đây đã làm cho tôi nhớ lại những lời của Edward trong lều sáng nay, về sự lừa dối của Jacob. Điều ấy có nghĩa là Jake sẽ vẫn còn hi vọng, vẫn còn tiếp tục đua tranh. Tôi nhăn nhó trước nhát đâm sâu hoắm đó.

- Anh ấy không đóng kịch đâu, Jake ạ - Tôi khẽ phản đối.

- Chị hãy tập nhìn nhận đó là một điều chắc chắn đi. Hắn cũng đang đua tranh từng li từng tí một như em thôi, chỉ có điều, hắn biết hắn đang làm gì, còn em thì không. Chị đừng trách em, bởi lẽ hắn chỉ hơn em ở sự khéo léo mà thôi. Em không năng rày đây mai đó nhiều nên không thể biết được những trò quỷ quyệt của hắn.

- Edward không hề lừa chị!

- Có đấy, có đấy! Chừng nào chị mới chịu tỉnh táo và nhận ra rằng hắn không tốt đẹp như chị tưởng, hả?

- Ít ra anh ấy cũng không dọa chết để gây sức ép buộc chị phải hôn anh ấy - Tôi vặc lại. Và ngay khi những lời đó vừa được thốt ra, tôi nghe hồn mình ngập tràn nỗi tủi buồn - Thôi. Hãy xem như chị không nói gì hết nhé. Chị đã nguyện với lòng mình rằng chị sẽ không bao giờ đề cập đến chuyện này nữa.

Jacob hít vào một hơi thật sâu. Và khi mở lời, người thiếu niên đã trở nên bình tĩnh hơn.

- Tại sao lại không đề cập đến nữa?

- Bởi vì chị đến đây không phải để trách móc em.

- Tuy nhiên, đó lại là sự thật - Cậu ta đáp một cách bình thản - Em đã hành xử đúng như chị nói.

- Chị không bận tâm, Jake à. Chị không giận.

Người thiếu niên mỉm cười.

- Em cũng không bận tâm. Em biết chị sẽ tha thứ cho em mà, và em rất vui vì đã hành động như vậy. Em sẽ lại làm như thế nữa. Ít ra thì em cũng đã làm được tới đấy rồi. Chí ít, em cũng đã làm được cho chị hiểu rằng chị *yêu* em. Như thế cũng đáng.

- Đáng sao? Điều đó tốt hơn việc chị không biết sự thật à?

- Chị không cho rằng chị cần phải biết cảm xúc thật của mình, để một ngày kia, chị không phải ngạc nhiên khi tất cả đã quá trễ, vì khi ấy, chị đã kết hôn với một tên ma-cà-rồng sao?

Tôi lắc đầu:

- Không, chị không cho rằng điều đó tốt cho chị hơn. À, chị muốn nói rằng tốt cho em hơn. Để chị biết rằng chị phải lòng em là tốt hay là hại cho em đây, khi mà mọi thứ sẽ chẳng có gì thay đổi. Nếu chị không bao giờ cho em biết cảm xúc thật của mình, liệu có tốt hơn không, có dễ dàng cho em hơn không?

Jacob đón nhận câu hỏi của tôi bằng một vẻ nghiêm nghị, người thiếu niên ngẫm nghĩ một lúc trước khi trả lời.

- Vâng, để chị biết thì tốt hơn - Cuối cùng, cậu ta nói - Nếu như chị không nhận ra... Em luôn tự hỏi, nếu một khi đã hiểu được rõ lòng mình từ trước, thì liệu rằng quyết định của chị sẽ có khác đi hay không? Giờ thì em biết rồi. Em đã làm hết khả năng của mình - Jacob kéo lê hơi thở và nhắm mắt lại.

Lần này tôi không - không thể - kháng cự lại mong muốn mãnh liệt là được an ủi người bạn nhỏ. Tôi vội vã bước vào phòng, quì xuống cho mặt mình ở ngang mái đầu của người bạn nhỏ. Tôi sợ rằng nếu mình ngồi trên giường thì sẽ chạm phải vết thương của Jacob và như vậy, cậu ấy sẽ bị đau. Thế rồi tôi áp trán mình lên má người bạn nhỏ.

Người thiếu niên thở dài, nhưng cũng đặt tay mình lên tóc tôi, níu giữ tôi trong trạng thái như vậy.

- Chị xin lỗi Jake.

- Em vẫn biết mình ít có khả năng thành công. Nhưng đây không phải là lỗi của chị, Bella ạ.

- Cũng không phải là lỗi của em - Tôi rền rĩ - Chị xin em đấy.

Jacob kéo tôi ra xa để có thể nhìn thấy tôi rõ hơn.

- Xin em cái gì?

- Đây là lỗi của chị. Và chị sẽ khổ tâm lắm nếu nghe bảo rằng đó không phải lỗi tại mình.

Người thiếu niên cười toe toét. Nhưng nụ cười ấy không hòa hợp với ánh mắt.

- Chị muốn em la mắng chị không?

- Ừ... muốn.

Jacob mím chặt môi lại, ngẫm tính xem mong muốn đó của tôi nhiều tới mức nào. Một nụ cười hiện ra chớp nhoáng trên gương mặt của cậu ta, rồi thoắt đanh lại thật dữ dằn.

- Hôn lại em là việc làm không thể tha thứ được kia à - Jacob gằn từng lời với tôi - Nếu chị cho rằng chị sẽ làm cho mọi việc quay trở lại như bình thường, thì chi bằng chị đừng tin vào tình cảm của mình, có thế thôi.

Tôi nhăn nhó, rồi gật đầu:

- Chị xin lỗi.

- Xin lỗi cũng chẳng giải quyết được gì cả, Bella ạ. Chị nghĩ sao vậy?

- Chị chẳng nghĩ gì hết.

- Lẽ ra, chị nên bảo em chết quách đi cho rồi. Chẳng phải lòng chị muốn như vậy hay sao.

- Không, Jacob à - Tôi thút thít, cố ngăn những giọt nước mắt đã lưng tròng - Không! Không bao giờ.

- Chị không khóc đấy chứ? - Người bạn nhỏ hỏi gặng, tông giọng hốt nhiên trở lại bình thường. Cả thân mình cậu ta cử động một cách vụng về.

- Chị đang khóc - Tôi thì thào, bật cười một cách yếu ớt với chính mình giữa hai dòng nước mắt bất chợt ràn rụa.

Người thiếu niên gắng gượng ngồi dậy, cậu ta vung cẳng chân còn lành lặn xuống sàn như đang muốn đứng lên.

- Em đang làm gì thế? - Tôi hỏi giữa những tiếng nức nở - Nằm xuống ngay, đồ ngốc, em sẽ bị thương nữa bây giờ! - Tôi nhổm dậy, dùng cả hai tay ấn bên vai lành lặn của người bạn nhỏ xuống.

Cuối cùng, Jacob cũng từ bỏ ý định đứng lên, cậu ta nằm lại xuống giường với những tiếng thở hổn hển vì đau, nhưng vẫn quàng tay lên ngang thắt lưng tôi, kéo tôi nằm xuống giường, bên cạnh thân mình còn nguyên vẹn của cậu. Tôi thu mình lại, cố gắng ngăn cơn khóc ngốc nghếch bên làn da ấm nóng của người bạn nhỏ.

- Em không ngờ là chị lại khóc đấy - Jacob thì thầm bên tai tôi - Chị biết em chỉ nói vậy là vì chị muốn em như thế mà, chứ bản thân em đâu có muốn - Bàn tay của cậu ta xoa xoa lên vai tôi.

- Chị biết - Tôi hít vào một hơi thật sâu rồi thở ra

thật chậm, cố gắng kiểm soát cảm xúc của bản thân. Làm sao tôi có thể ngăn được sự yếu đuối đã bộc lộ rõ ràng như vậy, khi chính Jacob là người an ủi tôi đây?

- Sự thật là như vậy. Nhung dù sao chị cũng cảm ơn vì em đã nói ra.

- Em đã làm được cho chị khóc rồi đó, có coi như em đã thành công không?

- Chắc chắn là thế rồi, Jake ạ - Tôi cố gắng mỉm cười - Thành công như ý em mong muốn.

- Thôi, đừng lo lắng nữa, Bella à. Mọi chuyện rồi sẽ kết thúc thôi.

- Chị không hình dung được là nó sẽ kết thúc như thế nào - Tôi nói như bị hụt hơi.

Jacob vỗ nhè nhẹ lên đầu tôi:

- Em sẽ chịu thua và sẽ cư xử đúng mực.

- Em lại nghĩ đến mục tiêu khác sao? - Tôi thắc mắc, nghiêng cằm để nhìn cho rõ gương mặt của người bạn nhỏ.

- Có lẽ như vậy - Người thiếu niên bật cười với một chút cố gắng, rồi lại nhăn nhó - Nhưng em sẽ cố gắng.

Tôi cau mày.

- Đừng có bi quan thế chứ - Jacob phàn nàn - Tin em một chút đi.

- Em nói em sẽ cư xử đúng mực là sao?

- Nghĩa là em sẽ là bạn của chị, Bella ạ - Người thiếu niên hạ thấp giọng - Em sẽ không đòi hỏi điều gì hơn thế đâu.

- Chị nghĩ bây giờ mà quay trở lại thuở ban đầu thì có lẽ đã muộn rồi, Jake ạ. Làm sao chúng ta có thể là bạn được, khi mà chị và em đã phải lòng nhau như thế này.

Jacob ngó thẳng lên trần nhà, ánh mắt cứ tập trung vào đấy, cơ hồ như đang mải mê đọc những con chữ nào đó.

- Có lẽ... nó sẽ là một tình bạn xa cách.

Tôi nghiến chặt răng lại, lấy làm vui lòng vì người bạn nhỏ không nhìn vào mặt mình - tôi đang phải chống chọi với những giọt nước mắt đang đe dọa trào ra nữa. Tôi cần phải mạnh mẽ và không được có ý niệm gì về...

- Chị có nhớ chuyện trong Kinh thánh không? - Jacob chợt hỏi, mắt vẫn nhìn xoáy lên trần nhà vô hồn - chuyện về vị vua phân xử hai người phụ nữ tranh giành nhau một đứa trẻ ấy?

- Có chứ. Vua Sôlômông.

- Đúng rồi. Vua Sôlômông - Người thiếu niên lặp lại - Ngài đã ra lệnh xé đứa bé ra làm hai... chỉ để biết xem ai sẽ buông tay để bảo vệ đứa bé.

- Ừ, chị nhớ.

Jacob nhìn tôi.

- Em sẽ không chọn cách xé chị ra làm hai nữa, Bella ạ.

Tôi hiểu người thiếu niên đang nói gì. Cậu muốn cho tôi biết rằng cậu yêu tôi nhiều hơn, sự từ bỏ của cậu là để chứng tỏ điều đó. Tôi muốn lên tiếng bảo vệ Edward, giải thích cho Jacob hiểu rằng Edward cũng sẽ hành động tương tự nếu tôi mong muốn, nếu tôi cho phép anh làm như vậy. Tôi sẽ không ngần ngại từ bỏ lập trường của mình. Tuy nhiên, chẳng có nghĩa gì khi tranh luận với Jacob, điều ấy sẽ chỉ làm tổn thương đến cậu ta nhiều hơn mà thôi.

Tôi nhắm mắt lại, buộc mình phải kiềm chế nỗi đau. Tôi không thể đẩy nỗi đau đó sang phía Jacob.

Chúng tôi im lặng trong một lúc. Có vẻ như người thiếu niên đang chờ tôi lên tiếng; tôi cũng đang cố gắng nghĩ đến điều gì đó có thể nói được.

- Em có thể nói cho chị biết điều tệ hại nhất được không? - Jacob ngập ngừng khi thấy tôi im lặng - Được không chị? Em sẽ cư xử đúng mực.

- Nó có giải quyết được vấn đề không? - Tôi hỏi nhỏ.

- Có lẽ là được. Sẽ không ai bị tổn thương nữa.

- Vậy điều tệ hại nhất là gì?

- Điều tệ hại nhất là phải đành lòng để nó xảy ra như thế.

- Thì chuyện đó phải diễn ra như vậy mà.

- Không đâu - Jacob lắc đầu - Em mới là một nửa của chị, Bella ạ. Chúng ta sẽ chẳng cần phải cố gắng gì cả, mọi việc sẽ diễn ra rất thoải mái, dễ dàng như hít thở khí trời vậy. Em chính là đích đến tự nhiên của cuộc đời chị... - Jacob thoáng nhìn vào mênh mông, và tôi chờ đợi - Nếu như thế giới này diễn ra theo đúng trật tự của nó, nếu như không tồn tại quái vật, không tồn tại những phép màu...

Tôi hình dung được những gì Jacob nhìn thấy, và tôi biết rằng cậu ấy nói đúng. Nếu như thế giới này thật sự an lành như người ta vẫn nghĩ, Jacob và tôi sẽ là một cặp trời sinh. Và chúng tôi sẽ hạnh phúc. Trong thế giới ấy, cậu sẽ là người yêu tri kỉ của tôi - sẽ mãi là người yêu tri kỉ của tôi - nếu như tất cả mọi điều về cậu không bị một thứ khác mạnh mẽ hơn nhiều che khuất đi, thực tế là có một điều mạnh mẽ đến mức nó không thể tồn tại trong thế giới của lí trí.

Và ngược lại, phải chăng với Jacob cũng sẽ là như vậy, khi quyết định được cho mình ai là người yêu tri kỉ trong tương lai? Tôi tin như thế.

Hai tương lai, hai người yêu tri kỉ... quá nhiều cho một con người. Và thật không công bằng khi tôi không phải là người duy nhất trả giá cho điều đó. Nỗi đau của Jacob có vẻ như là một cái giá quá cao. Co rúm người lại trước ý nghĩ ấy, tôi tự hỏi nếu như tôi đã dao động, nếu như tôi đã không từng mất Edward một lần. Nếu như tôi không biết được rằng cuộc đời tôi sẽ ra sao nếu như không có anh. Tôi cũng không biết nữa. Kí ức đó đã ăn sâu vào hồn tôi, tôi không thể hình dung được nếu chưa từng có chuyện đó, cảm xúc của tôi sẽ như thế nào.

- Hắn là thuốc phiện của chị, Bella ạ - Giọng nói của Jacob vẫn bình thản, không hề có một chút dấu vết của sự chỉ trích nào - Giờ thì em đã hiểu rằng chị sẽ không thể sống được nếu thiếu hắn. Muộn quá rồi. Nhưng em mới đích thực là nguồn sinh lực của chị, không phải là chất gây nghiện; em là không khí, là mặt trời.

Một bên khóe miệng của tôi đã nhếch lên tạo thành một nụ cười nửa miệng đầy nuối tiếc.

- Chị đã luôn nghĩ về em theo hướng đó, em biết không. Mặt trời. Em là vầng thái dương của riêng chị. Em kiểm soát những đám mây mù cho chị.

Jacob thở dài.

- Em có thể ngăn được mây mù, nhưng em không thể chống chọi được với nhật thực.

Tôi chạm tay lên gương mặt của người thiếu niên, áp tay lên má cậu. Jacob dịu lại trước sự đụng chạm của tôi, cậu ta khép mi mắt vào. Tĩnh mịch. Chừng một phút sau, tôi nghe được nhịp đập của trái tim cậu, chậm và đều.

- Cho em biết điều tệ hại nhất của chị đi - Jacob thì thầm.

- Có lẽ em không nên biết đâu.

- Thôi nào, em muốn biết.

- Em sẽ bị tổn thương đấy.

- Em vẫn cứ muốn biết.

Làm sao tôi có thể từ chối Jacob về chuyện này đây?

- Điều tệ hại nhất là... - Tôi lưỡng lự, nhưng rồi sau đó đã để cho những lời nói của mình cứ tự nhiên tuôn ra - Điều tệ hại nhất là chị đã mường tượng ra được toàn bộ mọi thứ, toàn bộ cuộc đời của chúng ta. Chị rất muốn như thế, Jake ạ, chị muốn nó diễn ra như thế. Chị muốn mình sẽ mãi ở đây và không bao giờ đi đâu nữa. Chị muốn yêu em và mang đến cho em hạnh phúc. Nhưng chị không thể làm được, và chị khổ sở vì điều đó. Cũng giống như Sam và Emily, Jake à, chị không có sự lựa chọn. Chị luôn biết rằng mọi thứ sẽ không thay đổi. Có lẽ đó là lý do vì sao chị né tránh em nhiều đến như vậy.

Dường như Jacob đang tập trung vào việc điều hòa hơi thở.

- Chị biết là không nên để cho em biết điều đó.

Người thiếu niên chậm rãi lắc đầu.

- Không, em lại thấy vui vì đã được chị cho biết. Cảm ơn chị - Nói xong, Jacob hôn vào đỉnh đầu tôi, sau đó, thở dài - Kể từ bây giờ, em sẽ cư xử đúng mực.

Tôi ngẩng mặt lên, Jacob đang mỉm cười.

- Vậy là chị sẽ kết hôn hả?

- Chúng ta không cần phải nói về điều đó đâu.

- Em muốn biết một số điều. Chứ biết khi nào chúng ta mới có dịp nói chuyện trở lại.

Phải đợi những một phút sau, tôi mới có thể cất nên lời. Khi đã chắc chắn rằng giọng nói của mình sẽ không bị bể, tôi mới trả lời câu hỏi của người bạn nhỏ.

- Thật tình chị không muốn như vậy... nhưng mà, ừ, chị sẽ kết hôn. Điều đó có ý nghĩa với anh ấy lắm. Ừ, sao chúng ta lại không thể nói về vấn đề này nhỉ?

Jake gật đầu.

- Đúng rồi. So ra, chuyện ấy chẳng đến nỗi lớn lao đến như vậy.

Giọng nói của người thiếu niên đã điềm tĩnh trở lại, rất bình thường. Tôi chú mục vào cậu, ngạc nhiên về nỗi làm sao cậu có thể xoay sở đến như vậy, và vô tình làm hỏng mất sự nỗ lực đó. Jacob đón nhận ánh mắt của tôi chỉ trong đúng một giây rồi quay đầu sang phía khác. Tôi chờ cho đến khi hơi thở của cậu ta trở lại như bình thường, mới lên tiếng.

- Ừ, so ra là như vậy - Tôi nhìn nhận.

- Chị sẽ đi bao lâu?

- Cái đó còn tùy thuộc vào việc Alice tổ chức lễ cưới ra sao nữa - Tôi cố ngăn một tiếng rên rỉ, hình dung ra những việc Alice sẽ làm.

- Vậy thì… trước hay sau đám cưới? - Thanh âm câu hỏi của người thiếu niên thật xa vắng.

Tôi hiểu cậu muốn ám chỉ đến điều gì.

- Sau đám cưới.

Jacob gật đầu. Với cậu, đây quả là một điều nhẹ nhõm. Không biết Jacob đã từng trải qua bao nhiêu đêm không ngủ để suy tư về ngày làm lễ tốt nghiệp của tôi?

- Chị có sợ không? - Người bạn nhỏ khẽ hỏi.

- Có chứ - Tôi cũng thầm thì đáp lại.

- Chị sợ điều gì? - Khó khăn lắm tôi mới nghe được giọng nói của Jacob. Cậu bạn nhìn xuống tay tôi.

- Nhiều thứ lắm - Giọng nói của tôi hạ thấp thêm âm lượng xuống, nhưng vẫn thành thật - Chị sợ đau đớn, chị sợ lắm. Và chị mong có cách nào đó đẩy anh ấy tránh xa mình - chị không muốn Edward phải chịu đựng chung với chị, nhưng chị không tìm ra con đường khả dĩ đó. Rồi còn bố chị, mẹ chị nữa… Và rồi sau này, chị hi vọng mình sẽ sớm kiềm chế được bản tính hung hãn. Mà biết đâu, chị sẽ là mối đe dọa khủng khiếp đến độ đội sói sẽ bắt buộc phải ra tay.

Jacob nhìn tôi, ánh mắt lộ rõ vẻ phản đối.

- Em sẽ đập què chân tên nào muốn làm điều đó.

- Cảm ơn em.

Người thiếu niên cười một cách miễn cưỡng, nhưng liền ngay sau đó, cậu ta lại chau đôi lông mày lại.

- Nhưng chẳng còn có điều gì nguy hiểm hơn sao? Thần thoại nào cũng kể rằng khó khăn lắm... họ sẽ không thể kiểm soát được bản ngã của mình... nhiều người vô tội sẽ bị chết... - Jacob nuốt khan.

- Không, chị không lo việc đó. Jacob ngốc ạ, em không biết làm gì khác ngoài việc đặt hết lòng tin vào mấy cái truyền thuyết về ma-cà-rồng ấy sao?

Rõ ràng Jacob không nhận ra nỗ lực muốn làm dịu bầu không khí của tôi, cậu ta không nhận ra rằng những lời lẽ ấy chỉ là bông đùa.

- Ừ, dù sao cũng có nhiều thứ phải lo lắm. Nhưng cuối cùng thì cũng đáng.

Người thiếu niên gật đầu một cách cam chịu, và tôi hiểu rằng cậu sẽ không bao giờ đồng ý với tôi.

Tôi rướn cổ lên để thì thầm vào tai người bạn nhỏ, để có thể áp má mình lên làn da ấm nóng của cậu.

- Em biết rằng chị yêu em mà.

- Em biết - Người bạn của tôi thở ra, cánh tay cậu tự động siết lấy thắt lưng tôi - Chị có biết rằng em mong tình yêu đó mạnh mẽ lên như thế nào không. Đủ để...

- Chị biết.

- Em sẽ chờ, Bella ạ - Người thiếu niên cam đoan với tôi, giọng nói nhỏ đi và nới lỏng vòng tay. Tôi lùi lại, lờ mờ nhận ra sự mất mát, sự chia li thốn lòng khi để lại một phần linh hồn của mình ở đây, trên chiếc giường này, bên cạnh người con trai da đỏ - Hãy nhớ rằng lúc nào chị cũng có một lựa chọn khác.

Tôi gắng gượng nở một nụ cười:

- Cho tới chừng nào tim chị ngừng đập.

Jacob cũng đáp lại bằng một nụ cười.

- Chị biết không, có lẽ em sẽ vẫn còn ở bên chị đấy. Điều đó tùy thuộc vào việc mùi hương của em quấn lấy chị nhiều đến mức độ nào.

- Chị có nên quay lại thăm em không? Hay tốt hơn hết là không nên như vậy?

- Em sẽ suy nghĩ về chuyện đó và cho chị biết sau - Bạn tôi trả lời - Có lẽ em sẽ cần một người ở bên cạnh mình, kẻo không sẽ hóa điên mất. Ngài bác sĩ ma-cà-rồng kia đã dặn một câu quan trọng rằng em không được biến đổi, cho tới chừng nào "ngài" cho phép, kẻo không, xương xẩu sẽ đảo lộn tứ tung hết - Jacob nhăn mặt.

- Em tĩnh dưỡng cho tốt và làm theo những gì bác sĩ Carlisle căn dặn. Có như vậy em mới bình phục được nhanh hơn.

- Ừ, em biết rồi, biết rồi.

- Chị tự hỏi chừng nào điều đó xảy ra - Tôi tư lự - Chừng nào cô gái định mệnh của em xuất hiện.

- Đừng mong điều đó, Bella - Giọng nói của Jacob bỗng nhiên trở nên gắt gỏng - Dù em biết rằng nó sẽ làm cho chị nhẹ lòng.

- Có thể là vậy, nhưng cũng có thể là không. Chị không cho rằng cô ấy là điều tốt lành nhất dành cho em. Chị không biết rồi mình sẽ ghen đến mức nào.

- Chắc sẽ vui lắm - Jacob nhìn nhận.

- Nếu em còn muốn chị quay lại đây, hãy cho chị biết nhé, chị sẽ lại đến - Tôi cam đoan.

Người thiếu niên thở dài, chìa má cho tôi.

Tôi đưa người tới, nhẹ nhàng hôn lên má bạn mình.

- Chị yêu em, Jacob.

Jacob khẽ cười.

- Em yêu chị nhiều hơn.

Và cậu nhìn tôi lặng lẽ rời khỏi căn phòng, ánh mắt đen thăm thẳm đầy ắp những cảm xúc khó dò.

27. NHỮNG ĐIỀU CẦN THIẾT

Chạy xe chưa được bao lâu, tôi đã phải bỏ cuộc. Không thể trông tỏ nổi được một thứ gì nữa, tôi cứ mặc nhiên để những chiếc bánh xe lăn lên những chướng ngại vật gồ ghề; tốc độ chậm lại, chậm lại, cho đến khi dừng hẳn. Tôi nằm phục xuống ghế, để mặc cho sự yếu đuối mà mình đã nhận ra trong phòng riêng của Jacob thống trị. Nó tệ hơn tôi tưởng, sức mạnh của nó khiến tôi phải ngạc nhiên. Đúng, tôi đã suy nghĩ đúng khi quyết định giấu điều này trước mặt Jacob. Cảm xúc này không nên để cho một ai khác chứng kiến.

Nhưng tôi không đơn độc lâu - chính xác là đủ lâu để Alice trông thấy thôi - và chỉ vài phút sau, anh đã xuất hiện. Cửa xe bật mở, tôi mau chóng nằm gọn trong vòng tay của anh.

Thoạt đầu, mọi thứ thật tồi tệ. Bởi lẽ một phần nhỏ bé trong con người tôi - nhỏ bé nhưng càng lúc càng sôi sục, càng bị kích động đến độ nó như đang gào thét lên với tôi - mong muốn đó là vòng tay của người khác. Thế rồi cảm giác tội lỗi đã làm dịu bớt phần nào nỗi đau.

Edward không thốt ra một lời nào, cứ để tôi thỏa sức nức nở mãi cho đến lúc tôi bắt đầu lập bập gọi tên bố tôi.

- Em có chắc là mình đã sẵn sàng về nhà không? - Anh thắc mắc với vẻ hồ nghi.

Sau vài nỗ lực xoay xở, cuối cùng, tôi cũng truyền đạt được ý nguyện của mình, rằng nếu để một lúc nữa, tình trạng của tôi có lẽ sẽ chẳng khá hơn. Trong khi tôi rất cần để cho bố thấy mặt trước khi trời quá tối, đủ để bố tôi gọi điện thoại xuống nhà ông Billy.

Anh lái xe đưa tôi về nhà - lần đầu tiên trong đời, anh không lái xe đến tốc độ cuối cùng của chiếc xe cà khổ này - một tay anh ôm lấy tôi. Trọn ngày hôm nay, tôi đã hết sức cố gắng kiểm soát phản ứng của cơ thể mình. Lúc đầu, tôi gần như không chịu nổi, nhưng tôi quyết không bỏ cuộc. Chỉ vài giây thôi, tôi tự nhủ với mình. Chỉ một vài lời xin lỗi, hay vài câu nói dối, rồi thì mình sẽ lại được phép buông xuôi theo dòng cảm xúc. Tôi phải thực hiện cho bằng được. Nghĩ rồi tôi lục tung đầu óc, mong tìm thấy một chút sức mạnh còn sót lại.

Vẫn còn đủ để những tiếng nức nở thưa dần, chỉ đơn thuần là giữ chúng lại chứ chưa phải là kết thúc. Nhưng nước mắt không thể giữ cho chảy chậm lại. Dường như tôi không tìm được cách nào khả dĩ ngăn những biểu hiện của trạng thái cảm xúc này.

- Chờ em trên lầu nhé - Tôi thì thào khi chúng tôi đứng trước cửa nhà.

Anh ôm tôi chặt thêm độ một phút nữa rồi biến mất.

Vào đến trong nhà, tôi bước thẳng lên lầu.

- Bella? - Ngài Charlie ngồi trên chiếc ghế xôpha thường lệ gọi với theo, khi nhác thấy bóng tôi lướt qua.

Tôi quay lại nhìn bố, không mở miệng đáp lấy một lời nào. Bố nhìn tôi trân trối, lảo đảo đứng lên.

- Có chuyện gì vậy con? Có phải Jacob...? - Bố tôi hỏi gặng.

Tôi lắc đầu quầy quậy, cố tìm lại giọng nói của mình.

- Cậu ấy vẫn ổn, cậu ấy vẫn ổn - Tôi cam đoan, giọng nói nghe thật yếu ớt và khản đặc.

Đúng vậy, Jacob vẫn ổn - về mặt thể chất - đó là điều mà hiện thời, bác sĩ Carlisle đang lo lắng.

- Nhưng có chuyện gì vậy? - Bố chộp lấy đôi vai tôi bằng cả hai tay, đôi mắt tròn xoe hẳn đầy những lo lắng - Con đã gặp phải chuyện gì?

Hắn trông tôi còn tệ hơn những gì tôi tự mường tượng về mình nữa.

- Không có gì đâu, bố ạ. Con... chỉ nói với Jacob về... điều rất khó đề cập đến thôi. Con không sao cả.

Nỗi lo lắng nơi ngài cảnh sát trưởng dịu hẳn xuống, nhưng thay thế vào đó là thái độ chê trách của "ngài":

- Con thấy thời điểm này là lúc thích hợp nhất để nói những chuyện như thế sao? - Bố tôi càu nhàu.

- Dạ không, bố! Nhưng con không còn có lựa chọn nào khác cả - đó chỉ là điều con phải chọn mà thôi... Đôi khi không có cách gì có thể dàn xếp được.

Ngài cảnh sát trưởng chậm rãi lắc đầu:

- Làm sao thằng bé chịu được đây?

Tôi không trả lời.

Bố quan sát vẻ mặt tôi một lúc rồi gật đầu. Hắn chỉ cần câu trả lời đó thôi là đủ.

- Bố hi vọng con không làm gì ảnh hưởng đến tiến trình hồi phục của nó.

- Cậu ấy lành nhanh lắm, bố ạ - Tôi lí nhí đáp.

Ngài Charlie thở dài.

Và tôi cảm nhận rõ mồn một khả năng kiềm chế của mình đang trên đà trượt dốc.

- Con về phòng đây - Tôi thông báo rồi rùng người thoát khỏi đôi tay của bố.

- Được rồi - Bố tôi đồng ý. Có lẽ "ngài" đã cảm nhận được rằng "nhà máy nước muối" trong tôi sắp sửa hoạt động. Không có gì khiến "ngài" sợ cho bằng phải nhìn thấy nước mắt cả.

Tôi bước lên phòng, mắt tối mù, chân bị vấp liên tục.

Vào đến "lãnh địa riêng" của mình, tôi chộp lấy cái

móc khóa trên sợi dây đeo tay, gắng gỡ nó ra bằng những ngón tay run run.

- Đừng, Bella - Edward thì thào, chộp lấy tay tôi - Đó là một phần tâm hồn em mà.

Anh kéo tôi vào chiếc nôi ru hời - là vòng tay của anh - khi những tiếng nức nở của tôi đã không còn còn có thể kiểm soát được nữa.

Ngày dài nhất vẫn còn tiếp tục, tiếp tục kéo dài lê thê, kéo dài đến thăm thẳm. Không biết chừng nào mới kết thúc.

Tuy nhiên, dẫu đêm trường có chậm rơi, nó cũng không phải là đêm tệ hại nhất của đời tôi. Tôi cảm thấy được chia sẻ. Tôi không hề đơn độc một mình. Đêm càng buông lơi, tôi càng cảm thấy được an ủi, vỗ về.

Với nỗi sợ về sự phun trào của núi lửa cảm xúc, ngài cảnh sát trưởng không đến kiểm tra phòng tôi, cho dẫu phòng tôi không hề yên ắng một chút nào - chắc chắn "ngài" cũng không thể chợp mắt dễ hơn tôi.

Đêm nay, nhận thức muộn mằn của tôi đã trở nên không thể chịu đựng nổi. Tôi có thể thấy rõ mọi lỗi lầm mà mình đã gây ra, thấy rõ mọi tai hại mà tôi đã tạo thành, từ việc nhỏ cho đến việc lớn. Từng nỗi đau tôi đã khoét vào tâm hồn của Jacob, cho đến những vết thương tôi đã khứa vào lòng Edward, tất cả chồng chất lên nhau nhiều đến độ tôi không sao tảng lờ hay khước từ được.

Tôi nhận ra mình đã hành động sai trái với hai miếng nam châm trên tủ lạnh. Không phải tôi đang nỗ lực kéo Edward và Jacob xích lại gần nhau đâu, chúng chính là hai bản thể tách rời trong con người của tôi đấy: Bella của Edward và Bella của Jacob. Nhưng chúng không thể cùng tồn tại bên nhau được, và tôi sẽ không bao giờ cố gắng thực hiện cái điều ấy nữa.

Tôi đã làm một chuyện quá tàn nhẫn.

Cũng trong đêm nay, tôi nhớ lại lời hứa của mình hồi sáng sớm với Edward, đó là tôi sẽ không bao giờ để cho Edward trông thấy tôi nhỏ một giọt nước mắt nào vì Jacob Black nữa. Kí ức ấy đã khiến tôi hoảng loạn, làm Edward hoảng hốt sợ hơn là bản thân những giọt nước mắt của tôi. Nhưng rồi tất cả cũng qua đi, sau khi tất cả những "thước phim" kí ức đã được chiếu trọn vẹn.

Edward không lên tiếng nhiều, anh chỉ lặng lẽ nằm ôm tôi, để tôi tự nhiên gục đầu vào áo anh, nhuộm màu nó bằng thứ nước mặn mòi.

Thời gian trôi qua lâu hơn tôi tưởng để phần tâm hồn tổn thương nơi tôi trút bỏ được hết nỗi niềm. Và cuối cùng, cơ thể cùng tinh thần của tôi đã hoàn toàn mệt nhoài. Sự vô thức không hề đem lại cảm giác nhẹ nhõm, mà chỉ là sự lặng lẽ trơ gan, hệt như tác dụng của thuốc, khiến nỗi đau có thể chịu đựng được. Nhưng mặc nhiên nó hãy còn đó; tôi ý thức được nó, ngay cả trong giấc ngủ, để giúp tôi điều chỉnh lại mình.

Buổi sáng hôm sau, sự đau khổ lại gõ cửa hồn tôi, nếu kết quả có không khá hơn, ít ra tôi cũng đã có thể kiểm soát được lòng mình, biết chấp nhận thực tại. Theo bản năng, tôi nhận thức được rằng vết rạn nơi trái tim mình sẽ luôn luôn nhức nhối. Giờ đây, nó đã trở thành một phần bản thể của tôi rồi. Nhưng thời gian sẽ làm mọi thứ trở nên dễ chịu hơn - đó là điều người người hằng nói. Nhưng tôi không bận tâm đến chuyện thời gian có thể hàn gắn vết thương mình hay không, chỉ cần Jacob ổn là được. Cậu bạn ấy có thể vui vẻ trở lại là được.

Khi tỉnh dậy, tôi không còn bị mất phương hướng nữa. Tôi mở mắt - khô rang - và bắt gặp cái nhìn đầy khắc khoải của anh.

- Anh - Tôi lên tiếng. Giọng nói khàn hẳn. Tôi húng hắng ho.

Edward không trả lời. Anh chỉ nhìn tôi, chờ đợi.

- Em ổn rồi - Tôi quả quyết - Chuyện này sẽ không xảy ra nữa.

Đôi mắt của Edward se lại trước từng lời lẽ của tôi.

- Em xin lỗi đã bắt anh phải chứng kiến những điều này - Tôi nói lúng búng - Thật không công bằng chút nào với anh.

Edward áp cả hai tay lên má tôi.

- Bella... em đã *chắc chắn* chưa? Em đã lựa chọn đúng hay chưa? Chưa bao giờ anh thấy em đau đớn như vậy... - Giọng nói của anh vỡ òa ở những tiếng cuối cùng.

Tôi thừa sức để nhận biết được rằng nỗi đau nào là lớn hơn chứ.

Tôi mơn tay lên môi anh.

- Rồi, anh ạ!

- Anh không biết nữa... - Đôi lông mày của anh nhíu vào nhau - Một khi điều đó khiến em đau lòng đến như vậy, làm sao có thể nói đó là một lựa chọn đúng đắn được?

- Anh Edward, em biết em không thể sống thiếu ai mà.

- Thế nhưng...

Tôi lắc đầu.

- Anh không hiểu đâu. Có lẽ anh đủ dũng cảm, đủ mạnh mẽ để sống mà không có em, nếu như anh nhận thấy đó là điều đúng đắn nhất. Nhưng em thì không bao giờ có thể hi sinh cao thượng như vậy. Em phải được ở bên anh. Đó là cách duy nhất giúp em tồn tại.

Edward vẫn còn hồ nghi. Lẽ ra đêm qua, tôi không nên yêu cầu anh ở lại với tôi mới phải. Tất cả chỉ vì tôi cần anh quá...

- Lấy dùm em quyển sách đó đi, anh Edward. - Tôi nói, tay chỉ qua vai anh.

Đôi lông mày của Edward nhíu vào nhau, hẳn đầy nỗi thắc mắc, nhưng anh cũng mau mắn lấy quyển sách giúp tôi.

- Lại là quyển này ư, em? - Anh khẽ hỏi.

- Em chỉ muốn tìm lại một đoạn, em nhớ là... để xem cô gái nói gì... - Nói xong, tôi giở quyển sách, lật đến trang cần tìm một cách dễ dàng. Góc trang bị quăn vì tôi hay mở đến đây - Cathy là loài yêu mà, nhưng có một vài câu cô gái đó nói rất đúng - Tôi thì thào. Tôi đọc khe khẽ những dòng chữ, gần như là đọc cho chính mình nghe - *"Nếu tất thảy mọi vật, mọi việc tiêu tan mà anh ấy còn, thì có nghĩa là tôi vẫn còn; nhưng giả như tất cả mọi vật, mọi việc đó còn mà anh ấy mất, thì cả cái vũ trụ này, với tôi, sẽ hoàn toàn xa lạ".* - Tôi gật đầu, lại tự nhủ với chính mình - Em đã hiểu chính xác điều cô ấy muốn nói. Và em biết mình không thể sống thiếu người nào.

Edward cầm lấy quyển sách trên tay tôi và thảy ngang nó qua phòng - nó *đáp* xuống bàn học của tôi một cái "rầm". Anh ôm lấy thắt lưng tôi.

Một nụ cười hé lộ trên gương mặt Edward, dù rằng nỗi lo lắng vẫn còn hiển hiện trên vầng trán của anh.

- Heathcliff cũng có cùng một triết lý sống đó - Edward thì thầm. Anh không cần có quyển sách cũng đọc được chính xác từng câu, từng chữ. Anh kéo tôi vào lòng và nói khe khẽ vào tai tôi - *Anh không thể* nào *sống được mà không có em, sự sống của anh ạ! Anh không thể nào sống được mà không có em, linh hồn của anh!*

- Vâng - Tôi khẽ khàng đáp lại - Lẽ sống của em cũng là như vậy đấy.

- Bella, anh không thể chịu đựng được nếu thấy em đau khổ. Có lẽ...

- Không, anh Edward. Em đã làm mọi thứ rối tung lên rồi, và em phải sống với điều mình đã gây ra đó. Nhưng em luôn ý thức được điều em muốn cũng như điều em cần... và em sẽ làm ngay bây giờ đây.

- *Chúng mình sẽ làm gì, hả em?*

Tôi mỉm cười trước sự điều chỉnh của anh, nhưng rồi không khỏi phải thở dài:

- Chúng mình đi gặp Alice.

Cô bạn của tôi đang đứng ở bậc tam cấp đầu tiên, phấn khởi đến mức không thể đợi chúng tôi ở trong nhà. Gần như Alice sắp nhảy múa đến nơi vì mừng rỡ, cô bạn quá hào hứng trước thông tin mà tôi vừa mới thổ lộ với Edward.

- Cảm ơn bạn nhé, Bella! - Cô bạn reo như hát khi chúng tôi vừa bước ra khỏi chiếc xe tải.

- Thôi nào, Alice - Tôi cảnh báo cô bạn của mình,

tay giơ lên để ngưng niềm hân hoan của cô ấy lại - Mình sẽ hạn chế một số "quyền hạn" của bạn.

- Mình biết rồi, mình biết rồi, mình biết rồi. Mình chỉ được chuẩn bị cho đến ngày mười ba tháng Tám là trễ nhất, bạn cũng đã bác bỏ quyền lên danh sách khách mời của mình. Và nếu như mình có quá nhiệt tình đối với bất kì chuyện gì khác, bạn sẽ không bao giờ nói chuyện với mình nữa.

- Ồ, ừ. Ừm, đúng rồi. Vậy là bạn đã biết "qui định".

- Đừng lo, Bella ạ, mọi thứ sẽ đâu vào đấy. Bạn có muốn nhìn qua áo cưới không?

Tôi phải hít thở vài hơi thật sâu. *Nào, nào, cố lên, miễn Alice vui là được, nào, nào.*

- Tất nhiên rồi.

Nụ cười của Alice trở nên tự mãn.

- À, Alice - Tôi lại lên tiếng, cố giữ cho giọng nói của mình thật trơn tru, tự nhiên - Bạn đặt may áo cưới cho mình vào lúc nào vậy?

Hi vọng chiếc áo cưới đó không quá lòe loẹt. Edward siết tay tôi.

Alice đi trước dẫn đường, cô bạn của tôi bước thẳng lên cầu thang.

- Mấy cái này mất thời gian lắm, Bella ơi - Alice giải thích. Giọng nói nghe như đang… lảng tránh - Thật ra, mình không biết bạn sẽ quyết định như vậy, chỉ là mình lo xa mà thôi...

- Khi nào? - Tôi lặp lại câu hỏi.

- Bạn biết không, đối với nhà thiết kế Perrine Bruyere thì ai cũng phải đặt áo hết - Alice giải thích và tỏ ra cảnh giác - Kiệt tác này không thể một sớm một chiều mà làm xong được. Mình mà không biết từ trước, thế nào bạn cũng sẽ mặc áo may sẵn mất thôi!

Không có vẻ gì cho thấy là tôi sẽ trả lời thẳng vào câu hỏi.

- Per... per nào, là ai?

- Ông ấy không phải là nhà thiết kế thời trang nổi đình nổi đám đâu, Bella ạ, vậy nên bạn không cần phải nổi cơn tam bành lên như thế. Ông ấy đã làm theo đúng lời hứa, thực hiện theo đúng yêu cầu của mình.

- Mình không có nổi cơn tam bành.

- Ừ nhỉ, bạn đâu có - Cô bạn quan sát vẻ mặt điềm tĩnh của tôi với nỗi hoài nghi. Rồi cả ba chúng tôi lũ lượt đi vào phòng của Alice; ngay tức khắc, cô bạn bé nhỏ quay sang Edward - Anh thì phải đi ra ngoài.

- Tại sao thế? - Tôi hỏi gặng.

- Bella à - Cô bạn rền rĩ - Bạn cũng biết qui định mà. Anh ấy không được nhìn thấy chiếc áo cho đến ngày đó.

Tôi hít vào một hơi thật sâu.

- Với mình thì không sao đâu. Mà bạn cũng biết rằng anh ấy có thể thấy được qua tâm trí của bạn mà. Nhưng nếu bạn đã muốn như vậy...

Dứt lời, Alice đẩy Edward trở ra cửa. Anh cũng chẳng nhìn em gái mình, đôi mắt anh chú mục vào tôi, khắc khoải, sợ phải để tôi lại một mình.

Tôi gật đầu, hi vọng tâm trạng của mình đủ điềm tĩnh để trấn an anh.

Alice đóng cửa lại ngay trước mặt Edward.

- Được rồi! - Cô bạn thì thào - Tới đây nào.

Alice chộp lấy cổ tay tôi, dắt tôi tới phòng để đồ riêng của cô ấy - còn to hơn cả phòng tắm của tôi nữa - rồi đẩy tôi đến một góc khuất, ở đó có một chiếc túi vải trắng dài treo trên giá.

Bằng một động tác dứt khoát, Alice mở khóa kéo của chiếc túi, nhẹ nhàng tháo chiếc áo đầm ra khỏi mắc. Cô bạn của tôi lùi lại, đưa chiếc áo đầm ra giống hệt như một người quản trò.

- Nào? - Cô bạn hồi hộp đến không kịp thở ra hơi.

Tôi săm soi chiếc áo một lúc lâu, cốt trêu đùa cô bạn. Alice lập tức tỏ ra lo lắng.

- A - Tôi thốt lên, để Alice được nhẹ nhõm - Mình hiểu rồi.

- Bạn đang nghĩ đến chuyện gì thế? - Alice hỏi.

Trong đầu tôi tái hiện lại tiểu thuyết "*Anne ở Green Gables*".

- Quá tuyệt đi, thật đấy. Quá tuyệt. Bạn đúng là thiên tài.

Alice tươi cười rạng rỡ.

- Cái đó mình... biết rồi.

- Năm 1918? - Tôi đoán dò.

- Cũng khoảng thời gian ấy - Alice gật đầu - Một vài chỗ là thiết kế *của mình* đó nhé, đuôi váy nè, khăn choàng... - Cô bạn vừa chạm tay vào lớp vải satanh trắng vừa lên tiếng giải thích - Lớp ren này tuyệt lắm. Bạn có thích không?

- Chiếc váy đẹp quá. Hợp với anh ấy.

- Nhưng cũng hợp với bạn nữa chứ - Alice khăng khăng.

- Ừ, mình cũng nghĩ vậy, Alice ạ. Đây chính là chiếc váy cưới mình cần. Mình biết bạn sẽ đứng ra lo liệu cho lễ cưới của mình rất chu đáo và thành công... nếu bạn chịu khó kiểm tra mọi khâu.

Gương mặt Alice tươi rói rói.

- Mình có thể xem chiếc váy của bạn không? - Tôi thỏ thẻ.

Cô bạn của tôi chớp chớp mắt, gương mặt tức thì ngây ra.

- Bạn không đặt may áo phù dâu ư? Mình không muốn phù dâu của mình mặc đồ *may sẵn* đâu - Tôi giả vờ nhăn nhó vì kinh hoàng.

Alice vòng tay ôm lấy thắt lưng tôi.

- Cảm ơn Bella!

- Sao bạn lại không trông thấy điều đó nhỉ? - Tôi chòng ghẹo, hôn lên mái tóc chỉa của cô bạn - Bạn thấy trước tương lai mà!

Alice lùi lại, gương mặt rạng ngời, đầy vẻ hào hứng.

- Mình có nhiều việc phải làm lắm! Bạn ra chơi với anh Edward nha. Mình phải đi làm việc đây.

Nói xong, Alice phóng ra khỏi phòng, miệng thét vang.

- Mẹ ơi, mẹ ơi! - Và chẳng mấy tíc tắc sau đã mất dạng.

Tôi bước tới phía cửa. Edward đang đứng tựa lưng vào bức tường ốp gỗ chờ tôi ở ngoài hành lang.

- Em đã làm một việc rất-rất-rất tốt - Anh lên tiếng.

- Trông bạn ấy rất vui - Tôi tán đồng.

Anh bưng lấy mặt tôi, dò tìm thái độ nơi tôi một cách kỹ lưỡng bằng đôi mắt đen kịt của anh - thời gian đã trôi qua lâu lắm rồi, kể từ ngày anh rời xa tôi để đi săn.

- Chúng mình ra ngoài nha em - Edward đột ngột

cất tiếng đề nghị - Đến cánh đồng của riêng hai đứa mình.

Lời mời gọi thật quyến rũ.

- Từ giờ trở đi, em không còn phải trốn tránh gì nữa, phải không anh?

- Ừ. Mọi nguy hiểm đã qua rồi, Bella ạ.

Và anh chạy đi, dáng vẻ trầm tĩnh nhưng đầy suy tư. Gió lướt qua gương mặt tôi, giờ đã ấm áp hơn, cơn bão đã thật sự đi khỏi rồi. Trên trời, mây lại giăng mắc như vốn dĩ.

Hôm nay, cánh đồng là nơi yên bình và hạnh phúc. Bãi cỏ lại điểm xuyến những bông cúc trắng, vàng. Tôi nằm dài ra đất, phớt lờ sự ẩm ẩm dưới lưng mình mà ngắm tìm những hình dạng của mây. Chúng thật mềm, thật mịn. Không có bất kì một hình ảnh cụ thể nào cả, chỉ là một tấm mền màu xám mềm mại.

Edward nằm xuống bên cạnh tôi, nắm lấy tay tôi.

- Ngày mười ba tháng Tám hả em? - Anh cất tiếng hỏi một cách tự nhiên sau vài phút im lặng dễ chịu.

- Cách ngày sinh nhật của em đúng một tháng thôi. Em không muốn khoảng cách thời gian đó quá ngắn.

Edward thở dài.

- Nói thật nhé, mẹ anh hơn bố anh những ba tuổi đấy. Em có biết không?

Tôi lắc đầu.

- Cả hai người không hề có điểm nào khác biệt.

Giọng nói của tôi thật nhẹ nhàng, đối lập hoàn toàn với nỗi lo lắng nơi anh.

- Tuổi tác với em không còn quan trọng nữa. Cái chính là, Edward ạ, em đã sẵn sàng. Em đã chọn cuộc sống của mình, và giờ đây, em đang sống với nó.

Anh vuốt tóc tôi.

- Em bỏ danh sách khách mời của Alice?

- Thật sự em không quan tâm đến chuyện đó, nhưng em... - Tôi lưỡng lự, không muốn giải thích điều này. Có lẽ tốt nhất nên thôi đi - Em không biết Alice có muốn mời... một vài người sói hay không. Em không biết... Jake có... có muốn đến hay không. Giống như đó là việc nên làm; và nếu cậu ấy không đến, em sẽ bị tổn thương. Song, em cũng biết cậu ấy không nên đến dự.

Edward im lặng một lúc. Tôi lướt mắt lên những ngọn cây, gần như đen đúa trên nền trời xám mờ.

Đột nhiên Edward ôm choàng lấy tôi, kéo tôi vào sát vồng ngực của anh.

- Cho anh biết tại sao em lại làm như vậy đi Bella. Tại sao bây giờ em lại quyết định để Alice đứng ra tổ chức hôn lễ cho chúng mình?

Tôi lặp lại lời lẽ tối qua đã nói với ngài cảnh sát trưởng trước khi đi gặp Jacob.

- Nếu gạt bố em ra rìa thì thật không công bằng một chút nào - Tôi kết luận - Với mẹ em và dượng Phil cũng vậy. Có lẽ em cũng nên để Alice được vui, và để mọi thứ dễ dàng hơn với bố khi bố nói lời tạm biệt một cách đường đường chính chính. Ngay cả khi nếu bố em cho rằng điều này là quá sớm, em cũng không muốn gạt bỏ cơ hội của bố được đưa em vào giáo đường - Tôi nhăn nhó trước những lời lẽ của mình; tôi cố gắng hít thở thật sâu - Ít ra, bố mẹ em cùng bạn bè cũng biết được sự lựa chọn tốt nhất của em, điều duy nhất em được phép chia sẻ với mọi người.

"Tất thảy mọi người sẽ biết rằng em chọn anh, và biết rằng chúng mình sẽ ở bên nhau. Họ sẽ biết rằng dù em ở đâu, chúng mình cũng sẽ vô cùng hạnh phúc. Em nghĩ đó là điều tốt nhất em có thể làm với tất cả những người em yêu quí."

Edward lại bưng lấy mặt tôi, quan sát một thoáng.

- Anh không tán thành - Edward lên tiếng.

- Sao cơ? - Tôi há hốc miệng ra vì ngạc nhiên - Anh nuốt lời ư? Không!

- Anh không nuốt lời, Bella à. Chỉ là anh không muốn có vụ mặc cả nào nữa. Em cũng không còn phải gặp trở ngại. Em muốn gì cũng được, và không có điều kiện đặc biệt nào đi kèm nữa.

- Tại sao?

- Bella, anh hiểu em đang làm gì. Em đang cố làm cho mọi người hạnh phúc. Còn anh thì không quan tâm đến cảm xúc của bất cứ ai cả. Anh chỉ cần em được hạnh phúc mà thôi. Em đừng lo về chuyện nói lại với Alice. Cứ để đó cho anh. Anh xin hứa với em, cô bé đó sẽ không khiến em ray rứt trong lòng đâu.

- Nhưng em…

- Không. Chúng mình cứ làm theo cách của em đi. Bởi lẽ, cách của anh không có tác dụng. Anh cứ nói rằng em cứng đầu, nhưng hãy nhìn lại những gì anh đã làm đi. Anh cứ ngoan cố làm theo ý mình, vì cho rằng đó là điều tốt nhất cho em, nhưng rốt cuộc chỉ toàn làm cho em bị tổn thương mà thôi - làm tổn thương em sâu sắc, hết lần này đến lần khác. Anh không tin mình nữa. Vậy nên em cứ hạnh phúc theo cách của mình. Anh đã sai rồi. Chỉ có vậy thôi - Edward cứng người lại, hơi nâng vai lên - Chúng mình hãy làm theo cách của em đi, Bella. Tối nay. Hôm nay. Càng sớm càng tốt. Anh sẽ nói chuyện với bố. Anh nghĩ nếu cho em đủ lượng moóc-phin, có lẽ sẽ không tệ lắm đâu. Cũng đáng để thử lắm - Edward đanh cứng quai hàm lại.

- Edward, không…

Anh đặt một ngón tay lên môi tôi.

- Em đừng lo lắng gì cả, Bella của anh. Anh không hề quên một lời yêu cầu nào của em.

Đôi tay anh đã luồn vào tóc tôi, đôi môi anh cử động thật dịu dàng - nhưng vô cùng nghiêm nghị - lên môi tôi, trước khi tôi kịp nhận ra điều anh đang nói, điều anh đang làm.

Không có nhiều thời gian để hành động. Nếu tôi chờ đợi quá lâu, tôi sẽ không thể nhớ được vì sao tôi cần phải ngăn anh lại. Hiện thời, tôi không thể thở được đúng nhịp. Đôi tay tôi đang ôm thít lấy tay anh, ấn mình sát vào anh, môi tôi dính chặt với môi anh và trả lời từng câu hỏi không lời của anh.

Tôi cố gắng làm cho đầu óc minh mẫn trở lại, để tìm cách trả lời.

Anh trở mình một cách dịu dàng, để tôi nằm xuống bãi cỏ lành lạnh.

Ồ, không sao! Phần đam mê trong con người tôi hoan hỉ. Đầu óc tôi đậm đặc hơi thở dịu ngọt của Edward.

Không, không, không - tôi tự tranh cãi với chính mình. Tôi lắc đầu, và môi anh nhẹ nhàng di chuyển xuống cổ tôi, cho tôi cơ hội để lấy hơi.

- Thôi anh. Dừng lại đi - Giọng nói của tôi yếu ớt y hệt như ý chí của tôi.

- Tại sao? - Anh thì thầm nơi hõm cổ của tôi.

Tôi cố gắng thêm vào một chút cương quyết trong giọng nói của mình:

- Hiện giờ em không muốn làm điều này.

- Em không muốn ư? - Anh hỏi lại, loáng thoáng một nụ cười ẩn hiện trong giọng nói của anh. Môi anh lại lần lên tìm môi tôi, ngăn chặn mọi lời phản kháng. Trong cơ thể tôi, nhiệt độ bắt đầu tăng dần ở các huyết mạch, lửa bùng cháy ở những nơi da anh chạm vào.

Tôi buộc mình phải tập trung. Cần phải kềm lòng lắm, tôi mới có thể khiến tay mình rời khỏi mái tóc của anh để đặt tay lên ngực anh. Và tôi đã làm được. Tôi bắt đầu dùng lực đẩy anh ra. Tất nhiên, một mình tôi thì không thể nào thành công được, nhưng anh đã có phản ứng đúng như tôi dự đoán.

Edward ngả người ra sau một chút để nhìn tôi, đôi mắt anh không thể làm cho tôi nguôi quyết tâm được. Chúng ngùn ngụt ngọn hắc hỏa như đang tôi luyện tình cảm.

- Tại sao? - Anh hỏi lại, giọng nói thật nhỏ và khắc khoải - Anh yêu em, anh muốn có em, ngay bây giờ.

Những nôn nao trong bụng tôi lúc này đã dâng lên đến cổ, không thể nói nên lời. Và anh chớp ngay lấy cơ hội đó.

- Khoan đã anh, khoan đã - Tôi cố lên tiếng dưới môi anh.

- Những lời đó không dành cho anh - Edward thì thào phản kháng.

- Em xin anh! - Tôi hổn hển thở.

Anh rền rĩ, nhưng cũng rời khỏi mình tôi, nằm lăn trở lại trên cỏ.

Cả hai đứa tôi cứ thế nằm thừ ra đấy, cố gắng làm dịu hơi thở của mình.

- Cho anh biết tại sao lại không đi, Bella - Anh hỏi gặng - Không phải vì đây là anh đấy chứ.

Mọi điều trong thế giới của tôi đều là vì có anh kia mà. Thật ngớ ngẩn thay cho câu nói đó.

- Anh Edward, đây là việc rất hệ trọng đối với em. Em sẽ hành động một cách đúng đắn.

- Định nghĩa đúng đắn là của ai?

- Của em.

Edward chống khuỷu tay nhổm dậy và nhìn tôi chằm chặp, vẻ mặt phản đối:

- Em làm chuyện này đúng đắn như thế nào?

Tôi hít vào một hơi thật sâu.

- Em sẽ chịu trách nhiệm. Mọi thứ phải theo đúng trật tự. Em sẽ không bỏ bố mẹ mà không có một lời giải thích. Em sẽ không từ chối niềm vui của Alice, vì dù sao em cũng sẽ tiến hành làm lễ cưới. Và em sẽ gắn kết cuộc đời mình vào anh khi em hãy còn là một con người, trước khi em đề nghị anh đưa em vào hành trình bất tử. Em sẽ làm theo đúng qui định ấy, Edward ạ. Linh hồn của anh rất quan trọng đối với em, và em sẽ không thể đem nó ra để đánh đổi. Anh sẽ không thể lay chuyển được quyết định của em đâu.

- Anh sẽ làm được - Edward thầm thì, đôi mắt lại trở nên rạo rực.

- Nhưng anh sẽ không làm - Tôi khẳng định, cố gắng giữ cho giọng nói của mình thật tự nhiên - Vì anh chưa hiểu rằng đây là điều thật sự em mong muốn.

- Em thật không công bằng - Edward "buộc tội" tôi.

Tôi cười toe toét.

- Em chưa bao giờ nói rằng mình sẽ như thế kia mà.

Edward cũng cười, tỏ ra bâng khuâng.

- Nếu như em thay đổi quyết định của mình...

- Thì anh sẽ là người được biết đầu tiên - Tôi cam đoan.

Những giọt nước bắt đầu buông mình khỏi những đám mây, một vài hạt rơi xuống cỏ, tạo thành những hợp âm tí tách.

Tôi hậm hực nhìn trời.

- Để anh đưa em về nhà - Anh quệt mấy hạt nước li ti rơi trên má tôi.

- Mưa chẳng nhằm nhò gì đến em cả - Tôi càu nhàu - Chỉ có điều nó báo hiệu đến lúc phải làm cái điều khó chịu mà có khi còn nguy hiểm nữa.

Eward mở tròn mắt cảnh giác.

- May mắn anh là tấm khiên chắn cho em đấy - Tôi thở dài - Em cần đến cái nhẫn đó, Edward à. Đã đến lúc em phải thưa chuyện với bố rồi.

Anh bật cười trước thái độ của tôi.

- Ái chà chà, nguy hiểm quá nhỉ - Anh tán thành và bật cười lần nữa trước khi lần tay vào túi quần jean - Nhưng ít ra, chúng mình không còn phải nghĩ đến chuyện cao chạy xa bay nữa.

Một lần nữa, anh cầm lấy tay trái của tôi, lồng chiếc nhẫn vào ngón tay giữa...

... Nơi mãi mãi nó thuộc về đó, không phụ thuộc vào sự giới hạn của thời gian...

PHẦN KẾT:
LỰA CHỌN

JACOB BLACK

- Jacob, liệu trò này có còn tiếp tục tái diễn nữa không? - Leah hỏi gặng, tỏ ra mất hết cả kiên nhẫn, trở thành tiếng than vãn.

Tôi nghiến chặt hai hàm răng vào nhau.

Cũng giống như tất cả mọi người trong đội, Leah biết hết mọi điều. Cô gái biết vì sao tôi tìm đến đây - đến ranh giới của trời, đất, và biển - một mình. Cô ta biết tất cả những gì tôi mong muốn chỉ là như vậy: được ở một mình.

Nhưng Leah lại cứ đến "quấy" tôi cho bằng được.

Ngoài chuyện bực đến phát điên, tôi cảm thấy tự mãn trong một giây ngắn ngủi. Bởi lẽ, tôi không còn nghĩ đến chuyện phải kiềm chế cảm xúc của mình nữa. Dễ dàng lắm, đó là điều tôi đang làm đây, rất tự nhiên. Mắt tôi không còn hừng hực lửa. Sức nóng của nó không còn lan xuống sống lưng tôi. Giọng nói của tôi thật điềm tĩnh khi trả lời:

- Nhảy đi, chị Leah - Tôi chỉ tay xuống dưới chân mình.

- Nói thật nhé, nhóc - Chị phớt lờ tôi, nằm dài ra đất - Em không hình dung nổi là nó khó với chị đến thế nào đâu.

- Khó với chị hả? - Phải đúng một phút đồng hồ sau, tôi mới tin rằng chị không đùa - Chắc chắn chị là người chỉ nghĩ đến mình nhiều nhất thế giới đấy, chị Leah ạ. Em không muốn phá hủy cái thế giới chị đang sống, cái thế giới mà mặt trời quay quanh chỗ chị đứng, vậy nên em sẽ không kể cho chị nghe em cũng có chút lo âu về chuyện của chị như thế nào đâu. Chị đi đi. Đi ngay đi.

- Em hãy thử đặt mình vào địa vị của chị đi rồi hãy phán xét - Leah điềm nhiên nói như thể chưa hề nghe thấy tôi nói gì.

Nếu như Leah đang cố tình chọc tức tôi, thì chị đã thành công mĩ mãn. Tôi phá ra cười sằng sặc. Tiếng cười đau đớn được biểu hiện bằng những âm thanh quái đản.

- Thôi cái kiểu cười khả ố đó đi và nghe chị nói đây - Chị nạt ngang.

- Nếu em giả bộ lắng nghe, liệu sau đó chị có chịu đi cho không? - Tôi hỏi ngược lại, lừ mắt đáp trả vẻ mặt cau có luôn thường xuyên hiện diện trên mặt chị

Leah. Tôi tự hỏi không biết cô gái đang đứng trước mặt mình đây có biết tỏ thái độ nào khác không.

Kí ức tôi quay ngược trở về thời kì tôi luôn cho rằng chị Leah rất xinh, và rất đẹp. Ngày ấy đã trôi qua lâu lắm rồi. Giờ thì không còn ai nghĩ Leah theo hướng ấy nữa. Ngoại trừ Sam. Anh chưa bao giờ tha thứ cho bản thân mình, lúc nào cũng cứ cho rằng chính anh là nguyên nhân khiến Leah trở thành kẻ cay độc như thế.

Lửa nộ nơi cô gái như được đổ thêm dầu, dường như cô đã đoán ra được ý nghĩ của tôi. Có thể lắm chứ.

- Chuyện này khiến chị muốn bệnh, Jacob ạ. Em có thể hình dung được cảm giác của chị như thế nào không? Chị thậm chí còn không ưa Bella Swan. Vậy mà em bắt chị phải cảm cảnh cho số phận của kẻ là người yêu của loài hút máu, làm như là chị cũng yêu quí con người như em không bằng. Em có biết điều gì khiến chị ghét nhất không? Đêm qua, chị nằm mơ thấy đang hôn kẻ đáng ghét ấy đấy! Trời ơi, bộ hết chuyện rồi hay sao mà chị lại làm cái trò này?

- Em mà thèm quan tâm à?

- Chị không thể chịu đựng nổi với những suy nghĩ trong đầu của em nữa đâu! Quên Bella đi! Cô ta sẽ *kết hôn* với cái thứ ấy đấy. Hắn sẽ biến cô ta thành một kẻ như hắn! Đã đến lúc em sống cuộc sống cho mình rồi, nhóc à.

- Chị hãy im đi - Tôi hằm hè.

Trả đũa lại bây giờ chẳng có gì hay ho. Tôi thừa hiểu điều đó. Vậy nên tôi ghìm lưỡi mình thật chặt. Nhưng Leah sẽ phải hối tiếc vì chưa chịu cất gót cho mà xem. Ngay vào lúc này đây.

- Rồi hắn sẽ giết cô ta - Leah vẫn huyên thuyên, nhạo báng - Truyền thuyết nào cũng nói rằng điều này xảy ra thường xuyên hơn là không xảy ra. Đám ma thấy còn hay hơn là đám cưới nữa. A ha!

Lần này thì tôi buộc phải hành động. Tôi nhắm mắt lại, tìm lấy sức nóng bắt nguồn trong miệng mình. Tôi điều khiển cho quầng lửa chạy dọc xuống lưng, rùng mạnh để cơ thể luôn hợp nhất, trong khi thể xác cứ nỗ lực long ra.

Nhưng rồi tôi đã lại kềm chế được, tôi hằm hè nhìn cô gái. Leah nhìn đôi tay tôi run chậm lại, mỉm cười...

... Như đang đùa.

- Nếu chị khó chịu về chuyện đó, Leah à... - Tôi cất lời. Nhấn mạnh từng tiếng một - Chị nghĩ sao khi tất cả chúng em đều nhìn anh Sam theo đôi mắt của chị? Tệ hại đến mức chị Emily phải đối phó với nỗi ám ảnh của chị. Chị ấy cũng chẳng cần chúng ta phải quí mến anh Sam đâu.

Tức giận đấy, nhưng khi trông thấy nỗi đau đớn hiện ra trên gương mặt của Leah, tôi lại cảm thấy như mình có lỗi.

Cô gái đứng bật dậy - chỉ dừng lại một chút để nhổ một bãi nước bọt về phía tôi - rồi chạy bay biến về phía những thân cây, thân mình rùng rùng không khác nào một chiếc âm thoa.

Tôi cười một cách hằn học.

- Ai bảo.

Rồi đây Sam rồi sẽ quạt tôi một trận về chuyện này, nhưng như vậy cũng đáng. Leah sẽ không làm phiền tôi nữa. Nếu còn bị như vậy thì tôi sẽ lại giở "chiêu" này ra.

Bởi vì lời lẽ của cô ta vẫn còn ở lại, vang lên từng hồi trong đầu óc tôi, nỗi đau thốn đến độ tôi không làm sao mà thở được nữa.

Bây giờ, Bella có chọn ai ngoài tôi thì cũng không còn quan trọng nữa. Sự đau khổ đó chẳng có nghĩa lí gì. Sự đau khổ đó, tôi có thể sống cùng với toàn bộ cuộc đời ngớ ngẩn, dài dằng dặc của tôi.

Nhưng sẽ quan trọng lắm nếu em từ bỏ mọi điều - rằng em sẽ chấp nhận để tim mình ngừng đập, làn da lạnh ngắt và tư tưởng của loài dã thú.

Một con quái vậy. Một người xa lạ.

Tôi những tưởng trong cái thế giới này, sẽ chẳng có gì tệ hơn điều đó, sẽ chẳng có gì đau khổ hơn cho bằng.

Nhưng, nếu hắn *giết* em...

Một lần nữa, tôi lại phải kiềm nén cơn thịnh nộ. Có

lẽ, nếu không vì Leah, cứ tự nhiên để nguồn lửa kia biến đổi tôi thành một loài sinh vật có thể chịu đựng được chuyện này thì tốt hơn - Một sinh vật có bản năng mạnh mẽ hơn những rung cảm của con người. Một con vật thì không tồn tại cảm giác đau đớn. Nhiều lắm thì cũng chỉ phải chịu một nỗi đau đớn thôi, một nỗi đau rất khác. Nhưng giờ thì Leah đã chạy đi rồi, và tôi không còn phải nghe, phải biết suy nghĩ của con người đó. Tôi làu bàu nguyền rủa cô ta đã cướp đi mất của tôi cơ hội có được một chút yên thân này.

Đôi tay tôi đang run rẩy, bất chấp ý nguyện của tôi. Điều gì khiến chúng thành ra như thế? Sự tức giận? Hay đau khổ? Tôi không biết mình đang kềm chế cảm xúc nào nữa.

Tôi cần phải tin rằng Bella sẽ sống. Nhưng điều đó còn phụ thuộc vào một kì vọng - một kì vọng mà tôi không muốn cảm nhận, kì vọng rằng tên ma-cà-rồng ấy có khả năng giữ được mạng sống của em.

Và rồi em sẽ khác lắm, tôi không biết điều đó ảnh hưởng đến mình như thế nào. Liệu có giống như em đã chết, để tôi nhìn thấy em đứng trơ ra như đá không? Hay như một tảng băng? Khi mùi hương nơi em làm cháy mũi tôi và châm ngòi cho bản năng cắn, xé trong tôi... Chuyện đó rồi sẽ diễn ra như thế nào? Liệu tôi có nảy sinh sát ý đối với *em* hay không? Liệu tôi có muốn giết một kẻ trong số *chúng* hay không?

Tôi lặng lẽ ngắm nhìn những con sóng thi nhau xô dạt vào bờ. Gờ đá dưới chân tôi đã che mất chúng, nhưng tôi vẫn có thể nghe ra tiếng rì rào khi sóng dội vào bờ cát. Tôi cứ đứng thừ ra như thế, mặc cho thời gian cứ lạnh lùng lướt qua, cho đến khi trời tối sầm tối sì.

Về nhà rõ ràng là ý tưởng không hay. Nhưng tôi đói quá, vả lại, tôi cũng không biết làm gì khác cả.

Tôi nhăn nhó khi phải rút tay ra khỏi cái băng đeo và chộp lấy đôi nạng. Hừ, ngài cảnh sát trưởng đâu có chứng kiến trận đánh của tôi ngày hôm đó đâu, vậy mà cũng ngang tàng kết luận là "tai nạn xe máy". Cảnh sát, ai mà chẳng như nhau. Tôi ghét lắm.

Cơn đói bắt đầu hạ xuống khi tôi bước vào nhà và nhìn thấy bố. Bố tôi lại đang nghĩ ngợi điều gì nữa đây. Dễ nhận biết lắm - ông luôn thể hiện điều đó rõ rành rành qua nét mặt. Chuyện thường ngày ở huyện!

Thế rồi bố tôi bắt đầu nói chuyện. Ông cứ kể miên man về hoạt động của mình trong ngày mãi cho đến lúc tôi ngồi vào bàn ăn. Nếu không có điều gì muốn kể, chắc chắn chẳng bao giờ bố tôi huyên thuyên đến như vậy. Tôi cố nuốt cho nhanh...

- ... và hôm nay, bà Sue có ghé thăm - Bố tôi chợt to giọng hơn làm cho tôi không thể tảng lờ được nữa, như thường khi - Người phụ nữ này mới đáng ngạc nhiên làm sao. Bà ấy còn dai sức hơn gấu xám nữa. Bố không biết bà sẽ xoay xở với cô con gái của mình như thế nào. Bây giờ Leah cũng trở thành người sói rồi. Con bé đó còn hơn cả sói ấy chứ - Vị tù trưởng cười khúc khích với câu nói đùa của mình.

"Ngài" chờ đợi câu trả lời của tôi một lát, có vẻ như không nhận ra vẻ chán chường, bàng quan trước mọi sự của cậu con trai "ngài". Những ngày qua đã khiến bố tôi thật khổ sở. Tôi mong bố sẽ thôi nói về Leah. Tôi cũng đang cố gắng không nghĩ về con người ấy.

- Nhóc Seth cũng dễ tính hơn. Tất nhiên con cũng dễ tính hơn các chị của con nữa, cho đến ngày,... ừm, con phải chịu đựng nhiều hơn các chị.

Tôi thở dài, hướng mắt ra ngoài cửa sổ. Vị tù trưởng cũng im lặng trong đúng một tíc tắc dài.

- Hôm nay, nhà ta có thư.

Tôi dám cam đoan đây chính là đề tài mà nãy giờ bố tôi đang cố lảng tránh.

- Thư hả bố?

- Thiệp... mời đám cưới.

Tất thảy mọi bắp thịt trên cơ thể tôi đều đông cứng lại. Một làn hơi nóng bắt đầu chùng chình trên sống lưng tôi. Tôi ghì lấy chiếc bàn để giữ tay mình thật vững.

Bố tôi vẫn tiếp tục nói như không hề nhận ra sự chuyển biến tâm trạng nơi tôi.

- Trong tấm thiệp có một phong thư đề chuyển cho con. Bố không đọc.

Dứt lời, bố tôi rút bên chỗ tiếp giáp giữa chân bố và thành xe một phong thư màu ngà. Bố đặt nó lên bàn, ngay chính giữa chúng tôi.

- Con không cần đọc cũng được. Trong đó có nói gì cũng chẳng quan trọng đâu.

Đúng là bố không tâm lí gì hết. Tôi giật phắt lấy cái phong bì trên bàn.

Đó là loại giấy nặng và cứng, đắt tiền - quá sang trọng so với thị trấn Forks. Tấm thiệp bên trong cũng vậy, công phu và kiểu cách. Bella không hề làm chuyện này. Chẳng thấy những họa tiết chìm mà em vẫn thích soi ra ánh sáng để có thể trông thấy, trên những tờ giấy in hoa. Tôi dám quả quyết rằng em không ưa gì mấy cái thứ này. Tôi không đọc một tử nào cả, thậm chí cả ngày tháng. Tôi không quan tâm.

Phía sau tấm thiệp có một tờ giấy dày màu ngà được gấp làm đôi, tên tôi được in bằng mực đen. Tôi đã không nhận ra đó là chữ viết tay, nhưng nó cũng quá sang trọng so với tất cả những thứ còn lại. Trong vòng chỉ nửa tíc tắc, tôi tự hỏi không biết con đỉa ấy có đang hả hê?

Tôi mở tờ giấy.

Jacob,

Tôi biết mình phạm luật khi gửi cho cậu phong thư này. Cũng bởi cô ấy sợ làm cậu tổn thương, không muốn cậu bị đẩy vào tình thế bắt buộc. Tôi biết chứ, nếu sự thể rẽ theo một hướng khác, tôi vẫn mong có sự lựa chọn khác hơn.

Jacob, tôi xin hứa với cậu là sẽ luôn săn sóc Bella. Cảm ơn cậu - vì cô ấy - vì mọi lẽ.

Edward

- Jake à, nhà ta chỉ có một cái bàn thôi đấy - Bố tôi bất chợt lên tiếng, nhìn chằm chặp vào cánh tay trái của tôi.

Những ngón tay của tôi đang níu chặt lấy mặt bàn, cũng đủ mạnh để khiến nó ở trong tình trạng báo động đỏ. Nhận thức được điều đó, tôi buông rời từng ngón, từng ngón một, cố tập trung vào động tác thả lỏng ấy, rồi nắm chặt tay lại để không phải đập vỡ một vật gì.

- Ừư, cũng chẳng có gì quan trọng - Tôi nghe bố lẩm bẩm.

Tôi rời bàn ăn, đứng dậy, cởi chiếc áo thun. Hy vọng Leah giờ này đã về đến nhà.

- Vẫn chưa trễ quá - Bố tôi nói khẽ trong lúc tôi mở mạnh cánh cửa, bước ra ngoài.

Tôi đã chạy, chạy trong điên cuồng, cho tới lúc va phải những thân cây, chiếc quần đang mặc bị xé toạc thành muôn vàn mảnh nhỏ, nằm vương vãi phía sau như thể làm dấu vết cho tôi tìm được đường quay trở về. Giờ đây, sao mà sự biến đổi lại trở nên dễ dàng đến thế. Tôi không cần phải nghĩ ngợi. Cơ thể tôi tự động biết nơi tôi muốn đi, cho tôi biết điều tôi cần, trước khi tôi kịp ra lệnh cho chính bản thân mình bằng lí trí.

Giờ thì tôi đã có bốn chân, và tôi đang phóng như bay.

Những bóng cây lao như bão táp qua người tôi, hay tôi đang rẽ sóng vun vút giữa sóng biển đen ngòm? Các cơ bắp trên người tôi căng cứng và nở ra theo nhịp. Có lẽ lần này tôi sẽ không dừng lại.

Nhưng tôi không hề đơn độc.

Tôi rất lấy làm tiếc - Embry thì thầm trong đầu tôi.

Tôi có thể trông thấy toàn cảnh thông qua mắt của người bạn thân. Embry đang ở rất xa, về hướng bắc, nhưng cậu ta đã quay đầu lại và phóng hết tốc lực để đuổi theo tôi. Tôi gầm ghè, dồn thêm sức để tăng tốc chạy nhanh hơn.

Chờ bọn tôi với - Quil phàn nàn. Cậu bạn ấy ở gần tôi hơn Embry, chỉ vừa mới bước chân ra khỏi làng.

Để tôi yên - Tôi cằn nhằu.

Tôi hoàn toàn có thể cảm nhận được sự lo lắng, thắc thỏm của hai chiến hữu trong đầu mình, tôi cố gắng dìm chúng xuống giữa tiếng gió và âm thanh của cây rừng. Đây là điều tôi ghét nhất - nhìn thấy hình ảnh của mình qua đôi mắt của họ, tệ hại hơn hết là giờ đây, đôi mắt của hai tên bạn chí cốt đang ngập tràn lòng trắc ẩn. Cả hai đều nhìn thấy sự hằn học nơi tôi, nhưng vẫn cứ chạy theo tôi.

Một giọng nói khác lại vang lên trong đầu tôi.

Cứ để cậu ấy đi đi. Suy nghĩ của Sam thật nhẹ nhàng, nhưng vẫn là một mệnh lệnh. Embry và Quil tức thời chùn chân.

Giá như tôi có thể không nghe, không thấy được những gì họ chứng kiến. Cái đầu tôi đặc sệt, cách duy nhất để có thể ở một mình là trở lại hình người, nhưng tôi lại không sao chịu được đau đớn.

Biến trở lại đi - Sam hướng dẫn hai người bạn thân của tôi. *Anh sẽ đến đón em, Embry à.*

Và rồi dòng suy nghĩ thứ nhất, thứ hai chìm vào im lặng. Chỉ còn mỗi một mình Sam.

Cảm ơn anh - Cuối cùng, tôi cũng xoay sở được để nghĩ ra điều đó.

Chừng nào được thì về nhà nha - Những âm thanh đó nhạt dần và từ từ chìm vào khoảng trống vô tận khi Sam cuối cùng cũng bỏ đi. Chỉ còn lại một mình tôi.

Tốt hơn rồi. Giờ thì tôi có thể nghe thấy lờ mờ tiếng xào xạc của lá khô dưới chân, tiếng sột soạt của đôi cánh cú trên cao, của sóng - xa xăm về hướng tây - vỗ bờ. Nghe thấy, và rồi tắt lịm. Tôi không cảm thấy được gì ngoài mỗi tốc độ, ngoài mỗi sự co rút của bắp thịt, gân, xương nối kết với nhau thật hài hòa, để những dặm đường lần lượt trải dài về phía sau.

Nếu như những âm thanh trong đầu tôi vẫn còn, tôi sẽ không bao giờ quay lại. Tôi cũng đâu phải là kẻ đầu tiên chọn hình hài này thay vì hình hài khác. Biết đâu, nếu tôi chạy đủ xa, tôi sẽ không bao giờ phải nghe thấy nữa...

Tôi ra lệnh cho các chân của mình phải chuyển động nhanh hơn, phải phóng nhanh hơn, để nhân vật Jacob Black không bao giờ còn tồn tại trên cõi đời này...

HẾT

Nhật thực

STEPHENIE MEYER

Tịnh Thủy *dịch*

Chịu trách nhiệm xuất bản:
Ts. Quách Thu Nguyệt

Biên tập:
Kim Tuyến

Xử lý bìa:
Bùi Nam

Sửa bản in:
Công Anh

Kỹ thuật vi tính:
Thanh Hà

NHÀ XUẤT BẢN TRẺ
161B Lý Chính Thắng - Quận 3 - Thành phố Hồ Chí Minh
ĐT: 39316289 - 39316211 - 38465595 - 38465596 - 39350973
Fax: 84388437450 - E-mail: nxbtre@hcm.vnn.vn
Website: http://www. nxbtre.com.vn

CHI NHÁNH NHÀ XUẤT BẢN TRẺ TẠI HÀ NỘI
20 ngõ 91, Nguyễn Chí Thanh, Quận Đống Đa - Hà Nội
ĐT & Fax: (04)37734544
E-mail: vanphongnxbtre@hn.vnn.vn

Khổ 13x19cm. Số: 83-2009/CXB/27-12/Tre. Quyết định
xuất bản số: 319A/QĐ-Tre, ngày 02 tháng 4 năm 2009.
In 5.000 cuốn, tại Xí nghiệp In Nguyễn Minh Hoàng.
ĐC: 100 Lê Đại Hành, P.7, Q.11, TP.HCM. ĐT: 38555812.
In xong và nộp lưu chiểu tháng 4 năm 2009.